தாய்

மக்சீம் கார்க்கி

தமிழில்: தொ.மு.சி.ரகுநாதன்

டிஸ்கவரி பப்ளிகேஷன்ஸ்
எண்: 9, பிளாட் எண்: 1080A, ரோஹிணி பிளாட்ஸ்
முனுசாமி சாலை, கே.கே.நகர் மேற்கு,
சென்னை – 600 078. பேச: 99404 46650

தாய் - மக்சீம் கார்க்கி
THAAI - MAXIM GORKY
தமிழில் - தொ.மு.சி.ரகுநாதன்

Discovery 1st Edition: Feb - 2022; வெளியீட்டு எண்: 0143

552 Pages - Printed in India

ISBN: 978-93-91994-99-0

Rs. 500

Publisher • *Sales Rights*

Discovery Publications
No. 9, Plot,1080A,
Rohini Flats, Munusamy Salai,
K.K.Nagar West, Chennai - 78.
Tamilnadu, India.
Mobile: +91 99404 46650

Discovery Book Palace (P) Ltd
No. 6, Mahaveer Complex,
Munusamy Salai, K.K.Nagar West,
Chennai-600 078.
Ph: (044) 4855 7525
Mobile: +91 87545 07070

discoverybookpalace@gmail.com
WWW.DISCOVERYBOOKPALACE.COM

இந்த நூலில் பிரசுரமாகியுள்ள எந்த ஒரு பகுதியையும் பதிப்பாளரின் எழுத்துபூர்வமான முன்அனுமதி பெறாமல் எடுத்தாள்வதோ, மறுபிரசுரம் செய்வதோ, மொழியாக்கம் செய்வதோ, அச்சு மற்றும் மின்னணு ஊடகங்களில் மறுபதிப்பு செய்வதோ, காப்புரிமைச் சட்டப்படி தடை செய்யப்பட்டுள்ளது. இந்த நூலிலிருந்து குறிப்பிட்ட பகுதிகளை மேற்கோள் காட்டி புத்தக விமர்சனம் செய்ய, ஊடகங்களுக்கு மட்டும் அனுமதி உண்டு.

உங்கள் மொபைல் போனிலிருந்து ஸ்கேன் செய்து டிஸ்கவரி புக் பேலஸின் மொபைல் ஆப்பை டவுன்லோடு செய்து, புத்தகங்களை வாங்குங்கள்.

பதிப்பாளர் உரை

பள்ளிப் பாடங்களைத் தாண்டி, வாசிப்பு பெரிதாய் அறிமுகம் ஆகாத காலகட்டம். முதல் முறையாக, உலகின் சிறந்த பத்து நாவல்களில் ஒன்று 'தாய்' நாவல் என்கிறார் ஆசிரியர். அதன் ஆங்கிலப் பெயரான 'THE MOTHER' என்பதையும், கூடவே நாவல் பற்றிய சிறு தகவல்களையும் சொல்லி முடிக்கிறார். அவர் சொன்ன எதுவும் நினைவில் இல்லை என்றாலும், நாவலின் பெயர் மட்டும் மனதில் நின்றுவிட்டது.

கல்லூரி முடித்துச் சென்னை வந்தபோது, மாநிலக் கல்லூரி பேராசிரியர் அண்ணாதுரை மற்றும் சில தோழமைகள் மூலம் 'தாய்' நாவல் பற்றிய பேச்சை மீண்டும் கேட்கிறேன். அப்போது சென்னையில் திருவல்லிக்கேணி பகுதியில் தங்கி இருந்ததால், நடைபாதைக் கடைகளில் 10 ரூபாயில் சிறந்த நூல்களை வாங்கிவிட முடியும். அப்படி ஒருநாள், நான்... 'தாய்' நாவலைத் தேடிச் சென்றேன். அப்போதைக்குக் கிடைக்கவில்லை என்றாலும், பல்வேறு ரஷ்ய சோசலிஷ நூல்களை அங்கேதான் வாங்கினேன். ஒரு கட்டத்தில் 'தாய்' நாவலும் கிடைத்தது.

உலகின் தலைசிறந்த நாவல்களில் ஒன்று இப்போது என் கையில். அதுவும் தமிழில். ஒரே நாளில் படித்து முடிக்கும் வேகத்தோடு துவங்கினேன். ஆனால், முப்பது பக்கங்களைக்கூடத் தாண்ட முடியவில்லை. பெயர்க் குழப்பமும், நாவலின் கதைக்களமும் மனதுக்குப் பிடிபடவில்லை. நாவலில் வரும் தாயைப்போலவே நானும் ஒருவிதச் சலிப்போடு, ஆரம்பத்தில் நம்பிக்கையற்றுத் துவண்டுவிட்டேன். சிலநாள் அப்படியே கிடப்பில் போட்டுவிடுவேன். மீண்டும் வாசிக்க எடுக்கும்போது முதல் பக்கத்திலிருந்தே ஆரம்பிப்பேன். ஏனென்றால் நாவலின் சூழல் முழுமையாக மறந்துவிட்டிருக்கும். இம்முறை அதிகபட்சம் கூடுதலாகப் பத்துப் பக்கங்கள் என்று நாற்பது பக்கங்கள் நெருங்கி இருப்பேன். மீண்டும் அதே சோர்வு. ஆனால் 'தாய்' நாவலை வாசித்தவன் என்ற நிலையை அடைந்துவிட வேண்டும் என்பது மட்டும் அப்போது ஒரு இலக்காகவே எனக்குள் பதிந்துவிட்டது.

நாவல் வாங்கிக் கிட்டத்தட்ட இரண்டாண்டுக்குப் பிறகு ஒருநாள் வழக்கம்போல வாசிக்க எடுக்கிறேன். சுமார் நூறு பக்கங்களைத்

தாண்டிவிட்டேன்... அவ்வளவுதான். அதன்பிறகு நாவலுக்குள் நாம் முழுமையாக ஒன்றிவிடுகிறோம். நாவலின் கதைக்களமான ரஷ்ய பகுதிகளில், நமக்குள் கற்பனையாக விரியும் காட்சிகளுக்குள் நடமாட ஆரம்பித்துவிடுகிறோம். நாவலில் வரும் தாயைப்போலவே என்ன நடக்கிறது என்று நம்மால் புரிந்துகொள்ள முடிகிறது. அதேநாளில் இரவுவரைக் கண்விழித்து நாவலை முழுமையாக வாசித்தும் முடிக்கிறேன்.

எனது வாசிப்பு முடியும்போது, சோவியத் ரஷ்யா உடைந்து கிட்டத்தட்ட பத்தாண்டுகள் ஆகியிருந்தன. என்றாலும், அகழாய்வுக்குள் கிடைக்கும் ஒரு பொருள் அதன் காலமுணர்ந்து நமக்கு ஆச்சரியமளிப்பதுடன், வரலாற்றின் சாட்சியாகவும் இருப்பதுபோல, சோவியத் ரஷ்யா என்ற ஒன்று உருவாவதற்கான புரட்சியில் கடைநிலை மக்களால்கூட பங்காற்ற முடியும் என்பதை 'தாய்' நாவல் வாசிப்பதன் மூலம் நம்மால் புரிந்துகொள்ள முடிகிறது.

ஆனால் உண்மையில் அப்போது எனக்குக் கிடைத்த மற்றுமொரு மிக முக்கியமான அனுபவம் என்பது மொழிநடை. நமது வாழ்க்கைக்கும் நமது தட்பவெப்பத்திற்கும் தொடர்பில்லாத எங்கேயோ ஒரு மொழியில் எழுதப்பட்ட நாவலை, எப்படி நமது மொழிக்குள் இவ்வளவு நுட்பமாகக் கொடுக்கமுடிகிறது. சிறுசிறு உணர்வுகளைக்கூட அதன் நுட்பம் குறையாமல், எழுத்தில் கொண்டுவருவதோடு, அதுகுறித்த ஒரு பிரமிப்பையும் நமக்குள் உண்டாக்க முடிகிறது என்பதுதான். இந்த மொழிநுட்ப சாத்தியத்தைக் கொடுத்த மதிப்பிற்குரிய தொ.மு.சி.ரகுநாதன் அவர்களின் நூற்றாண்டில், அவரின் மொழிபெயர்ப்பில் மகுடமாக நிற்கும் 'தாய்' நாவலை வெளியிடுவதை பெருமையாக உணர்கிறோம். என்றோ மனதில் எதேச்சையாக விழுந்த தாய் என்ற ஒரு சொல், பிறகு அதை நாவலாகக் கண்டடைந்து வாசிக்கத் தூண்டியது. இன்றோ, அந்நூலைச் செம்பதிப்பாகப் பதிப்பிக்கும் அளவுக்கு, ஏதோவொரு வகையில் தாய் நாவலை பின்தொடர்ந்தவண்ணம் உள்ளேன்.

தோழமையுடன்

11.02.2022 **மு. வேடியப்பன்**

'தாய்' நாவல் குறித்து லெனின்

லெனின் வேறுவிதமாக இருப்பார் என்று நினைத்தேன். அவரிடம் ஏதோ ஒன்று இல்லாதது போல் தோன்றிற்று. அவர் கரகரத்த குரலில் பேசினார்; தமது அக்குளில் எங்கேயோ கைகளை நுழைத்துக் கொண்டு இறுமாப்பான பார்வையுடன் அங்கு நின்று கொண்டிருந்தார், மொத்தத்தில் அவர் ஒரு வெகு சாதாரணமானவராகக் காட்சி அளித்தார். அவரிடம் தலைவரின் அடையாளம் எதுவுமே இல்லை. நான் ஓர் எழுத்தாளர். சிறு விஷயங்களைக் கவனிக்கும்படி என்னுடைய தொழில் என்னை வற்புறுத்துகிறது. இக்கடமை ஒரு பழக்கமாகிவிட்டது. சில சமயங்களில் இது சலிப்பூட்டும்.

நான் ஜி.வி.பிளெக்கனோவிடம் அழைத்துச் செல்லப்பட்டபோது, அவர் தமது கைகளைக் குறுக்கு வாட்டத்தில் வைத்துக்கொண்டு ஒரு கடுமையான, ஆனால் சலிப்படைந்த பார்வையை என்மீது வீசினார், தமது கடமையைச் செய்து சோர்வுற்ற ஓர் ஆசிரியர் மற்றொரு புதிய மாணவனைக் காண்பது போன்று அவர் பார்த்தார். அவர் மிக மிகச் சர்வசாதாரணமான ஒன்றை என்னிடம் கூறினார்: "நான் உங்களுடைய திறமையைப் போற்றுபவன்" இது தவிர அவர் வேறு எதுவும் சொன்னதாக எனக்கு நினைவில்லை. காங்கிரஸ் நடந்தபோது அவரோ அல்லது நானோ 'மனந்திறந்து' பேச வேண்டும் என்று விரும்பவில்லை.

ஆனால், கரகரத்த குரலில் பேசும் இந்தத் தடித்த, துருதுருப்பான மனிதர், சாக்கரடீஸ் புருவம் போன்ற தமது புருவத்தைத் தமது ஒரு கையால் துடைத்துக் கொண்டும், மற்றொரு கையால் எனது கையை இழுத்துக்கொண்டும் தமது அதிசயமான ஜீவ ஒளி நிறைந்த கண்களில் நேசமிக்க பார்வை பளிச்சிட, என்னை நோக்கி, 'தாய்' நூலின் குறைபாடுகள் பற்றிப் பேசத் தொடங்கினார். ஐ.பி.லேடிஷ்னிகோவிடமிருந்து அதன் கையெழுத்துப் பிரதியை இரவல் வாங்கி அவர் படித்திருந்தார். அந்நூலை அவசரத்தில் எழுதினேன் என்று நான் சொன்னேன், ஏன் அவசர அவசரமாக எழுதினேன் என்று நான் விளக்குவதற்கு முன்பு, லெனின் தலையை அசைத்துவிட்டு அவரே அதை விளக்கினார். நான் அதை அவசர அவசரமாக எழுதியது நல்லதாய் போயிற்று; ஏனெனில் இப்புத்தகம் தேவைப்பட்டது. பல தொழிலாளிகள் உணர்ச்சி வேகத்தில், தன்போக்கில் புரட்சிகர இயக்கத்தில் சேர்ந்தனர்; 'தாய்' நாவலைப் படிப்பது அவர்களுக்குப் பயனுள்ளதாயிருந்தது.

'மிகவும் காலப் பொருத்தமான புத்தகம்' என்று அவர் கூறினார். இதுதான் அவருடைய ஒரே பாராட்டுதல். இது எனக்கு எவ்வளவோ பெரிதாக இருந்தது. பின்னர் அவர், 'தாய்' நாவல் அந்நிய மொழிகளில் மொழி பெயர்க்கப்படுகிறதா? எந்த அளவு ரஷ்ய, அமெரிக்கத் தணிக்கையாளர்கள் இப்புத்தகத்தைக் கெடுத்துவிட்டனர் என்று வேகமாகவும், காரியகரமான முறையிலும் கேட்டார். 'ஆசிரியர்மீது நடவடிக்கை எடுக்கத் திட்டமிடப்பட்டுள்ளது' என்று நான் அவரிடம் சொன்னதும், முதலில் அவர் முகத்தைச் சுளித்தார்; பின்னர் தமது தலையைப் பின்பக்கமாகச் சாய்த்துத் தமது கண்களை மூடிக்கொண்டு அதிசயமான வகையில் சிரிக்க ஆரம்பித்தார். அவருடைய சிரிப்பு தொழிலாளிகளின் கவனத்தை ஈர்த்தது. ●

முதலாம் பாகம்

1

புகையும் எண்ணெய் அழுக்கும் நிறைந்த காற்றில், தொழிலாளர் குடியிருப்புக்கு மேல், நாள்தோறும் அந்த ஆலைச்சங்கு அலறிக்கூச்சலிடும். வேலையால் இழந்த சக்தியைத் தூக்கத்தால் மீண்டும் பெறாத தொழிலாளர்கள், ஆலைச்சங்கின் அழைப்புக்குப் பணிந்து, அழுது வடியும் வீடுகளிலிருந்து, கடுகடுத்த முகங்களுடன் அடித்து மோதிக்கொண்டு வெளியே ஓடி, கலைபட்ட கரப்பான் பூச்சிகளைப்போலத் தெருக்களில் மொய்ப்பார்கள். ஓர் அலட்சியமான தன்னம்பிக்கையுடன் நின்றுகொண்டிருந்த அந்த ஆலை, பதிற்றுக் கணக்கான விளக்குகளால் புழுதி படிந்த சாலையில், ஒளிபாய்ச்சிக்கொண்டிருக்கும். குளிரும் குமரி இருட்டும் கவிந்த அந்த அதிகாலையில், செப்பனிடப்படாத சாலையில் அவ்வாலையின் கற்கூடாரங்களை நோக்கி விரைவார்கள் தொழிலாளர்கள். பரபரக்கும் அவர்கள் பாதங்களின் கீழே புழுதி நெறுநெறுக்கும், தூங்கி வழியும் கரகரப்பான கூக்குரல்கள் எங்கும் எதிரொலிக்கும். கொச்சைத்தனமான வசவுகள் காற்றைச் சீறிக் கிழிக்கும். இயந்திரங்களின் ஓங்காரமும், நீராவியின் முணமுணப்பும் இத்தொழிலாளர்களுக்கு எதிராக மிதந்து வரும். குண்டாந்தடிகள் போன்ற நீண்ட கரிய புகைபோக்கிகள், அக்குடியிருப்புகளைவிட உயர்ந்து நின்று துயரமும், கடுகடுப்பும் காட்டிக் கொண்டிருப்பது தொலை தூரத்திலிருந்தும் தெரியும்.

சாயங்காலச் சூரியன், வீட்டுச் சாளரங்களின் மீது, ஓய்ந்து போன தன் கிரணங்களைப் படரவிடும் மாலைப் பொழுதில், சேமித்துத் தள்ளப்படும் கசடுபோல, தன் பாறை வயிற்றுக்குள்ளிருந்து, தொழிற்சாலை மக்களை வெளித்தள்ளும். மீண்டும் அவர்கள் அந்த அசுத்தமான தெருக்களின் வழியே கறுத்துப் புகையடித்த முகங்களோடு, பளபளக்கும் பசித்த பற்களோடு, யந்திர எண்ணெய்யின் பிசுக்கு நாற்றம் அடிக்கும்

உடலங்களோடு, நடந்து வருவார்கள். அப்போது அவர்களது குரலில் ஓரளவு உயிர் இருக்கும். உவகையும்கூட இருக்கும். அன்றைய நாள் வேலை முடிந்தது. வீட்டில் உணவும் ஓய்வும் அவர்களுக்காகக் காத்துக்கொண்டிருக்கும்.

தொழிற்சாலை யந்திரங்கள் தேவையான மட்டும் அந்தத் தொழிலாளர்களது சக்தியை உறிஞ்சித் தீர்த்து விடுவதோடு அந்த நாள் விழுங்கப்பட்டு விடும். எந்தவிதமான எச்சமிச்சங்களும் இல்லாமல் அன்றையப் பொழுது அழிந்து கழியும். மனிதனும் தனது சவக்குழியை நோக்கி ஓரடி முன்னேறி விடுவான். ஆனால் இப்போதோ ஓய்வின் சுகத்தையும், புகை மண்டிய சாராயக் கடையின் சந்தோஷத்தையும் அவன் எதிர்பார்ப்பான். அதில் அவனுக்கு திருப்தி.

ஞாயிற்றுக் கிழமைகளில் அந்த ஜனங்கள் பத்து மணி வரையிலும் தூங்கிக்கொண்டிருப்பார்கள். கண்ணியமான இல்லறவாசிகள் தங்களிடமுள்ள சிறந்த ஆடையணிகளைத் தரித்துக்கொண்டு பிரார்த்தனைக்காகத் தேவாலயத்துக்குச் செல்வார்கள். போகும்போது இளவட்டப் பிள்ளைகள் மதத்தின் மீது காட்டும் அலட்சியத்தைக் கண்டித்து சரமாரியாகப் பேசிக்கொண்டே செல்வார்கள். பிரார்த்தனை முடிந்த பின்னர் அவர்கள் வீட்டுக்குத் திரும்பி, அப்பம் சாப்பிடுவார்கள். மீண்டும் மாலைவரை தூங்கத் தொடங்குவார்கள்.

வருடக்கணக்காக அதிகரித்துக் கொண்டே வரும் அலுப்பினால், அவர்களது வயிற்றுப் பசிகூட மந்தித்துப் போய் விட்டது. அந்த வயிற்றை உணர்ச்சி பெறச் செய்வதற்காக, அவர்கள் கார நெடி நிறைந்த ஓட்கா மதுவைக் குடித்துக் குடித்துக் கிளர்ச்சி தரும் அரிச்சலை உண்டுபண்ணிக் கொள்வார்கள்.

மாலை நேரங்களில் அவர்கள் வீதிகளில் சுற்றித் திரிவார்கள். ரப்பர் செருப்பு உடையவர்கள், தெருவின் தரை காய்ந்து போயிருந்தாலும் கூட, அதைப் போட்டுக்கொண்டு திரிவார்கள். குடை வைத்திருப்பவர்கள், பொழுது வெளிறிட்டு நிர்மலமாக இருக்கும்போதும், அதை உடன் கொண்டுபோவார்கள்.

வழியில் தங்கள் நண்பர்களைச் சந்திக்கும்போது தொழிற்சாலையைப் பற்றியும் யந்திரங்களைப் பற்றியும் பேசிக்கொள்வார்கள். மேஸ்திரிகளை வைவார்கள். அவர்கள் தங்கள் தொழிலோடு சம்பந்தப்பட்ட விஷயங்களையே பேசினார்கள்; சிந்தித்தார்கள். பேசிய விஷயத்தையே பேசிப் பேசிச் சலித்து போன அவர்களது அன்றாடப் பேச்சில் என்றாவது ஒரு நாள்தான்

ஏதோ ஒரு சக்தியற்ற எண்ணத்தின் ஒளி லேசாக மின்னிட்டுப் படர்ந்து மறையும். அவர்கள் வீட்டுக்குத் திரும்பியவுடன் தங்கள் மனைவிமாரோடு சண்டை பிடிப்பார்கள்; அடிக்கவும் செய்வார்கள்; தங்களது முஷ்டிகள் வலி கண்டாலும் கூட அடிப்பதை நிறுத்தமாட்டார்கள். இளைஞர்கள் சாராயக் கடைக்கு அடிக்கடி செல்லுவார்கள். அல்லது வேறு யார் வீட்டுக்காவது சென்று பொழுது போக்குவார்கள். அங்கு ஆர்மோனியம் வாசிப்பார்கள், ஆபாசமான பாட்டுகளைப் பாடுவார்கள், ஆடுவார்கள், ஏசுவார்கள், குடித்துக் கிடப்பார்கள். அவர்கள் உழைத்து உழைத்து மிகவும் ஓய்ந்து போனவர்களாதலால், குடித்தவுடனேயே போதைவெறி உச்சிக்கு ஏறிவிடும். அவர்களது இதயங்களில் ஏதென்றறியாத எரிச்சல் குடிகொண்டிருக்கும். எனவே, இந்த மாதிரியான உணர்ச்சிகளிலிருந்து விடுபடுவதற்காக, சிறு சந்தர்ப்பம் கிடைத்த போதிலும் அந்நேரத்தில் அவர்கள் சீக்கிரமே உணர்ச்சி வசப்பட்டு, ஒருவரையொருவர் மிருகத்தனமான மூர்க்க வெறியோடு கட்டித் தழுவி உருண்டு புரள்வார்கள். இதனால் ரத்தக் காயங்கள் காணும் சண்டைகள்தான் கண்ட பலன். சமயங்களில் அந்தக் காயங்கள் படுகாயமாய்ப் போவதுண்டு. சில வேளை கொலைகள் நிகழ்ந்து விடுவதுமுண்டு.

அவர்களது மனித சம்பந்தத்தை மறைமுகமான குரோத உணர்ச்சி ஆக்கிரமித்திருக்கும். அவர்களது தசைக் கோளங்களின் தளர்ச்சியை எப்படி ஈடுசெய்து முறுக்கேற்ற முடியாதோ, அதுபோலவே இந்த உணர்ச்சியும் வெகுநாட்களாய் ஊறி உறைந்து போயிருக்கும். அவர்கள் பிறக்கும்போதே இந்தத் தீய உணர்ச்சியும் அவர்களோடு பிறந்து ஓர் இருண்ட நிழலைப்போல், அவர்கள் சாகிறமட்டும் அவர்களைத் தொடர்ந்து செல்லும். இலக்கற்ற, வெறுக்கத்தக்க கொடுஞ்செயல்களுக்கே அவர்களைத் தூண்டிவிட்டுக் கொண்டிருக்கும்.

விழா நாட்களில் இளைஞர்கள் வெகு நேரங்கழித்து அடிபட்ட முகங்களுடன் வீடு திரும்புவார்கள். திரும்பும்போது அவர்களது துணிமணிகள் எல்லாம் கிழிந்து தும்பு தும்பாகி, புழுதியும் சேறும் படிந்திருக்கும். சமயங்களில் அவர்கள் தம்முடைய தோழர்களுக்குத் தாம் கொடுத்த அடிகளைப் பற்றி வாய் வீச்சு வீசி வீறாப்புப் பேசுவார்கள்; சமயங்களில் தங்களது குடிவெறியை, பரிதாப நிலையை, இழிநிலையை, கசந்த வாழ்வை, அவமானத்தை எண்ணி அழுவார்கள்; சீறியெழுவார்கள் அல்லது சோர்ந்து போவார்கள். சமயங்களில் எங்கோ ஒரு வேலிப்புறத்தின் நிழலிலாவது, சாராயக் கடையின் தரையிலாவது போதை மயக்கத்தில் கிடக்கும் தம்

மக்களைத் தேடிக் கண்டுபிடித்து, பெற்றோர்கள் வீடு கொண்டுவந்து சேர்ப்பார்கள். வீடு வந்து சேர்ந்த பிறகு முதியவர்கள் அவர்களை வாய்க்கு வந்தபடி திட்டுவார்கள்; அந்த இளைஞர்களது தொளதொளத்துப்போன உடம்பைக் குத்துவார்கள், பிறகு அவர்களை ஏதோ ஓர் அன்புடன் படுக்கையில் பிடித்துத் தள்ளித் தூங்க வைப்பார்கள். அதிகாலையில் அலறும் ஆலைச் சங்கின் கோபாவேசமான கூச்சலைக் கேட்டு எழுந்திருந்து வேலைக்குச் செல்ல வேண்டுமே என்பதற்காகவே இவ்வாறு செய்வார்கள்.

அவர்கள் தங்கள் குழந்தைகளைச் சரமாரியாக உதைப்பார்கள், திட்டுவார்கள்; என்றாலும் இளைஞர்கள் குடிப்பதோ சண்டை சச்சரவு செய்வதோ அவர்களுக்குத் தவறாகப்படுவதில்லை. தந்தைமார்கள் இளைஞர்களாயிருந்த காலத்தில் அவர்களுந்தான் குடித்தார்கள், சண்டையிட்டார்கள், அவர்களுடைய பெற்றோர்களும் பதிலுக்கு அவர்களை உதைக்கத்தான் செய்தார்கள். வாழ்க்கை அப்படியே தான் பழகிப்போய்விட்டது. சீராகவும் மெதுவாகவும் எங்கோ அது வருடக் கணக்கில் சேற்றுக் குழம்பாக ஓடிக்கொண்டிருந்தது; பழைய காலத்துப் பழக்க வழக்கங்களுடன் இறுகப் பிணைந்து நாள்தோறும் ஒரே மாதிரியான சிந்தனையும் செயலுமாய் இயங்கிக்கொண்டிருந்தது. அந்த வாழ்வில் எந்தவித மாறுதலையும் ஏற்படுத்த எவருமே விரும்பவில்லை.

சில சமயங்களில் வேறு பிரதேசங்களிலுள்ள மக்கள் அந்தத் தொழிலாளர் குடியிருப்புக்கு வருவதுண்டு. அந்த இடத்துக்குப் புது ஆசாமிகள் என்கிற காரணத்தால், இங்குள்ளவர்களின் கவனத்தை ஆரம்பத்தில் அவர்கள் கவர்வதுண்டு. அவர்கள் வேலை பார்த்து வரும் இடங்களைப் பற்றிய அதிசயக் கதைகளைச் சொல்லும்போது, இங்குள்ளவர்களுக்கு அதில் லகுவில் ஈடுபாடும் ஏற்படுவதுண்டு. அந்தப் புதுமை சீக்கிரத்திலேயே போய்விடும். அந்த மனிதர்களும் இவர்களுக்கு பழகிப்போய்விடுவார்கள். அவர்கள் கவனிப்பதைக் கூட இவர்கள் நிறுத்தி விடுவார்கள். புதிதாக வருபவர்கள் சொல்வதிலிருந்து இவர்களுக்கு ஒரே ஒரு உண்மை புலப்படும். தொழிலாளிகளின் நிலைமை எங்கும் ஒரே மாதிரிதான் இருக்கிறது என்பதுதான் அது. இதுதான் உண்மையென்றால், பிறகு எதைப் பற்றி என்ன பேசுவது?

ஆனால், அந்தப் புதிய மனிதர்களில் சிலர் இந்தக் குடியிருப்பு மக்கள் இதுவரை கேட்டிராத புது விஷயங்களைப் பற்றிய பேசுவார்கள். ஆட்சேபிக்காமல் நம்பிக்கையின்றி அவற்றைக் கேட்பார்கள். சிலருக்குக் குருட்டுத்தனமான கிளர்ச்சியை அவை உண்டாக்கும். சிலருக்கு லேசான இதய அதிர்ச்சியைத் தரும்.

சிலருக்கோ அடையாளமே தெரியாமல் மங்கித் தோன்றும் ஒரு சிறு நம்பிக்கை மனத்தில் எழும்பிக் குறுகுறுக்கும். ஆனால், அவர்கள் அனைவருமே தங்களது வாழ்க்கையை மேலும் சிரமத்துக்கு ஆளாகிவிடக் கூடிய அந்த வேண்டாத உணர்ச்சியையும் கிளர்ச்சியையும் மறக்கடித்து விரட்டுவதற்காக மேலும் மேலும் குடித்துத் தீர்ப்பார்கள்.

அந்தப் புதிய ஆசாமிகளில் யாரேனும் ஒருவரிடம் அவர்கள் ஏதாவது ஒரு புதுமையைக் காண நேர்ந்தால், அதை அந்தத் தொழிலாளர்கள் மறக்கவே மாட்டார்கள். தம்மைப் போலில்லாத அந்த ஆசாமியிடம் சர்வ ஜாக்கிரதையுடன் நடக்க முனைவார்கள். தங்களது தற்போதைய வாழ்வின் ஒழுங்கை, அவர் கெடுத்துக் குலைத்து விடுவாரோ என்று அவர்கள் பயப்படுவது போலிருக்கும். இப்போதைய வாழ்க்கை சிரம ஜீவனம்தான் என்றாலும் அமைதியாகவும் குழப்பமற்றதாகவும் இருக்கிறதே என்பதே அவர்கள் அடையும் திருப்தி. நிரந்தரமாக ஒரே சுமையாகத் தம்மை அழுத்தும் வாழ்க்கையைத் தாங்கிக் கொள்வது அவர்களுக்கு பழகிப்போய்விட்டது. மேலும் தங்கள் கஷ்டத்திற்கும் ஒரு நிவர்த்தி உண்டு என்ற நம்பிக்கையே அவர்களுக்கு இல்லையாதலால், தமது வாழ்க்கையில் புதிதாக வரும் எந்த மாறுதலும் தங்கள் துயரங்களையும் கஷ்டங்களையும் அதிகரிக்கத்தான் செய்யுமேயன்றி ஒருக்காலும் அவற்றைக் குறைத்துவிடப் போவதில்லை என்றே அவர்கள் கருதினார்கள்.

எனவே, புதுக் கருத்துகளைக் காதில் போட்டுக் கொள்ளாமலேயே ஒதுங்கிச் செல்வார்கள் அவர்கள். அந்தப் புதிய ஆசாமிகளும் அங்கிருந்து மறைந்து போவார்கள். அங்கேயே தங்கும் ஓரிருவர் அங்குள்ளவர்களைப் போலவே நாளடைவில் வாழத் தொடங்குவார்கள். அவ்வாறு ஒருங்கிணைய முடியவில்லையென்றால், ஒதுங்கி வாழ்வார்கள்.

இப்படிச் சுமார் ஐம்பது வருடங்கள் வாழ்ந்த பிறகு, ஒரு தொழிலாளி செத்து மறைவான்.

2

இப்படித்தான் மிகயீல் விலாசவ் என்பவனும் வாழ்ந்தான். அடர்ந்த புருவங்களுக்குக் கீழே அவனது சிறு கண்கள் வெறுப்புக் கலந்து சந்தேகத்துடன் பார்க்கும். அவன் ஒரு மந்தமான, உடல் முழுவதும் ரோமம் அடர்ந்த தொழிலாளி. தொழிற்சாலையில்

அவன்தான் சிறந்த தொழிலாளி; தொழிலாளர்களில் அவனே சிறந்த பலசாலி. ஆனால், அவன் தன் மேலதிகாரிகளோடு அடிக்கடி முறைத்துக் கொள்வான்; எனவே அவனால் அதிகம் சம்பாதிக்க முடியவில்லை. ஒவ்வொரு பண்டிகை நாளிலும் அவன் யாரையாவது நன்றாக அடித்து வெளுத்து வாங்கிவிடுவான்; எனவே அவனை யாருக்கும் பிடிப்பதில்லை. எல்லோரும் அவனைக் கண்டு பயந்தார்கள். அவனை எப்படியாவது பதிலுக்குப் பதில் தாக்கிவிட வேண்டும் என்று எவரேனும் திட்டமிட்டாலும், நடைமுறையில் நிறைவேறுவதில்லை. தன்னை யாராவது தாக்க வருவதை விலாசவ் கண்டு விட்டானானால், உடனே அவன் ஒரு பாறாங்கல்லையாவது, பலகையையாவது, கம்பியையாவது கையில் தூக்கிக்கொண்டு, தன் கால்களை அகட்டி ஊன்றி, தனது எதிரியை அமைதியுடன் எதிர்பார்த்து நிற்பான். அவனது மயிரடர்ந்த கரங்களையும், கண்ணிலிருந்து கழுத்துவரையிலும் காடாய் அடர்ந்து வளர்ந்து மண்டிய கரிய தாடியையும் கோபாவேசமான முகத்தையும் கண்டுவிட்டாலே போதும், யாரும் நடுநடுங்கிப் போவார்கள். ஆனால் மக்கள் அவனது கண்களைக் கண்டுதான் அதிகம் பயந்தார்கள். ஏனெனில், அவை சிறியனவாகவும் உருக்குத்தமர் உளியைப்போல் துளைக்கும் கூர்மை பெற்றனவாகவும் இருந்தன. அந்தக் கண்களில் பார்வையைக் கண்டதுமே தாங்கள் ஏதோ ஓர் அசுர சக்தியின் முன்னால் இரக்கமோ பயமோ சிறிதும் காட்டாது தம்மை எதிர்த்துத் தாக்கத் தயாராக இருக்கும் ஒரு மிருக வெறிக்கு முன்னால் அகப்பட்டுக் கொண்டதாகவே அவர்களுக்குத் தோன்றும்.

"சரி, இங்கிருந்து ஓடுங்கடா, கழிசடைகளே!" என்று அவன் முரட்டுக் குரலில் சொல்லுவான். அவனது முகத்தை மறைத்து அடர்ந்திருக்கும் தாடிக்கு ஊடாக, அவனது மஞ்சள் பூத்த பற்கள் மின்னி மறையும். உடனே அந்த மனிதர்கள் கோழைத்தனமாக வாய்க்கு வந்தபடி வைதுகொண்டே பின்வாங்கி விடுவார்கள்.

"கழிசடைகள்!" என்று அவர்களுக்குப் பின்னே கத்துவான். அப்பொழுது அவனது கண்கள் ஏளன பாவத்தோடு குத்தூசியைப்போல் கூர்ந்து நோக்கும். பிறகு அவன் தன் தலையை நிமிர்த்தி நடந்தவாறே, அவர்களைத் தொடர்ந்து சென்று உரத்துச் சத்தம் போடுவான்.

"சரி எவனடா சாக விரும்புகிறவன்?"

எவனுமே சாக விரும்புவதில்லை.

அவன் அதிகமாகப் பேசமாட்டான்; 'கழிசடை' என்பது அவனது பிரியமான வாசகம். அவன் போலீசாரையும் தொழிற்சாலை அதிகாரிகளையும் தன் மனைவியையும் இந்த வார்த்தையால்தான் அழைப்பான்.

"இங்கே பார், என் கால்சராய் கிழிந்து போயிருப்பதைப் பார்க்கவில்லையாடி, கழிசடையே!"

ஒரு முறை பதினான்கு வயதுச் சிறுவனான தன் மகன் பாவெலின் தலைமயிரைப் பற்றி இழுத்து உதைக்கப் போனான்; ஆனால் அந்தப் பையனோ உடனே ஒரு பெரிய சுத்தியலைக் கையில் தூக்கிக்கொண்டு, கொடூரமாகச் சொன்னான்.

"விடு என்னை, தொடாதே!"

"என்னது?" என்று கேட்டுக்கொண்டே, அவனுடைய தந்தை நெட்டையாகவும் ஒல்லியாகவுமிருந்த தன் மகனின் உருவத்தை நோக்கி, மரத்தை நோக்கிச் செல்லும் நிழலைப்போல் முன்னேற முனைந்தான்.

"நான் பட்டபாடு போதும். இனி பட மாட்டேன்!" என்று கூறிக்கொண்டே சுத்தியலை உயர்த்தினான் பாவெல்.

தந்தை அவனை ஒரு முறை பார்த்தான். பிறகு தனது மயிரடர்ந்த கரங்களை முதுகுக்குப் பின் கோர்த்துக் கொண்டான்.

"ரொம்ப சரி!" என்று சிறு சிரிப்புடன் சொன்னான். பிறகு ஒரு பெரு மூச்சு விட்டுவிட்டு, "கழிசடைப் பயலே, ரொம்ப சரி!" என்றான்.

இதற்குப்பின் தன் மனைவியிடம் அவன் சொன்னான்.

"இனிமேல் நீ என்னைப் பணம் கேட்காதே, இன்று முதல் பாவெலே உன்னைக் காப்பாற்றுவான்!"

"நீ கிடைக்கிற கூலியையெல்லாம் குடித்துத் தீர்த்துவிடப் போகிறாயா?" என்று துணிந்து கேட்டாள் அவள்.

"ஏ, கழிசடையே! அது ஒன்றும் உன் வேலையல்ல. வேண்டுமென்றால், நான் வைப்பாட்டி கூட வைத்துக்கொள்வேன்..!"

அவன் வைப்பாட்டி வைத்துக் கொள்ளாவிட்டாலும் அன்று முதற்கொண்டு, இரண்டு வருடம் கழித்து அவன் செத்துப் போன காலம்வரை, தன் மகனை மதிக்கவுமில்லை; அவனோடு பேசவுமில்லை.

அவனிடம் அவனைப் போலவே பூதாகாரமாகவும் மயிர் அடர்ந்ததாகவுமுள்ள ஒரு நாயும் இருந்தது. அந்த நாய் ஒவ்வொரு நாள் காலையிலும் அவனைத் தொடர்ந்து தொழிற்சாலை வரையிலும் செல்லும்; மாலையில் அவனது வருகைக்காகத் தொழிற்சாலை வாசலில் காத்து நிற்கும். விலாசவ் பண்டிகை நாட்களில் ஒவ்வொரு சாராயக் கடையாகச் சென்று வருவான். வழியில் எவரிடமும் பேச மாட்டான். எனினும் யாரையோ இனம் காண முயல்வதுபோல ஒவ்வொருவரையும் கூர்ந்து பார்ப்பான். அவனது நாயும் தனது அடர்ந்த வாலை ஆட்டிக்கொண்டு அவனுக்குப் பின்னாலேயே நாள் முழுவதும் திரிந்து கொண்டிருக்கும். நன்றாகக் குடித்துவிட்டு வீடு திரும்பிய பிறகு, விலாசவ் சாப்பிட உட்காருவான்; அப்போது அவன் தன் நாய்க்குத் தனது உணவுப் பாத்திரத்திலிருந்தே உணவு கொடுப்பான். அவன் அந்த நாயை அடித்ததும் கிடையாது, திட்டியதும் கிடையாது, அதுபோலவே அந்த நாயிடம் கொஞ்சிக் குலாவியதும் கிடையாது. சாப்பாடு முடிந்த பிறகு சாப்பிட்ட பாத்திரங்களை அவனது மனைவி உடனே அப்புறப்படுத்தத் தவறிவிட்டால், அவன் அந்தப் பாத்திரங்களை எடுத்துத் தரையில் வீசியெறிவான்; பிறகு தன் முன்னால் ஒரு பாட்டில் ஓட்கா மதுவை எடுத்து வைத்துக்கொள்வான்; தன் முதுகைச் சுவரோடு சாய்த்து, கண்களை மூடி, வாயைப் பிளந்து, கேட்டவர்களுக்கு ஏக்கம் கொடுக்கும் தாழ்ந்த குரலில் ஒரு பாட்டை அழுதாற்போல் பாட ஆரம்பிப்பான். சோகமயமான அந்த ஆபாச ஒலி, ரொட்டித்துண்டுகளை உதறி வெளித்தள்ளி மீசை மயிரில் சிக்கித் திணறும். அவன் தன் தாடி மீசையைத் தன் தடித்த விரல்களால் கோதித் தடவிவிட்டுக் கொண்டே பாட ஆரம்பிப்பான். அவனது பாட்டின் வாசகங்கள் தெளிவற்று நீட்டி இழுக்கும். ஆனால் அவனது சாரீரமோ குளிர் காலத்தில் ஊளையிடும் ஓநாய்க் கூட்டத்தின் ஒப்பாரியை நினைவூட்டும். ஓட்கா மது தீரும் வரையிலும் அவன் பாடுவான். அதன் பின்னர் அவன் பெஞ்சின்மீது சாய்ந்து விடுவான் அல்லது அப்படியே மேசைமீது குனிந்து படுத்து ஆலைச்சங்கு அலறுகின்ற காலை நேரம் வரையிலும் தூங்குவான். அவனது நாயும் அவன் பக்கத்திலேயே விழுந்து கிடக்கும்.

அவன் குடல்புண்ணால் மாண்டு போனான். சாவதற்கு முன்னால் ஐந்து நாட்களாக, அவன் படுக்கையிலே துடிதுடித்துப் புரண்டான். உடலெல்லாம் கறுத்துப் போன அவன், கண்களை மூடி, பற்களை நறநறவென்று கடித்தான். இடையிடையே தன் மனைவியைப் பார்த்துச் சொல்லுவான்.

“எனக்குப் பாஷாணம் கொடு, என்னை விஷங்கொடுத்துக் கொன்று விடு!”

டாக்டர் ஏதோ ஒத்தடம் போடச் சொன்னார். ஆனால், மிகயீல் விலாசவுக்கு ஆபரேஷன் பண்ணித்தான் ஆக வேண்டும் என்றும், அன்றைய தினமே ஆஸ்பத்திரிக்குக் கொண்டுசெல்ல வேண்டுமென்றும் சொன்னார்.

“நீ நாசமாய்ப் போக, கழிசடையே! உன் உதவியில்லாமலே நான் செத்துப் போகிறேன்!” என்று முனகினான் மிகயீல்.

டாக்டர் சென்ற பிறகு, அவனது மனைவி கண்ணீர் பொழிந்தவாறே ஆபரேஷன் பண்ணிக்கொள்ளும்படி புருஷனிடம் மன்றாடிக் கேட்டுக்கொண்டாள். அவனோ தன் முஷ்டியை ஆட்டியவாறே அவளைப் பார்த்துச் சொன்னான்.

“நான் பிழைத்து எழுந்திருந்தால், உனக்குத் தான் சங்கடம்!”

ஆலைச்சங்கு அலறிய அந்த அதிகாலையில் அவன் இறந்து போனான். சவப்பெட்டியில் திறந்த வாயோடும், வெறுப்பு நிறைந்து நெறித்துப் போன புருவங்களோடு அவன் கிடந்தான். அவனுடைய மனைவியும் மகனும் நாயுமாகச் சேர்ந்து அவனைப் புதைத்தார்கள். பழைய திருட்டுப்புள்ளியும் தொழிற்சாலையிலிருந்து நீக்கப்பட்ட குடிகாரத் தொழிலாளியுமான தனீலோ வெஸோவ்ஷிகோவும், அந்தக் குடியிருப்பிலுள்ள சில பிச்சைக்காரர்களும் அந்தச் சவ அடக்கச் சடங்கில் கலந்து கொண்டார்கள். அவனுடைய மனைவி கொஞ்ச நேரம் அமைதியாக அழுதாள். பாவெல் அழவே இல்லை. தெரு வழியே சென்ற அவனது சவ ஊர்வலத்தைக் கண்ட மக்கள், சிறிது நேரம் நின்று குறியிட்டபடி தம்முள் பேசிக் கொண்டார்கள்.

“பெலகேயாவுக்கு இவன் செத்ததே ஒரு கொண்டாட்டம்தான்!”

“அவன் சாகவா செய்தான்? நாய் மாதிரி அழுகிப் போனான்!”

சவப் பெட்டியைப் புதைத்துவிட்டு, மக்கள் போய்விட்டார்கள். ஆனால், நாய் மட்டும் அந்தக் கல்லறையை முகர்ந்தபடி, புது மண்ணில் மௌனமாக உட்கார்ந்திருந்தது. சில நாள் கழித்து யாரோ அதை அடித்துக் கொன்று விட்டார்கள்.

3

தந்தை காலமாகி இரண்டு வாரங்களுக்குப் பிறகு, ஒரு ஞாயிற்றுக் கிழமையன்று, பாவெல் விலாசவ் மூக்கு முட்டக் குடித்துவிட்டு வீடு வந்து சேர்ந்தான். வீட்டுக்குள் தள்ளாடித் தடுமாறி நடந்தான்;

மேசை மூலையிலிருந்த ஆசனத்தை நோக்கித் தொட்டுத் தடவி நகர்ந்து சென்றான்; தன் அப்பன் செய்தது போலவே மேசைப் பலகை மீது முஷ்டியால் ஓங்கிக் குத்தியவாறு தன் தாயைப் பார்த்துச் சத்தமிட்டான்.

"கொண்டா சாப்பாடு!"

அவனுடைய தாயோ தன் மகனுக்கருகே வந்து உட்கார்ந்தாள். தன் கரங்களால் அவனை அணைத்து, அவனது தலையைத் தன் மார்பகத்தில் புதைத்துக் கொண்டாள். அவனோ அவளை விலக்க முயன்றான்.

"அம்மா, கொண்டா சீக்கிரம்!"

"முட்டாள் பயலே!" என்று தாய் கவலையோடும் அன்போடும் அவனது கையை விலக்கிக்கொண்டே சொன்னாள்.

"நான் புகை பிடிக்கவும் போகிறேன். அப்பாவின் குழாயை எடுத்துக் கொடு!" என்று சொல்லுக்கு வளையாத நாக்கினால் குழறினான் பாவெல்.

அவன் குடித்துவிட்டு வந்தது இதுதான் முதல் தடவை. ஓட்கா அவனது உடம்பைத் தளர்வுறச் செய்திருந்தது. எனினும் அவனது உணர்ச்சியை, போதை முற்றும் துடைத்துவிடவில்லை. எனவே அவனது மூளைக்குள்ளே ஒரே ஒரு கேள்வி மட்டும் முட்டி மோதிக் கொண்டிருந்தது.

'குடித்திருக்கிறேனா? குடித்திருக்கிறேனா?'

அவன் தன் தாயின் அன்பைக் கண்டு தடுமாறினான்; அவளது கண்ணில் மிதந்த சோகம் அவன் உள்ளத்தைத் தொட்டது. அவன் அழ நினைத்தான்; எனினும் அந்த உணர்ச்சியை அமுக்கடிப்பதற்காக தன் குடிவெறியை அதிகமாக வெளிக்காட்டிக் கொண்டான்.

ஈரம் படிந்து கலைந்து போயிருந்த அவனது தலைமயிரைக் கோதிக் கொடுத்தாள் அவனுடைய தாய்.

"நீ இப்படிச் செய்யக் கூடாது!" என்று அமைதியாகச் சொன்னாள்.

அவனுக்கு குமட்டிக்கொண்டு வந்தது. பிறகு பலமாக வாந்தியெடுத்தான். அதன் பின்னர் தாய் அவனை படுக்கையில் கொண்டுபோய்ப் படுக்க வைத்து, வெளிறிப் போன அவனது நெற்றியின் மீது ஈரத்துணியைப் போட்டாள். அது அவனுக்கு ஓரளவு தெளிவைக் கொடுத்தது; எனினும் அவனைச் சுற்றியுள்ளள பொருட்கள் எல்லாம் நீச்சலடித்து மிதப்பது போலிருந்தன.

அவனது கண்ணிமைகள் கனத்துத் திறக்க முடியாதபடி அழுத்திக் கொண்டிருந்தன. தன் வாயில் உறைத்துக் கொண்டிருக்கும் அந்தக் காரநெடியின் உணர்ச்சியோடு, அவன் தன் கண்ணிமைகளை லேசாகத் திறந்து பெரிதாகத் தெரியும் தன் தாயின் முகத்தைப் பார்த்தான். ஏதோ தொடர்பற்று நினைத்தான்.

"நான் இன்னும் சின்னப் பிள்ளைதான்; இதற்குள் குடித்திருக்கக் கூடாது. ஆனால், மற்றவர்கள் குடிக்கிறார்களே; அவர்களுக்கு ஒன்றும் செய்வதில்லை. நான் மட்டும் இப்படியாகி விட்டேன்..."

எங்கிருந்தோ அவனுடைய தாயின் இனிமையான குரல் ஒலித்தது.

"இப்படிக் குடிக்க ஆரம்பித்தால், நீ என்னை எப்படிக் காப்பாற்றப் போகிறாய்?"

"எல்லோரும்தான் குடிக்கிறார்கள்" என்று கண்களை மூடிக்கொண்டே பதில் சொன்னான் பாவெல்.

அவனுடைய தாய் பெருமூச்சு விட்டாள். அவன் சொன்னது சரி, சாராயக் கடை ஒன்றில் மட்டும்தான் மக்கள் ஓரளவேனும் மகிழ்ச்சியாக இருக்க முடிகிறது என்பதை அவளும் அறிவாள்.

"ஆனால், நீ மட்டும் குடிக்காதே" என்று சொன்னாள் அவள். "உன் அப்பா உனக்கும் சேர்த்துக் குடித்துத் தீர்த்துவிட்டார். அவர் என்னைப் படாத பாடு படுத்தினார். உன் தாய் மீது கொஞ் சமாவது நீ பரிவு காட்டக் கூடாதா?"

துக்கமான இந்த இனிய வார்த்தைகளைக் கேட்டதும் தந்தை உயிரோடிருந்த காலத்தில், வீட்டிலிருப்பதே தெரியாது. எப்போதும் மௌனமாய், அடிக்குப் பயந்து சாகும் துயர வாழ்வையே தன் தாய் வாழ்ந்து வந்தாள் என்பது பாவெலுக்கு ஞாபகம் வந்தது. தன் தந்தையைச் சந்திக்கக் கூடாது என்கிற ஒரே காரணத்துக்காக, பாவெலும் எப்போதும் வீட்டைவிட்டு வெளியேதான் திரிந்து கொண்டிருந்தான். எனவே அவன் தன் தாயிடம் கூட அதிகமாகப் பழகியதில்லை. ஆனால் இப்போது அவனுக்கு அறிவு தெளியத் தெளிய, அவன் தன் தாயை ஆர்வத்தோடு கவனிக்க ஆரம்பித்தான்.

அவள் உயரமாக இருந்தாள். எனினும் ஓரளவு கூனிப் போயிருந்தாள். ஓயாத உழைப்பினாலும், கணவனின் அடி உதைகளாலும் உடைந்து கலகலத்துப் போன அவளது உடம்பு, அரவமே செய்யாமல் ஒரு பக்கமாகச் சாய்ந்தே நடமாடியது. எதனோடாவது மோதிவிடுவோமோ என்று அஞ்சி நடப்பதைப்போலத் தோன்றியது. அகன்று நீள வட்டமாக இருந்த

அவளது முகம் உப்பியதாய், சுருக்கம் கண்டு போயிருந்தது. அந்த முகத்தில் குடியிருப்பிலுள்ள பெரும்பான்மையான பெண்களுக்கிருப்பதுபோலவே, பயபீதியும் சோகமும் தோய்ந்து படிந்த இருண்ட இரு கண்கள் ஒளி செய்து கொண்டிருந்தன. அவளது வலப் புருவத்துக்கு மேலாக ஓர் ஆழமான வடு தெரிந்தது; அந்த வடுவினால், அவளது புருவம் ஓரளவு உயர்ந்து போயிருந்தது; இதனால், அவளது வலது செவியும் இடது செவியைவிட ஓரளவு உயர்ந்து போய்விட்டதுபோல் பிரமைத் தட்டியது. இதனால் அவள் எப்போதுமே ஒரு பயங்கரச் செய்தியைக் கேட்டு அஞ்சுவதுபோலத் தோன்றியது. அவளது அடர்ந்த கரிய கூந்தலில் ஒன்றிரண்டு நரை மயிர்கள் மின்னிக் கொண்டிருந்தன. அவள் இதமும், சோகமும் பணிவுமே உருவாக இருந்தாள்.

அவளது கன்னங்களின் வழியே கண்ணீர் மெதுவாக வழிந்து சொட்டிக் கொண்டிருந்தது.

"அழாதே!" என்று அவளுடைய மகன் அமைதியாகச் சொன்னான், "எனக்கு இன்னும் கொஞ்சம் குடிக்கக் கொண்டா!"

"உனக்கு நான் கொஞ்சம் ஐஸ்போட்ட தண்ணீர் கொண்டு வருகிறேன்."

ஆனால் அவள் திரும்பி வருவதற்குள்ளாக, அவன் நன்றாகத் தூங்கிப் போய்விட்டான். அவள் அவனையே ஒரு நிமிஷம் குனிந்து பார்த்தாள்; அவளது கையிலிருந்த குவளை நடுங்கியது. அதனால் தண்ணீரில் கிடந்த ஐஸ் துண்டுகள் குவளையோடு மோதி ஓசையுண்டாக்கின. பிறகு அவள் குவளையை மேசைமீது வைத்துவிட்டு சுவரில் இருந்த தெய்வ விக்ரகங்களை நோக்கி முழங்காலிட்டு அமைதியாகப் பிரார்த்தனை செய்யத் தொடங்கி விட்டாள். சன்னலுக்கு வெளியே குடிகாரர்களின் கும்மாளம் ஒலித்து மோதிக் கொண்டிருந்தது. இலையுதிர்கால இரவின் இருளையும் குளிரையும் பிளந்து கொண்டு ஓர் ஆர்மோனியம் எங்கோ ஓங்கி ஒலித்துக் கொண்டிருந்தது. யாரோ உரத்த முரட்டுக் குரலில் பாடிக் கொண்டிருந்தார்கள். யாரோ வாய்க்கு வந்தபடி சரமாரியாக ஆபாசமாக வைது தீர்த்தார்கள். எரிச்சலும் களைப்பும் நிறைந்த பெண் பிள்ளைகளின் உரத்தக் குரல்கள் இடையிடையே ஒலித்துக் கொண்டிருந்தன.

விலாசவின் அந்தச் சின்னக் குடிலில் வாழ்க்கை அமைதியாக, முன்னைவிட ஒழுங்காக ஓடிக் கொண்டிருந்தது. மற்ற வீடுகளிலுள்ள வாழ்க்கைக்கு மாறுபட்டிருந்தது. அவர்களது வீடு, குடியிருப்பின் ஒரு மூலையில், ஒரு சரிவு நிலத்துக்கு மேலாக, இருந்தது;

என்றாலும் சேற்றுக் குட்டையிலிருந்து மிகவும் உயர்ந்திருக்கவில்லை. வீட்டின் மூன்றிலொரு பாகத்தை சமையலறை ஆக்ரமித்திருந்தது. சமையலறையைப் பிரித்து நிற்கும் ஒரு சின்ன அறையில் தாய் படுத்துத் தூங்குவாள். மீதியுள்ள இரண்டு பாகத்தில் ஒரு சதுரமான அறை இருந்தது. அதில் இரு சன்னல்களும் இருந்தன. ஒரு மூலையின் பாவெலின் படுக்கையும் இன்னொரு மூலையில் ஒரு மேசையும், இரண்டு பெஞ்சுகளும் கிடந்தன. மீதியுள்ள இடத்தில் சில நாற்காலிகளும், ஓர் அலமாரியும் அதன்மீது ஒரு கண்ணாடியும் இருந்தன. அவர்களது துணிமணிகளை வைத்திருந்த ஒரு டிரங்குப் பெட்டி, சுவரில் தொங்கும் ஒரு கடியாரம், மூலையிலுள்ள இரண்டு விக்ரகங்கள்... இவையே இதர சாமான்கள்.

மற்ற இளைஞர்களைப்போலவே தானும் வாழ விரும்பினான் பாவெல். தனக்கென ஒரு ஆர்மோனியப் பெட்டி, கஞ்சி போட்டுத் தேய்த்த சட்டை, பளபளப்பான ஒரு கழுத்து 'டை', ரப்பர் ஜோடுகள், ஒரு பிரம்பு முதலியவற்றை வாங்கி வைத்து, இளவட்டப் பிள்ளையின் ஆசைகளைப் பூர்த்தி செய்திருந்தான். மாலை வேளையில் அவன் மதுவிருந்துக்குச் செல்வான். அங்கு நடனம் ஆடப் பழகிக் கொண்டான். ஞாயிற்றுக் கிழமைகளில் நன்றாகக் குடித்துவிட்டு வீடு திரும்புவான். ஆனால் ஒட்கா அவனுக்கு ஒத்துக்கொள்ளவே இல்லை; அதனால் மிகவும் சிரமப்பட்டான். திங்கட்கிழமை காலை நேரங்களில் அவன் தலைவலியோடும் நெஞ்செரிச்சலோடும் எழுந்திருப்பான்; அப்போது அவனது முகம் வெளுத்துப் பரிதாபமாயிருக்கும்.

"நேற்றைய நாள் இன்பமாகக் கழிந்ததா?" என்று அவன் தாய் ஒரு முறை கேட்டாள்.

"நரகம்தான்!" என்று புகைந்துபோன எரிச்சலோடு பதில் சொன்னான் பாவெல். "இதைவிட மீன் பிடிக்கப் போயிருக்கலாம் அல்லது ஒரு துப்பாக்கி வாங்கி, வேட்டையாடியாவது பொழுதைப் போக்கலாம்!"

அவன் நேர்மையோடு உழைத்தான். ஒரு நாள் கூட ஊர் சுற்றியதில்லை; அபராதம் கட்டியதில்லை. அவன் எப்போதுமே அமைதியான ஆசாமி. எனினும் தன் தாயின் கண்களைப் போன்ற அவனது அகன்ற நீலக் கண்களில் மட்டும், அதிருப்தி பிரதிபலித்துக் கொண்டிருக்கும். அவன் தனக்கென ஒரு துப்பாக்கி வாங்கவும் இல்லை; மீன் பிடிக்கப் போகவுமில்லை. ஆனால், மற்றவர்கள் யாரும் செல்லாத ஒரு புதிய பாதையிலே அவன் சென்று கொண்டிருக்கிறான் என்பது மட்டும் தெளிவாகத்

தெரிந்தது. அவன் இப்போதெல்லாம் கூட்டாளிகளோடு கூத்தடிக்கச் செல்வதில்லை. பண்டிகை நாட்களில் அவன் காணாமல் போய்விடுவான். திரும்பி வரும்போது குடிக்காமலே சுவாதீனமான புத்தியோடு வந்து சேருவான். அவனுடைய தாயின் கூர்மையான பார்வையில், தன் மகனது பழுப்பேறிய முகம் வரவர மெலிந்து வருவதாகவும், கண்களில், அழுத்த பாவம் குடிபுகுந்து விட்டதாகவும், உதடுகள் இணைந்து இறுகி உறுதி பாவம் பெற்றதுபோலவும் தோன்றியது. அவன் எதையோ நினைத்துத் துயர்ப்படுவதுபோலவோ அல்லது ஏதோ ஒரு நோய் அவனை உருக்கி உருக்குலைத்துக் கொண்டிருப்பதுபோலவோ தான் தோன்றியது. இதற்கு முன்னெல்லாம் அவனுடைய நண்பர்கள் பலர் வீட்டுக்கு வருவார்கள். இப்போதோ, பாவெலை வீட்டில் காண முடியவில்லையாதலால், வீட்டிற்கு வருவதையே அவர்கள் நிறுத்தி விட்டார்கள். தொழிற்சாலையிலுள்ள மற்ற இளைஞர்களைப்போல் இல்லாது பாவெல் மாறுபட்டு இருப்பது தாய்க்கு ஆனந்தம் தந்தது; எனினும் தன்னைச் சுற்றியுள்ள இருண்ட வாழ்விலிருந்து விலகி வேறொரு புதிய பாதையில் கவனமாகவும் பிடிவாதமாகவும் சென்று கொண்டிருக்கிறான் என்கிற உண்மை புரியாத ஓர் அச்சத்தைத் தந்தது.

"பாஷா!* உனக்கு என்ன, உடம்பு சரியில்லையா?" என்று சமயங்களில் அவனை அவள் கேட்பாள்.

"இல்லையே சரியாகத்தானே இருக்கிறேன்!" என்று அவன் பதில் சொல்வான்.

"நீ மிகவும் மெலிந்து விட்டாய்!" என்று அவள் பெருமூச்சு விடுவாள். அவன் வீட்டிற்குப் புத்தகங்களை கொண்டுவர ஆரம்பித்தான். அவற்றை இரகசியமாகப் படிப்பான்; படித்து முடித்ததும் அவற்றை ரகசியமாய் ஒளித்து வைத்துவிடுவான். சமயங்களில் அந்தப் புத்தகங்களிலிருந்து ஏதாவது ஒரு விஷயத்தை நகல் செய்து கொள்வான்; அந்த நகலையும் ஒளித்து வைத்துவிடுவான்.

தாயும் மகனும் அநேகமாகப் பேசுவதே இல்லை; அதிகமாக ஒருவரையொருவர் பார்த்துக்கொள்வதும் இல்லை. காலையில் அவன் வாய்பேசாமல் தேநீர் அருந்திவிட்டு வேலைக்கு போவான். மத்தியானத்தில் அவன் சாப்பிடுவதற்காகத் திரும்பி வருவான். அப்போதும் அவர்கள் முக்கியத்துவம் வாய்ந்ததாக எதுவும் பேசிக்கொள்வதில்லை. மாலைவரை அவன் மீண்டும் எங்கேயோ

---

* பாஷா - பாவெல் என்ற பெயரைச் செல்லமாக அழைப்பது - மொ-ர்.

போய்விடுவான். பண்டிகை நாட்களில் அவன் காலையிலேயே வீட்டைவிட்டுக் கிளம்பி விடுவான். மீண்டும் திரும்பிவருவது இரவு அகாலத்தில்தான். அவன் நகருக்குச் சென்று அங்கு டிராமா பார்த்துவிட்டு வருகிறான் என்று அவளுக்குத் தெரியும். ஆனால், நகரத்திலிருந்து யாருமே அவனைப் பார்க்க வரக் காணோம். நாளாக நாளாக தன் மகன் தன்னிடம் வரவரப் பேச்சைக் குறைத்துக்கொண்டு வருவதாக அவளுக்குப் பட்டது. என்றாலும், அவன் சமயங்களில் அவளுக்குப் புரியாத புதுப்புது வார்த்தைகளைப் பிரயோகித்துப் பேசுவதை அவள் உணர்ந்திருந்தாள். மேலும், அவனிடம் முன்னிருந்த கொச்சையான கூர்மையான பேச்சு மறைந்து வந்தது என்பதையும் அவள் அறிவாள். அவனது நடவடிக்கைகளில் தோன்றிய பல புதுமைகள் அவளது கவனத்தைக் கவர்ந்தன. அவன் அலங்காரமாக உடை உடுத்திக்கொள்வதை நிறுத்திவிட்டான். தன் உடை, உடல் இவற்றின் சுத்தத்தில் அவன் அதிகக் கவனம் செலுத்தினான். அவனது அசைவுகள் மிகவும் லாவகமாகவும், நாசூக்காகவும் இருந்தன. பழகும் முறையும் எளிமையும் மென்மையும் நிறைந்ததாக இருந்தது. இவை அனைத்தும் தாயின் உள்ளத்தைக் கவலைக்குள்ளாக்கின. அவளோடு அவன் பழகும் முறை கூடப் புதியவகையாக இருந்தது. சமயங்களில் அவனே வீட்டைப் பெருக்குவான். ஞாயிற்றுக்கிழமைகளில் அவனே தன் படுக்கையைச் சீர்படுத்திக் கொள்வான். பொதுவாக அவளது வேலைகளுக்கு அவனும் உதவ முன்வந்தான். அந்தக் குடியிருப்பிலுள்ள எவரும் அது மாதிரி என்றும் செய்வதில்லை.

ஒரு நாள் அவன் ஒரு படத்தைக் கொண்டுவந்து சுவரில் மாட்டி வைத்தான். அதில் மூன்று மனிதர்கள் உரையாடியபடியே பாதை வழியே ஹாயாக நடப்பது சித்தரிக்கப்பட்டிருந்தது.

"இதுதான் உயிர்த்தெழுந்த ஏசு கிறிஸ்து; எம்மாஸை நோக்கிச் சொல்கிறார்" என்றான் பாவெல்.

அந்தப் படம் தாய்க்கு ஆனந்தம் தந்தது. எனினும் அவள் தனக்குள் நினைத்துக் கொண்டாள்:

'கிறிஸ்துவிடம் உனக்கு இவ்வளவு பக்தியிருந்தால், நீ ஏன் தேவாலயத்துக்கே போகமாட்டேன் என்கிறாய்?'

பாவெலுக்கு நண்பனான ஒரு தச்சன் கொடுத்திருந்த அலமாரியில் புத்தகங்களின் எண்ணிக்கை பெருகிக்கொண்டே இருந்தது. அந்த அறை மங்களகரமாகக் காட்சியளித்தது.

தொ.மு.சி. ரகுநாதன்

அவன் தன் நாயை வழக்கமாகப் பன்மையில் தான் அழைப்பான்; ஆனால் சமயங்களில் மிகுந்த அன்போடு அவளை ஒருமையில் அழைப்பதுண்டு.

"என்னைப் பற்றி நீ ஒன்றும் கவலைப்பட்டுக் கொண்டிராதே, அம்மா. இன்று ராத்திரி நான் நேரம் கழித்துத்தான் வீட்டுக்கு வருவேன்."

அவன் பேச்சு அவளுக்குப் பிடித்திருந்தது; அவனது வார்த்தைகளில் ஏதோ ஒரு பலமும் அழுத்தமும் இருப்பதாக அவளுக்குப் பட்டது.

ஆனால் அவளது பயவுணர்ச்சிகள் அதிகரித்தன. அதன் காரணம் அவளுக்குப் புலப்படவில்லை. அவளது இதயம் அசாதாரணமான ஏதோ ஒரு முன்னுணர்ச்சியால் குறுகுறுத்தது. சமயங்களில் அவளுக்குத் தன் மகனது நடவடிக்கையைக் கண்டு அதிருப்தி கூட ஏற்படுவதுண்டு. அப்போது அவள் நினைத்துக்கொள்வாள்.

"மற்றவர்கள் எல்லாம் சாதாரணமாகத்தானே நடந்து கொள்கிறார்கள்; இவன் மட்டும் சந்நியாசி மாதிரி இருக்கிறானே. அதிலும் இவ்வளவு கண்டிப்பாகவா? இவன் வயதுக்கு இது கூடாது."

மறுபடியும் அவள் சிந்திப்பாள்;

"ஒரு வேளை ஏதாவது பெண் பிடித்திருக்கிறானோ?"

ஆனால், பெண்களுடன் திரிவதற்கெல்லாம் பணம் நிறைய வேண்டும்; அவனோ தன் சம்பளத்தில் அநேகமாக முழுவதையும் தாயிடம் கொடுத்து விடுகிறான்.

இப்படியாக வாரங்களும் மாதங்களும் ஓடிக் கழிந்து வருடங்களும் இரண்டு முடிந்தன. நாளுக்கு நாள் அதிகரித்து வரும் சந்தேகமும், தெளிவற்ற சிந்தனைகளால் உள்ளுக்குள்ளாக மருகி மருகி வாழும் மோன வாழ்வும் கொண்ட இரண்டு வருடங்கள்!

4

ஒரு நாள் இரவு பாவெல் சாப்பாட்டுக்குப்பின், சன்னலின் திரையை இழுத்துவிட்டு, தன் தலைக்கு மேலாகவுள்ள ஆணியில் தகர விளக்கை மாட்டினான். பிறகு ஒரு மூலையில் அமர்ந்து படிக்க ஆரம்பித்தான். அவனது தாய், பண்ட பாத்திரங்களைக் கழுவிவிட்டு சமையல் அறையிலிருந்து வெளியே வந்தாள்.

மெதுவாக அவன் பக்கம் சென்றாள். அவன் தலையை உயர்த்தி, தன் தாயிடம் வந்த காரியத்தை வினவும் முகபாவத்தோடு அவளை ஏறிட்டுப் பார்த்தான்.

"ஒன்றுமில்லை பாஷா! ஒன்றுமில்லை!" என்று முனகிவிட்டு, அவள் மீண்டும் சமையலறைக்குச் சென்றாள்; அவளது புருவங்கள் மட்டும் தைரியமற்று நெளிந்து கொடுத்தன. பிறகு அவள் தனது சிறிது நேரச் சிந்தனைப் போராட்டத்திலிருந்து விடுபட்டு, கைகளைச் சுத்தமாகக் கழுவிவிட்டு மீண்டும் தன் மகனை நெருங்கினாள்.

"நீ எப்போது பார்த்தாலும் எதையோ படித்த வண்ணமாக இருக்கிறாயே. அதைத்தான் கேட்க எண்ணினேன்" என்று அமைதியாகச் சொன்னாள் அவள்.

அவன் புத்தகத்தை மூடினான்.

"உட்கார், அம்மா!"

அவனுடைய தாய் சிரமப்பட்டுக் கீழே உட்கார்ந்து, முதுகை நிமிர்த்தினாள்; ஏதோ ஒரு முக்கிய விஷயத்தைக் கேட்பதற்குத் தன்னைத் தயார்படுத்திக் கொண்டாள்.

பாவெல் அவளைப் பார்க்ககாமலேயே பேச ஆரம்பித்தான்; அவனது குரல் தணிந்திருந்தபோதிலும், அது ஏனோ உறுதி வாய்ந்ததாக இருந்தது.

"நான் தடை செய்யப்பட்ட புத்தகங்களைப் படிக்கிறேன். இவை ஏன் தடை செய்யப்பட்டிருக்கின்றன, தெரியுமா? இவை நம் போன்ற தொழிலாளரைப் பற்றிய உண்மையைச் சொல்லுகின்றன. இவையெல்லாம் ரகசியமாக யாருக்கும் தெரியாமல் அச்சிடப்படுகின்றன. இந்தப் புத்தகங்களோடு, அவர்கள் என்னைக் கண்டுபிடித்தால் என்னைச் சிறையில்தான் போடுவார்கள். சிறையில்தான்! ஏன் தெரியுமா? நான் உண்மையைத் தெரிந்துகொள்ள விரும்புகிறேனே. அதனால்தான். புரிந்ததா?"

திடீரென அவளுக்கு மூச்சு முட்டியது. அவள் தன் கண்களை அகலத் திறந்து, மகனைப் பார்த்தாள். அவன் ஓர் அன்னியன்போல தோன்றியது அவளுக்கு; அவனது குரல்கூட மாறிப் போயிருந்தது; அந்தக் குரலில் ஆழமும் அழகும் செழுமையும் நிறைந்து இருப்பதாகத் தோன்றியது. அவன் தனது அரும்பு மீசையைத் திருகினான்; குனிந்து நின்ற புருவங்களுக்கு மேலாக, ஒரு மூலையை வெறித்துப் பார்த்துக் கொண்டிருந்தான். அவள் தன் மகனைக் கண்டு பயந்தே போனாள். மகனுக்காகப் பரிதாபப்பட்டாள்.

"நீ ஏன் இப்படிச் செய்கிறாய், பாஷா?" என்று கேட்டாள்.

"ஏன் என்றால் – நான் உண்மையைத் தெரிந்துகொள்ள விரும்புகிறேன்!" என்று அவன் அமைதியாகவும் தெளிவாகவும் சொன்னான்.

அவனது குரல் மிருதுவாக இருந்தது. எனினும் உறுதி வாய்ந்திருந்தது. அவனது கண்களில் அசைவற்ற ஓர் ஒளியும் நிறைந்திருந்தது. தன் மகன் ஏதோ ஒரு பயப்படக்கூடிய, ரகசியமான காரியத்துக்குத் தன்னைப் பரிபூரணமாக அர்ப்பணித்துவிட்டான் என்கிற உணர்ச்சி அவளது இதயத்தில் கிளர்ந்தது. வாழ்க்கையில் எதுவுமே தடுக்க முடியாதவைதாம் என்றே அவள் கருதினாள்; எனவே, அதைப்பற்றி அவள் மேலும் கேட்காமல் அடங்கிப் போனாள். துன்பமும் துக்கமும் இதயத்தை அழுத்த, வார்த்தையின்றி அமைதியாக அழுதாள் அவள்.

"அழாதேயம்மா" என்று அன்பும் ஆதரவும் நிறைந்த குரலில் சொன்னான் பாவெல்; ஆனால் அவளுக்கோ அவன் பிரிவதற்கு விடைபெறுவதுபோலத் தோன்றியது.

"நாம் எந்த மாதிரி வாழ்கிறோம் என்பதைக் கொஞ்சமாவது எண்ணிப்பார், அம்மா. உனக்கு நாற்பது வயதாகிறது. இதுவரை நீ என்னைக் கண்டுவிட்டாய்? அப்பா உன்னை அடித்தார் – அவரது தொல்லைகளை எல்லாம் வாழ்வின் கசப்பையெல்லாம் உன்னை அடிப்பது மூலம் அவர் தீர்த்துக்கொண்டார் என்று இப்போது உணர்கிறேன் நான். கசப்புணர்ச்சிதான் அவரை ஆட்கொண்டிருந்தது. ஆனால், இந்த மாதிரிக் கசப்பும் தொல்லையும் எங்கிருந்து வருகின்றன என்பதை அவர் அறிந்துகொள்ளவே இல்லை. அவர் முப்பது வருடகாலமாய் உழைத்தார்; இந்தத் தொழிற்சாலை இரண்டு கட்டடங்களாக இருந்த காலத்திலிருந்து அவர் வேலை பார்த்தார். இப்போதோ அவை ஏழு கட்டடங்களாகப் பெருகிவிட்டன."

அவன் சொல்வதை ஆர்வத்தோடும் பயத்தோடும் அவள் கேட்டாள். மகனின் கண்கள் அழகாகப் பிரகாசித்துக் கொண்டிருந்தன. தம் மார்பை மேசையின் மீது சாய்த்தவாறு, கண்ணீர் படிந்து ஈரம் பாய்ந்த அவளது முகத்துக்கு நேராகக் குனிந்து, தான் புரிந்து கொண்டுள்ள உண்மையைப் பற்றி பிரசங்கத்தைத் தொடங்கினான் பாவெல். இளமையின் முழுப்பலத்தோடும், மாணவன் ஒருவனது அறிவின் அகந்தையோடும் உண்மையின் மீதுள்ள பரிபூரண விசுவாசத்தோடும், தனக்குத் தெள்ளத் தெளிவாகத் தெரிந்த விஷயங்களை அவன் பேசினான். தாய்க்காக பேசியதைவிடத் தன்னைப் பரீட்சித்துக் கொள்ளவே அவன்

பேசினான். சில வேளைகளில் அவன் வார்த்தைகள் கிடைக்காமல் பேச்சை நிறுத்தினான். அப்போது கண்ணீர்த் திரைக்கு அப்பால் ஒளி செய்யும் அன்பான கண்களைக் கொண்ட தன் தாயின் வேதனை நிறைந்த முகம் தன்னெதிரே இருப்பதை உணர்ந்து கொண்டான். அந்தக் கண்கள் அவனைப் பயத்தோடும் வியப்போடும் பார்த்தன. அவனோ தன் தாய்க்காக அனுதாபப்பட்டான்; மீண்டும் பேச ஆரம்பித்தான். இப்போது, அவன் அவளைப் பற்றியும் அவளது வாழ்வைப் பற்றியுமே பேசினான்.

"இதுவரை நீ என்ன சுகத்தைத்தான் அனுபவித்திருக்கிறாய்? நீ சிந்தித்து மகிழ்வதற்குச் சென்றுபோன உன் வாழ்க்கையில் என்ன இருக்கிறது?" என்று கேட்டான்.

அவள் கேட்டுக் கொண்டிருந்தாள். தலையை மட்டும் சோர்வாய் ஆட்டினாள். இதுவரை அறியாத புதுமையான உணர்ச்சி. இன்பமும் துன்பமும் கலந்த ஏதோ ஓர் உணர்ச்சி, தனது நொந்துபோன இதயத்துக்குள் குடிபுகுந்து, அதை இதப்படுத்திச் சுகமூட்டுவதுபோல அவளுக்குத் தோன்றியது. அவளைப் பற்றியும் அவளது வாழ்க்கையைப் பற்றியும் யாரேனும் பேசுவதைக் கேட்பது, இதுதான் அவளுக்கு முதல் தடவை. மகனது வார்த்தைகள் மங்கி மக்கிப் போன பழைய நினைவுகளை, எந்தக் காலத்திலேயோ செத்தொழிந்து தேய்ந்து போன பழைய இளமைக் காலச் சிந்தனைகளை நினைவுக்குக் கொண்டுவந்தன. வாழ்க்கையின் மறைந்து போன மங்கலான அதிருப்தி உணர்வுகள் மீண்டும் ஞாபகத்துக்கு வந்தன. அப்போது அவள் தன் தோழிமாரோடு வாழ்க்கையைப் பற்றி, அனைத்தையும் பற்றி எவ்வளவோ பேசியிருக்கிறாள். ஆனால் அவளுடைய தோழிகளும், ஏன் அவளும் கூட, தங்களது வாழ்க்கையின் துன்ப துயரங்களைப் பற்றிக் குறைபட்டுத்தான் பேசிக் கொண்டார்களேயன்றி, அதற்குரிய காரணத்தை ஆராய முனையவில்லை. ஆனால், இப்போதோ அவளுடைய மகன் அவளெதிரே உட்கார்ந்திருந்தான். அவனது கண்களும் முகமும் பேச்சும் வெளியிடுவதெல்லாம் அவளது இதயத்தின் அடித்தளத்தையே தொட்டன. தன் தாயின் வாழ்க்கையை நன்றாகப் புரிந்து, அவளது துன்ப துயரங்களைப் பற்றி, அவளிடமே அனுதாபத்தோடு பரிந்து பேசும் தன் மகனைக் கண்டு அவளது மனதில் பெருமை உணர்ச்சி நிரம்பித் ததும்பியது.

ஆனால் தாய்மார்கள் என்றும் அனுதாபத்துக்குரியவராகவே ஆவதில்லை.

அதுவும் அவளுக்குத் தெரியும். அவன் பெண்களின் வாழ்க்கையைப் பற்றிச் சொன்னவை அனைத்தும் கசப்பான, எனினும் ஊரறிந்த உண்மைகள்தாம். எனினும், அவளது இதயத்தில் பலவிதமான உணர்ச்சிகள் கிளர்ந்தெழுந்து, இயல்புக்கு மீறிய அன்போடு இதம் செய்து சுகமூட்டுவதாகத் தோன்றியது.

"நீ என்னதான் செய்ய விரும்புகிறாய்?" என்று அவனது பேச்சில் குறுக்கிட்டுக் கேட்டாள் அவள்.

"முதலில் படித்துத் தெரிந்துகொள்ள வேண்டும்; பிறகு மற்றவர்களுக்குச் சொல்லிக் கொடுக்க வேண்டும். தொழிலாளர்களான நாம் கற்றுக்கொள்ளத்தான் வேண்டும். நம்முடைய வாழ்க்கை ஏன் இவ்வளவு கஷ்டம் நிறைந்ததாக இருக்கிறது என்பதை நாம் கண்டுபிடித்துத் தெரிந்து கொள்ளத்தான் வேண்டும்!"

உறுதியும் அழுத்தமும் நிறைந்த அவனது நீலக் கண்களில், அப்போது மென்மையும் அன்பும் கலந்த ஓர் ஒளி நிறைந்திருப்பதைக் காண, அவளுக்குக் குதூகலமாயிருந்தது. அமைதி நிறைந்த இளம் புன்னகை அவளது இதழ்களில் நெளிந்தது. எனினும் அவளது கன்னச் சுருக்கங்களில் கண்ணீர்த் திவலைகள் இன்னும் துடிதுடித்துக் கொண்டுதானிருந்தன. வாழ்க்கையின் கசப்பைத் தெள்ளத் தெளிவாக உணர்ந்துவிட்ட தன் மகனைப் பற்றிய அவளது பெருமை உணர்ச்சி ஒரு புறம்; மற்றவர்கள் பேசுவதற்கு மாறாக அவன் பேசுவது, அவள் உட்பட்ட இச்சமூகத்திலுள்ள ஒவ்வொருவருக்கும் பழகிக் காய்த்துப் போன வாழ்க்கையை எதிர்த்து, அவன் தன்னந்தனியனாகப் போராட முனைந்து நிற்பது, அவன் இன்னும் இளைஞனாக இருப்பது – முதலிய விஷயங்களால் ஏற்பட்ட அவளது நிதான புத்தி ஒரு புறம்; இவ்வித இருவுணர்ச்சிகளுக்கிடையில் அகப்பட்டு அவள் தடுமாறினாள். எனவே அவள் அவனிடம் ஒரு விஷயத்தைச் சொல்லிவிட நினைத்தாள்.

"கண்ணே நீ மட்டும் தன்னந்தனியாக என்னடா செய்துவிட முடியும்?"

ஆனால் திடீரென்று சற்றே அன்னியனாக, ஆனால் பெரும் அறிவாளியாகத் தன் முன்னே தோன்றும் மகனைப் பற்றிய பரவசத்திலிருந்து விடுபட அவள் விரும்பவில்லை.

பாவெல் தன் தாயின் இதழ்களில் தோன்றிய புன்னகையை, அவளது முகத்தில் தெரிந்த கவன உணர்வை, அவளது கண்களில் மிதந்த அன்பை – எல்லாம் கண்டான். உண்மையை அவள் உணர வைத்துவிட்டோம் என்று தோன்றியது. தனது வார்த்தைகளின்

சக்தியால் ஏற்பட்ட இளமைப் பெருமிதம் அவனுக்குத் தன் மீதுள்ள நம்பிக்கையை வெகுவாக உயர்த்தியது. அவன் சிரித்துக்கொண்டும், முகத்தைச் சுழித்துக்கொண்டும் உணர்ச்சிமயமாகப் பேசினான்; சமயங்களில் அவனது பேச்சில் பகைமையுணர்ச்சி ஒலி செய்தது. ஆனால், இந்த மாதிரிக் கடுமை கலகலக்கும் வார்த்தைப் பிரயோகத்தைக் கண்டு அவனுடைய தாய்க்கு நெஞ்சில் பயம்தான் அதிகரித்தது. எனவே, அவள் தலையை மட்டும் ஆட்டிக்கொண்டு தன் மகனை நோக்கி மெதுவாகக் கேட்டாள்:

“இதெல்லாம் உண்மையா, பாஷா?”

“ஆமாம்!” என்று உறுதியோடு பதிலளித்தான் அவன். மனிதர்களுக்கு உதவ வேண்டும் என்கிற விருப்பத்தினால், மனதர்களிடையே உண்மையைப் பரப்பியவர்களைப் பற்றியும், அப்படிச் செய்தவர்களை மக்களின் எதிரிகள் மிருகங்களைப்போல வேட்டையாடி, சிறையில் தள்ளியதையும் சித்திரவதை செய்ததையும் அவன் தாயிடம் சொன்னான்.

“நான் அந்த மாதிரி ஆட்களைப் பார்த்திருக்கிறேன். அவர்கள் தான் இந்த உலகம் செழித்து வளர்வதற்கான உரம்!” என்று ஆர்வத்தோடு கத்தினான் பாவெல்.

இந்த மாதிரி மனிதர்களைப் பற்றிய எண்ணம் அவனுடைய தாய்க்குப் பயத்தை ஊட்டியது எனினும் ‘நிலைமை இப்படித்தானா இருக்கிறது’ என்பதை அவள் மீண்டும் கேட்க விரும்பினாள்; ஆனால் கேட்கத் துணியவில்லை. தனக்குப் புரியாத மனிதர்களைப் பற்றிய – எனினும் தன் மகனை இந்த மாதிரியான பயங்கரமான விஷயங்களைப் பற்றிப் பேசவும் சிந்திக்கவும் கற்றுக் கொடுத்த அந்த மனிதர்களைப் பற்றிய – கதைகளை மகன் சொல்லும் போது, திணறிப் போன மூச்சோடு அவற்றைக் கேட்டுக் கொண்டிருந்தாள். கடைசியாக அவனைப் பார்த்துச் சொன்னாள்:

“சரி, பொழுது சீக்கிரம் விடியப் போகிறது. நீ போய்ப் படு; கொஞ்ச நேரமாவது தூங்கு, போ.”

“நான் இப்போதே படுக்கப் போகிறேன்” என்றான் அவன். பிறகு அவளை நோக்கிக் குனிந்து கொண்டே, “நான் சொன்னதையெல்லாம் புரிந்தது கொண்டாயா?” என்று கேட்டான்.

“ஆமாம்” என்று ஒரு பெருமூச்சுடன் பதில் சொன்னாள் அவள். மீண்டும் அவளது கண்களில் கண்ணீர் சொரிந்து வழிய ஆரம்பித்தது. “இதெல்லாம் உன் அழிவு காலத்துக்குத்தான்!” என்று தேம்பினாள்.

அவன் எழுந்து அறைக்குள் நடமாடினான்.

"சரி, இப்போது நான் எங்கு போகிறேன், என்ன செய்கிறேன் என்பது உனக்குத் தெரியும், உனக்கு எல்லாவற்றையும் சொல்லிவிட்டேன். நீ என்னை நேசிப்பது உண்மையானால், இனிமேல், இதில் தலையிடாதே, அம்மா!" என்றான் அவன்.

"கண்ணே! என் கண்ணே! இதை நீ என்னிடம் சொல்லாமல் இருந்திருந்தால், நன்றாயிருந்திருக்கும் போலிருக்கிறதே!" என்று கத்தினாள் அவள்.

அவன் தாயின் கரத்தை எடுத்து இறுகப் பிடித்து அழுத்தினான்.

அவன் அன்போடு 'அம்மா' என்று அழைத்த சொல்லாலும், அவளது கரத்தை இதுவரை இல்லாத இனிய வாஞ்சையோடு அழுத்திப் பிடித்ததால் ஏற்பட்ட சுக உணர்ச்சியாலும் அவள் மெய்மறந்து போய்விட்டாள்.

"சரி, நான் இதில் தலையிடவில்லை" என்று தட்டுத் தடுமாறிச் சொன்னாள் அவள். "நீ மட்டும் உன்னை ஜாக்கிரதையாகப் பார்த்துக்கொள்ளப்பா. ஜாக்கிரதையாகப் பார்த்துக்கொள்" தன்னுடைய மகனுக்கு எந்தவிதமான ஆபத்துக் காத்து நிற்கிறது என்பதை அறிய முடியாமல், மீண்டும் அவள் வருத்தத்தோடு சொன்னாள்: "நீ நாளுக்கு நாள் மெலிந்து கொண்டே வருகிறாய்!"

அவனது நெடிய பலம் பொருந்திய உருவத்தை அவள் அன்போடு ஏற இறங்கப் பார்த்துக் கொண்டாள்.

"உன் இஷ்டப்படியே நீ வாழப்பா. அதெல்லாம் நான் தலையிடக்கூடிய விவகாரம் இல்லை. நான் கேட்பது ஒன்றே ஒன்றுதான். நீ மற்ற மனிதர்களோடு பேசும் போது இவ்வளவு தீவிரமாய்ப் பேசாதே. மனிதர்களைப் பற்றிய பயம் உனக்கு எப்போதும் இருக்க வேண்டும்; அவர்கள் ஒருவரையொருவர் வெறுக்கிறார்கள்; பேராசையிலும் பொறாமையிலுமே வாழ்கிறார்கள். அடுத்தவனைத் துன்புறுத்துவதில் ஆனந்தம் கொள்கிறார்கள். நீ அதை எடுத்துக்காட்டி, அவர்களைக் குறை கூறத் தொடங்கினால், உடனே அவர்கள் உன்னையும் பகைப்பார்கள். உன்னை அழித்தே விடுவார்கள்."

அவளது சோகமயமான வார்த்தைகளைக் கேட்டுக்கொண்டு அவளுடைய மகன் வாசல்படியருகே நின்றான். அவள் பேசி முடித்ததும் அவன் லேசாக நகைத்தான்.

"நீ சொல்வது சரிதான்; மனிதர்கள் கெட்டவர்களாகத் தானிருக்கிறார்கள்" என்றான் அவன். "ஆனால் உலகத்தில் நியாயம்

என்று ஒன்று இருப்பதாக நான் அறிந்து கொண்டேனே, அதைப் பார்க்கும் போது இந்த மனிதர்கள் எவ்வளவோ தேவலை." மீண்டும் அவன் நகைத்தான். "இதெல்லாம் எப்படி ஏற்பட்டது என்பது எனக்கே தெரியாது. சிறு பிள்ளையாக இருக்கும்போது நான் யாரைக் கண்டாலும் பயப்படுவேன். பெரியவனான பிறகு, எவரைக் கண்டாலும் வெறுக்கவே செய்தேன். சிலரை அவர்களது படுமோசத்தனத்தைக் கண்டு வெறுத்தேன். ஆனால், மற்றவர்களை? அது ஏன் என்று எனக்கே தெரியாது; என்னவோ வெறுக்க வேண்டும் என்பதற்காக வெறுத்தேன். ஆனால் இப்போதோ எல்லாம் எனக்கு வேறுபட்டுத் தோன்றுகிறது. இது நான் மனிதர்களுக்காக அனுதாபப்படுவதால் ஏற்பட்டிருக்கக் கூடும். எப்படியானாலும், மனிதர்கள் மோசமாய் நடந்து கொள்வதற்கு எல்லா மனிதர்களும் காரணம் அல்ல. என்பதை நான் உணர்ந்து கொண்டதால், என் இதயம் நெகிழ்ச்சியுற்று விட்டது..."

அவன் பேசுவதை நிறுத்திவிட்டு, தன் இதயத்துக்குள் கேட்கும் ஏதோ ஒரு குரலைக் கேட்பதுபோல நின்றான். பிறகு அமைதியும் சிந்தனையும் நிறைந்தவாறு அவன் சொன்னான்:

"எனவே, உனக்கு நான் சொல்ல விரும்பிய உண்மை இது தான்!"

"கிருஸ்து ரட்சகரே! – நீ மிகவும் பயங்கரமாகத்தான் மாறிவிட்டாய்!" என்று சொல்லி அவள் மகனை லேசாகப் பார்த்தாள்.

அவன் நன்றாகத் தூங்கிய பிறகு, அவள் தன் படுக்கையிலிருந்து மெதுவாக எழுந்து அவனருகே சென்றாள். பாவெல் மல்லாக்கப் படுத்திருந்தான். உறுதியும் திண்மையும் உரமும் பாய்ந்திருந்த அவனது பிடிவாதத் தோற்றம் கொண்ட, பழுப்பேறிய, கடுமையான முகம், வெள்ளை நிறமான தலையணையில் துலாம்பரமாகத் தெரிந்தது. அவனது தாய் காலில் காலணி எதுவும் அணியாமல், இரவு ஆடையில் அங்கு நின்றாள். அவளது கைகள் மார்பை அழுத்திப் பிடித்துக் கொண்டிருந்தன; உதடுகள் சப்தமின்றி அசைந்தன; கன்னங்களில் பெருங்கண்ணீர்த் துளிகள் மெதுவாக உருண்டு வழிந்து கொண்டிருந்தன.

5

தூரத்து உறவினர்களாக, நெருங்கியவர்களாக மீண்டும் அவர்கள் இருவரும் தங்கள் மோன வாழ்க்கையையே நடத்தி வந்தார்கள்.

வாரத்தின் இடையில் வந்த ஒரு விழா நாளன்று பாவெல் வீட்டைவிட்டு வெளியே கிளம்பும் சமயத்தில் தாயிடம் சொன்னான்:

"சனிக்கிழமையன்று நகரிலிருந்து சிலர் என்னைப் பார்க்க வருவார்கள்" என்றான்.

"நகரிலிருந்தா?" என்று திரும்பக் கேட்டுவிட்டு திடீரென அவள் தேம்பினாள்.

"எதற்கென்று அழறே?" என்று பதறிப்போய்க் கேட்டான் பாவெல்.

ஆடையால் அவள் கண்களைத் துடைத்துக் கொண்டாள்.

"தெரியாது. சும்மா..."

"பயமா இருக்கா?"

"ஆமாம்" என்று அவள் ஒப்புக் கொண்டாள்.

அவளருகே குனிந்து, அவனுடைய தந்தை பேசுகிற மாதிரி கரகரத்த குரலில் அவன் சொன்னான்.

"பயம் தானம்மா நம்மையெல்லாம் அழித்துவிடுகிறது! நம்மை அதிகாரம் பண்ணி ஆளுகிறார்களே, அவர்கள் நமது பயத்தை வைத்துத்தான் காரியம் சாதிக்கிறார்கள். மேலும் பயமுறுத்திக்கொண்டே இருக்கிறார்கள்."

"கோபப்பட்டுக் கொள்ளாதே" என்று உவகையற்றுப் புலம்பினாள் அவள். "நான் எப்படிப் பயப்படாமல் இருப்பது? என் வாழ்க்கை பூராவுமே நான் பயந்து கொண்டுதான் இருக்கிறேன். ஆத்மாவே பயத்திலேயேதான் வளர்ந்து வந்திருக்கிறது."

"என்னை மன்னித்துவிடு, இதைத் தவிர வேறு வழி கிடையாது" என்ற மெதுவாகவும், மென்மையாகவும் சொன்னான் அவன்.

பிறகு அவன் போய்விட்டான்.

மூன்று நாட்களாக அவளது இதயம் துடியாய்த் துடித்தது. தன் வீட்டுக்கு வரப்போகும் அந்த அதிசயமான, பயங்கரமான மனிதர்களைப் பற்றி எண்ணும் போதெல்லாம் அவள் பயத்தால் செத்துச் செத்துத்தான் பிழைத்தாள். அவர்கள்தான் அவளுடைய மகனையும் அந்தப் புதிய மார்க்கத்தில் புகுத்திவிட்டவர்கள்...

சனிக்கிழமையன்று மாலையில் பாவெல் தொழிற்சாலையிலிருந்து வீட்டுக்கு வந்தான்; முகம் கை கழுவினான். உடைகளை மாற்றினான். உடனே வெளியே கிளம்பிச் செல்லும் பொழுது சொன்னான்:

"யாராவது வந்தால், நான் இதோ வந்துவிடுவேன் என்று சொல்" என்று தாயின் முகத்தைப் பார்க்காமலே சொன்னான் அவன். "நீ தயவுசெய்து பயப்படாமல் இரு."

அவள் சோர்ந்து போய் ஒரு பெஞ்சில் சரிந்து தொப்பென்று உட்கார்ந்தாள். பாவெல் அவளை உம்மென்று பார்த்தான்.

"வேண்டுமானால் நீ வேறு எங்கேயாவது போய் இரு" என்று யோசனை கூறினான் அவன்.

அவனது பேச்சு அவளைப் புண்படுத்திவிட்டது.

"இல்லை, எதற்காகப் போக வேண்டும்?"

அது நவம்பர் மாதத்தில் இறுதிக்காலம். பனிபடிந்த பூமியில் ஈரமற்ற வெண்பனி லேசாகப் பகல் முழுதும் பெய்து பரவியிருந்தது. நடந்து செல்கின்ற தன் மகனது காலடியில் அப்பனி நெறுநெறுப்பதை அவளால் கேட்க முடிந்தது. இருட்படலம் ஜன்னல் சட்டங்களின் மீது இறங்கித்தொங்கி, வேண்டா வெறுப்பாக நிலைத்து நின்றது. அவள் பெஞ்சுப் பலகையை இரு கைகளாலும் அழுத்திப் பிடித்தவாறு அங்கேயே உட்கார்ந்திருந்தாள். வாசலையே கவனித்துக் கொண்டிருந்தாள்.

அதிசயமான ஆடையணிகளோடு தீய மனிதர்கள் நாலாபுறத்திலிருந்தும் இருளினூடே ஊர்ந்து ஊர்ந்து வருவதுபோல் அவளுக்கு ஒரு மயக்கம் தட்டியது. அரவமில்லாது கள்ளத்தனமாய் நடந்துவரும் காலடியோசை தன் வீட்டைச் சூழ்ந்து நெருங்கிவிட்டதாகவும், சுவரில் விரல்கள் தட்டுத் தடுமாறித் தடவுவதாகவும் அவள் உணர்ந்தாள்.

யாரோ சீட்டியடித்து ராகம் இழுப்பது அவளுக்குக் கேட்டது. அந்தச் சீட்டிக்குரல் அமைதியினூடே மெல்லியதாகப் பாய்ந்து வந்தது; அது சோகமும், இனிமையும் கொண்டதாகப் பாழ் இருளுக்குள் எதையோ தேடித் தேடித் திரிவதாகப்பட்டது. வரவர அந்தக் குரல் நெருங்கி வந்து, கடைசியில் அவளது வீட்டு சன்னலைக் கடந்து, சுவரின் மரப்பலகையையும் துளைத்து ஊடுருவி, உள்ளே நுழைந்து விட்டதாகத் தோன்றியது.

பலத்த காலடியோசை வாசற் புறத்தில் கேட்டது. தாய் திடுக்கிட்டு எழுந்து நின்றாள்; அவளது புருவங்கள் உயர்ந்து நெளிந்தன.

கதவு திறந்தது. பெரிய கம்பளிக் குல்லாய் தரித்த ஒரு தலை முதலில் தெரிந்தது; அதன்பின் அந்தச் சின்ன வாசல் வழியாக ஓர் உயரமான ஒல்லியான உடம்பு குனிந்து நுழைந்தது. உள்ளே

தொ.மு.சி. ரகுநாதன்

வந்த பின் அந்த உருவம் நிமிர்ந்து நின்று தனது வலக்கையை உயர்த்தி மரியாதை செலுத்திற்று; பிறகு பெருமூச்சுவிட்டு, அடித் தொண்டையில் பேசியது:

"வணக்கம்!"

தாய் பதில் பேசவில்லை; வணங்க மட்டும் செய்தாள்.

"பாவெல் இல்லையா?"

வந்தவன் மெதுவாகத் தனது கோட்டை அகற்றினான்; ஒரு காலை லேசாக உயர்த்தி அதில் படிந்திருந்த பனித்துளிகளைக் குல்லாயினால் துடைத்துவிட்டான்; மறுகாலையும் உயர்த்தி இது மாதிரியே செய்தான். பிறகு தொப்பியைச் சுழற்றி ஒரு மூலையில் விட்டெறிந்தான்; அறைக்குள் உலாவ ஆரம்பித்தான். ஒரு நாற்காலியை, அதற்குத் தன்னைத் தாங்கச் சக்தியுண்டா என்று பார்ப்பதுபோல, அப்படியும் இப்படியும் பார்த்துவிட்டு, பின்னர் அதில் உட்கார்ந்தான்; வாயை ஒரு கையால் மூடிக்கொண்டு கொட்டாவி விட்டான். அவனது தலை அழகாகவும் உருண்டையாகவும், கட்டையாக வெட்டிவிடப்பட்ட கிராப்புடனும் இருந்தது; அவனது முகம் மழுங்கச் சவரம் செய்யப்பட்டு கீழ் நோக்கிப் பார்க்கும் முனைகளைக் கொண்ட மீசையுடனிருந்தது. துருத்தி நிற்கும் தனது சாம்பல் நிற அகலக் கண்களால் அவன் அந்த அறையைக் கவனத்தோடு சுற்று முற்றும் பார்த்தான்.

"இது என்ன சொந்தக் குடிசையா? இல்லை, வாடகை இடமா?" என்று கால்மேல் கால்போட்டு, நாற்காலியை முன்னும் பின்னும் ஆட்டிக்கொண்டே கேட்டான் அவன்.

"வாடகைதான் கொடுக்கிறோம்" என்று அவனுக்கு எதிராக இருந்த தாய் சொன்னாள்.

"இடம் ஒன்றும் விசாலமில்லை" என்றான் அவன்.

"பாஷா சீக்கிரமே வந்து விடுவான். கொஞ்ச நேரம் பொறுத்திருங்கள்."

"ஏற்கெனவே காத்துக் கொண்டுதானே இருக்கிறேன்" என்றான் அந்த நெட்டை ஆசாமி.

அவனது அமைதி, மிருதுவான குரல், எளிய முகம் முதலியவற்றைக் கண்டு அவளுக்கு ஓரளவு தெம்பு வந்தது. அவனது பார்வை கள்ளம் கபடமற்றதாகவும் நட்புரிமை கொண்டதாகவும் இருந்தது; தெளிந்த கண்களின் ஆழத்திலே ஆனந்தச் சுடர்கள் தாண்டவமாடிக் கொண்டிருந்தன. நெடிய கால்களும், சிறிதே

சாய்ந்திருக்கும் கோலமும் கொண்ட அவனது முகத்தோற்றத்திலும் ஏதோ ஒரு கவர்ச்சி இருப்பதுபோலத் தோன்றியது. அவன் ஒரு நீல நிறச் சட்டையும், பூட்சுகளுக்குள் நுழைக்கப்பட்டிருந்த அகன்ற நுனிப்பாகம் கொண்ட கால்சராயும் அணிந்திருந்தான். அவன் யார், எங்கிருந்து வருகிறான், தன் மகனை அவனுக்கு ரொம்ப நாட்களாகவே தெரியுமா? என்பனவற்றையெல்லாம் அவள் கேட்க விரும்பினாள்; ஆனால் திடீரென அவனே தன்னை முன்னே தள்ளிக்கொண்டு பேச ஆரம்பித்தான்.

"நெற்றியிலே என்ன இத்தனை பெரிய வடு? யார் அடித்தார்கள், அம்மா*?"

அவனது குரல் இனிமையாயிருந்தது; கண்கள் கூடச் சிரிப்பதுபோலக் களிதுள்ளிக் கொண்டிருந்தன. ஆனால், அவளோ அந்தக் கேள்வியால் புண்பட்டுப் போனாள்.

"உங்களுக்கு எதற்கப்பா அந்தக் கவலை எல்லாம்?" என்று உதடுகளை இறுக்கிக்கொண்டு கடுப்புக் கலந்த மரியாதையுடன் கேட்டாள் அவள்.

"இதில் கோபப்படுவதற்கு என்ன இருக்கிறது?" என்று கேட்டுக்கொண்டே அவள் பக்கமாக இன்னும் குனிந்துகொண்டு சொன்னான். "நான் எதற்காகக் கேட்டேன் என்றால், என் வளர்ப்புத் தாயின் நெற்றியிலும் இதைப்போலவே ஒரு வடு இருந்தது. அவள் யார் கூட வாழ்ந்தாளோ, அந்த மனுச கொடுத்தது அது. அவன் செருப்புத் தைக்கிறவன். அவளை ஒரு இரும்புத் துண்டால் அவன் அடித்துவிட்டான். அவள் துணி வெளுக்கிறவள்; அவனோ செருப்புத் தைக்கிறவன். அவள் என்னைத் தன் மகனாக ஏற்புச் செய்து கொண்ட பின், அவனை எங்கேயோ பிடித்திருக்கிறாள். அவளது தொலையாத துயரத்துக்குக் கேட்க வேண்டுமா; அவனோ ஒரு மொடாக் குடியன்! அவன் எப்படி அவளை அடிப்பான் தெரியுமா? அவன் அடிக்கிற அடியில் பயத்தால் என் தோல் விரிந்து பிய்வதாகத் தோன்றும்!"

அவனது வெகுளித்தனமான பேச்சு தாயைச் செயலற்றவளாக்கியது; தான் இவனிடம் கடுப்பாகப் பேசியதற்கு பாவெல் தன்மீது கோபப்படுவானோ என்று அவள் பயந்தாள்.

"நான் ஒன்றும் உண்மையாகக் கோபப்படவில்லை!" என்று ஒரு குற்றப் புன்னகையுடன் சொன்னாள் அவள். "ஆனால், நீங்கள்

---

* மூலத்தில் 'அம்மா' என்பதற்கு 'நேன்க்கோ' என்ற சொல் பிரயோகிக்கப்பட்டிருக்கிறது. நேன்க்கோ என்பது உக்ரேனியச் சொல். அம்மா என்பதை மேலும் அருமையாக அழைப்பது.

திடீரென்று என்னை இப்படிக் கேட்டு விட்டீர்கள். எனக்கும் என்னைக் கட்டியவரால் தான் இந்தக் காயம் ஏற்பட்டது. அவரது ஆன்மா சாந்தியடையட்டும்! சரி நீங்கள் என்ன தாத்தாரியரா*!"

அவன் தன் கால்களை ஆட்டிக்கொண்டே சிரித்தான்; அந்த சிரிப்பால் அவனது காதுகள் கூட அசைவது மாதிரி தோன்றியது. ஆனால் மறுகணமே அவன் தன்னைச் சுதாரித்துக்கொண்டான்.

"இல்லை நான் இன்னும் அப்படியாகவில்லை!"

"ஆனால், உங்கள் பேச்சு ருஷிய பாஷை மாதிரியே ஒலிக்கவில்லை." அவன் சொன்ன நகைச்சுவையை அனுபவித்து, சிறு புன்னகை செய்து கொண்டே சொன்னாள் அவள்.

"ஆமாம், ருஷ்ய மொழியைவிட இது மேலானது" என்று உற்சாகத்தோடு சொன்னான் அந்த வருந்தாளி. "நான் ஒரு ஹஹோல்"** கானேவ் நகரப் பிறவி."

"இங்கே வந்து ரொம்ப நாளாச்சோ?"

"நகரில் சுமார் ஒரு வருடம் வாழ்ந்தேன்; பிறகு ஒரு மாதத்துக்கு முன்னர்தான் உங்கள் தொழிற்சாலைக்கு வந்து சேர்ந்தேன். உங்கள் மகனும், வேறு சிலரும் இங்கே அருமையான தோழர்களாயிருக்கிறார்கள். எனவே, இங்கேயே கொஞ்ச காலம் இருக்கலாம் என்றுதான் நினைக்கிறேன்" என்று சொல்லிவிட்டு, மீசையை இழுத்துவிட்டுக் கொண்டான்.

அவளுக்கு அவனைப் பிடித்துப் போயிற்று; தன் மகனைப் பற்றி அவன் கூறிய நல்ல வார்த்தைகளுக்குப் பிரதியாக தானும் ஏதேனும் செய்ய வேண்டும் என்று அவள் விரும்பினாள்.

"ஒரு கோப்பை தேநீர் கொண்டு வரட்டுமா?" என்று கேட்டாள்.

"அந்த ஆனந்தம் எனக்கு மட்டும்தானா?" என்று தன் தோளை ஒரு தரம் குலுக்கிக்கொண்டே சொன்னான் அவன். "மற்றவர்களும் வரட்டும். அதுவரையில் பொறுத்திருக்கிலாம். அப்புறம் நீங்கள் எங்கள் எல்லோருக்குமே தாராளமாகப் பரிமாறலாம்!"

---

* பழந்துணிகளை வாங்கிப் பிழைக்கின்றவர்களை தாத்தாரியன் என்று சொல்லுவதுண்டு. மொ-ர்.

** ஹஹோல் உக்ரேனியப் பிரதேச மக்களுக்கு ருஷ்யர்கள் இட்டுள்ள கேலிப் பெயர் (கதை முழுவதிலும் ஹஹோல் என்னும் சொல் அந்திரேயையே குறிக்கிறது. எனவே அந்திரேய் என்பதும் ஹஹோல் என்பது ஒருவரே.) மொ-ர்.

அவனது பேச்சு மீண்டும் அவளது பயபீதியை நினைப்பூட்டிவிட்டது.

'மற்றவர்களும் இவனைப்போலவே இருந்து விட்டால்..!' என்று அவள் நினைத்தாள்.

மீண்டும் வாசல் புறத்தில் காலடியோசைகள் கேட்டன. கதவு அவசர அவசரமாகத் திறக்கப்பட்டது. மீண்டும் அவள் எழுந்து நின்றாள். ஆனால், அவள் எதிர்பார்த்ததற்கு மாறாக சமையலறைக்குள் ஓர் இளம் பெண் வந்து சேர்ந்தாள். அவள் சின்னஞ் சிறுசாக, கள்ளங்கபடமற்ற முகத்தோடு இருந்தாள்; அவள் தனது அடர்த்தியான வெளுத்த கூந்தலை முடிந்து பின்னலிட்டிருந்தாள்.

"நான் பிந்தி வந்து விட்டேனோ?" என்று அவள் மென்மையாகக் கேட்டாள்.

"இல்லை. பிந்தவில்லை" என்று வாசற் புறமாகப் பார்த்துக்கொண்டே சொன்னான் அந்த ஹஹோல். "நடந்தா வந்தீர்கள்?"

"பின்னே? நடந்துதான் வந்தேன். நீங்கள்தான் பாவெல் மிகாய்லவிச்சின் அம்மாவா? வணக்கம். என் பெயர் நதாஷா!"

"உங்கள் தந்தை வழிப் பெயர் என்ன?" என்றாள் தாய்.

"வசீலியவ்னா. உங்கள் பெயர்?"

"பெலகேயா நீலவ்னா."

"சரி, நாம் அறிமுகமாகிவிட்டோம்."

"ஆமாம்" என்று ஆசுவாசமாகச் சுவாசித்துவிட்ட அந்தப் பெண்ணைப் பார்த்துப் புன்னகை புரிந்து கொண்டே சொன்னாள் தாய்.

அந்த பெண்ணின் மேலுடைகளைக் கழற்றுவதற்கு உதவிக்கொண்டே கேட்டான் அந்த ஹஹோல்: "குளிராயிருந்ததா?"

"வயல் வெளியில் வரும்போது மகா பயங்கரம்! அந்த ஊதைக் காற்று – அப்பப்பா!"

அவளது குரல் செழுமையும் தெளிவும் பெற்றிருந்தது. வாய் சிறியதாகவும், உதடுகள் பருத்ததாயும் இருந்தன. மொத்தத்தில் உடற்கட்டு உருண்டு திரண்டு புதுமையோடு இருந்தது. மேலுடையைக் களைந்த பிறகு, அவள் தனது சிவந்த கன்னங்களை, குளிரால் விறைத்த சின்னஞ் சிறு கரங்களால் தேய்த்துவிட்டுக்

கொண்டாள்; அதன் பின்னர் செருப்புக் குதிகள் தரையில் மோதி ஓசை செய்ய, அவள் அந்த அறைக்குள்ளே நடமாடிக் கொண்டிருந்தாள்.

'ரப்பர் காலணிகள் அணியக் காணோம்' என்று தாய் மனதுக்குள்ளாக நினைத்துக் கொண்டாள்.

"ஆம்..." என்று நடுங்கிக் கொண்டே இழுத்தாள் அந்த இளம்பெண். "நான் எவ்வளவு தூரம் விறைத்துப் போனேன் என்பதை உங்களால் கற்பனை கூடப் பண்ண முடியாது!"

"இதோ, உனக்குக் கொஞ்சம் தேநீர் போடுகிறேன்" என்று தாய் சமையலறைக்கு விரைந்தாள். இந்தப் பெண் தனக்கு வெகுகாலமாய்த் தெரிந்தவள் போலவும், எனவே தாய்மையின் பரிவோடும், பாசத்தோடும் அவளை நேசிப்பது போலவும் தாய்க்குத் தோன்றியது. அடுத்த அறையில் நடந்து கொண்டிருந்த உரையாடலைக் கேட்கும்போது, அவள் தன்னுள் புன்னகை செய்து கொண்டாள்.

*"நஹோத்கா! உங்களுக்கு என்ன கவலை" என்று கேட்டாள் அந்த பெண்.

"பெரிய கவலை ஒன்றுமில்லை" என்று அமைதியுடன் பதில் சொன்னான் அந்த ஹஹோல். "இந்தப் பெரியம்மாவுக்கு நல்ல கண்கள் இருக்கின்றன. என் அம்மாவுக்கும் இந்த மாதிரிதான் கண்கள் இருந்திருக்குமோ என்று யோசித்தேன். நான் அடிக்கடி என் தாயைப் பற்றியே நினைக்கிறேன். அவள் இன்னும் உயிரோடிருப்பதாகவே நான் கருதுகிறேன்."

"உங்கள் தாய் செத்துப்போய் விட்டதாகச் சொல்லவில்லை?"

"ஆனால், என்னுடைய வளர்ப்புத் தாய்தான் செத்துப் போனாள். நான் என்னைப் பெற்றெடுத்த தாயைப் பற்றிச் சொல்கிறேன். ஒரு வேளை அவள் கீவ் நகரத் தெருக்களில் பிச்சையெடுத்துத் திரிந்து கொண்டிருக்கிறாளோ என்று எண்ணுகிறேன். பிச்சையெடுப்பதும் ஓட்கா குடிப்பதும்... அவள் குடித்திருக்கும் போது, போலீஸார் அவள் முகத்தில் ஓங்கியறையவும் கூடும்..!"

"உம், என் அருமைப் பையனே!" என்று பெருமூச்சு விட்டபடி நினைத்துக்கொண்டாள் தாய்.

---

* அந்திரேய் நஹோத்கா என்பது முழுப்பெயர். அந்திரேய் என்றும் நஹோத்கா என்றும் தனித்தனியே அழைப்பதுமுண்டு.

நதாஷா விரைவாகவும் மென்மையாகவும் உணர்ச்சி மயமாகவும் ஏதோ பேசினாள். மீண்டும் அந்த ஹஹோல் பேச ஆரம்பித்துவிட்டான்.

"நீங்கள் இன்னும் சின்னப் பிள்ளை. உங்களுக்கு உலக ஞானம் போதாது. உலகத்துக்குள் ஒரு மனிதனைக் கொண்டுவருவதே சிரமம். அவனை நல்லவனாக வாழச் செய்வது அதைவிடச் சிரமம்."

"என்னமாய்ப் பேசுகிறான்!" என்று தனக்குத் தானே வியந்து கொண்டாள் தாய். அந்த ஹஹோலிடம் ஏதாவது அன்பான வார்த்தையாகப் பேசிவிட வேண்டும் என்கிற உணர்ச்சி அவளுக்கு ஏற்பட்டது. ஆனால், திடீரென்று கதவு திறக்கப்பட்டது. உள்ளே பழைய திருட்டுப் புள்ளியான தனீலோவின் மகன் நிகலாய் விஸோவ்ஷிகோவ் வந்து சேர்ந்தான். நிகலாய் மனிதரை அண்டி வாழாத தனிக் குணத்தால் அந்தக் குடியிருப்பு முழுவதிலுமே பிரபலமான புள்ளி. அவன் எப்போதுமே யாரிடமும் ஒட்டிப் பழகுவதில்லை எட்டியே நிற்பான். எனவே மற்றவர்கள் அவனைக் கேலி செய்து வந்தனர்.

"ஊம், என்னது நிகலாய்!" என்று வியப்புடன் கேட்டாள் அவள்.

அவளுக்கு வணக்கம் கூடக் கூறாமல், அம்மைத் தழும்பு விழுந்த தனது அகலமான முகத்தை உள்ளங் கையால் துடைத்துவிட்டுக்கொண்டு வறட்டுக் குரலில் கேட்டான் அவன்: "பாவெல் இல்லையா?"

"இல்லை."

அவன் அந்த அறையை ஒரு பார்வை பார்த்துவிட்டு உள்ளே நுழைந்தான்.

"வணக்கம், தோழர்களே!" என்றான் அவன்.

"இவனும் கூடவா?" என்று வெறுப்புடன் நினைத்தாள் தாய். நதாஷா கொஞ்சமாயும், மகிழ்ச்சியுடனும் கரம் நீட்டி அவனை வரவேற்றது அவளுக்குப் பேராச்சரியம் விளைத்தது.

நிகலாயிக்குப் பின்னர் வேறு இருவர் வந்தனர்; அவர்கள் இருவரும் பருவம் முற்றாத வாலிபர்கள். தாய்க்கு அவர்களில் ஒருவனைத் தெரியும். கூர்மையான முகமும், சுருண்ட தலைமயிரும், அகன்ற நெற்றியும் கொண்ட அந்தப் பையனின் பெயர் பியோதர். தொழிற்சாலையின் பழைய தொழிலாளியான சிஸோவ் என்பவனின் மருமகன். அடுத்தவன் கொஞ்சம் அடக்கமானவன். அவன் தன்

தலைமயிரை வழித்து வாரி விட்டிருந்தான். அவளுக்கு அந்தப் பையனைத் தெரியாது. எனினும் அவனைப் பார்த்ததும், அவளுக்கு எந்தவிதப் பயமும் தோன்றவில்லை. கடைசியாக பாவெல் வந்து சேர்ந்தான். அவனோடு, தாய்க்கு இனம் தெரிந்த வேறு இரு தொழிலாள இளைஞர்களும் வந்து சேர்ந்தனர்.

"நீ தேநீருக்குத் தண்ணீர் வைத்துவிட்டாயா?" என்று அன்போடு கேட்டான் பாவெல். "மிக நன்றி!"

"நான் போய்க் கொஞ்சம் ஓட்கா வாங்கி வரட்டுமா?" என்று கேட்டாள் அவள். காரணம் தெரியாத ஏதோ ஒன்றுக்கு, தான் எப்படி நன்றி செலுத்துவது என்பது தெரியாமல்தான் இப்படிக் கேட்டாள் அவள்.

"இல்லை, தேவையில்லை" என்று அன்பு ததும்பும் புன்னகையோடு சொன்னான் பாவெல்.

அவளைக் கேலி செய்வதற்காகவே, தன் மகன் இந்தக் குழுவினரைப் பற்றி இல்லாததும் பொல்லாததுமாய்க் கூறிப் பயங்காட்டிவிட்டதாக அவள் திடீரென நினைத்தாள்.

"அது சரி இவர்கள்... இவர்கள்தானா, அந்தச் சட்ட விரோதமான நபர்கள்?" என்று மெதுவாகக் கேட்டாள் அவள்.

"இவர்கள்தான்!" என்று பதில் கூறிவிட்டு அடுத்த அறைக்குள் நுழைந்தான் பாவெல்.

"ஐயே..!" என்று அன்பு கலந்த வியப்புடன் சொன்னாள் அவள். பிறகு தனக்குள்ளே இளக்காரமாக நினைத்துக் கொண்டாள்: "இன்னும் இவன் குழந்தைதான்!"

6

தேநீர் தயாராகி விட்டது. அதை எடுத்துக்கொண்டு தாய் அந்த அறைக்குள் நுழைந்தாள். விருந்தாளிகள் அனைவரும் மேசையைச் சுற்றி உட்கார்ந்திருந்தார்கள். நதாஷா ஒரு மூலையில் விளக்கடியில் ஒரு புத்தகத்துடன் உட்கார்ந்திருந்தாள்.

"மனிதர்கள் ஏன் இப்படி மோசமாக வாழ்கிறார்கள் என்பதைத் தெரிந்துகொள்ள வேண்டுமென்றால்..." என்று ஆரம்பித்தாள்.

"ஏன் அவர்களே மோசமானவர்களாக இருக்கிறார்கள்..." என்று குறுக்கிட்டான் அந்த ஹஹோல்.

"... அதற்கு, வாழ்க்கையை அவர்கள் எப்படித் தொடங்கினார்கள் என்று பார்க்க வேண்டும்..."

"நன்றாய்ப் பாருங்கள். கண்மணிகளே, நன்றாய்ப் பாருங்கள்" என்று தேநீர் தயாரித்தபடி சொன்னாள் தாய்.

எல்லோரும் மௌனமானார்கள்.

"நீ என்ன சொல்கிறாய், அம்மா!" என்று முகத்தைச் சுழித்துக்கொண்டே கேட்டான் பாவெல்.

"என்னவா?" அவள் ஒரு பார்வை பார்த்தாள்; எல்லோரும் தன்னையே பார்த்துக் கொண்டிருப்பதைக் கண்டாள். "என்னவோ நான் எனக்குள் பேசிக் கொண்டேன்" என்று குழறினாள் அவள்; "நீங்கள் நன்றாகப் பாருங்கள் என்று சொன்னேன்."

நதாஷா சிரித்தாள்; பாவெல் உள்ளுக்குள் கிளுகிளுத்தான்.

"தேநீருக்கு நன்றி, அம்மா?" என்றான் ஹஹோல்.

"தேநீரைக் குடித்துவிட்டு நன்றி சொல்லுங்கள்" என்றாள் அவள். பிறகு தன் மகனை லேசாகப் பார்த்துவிட்டு "நான் உங்களுக்கு இடைஞ்சலாக நிற்கிறேனா?" என்று கேட்டாள்.

"விருந்து கொடுக்கிற நீங்கள் விருந்தாளிகளான எங்களுக்கு எப்படி இடைஞ்சலாக இருக்க முடியும்?" என்று பதிலளித்தாள் நதாஷா. "எனக்குக் கொஞ்சம் தேநீர் கொடுங்கள். உடலெல்லாம் ஒரேயடியாய் நடுக்குகிறது; கால்கள் ஐஸைப் போலவே குளிர்ந்து விட்டன" என்று ஒரு குழந்தையைப்போலப் பரிதாபமாய்க் கேட்டாள் அவள்.

"இதோ இதோ" என்று அவசர அவசரமாகக் கத்தினாள் தாய்.

நதாஷா தேநீரைப் பருகிய பின்னர், உரக்கப் பெருமூச்சு விட்டாள்; அவளது சடையைத் தோள் மீது இழுத்துப் போட்டுக்கொண்டு, தன் கையிலிருந்த மஞ்சள் அட்டை போட்ட படங்கள் நிறைந்த புத்தகங்களைப் படிக்க ஆரம்பித்தாள். தேநீரை ஊற்றும் போதும் பாத்திரங்களை அகற்றும் போதும் சத்தமே உண்டாகாதபடி பதனமாகப் பரிமாறிக் கொண்டிருந்த தாய், நதாஷா வாசிப்பதையும் கேட்டுக் கொண்டிருந்தாள். அவளது மணிக்குரல், கொதிக்கும் தேநீர்ப் பாத்திரத்தில் ஆவி இரைச்சலின் மங்கிய ரீங்காரத்தோடு இணைந்து முயங்கி ஒலித்தது; ஒரு காலத்தில் குகைகளில் வாழ்ந்து, கற்களைக் கொண்டு வேட்டையாடிய காட்டு மனிதர்களைப் பற்றிய அழகான கதைகள் சங்கிலித் தொடர்போலப் பிறந்து, கட்டுலைந்து விரிந்து அந்த அறை முழுதும் நிரம்பி

ஒலி செய்ய ஆரம்பித்தன. இந்தக் கதைகளெல்லாம் தாய்க்குப் பாட்டிக் கதையைப்போல் இருந்தன. அவள் தன் மகனையே பார்த்துக் கொண்டிருந்தாள். இந்த மாதிரி விஷயங்களைத் தெரிந்துகொள்வதை அவர்கள் ஏன் தடை செய்யவேண்டும் என்பதைக் கேட்டுவிட வேண்டும் போலிருந்தது அவளுக்கு. ஆனால், நதாஷா வாசிப்பதைக் கேட்பதில் தாய்க்கு விரைவில் அலுப்புத் தட்டிவிட்டது; எனவே வந்திருந்த விருந்தாளிகளை, அவர்களோ அல்லது தன் மகனோ அறிந்துகொள்ள முடியாதபடி, கூர்ந்து நோக்கி ஒவ்வொருவரையும் அளந்து பார்த்துத் தனக்குத் தானே மதிப்பிட்டு கொண்டிருந்தாள்.

பாவெல் நதாஷாவுக்கு அருகில் அமர்ந்திருந்தாள்; அங்கிருந்தவர்களுக்குள் அவனே அழகானவன். நதாஷா குனிந்து வாசித்துக் கொண்டிருந்ததால், அடிக்கடி முன்புறமாக வந்து விழும் தலைமயிரை ஒதுக்கிவிட்டுக் கொண்டிருந்தாள். படிப்பதை நிறுத்திவிட்டு தலையை ஆட்டி, குரலைத் தாழ்த்தி, படித்த விஷயத்தைப் பற்றிய தனது அபிப்பிராயத்தையோ விமர்சனத்தையோ தனக்கு எதிராக இருப்பவர்களை அன்புடன் நோக்கி அவள் சொன்னாள்.

அந்த ஹஹோல் தனது மார்பை மேசை விளிம்பின்மீது சாய்த்துக்கொண்டு, ஓரக்கண்ணால் தான் திருகிவிட்டுக் கொள்ளும் மீசை முனைகளைப் பார்க்க முயன்று கொண்டிருந்தான். நிகலாய் விஸோவ்ஷிகோவ் நாற்காலியில் கம்பு மாதிரி விறைப்பாக நிமிர்ந்து, கைகளால் முழங்காலைக் கட்டிக்கொண்டு உட்கார்ந்திருந்தான்; மெலிந்த உதடுகள் கொண்ட அவனது அம்மைத் தழும்பு முகம் புருவமின்றி எந்தவித உணர்ச்சி பாவமும் இல்லாமல் ஒரு பொம்மையின் முகத்தைப்போலவே இருந்தது. பித்தளைத் தேநீர் பாத்திரத்தில் தெரியும் தனது முகத்தின் பிரதிபிம்பத்தையே அவன் தன் குறுகிய கண்கள் இமைக்காமல் வெறித்துப் பார்த்துக் கொண்டிருந்தான். அவன் மூச்சு விடுகிறானா இல்லையா என்பதே சந்தேகமாயிருந்தது. சின்னவனான பியோதர், படிப்பதைக் கேட்கும்போது, தன் உதடுகளைச் சப்தமற்று அசைத்துக் கொண்டிருந்தான்; புத்தகத்தின் வார்த்தைகளைத் தனக்குத் தானே திரும்பச் சொல்லிக்கொள்வது போலிருந்தது அந்த உதடுகளின் அசைவு. அவனது அடுத்த நண்பன் ஒரேயடியாய்க் குனிந்து குறுகி, முழங்காலின் மீது முழங்கையை ஊன்றி, முகத்தை உள்ளங்கைகளில் தாங்கி சிந்தனை வயப்பட்ட சிறு புன்னகையோடு அமர்ந்திருந்தான். பாவெலுடன் வந்த இளைஞர்களில் ஒருவனுக்கு சுருள் சுருளான செம்பட்டை மயிரும், களி துள்ளும் பசிய

கண்களும் இருந்தன. நிலைகொள்ளாமல் அமைதியற்று நெளிந்து கொடுத்துக்கொண்டிருந்த அவன் எதையோ சொல்ல விரும்புவதுபோலத் தோன்றியது.

இன்னொருவனுக்கு வெளுத்த தலைமயிர்; நன்றாக ஒட்ட வெட்டிவிடப்பட்ட கிராப். அவன் தன் தலையைக் கையினால் தடவிக் கொடுத்துக்கொண்டு தரையையே பார்த்துக் கொண்டிருந்தான்; எனவே அவனது முகம் சரியாகத் தெரியவில்லை. அந்த அறையில் ஏதோ ஒரு புதிய மங்களகரமான சூழ்நிலை குடி புகுந்த மாதிரி இருந்தது. தாயின் உள்ளத்தில் இதுவரை தோன்றாத ஏதோ ஓர் அசாதாரண உணர்ச்சி மேலோங்கியது. நதாஷாவின் இனிய குரலின் பின்னணி இசையிலே, அவள் தனது குமரிப் பருவத்துக் கும்மாளங்களை, ஆபாச சல்லாபப் பேச்சுகளை, வாயில் எப்போதும் ஓட்கா நாற்றம் அடித்துக் கொண்டிருக்கும் வாலிபப் பிள்ளைகளின் வம்புத்தனமான கேலிப் பேச்சுகளையெல்லாம் சிந்தித்துப் பார்த்தாள். அந்த நினைவுகளால் அவளது இதயம் தனக்குத் தானே அனுதாபப்பட்டுக் கொண்டது.

தன் கணவனுக்குத் தான் எப்படி மனைவியானார் என்கிற விஷயத்தையும் அவள் சிந்தித்துப் பார்த்தாள். அந்தக் காலத்தில், இப்படிப்பட்ட கேளிக்கை விருந்தின்போது, ஒரு நாள் இரவில், அவளை ஓர் இருளடைந்த வாசற்புறத்தில் அவன் வழிமறித்துப் பிடித்தான்; அவளது உடம்பைச் சுவரோடு சாய்த்து அமுத்தினான்.

"என்னைக் கல்யாணம் பண்ணிக் கொள்கிறாயா?" என்று முரட்டுத்தனமாகக் கேட்டான். அப்போது அவளது மனம் புண்பட்டு நொந்தது. எனினும் அவன் அவளது மார்பகத்தை வேதனை தரும் விதமாகப் பற்றிப் பிடித்துக்கொண்டு, ஆவி கலந்து வீசும் அவனது வெப்பச் சூட்டை அவளது முகத்தின் மீது செலுத்தினான். அவனது பிடியிலிருந்து தப்புவதற்காக அவள் முரண்டுபிடித்துத் திமிறி ஒரு பக்கமாக ஓடப் பார்த்தாள்.

"எங்கே போகணும்?" என்று இரைந்தான் அவன். "பதில் சொல்லு... உன்னைத்தான்!"

அவள் எதுவுமே சொல்லவில்லை. தான் அடைந்த துன்பத்தாலும் அவமானத்தாலும் அவளது மூச்சே திணறிப் போய் விட்டது.

யாரோ கதவைத் திறந்துகொண்டு வாசல் பக்கமாக வந்தார்கள்; மெதுவாக அவன் தன் உடும்புப் பிடியை நெகிழ விட்டான்.

"ஞாயிற்றுக் கிழமையன்று கல்யாணப் பேச்சுக்கு அம்மாவை அனுப்பி வைப்பேன். ஆமாம்!" என்றான் அவன்.

தாய் தன் கண்களை மூடி, நெடுமூச்செறிந்தாள்.

"மக்கள் எப்படி வாழ்ந்தார்கள் என்பதை நான் அறியவிரும்பவில்லை; மக்கள் எப்படி வாழ வேண்டும் என்பதையே அறிய விரும்புகிறேன்" என்று எதிர்வாதம் பேசும் குரலில் சொன்னான் நிகலாய்.

"அதுதான் சரி" என்று கூறிக்கொண்டே எழுந்தான் அந்தச் செம்பட்டைத் தலையன்.

"நீ சொல்வதை நான் ஒப்புக்கொள்ளவில்லை" என்று கத்தினான் பியோதர்.

வாக்குவாதம் பலத்தது, வார்த்தைகள் தீப்பிழம்புகள்போலச் சுழலத் தொடங்கின. அவர்கள் எதைப் பற்றி இப்படிச் சத்தம் போட்டுக் கொள்கிறார்கள் என்பது தாய்க்குத் தெரியவில்லை. எல்லோருடைய முகங்களும் உத்வேக உணர்ச்சியினால் ரத்தம் பாய்ந்து சிவந்து போயிருந்தன. எனினும் எவரும் நிதானம் இழக்கவில்லை. அவளுக்கு கேட்டுப் பழக்கப்பட்டுப் போயிருந்த எந்த ஆபாச ஏச்சுப் பேச்சுகளையும் அவர்கள் பிரயோகிக்கவில்லை.

"இந்தப் பெண்ணின் முன்னிலையில் அப்படிப் பேசுவதற்கு அவர்கள் வெட்கப்படுகிறார்கள்" என்று தீர்மானித்துக் கொண்டாள் தாய்.

நதாஷாவின் முகத்தில் தோன்றிய ஊக்க ஆர்வத்தைக் காண்பது தாய்க்குப் பிடித்திருந்தது. நதாஷாவோ அவர்கள் அனைவரையும் கூர்ந்து கவனித்துக் கொண்டிருந்தாள். இவர்கள் அனைவருமே இன்னும் குழந்தைகள்தான் என்று கருதிப் பார்ப்பது போலிருந்தது அந்தப் பார்வை.

"ஒரு நிமிடம் பொறுங்கள், தோழர்களே!" என்று அவள் திடீரென்று கத்தினாள். உடனே எல்லோரும் வாய் மூடி மௌனமாகி அவளையே பார்த்தனர்.

"நாம் சகல விஷயங்களையும் தெரிந்துகொள்ள வேண்டும் என்பதை உங்களில் யார் ஒப்புக்கொள்கிறார்களோ, அவர்கள் சொல்வதே சரியானது. நம்மிடமுள்ள பகுத்தறிவின் ஒளியை நன்றாகத் தூண்டிவிட்டுக் கொள்ளவேண்டும். கீழ்ப்பட்டவர்கள் நம்மை நன்றாகப் பார்க்கட்டும். ஒவ்வொரு செய்தியைப் பற்றியும் நம்மிடத்தில் நேர்மையான, உண்மையான தீர்ப்பும் தீர்மானமும்

இருந்தேயாக வேண்டும். நாம் உண்மையை, பொய்யை முழுமையாகத் தெரிந்துகொள்ள வேண்டும்.

ஹஹோல் அவள் கூறியதைக் கேட்டு, அவளது பேச்சுக்குத் தக்கபடி தலையை ஆட்டிக் கொண்டிருந்தான். நிகலாயும், செம்பட்டைத் தலையனும், பாவெலுடன் வந்து இன்னொரு பையனும் ஒரு தனிக் குழுவாகப் பிரிந்து நின்றார்கள். என்ன காரணத்தாலோ தாய்க்கு அந்தக் குழுவினரைப் பிடிக்கவில்லை.

நதாஷா பேசி முடிந்த பிறகு, பாவெல் எழுந்து நின்றான்.

"நமக்கு வயிறு மட்டும் நிரம்பினால் போதுமா? இல்லை, அது மட்டும் இல்லை!" என்று அந்த மூவரையும் நோக்கி அமைதியாகச் சொன்னான். "நமது முதுகிலே குதிரையேறிக் கொண்டிருப்பவர்களுக்கு, நமது கண்களைத் திரையிட்டு மூடிக் கட்டிவிட்டவர்களுக்கு, நாம் எல்லாவற்றையும் பார்க்கவே செய்கிறோம் என்பதை எடுத்துக் காட்டத்தான் வேண்டும். நாம் முட்டாள்கள் அல்லர்; நாம் மிருகங்கள் அல்ல – வயிற்றை நிரப்புவதோடு மனநிறைவு அடைந்துவிடுவதற்காக மட்டுமல்லாமல் கௌரவமுள்ள மனிதர்களாக வாழ விரும்புகிறோம். நம்மை நரக வாழ்வுக்கு உட்படுத்தி, நம்மை ஏய்த்து வாழ்ந்து கொண்டிருக்கும், நம்மைவிடச் சிறந்த அறிவாளிகள் என்று தம்மைக் காட்டிக்கொள்ளும் நம்முடைய எதிரிகளுக்கு, நாம் அவர்களுக்குச் சமமான அறிவாளிகள், ஏன், அவர்களைவிடச் சிறந்த அறிவாளிகள் என்பதைக் காட்டித்தானாக வேண்டும்!"

அவன் பேச்சைக் கேட்டுத் தாயின் உள்த்தில் ஒரு பெருமை உணர்ச்சி உள்ளோட்டமாக ஓடிச் சிலிர்த்தது, "அவன் எவ்வளவு அழகாகப் பேசினான்!"

"போதுமான அளவுக்குச் சாப்பிடுபவர்கள் எவ்வளவோ பேர் இருக்கிறார்கள். ஆனால் சிலர்தான் நேர்மையானவர்கள்!" என்றான் அந்த ஹஹோல். "முடைநாற்றமெடுத்து நாறும் இன்றையக் கேவல வாழ்வுக்கும், எதிர்காலத்தில் ஏற்படப் போகும் மனித குலத்தின் சகோதரத்துவ பேரரசுக்கும் இடையே நாம் ஒரு பாலம் கட்டியாக வேண்டும். தோழர்களே! அதுதான் இன்று நம்முன் நிற்கும் வேலை!"

"போராடுவதற்குரிய காலம் வந்துவிட்டதென்றால், ஏன் கையைக் கட்டிக்கொண்டு சும்மா உட்கார்ந்திருக்கிறீர்கள்?" என்று கரகரத்த குரலில் ஆட்சேபித்தான் நிகலாய்.

நடு இரவுக்குப் பிறகுதான் அந்தக் கூட்டம் கலைந்தது. கலையும்போது நிகலாயும் செம்பட்டைத் தலையனும்தான் முதலில் வெளியறினர். இதைக் கண்டதும் தாய்க்கு அவர்களைப் பிடிக்கவில்லை. அவர்களை அவள் வணங்கி வழியனுப்பும்போது "உங்களுக்கு ஏன் இத்தனை அவசரமோ?" என்று மனதுக்குள் கேட்டுக் கொண்டாள்.

"நஹோத்கா! என்னை வீடுவரை கொண்டுவந்து விடுகிறீர்களா" என்று கேட்டாள் நதாஷா.

"கண்டிப்பாய்" என்று பதிலளித்தான் ஹஹோல்.

நதாஷா தனது மேலுடையணிகளைச் சமையலறையில் அணிந்து கொள்ளும்போது, தாய் அவளைப் பார்த்துக் கேட்டாள்: "உங்கள் காலுறைகள் இந்தக் குளிருக்கு மிகவும் மெல்லியவை. நான் வேண்டுமானால் உங்களுக்கு ஒரு கம்பெனி உறைகள் தரட்டுமா?"

"நன்றி, பெலகேயா நீலவ்னா. ஆனால் கம்பளி உறை காலெல்லாம் குத்துமே!" என்று சிரித்துக்கொண்டே சொன்னாள் நதாஷா.

"காலில் குத்தாத கம்பளி உறை நான் தருகிறேன்" என்றாள் தாய்.

நதாஷா ஓரக்கண்ணால் அவளைப் பார்த்தாள், அந்தப் பார்வை அந்த வயதான தாயை என்னவோ செய்தது; துன்புறுத்தியது.

"என் அசட்டுத்தனத்தை மன்னித்துவிடுங்கள். நான் இதய பூர்வமாகச் சொன்னேன்" என்று மெதுவாய்ச் சொன்னாள் தாய்.

"நீங்கள் எவ்வளவு அன்பாயிருக்கிறீர்கள்!" என்று அமைதிடன் கூறிவிட்டு, தாயின் கரத்தைப் பற்றி கனிவோடு இறுகப் பிடித்து விடைபெற முனைந்தாள் நதாஷா.

"போய் வருகிறேன், அம்மா!" என்று கூறிவிட்டு, அவளது கண்களையே பார்த்தான் ஹஹோல்; பிறகு அவன் வெளியே சென்ற நதாஷாவுக்குப் பின்னால், வாசல்நடையில் குனிந்து சென்றான்.

தாய் தன் மகனை நோக்கினாள்; அவன் வாசல் நடையருகே புன்னகை புரிந்தவாறே நின்று கொண்டிருந்தான்.

"நீ எதைப் பார்த்துச் சிரிக்கிறாய்?" என்று அவள் குழப்பத்துடன் கேட்டாள்.

"சும்மாதான் கொண்டாட்டம் பிறந்தது, சிரித்தேன்."

"நான் கிழவியாயிருக்கலாம்; முட்டாளாயிருக்கலாம். இருந்தாலும் எனக்கும் நல்லதைப் புரிந்துகொள்ள முடியும்" என்று லேசான மனத்தாங்கலுடன் சொன்னாள் அவள்.

"ரொம்ப நல்லது!" நேரமாகிவிட்டது. படுத்துக் கொள்ளுங்களேன்..!" என்றான் அவன்.

"படுக்கத்தான் போகிறேன்."

அவள் மேசையிலுள்ள பாத்திர பண்டங்களை அகற்றுவதில் பெரும் பரபரப்புக் காட்டிக்கொண்டாள். அதில் அவளுக்கு ஓர் ஆனந்தம். அந்தப் பரபரப்பில் அவளுக்கு மேலெல்லாம் வியர்த்துக் கூடக் கொட்டிவிட்டது. அன்றைய நிகழ்ச்சிகள் அனைத்தும் இனிமையோடு நடந்தேறி, அமைதியோடு முற்றுப் பெற்றதை எண்ணி அவள் மகிழ்ச்சிப்பட்டுக் கொண்டாள்.

"பாஷா, நல்லா யோசனை பண்ணித்தான் எல்லாம் செய்திருக்கிறாய்!" என்று சொன்னாள் அவள். "அந்த ஹஹோல் ரொம்ப நல்லவன். அந்தப் பெண் அம்மாடி! அவள் எவ்வளவு கெட்டிக்காரியாயிருக்கிறாள்! அவள் யார்?"

"ஓர் ஆசிரியை!" என்று சுருக்கமாகப் பதில் கூறிவிட்டு அமைதியானான் பாவெல்.

"அவள் மிகவும் ஏழையாகத்தான் இருக்க வேண்டும். மோசமாகத்தான் உடை உடுத்தியிருந்தாள். அவளுக்கு லகுவில் சளி பிடித்துவிடும். அவளுடைய பெற்றோர்கள் எங்கே?"

"மாஸ்கோவில்" என்று பதில் கூறிவிட்டு, அவன் தன் தாயருகே வந்து நின்று மென்மையாக, உறுதி தோய்ந்த குரலில் சொன்னான்: "அவளுடைய தந்தை ஒரு பணக்காரர். அவர் இரும்பு வியாபாரி. அவருக்குச் சொந்தத்தில் நிறையக் கட்டடங்கள் உண்டு. ஆனால், அவள் தன் வாழ்க்கையில் இந்த வழியைத் தேர்ந்தெடுத்ததால், அவளை வெளியேற்றி விட்டார் அவர். அவள் இன்பமான வாழ்க்கை வாழ்ந்தவள்; விரும்பியதெல்லாம் கிட்டக்கூடிய வாழ்க்கைதான் வாழ்ந்தாள். ஆனால், இன்றோ அவள் இந்த இரவில், ஏழு கிலோ மீட்டர் நடந்து செல்கிறாள்..."

இந்தச் செய்தியைக் கேட்டு தாய் வேதனையடைந்தாள்; அறையின் மத்தியில் நின்றுகொண்டு புருவத்தை உயர்த்தித் தன் மகனைப் பார்த்தாள்; பிறகு அமைதியாகக் கேட்டாள்.

"அவள் நகருக்கா போகிறாள்?"

"ஆமாம்."

“ச்சூ! ச்சூ! பயமில்லையா அவளுக்கு..?”

“ஊஹூம், அதெல்லாம் பயப்பட மாட்டாள்” என்று கூறிச் சிரித்தான் பாவெல்.

“ஆனால்... ஏன் போகணும்? இன்றிரவு இங்கு தங்கியிருக்கலாமே, என்னோடு படுத்துக் கொண்டிருக்கலாமே!”

“அது சரியல்ல, காலையில் அவளை இங்கு யாரும் பார்த்துவிடக்கூடாது. அதனால் சிக்கல் வரும்.”

அவனுடைய தாய் சன்னலுக்கு வெளியே ஒரு சிந்தனையுடன் பார்த்துவிட்டுக் கேட்டாள்.

“இதிலெல்லாம் என்ன ஆபத்து இருக்கிறது, என்ன சட்ட விரோதம் இருக்கிறது என்பது ஒன்றுமே எனக்குப் புரியவில்லை. பாவெல்! நீங்கள் தப்பாக ஒன்றும் செய்யவில்லை, இல்லை... செய்கிறீர்களா?” என்று அமைதி நிறைந்த குரலில் கேட்டாள்.

அதைப்பற்றி அவ்வளவு தீர்மானமாக அவளால் சொல்ல முடியவில்லை; எனவே, தன் மகனின் தீர்ப்பை எதிர்பார்த்தாள்.

“நாங்கள் தப்பாக எதுவுமே செய்யமாட்டோம்” என்று அவளது கண்களை அசையாமல பார்த்தவாறு உறுதியாகச் சொன்னான் பாவெல் “ஆனால் நாங்கள் அனைவரும் என்றோ ஒரு நாள் சிறைக்குத்தான் போவோம். நீயும் இதைத் தெரிந்து வைத்துக்கொள்.”

அவளது கைகள் நடுங்க ஆரம்பித்தன.

“இயற்கையின் அருள் இருந்தால், நீங்கள் எப்படியாவது தப்பித்துவிடுவீர்கள் இல்லையா?” என்று அமுங்கிப் போன குரலில் கேட்டாள்.

“முடியாது” என்று மெதுவாகச் சொன்னான் அவன்.

“நான் உன்னை ஏமாற்ற விரும்பவில்லை. தப்பிக்கவே முடியாது.”

அவன் புன்னகை செய்தான்.

“சரி, நீ மிகவும் களைத்திருக்கிறாய். போ, படுக்கப் போ, நல்லிரவு”

பாவெல் சென்ற பிறகு தன்னந்தனியாக நின்ற தாய் ஜன்னலருகே சென்று வெளியே பார்த்தவாறே நின்று கொண்டிருந்தாள். சன்னலுக்கு வெளியே மூட்டமாய்க் குளிராய் இருந்தது. தூங்கி வழிந்து கொண்டிருந்த வீட்டுக் கூரைகளின் மீது படர்ந்துள்ள

பனித் துகள்களை ஒரு காற்று விசிறியடித்து வீசியது; அந்த ஊதைக் காற்று சுவர்களில் மோதியறைந்து, தரையை நோக்கி வீசும்போது, கோபாவேசமாய் ஊளையிட்டது; சிதறிக் கிடக்கும் பனிப்படலங்களை தெரு வழியே விரட்டியடித்துக்கொண்டு பின் தொடர்ந்தது.

"கருணையுள்ள கிறிஸ்து பெருமானே, எங்களைக் காப்பாற்று" என்று அவள் லேசாக முனகிக் கொண்டாள்.

அவளது கண்களில் கண்ணீர் பொங்கியது. தனக்கு வரப் போகும் கெடுதியைப் பற்றி அமைதி நிறைந்த தன்னம்பிக்கையோடு சொன்ன பாவெலின் எதிர்காலத்தைப் பற்றிய எண்ணம் இருளிலே, குருட்டுத் தனமாய்ப் பறந்து மோதி விழும் பூச்சியைப்போல, அவளது இதயத்துக்குள் குறுகுறுத்தது. அவளது கண் முன்னால் பெரியதொரு பனிவெளி பரந்து கிடப்பதுபோலவும், அந்தப் பனிவெளியில் ஒரு பேய்க்காற்று வேகமாக வீசிச் சுழன்று ஊடுருவிப் பாய்ந்து, கீச்சுக் குரலில் கூச்சலிடுவது போலவும் தோன்றியது. அந்தப் பனிவெளியின் மத்தியில் ஓர் இளம் பெண்ணின் சிறிய நிழலுருவம் ஆட்டங்கண்டு தடுமாறிக் கொண்டிருந்தது. அந்தச் சுழல்காற்று அவளது பாதங்களின் மீது சுழன்று வீசி, அவளது ஆடையணிகளைப் புடைத்துயரச் செய்தது; ஊசிபோல் குத்தும் பனித்துகள்களை அவளது முகத்தில் வீசியெறிந்தது. அவள் சிரமத்தோடு முன்னேறினாள்; அவளது பாதங்கள் பனிப்பாதையில் சறுக்கி மூழ்கின. ஒரே குளிர்; அதிபயங்கரம். இலையுதிர் காலத்துக் காற்றில் குனிந்து கொடுக்கும் தன்னந்தனியாக ஒரு புல்லிதழைப்போல், அவளது உடம்பு முன் நோக்கி வளைந்து குனிந்திருந்தது. அவளுக்கு வலப்புறத்தில் சதுப்பு நிலத்திற்கிளைத்தெழுந்த ஓர் ஆரண்யம் நிமிர்ந்து நின்றது; அந்தக் காட்டில் உள்ள நெட்டையான பிர்ச் மரங்களும், மூளியான அஸ்பென் மரங்களும் அபாயக் குரலில் கிசுகிசுத்தன. அதற்கும் மேலாக நகர்ப்புறத்து விளக்குகளின் ஒளி மூட்டம் பளபளத்தது...

"ரட்சகரே! எம்மீது இரக்கம் காட்டும்" என்று பயத்தால் நடுங்கிக்கொண்டு முணுமுணுத்தாள் அந்தத் தாய்.

7

பாசி மணிகள் பல சேர்ந்து மாலையாவது போல, நாட்கள் இணைந்திணைந்து வாரங்களாய், மாதங்களாய் மாறிக் கொண்டிருந்தன. ஒவ்வொரு சனிக்கிழமையன்றும் பாவெலின்

வீட்டில் அவனுடைய நண்பர்கள் கூடினார்கள். ஒவ்வொரு கூட்டத்திலும் அவர்கள், தமக்கு முன்னுள்ள பெரிய படிக்கட்டில் ஒரு படி மேலேறியதாகவும், ஏதோ ஒரு தூர லட்சியத்தை நோக்கிச் சிறிது சிறிதாக உயர்ந்து வருவதாகவும் தோன்றியது.

பழைய நண்பர்களோடு புதிய நண்பர்களும் வந்து சேர்ந்தார்கள். விலாசவின் வீட்டிலுள்ள சின்ன அறையைப் பொறுத்தவரை, அதுவே ஒரு பெருங்கூட்டம். நதாஷா குளிரால் விறைத்தும் களைத்தும் வந்து கொண்டிருந்தாள்; எனினும் அவள் உற்சாகமாயிருந்தாள். பாவெலின் தாய் அவளுக்குத் தான் சொன்னபடி, ஓர் இணையான காலுறைகள் பின்னிக் கொடுத்தாள்; அந்தப் பெண்ணின் சின்னஞ்சிறு கால்களில் அவளே அதை மாட்டிவிட்டாள். முதலில் நதாஷா சிரித்தாள்; ஆனால் மறுகணமே அவள் சிரிப்பை அடக்கி அமைதியானாள்.

"ஒரு காலத்தில் என்னிடம் மிகவும் பிரியம் கொண்ட தாதி ஒருத்தி இருந்தாள்" என்று மென்மையாய்ச் சொன்னாள் அவள்; "எவ்வளவு அதிசயமாயிருக்கிறது பார்த்தீர்களா, பெலகேயா நீலவ்னா? பாடுபடும் மக்கள் துன்பமும் துயரமும் சூதும் வாதும் கொண்ட வாழ்க்கைதான் நடத்துகிறார்கள். எனினும் மற்ற எல்லாரையும்விட அன்பு காட்டுகிறார்கள்..." என்று சொன்னாள். அவள் குறிப்பிட்ட மற்றவர்கள் அவளுக்கு வெகு தூரத்தில், ரொம்ப தூரத்தில் தள்ளிப் போனவர்கள்.

"நீங்கள் எப்படிப்பட்டவர்!" என்றாள் பெலகேயா; "பெற்றோர்களையும் உற்றார்களையும் இழந்து நிற்கிறீர்களே..." அவள் பெருமூச்செறிந்தாள்; பிறகு மௌனமானாள். அவளுக்குத் தன் சிந்நதனைகளை உருக்கொடுத்து வெளியிட முடியவில்லை. ஆனால், நதாஷாவின் முகத்தைப் பார்க்கும் போது, முன் உணர்ந்ததுபோலவே இனந்தெரியாத ஏதோ ஒன்றுக்குத் தான் நன்றி செலுத்தித்தானாக வேண்டும் என்கிற உணர்ச்சி அவள் உள்ளத்தில் பிறந்தோங்கியது. அவள் அந்தப் பெண்ணுக்கு எதிராக, தரையில் உட்கார்ந்தாள்; அந்தப் பெண்ணோ தனது தலையை முன்னே தாழ்த்தி, இனிய புன்னகை புரிந்து கொண்டிருந்தாள்.

"பெற்றோர்களை இழந்து நிற்கிறேனா?" என்றாள் அவள். "அது ஒன்றும் பிரமாதமில்லை. என் தந்தை ஒரு முரட்டு ஆசாமி; என் சகோதரனும் அப்படித்தான். மேலும் அவன் ஒரு குடிகாரன். என் மூத்த சகோதரி மகிழ்ச்சியற்றுப் போய்விட்டாள். அவளைவிடப் பல வருடங்கள் மூத்தவன் ஒருவன்தான் அவள் கணவன். பெரிய பணக்காரன்தான்; ஆனால் படுமோசமானவன்; மகாக் கஞ்சன்.

என் அம்மாவை நினைத்தால், எனக்கு வருத்தம்தான் உண்டாகும். அவளும் உங்களைப்போல், சாதாரணமான பெண்மணிதான். சுண்டெலியைப்போல் சிறு உருவம்; சுண்டெலிபோலவே குடுகுடுவென்று ஓடுவாள்; எதைக் கண்டாலும் அவளுக்கு ஒரே பயம்தான். சில சமயங்களில் அவளைப் பார்க்க வேண்டுமென்று அப்படி ஆசைப்படுவேன் !"

"அடி என் அப்பாவிப் பெண்ணே!" என்று தனது தலையை வருத்தத்தோடு அசைத்துக்கொண்டே சொன்னாள் தாய்.

அந்தப் பெண் மீண்டும் தன் தலையை உயர்த்தி, எதையோ பிடித்துத் தூரத் தள்ளுவதைப்போலக் கையை உதறி நீட்டினாள்.

"இல்லை, இல்லை. சமயங்களில் எனக்கு ஒரே மகிழ்ச்சி, தாங்க முடியாத மகிழ்ச்சி!"

அவளது முகம் வெளுத்தது; அவளது நீலக்கண்கள் ஒளி பெற்றன. அவள் தன் கரங்களைத் தாயின் தோளின் மீது வைத்துக்கொண்டாள்.

"எத்தகைய மகத்தான வேலையில் நாங்கள் ஈடுபட்டிருக்கிறோம் என்று மட்டும் உங்களுக்குத் தெரிந்தால், புரிந்தால்..!" கம்பீரமாகவும், மெதுவாகவும் சொன்னாள் நதாஷா.

ஏதோ ஒரு பொறாமை உணர்ச்சி பெலகேயாவின் இதயத்தைத் தொடுவது போலிருந்தது.

"அதற்கெல்லாம் நான் ஆள் இல்லை. நானோ ஒரு கிழம்; மேலும் எனக்கு எழுத்து வாசனை கிடையாது..." என்று துக்கம் தோய்ந்த குரலில் சொல்லிக்கொண்டே தரையைவிட்டு எழுந்தாள் தாய்...

...பாவெல் அடிக்கடி பேசினான்; அதிகநேரம் பேசினான்; அழுத்தத்தோடு பேசினான் – நாளுக்கு நாள் மெலிந்து வந்தான். ஆனால், அவன் நதாஷாவைப் பார்க்கும் போதும், அவளோடு பேசும் போதும் அவனது கண்களிலுள்ள கடுமையான பார்வை மறைந்து மென்மையாய் ஒளிர்வதுபோலவும், குரலில் இனிமை நிறைந்து ஒலிப்பதுபோலவும், அவன் எளிமையே உருவாய் இருப்பதுபோலவும் தாயின் மனதில் பட்டது.

"கடவுள் அருளட்டும்!" என்று அவள் நினைத்துக்கொண்டாள், தனக்குள் சிரித்துக்கொண்டாள்.

அவர்களுக்குள் எழும் வாதப் பிரதிவாதங்கள் கொதிப்பேறி வீராவேசம் பெறும் போதெல்லாம், அந்த ஹஹோல் தன்

தொ.மு.சி. ரகுநாதன் | 49

இடத்தைவிட்டு எழுந்து நின்று, உடம்பை ஒரு கண்டாமணியின் நாக்கைப்போல் முன்னும் பின்னும் ஆட்டிக்கொண்டு ஏதோ சில அன்பான, சாதாரணமான வார்த்தைகளைச் சொல்லுவான்; உடனே எல்லோரும் அமைதியாகிவிடுவார்கள். அந்த நிகலாய் வெஸோவ்ஷிகோவ் மட்டும் மற்றவர்களை ஏதாவது செய்யும்படி கடுகடுப்பாய்த் தூண்டிவிட்டுக் கொண்டேயிருப்பான். இவனும், அந்தச் செம்பட்டைத் தலையனும்தான் (செம்பட்டைத் தலையனை அவர்கள் சமோய்லவ் என அழைத்தார்கள்) சகல வாதப் பிரதிவாதங்களையும் ஆரம்பித்து வைப்பார்கள். சோப்புக் காரத்தில் முக்கியெடுத்ததைப் போன்ற தோற்றமும், உருண்டைத் தலையும் கொண்ட இவான் புகின் என்பவன் அவர்களை ஆதரித்துப் பேசுவான். வழிய வழியத் தலைவாரி விட்டிருக்கும் யாகவ் சோமவ் அதிகம் பேசுவதில்லை. பேசினால் அழுத்தம் திருத்தமாய்ப் பேசுவான். அவனும், அகல நெற்றிக்காரனான பியோதர் மாசின் என்பவனும் பாவெலையும் ஹஹோலையும் ஆதரித்துப் பேசுவார்கள்.

சில சமயங்களில் நதாஷாவுக்குப் பதிலாக, நிகலாய் இவானவிச் என்பவன் வந்து சேருவான். அவன் மூக்குக் கண்ணாடி போட்டிருப்பான். வெளுத்த இளந்தாடியும் அவனுக்கு உண்டு. அவன் எங்கேயோ ஒரு தூரப்பிரதேச மாகாணத்தில் பிறந்தவன்; “ஓ” என்கிற ஓசை அவன் பேச்சில் அதிகம் ஒலித்தது. பொதுவில், அவன் ஒரு தொலைவானவனாகவே தோன்றினான். அவன் சாதாரண விஷயங்களையே பேசினான் – குடும்ப வாழ்க்கை, குழந்தைகள், வியாபாரம், போலீஸ், உணவுப் பொருட்களின் விலைவாசி – முதலிய மக்களின் அன்றாட வாழ்க்கைப் பிரச்சினைகளைப் பற்றியே பேசினான். ஆனால் அவன் பேசிய முறையானது, எது எல்லாம் பொய்யாகவும், அறிவுக்குப் பொருந்தாததாகவும் முட்டாள் தனமாகவும், அசட்டுத்தனமாகவும், அதே சமயத்தில் பொதுமக்களுக்குக் குந்தகம் விளைவிக்கக் கூடியதாய் இருக்கிறதோ, அவற்றையெல்லாம் பகிரங்கப்படுத்துகிற மாதிரி இருக்கும். மனிதர்கள் சுகமாகவும், நேர்மையாகவும் வாழ்ந்து கொண்டிருக்கும் ஏதோ ஒரு தொலைதூரப் பூமியிலிருந்து வந்தவன்போல, தாய்க்குத் தோற்றம் அளித்தான் அவன். இங்கே எல்லாமே அவனுக்குப் புதிதாக இருப்பதுபோலவும், இந்த வாழ்க்கையே அவனுக்குக் கொஞ்சம் கூட ஒத்துக்கொள்ளாததுபோலவும், வேறு விதியின்றித்தான் அவன் இங்கு வாழ்ந்து கொண்டிருப்பதுபோலவும் அவனுக்குத் தோன்றும். அவன் இந்த வாழ்க்கையை வெறுத்தான்; இந்த வாழ்க்கையை மாற்றியமைத்துத்தான் ஆக

வேண்டும் என்கிற இடையறாத ஆசையை, அமைதி நிறைந்த விருப்பத்தை அவனுள்ளத்தில் அந்த வெறுப்புணர்ச்சி வளர்த்து வந்தது போன்றும் அவனுக்குத் தோன்றும். அவனது முகம் மஞ்சள் பாரித்திருந்தது; கண்களைச் சுற்றி அழகிய சிறு ரேகைகள் ஓடியிருந்தன. அவனது குரல் மென்மையாகவும் கரங்கள் எப்போதும் கதகதப்பாகவும் இருந்தன. அவன் எப்போதாவது பெலகேயாவுடன் கைகுலுக்க நேர்ந்தால், அவளது கரத்தைத் தனது கைவிரல்களால் அணைத்துப் பிடிப்பான்; அந்த மாதிரியான உபசாரத்தால் அவள் இதயத்தில் இதமும் அமைதியும் பெருகும்.

நகரிலிருந்து வேறு பலரும் இவர்கள் கூட்டத்தில் வந்து கலந்து கொண்டார்கள். அவர்களில் ஒல்லியாய், உயரமாய், வெளிறிய முகத்தில் பதிந்த அகன்ற கண்கள் கொண்ட ஒரு பெண்தான் அடிக்கடி வந்து கொண்டிருந்தாள். அவள் பெயர் சாஷா. அவளது நடையிலும் அசைவிலும் ஏதோ ஓர் ஆண்மைக் குணம் படிந்திருப்பதாகத் தோன்றியது. அவள் தனது அடர்த்தியான கறுத்த புருவங்களை ஒரு சேர நெரித்து சுழிப்பாள்; அவளது நேர்முகமான மூக்கின் சிறு நாசித் துவாரங்கள் அவள் பேசும்போது நடுநடுங்கிக் கொண்டிருக்கும்.

அவள்தான் முதன்முதலாகக் கூர்மையான குரலில் தெரிவித்தாள்:

“நாம் எல்லாம் சோஷலிஸ்ட்டுகள்!”

தாய் இதைக் கேட்டபோது ஏற்பட்ட பயபீதியால் வாயடைத்துப் போய் அந்தப் பெண்ணையே வெறித்துப் பார்த்தாள். சோஷலிஸ்ட்டுகள்தான் ஜார் அரசனைக் கொன்றதாக பெலகேயா கேள்விப்பட்டிருந்தாள். அது அவளது இளமைக் காலத்தில் நடந்த விஷயம். தங்களுடைய பண்ணை அடிமைகளை ஜார் அரசன் விடுவித்து விட்டான் என்கிற கோபத்தால், நிலப்பிரபுக்கள் ஜார் மீது வஞ்சம் தீர்க்க உறுதி பூண்டதாகவும், ஜார் அரசனைக் கொன்று தலைமுழுகினாலொழியத் தங்கள் தலைமயிரைச் சிரைப்பதில்லை என அவர்கள் சபதம் பூண்டதாகவும், அதனாலேயே அவர்களை சோஷலிஸ்ட்டுகள் என்று அழைத்து வந்தார்கள். ஆனால் தன்னுடைய மகனான பாவெலும் அவனது நண்பர்களும் தங்களை ஏன் சோஷலிஸ்ட்டுகள் என்று சொல்லிக்கொள்கிறார்கள் என்பதுதான் பெலகேயாவுக்குப் புரியவே இல்லை.

எல்லோரும் அவரவர் இருப்பிடத்துக்குப் பிரிந்து சென்ற பிறகு, அவள் பாவெலிடம் கேட்டாள்:

“பாஷா! நீ ஒரு சோஷலிஸ்ட்டா?”

"ஆமாம்" என்று அவன் முன்னால் வழக்கம்போல் உறுதியாகவும், விறைப்பாகவும், நின்றவாறே பதில் சொன்னான் அவன். "எதற்காகக் கேட்கிறாய்?"

அவனுடைய தாய் ஒரு பெருமூச்சு விட்டுவிட்டு, கண்களைத் தாழ்த்திக் கொண்டாள்.

"உண்மையில் அப்படித்தானா, பாவெல்? ஆனால், அவர்கள் ஜாருக்கு எதிரிகளாச்சே! ஜார் வம்சத்து அரசர்களில் ஒருவரைக்கூட அவர்கள் கொன்றுவிட்டார்களே!"

பாவெல் அறையில் குறுக்கும் மறுக்கும் நடந்தான்; கன்னத்தைக் கையால் தடவிக் கொடுத்துக் கொண்டான்.

"நாங்கள் அந்தமாதிரிக் காரியங்களைச் செய்யத் தேவையில்லை" என்று இளஞ்சிரிப்புடன் பதில் சொன்னான் பாவெல்.

இதன் பின்னர் அவன் அவளோடு அமைதியும் அழுத்தமும் நிறைந்த குரலில் வெகுநேரம் பேசிக்கொண்டிருந்தான். அவனது முகத்தைப் பார்த்ததும் அவள் தன்னுள் நினைத்துக் கொண்டாள்:

'இவன் தவறேதும் செய்யமாட்டான்; இவனால் செய்ய முடியாது.'

புரியாத பதிற்றுக்கணக்கான புதிய வார்த்தைகளைப்போல், திரும்பத் திரும்ப அடிக்கடி கேட்ட அந்தப் பயங்கர வார்த்தையும், முனை மழுங்கி அவள் காதுக்குப் பழகிப் போயிற்று. ஆனால் சாஷாவை மட்டும் அவளுக்குப் பிடிக்கவே இல்லை; சாஷா வந்துவிட்டால், அவளுக்கு அமைதியின்மையும் எரிச்சலும்தான் உள்ளத்தில் எழுந்து ஓங்கும்.

ஒரு நாள் அவள் தனது உதடுகளை வெறுப்போடு பிதுக்கிக்கொண்டு, ஹஹோலிடம் போய் சாஷாவைப் பற்றிச் சொன்னாள்.

"அவள் மிகவும் கண்டிப்பான பேர்வழி! ஒவ்வொருவரையும் அதிகாரம் பண்ணுகிறாள். 'நீ இதைச் செய், நீ அதைச் செய்' என்று உத்தரவு போடுகிறாள்!"

ஹஹோல் வாய்விட்டு உரக்கச் சிரித்தான்.

"சரியான குறி பார்த்து ஒரு போடு போட்டீர்கள் அம்மா, ரொம்ப சரி! அப்படித்தானே பாவெல்?" என்றான். பிறகு அவளைப் பார்த்து கண்ணைச் சிமிட்டிக்கொண்டு, "பிரபு வம்சம்" என்றான்.

“அவள் ஒரு நல்ல பெண்!” என்று உணர்ச்சியற்றுச் சொன்னான் பாவெல்.

“அதுவும் உண்மைதான்” என்றான் ஹஹோல்; “அவள் என்ன செய்ய வேண்டும்; நாம் என்ன விரும்புகிறோம், நம்மால் என்ன முடியும் என்பது மட்டும் அவளுக்குப் புரியவில்லை.”

புரியாத எதையோ பற்றி அவர்கள் விவாதித்தார்கள்.

சாஷா, பாவெலிடமும் கண்டிப்பாக நடந்து கொள்வதையும் சமயங்களில் அவனைப் பார்த்து உரக்கச் சத்தம் போடுவதையும் தாய் கண்டிக்கிறாள். அம்மாதிரி வேளைகளில் பாவெல் பதிலே பேசுவதில்லை. வெறுமனே சிரிப்பான்; நதாஷாவை எத்தனை அன்பு கனியப் பார்ப்பானோ, அதுபோலவே சாஷாவின் முகத்தையும் பார்ப்பான். தாய்க்கு இதுவும் கூடப் பிடிக்கவில்லை.

எல்லோரையும் தழுவி நிற்கும் பெருமகிழ்ச்சி தாயைச் சில சமயங்களில் வியப்புக்குள்ளாக்கும். இம்மாதிரியான குதூகலம், வெளிநாட்டிலுள்ள தொழிலாளர் இயக்கங்களைப் பற்றிப் பத்திரைகளில் வந்த செய்திகளைப் படிக்கின்றபோது தான் ஏற்படுவது வழக்கம். அப்போது அவர்கள் அனைவருடைய கண்களும் குதூகலத்தால் ஒளிபெற்றுத் துலங்கும்; அவர்கள் குழந்தைகளைப்போல குதூகலம் கொள்வார்கள்; வாய்விட்டுக் கலகலவென்று சிரிப்பார்கள்; உற்சாகத்தில் ஒருவர் தோளை ஒருவர் தட்டிக் கொடுத்துக் கொள்வார்கள்.

“ஜெர்மன் தோழர்கள் வாழ்க!” என்று யாரோ ஒருவன் தனக்கு ஏற்பட்ட ஆனந்தத்திலேயே மூழ்கி, வெறிகொண்ட மாதிரி கத்தினான்.

“இத்தாலியத் தொழிலாளர்கள் நீடுழி வாழ்க!” என்று அவர்கள் வேறொரு முறை கத்தினார்கள்.

இந்த வெற்றி முழக்கங்களைத் தூர தேசங்களிலுள்ள தம்முடைய நண்பர்களை நோக்கி, தங்களையோ தங்கள் மொழியையோ அறியாத, புரியாத நண்பர்களை நோக்கிக் காற்றிலே மிதக்க விட்டுக் கத்தினார்கள். ஆனால், அந்த இனந்தெரியாத நண்பர்கள் அவர்களது முழக்கங்களைக் கேட்பதுபோலவும், அவர்களது உற்சாகத்தை உணர்ந்து கொள்வது போலவும், இவர்கள் முழுமையாய் நம்புவதுபோலத் தோன்றியது.

“நாம் அவர்களுக்குக் கடிதம் எழுதுவது ஒரு நல்ல காரியம்” என்று ஆனந்தமயமாக ஒளிரும் கண்களோடு பேசினான் ஹஹோல்; “அப்படி எழுதினால் ருஷ்யாவிலும் தங்களுக்கு

நண்பர்கள் இருக்கிறார்கள். தங்கள் மதத்தையே நம்பி அதையே பிரச்சாரம் செய்யும் தோழர்கள் இருக்கிறார்கள். தாங்கள் எந்தக் கொள்கையோடு வாழ்கிறார்களோ அதே கொள்கையோடு வாழ்ந்து, தங்களது வெற்றிகளைக் கண்டு களிப்பாடும் தோழர்கள் இருக்கிறார்கள் என்கிற விஷயம் அவர்களுக்கும் தெரியவரும்."

இதழ்களிலே புன்னகை பூத்துச் சொரிய அவர்கள் பிரெஞ் சுக்காரர்களையும், ஆங்கிலேயர்களையும், ஸ்வீடன்காரர்களையும் தம்முடைய நண்பர்களாகக் கருதிப் பேசுவார்கள்; தங்கள் இதயத்தோடு மிகுந்த நெருக்கம் கொண்ட மக்களாக, தாங்கள் பெருமதிப்பு வைத்திருக்கும் மக்களாக அவர்களைக் கருதிப் பேசிக்கொள்வார்கள்; அந்த மக்களின் துன்பத்திலும் இன்பத்திலும் இவர்களும் பங்கெடுத்துக் கொள்வார்கள்.

நெருக்கடி நிறைந்த அந்தச் சின்னஞ்சிறு அறையிலே எல்லா உலகத் தொழிலாளர்களோடும் ஆத்மார்த்தமாகக் கொள்ளும் ஒட்டுறவு உணர்ச்சி பிறந்தது; அந்த உணர்சசி தாயையும் கூட அடிமைப்படுத்தியது; அவர்கள்; அனைவரையும் ஒன்றாக உருக்கிச் சேர்த்து ஒரே பேராத்மாவாக மாற்றிவிட்டது. இந்த உணர்ச்சி அவளுக்குப் பிடிபடவில்லையென்றாலும், அந்த உணர்ச்சியின் இன்பமும், இளமையின் சக்தி வெறியும், நம்பிக்கையும் அவளைத் தளர்ந்துவிடாதபடி தாங்கி நின்றன.

"நீங்கள் இருக்கிறீர்களே!" என்று ஒருமுறை அவள் ஹஹோலிடம் சொன்னாள்; "அனைவரும் உங்களுக்குத் தோழர்கள்! அவர்கள் யூதர்களாகட்டும், ஆர்மீனியர்களாகட்டும், ஆஸ்திரியாக்காரராகட்டும் – எல்லோரும் உங்கள் தோழர்களே! அவர்களுக்காக நீங்கள் வருத்தம் அடைகிறீர்கள்; மகிழ்ச்சியும் கொள்கிறீர்கள்!"

"ஆமாம், அனைவருக்காகவும், அம்மா! அனைவருக்கும்தான்!" என்றான் ஹஹோல். "எங்களுக்குக் குலம் கோத்திரமோ, தேசிய இன பேதங்களோ தெரியாது. தோழர்களைத் தெரியும்; எதிரிகளையும் தெரியும். சகல பணக்காரர்களும், சகல அரசுகளும் எங்களுக்கு எதிரிகள். உலகத்தை நீங்கள் ஒருமுறை பார்த்து, உலகில் எத்தனை கோடி தொழிலாளி மக்கள் இருக்கிறார்கள், அவர்கள் எவ்வளவு பலசாலிகளாக இருக்கிறார்கள் என்பதைத் தெரிந்து கொண்டால், உங்கள் ஆனந்தத்துக்கு அளவே இருக்காது; உங்கள் இதயத்தில் கொண்டாட்டத்துக்கு எல்லையே இருக்காது; அம்மா பிரெஞ் சுக்காரனும், ஜெர்மானியனும், இத்தாலியனும் நாம் எப்படி வாழ்க்கையைப் பார்க்கிறோமோ அதுபோலவே பார்க்கிறான்.

நாம் அனைவரும் ஒரே தாய் வயிற்றுப் பிள்ளைகள்! அகில உலகத் தொழிலாளர்களின் வெல்லற்கரிய சகோதரத்துவம் எனும் தாயின் வயிற்றில் பிறந்தவர்கள் நாம்! இந்த எண்ணம் நமது இதயங்களைப் பூரிக்கச் செய்கிறது. இதுதான் நியாயம் என்னும் சொர்க்க மணடலத்தில் சூரியனாய்ச் சுடர்விடுகிறது. தொழிலாளியின் இதயபீடம்தான் அந்தச் சொக்க மண்டலம். யாராயிருந்தாலும் சரி, எந்த இனத்தவனாயிருந்தாலும் சரி, ஒரு சோஷலிஸ்ட் எக்காலத்திலும் நமக்கு உண்மை உடன் பிறப்பு – நேற்று இன்று என்றுமேதான்."

இந்தச் சிறு பிள்ளைத்தனமான, எனினும் உறுதி வாய்ந்த நம்பிக்கையே அவர்களிடம் நாளுக்கு நாள் உரம் பெற்று வந்தது; நாளுக்கு நாள் விம்மி வளர்ந்து, ஒரு மாபெரும் சக்தியாக வளர்ந்து வந்தது. இதைக்கண்ட தாய், வானத்தில் தான் காணும் கதிரவனைப்போல, மகத்தான ஏதோ ஒன்று இவ்வுலகத்தில் பிறந்துவிட்டது என்று, தன்னையறியாமலே உணரத் தலைப்பட்டாள்.

அவர்கள் அடிக்கடி பாட்டுப் பாடினார்கள். உரத்த உற்சாகம் நிறைந்த குரலில் அநேகமாக எல்லோருக்குமே தெரிந்த வெகு சாதாரணமான பாடல்களைப் பாடினார்கள். சமயங்களில் அவர்கள் புதிய பாடல்களை, கருத்தாழம் கொண்ட பாடல்களைப் பாடினார்கள். இனிமையான இங்கிதத்தோடு, அசாதாரண கீதசுகத்தோடும் பாடினார்கள். இந்த பாடல்களை அவர்கள் உரக்கப் பாடுவதில்லை. தேவாலய சங்கீதத்தைப்போல தாழ்ந்த குரலில் பாடினார்கள். அந்தப் பாடல்களைப் பாடும்போது அவர்களது முகங்கள் கன்றிச் சிவக்கும்; வெளிறிட்டு வெளுக்கும், கணீரென ஒலிக்கும் அந்த மணி வார்த்தைகளில் ஒரு மகா சக்தி பிரதிபலிக்கும்.

முக்கியமாக இந்தப் புதிய பாடல்களில் ஒன்று மட்டும் தாயின் உள்ளத்தை மிகவும் கவர்ந்து கிளறிவிட்டது. சந்தேகமும் நிச்சயமின்மையும் கொடிபோல் பின்னிப் பிணைந்து, இருள் மண்டிக் கிடக்கும் ஒரு பாதையிலே, தன்னந்தனியாகத் தானே துணையாகச் செல்லும் ஒரு துயரப்பட்ட ஆத்மாவின் துன்பமயமான வேதனைப் புலம்பல் அல்ல, அந்தப் பாடல். தேவையால் நசுக்கப்பட்டு, பயத்தால் ஒடுக்கப்பட்டு, உருவமோ, நிறமோ இல்லாத அப்பாவி உள்ளங்களின் முறையீட்டையும் அந்தப் பாடல் பிரதிபலிக்கவில்லை. இருளிலே இடமும் வழியும் தெரியாமல் தட்டுத் தடுமாறும் சக்திகளின் சோக மூச்சுகளையோ நன்மையாகட்டும் – தீமையாகட்டும் எதன்மீதும் கண்மூடித்தனமான அசுர வெறியோடு மோதிச் சாட முனையும் வீறாப்புக் குரல்களையோ அந்தப் பாடல்

பிரதிபலிக்கவில்லை. எதையும் உருப்படியாய்க் கட்டி வளர்க்கத் திராணியற்ற, எல்லாவற்றையும் நாசமாக்கும் திறமைபெற்ற, அர்த்தமற்ற துன்பக் குரலையோ, பழிக்குப் பழி வாங்கும் வெறியுணர்ச்சியையோ அவர்கள் பாடவில்லை. சொல்லப் போனால், பழைய அடிமை உலகத்தின் எந்தவிதமான சாயையும் அந்தப் பாட்டில் இல்லவே இல்லை.

தாய்க்கு அந்தப் பாடலிலிருந்த கூரிய சொற்களும், கடுமையான ராக மூச்சும் பிடிக்கவில்லை. ஆனால், அந்த வார்த்தைகளையும் ராகத்தையும் அமுங்கடித்து, இதயத்தில் சிந்தனைக்கு வயப்படாத ஏதோ ஓர் உணர்ச்சியை மேலோங்கச் செய்யும் ஓர் இனந்தெரியாத மகா சக்தியை அவள் அந்த இளைஞர்களின் கண்களிலும் முகங்களிலும் கண்டாள்; அவர்களது இதயங்களில் அது வாழ்ந்து வருவதாக உணர்ந்தாள்; எந்தவிதச் சொல்லுக்கும் ராக சுகத்துக்கும் கட்டுப்படாத இந்த ஏதோ ஒன்றுக்கு, எப்பொழுதும் தனிக் கவனத்துடன் தான் கேட்ட அந்தப் பாடல், மற்ற பாடல்களைவிட ஆழமான உணர்ச்சிப் பெருக்கை அவளுக்கு ஊட்டியது.

அவர்கள் அந்தப் பாடலை மற்றவற்றைவிட மெதுவான குரலில்தான் பாடினார்கள். என்றாலும், அவர்கள் பாடிய முறைதான் வலிமை மிக்கதாகத் தோன்றியது. மார்ச் மாதத்தில் நிர்மலமான நாளொன்றைப்போல், வசந்த காலத்தின் வரவை அறிவிக்கும் ஒரு தினத்தைப்போல், அந்தப் பாடல் எல்லோரையும் தன் வசப்படுத்தி இழுத்தது.

"இந்தப் பாடலைத் தெருக்களின் வழியே நாம் பாடிச் செல்வதற்குரிய காலம் வந்துவிட்டது!" என்று நிகலாய் வெஸோவ்ஷிகோவ் உணர்ச்சியற்றுச் சொல்லுவான்.

சமீபத்தில் செய்த ஒரு திருட்டுக் குற்றத்திற்காக, அவனுடைய தந்தை தனீலோ சிறைத் தண்டனை பெற்று சென்றபோது, நிகலாய் தன் தோழர்களைப் பார்த்துச் சொன்னான்:

"இனிமேல் நாம் எங்கள் வீட்டிலேயே கூடலாம்."

ஒவ்வொரு நாள் மாலையிலும், பாவெல் வேலையிலிருந்து வீட்டுக்குத் திரும்பிவரும்போது, அவனுடன் யாராவது ஒரு நண்பனும் கூட வந்து சேருவான். அவர்கள் உட்கார்ந்து படிப்பார்கள்; குறிப்பு எடுப்பார்கள். அவர்களுக்குள்ள அவசரத்தில் முகங்களைக் கழுவிக்கொள்ள மறந்து போய் விடுவார்கள். சாப்பிடும்போதும், தேநீர் அருந்தும்போதும் அவர்களது கையிலே புத்தகங்கள் இருக்கும்; அவர்கள் எதைப்பற்றித்தான் பேசிக்

கொள்கிறார்கள் என்பதை அறிவது தாய்க்கு வரவரச் சிரமமாகிக் கொண்டிருந்தது.

“நாம் ஒரு பத்திரிகை ஆரம்பிக்கத்தான் வேண்டும்” என்று பாவெல் அடிக்கடி சொல்வான்.

வாழ்க்கை வெகுவேகமாக, ஜீர வேகத்தில் முன்னேறிக் கொண்டிருந்தது; அவர்கள் ஒவ்வொரு புத்தகத்தையும் சீக்கிரமே படித்து முடித்து மறுபுத்தகத்தைப் படிக்கத் தொடங்கினார்கள். மலர் மலராய்ச் சென்று வண்டு தேனுண்ணுவதைப்போல, அவர்கள் விரைந்து விரைந்து புத்தகம் புத்தகமாகப் படித்துக் கொண்டிருந்தார்கள்.

“அவர்கள் நம்மைப்பற்றிப் பேசத் தொடங்கி விட்டார்கள்; நம் மீது சீக்கிரமே வலைவீசப் போகிறார்கள்!” என்று சொன்னான் நிகலாய் வெஸோவ்ஷிகோவ்.

“வலையில் விழுவதுதானே குருவிக்குத் தலைவிதி” என்றான் ஹஹோல்.

தாய்க்கு அந்த ஹஹோலின் மீது நாளுக்கு நாள் வாஞ்சை அதிகரித்தது. அவன் ‘அம்மா’ என்று அருமையாக அழைக்கும் போது, ஒரு பச்சிளங்குழந்தை தன் மென்மையான பிஞ்சுக்கரத்தால், அவளது கன்னத்தை வருடிக் கொடுப்பது போன்ற சுகம் தாய்க்குத் தட்டுப்பட்டது. பாவெலுக்கு ஞாயிற்றுக்கிழமையன்று வேறு வேலைகளிருந்தால், ஹஹோல் அவளுக்கு விறகு தறித்துக் கொடுப்பான். ஒருநாள் அவன் ஒரு பலகையைச் சுமந்துகொண்டு வந்து போட்டு, கோடாரியால் அதைச் செதுக்கினான்; உளுத்து உபயோகமற்றுப் போன வாசற்படியை அகற்றிவிட்டு, அந்தப் பலகையால் வெகு சீக்கிரத்தில் லாவகமாய் ஒரு வாசற்படி செய்து போட்டுவிட்டான். ஒரு தடவை வீட்டின் வேலியை வெகுதிறமையோடு பழுது பார்த்துச் சீராக்கினான். அவன் வேலை செய்யும் போதெல்லாம் ஏதோ ஒரு சோகமயமான, இனிய கீதத்தைச் சீட்டியடித்துக் கொண்டிருந்தான்.

“ஹஹோல் இங்கேயே வழக்கமாய்ச் சாப்பிடட்டுமே!” என்று ஒரு நாள் தன் மகனிடம் சொன்னாள் தாய்; “அது உங்கள் இரண்டு பேருக்குமே நல்லது. நீங்கள் இருவரும் ஒருவரைத் தேடி ஒருவர் ஓடிக்கொண்டிருக்க வேண்டாம் அல்லவா?”

“உங்களுக்கு அனாவசியத் தொல்லை எதற்காக?” என்று தோளை குலுக்கிக்கொண்டே சொன்னான் பாவெல்.

"அபத்தம்! ஏதோ ஒரு வகையில் ஆயுள் பூராவும் தொல்லையாய்த்தானே இருக்கிறது. அவனைப் போன்ற நல்ல மனிதனுக்காகத் தொல்லைப்படலாம்!" என்றாள் தாய்.

"சரி, உன் விருப்பம். அவன் இங்கு வந்தால் எனக்கு மகிழ்ச்சிதான்!"

ஹஹோல் வந்து சேர்ந்தான்.

8

தொழிலாளர் குடியிருப்பின் கோடியிலிருந்த அந்தச் சின்னஞ் சிறிய வீடு, ஊர் மக்களின் கவனத்தைக் கவர்ந்தது. அதன் சுவர்களை எத்தனையோ சந்தேகக் கண்கள் ஏற்கெனவே கூர்ந்து பார்த்துக்கொண்டுதான் இருந்தன. அந்த வீட்டைப் பற்றி எண்ணற்ற வதந்திகள் இறக்கை முளைத்து அதிவேகமாகப் பறந்து பரவின. வீட்டின் நான்கு சுவர்களுக்குள்ளே ஏதோ ஒரு பரம ரகசியம் பதுங்கிக் கிடப்பதாகவும், அதை விரட்டியடிக்க வேண்டும் எனவும் மக்கள் எண்ணிக்கொண்டார்கள். இராத்திரி வேளைகளில் அவர்கள் சன்னலின் வழியே தலையை நீட்டி எட்டிப் பார்த்தார்கள்; சமயங்களில் சன்னல் கண்ணாடியைக் கையால் தட்டிவிட்டு, உடனே பயத்தால் விழுந்தடித்துக்கொண்டு ஓடிச் சென்றார்கள்.

ஒரு நாள் பெலகேயாவை பெகுன்சோவ் என்கிற சாராயக் கடைக்காரன் வழியில் சந்தித்தான். அவன் ஒரு அழகான கிழவன். ஊதா நிறமான தடித்த அரைக்கோட்டும், தொள தொளத்துச் சிவந்த கழுத்துச் சதையைச் சுற்றிக் கரிய நிறப் பட்டுக் கச்சையும் அணிந்திருப்பான்; பளபளக்கும் கூரிய மூக்கின் மீது ஆமை ஓட்டால் ஆன ஒரு மூக்குக் கண்ணாடியைத் தரித்திருப்பான். எனவே, அவனுக்கு ஊரார் 'எலும்புக் கண்ணன்' என்று பட்டப்பெயர் வைத்திருந்தார்கள்.

மூச்சுவிடக் கூட முனையாது, பதிலுக்காகவும் காத்திராது, அவன் பெலகேயாவை நோக்கிச் சரமாரியாக, உணர்ச்சியற்று உடைந்துபோன வார்த்தைகளைப் பொழிய ஆரம்பித்தான்:

"பெலகேயா நீலவ்னா எப்படி இருக்கிறீர்கள்? உங்கள் மகன் எப்படி இருக்கிறான்? அவன் கல்யாணம் ஏதும் பண்ணப் போகிறானா? இல்லையா? அவனுக்கு இதுதான் சரியான பருவம், அவ்வளவுதான் நான் சொல்வேன். பிள்ளைகளுக்கு எவ்வளவு சீக்கிரம் கல்யாணம் ஆகிறதோ அவ்வளவுக்குப் பெற்றோர்களுக்குச்

சிரமம் குறையும். புளிக் காடியிலே கிடக்கும் காளானைப்போல, ஒரு மனிதன் குடும்பஸ்தன் ஆனால்தான் அவனது உடலும் உள்ளமும் நல்ல நிலைமை அடையும். நானாயிருந்தால், இதற்குள் அவனுக்குக் கல்யாணம் செய்து வைத்திருப்பேன். தங்கள் சொந்தப் புத்தியால் வாழ வேண்டும் என்று மக்கள் விரும்புகிற இந்த நாளிலே, மனிதப்பிறவி மீது கடுமையான கண்காணிப்புத் தேவை. எல்லோரும் அவரவர் நினைத்தபடி வாழத் தொடங்கிவிட்டனர். என்னென்னவோ நினைக்கிறது, எதை எதையோ தன்னிச்சையாய்ச் செய்கிறதும் நாம் கண்டித்து வைக்க வேண்டிய சமாச்சாரம்தான். இந்தக் காலத்து இளவட்டப் பிள்ளைகள் தேவாலயத்துக்கும் போவதில்லை; நாலுபேர் கூடும் இடத்துக்கும் வருவதில்லை; எங்கேயோ நழுவி ஓடிப்போய் இருட்டிலே கூடித் தமக்குள்ளாக என்னென்ன இரகசியத்தையோ குசுகுசுத்துப் பேசிக்கொள்கிறார்கள். எதற்காக இரகசியமாய்ப் பேச வேண்டும் என்பதுதான் எனக்குத் தெரியவில்லை. அவர்கள் ஏன் மனிதர்களைக் கண்டு வெறுத்து ஒதுங்குகிறார்கள்? மக்களின் முன்னால், உதாரணமாக, சாராயக் கடையில் கூட வெளியிட முடியாத இரகசியம் அப்படி என்ன இருக்கிறது! இரகசியங்களம்மா! புனித தேவாலயம் ஒன்றுதான் இரகசியங்களுக்கே உரிய இடம்; மற்றபடி, மற்ற இரகசியங்களெல்லாம் மூலையிருட்டிலே நடப்பவை; சபல புத்தி படைத்தவர்களின் இரகசியங்கள்தான். சரி போகட்டும் நீங்கள் நலமாயிருங்கள், பெல்கேயா நீலவ்னா!"

அவன் தனது தொப்பியை அநாயாசமாகத் தூக்கிக் காற்றில் வீசிக்கொண்டே சென்று விட்டான்; தாய் திகைப்புற்று நின்றாள்.

இன்னொரு முறை, விலாசவின் வீட்டுக்கு அடுத்த வீட்டுக்காரியான மரியா கோர்சுனவா தாயைச் சந்தித்தாள். மரியா ஒரு விதவை; அவளுடைய கணவன் ஒரு இரும்புப் பட்டறைத் தொழிலாளி. தொழிற்சாலை வாசலில் சாப்பாடு விற்று வாழ்பவள். கடைவீதியில் தாயைக் கண்டு அவள் சொன்னாள்:

"பெலகேயா, உன் மகன் மீது ஒரு கண் வைத்திரு!"

"என்ன விஷயம்?" என்று கேட்டாள் தாய்.

"எங்கு பார்த்தாலும் ஒரே வதந்தி!" என்று இரகசியமாகச் சொன்னாள் மரியா; "மோசமான வதந்தியம்மா, மோசமான வதந்தி! அவன் என்னவோ கிலிஸ்தியைப்* போல் ஓர் இரகசியச் சங்கம் சேர்க்கிறானாம். வெட்டுக் குத்துத்தான் நடக்கப் போகிறது..."

---

* கிலிஸ்தி - ருஷ்ய பாஷையில் சவுக்கு என அர்த்தம். இந்தப் பெயரை ஒரு வகையான மதவெறியர்களுக்குச் சூட்டியிருந்தார்கள்.

"போதும். நிறுத்து, உளறாதே மரியா!"

"நான் ஒன்றும் உளறவில்லை. நெருப்பில்லாமல் புகையாது" என்றாள் மரியா.

தாய் அந்தப் பேச்சையெல்லாம் தன் மகனிடம் போய்ச் சொன்னாள்; பாவெலோ தோளைக் குலுக்கிக் கொண்டதோடு சரி. ஆனால், ஹஹோலோ வழக்கம்போலவே மெதுவாய்ச் சிரித்துக்கொண்டான்.

"இந்த இளம் கன்னிகளுக்கெல்லாம் ஒரே சங்கடம். நீங்களோ அழகான வாலிபர்கள், எவளும் உங்களை விரும்புவாள்; நீங்கள் நன்றாகவும் உழைக்கிறீர்கள்; குடிப்பதுமில்லை. ஆனால், நீங்கள் அவர்களைக் கொஞ்சங்கூடக் கவனிப்பதே இல்லை. எனவே, நகரிலிருந்து உங்களைப் பார்க்க வரும் பெண்கள் சந்தேகத்துக்கு இடம் தரும் நபர்கள்தான் என்று இவர்கள் சொல்கிறார்கள்..." என்றாள் தாய்.

"ஓகோ, அப்படியா!" என்று எரிச்சலோடு சொன்னான் பாவெல்.

"சாக்கடையில் நாற்றம் அடிக்கத்தான் செய்யும்" என்று பெருமூச்சுடன் சொன்னான் ஹஹோல். "ஏனம்மா, அந்த முட்டாள் குட்டிகளுக்கு, மண வாழ்க்கையென்றால் இன்னதென்று நீங்கள் சொல்லித் தரக் கூடாதோ? சொல்லியிருந்தால் அவர்கள் இப்படி ஒருவருக்கொருவர் முட்டி மோதிப் போட்டி போடமாட்டார்களே!"

"நானா? அவர்களுக்கே எல்லாம் தெரியும், எல்லாவற்றையும் தான் பார்க்கிறார்களே... ஆமாம், அவர்களுக்குத்தான் போக்கிடம் ஏது?" என்றாள் தாய்.

"தெரிந்து கொண்டால்தான், அதற்கு ஒரு வழியையும் கண்டுபிடித்துக் கொள்வார்களே" என்றான் பாவெல்.

தாய் அவனது அசைவற்ற முகத்தைப் பார்த்தாள்.

"அவர்களுக்கும் நீங்கள் ஏன் கற்றுக் கொடுக்கக் கூடாது? அவர்களில் கெட்டிக்காரியாகப் பார்த்து அழைத்து வந்து கற்றுக் கொடுங்களேன்" என்றாள் தாய்.

"அது சங்கடமான வேலை".

"ஏன் முயன்று பார்த்தால் என்ன?" என்றான் ஹஹோல்.

பாவெல் பதில் சொல்வதற்குமுன் சிறிது மௌனம் சாதித்தான்.

"அவர்களும் வந்துவிட்டால், பிறகு இணை சேர்த்துக்கொண்டு போய்விடுவார்கள்; சிலர் கல்யாணமும் பண்ணிக்கொள்வார்கள்; அப்புறம் அத்துடன் எல்லாம் சமாப்திதான்!"

தாய் சிந்தனையில் ஆழ்ந்தாள். பாவெலின் சந்நியாச வைராக்கியத்தைக் கண்டு அவளது மனம் கலக்கமுற்றது. ஒவ்வொருவரும், ஹஹோலைப் போன்ற மூத்தத் தோழர்கள் கூட, பாவெலின் வார்த்தையை மதித்து நடந்தார்கள்; அவனைக் கண்டு அவர்களெல்லாம் பயப்படுவதாகவும், அவனது கண்டிப்புக் குணத்தால் அவனை யாருமே விரும்பவில்லை எனவும் அவளுக்குத் தோன்றியது.

ஒருநாள் இரவு அவள் படுக்கைக்குப் போன பிறகும், ஹஹோலும் பாவெலும் உட்கார்ந்து படித்துக் கொண்டிருந்தார்கள்; பிறகு அவர்கள் இருவரும் அடுத்த அறையில் மங்கிய குரலில் ஏதோ பேசிக்கொண்டார்கள்; எனினும் அந்தப் பேச்சு அவளது காதிலும் விழுந்தது.

"அந்த நதாஷாவை என் மனத்துக்குப் பிடித்திருக்கிறது" என்று திடீரெனச் சொன்னான் ஹஹோல்.

"தெரியும்" என்று சிறிது நேரம் கழித்துச் சொன்னான் பாவெல்.

ஹஹோல் இடத்தைவிட்டு எழுந்து அறைக்குள் நடமாடும் காலடியோசையை அவளால் கேட்க முடிந்தது. அவன் வழக்கம்போலவே சோக இசையை மெதுவாகச் சீட்டியடிக்க ஆரம்பித்தான். மீண்டும் அவன் சொன்னான்:

"இதை அவள் கவனிக்கிறாளா? என்று சந்தேகிக்கிறேன்."

பாவெல் பதில் பேசவில்லை.

"சரி. நீ என்ன நினைக்கிறாய்?" என்று மெதுவாகக் கேட்டான் ஹஹோல்.

"கவனித்திருக்கிறாள். அதனால்தான் இங்கு வருவதையே அவள் நிறுத்திவிட்டாள்" என்றான் பாவெல்.

ஹஹோல் தனது காலைத் தரையில் அழுத்தித் தேய்த்துக்கொண்டான்; பிறகு மீண்டும் அவனது சீட்டிக்குரல் அறைக்குள் எதிரொலித்தது.

"இதை அவளிடம் நான் சொல்லிவிட்டால் என்ன?" என்று கேட்டான் அவன்.

"எதை?"

"அவளிடம் – நான்..." என்று மெதுவாக ஆரம்பித்தான் ஹஹோல்.

"எதற்காகச் சொல்ல வேண்டும்?"

ஹஹோல் நடக்காமல் நின்று விட்டதைத் தாய் உணர்ந்துகொண்டாள்; அவன் சிரித்துக்கொள்வதுபோல அவளுக்குத் தோன்றியது.

"நீ ஒரு பெண்ணைக் காதலித்தால், அதை அவளிடம் சொல்லித்தானே ஆகவேண்டும். இல்லையேல் பயனென்ன?"

பாவெல் தன் கையிலிருந்த புத்தகத்தைப் பட்டென்று மூடினான்.

"என்ன பயன் உனக்கு வேண்டும்?" என்று கேட்டான் பாவெல்.

இருவரும் வெகுநேரம் வரையிலும் வாயே திறக்கவில்லை.

"சரி..." என்று எதையோ கேட்க முனைந்தான் ஹஹோல்.

"அந்திரேய்! உனக்கு என்ன வேண்டும் என்பதைப் பற்றி முதலில் நீயே தெளிவோடு இரு" என்று மெதுவாக ஆரம்பித்தான் பாவெல்.

"அவள் உன்னைக் காதலிக்கிறாள் என்றே வைத்துக்கொள். அதுவே எனக்குச் சந்தேகம்தான்; ஒரு பேச்சுக்கு அப்படி வைத்துக்கொள் – பிறகு நீங்கள் மணம் செய்து கொள்வீர்கள். நல்ல இணைதான்! அவளோ படிப்பாளி; நீயோ ஒரு தொழிலாளி. குழந்தைகள் பிறக்கும்; நீ தான் அந்தக் குழந்தைகளைக் காப்பாற்ற வேண்டும். அதற்காக நீ எவ்வளவு உழைக்க வேண்டும் தெரியுமா? குழந்தைகளுக்காக, ஒரு துண்டு ரொட்டிக்காக, வீட்டு வாடகைக்காக நீ மாடாய் உழைக்கப் போவாய். நாம் எடுத்துக்கொண்ட கருமத்திலிருந்து நீ மட்டுமல்ல, நீங்கள் இருவருமே விலகிப்போய் விடுவீர்கள்."

அந்த அறையில் அமைதி நிலவியது. பிறகு பாவெலே மீண்டும் சொன்னான்; இப்போது அவனது குரலில் அத்தனை வேகம் இல்லை.

"அந்திரேய்! இதையெல்லாம் நீ மறந்துவிடுவதே நல்லது. அவளுக்குக் குழப்பத்தை உண்டாக்கி விடாதே."

மீண்டும் மௌனம். சுவரிலிருந்து கடிகாரத்தின் பெண்டுலம் மட்டும் அசைந்து அசைந்து ஒவ்வொரு கணத்தையும் அளந்து சொல்லிக் கொண்டிருந்தது.

“பாதி மனம் காதிலிக்கிறது; பாதி மனம் பகைக்கிறது. இதுவும் ஒரு மனமா?” என்று சொன்னான் ஹஹோல்.

புத்தகத்தின் தாள்கள் சலசலத்தன; பாவெல் மீண்டும் படிக்கத் தொடங்கியிருக்க வேண்டும். அவனுடைய தாய் கண்களை மூடியவாறே கிடந்தாள்; மூச்சுவிடக்கூடப் பயந்தாள். அவள் ஹஹோலுக்காக இதய பூர்வமாய் அனுதாபப்பட்டாள். ஆனால் தன் மகனுக்காக இன்னும் அதிகமாக அனுதாபப்பட்டாள்.

“அட என் அருமை கண்ணே...” என்று யோசித்தாள்.

“அப்படியென்றால் நான் ஒன்றுமே சொல்லக் கூடாது என்றுதானே நினைக்கிறாய்?” என்று திடீரெனக் கேட்டான் ஹஹோல்.

“அதுதான் நல்லது” என்று அமைதியாகச் சொன்னான் பாவெல்.

“சரி, அப்படியே செய்வோம்” என்றான் ஹஹோல். சில விநாடிகள் கழித்து அவன் மெதுவாக, துக்கம் தோய்ந்த குரலில் பேசினான்; “பாவெல் உனக்கு இந்த மாதிரி நிலைமை ஏற்பட்டால், அப்பொழுது தெரியும் அந்தச் சங்கடம்!”

“இப்பொழுதே சங்கடமாய்த் தானிருக்கிறது!”

காற்று அந்த வீட்டின் சுவர்களில் மோதிச் சென்றது; கடிகாரத்தின் பெண்டுலம் காலக் கணக்கைக் கூறிட்டுச் சொல்லிக்கொண்டேயிருந்தது.

“இது ஒன்றும் விளையாட்டல்ல – இது...” என்று மெதுவாகச் சொன்னான் ஹஹோல்.

தாய் தனது முகத்தைத் தலையணையில் புதைத்துக்கொண்டு அரவமில்லாது அழுதாள்.

காலையில் எழுந்தவுடன் தாய் அந்திரேயைப் பார்த்தாள். அவனது உருவம் குறுகிவிட்டதுபோலத் தோன்றியது; அவன் மீது அவளுக்கு அதிகப் பிரியம் உண்டாயிற்று. அவளுடைய மகனோ மெலிந்து நெட்டுவிட்டுப் போனது போலிருந்தான். எப்போதும் போலவே அவன் மௌனமாயிருந்தான். இது வரையிலும் அவள் ஹஹோலை அந்திரரேய் அனிசிமோவிச் என்றுதான் அழைத்து வந்தாள். அன்றோ அவள் தன்னையுமறியாது கூறினாள்:

“அந்திரியூஷா*! உங்கள் பூட்சுகளைச் சீக்கிரம் பழுது பார்த்துக் கொள்ளுங்கள். இல்லையென்றால் நீர்க்கோள் (சலதோசம்) பிடித்துவிடும்.”

---

* அந்திரியூஷா - அந்திரேயைச் செல்லமாக அழைப்பது.

“அடுத்த சம்பளத் தேதியில் நான் புதுப்பூட்சுகள் வாங்கி விடுவேன்” என்று சிரித்துக்கொண்டு பதில் சொன்னான் அந்திரேய். பிறகு தனது வாட்டசாட்டமான கரங்களை அவளது தோளின்மீது போட்டுக்கொண்டு பேசினான்: நீங்கள் தான் எனது உண்மையான தாயாக இருக்கலாம். ஆனால், நீங்கள் அதை ஒப்புக்கொள்ள மாட்டீர்கள். நான் மிகவும் கோரமாயிருக்கிறேன், இல்லையா?”

அவள் பதில் சொல்லாமல் அவனைச் செல்லமாக அறைந்தாள். அவள் எத்தனையெத்தனை அன்பு மொழிகளையோ கூற நினைத்தாள்; எனினும் அவளது இதயம் பரிவுணர்ச்சியினால் பரிதவித்தது; வார்த்தைகள் அவளது உதட்டைவிட்டு வெளிவரவே இல்லை.

9

அந்தக் குடியிருப்பிலுள்ள மக்கள், நீல மையால் எழுதப்பட்ட துண்டுப் பிரசுரங்களை வினியோகித்த சோஷலிஸ்ட்டுகளைப்பற்றிப் பேசிக்கொள்ள ஆரம்பித்தார்கள். அந்தப் பிரசுரங்கள் தொழிற்சாலையின் ஒழுங்குமுறை பற்றிக் காரசாரமாக விமர்சனம் செய்தன; பீட்டர்ஸ்பர்க்கிலும், தென் ருஷியாவிலும் நடைபெறும் வேலை நிறுத்தங்களைப் பற்றிக் கூறின; தங்களது சொந்த நல உரிமைகளைக் காப்பாற்றுவதற்காகத் தொழிலாளர் அனைவரும் ஒன்று சேர வேண்டும் எனப் போதித்தன.

தொழிற்சாலையில் நல்ல காசு பார்த்து வந்த நடுத்தர வயதினர் அதைக் கண்டு கடுங்கோபாவேசம் கொண்டார்கள்.

“கலவரக்காரப் பயல்கள்! இவர்களுக்குச் செம்மையாய் கொடுக்கணும்” என்று கூறிக்கொண்டார்கள். அந்தத் துண்டுப் பிரசுரங்களைத் தம்முடைய முதலாளிமாரிடம் கொண்டுபோய்க் கொடுத்தார்கள்.

இளவட்டப் பிள்ளைகள் அந்தப் பிரசுரங்களை உற்சாகத்தோடு வாசித்தார்கள்.

“இதெல்லாம் உண்மைதானே!” என்றார்கள் அவர்கள்.

உழைத்து உழைத்து ஓடாகிப்போன பெரும்பாலான தொழிலாளர்கள் நம்பிக்கையற்றுப் பேசினார்கள்.

“இதனால் எல்லாம் என்ன நடந்துவிடப் போகிறது? அதெல்லாம் ஒன்றும் நடக்காது காரியம்.”

எனினும் அந்தத் துண்டுப் பிரசுரங்கள் தொழிலாளர் மத்தியில் ஒரு கிளர்ச்சியை உண்டு பண்ணிவிட்டன. ஆனால், அந்த வாரகாலத்தில் வேறு புதுப் பிரசுரங்கள் ஏதும் வரக் காணோம். உடனே அந்தத் தொழிலாளர்கள் மட்டும் தம்முள் ஒருவருக்கொருவர் பேசிக் கொண்டார்கள்; "ஒரு வேளை அவர்கள் அச்சடிப்பதை நிறுத்திவிட்டார்கள் போலிருக்கிறது"

ஆனால் அடுத்த திங்கட்கிழமையன்று எப்படியோ மீண்டும் புது பிரசுரங்கள் வினியோகம் ஆயின. மீண்டும் தொழிலாளர்கள் தம்முள் குசுகுசுக்வென்று பேசிக்கொள்ள ஆரம்பித்தார்கள்.

தொழிற்சாலையிலும் சாராயக் கடையிலும் யாருக்குமே இனந்தெரியாத ஆட்கள் சிலரின் நடமாட்டம் அதிகரித்தது. இந்த ஆட்கள் அங்குமிங்கும் கவனமாகப் பார்ப்பதும், யாரிடமாவது எதையாவது கேட்பதும், ஒவ்வொருவர் பேசும்போதும் குறுக்கே தலையிட்டுப் பேசுவதுமாக இருந்தார்கள். அவர்களது அளவுகடந்த எச்சரிக்கையாலும் அவர்கள் மக்களோடு பலவந்தமாய்ப் பழக முனையும் காரணத்தினாலும் அவர்கள் பிறரது சந்தேகப் பார்வைக்கு ஆளானார்கள்.

இந்தக் கிளர்ச்சிக்கெல்லாம் தன்னுடைய மகனது வேலையே காரணம் என்பதைத் தாய் உணர்ந்து கொண்டாள். அவனைச் சுற்றி மக்கள் எப்படிக் குழுமுகிறார்கள் என்பதையும் அவள் கண்டாள். அவனுக்கு என்ன நேர்ந்துவிடுமோ என்கிற கவலையோடு, ஒரு பெருமித உணர்ச்சியும் அவளது இதயத்தில் கலந்தது.

ஒரு நாள் மாலையில் மரியா, விலாசவின் சன்னல் கதவைத் தட்டினாள்; தாய் கதவைத் திறந்தவுடன், மரியா சிறிது உரத்த குரலில் இரகசியமாகச் சொன்னாள்:

"எச்சரிக்கையாயிரு, பெலகேயா! இந்தப் பிள்ளைகளுக்கு ஆபத்து வரப்போகிறது. இன்றிரவு உன் வீட்டைச் சோதனை போடப் போகிறார்கள். மாசினுடைய வீட்டையும், நிகலாயின் வீட்டையும் கூடத்தான்."

மரியாவின் தடித்த உதடுகள் துடித்தன. அவள் தனது கொழுத்த மூக்கினால் பெருமூச்சு விட்டாள். திருகத் திருக விழித்தாள்; தெருவில் யாரையோ கண்களால் பின்தொடர்ந்தாள். அங்குமிங்கும் பரக்கப் பரக்கப் பார்த்தாள்.

"எனக்கு ஒன்றுமே தெரியாது. நான் உனக்கு ஏதும் சொல்லவில்லை, நான் உன்னை இன்று பார்க்கக்கூட இல்லை. புரிந்ததா?"

அவள் போய்விட்டாள்.

சன்னலை மூடிய பிறகும், தாய் மெதுவாக நாற்காலிக்குள் விழுந்து புதைந்து கிடந்தாள். ஆனால், தன் மகனுக்கு நேரவிருக்கும் பேராபத்தைப் பற்றிய பயபீதி அவளை உடனேயே எழுந்திருக்கச் செய்தது. அவள் அவசர அவசரமாக உடை உடுத்திக் கொண்டாள்; தலைமீது ஒரு கச்சையை மடித்துக் கட்டிக் கொண்டாள்; பியோதர் மாசினியிடம் ஓடிப் போனாள்; அவன் சீக்காயிருந்தான்; எனவே வேலைக்குப் போகவில்லை. அவள் உள்ளே நுழைந்தபோது, அவன் சன்னலருகே உட்கார்ந்து ஏதோ ஒரு புத்தகத்தைப் படித்துக் கொண்டிருந்தான்; வலக்கையை இடது கையால் தடவிக் கொடுத்துக் கொண்டிருந்தான். நோய்வாய்பட்டிருந்த அவனது வலக்கைப் பெருவிரல் இயற்கைக்கு மாறாக நிமிர்ந்து நின்றது. அவள் சொன்ன செய்தியைக் கேட்டதும் அவனது முகம் வெளுத்தது. அவன் துள்ளியெழுந்தான்.

"ஓ, அப்படியா சேதி!" என்று முணுமுணுத்தான்.

"சரி, நாம் என்ன செய்யலாம்?" என்று நடுநடுங்கும் கரத்தால் நெற்றி வியர்வையை வழித்துக்கொண்டே கேட்டாள் பெலகேயா.

"ஒரு நிமிடம் பொறுங்கள், பயப்படாதீர்கள்" என்று கூறிவிட்டு, தனது சுருட்டைத் தலையை, இடக் கையால் பின்னோக்கிக் கோதிவிட்டுக் கொண்டான் பியோதர் மாசின்.

"நீங்களே பயப்படுகிறீர்களே!" என்று அவள் கத்தினாள்.

"நானா?" அவன் முகம் கன்றிப் போயிற்று; வலிந்து புன்னகை செய்து கொண்டே, "ஆமாம்..ம்.. அது போகட்டும்... நாம் இதை உடனே பாவெலுக்குத் தெரியப்படுத்த வேண்டும். நான் யாரையாவது அனுப்புகிறேன். நீங்கள் வீட்டுக்குப் போங்கள். வீணாகக் கவலைப்படாதீர்கள். அவர்கள் நம்மை யென்ன அடிக்கவா செய்வார்கள்? அடிப்பார்களா?" என்று கூறினான்.

வீட்டுக்குத் திரும்பி வந்தவுடன் தாய் அங்கிருந்த சகல புத்தகங்களையும் ஒன்று சேர்த்தாள். அந்தப் புத்தகங்களை மார்பின் மீது அணைத்துப் பிடித்தவாறு அங்கும் இங்கும் நடந்து தத்தளித்தாள்; அடுப்பைப் பார்த்தாள்; அடுப்புக்குக் கீழே பார்த்தாள்; தண்ணீர் பீப்பாயைப் பார்த்தாள். பாவெல் அந்தச் செய்தியைக் கேட்டவுடனேயே வீட்டுக்கு ஓடி வருவான் என்று எதிர்பார்த்தாள்; ஆனால் ஏமாந்தாள். அவன் வரவில்லை, கடைசியில் அவள் நடந்து நடந்து அலுத்துப் போய் சமையலறையிலிருந்த பெஞ்சின் மீது புத்தகங்களை வைத்துவிட்டு அதன் மீது உட்கார்ந்தாள்;

அந்த இடத்தைவிட்டு அசைவதற்கே பயந்து போய் ஆடாமல் அசையாமல் உட்கார்ந்திருந்தாள். பாவெலும் ஹஹோலும் வீடு திரும்பும் வரையிலும் அப்படியே உட்கார்ந்திருந்தாள்.

"உங்களுக்கு விஷயம் தெரியுமா?" என்று அவர்களைப் பார்த்த மாத்திரத்தில் வாய்விட்டுக் கத்தினாள்.

"ஆமாம்! தெரியும்" என்று புன்னகையோடு சொன்னான் பாவெல்; "நீ என்ன பயந்து விட்டாயா?"

"ஆமாம்! எனக்கு ஒரே பயம்; ஒரே பயமாயிருக்கிறது..."

"நீ பயப்படக் கூடாது. அதனால் பயனில்லை" என்று சொன்னான் ஹஹோல்.

"சரி, தேநீருக்குத் தண்ணீர்கூட வைக்கவில்லையா?" என்று கேட்டான் பாவெல்.

"எல்லாம் இதனால்தான்" என்று கூறிக்கொண்டே தன்னிடத்தைவிட்டு எழுந்து, புத்தகங்களைச் சுட்டிக் காட்டினாள் அவள்.

அவளுடைய மகனும், ஹஹோலும் விழுந்து விழுந்து சிரித்தார்கள்; அந்தச் சிரிப்பினால் அவள் மனம் சிறிது நிம்மதி பெற்றது. பாவெல் அந்தப் புத்தகங்களில் சிலவற்றைப் பொறுக்கி எடுத்து, புழக்கடைக்குச் சென்று ஒளித்து வைக்கப் போனான்.

"இதற்கெல்லாம் பயந்தால் ஒன்றுமே நடக்காது, அம்மா" என்று கூறிக்கொண்டே தேநீர் அடுப்பை ஏற்றினான் ஹஹோல். "இந்த மாதிரி முட்டாள் தனத்தில் மக்கள் தங்கள் நேரத்தைப் பாழடிப்பது இருக்கிறதே அது, படுமோசமான, வெட்ககரமான காரியம். இடைவாரிலே வாள்களைத் தொங்கவிட்டுக் கொண்டும், பூட்சுகளில் தார் ஆணிகளை மாட்டிக்கொண்டும் பெரிய பெரிய குண்டு மனிதர்கள் இங்கு வருவார்கள்; இங்குள்ள எல்லாவற்றையும் குடைந்து துளைத்துப் பார்ப்பார்கள். படுக்கைக்குக் கீழே, அடுப்புக்குக் கீழே எல்லாம் பார்ப்பார்கள். மேலே ஓர் அட்டாலி இருந்தால் அதில் ஏறிப் பார்ப்பார்கள். நிலவறையிருந்தால் அதிலும் நுழைந்து பார்ப்பார்கள். அவர்களது மூஞ்சியிலும் தலையிலும் நூலாம்படை அப்பி அடைவதுதான் மிச்சமாயிருக்கும்; ஏமாற்றத்தால் எரிந்து விழுவார்கள்; திகைப்பார்கள்; வெட்கப்படுவார்கள். அதனால், தாங்கள் மிகவும் மூர்க்கமாகவும் கோபமாகவும் இருப்பதாகப் பாசாங்கு செய்வார்கள். தங்களது தொழில் எவ்வளவு படுகேவலமானது என்பதை உணர்வார்கள். ஒரு தடவை இப்படித்தான் என்னுடைய சாமான்களையெல்லாம்

அவர்கள் தாறுமாறாய் உலைத்தெறிந்து சீர்குலைத்து விட்டார்கள். பிறகு அந்தப் பரிதவிப்பால், அவர்கள் இன்னது செய்வது எனத் தெரியாமல் திகைத்து வெளியேறினார்கள்; போய்விட்டார்கள். இன்னொரு முறை அவர்கள் போகும் போது, என்னையும் கூட்டிக்கொண்டு போய்விட்டார்கள். பிறகு என்னைச் சிறையில் போட்டு, நான்குமாத காலம் உள்ளே வைத்திருந்தார்கள். சிறைக்குள் போனால் நீ வெறுமனே உட்கார்ந்து இருப்பதைத் தவிர வேறு வேலையே கிடையாது; பிறகு சிறையிலிருக்கும் போது, அழைப்பாணை(சம்மன்)கள் வரும்; உன்னைத் தெருக்களின் வழியே சிப்பாய்கள் நடத்திச் செல்வார்கள்; யாரோ ஒரு பெரிய தலைவன் உன்னை என்னென்னவோ கேள்வி கேட்பான். அந்தத் தலைவர்களில் எவனும் அப்படி ஒன்றும் புத்திசாலியல்ல. அர்த்தமற்று எது எதையோ கேட்பான்; பிறகு மீண்டும் சிறைக்குக்கொண்டு போகுமாறு சிப்பாய்களுக்குக் கட்டளையிட்டு உன்னை அங்குமிங்குமாக வெட்டியாக இழுத்தடிப்பார்கள். அவர்கள் வாங்குகிற சம்பளத்துக்கு ஏதாவது மாரடித்து ஆக வேண்டுமே! கொஞ்ச நாள் போய்விட்டால், அவர்கள் சலித்துப்போய் உன்னை விடுதலை செய்து விடுவார்கள்... அவ்வளவுதான்!"

"அந்திரியூஷா! நீங்கள் என்ன இப்படிப் போகிறீர்கள்?" என்று கேட்டாள் தாய்.

அடுப்பை மூட்டி, ஊதுவதற்காகக் குனிந்து முழங்காலிட்டிருந்த ஹஹோல் நிமிர்ந்து பார்த்தான்; அவன் முகம் சிவந்து போயிருந்தது. பிறகு மீசையைத் திருகிவிட்டுக்கொண்டு கேட்டான்:

"எப்படிப் பேசுகிறேன்?"

"என்னவோ யாரும் உங்களைத் துன்புறுத்தாத மாதிரி!"

"இந்த உலககில் துன்புறாத ஆத்மா எங்கே அம்மா இருக்கிறது!" என்று இளம் புன்னகையோடு கூறிக்கொண்டே எழுந்து நின்று தலையை ஆட்டிக்கொண்டான். "அவர்கள் என்னை எவ்வளவோ துன்புறுத்தத்தான் செய்தார்கள்; ஆனால் எனக்கு எல்லாம் பழகிப்போய்விட்டது; மரத்துப் போய்விட்டது. அவர்கள் அப்படித்தான் செய்வார்கள் என்று தெரிந்திருந்தும், நாம் என்ன செய்துவிட முடியும்? அந்தத் துன்பங்களையெல்லாம் பொருட்படுத்தினால், என் வேலைதான் கெடும்; அந்தத் துன்பங்களையெல்லாம் நினைத்துப் பார்ப்பதும் வீணான நேரக் கொலைதான். இதுதானம்மா வாழ்க்கை! சமயங்களில் மனிதர்களைக் கண்டாலே எனக்குக் கோபம் வரும். எண்ணிப் பார்த்தேன்; இதிலென்ன பயன்? ஒவ்வொருத்தனும் அடுத்தவன்

நம்மை அறையப் போகிறான் என்று எண்ணித்தான் பயப்படுகிறான்; எனவே முதல் அடியை இவனே கொடுக்க முற்படுகிறான். இப்படித்தானம்மா வாழ்க்கை இருக்கிறது!"

அவனது வார்த்தைகள் இதமான சுகத்தோடு பிறந்து வழிந்தன. அந்தப் பேச்சினால் அவளுக்கு அன்று நடக்கவிருக்கும் சோதனையைப் பற்றிய பயம் நீங்க ஆரம்பித்தது. அவளது கண்களில் களிப்பு குடிகொண்டது; அவன் எவ்வளவு கோரமாயிருந்தாலும், லாவகமான உடற்கட்டு கொண்டவன் என்று கண்டாள்.

தாய் பெருமூச்செறிந்தாள்.

"அந்திரியூஷா! கடவுள் உங்களுக்கு அருள் செய்யட்டும்!" என்று மனதார வாழ்த்தினாள் அவள்.

ஹஹோல் தேநீர் அடுப்பருகே சென்று குந்தி உட்கார்ந்தான்.

"எனக்கு நல்லருள் கொஞ்சம் கிடைத்தாலும்போதும். நான் அதை ஒன்றும் மறுதலிக்க மாட்டேன். ஆனால், அவ்வருளுக்காக நான் கை நீட்டி யாசகம் கேட்கமாட்டேன்!" என்றான் ஹஹோல்.

பாவெல் புழக்கடையிலிருந்து வந்து சேர்ந்தான்.

"அவர்கள் ஒன்றும் கண்டுபிடிக்கப் போவதில்லை" என்று நம்பிக்கை நிறைந்த குரலில் சொல்லிவிட்டு, முகங்கைக் கழுவினான். பிறகு கைகளைத் துடைத்துக்கொண்டு, தாயின் பக்கமாகத் திரும்பினான்.

"நீங்கள் மாத்திரம் பயந்ததாகக் காட்டிக்கொண்டால் உடனே அவர்களுக்குச் சந்தேகம் தட்டிவிடும். இந்த வீட்டில் ஏதோ இருக்கப் போய்த்தான் நீங்கள் இப்படி நடுங்கிச் சாகிறீர்கள் என்று அவர்கள் நினைத்து விடுவார்கள். நாம் தப்பாக எதுவும் செய்யவில்லை என்பது உங்களுக்குத் தெரியும். நியாயம் நமது பக்கத்தில்தான் இருக்கிறது. அந்த நியாயத்துக்காக, நாம் நமது ஆயுள் முழுவதுமே பாடுபடுவோம். அது ஒன்றுதான் நம் மீதுள்ள குற்றம்! பிறகு நாம் எதற்காகப் பயப்படவேண்டும்?"

"நான் தைரியமாக இருப்பேன், பாஷா!" என்று அவள் உறுதி கூறினாள். ஆனால், உடனேயே அவள் மனங்குலைந்து பரிதாபமாகக் கூறினாள்; "அவர்கள் சீக்கிரம் வந்து காரியத்தை முடித்துக்கொண்டு போனால் தேவலை!"

ஆனால், அவர்கள் அன்றிரவு வரவில்லை; காலையில் அந்தப் பிள்ளைகள் தன்னைக் கேலிசெய்ய முனைவதற்கு முன்னால், தானே தன்னைக் கேலி செய்து சமாளித்துக்கொள்ள முயன்றாள்.

தொ.மு.சி. ரகுநாதன்

"பார்த்தாயா? பயம் வருவதற்கு முன்னாலேயே நான் பயந்து செத்தேன்" என்று கூறிக்கொண்டாள்.

10

கலவரம் நிறைந்த அந்த இரவுக்குப் பிறகு, சுமார் ஒரு மாத காலம் கழித்து போலீஸார் வந்தே விட்டார்கள். அன்று நிகலாய் பாவெலையும் அந்திரேயையும் கண்டு பேசுவதற்காக வந்திருந்தான். அவர்கள் மூவரும் தங்களது பத்திரிகை விசயமாக விவாதித்துக் கொண்டிருந்தார்கள். அப்போது நடு இரவு. ஏற்கெனவே படுக்கச் சென்றுவிட்ட தாய் தூக்கக் கலக்கத்தில் சொக்கியவாறே அவர்களது அமைதியும் ஆர்வமும் நிறைந்த பேச்சைக் கேட்டுக்கொண்டிருந்தாள். அப்போது அந்திரேய் எச்சரிக்கையாக தனக்குப் பின்னால் கதவைத் தாளிட்டுவிட்டுச் சமையலறையைக் கடந்து சென்றான். அந்தச் சமயம் முற்றத்தில் ஏதோ தகர வாளி உருளும் சத்தம் கேட்டது; அதைத் தொடர்ந்து கதவும் படாரென்று திறக்கப்பட்டது. அந்திரேய் சமையலறைக்குள் தாவி வந்து சேர்ந்தான்.

"அது பூட்ஸ் லாடச் சத்தம்தான்!" என்று இரகசியமாகச் சொன்னான்.

நடுங்கும் கைகளால் தன் ஆடையைச் சரிசெய்தபடி படுக்கையிலருந்து துள்ளியெழுந்தாள் தாய். ஆனால் பாவெல் வாசல் நடைக்கு வந்து அமைதியாகச் சொன்னான்:

"நீங்கள் போய்ப் படுங்கள்! உங்களுக்கு உடம்பு சரியில்லை!" வெளிவாசலருகில் ஏதோ சலசலப்புக் கேட்டது. பாவெல் வாசலுக்கு வந்து கதவைத் திறந்து, சத்தமிட்டான்:

"யார் அங்கே?"

திடீரென்று ஓர் உயரமான, சாம்பல் நிற உருவம் அவன் முன் தோன்றியது. அதைத் தொடர்ந்து வந்தது இன்னோர் உருவம்; இதற்குள் இரண்டு போலீஸ்காரர்கள் பாவெலைப் பிடித்துத் தள்ளிவிட்டு அவனுக்கு இரு புறத்திலும் காவல் நிற்கத் தொடங்கி விட்டார்கள்.

"எங்களை எதிர்பார்க்கவில்லை, இல்லையா? ஹ!" என்று ஓர் உரத்த குரல் கேலியாகக் கேட்டது.

அப்படிப் பேசியவன் ஓர் உயரமான, ஒல்லியான, நறுக்கு மீசை அதிகாரி. பெத்யாகின் என்கிற உள்ளூர்ப் போலீஸ்காரன் தாயின் படுக்கையை நோக்கி விரைந்தான்.

“முதலாளி இவள்தான் அவனுடைய தாய்!” என்று ஒரு கையால் தனது தொப்பியைத் தொட்டுக்கொண்டும் மறு கையால் பெலகேயாவைச் சுட்டிக் காட்டிக்கொண்டும் சொன்னான்; “அதோ, அவன்தான் அந்த ஆசாமி!” என்று கூறி பாவெலைச் சுட்டிக் காட்டினான்.

“பாவெல் விலாசவா?” என்று கண்களை ஏறச் சொருகிக்கொண்டே கேட்டான் அதிகாரி.

பாவெல் தலையை ஆட்டினான்.

“நான் உன் வீட்டைச் சோதனை போட வந்திருக்கிறேன்” என்று கூறிக்கொண்டே மீசையைத் திருகிவிட்டுக்கொண்டான் அதிகாரி.

“ஏ, கிழவி, எழுந்திரு! உள்ளே யார் இருக்கிறது?” அறைக் கதவினூடே ஒரு பார்வை பார்த்துவிட்டு, அடுத்த அறைக்குள் நுழைந்தான் அவன்.

“உங்கள் பேர் எல்லாம் சொல்லுங்கள்!” என்ற குரல் அந்த அறையிலிருந்து கேட்டது.

வெளியே செல்லும் வாசற்புறத்தில் இரண்டு பேர் சாட்சிகளாக வந்து நின்றார்கள். ஒருவன் பழைய பாத்திரத் தொழிலாளியான திவெர்யகோவ்; ஒருவன் கொல்லுப்பட்டறைத் தொழிலாளியான ரீபின். ரீபின் கறுத்து தடித்த ஆசாமி; திவெர்யகோவின் வீட்டில் ஓர் அறையில் அவன் குடியிருந்தான்.

“வணக்கம் நீலவ்னா!” என்று கரகரத்த தடித்த குரலில் தாயைப் பார்த்துச் சொன்னான் அவன்.

அவள் தன் ஆடையணிகளை மாட்டிக்கொண்டு, தன்னைத் தைரியப்படுத்திக் கொள்வதற்காக ஏதேதோ முனக ஆரம்பித்தாள்:

“இந்த மாதிரி நான் கேள்விப்பட்டதுகூட இல்லை!” இப்படி நடுராத்திரியிலே வந்து உயிரை எடுக்கிறது! தூங்கிக்கொண்டிருக்கிற வேளையிலா, உள்ளே வருகிறது!”

அந்த அறையோ குறுகலான இடம் கொண்டது. அந்த அறையில் ஏனோ பூட்ஸ் பாலிஷின் நாற்றம் கப்பென்று அடித்தது. உள்ளூர்ப் போலீஸ்காரனும், வேறு இரு போலீஸ்காரர்களும் தடதடவென்று தரையை மிதித்துக்கொண்டு அரங்கிலுள்ள புத்தகங்களையெல்லாம் இழுத்தெடுத்து, அதிகாரியின் முன்னால் கிடந்த மேசை மீது குவித்தார்கள். வேறு இருவர் சுவர்களைக் கைளால் குத்திப் பார்த்தார்கள்; நாற்காலிகளுக்கு அடியில் புரட்டிப்

பார்த்தார்கள்; அவர்களில் ஒருவன் அடுப்புக்கு மேலேகூட ஏறிப் பார்த்தான். ஹஹோலும் நிகலாயும் ஒரு மூலையில் ஒருவருக்கொருவர் நெருக்கமாக நின்றுகொண்டிருந்தார்கள். அம்மைத் தழும்பு விழுந்த நிகலாயின் முகம் திட்டுத் திட்டாய்ச் சிவந்தது; அவனது சிறிய சாம்பல் நிறக் கண்கள் அதிகாரியையே வெறித்துப் பார்த்துக்கொண்டிருந்தன. ஹஹோல் தன் மீசையைத் திருகிவிட்டுக்கொண்டு நின்றான். தாய் அந்த அறைக்குள் வந்தபோது, அவன் சிறிது சிரித்தான்; அவளை உற்சாகப்படுத்தத் தலையை ஆட்டினான்.

பய பீதியிலிருந்து தப்பிப்பதற்காக, அவள் வழக்கம்போல் பக்கவாட்டில் அசைந்து நடக்கவில்லை. நெஞ்சை நிமிர்த்தி நேராக நடந்தாள், இந்தப் புதிய நடை அவளுக்கு ஒரு வேடிக்கையான கம்பீரபாவத்தை உண்டாக்கியது. அவள் தைரியமாகத் தடதடவென்று நடந்தாள்; எனினும் அவளது புருவங்கள் மட்டும் பயத்தால் நடுங்கத்தான் செய்தன.

அந்த அதிகாரி அந்தப் புத்தகங்களை மெலிந்த விரல்களுள்ள தனது வெள்ளை நிறக் கைகளால் பற்றி எடுத்தான்; விடுவிடென்று பக்கங்களைப் புரட்டினான்; மிகவும் அநாயாசமான லாவகத்தோடு அந்தப் புத்தகங்களை ஒருபுறம் எறிந்தான். சில புத்தகங்கள் சப்தமே செய்யாமல் பொத்தென்று விழுந்தன. யாருமே எதுவும் பேசவில்லை. அங்கு நிலவிய சப்தமெல்லாம் முசு முசுவென்று மூச்சு வாங்கும் வேர்த்துப்போன போலீஸ்காரர்களின் சுவாசமும் அவர்களது பூட்ஸ் சப்தமும், இடையிடையே ஒலிக்கும், அந்த ஒரே கேள்வியும்தான்:

"இங்கே பார்த்து முடித்து விட்டாயா?"

பாவெலுக்கு அடுத்தாற்போல் சுவரையொட்டிச் சாய்ந்து நின்றாள் தாய்; அவன் எப்படிக் கைகளைக் கட்டியிருந்தானோ, அதுபோலவே அவளும் கட்டியிருந்தாள்; அவளது பார்வை போலீஸ்காரர்கள் செல்லுமிடங்களுக்கெல்லாம் தொடர்ந்து சென்று கொண்டிருந்தது; கால்களில் பலம் குன்றுவதாகத் தோன்றியது; கண்களில் நீர்த்திரை மல்கியது.

"புத்தகங்களை ஏன் தரையில் எறிய வேண்டும்" என்று நிகலாயின் முரட்டுக் குரல் அமைதியைப் பிளந்து கொண்டு ஒலித்தது.

தாய் திடுக்கிட்டாள். திவெர்யகோவ் தன்னை யாரோ பிடித்துத் தள்ளிய பாவனையில் தலையை முன்னுக்கு இழுத்தான்; ரீபின் பற்களைக் கடித்துக்கொண்டு நிகலாயை வெறித்துப் பார்த்தான்.

அந்த அதிகாரி கண்களை நெறித்து, நிகலாயின் அசைவற்ற முகத்தை வெறித்துப் பார்த்தான். அவனது கைகள் புத்தகத்தின் பக்கங்களை இன்னும் வெகு துரிதமாகப் புரட்டத் தொடங்கின. சமயங்களில் அவன் தனது அகன்ற சாம்பல்நிறக் கண்களை மேலும் அகலத் திறந்து பார்த்தான். அந்தப் பார்வை அவன் ஏதோ தாங்க முடியாத வேதனையால் தவிப்பது போலவும், சக்தியற்ற கோபத்தில் வாய்விட்டுக் கத்தப்போவது போலவும் தோன்றியது.

"ஏ, போலீஸ்காரா! புத்தகங்களைப் பொறுக்கி எடு!" என்று மீண்டும் சத்தமிட்டான் நிகலாய்.

உடனே எல்லாப் போலீஸ்காரர்களும் அவன் பக்கமாகக் கண்களைத் திருப்பினர். பிறகு தங்கள் அதிகாரியைப் பார்த்தனர். அதிகாரி நிமிர்ந்து நிகலாயின் அகன்ற உருவத்தின் மீது மெதுவாகப் பார்வையைச் செலுத்தினான்.

"ம்! அவற்றைப் பொறுக்குங்கள்!" என்று மூக்கால் உறுமினான் அவன்.

போலீஸ்காரர்களில் ஒருவன் உலைந்து கிழிந்துகிடந்த புத்தகங்களைக் குனிந்து பொறுக்கினான்.

"நிகலாய் கொஞ்சம் வாயை மூடிக்கொண்டுதான் இருக்கட்டுமே!" என்று பாவெலைப் பார்த்து முனகினாள் தாய்.

அவனோ வெறுமனே தோளை மட்டும் குலுக்கிக்கொண்டான். ஹஹோல் தலையைக் குனிந்து கொண்டான்.

"இந்த பைபிளைப் படிப்பது யார்?"

"நான் தான்" என்றான் பாவெல்.

"இந்தப் புத்தகமெல்லாம் யாருடையவை?"

"என்னுடையவை" என்றான் பாவெல்.

"ரொம்ப சரி" எனறு கூறிக்கொண்டே நாற்காலியில் சாய்ந்தான் அதிகாரி. தனது மெல்லிய கைவிரல்களை முறித்துச் சொடுக்கு விட்டுக்கொண்டான்; கால்களை மேசைக்கு அடியில் நீட்டினான். மீசையைத் தடவி விட்டுவிட்டு நிகலாயிடம் கேட்டான்:

"நீ தான் அந்திரேய் நஹோத்காவா?"

"ஆமாம்" என்று ஓர் அடி முன்னால் வந்து சொன்னான் நிகலாய். ஹஹோல் அவனது தோளைப் பிடித்து இழுத்துப் பின்னுக்குத் தள்ளினான்.

"அவன் சொல்வது தவறு, நான்தான் அந்திரேய்..."

அதிகாரி தன் கையை உயர்த்தி நிகலாயை மிரட்டினான்.

"எச்சரிக்கையாயிரு!"

பிறகு அவன், தான் கொண்டுவந்திருந்த ஆவணங்களைப் புரட்டிப் பார்க்கத் தொடங்கினான்.

சன்னலுக்கு வெளியே நிலவொளி எந்தவிதக் கவலையுமற்றுக் காய்ந்து கொண்டிருந்தது. அந்த வீட்டின் முன்புறமாக யாரோ நடந்து செல்லும்போது, பனிக்கட்டிகள் நொறுங்கிக் கரகரப்பது கேட்டது.

"நஹோத்கா? நீ ஏற்கெனவே அரசியல் குற்றத்துக்கு ஆளான பேர்வழியில்லை" என்று கேட்டான் அதிகாரி.

"ஆமாம், ராஸ்தோவில் ஒருமுறை; சராத்தவில் ஒரு தடவை. ஆனால் அங்கே போலீஸ்காரர்கள் மரியாதையோடு நடந்து கொண்டார்கள்!"

அதிகாரி தனது வலக் கண்ணை மூடி, அதைத் தேய்த்துவிட்டுக் கொண்டான். பிறகு அவன் தனது சிறிய பற்களை வெளிக்காட்டிக் கொண்டே கேட்டான்:

"தொழிற்சாலையில் சட்டவிரோதமான பிரசுரங்களை வினியோகித்த போக்கிரிகள் யாரென்று உங்களுக்குத் தெரியுமா?"

ஹஹோல் லேசாகச் சிரித்தான்; உடம்பை ஆட்டிக்கொண்டான். அவன் ஏதோ பதில் சொல்ல முனையும்போது, மீண்டும் நிகலாய் குறுக்கிட்டுச் சத்தமிட்டான்:

"போக்கிரிகளையே நாங்கள் இப்போதுதான் பார்க்கிறோம்!"

ஒரே சவ அமைதி; ஒரு கணத்துக்கு சர்வ அமைதி நிலைத்தது. தாயின் நெற்றியிலிருந்த வடுப்பாகம் வெளிறிட்டுப் போயிற்று.

அவளது வலப் புருவம் மேல்நோக்கி நெரிந்து உயர்ந்தது. ரீபினின் கரிய தாடி விபரீதமாக நடுநடுங்கியது; அவன் அந்தத் தாடியை கைவிரல்களால் கோதிக் கொடுத்துக்கொண்டே, தலையைக் குனிந்தான்.

"இந்த நாயை வெளியே கொண்டுபோ!" என்று உறுமினான் அதிகாரி.

இரு போலீஸ்காரர்கள் நிகலாயின் கைகளைப் பற்றிப் பிடித்து அவனைப் பலவந்தமாகச் சமையல் கட்டுக்குள் தள்ளிக்கொண்டு போனார்கள். அங்கு சென்றவுடன் அவன் தன் கால்களைத் தரையில் அழுத்தி ஊன்றி அசைய மறுத்தான்.

“நிறுத்துங்கள்!” என்று கத்தினான்; “நான் என் சட்டையை போட்டுக்கொள்ள வேண்டும்!”

போலீஸ் தலைவன் முற்றத்திலிருந்து வந்து சேர்ந்தான்.

“அங்கேயும் ஒன்றுமில்லை. எங்கும் பார்த்தாயிற்று.”

“பார்த்துப் புண்ணியம்? கிடைக்காதது அதிசயமில்லை. இங்கே இருப்பவன் ரொம்ப கைதேர்ந்த புள்ளி. பிறகு இயல்புதானே!” என்று சலித்துப் போய்ச் சொன்னான் அதிகாரி.

தாய் அவனது வலுவற்ற சில்லுக் குரலைக் கேட்டாள்: மஞ்சள் நிறமான முகத்தைப் பயத்தோடு பார்த்தாள்; பொது மக்களைச் சற்றும் மதியாத கர்வியான, ஓர் இரக்கமற்ற எதிரி தம்முன் நிற்பதுபோல் அவள் மனதில் பட்டது. இந்த மாதிரி நபர்களோடு அவளுக்கு என்றும் பழக்கம் ஏற்பட்டதில்லை. இப்படி சிலர் இருக்கிறார்கள் என்பதே அநேகமாய் மறந்துவிட்டது.

“இந்த மனிதன்தான் அந்தத் துண்டுப் பிரசுரங்களைக் கண்டு கோபப்பட்டவன் போலிருக்கிறது” என்று அவள் நினைத்துக்கொண்டாள்.

“அந்திரேய் அனிசுமோவிச் நஹோத்கா, கள்ளத்தனமாய்ப் பிறந்தவரே, உம்மை நான் கைது செய்கிறேன்!”

“எதற்காக?” என்று அமைதியுடன் கேட்டான் ஹஹோல்.

“அது பின்னால் உமக்குத் தெரியும்” என்று நையாண்டியாய்ச் சொன்னான் அதிகாரி. “நீ படித்தவளா?” என்று பெலகேயாவைப் பார்த்துக் கேட்டான்.

“இல்லை, அவள் படிக்கவில்லை” என்றான் பாவெல்.

“நான் உன்னைக் கேட்கவில்லை” என்று கடுமையான குரலில் எதிர்த்துச் சொன்னான் அதிகாரி. “ஏ கிழவி வாயைத் திற!”

தாயின் உள்ளத்தில் அந்த மனிதன் மீதுள்ள வெறுப்பு மேலோங்கியது. குளிர்ந்த தண்ணீரில் திடீரென்று விழுந்து விட்டதுபோல, அவளது உடம்பு முழுவதும் நடுநடுங்கி விறைத்தது. அவள் நிமிர்ந்து நின்றாள்; அவளது நெற்றி வடு கன்றிச் சிவந்தது; அவளது புருவங்கள் கண்ணுக்குள் இறங்குவதுபோல சுழித்தன.

“சத்தம் ஒன்றும் போட வேண்டாம்!” என்று கையை நீட்டிக்கொண்டு சொன்னாள் தாய். “நீங்கள் இன்னும் சிறு வயதினர், உங்களுக்குத் துன்பமும், துயரமும் இன்னதென்று தெரியாது!”

"அம்மா, சாந்தமாயிருங்கள்!" என்று கூறி பாவெல் அவளைப் பேச விடாமல் தடுத்து நிறுத்த முயன்றான்.

"நில்லு, பாவெல்!" என்று கத்திக்கொண்டே, அவள் மேசையை நோக்கி விரைந்தாள். "நீங்கள் இவர்களை ஏன் இட்டுச் செல்கிறீர்கள்?" என்று கேட்டாள்.

"வாயை மூடு! அது உன் வேலையல்ல!" என்று அதிகாரி ஆவேசத்தோடு எழுந்து சத்தமிட்டான். "கைதான வெஸோவ்ஷிகோவைக் கொண்டுவாருங்கள்!"

பிறகு அவன் ஏதோ ஒரு காகிதத்தைத் தனது மூக்கினருகே கொண்டுபோய் வாசிக்க ஆரம்பித்தான்.

போலீஸார் நிகலாயைக் கொண்டுவந்தார்கள். அதிகாரி வாசிப்பதை நிறுத்திவிட்டுக் கத்தினான்:

"உன் தொப்பியைத் தூர எடு!"

ரீபின் பெலகேயாவிடம் வந்து, முழங்கையால் அவளை லேசாக இடித்துவிட்டுச் சொன்னான்.

"அம்மா, அதைரியப்படாதே."

"என் கைகளைப் பிடித்துக் கொண்டால், தொப்பியை எப்படி எடுப்பதாம்?" என்று அந்த அதிகாரி வாசித்த வாக்குமூலத்தை அமுங்கடிக்கும் குரலில் சத்தமிட்டான், நிகலாய்.

"இதிலே கையெழுத்துப் போடு" என்று கையிலிருந்த காகிதத்தை மேசை மீது எறிந்துவிட்டு, கத்தினான் அதிகாரி.

அவர்கள் கையெழுத்திடும்போது, தாய் அவர்களைக் கவனமாகப் பார்த்தாள்; அப்போது அவளது கோபம் தணிந்து விட்டது; உணர்ச்சி உள்ளடங்கிவிட்டது. அவளது கண்களில் பலவீனமான துயர நிலையால் ஏற்பட்ட கண்ணீர்தான் நிரம்பித் ததும்பி நின்றது. அவளுக்குக் கல்யாணமானதிலிருந்து இருபது வருட காலமாக, இந்த மாதிரி எத்தனையோ தடவை கண்ணீர் விட்டிருக்கிறாள்; எனினும் கடந்த சில வருடங்களாக, கண்ணீரின் வேதனையை மறந்திருந்தாள். அந்த அதிகாரி அவளைப் பார்த்தான்; பிறகு வெறுப்புணர்வு கொண்ட வறட்டுப் புன்னகையோடு சொன்னான்:

"தாயே! உன் கண்ணீரை மிச்சப்படுத்தி வை; இல்லை யென்றால் பினனால் அழுது தீர்க்கக் கண்ணீரே இருக்காது!"

அவளுக்கோ மீண்டும் கோபம் பொத்துக்கொண்டு வந்தது.

“ஒரு தாய்க்கு எதற்கும், எத்தனை தடவை வேண்டுமானாலும் சிந்தித் தீர்க்க கண்ணீர் உண்டு, உங்களுக்கு ஒரு தாய் இருந்தால், அப்போது தெரியும்!”

பளபளப்பான பூட்டு மாட்டியிருந்த சிறு பெட்டியில் தனது ஆவணங்களை அதிகாரி அவசரமாக வைத்தான்.

“புறப்படுங்கள்!” என்று உத்தரவிட்டான்.

தன்னோடு அவர்கள் கைகுலுக்கிக் கொண்டபோது, அன்பும் அமைதியும் நிறைந்த குரலில் விடை கொடுத்தான் பாவெல்: “போய்வா அந்திரேய், போய்வா நிகலாய்!”

“ஆமாமாம், போய்விட்டு வந்தாலும் வருவார்” என்று அந்த அதிகாரி எகத்தாளமாய்ச் சொன்னான்.

நிகலாய் நெடுமூச்சு விட்டான். அவனது தடித்த கழுத்தில் ரத்தம் பாய்ந்து புடைத்தது; அவனது கண்களில் கோபம் முட்டி மோதிப்பொங்கிக் கொண்டிருந்தது. ஹஹோல் பளிச்சென்று சிறு புன்னகை செய்து தலையை ஆட்டினான்; தாயிடம் மட்டும் இரகசியமாக ஏதோ சொன்னான். அவளோ சிலுவைக் குறியிட்டபடி சொன்னாள்:

“கடவுள் யார் நல்லவர் என்பதைப் பார்த்துக் கொண்டுதான் இருக்கிறார்...”

கடைசியாக, அந்தக் காக்கிச் சட்டை ஆசாமிகள் வாசல் புறத்தை நோக்கிச் சென்றார்கள்; காலில் அணிந்த பூட்ஸின் தார் ஆணிகளின் சப்தம் கலைந்து மறைய அவர்களும் கண் மறைந்து போய்விட்டார்கள். ரீபின்தான் கடைசியாகப் போனான். அவன் போகும்போது பாவெலைக் கவனமாகப் பார்த்துவிட்டுப் போனான்.

“சரி நான்... வ..ரட்..டுமா” என்று ஏதோ சிந்தித்தவாறே சொல்லிவிட்டு, தாடியுள் இருமிக் கொண்டே வெளியே போனான்.

பாவெல் தனது கைகளைப் பின்னால் கோர்த்துக் கொண்டு சிதறிக் கிடந்த புத்தகங்களையும், துணிமணிகளையும் தாண்டித் தாண்டி மெதுவாக உலவினான்.

“பார்த்தாயா? அவர்கள் இப்படித்தான் செய்வார்கள்” என்று சோர்ந்துபோன குரலில் சொன்னான் அவன்.

அவனுடைய தாய் குழம்பிக் கிடந்த வீட்டின் சூழ்நிலையைப் பரிதாபமாகப் பார்த்தாள்.

"நிகலாய் ஏன் இவ்வளவு முரட்டுத்தனமாய் நடந்து கொண்டான்?" என்று வருத்தத்தோடு கேட்டாள்.

"ஒருவேளை அவன் உள்ளுக்குள் பயந்து போயிருக்கலாம்" என்றான் பாவெல்.

"அவர்கள் பாட்டுக்கு வந்தார்கள். இவர்களைப் பிடித்தார்கள். கொண்டு போய் விட்டார்கள். இப்படித்தான்…" என்று கைகளை ஆட்டிக் கொண்டே சொன்னாள்.

அவளுடைய மகன் கைது செய்யப்படவில்லை; எனவே அவளது இதயம் அமைதி நிறைந்து அடித்துக் கொண்டது. ஆனால், தன் கண்முன்னால் நடந்துபோன மறக்க முடியாத அந்தக் காட்சியை நினைத்து நினைத்து அவளது சிந்தனை செயலற்றுத் தவித்துக் கொண்டிருந்தது.

"அந்த மஞ்சள் மூஞ்சிக்காரன்… அவன் நம்மைக் கேலி செய்தான்! பயமுறுத்தினான்..!"

"சரி, அம்மா" என்று திடீரென்று தீர்மானமாகச் சொன்னான் பாவெல். "நீ வா. இதையெல்லாம் ஒழுங்குபடுத்தலாம்."

அவன் 'அம்மா' என்றும் 'நீ' என்றும் தாயை அழைத்தான். அவளுக்கு வெகுநெருக்கமாய் இருக்கும்பொழுது தான் தாயை அவன் அவ்வாறு அழைப்பது வழக்கம். அவள் அருகே சென்று அவன் முகத்தைப் பார்த்தாள்.

"அவர்கள் உன்னை இழிவுபடுத்திவிட்டார்களா?" என்று அமைதியுடன் கேட்டாள்.

"ஆமாம், அதுதான் சங்கடமாயிருக்கிறது. அவர்கள் என்னையும் கொண்டு சென்றிருந்தால் நல்லது!"

அவனது கண்களில் கண்ணீர் ததும்பியிருப்பதாக அவளுக்குப் புலப்பட்டது; அவனது இதய வேதனையை ஆற்றுவதற்கு முயல்வதுபோல, அவள் பெருமூச்சுவிட்டுக்கொண்டு சொன்னாள்:

"பொறுபொறு, அவர்கள் உன்னையும் கூடக் கொண்டுபோய் விடுவார்கள்!"

"நிச்சயம் கொண்டுபோவார்கள்!"

அவள் ஒரு கணம் மௌனமானாள்.

"பாஷா, நீ எவ்வளவு உறுதி வாய்ந்தவன்!" என்று சொன்னாள் அவள். "நீ ஒரு வேளையாவது உன் தாயைத் தேற்றியிருக்கிறாயா? நான் ஏதோ பயங்கரத்தைச் சொன்னால், நீ அதைவிடப்

பயங்கரத்தைச் சொல்லி, என்னையே பயப்பட வைக்கிறாயே!" என்று பரிதவித்தாள்.

அவளை ஏறிட்டுப் பாத்தவாறே தாயை நெருங்கினான் அவன்.

"எனக்கு அதெல்லாம் தெரியாது, அம்மா. நீதான் இதற்கெல்லாம் உன்னைப் பழக்கிக்கொள்ள வேண்டும்."

அவள் பெருமூச்சு விட்டாள்; உணர்ச்சி வசப்பட்டு வெடிக்கத் தயாராயிருக்கும் குரலை உள்ளடக்கிக்கொண்டு, சிறிது நேரம் கழித்து அவள் கூறினாள்:

"அவர்கள் மனிதர்களைச் சித்திரவதை செய்வார்கள் என்றா நினைக்கிறாய்? அந்த மனிதர்களின் உடம்பைக் கிழித்து, எலும்புகளை நொறுக்கி... அதைப்பற்றி நினைத்தாலே ஐயோ, என் கண்ணே..! என்னால் தாங்க முடியவில்லையடா..."

"அவர்கள் ஆன்மாவையே நொறுக்குகிறார்கள். அதுதான் மிகுந்த வேதனை தருகிறது. அவர்கள் தமது தீய கரங்களால் உன் ஆத்மாவைத் தொடும்போது..."

11

மறுநாள் புகின், சமோய்லவ், சோமவ் முதலியவர்களையும் வேறு ஐந்து பேர்களையும் கைது செய்து விட்டதாகத் தெரியவந்தது. அன்றிரவில் பியோதர் மாசின் பாவெலின் வீட்டிற்கு வந்தான். அவனது வீட்டிலும் சோதனை நடந்திருக்கிறது; அந்தச் சோதனையால், தான் ஒரு வீரனாகி விட்டதாகக் கருதி மிகவும் சந்தோசப்பட்டுக் கொண்டிருந்தான்.

"நீ பயந்து விட்டாயா, பியோதர்?" என்று கேட்டாள் தாய்.

அவன் வெளிறிப் போனான்; முகம் கடுகடுத்தது; மூக்குத் துவாரங்கள் நடுநடுங்கின.

"அந்த அதிகாரி என்னை அடித்து விடுவான் என்று நான் பயந்தேன். அவன் பூதாகாரமாக இருந்தான். கரிய தாடி; மயிரடர்ந்த கைகள். கண்களே இல்லாது போனவன்மாதிரி கறுப்பு மூக்குக் கண்ணாடி வேறு மாட்டியிருந்தான். அவன் ஆங்காரமாகச் சத்தமிட்டு, தரையைக் காலால் மிதித்தான். 'உன்னை நான் சிறையில் போடுவேன்' என்று கத்தினான். என்னை இதுவரையிலும் யாரும் அடித்ததில்லை. என் தாயும் தந்தையும் கூட அடித்ததில்லை. நான் அவர்களுக்கு ஒரே பிள்ளை; செல்லப்பிள்ளை."

அவன் கண்களை ஒரு கணம் மூடினான்; உதடுகளைக் கடித்துக்கொண்டான்; இரண்டு கைகளாலும் தலைமயிரைப் பின்புறமாகத் தள்ளிவிட்டுக்கொண்டான். பிறகு செக்கச் சிவந்த கண்களோடு பாவெலைப் பார்த்துச் சொன்னான்:

"எவனாவது என்னை அடிக்கத் துணிந்தால் – அவ்வளவு தான் – நான் ஒரு வாளைப்போல் அவன்மீது பாய்ந்து சாடுவேன்; என் பற்களால் கடித்துக் குதறுவேன். அவர்கள் வேண்டுமானால் என்னைக் கொன்று தீர்க்கட்டும்; அத்துடன் இந்த உயிர் போகட்டும்!"

"நீ ஒரு நோஞ்சான். சண்டைக்கே லாயக்கில்லை" என்றாள் தாய்.

"இருந்தாலும் சண்டை போடத்தான் செய்வேன்!" என்று அடி மூச்சுக் குரலில் பதிலளித்தான் பியோதர்.

பியோதர் போன பிறகு, தாய் பாவெலை நோக்கிச் சொன்னாள்: "எல்லோரையும் விட இவன்தான் முதலில் ஓடப் போகிறான்."

பாவெல் பதில் பேசவில்லை.

சில நிமிட நேரத்தில், சமையலறைக்கு அடுத்துள்ள வாசற் கதவு திறக்கப்பட்டது; ரீபின் உள்ளே வந்தான்.

"வணக்கம்!" என்று இளஞ்சிரிப்போடு சொன்னான் அவன். "நான் பழையபடியும் வந்து விட்டேன். நேற்று ராத்திரி அவர்களே என்னைக் கொண்டுவந்தார்கள். இன்று நானாக வந்திருக்கிறேன்." அவன் பாவெலின் கையைப் பிடித்துக் குலுக்கினான்; பெலகேயாவின் தோளில் கையைப் போட்டுக் கொண்டான்.

"எனக்குத் தேநீர் கிடைக்குமா?" என்று கேட்டான்.

அடர்ந்து வளர்ந்த கரிய தாடியும், கறுத்த கண்களும் கொண்ட அவனது அகன்ற பழுப்பு முகத்தைக் கண்களால் மௌனமாய் அளந்து நோக்கினான் பாவெல். அவனது அமைதியான பார்வையில் ஏதோ ஓர் அர்த்தம் தொனித்தது.

தாய், தேநீருக்குத் தண்ணீர் போடுவதற்காக அடுக்களைக்குச் சென்றாள். ரீபின் உட்கார்ந்து, தனது முழங்கைகளை மேசை மீது ஊன்றி பாவெலையே பார்த்தான்.

"சரி" என்று ஏதோ உரையாடலின் போது குறுக்கிட்டுப் பேசும் தோரணையில் பேச ஆரம்பித்தான் அவன், "உன்னிடம் நான் ஒளிவு மறைவில்லாமல் சொல்ல விரும்புகிறேன். உன் மீது கொஞ்ச காலமாய் எனக்கு ஒரு கண்தான். நானும் உனக்குப் பக்கத்து வீட்டிலே குடியிருக்கிறேன். உன் வீட்டுக்கு நிறையப்

பேர் வந்து போவதைப் பார்த்திருக்கிறேன். ஆனால் குடிப்பதைக் காணோம்; கூச்சலையும் காணோம். அதுதான் முதல் காரணம். கலாட்டா, செய்யாமல் இருக்கிறவர்களை எல்லோரும் உடனே கவனிக்க ஆரம்பித்துவிடுவார்கள். ஏனடா இப்படி இருக்கிறார்கள்? என்று அதிசயப்படுகிறார்கள். நான் ஒதுங்கி வாழ்கிறேனா, அது அவர்கள் கண்களை உறுத்திவிட்டது."

அவனது பேச்சு அமைதியாகவும் அழுத்தமாகவும் ஒலித்தது. பேசும்போது அவன் தனது கரிய கரத்தால் தாடியை வருடிவிட்டுக்கொண்டே, பாவெலின் முகத்தைக் கூர்ந்து பார்த்தான்.

"ஊரில் உன்னைப் பற்றி எல்லோரும் பேசிக் கொளகிறார்கள். உதாரணமாக, என் முதலாளி, உன்னை ஒரு மதத் துரோகி என்கிறார். நீதான் தேவாலயத்துக்கே போவவதில்லையே. நானும் போகவில்லை. பிறகு அந்தப் பிரசுரங்கள் வந்து சேர்ந்தன. அதுவும் உன் வேலையா?"

"ஆமாம்" என்றான் பாவெல்.

"நீ என்ன சொல்கிறாய்? என்று சமையலறையிலிருந்தவாறு தலையை நீட்டிக்கொண்டு வந்து கேட்டாள் அவனுடைய தாய். "அதை நீ மட்டுமே செய்வில்லை!"

பாவெல் சிரித்தான்; ரீபினும் சிரித்தான்.

"ரொம்ப சரி" என்றான் ரீபின்.

தனது வார்த்தைகளை அவர்கள் மதியாததைக் கண்டு மனம் புண்பட்ட மாதிரி சிணுங்கிக்கொண்டு உள்ளே போய் விட்டாள் தாய்.

"அந்தப் பிரசுரங்கள் இருக்கிறதே அருமையான வேலை. மக்களைத் தூண்டிவிட்டு விட்டன; மொத்தம் பத்தொன்பது. இல்லை?"

"ஆமாம்" என்றான் பாவெல்.

"அப்படியென்றால், நான் அத்தனையையும் படித்து விட்டேன். அதிலுள்ள சில விசயங்கள் தெளிவாக இல்லை; சில தேவையில்லாதவை. ஆனால், எவ்வளவோ விசயங்களை ஒரு மனிதன் சொல்ல வேண்டியிருக்கும்போது இப்படி ஒன்றிரண்டு தப்பிப்போவது இயல்புதான்."

ரீபின் தனது வெள்ளைப் பற்கள் வெளியே தெரியும் வண்ணம் புன்னகை செய்தான்.

பிறகுதான் சோதனை நடந்தது. அதுதான் என்னை மிகவும் கவர்ந்து விட்டது. நீயும், அந்த ஹஹோலும் நிகலாயும் நீங்கள் எல்லோரும்..."

சொல்வதற்குச் சரியான வார்த்தை வாய்க்கு வராமல், அவன் பேச்சை நிறுத்திவிட்டு சன்னலுக்கு வெளியே பார்த்தான்; மேசை மீது கைவிரல்களால் தாளம் கொட்டினான்.

"நீங்கள் எல்லோரும் உங்கள் உறுதியைக் காட்டி விட்டீர்கள். ஓ... பெரியவர்களே, உங்கள் வேலையை நீங்கள் செய்யுங்கள்; நாங்கள் எங்கள் வழியில் போகிறோம் என்று சொல்வது மாதிரி இருந்தது. அந்த ஹஹோல் ரொம்ப அருமையான ஆசாமி. தொழிற்சாலையிலே அவன் பேசுவதை நான் கேட்டிருக்கிறேன். அப்போதெல்லாம் நான் எனக்குள் நினைத்துக்கொள்வேன் – இந்த ஆசாமியை எதுவும் அசைக்க முடியாது; சாவு ஒன்றுதான் இவனைச் சரிக்கட்டும், உருக்கினாலான பிறவி இவன்! பாவெல், நான் சொல்வது உண்மைதானே?"

"ஆமாம்" என்று தலையை ஆட்டிக்கொண்டே சொன்னான் பாவெல்.

"நல்லது! என்னைப் பார். எனக்கு நாற்பது வயதாகிறது. உன்னைவிட இருபது மடங்கு அனுபவம் எனக்கு உண்டு. மூன்று வருடத்திற்கு மேல் நான் பட்டாளத்தில் வேலை பார்த்தேன், இரண்டு தடவை கல்யாணம் பண்ணினேன்; முதல் தாரம் செத்துப் போனாள். இரண்டாவது பெண்டாட்டியை நானே விரட்டியடித்து விட்டேன். காகஸஸிலும் இருந்திருக்கிறேன். துகபர்த்சி*களையும் பார்த்திருக்கிறேன். அவர்களுக்கு வாழ்க்கையைச் சமாளிக்கத் தெரியாது. தெரியவே தெரியாது தம்பி!"

அவனது நேரடியான பேச்சை ஆர்வத்தோடு கேட்டுக் கொண்டிருந்தாள் தாய். இத்தனை வயதான ஒரு மனிதன் வந்து தன்னுடைய மகனிடம் அவனது உள்ளத்தில் கிடந்ததையெல்லாம் திறந்து கொட்டிப் பேசுவதைக் காண்பது அவளுக்கு இன்பம் அளித்தது. ஆனால், பாவெல் நடந்துகொள்ளும் முறையோ சுமுகபாவமற்றிருப்பதுபோல் அவளுக்குத் தோன்றியது. எனவே, தானாவது அவனுக்கு அன்பு காட்டி, அந்த வயோதிகனின் பேச்சுக்கு ஈடு கட்ட வேண்டும் என்று நினைத்தாள்.

"மிகயீல் இவானவிச்! ஏதாவது சாப்பிடுகிறாயா?" என்று கேட்டாள்.

---

* துகபர்த்சி - ஒரு சமயக் கட்சியினர்.

"கேட்டதே போதும், அம்மா. நான் சாப்பிட்டாயிற்று. பாவெல், வாழ்க்கை எப்படி இருக்க வேண்டுமோ, அப்படி இருக்கவில்லை என்பதுதானே உன் எண்ணம்?"

பாவெல் இடத்தைவிட்டு எழுந்து, கைகளை முதுகுப் புறமாகக் கட்டிக்கொண்டு மேலும் கீழும் நடந்தான்.

"வாழ்க்கை சரியான பாதையில்தான் போகிறது" என்று பேச ஆரம்பித்தான் பாவெல்; "உங்களைக் கூடத் திறந்த மனத்தோடு இங்கு கொண்டுவந்து சேர்க்கவில்லையா? வாழ்நாள் முழுவதும் உழைத்துக் கொண்டிருக்கும் நம் போன்றவர்களை அது கொஞ்சம் கொஞ்சமாக ஒன்று சேர்க்கிறது; நம் அனைவரையும், ஒவ்வொருவரையும் ஒன்று சேர்க்கும் காலமும் வந்தே தீரும். வாழ்க்கை என்பது நமக்கு இன்று ஒரு பெரும் பாரமாகவும் அநீதமாகவுமே இருக்கிறது. ஆனால், அதே வாழ்க்கைதான் தனது கசப்பான உண்மையை நமது கண்ணுக்கு முன்னால் காட்டுகிறது; வாழ்க்கைப் பிரச்சினைகளை நாம் எப்படி விரைவில் தீர்ப்பது என்பதற்கும் அதுவே வழிகாட்டுகிறது."

"அப்படிச் சொல்லு, அதுதான் உண்மை" என்றான் ரீபின். "மக்கள் அனைவரையும் பரிபூரணமாகச் சீர்படுத்தியே ஆக வேண்டும். ஒரு மனிதன் அசுத்தமாயிருந்தால், அவனைக் கொண்டுபோய்க் குளிப்பாட்டி, துடைத்துத் துவட்டி, அவனுக்குச் சுத்தமான ஆடைகளை அணிவித்தால் சரியாகி விடுவான். கண்ணுக்குக் குளிர்ச்சியாக இருப்பான். இல்லையா? ஆனால் அவன் உள்ளத்தைச் சுத்தப்படுத்துவது எப்படி அதுதான் சங்கதி!"

பாவெல் தொழிற்சாலையைப் பற்றியும் தொழிற்சாலை முதலாளிகளைப் பற்றியும், உலகின் பிற பாகங்களிலுமுள்ள தொழிலாளர்கள் எப்படித் தங்கள் உரிமைகளுக்காகப் போராடுகிறார்கள் என்பது பற்றியும் உணர்ச்சிமயமாகப் பேசினான். சில சமயங்களில் பாவெலின் பேச்சுக்கு முத்தாய்ப்பு வைப்பது மாதிரி ரீபின் மேசை மீது குத்துவான். இடையிடையே அவன் சொன்னான்.

"ஆமாம். அதுதான் சங்கதி!"

ஒருமுறை சிரித்துக்கொண்டே சொன்னான்:

"நீ இன்னும் சின்னப் பிள்ளை. மனிதர்களைச் சரியாகத் தெரிந்து கொள்ளவில்லை."

“சின்னவன் பெரியவன் என்று பேச வேண்டாம்” என்று ரீபினின் முன்னால் வந்து நின்றுகொண்டு கடுமையாகச் சொன்னான் பாவெல்; “யார் சொல்வது சரி என்பதைப் பார்ப்போம்!”

“அப்படியென்றால் – நீ சொல்கிறபடி பார்த்தால் – நம்மை ஏமாற்றுவதற்காகத்தான் கடவுளைக் கூட உண்டாக்கியிருக்கிறார்கள் என்றாகிறது. இல்லையா? ஹூம். எனக்கும் அப்படித்தான் படுகிறது. நமது மதம் – ஒரு போலி. பொய்.”

இந்தச் சமயத்தில் தாய் வந்து சேர்ந்தாள். அவளுக்கோ கடவுள் நம்பிக்கை அதிகம். அந்த நம்பிக்கை அவளைப் பொறுத்தவரையில் புனிதமானது; உயிருக்குயிரானது. எனவே தன்னுடைய மகன் கடவுளைப் பற்றியோ கடவுள் நம்பிக்கையைப் பற்றியோ ஏதாவது பேச ஆரம்பித்தால், அவள் தன் மகனைக் கூர்ந்து பார்ப்பாள்; கூரிய நாத்திக வார்த்தைகளால் தன் இதயத்தைக் கீற வேண்டாம் என்று தன் மகனிடம் மௌனமாய்க் கெஞ்சுவதுபோல இருக்கும் அந்தப் பார்வை. எனினும் அவனது நாத்திகத்திற்குப் பின்னால் நம்பிக்கை ஒன்றிருப்பதாக அவளுக்குப் படும்; அந்த எண்ணமே அவளை ஓரளவு சாந்தப்படுத்தும்.

“அவன் எண்ணங்கள் எனக்கு எப்படிப் புரியும்!” என்று தனக்குள் நினைத்துக்கொள்வாள் தாய்.

பாவெலின் பேச்சு, வயதான ரீபினின் மனதைக் கூடப் புண்படுத்தி இருக்கும் என்று அவள் கருதினாள். ஆனால், ரீபினே அமைதியுடன் பாவெலை நோக்கி அதுபற்றிக் கேட்டதைக் கண்டு அவளால் தன்னைத்தானே கட்டுப்படுத்திக்கொள்ள முடியவில்லை.

“கடவுளைப் பற்றிப் பேசும்போது மட்டும், கொஞ்சம் ஆற அமரப் பேசு, அப்பா!” அவள் ஆழ்ந்த பெருமூச்சு விட்டுவிட்டு அதிகமான உத்வேகத்தோடு பேசினாள்: “நீங்கள் என்ன வேண்டுமானாலும் நினைத்துக்கொள்ளுங்கள்! ஆனால் நானோ கிழவி. எனக்கோ என் கடவுளை என்னிடமிருந்து பிடுங்கிக்கொண்டு மட்டும் போய்விட்டால், என் துயரத்தைச் சொல்லியழக் கூட ஒரு துணையிராது!”

அவளது கண்களில் கண்ணீர் நிரம்பி நின்றது; தட்டுகளைக் கழுவும்போது அவளது கைவிரல்கள் நடுங்கின.

“நீங்கள் எங்களைப் புரிந்துகொள்ளவேயில்லை, அம்மா” என்று மெதுவாகச் சொன்னான் பாவெல்.

"எங்களை மன்னித்துக்கொள், அம்மா" என்று மெதுவாக ஆழ்ந்த குரலில் சொன்னான் ரீபின்; லேசாகச் சிரித்துக்கொண்டே பாவெலைப் பார்த்தான்.

"இத்தனை வருஷமாய் ஊறிப்போன உன் நம்பிக்கையைப் பிடுங்கியெறிய முடியாது என்பதை நான் மறந்துவிட்டேன்."

"நீ நம்புகிற இரக்கமும் அன்பும் நிறைந்த கடவுளைப் பற்றி நான் பேசவில்லை" என்று தொடர்ந்தான் பாவெல்; "ஆனால் நமது குருக்கள், குண்டாந்தடி மாதிரி காட்டி நம்மைப் பயமுறுத்துகிறார்களே அந்தக் கடவுளை, ஒரு சிலரின் கொடுமைக்கு மக்களெல்லாம் பணிந்து கொடுக்க வேண்டும் என்று, எந்தக் கடவுளின் பேரால் நம்மை நிர்ப்பந்தப்படுத்துகிறார்களோ அந்தக் கடவுளைப் பற்றித்தான், அம்மா, நான் பேசுகிறேன்."

"அதுதான் சங்கதி!" என்று மேசையை அறைந்து கொண்டே சொன்னான் ரீபின். "அவர்கள் உண்மையான கடவுளைக்கூட நம்மிடமிருந்து பிடுங்கிக் கொண்டுவிட்டார்கள்; நம்மைத் தாக்குவதற்கு எல்லாவற்றையும் தமது கைக்கருவியாக மாற்றிக்கொண்டு விட்டார்கள். அம்மா, ஒரு கணம் சிந்தித்துப்பார். கடவுள் தன் உருவம்போலவே மனிதனையும் படைத்தான் என்கிறார்களே, அதற்கு என்னம்மா அர்த்தம்? கடவுள் மனிதனைப்போல் இருக்கிறான் என்பதுதானே. ஆனால், இன்றோ நாம் கடவுள் மாதிரி இல்லை, காட்டு மிருகங்கள் மாதிரி இருக்கிறோம். தேவாலயத்தில் பூச்சாண்டிதானம்மா இருக்கிறது; நாம் நமது கடவுளை மாற்றியாக வேண்டும்; புனிதப்படுத்தியாக வேண்டும்; அவர்கள் கடவுளைப் பொய்யாலும் புனைசுருட்டாலும் மூடி மறைத்து விட்டார்கள்; நமது உள்ளங்களைக் கொன்று குவிப்பதற்காக, அவர்கள் கடவுளது திருஉருவத்தையே பாழக்கி விட்டார்கள், அம்மா!"

அவன் அமைதியாகவே பேசினான்; எனினும் அவனது பேச்சின் ஒவ்வொரு வார்த்தையும் காதில் பலத்த அறைபோலத் தாக்கி ஒலித்தது. கறுத்த தாடிக்குள்ளாகத் தெரியும் அவனது முகத்தின் நிழலாடிய துயரத்தைக் கண்டு பயந்தாள் அவள். அவனது கண்களின் இருண்ட ஒளியை அவளால் தாங்க முடியவில்லை; அந்த ஒளி அவளது இதயத்தில் ஏதோ ஒரு வேதனையை எழுப்பியது.

"இல்லை, இல்லை, நான் இங்கிருந்து போய்விடுகிறேன்" என்று தலையை ஆட்டிக்கொண்டே சொன்னாள் தாய்; "இந்த மாதிரி விசயங்களைக் கேட்கவே எனக்குச் சக்தி போதாது, போதாது!"

அவள் சமையலறைக்குள் விரைந்து சென்று விட்டாள். அவள் சென்றவுடன் ரீபின் பாவெலை நோக்கிச் சொன்னான்: "பார்த்தாயா, பாவெல்? இந்த விசயங்களுக்கு ஆதாரம் இதயமே தவிர, மூளை அல்ல. மனித மனத்தில், வேறு எதுவும் இல்லாத ஓர் இடத்தில், இந்த இதயம் இருக்கிறது!"

"அறிவுதான், மனிதனை விடுதலை செய்யும்" என்று உறுதியோடு சொன்னான் பாவெல்.

"ஆனால், அறிவு மனிதனுக்குப் பலம் தருவதில்லை" என்று உரக்கச் சொன்னான் ரீபின். "இதயம்தான் மனிதனுக்குப் பலம் தருகிறது. அறிவு அல்ல."

தாய் தன் ஆடையணிகளைக் களைந்து மாற்றிவிட்டு பிரார்த்தனைகூடச் செய்யாமல் படுக்கப் போய்விட்டாள். அவளுக்குக் குளிராகவும், வெறுப்பாகவுமிருந்தது. ஆரம்பத்தில் புத்திசாலியாகவும், மனதுக்குப் பிடித்தவனாகவும் தோன்றிய ரீபின் மீது இப்போது பகைமை உணர்ச்சி உண்டாயிற்று.

அவன் பேசுவதைக் கேட்ட சமயத்தில் தனக்குள் நினைத்துக்கொண்டாள்: "மதத்துரோகி! குழப்பவாதி! இவன் ஏன் இங்கு வந்து தொலைந்தான்?"

ஆனால் அவனோ நம்பிக்கை தோய்ந்த குரலில் அமைதியுடன் பேசிக்கொண்டே போனான்:

"அந்தப் புனிதமான இடத்தைக் காலியாக விடக்கூடாது பாவெல். மனித இதயத்தில் கடவுள் குடியிருக்கும் இடம் ஒரு வேதனை இல்லம். அங்கிருந்து அவரைப் பிடுங்கியெறிந்தால், அந்த இடத்தில் படுகாயம் ஏற்படும். எனவே அவ்வில்லத்தில் ஒரு நம்பிக்கையை, மனித குலத்தின் நண்பனான ஒரு புதிய கடவுளைப் படைக்க வேண்டும். அதுதான் சங்கதி."

"கிறிஸ்து இருந்தாரே!" என்றான் பாவெல்.

"கிறிஸ்துவுக்கு ஆத்மபலம் கிடையாது. 'இந்தக் கோப்பை என் கையைவிட்டுப் போகட்டும்' என்றார் அவர். அவர் சீசரை ஆமோதித்து ஒப்புக்கொண்டார். மனிதர்களிடையே மனித ஆட்சியைக் கடவுள் எப்படி ஆமோதிக்க முடியும்? கடவுள்தான் சர்வ வல்லமையும் பொருந்தியவராயிற்றே. அவர் தமது ஆத்மாவைத் துண்டுபடுத்திப் பேசமுடியாது. இதுதான் கடவுள் சித்தம், இதுதான் மனித சித்தம் என்று பாகுபாடு செய்ய முடியாது. ஆனால் கிறிஸ்துவோ வியாபாரத்தை ஒப்புக்கொண்டார்; திருமணத்தை ஒப்புக்கொண்டார். மேலும், அத்திமரத்தை அவர் சபித்தது

இருக்கிறதே – அது தவறான காரியம். கனி தராதது மரத்தின் தவறா? அதுபோலவே மனத்தில் நலம் விளையாததற்கு அந்த மனம் பொறுப்பல்ல. எனது இதயத்தில் நானாகவா, விதையூன்றித் தீமையை வளர்த்தேன்?"

இருவரது பேச்சுகளும் ஒன்றையொன்று கவ்விப் பிடிப்பது மாதிரி உணர்ச்சி வசமான போராட்டத்தில் ஈடுபட்டிருந்தன. பாவெல் மேலும் கீழும் நடந்துலாவும்போது தரையில் காலடி ஓசை எழும்பியது. பாவெல் பேசும்போது வேறு எந்தச் சப்தமும் ஓங்கி ஒலிக்கவில்லை. அவனது குரலே உயர்ந்து ஒலித்தது. ரீபினோ அமைதியும் ஆழமும் நிறைந்த குரலில் பேசினான்; அவன் பேசும்போது, கடிகாரப் பெண்டுல ஓசை கூட, வெளியே சுவர்களில் விழுந்து வழியும் பனிமழையின் ஓசையும் கூட, தாயின் செவியில் நன்றாகக் கேட்டன.

"நான் என் மொழியிலே, ஒரு கொல்லனின் மொழியிலேயே பேசுகிறேன். கடவுள் ஒரு நெருப்பு! அவர் இதயத்தில் தான் வாழ்கிறார். 'பூர்வத்தில் சொல்தான் பிறந்தது; அந்தச் சொல்தான் கடவுளாயிருந்தது' என்கிறார்கள். எனவே சொல்தான் பரிசுத்த ஆவி!" என்றான் ரீபின்.

"இல்லை. சொல்தான் அறிவு!" என்று அழுத்திக் கூறினான் பாவெல்.

"ரொம்ப சரி. அப்படியென்றால், கடவுள் இதயத்தில் குடியிருக்கிறார்; அறிவிலும் குடியிருக்கிறார் – ஆனால், நிச்சயமாக தேவாலயத்தில் அல்ல; தேவாலயம் கடவுளிள் கல்லறை; கடவுளின் சமாதி!"

தாய் தூங்கிப் போய்விட்டாள்; ரீபின் போனது அவருக்குத் தெரியாது. ஆனால், அது முதற்கொண்டு ரீபின் அங்கு அடிக்கடி வர ஆரம்பித்தான். அவன் வரும் சமயத்தில் பாவெலின் பிற தோழர்கள் யாரேனும் இருந்தால், அவன் தன் பாட்டுக்கு ஒரு மூலையிலே உட்கார்ந்து ஒன்றுமே பேசாமலிப்பான். எப்போதாவது இடையிலே "அதுதான் சங்கதி!" என்று ஒரு வார்த்தையை மட்டும் போட்டுவிட்டு சும்மா இருந்து விடுவான்.

ஒருநாள் அவன் அங்கு கூடியிருந்த கூட்டத்தைத் தனது இருண்ட பார்வையால் நோட்டம் பார்த்துவிட்டுச் சோர்ந்த குரலில் பேசினான்:

"நிலைமை இன்று எப்படி இருக்கிறது என்பதைப் பற்றித்தான் நாம் பேசவேண்டுமே ஒழிய, அது நாளை எப்படி இருக்கும்

என்பதைப் பற்றி அல்ல. நிலைமை எதிர்காலத்தில் எப்படி இருக்கும் என்பது யாருக்குத் தெரியும்? மக்களுக்குச் சுதந்திரம் கிடைத்துவிட்டால், அவர்களே தங்களுக்கு எது நல்லது என்பதைத் தீர்மானித்துக்கொள்வார்கள். அவர்களைக் கேட்காமலேயே அவர்கள் தலை மீது வேண்டாத, விரும்பாத விசயங்களையெல்லாம் புகுத்தியாயிற்று. அவை போதும். இனி அவர்களாகவே சிந்தித்துப்பார்க்க அவகாசம் கொடுப்போம். வேண்டுமென்றால், அவர்கள் தங்கள் வாழ்க்கையை, கல்வியை, கற்ற அறிவை உதறித் தள்ளிவிட்டுப் போகட்டும்; தேவாலயத்திலுள்ள கடவுளைப் போல, எல்லாமே தமக்கு எதிராகத்தான் அணிவகுத்து நிற்கின்றன என்பதை அவர்கள் உணரட்டும். புத்தகங்களை அவர்கள் கையிலே கொடுங்கள். அவர்களே விடை கண்டுகொள்ளட்டும். ஆமாம்!"

ரீபினும் பாவெலும் தனியாக மட்டும் இருக்க நேர்ந்தால், அவர்கள் மூச்சுவிடாமல், முடிவில்லாமல் விவாதம் பண்ணிக் கொண்டேயிருப்பார்கள். எனினும் விவாதம் செய்யும்போது, அவர்கள் தங்கள் நிதானத்தை இழந்து உணர்ச்சிவசப்படுவதில்லை. தாய் விவாதத்தை ஆர்வத்தோடு கேட்பாள்; அவர்கள் என்னதான் சொல்கிறார்கள் என்பதை அறிய அரும்பாடுபட்டுக் கொண்டு, ஒவ்வொரு வார்த்தையையும் கவனமாகக் கேட்பாள். சமயங்களில் அகன்ற தோளும் கரிய தாடியும் கொண்ட ரீபினும், நெடிது வளர்ந்த பலசாலியான தன் மகனும் கண்மூடித்தனமாக, குருடாகப் போவதாக அவளுக்குப்படும். அவர்கள் முதலில் ஒரு திசையில் செல்வார்கள். பிறகு மறுதிசைக்குச் செல்வார்கள். போக்கிடம் தெரியாது, பிரச்சினைக்கு மார்க்கம் காணாது அவர்கள் கையால் நிலந்தடவிச் செல்வதாக, ஓரிடத்திலிருந்து வேறிடத்துக்கு மாறுவதாக, தாம் செல்லும்போது தமது கைப்பொருளைத் தவறவிட்டு, அவற்றைக் காலால் மிதித்துக் கொண்டு நடப்பதாகத் தோன்றும். அவர்கள் எங்கெங்கோ மோதிக் கொண்டார்கள். எதை எதையோ தொட்டு உணர்ந்து கொண்டார்கள்; தங்களது கொள்கையையும் நம்பிக்கையையும் இழந்துவிடாமல் எதை எதையோ தூக்கி விட்டெறிந்தார்கள்...

அவர்கள் எத்தனை எத்தனையோ பயங்கரமான, துணிச்சலான வார்த்தைகளைக் கேட்டுப் பழகுவதற்கு அவளுக்குக் கற்றுக் கொடுத்தார்கள். என்றாலும், அந்த வார்த்தைகள் ஆரம்பத்தில் அவளைத் தாக்கி உலுக்கியதுபோல், பின்னர் உலுப்பவில்லை. அந்த வார்த்தைகளை உதறித்தள்ள அவள் கற்றுக் கொண்டுவிட்டாள். சமயங்களில் கடவுளை மறுத்துச் சொல்லும் வார்த்தைகளில்கூட, கடவுள் நம்பிக்கை தொனிப்பதை அவள் கண்டாள். அப்படிக்

காணும்போது அவள் அமைதியாக, எல்லாவற்றையும் மறந்து, மன்னித்துத் தனக்குத்தானே சிரித்துக்கொள்வாள்; அவளுக்கு ரீபினைப் பிடிக்காவிட்டாலும், இப்போது அவள் உள்ளத்தில் அவன் பகையை உணர்ச்சியைக் கிளப்பவில்லை.

ஒவ்வொரு வாரமும் அவள் வெளுத்த துணிமணிகளையும், புத்தகங்களையும் எடுத்துக் கொண்டு, ஹஹோலிடம் கொடுப்பதற்காகச் சிறைக்குச் செல்லுவாள். என்றாலும் ஒரே ஒரு தடவைதான் ஹஹோலைக் கண்டுபேச அவளை அனுமதித்தார்கள்.

திரும்பி வந்தபோது அவனைப் பற்றி அன்போடு அவள் பேசினாள்: "அவன் கொஞ்சம்கூட மாறிவிடவில்லை. எல்லோரிடமும் நல்லபடியாகவே பழகுகிறான்; அனைவரும் அவனிடம் வேடிக்கையாகப் பேசுகிறார்கள். அவனுக்கு வருத்தம் மிகவும் வருத்தமாய்த்தானிருக்கிறது. இருந்தாலும் அவன் அதை வெளியில் காட்டிக்கொள்வதே இல்லை."

"அதுதான் சரி" என்று பேச ஆரம்பித்தான் ரீபின். "நம்மையெல்லாம் சோகம்தான் மூடிப் போர்த்தியிருக்கிறது; நாம் சோகத்துக்குள்தான் இருக்கிறோம். இருந்தாலும், சோகத்தைத் தாங்கித் திரிவதற்கு நாம் பழகிப் போய் விட்டோம். இதில் பெருமைப்பட்டுக் கொள்வதற்கு ஒன்றுமில்லை. எல்லோரும் தங்கள் கண்களை இருட்டடிப்புச் செய்துகொள்வதில்லை. சிலர், தாங்களாகவே கண்களை மூடிக் கொள்கிறார்கள். அதுதான் சங்கதி! நாம் முட்டாள்தனமாயிருந்தால், நாம்தான் அதன் பலாபலனை அனுபவித்துத் தீர வேண்டும்!"

12

விலாசவ் குடும்பத்தின் சின்னஞ் சிறிய வீட்டின்மீது மக்களின் கவனம் நாளுக்கு நாள் அதிகரித்து வந்தது. இந்தக் கவனத்தால் அவர்களது மனத்திலே சிறுசிறு சந்தேகங்களும், காரண காரியம் தெரியாத பகையை உணர்வும் ஏற்பட்டாலும்கூட, ஏதோ ஓர் இனந்தெரியாத நம்பிக்கை நிறைந்த ஆர்வக் குறுகுறுப்பும் ஏற்படத்தான் செய்தது. சில சமயங்களில் யாராவது ஒருவன் பாவெலைச் சந்தித்து, அவனைச் சிரத்தையோடு பார்த்துக்கொண்டு கேட்பான்:

"தம்பி! நீ புத்தகங்களையெல்லாம் படிக்கிறாய். உனக்குச் சட்டங்களெல்லாம் தெரியும். அப்படியென்றால் எனக்கு இதை விளக்கிச் சொல்லேன்..."

அவன் சொல்லுகின்ற விசயம் போலீசின் அநியாயத்தைப் பற்றியோ, அல்லது தொழிற்சாலை நிர்வாகத்தின் அநீதியைப் பற்றியோதான் இருக்கும். மிகவும் சிக்கலான விசயமானால் தனக்குப் பழக்கமான நகரத்து வக்கீல் ஒருவருக்கு ஒரு சீட்டு எழுதிக் கொடுத்து அனுப்புவான் பாவெல். ஆனால், அவனது சக்திக்கு உட்பட்ட முறையீடாயிருந்தால், அவனே அதற்குரிய சட்ட விசயங்களை விளக்கிச் சொல்லுவான்.

வரவர மக்கள் அக்கறையுள்ள இளைஞனை மதிக்கத் தொடங்கினார்கள். எளிமையாகவும், துணிவாகவும் பேசிய இந்தப் பலசாலியான இளைஞனை, எதையும் கூர்ந்து கவனித்து, காது கொடுத்துக் கேட்கும், பிரச்சினையின் ஆழத்துக்குச் சென்று ஆராயும் இந்த இளைஞனை, எல்லாப் பிரச்சினையின் ஆழத்துக்குச் சென்று ஆராயும் இந்த இளைஞனை, எல்லாப் பிரச்சினைகளிலும் ஊடுருவிச் செல்லும் ஏதோ ஒரு நூலிழை அனைத்து மக்களையும் இணைக்கிறது என்று காணும் பாவெலை அவர்கள் மதிக்கத் தொடங்கினார்கள்.

இதன் பின்னர் பாவெலின் மதிப்பு மேலும் உயர்வதற்குக் காரணமாயிருந்தது ஒரு நிகழ்ச்சி. அதுதான் 'சதுப்புக்காசு' சம்பவம்.

தொழிற்சாலையைச் சுற்றி அழுகல் வட்டமாய் ஒரு பெரிய சதுப்பு நிலம் பரவியிருந்தது. அங்கே பிர் மரங்களும், பிர்ச் மரங்களும் மண்டி வளர்ந்திருந்தன. வேனிற்காலத்தில் அந்தச் சதுப்பு நிலத்திலிருந்து மஞ்சள் நிறமான நுரை கொப்புளித்துப் பெருகும்; இந்தச் சாக்கடை நுரையிலிருந்து படைபடையாகக் கொசுக்கூட்டம் உற்பத்தியாகிக் கிளம்பும். அந்தக் கொசுக்களின் உபத்திரவத்தால், தொழிலாளர் குடியிருப்பில் காய்ச்சல் உண்டாகும். அந்தச் சதுப்பு நிலம் தொழிற்சாலைக்குச் சொந்தமானது. தொழிற்சாலையின் புதிய மேலாளர் அந்தச் சதுப்பு நிலத்தைத் தூர்ப்பதன் மூலம் எரு எடுத்து லாபம் அடையத் திட்டமிட்டார். அந்த சதுப்பு நிலம் தூர்க்கப்பட்டால் தொழிலாளர்களின் ஆரோக்கியமும், குடியிருப்பின் சுகாதாரமும்தான் மேம்பாடு அடையும் என்று காரணம் கூறி, அந்தச் சதுப்பு நிலத்தைச் சீர்பத்துவதற்காக தொழிலாளர்களின் சம்பளத்தில் ரூபிளுக்கு* ஒரு கோபெக்** பிடித்தம் செய்ய உத்தரவிட்டார்.

இந்த உத்தரவைக் கண்டு தொழிலாளர்கள் கொதிப்படைந்தார்கள். அவர்கள் இந்த உத்தரவை எதிர்த்ததற்குரிய

---

* ரூபிள் - ருஷியாவின் நாணயம் (நமது ரூபாயைப் போன்றது).

** கோபெக் - ருஷியாவின் செப்புக் காசு.

முக்கிய காரணம், தொழிற்சாலைக் காரியாலயத்தின் கணக்கர்களுக்கு மட்டும் அந்தச் சம்பள வெட்டிலிருந்து விதிவிலக்கு அளிக்கப்பட்டிருந்தது.

மேலாளர் இந்தக் கூலி குறைப்பு உத்தரவைத் தொழிற்சாலை விளம்பரப் பலகையில் ஒரு சனிக்கிழமையன்று வெளியிடச் செய்தார். அன்று பாவெலுக்கு உடல் நலமில்லாததால் அவன் வேலைக்குச் செல்லவில்லை; வீட்டில் இருந்தான். எனவே, அவனுக்கு அந்த உத்தரவைப்பற்றி எதுவும் தெரியாது. ஆனால் மறுநாள் வயதும் கண்ணியமும் நிறைந்த பாத்திரத் தொழிலாளி சிஸோவும், நெட்டையான பூட்டுத் தொழிலாளி மாகோதினும் பாவெலைப் பார்க்க வந்தபோது மேலாளரின் தீர்மானத்தைப் பற்றிச் சொன்னார்கள்.

"நாங்கள், வயதானவர்கள் இந்த விசயத்தைப் பற்றிக் கலந்து பேசினோம்" என்று மனங்கவரும் முறையில் பேசத் தொடங்கினான் சிஸோவ். "நீ விசயம் தெரிந்தவன் என்பதால், உன்னிடம் இது பற்றி பேசுவதற்காக எங்களை அனுப்பியிள்ளார்கள் தோழர்கள். கொசுக்களுடன் போராட, நம்மிடம் பணம் பறிக்க மேலாளருக்கு அதிகாரம் வழங்கும் சட்டம் ஏதாவது இருக்கிறதா?"

"யோசித்துப் பார்" என்று தனது குறுகிய கண்களில் பிரகாசம் தெறிக்கப் பேசினான் மாகோதின், "நாலு வருடத்துக்கு முன்னாள், இந்த முடிச்சுமாறிப் பயல்கள் என்னமோ குளியல் அறை கட்டப் போவதாகச் சொல்லி, நம்மிடம் காசு பிடுங்கினார்கள். மூவாயிரத்து எண்ணூறு ரூபிள்களைப் பிடுங்கிச் சேர்த்தார்கள். அந்தப் பணம் எல்லாம் எங்கே? அந்தக் குளிக்கிற இடம்தான் எங்கே? இதையும் காணோம்; அதையும் காணோம்!"

அந்தக் கூலிக்குறைப்பு அநீதியானதுதான் என்பதை பாவெல் விளக்கினான்; மேலும் அதன்மூலம் தொழிற்சாலைக்குக் கிடைக்கக்கூடிய லாபத் தொகையையும் குறிப்பிட்டான். அந்த இரு மனிதர்களும் முகத்தைச் சுழித்துக்கொண்டே திரும்பிப் போனார்கள். அவர்கள் போனவுடன் லேசாகச் சிரித்துவிட்டு, பாவெலின் தாய் சொன்னாள்:

"பாவெல், கிழவர்கூட உன்னிடம் யோசனை கேட்கக் கிளம்பி விட்டார்கள்!"

அவளுக்குப் பதில் சொல்லாமல் பாவெல் கீழே உட்கார்ந்து ஏதோ எழுத ஆரம்பித்தான். சில நிமிடம் கழித்து, அவன் தன் தாயைப் பார்த்துச் சொன்னான்:

"அம்மா, நீ எனக்காக ஒரு காரியம் செய்ய வேண்டும். இந்தச் சீட்டை எடுத்துக்கொண்டு நகர் வரையிலும் போய் வரவேண்டும்."

"அதென்ன, ஆபத்தான இடமா?" என்று கேட்டாள் அவள்.

"ஆமாம், நமக்காக அங்கொரு பத்திரிகை நடக்கிறது. அங்குதான் உன்னை அனுப்பப் போகிறேன். அடுத்த இதழில் இந்தக் கூலிக் குறைப்பைப் பற்றிய செய்தி வெளிவந்தாக வேண்டும்."

"சரி, இதோ போகிறேன்" என்றாள் அவள்.

இதுதான் மகன் அவளது பொறுப்பில் விட்ட முதல் பணி. அவன் நிலைமையைத் தெள்ளத் தெளிவாகச் சொல்லிவிட்டது அவளுக்கு மகிழ்ச்சி அளித்தது.

"பாஷா! எனக்கும் புரிகிறது" என்று உடை உடுத்திக்கொண்டே பேசினாள் அவள். "அவர்கள் மக்களைக் கொள்ளையடிக்கிறார்கள். ஆமாம்! சரி – அந்த மனிதனின் பெயர் என்ன சொன்னாய்? இகோர் இவானவிச், இல்லையா?"

அவள் மாலையில் வெகு நேரங்கழித்துக் களைத்து ஓய்ந்து திரும்பி வந்து சேர்ந்தாள். எனினும் அவள் உள்ளத்தில் களிப்பே நிறைந்திருந்தது.

"நான் சாஷாவைப் பார்த்தேன்" என்று தன் மகனைப் பார்த்துச் சொன்னாள். "அவள் உனக்கு தன் வணக்கத்தைத் தெரிவிக்கச் சொன்னாள். இந்த இகோர் இவானவிச் படாடோபமே இல்லாத பேர்வழி; சிரிக்கச் சிரிக்க வேடிக்கையாகப் பேசுகிறான். அவன் பேசுவதே ஒரு விநோதமாயிருந்தது!"

"அவர்களை உனக்கு பிடித்துப் போனது பற்றி எனக்கு மிகுந்த மகிழ்ச்சி" என்று மெதுவாகச் சொன்னான் பாவெல்.

"அவர்கள் எல்லோருமே ஆடம்பரம் இல்லாதவர்கள்தான், பாஷா. தடபுடல் இல்லாதபடி பழகுவதுதான் நல்ல குணம் இல்லையா? உன் மீது அவர்களுக்கு ஒரே மதிப்பு."

திங்கட்கிழமையன்றும் பாவெலுக்கு உடல்நிலை சீராகவில்லை; எனவே அன்றும் அவன் வீட்டிலேயே தங்கிவிட்டான். மத்தியானச் சாப்பாட்டு வேளையில் பியோதர் மாசின் குதூகலம் பொங்கும் உணர்ச்சியோடு மேல் மூச்சு கீழ்மூச்சு வாங்க, ஓடோடியும் வந்து சேர்ந்தான்.

"புறப்படு! உடனே புறப்படு! தொழிலாளர்கள் அனைவரும் ஒன்று திரண்டு நிற்கிறார்கள். அவர்கள் உன்னை உடனே அழைத்து வரச் சொன்னார்கள். நீ வந்தால்தான் எல்லாவற்றையும்

விவரமாக எடுத்துச் சொல்லுவாய் என்று சிஸோவும் மாகோதினும் கூறினார்கள். வந்து பார்!"

பாவெல் பதிலொன்றும் பேசாமல், உடை மாற்றிக் கொள்வதில் முனைந்தான்.

"பெண்களும் கூடக் கூடிவிட்டார்கள்; அவர்கள் அனைவரும் ஒரே கூச்சல் போட்டுக் கொண்டிருக்கிறார்கள்."

"நானும் வருகிறேன்" என்றாள் தாய். "அவர்கள் என்ன செய்து கொண்டிருக்கிறார்கள்? இரு நானும் வருகிறேன்."

"வா சீக்கிரம்!" என்றான் பாவெல்.

அவர்கள் மூவரும் தெருவழியே விரைவாகவும் மௌனமாகவும் நடந்தனர். தனக்கு ஏற்பட்ட உணர்ச்சிப் பரவசத்தினால், தாய் மூச்சுக்கூடத் திணறித் தவித்தது. ஏதோ ஒரு மகத்தான முக்கியத்துவம் வாய்ந்த சம்பவம் நிகழப் போவதாக அவள் உணர்ந்தாள். தொழிற்சாலையின் வாசலில் பெண்களின் ஒரே கூட்டம்; அவர்கள் சண்டையிட்டுக்கொண்டும் சளசளத்துக்கொண்டும் இருந்தார்கள். தொழிற்சாலையின் முற்றத்துக்குள் அவர்கள் மூவரும் நுழைந்தவுடனேயே அவர்களைச் சுற்றிலும் உணர்ச்சிப் பரவசத்தோடு இரைந்து கொண்டிருக்கும் இருண்ட மாபெரும் மக்கள் கூட்டத்தைக் கண்டார்கள். தொழிற்சாலையின் உலைப் பட்டறைச் செங்கற் சுவருக்குப் பக்கத்தில் கிடந்த பழைய இரும்புச் சாமான்களின் குவியல் மீது சிஸோவ், மாகோதின், வியாலவ் முதலியவர்களும், செல்வாக்குள்ள ஐந்தாறு தொழிலாளிகளும் நின்று கொண்டிருந்தார்கள். தொழிலாளர்களின் கவனம் முழுவதும் அவர்கள் பக்கமே திரும்பியிருந்தது என்பதை தாய் கண்டாள்.

"இதோ பாவெல் விலசவ் வந்துவிட்டான்!" என்று யாரோ சத்தமிட்டார்கள்.

"விலாசவா? அவனுக்கு வழிவிடுங்கள்."

"சத்தம் போடாதீர்கள்!" என்று குரல் பல திசைகளிலிருந்து ஒரே சமயத்தில் ஓங்கி ஒலித்தது.

எங்கோ பக்கத்திலிருந்து ரீபினின் நிதானமான குரல் கேட்டது: "நாம் வெறும் கோபெக்குக்காகப் போராடப் போவதில்லை; நியாயத்துக்காகவே போராட வேண்டும்! ஆமாம்! நாம் இந்தக் கோபெக் காசை தலைமைப்படுத்தவில்லை. நமது கோபெக்கும் மற்ற காசுகளைப் போலவே வட்டக்காசுதான். ஆனால் மற்றவற்றைவிட இதன் கனம் அதிகம், அவ்வளவுதான். ஆனால் மேலாளரின் ரூபிளில் இருப்பதைவிட நமது கோபெக்கிலுள்ள மனித இரத்தம்

அதிகம்! நாம் வெறும் காசை மதிக்கவில்லை; அந்தக் காசிலுள்ள இரத்தத்தை, நியாயத்தைத்தான் மதிக்கிறோம் ஆமாம்!"

அவனது பேச்சுக் கூட்டத்தினிடையே பரவி ஒலித்தது. உடனே பல குரல்கள் எழும்பின.

"ரொம்ப சரி. ரீபின்!"

"நன்றாய்ச் சொன்னாய்!"

"பாவெல் இதோ வருகிறான்!"

தொழிற்சாலை யந்திரங்களின் ஓசைகள், நீராவியின் இரைச்சல், யந்திரச் சக்கரங்களின் மீது ஓடும் நாடாக்களின் படபடப்பு முதலிய சகல ஓசைகளையும் மழுங்கடித்து, ஓங்காரமிடும் சுழற்காற்றாக ஒன்று கலந்தது, அத்தொழிலாளர்களின் குரல்கள். எட்டுத் திசைகளிலிருந்தும் மக்கள் தங்கள் கைகளை ஆட்டிக்கொண்டும், ஒவ்வொருக்கொருவர் உணர்ச்சிமயமான, கொதிப்படைந்த வார்த்தைகளைப் பரிமாறிக்கொண்டும் திரண்டு ஓடி வந்தார்கள். ஓய்ந்து களைத்த அவர்களது உள்ளங்களில் பதுங்கிக் கிடந்த அதிருப்தி உணர்ச்சி உயிர் பெற்றெழுந்து, போக்கிடம் தேடி முட்டி மோத ஆரம்பித்தது. எனவே, அந்த அதிருப்தி உணர்ச்சி தனது அகன்ற இறக்கைகளை வீசியடித்து மேலே பறந்தெழுந்தவாறு தன்னோடு அந்த மக்களையும் கட்டிப் பிணைத்து இழுத்தோடிக்கொண்டு, அவர்களை ஒருவருக்கொருவர் மோதிச் சாடவிட்டுக்கொண்டு, வெற்றிகரமாக வெளிப்பட்டது. அந்த உணர்ச்சியினால் அவர்கள் மனத்தில் வஞ்சம் தீர்க்க வேண்டும் என்ற எரிநெருப்பு வீசிக் கனன்றது. மக்கள் கடலுக்கு மேலாக புகைக்கரியும் செந்தூளும் பறந்து கவிந்தன. அவர்களது உணர்ச்சி வசப்பட்ட முகங்களில் வியர்வை பூத்து மினுமினுத்தது; கன்னங்களில் கறுத்த வியர்வை நீர் வழிந்திறங்கியது; அவர்களது கரிய முகங்களில் கண்களும் பற்களும் மட்டுமே பிரகாசமாய்ப் பளிச்சிட்டன.

சிஸோவும் மாகோதினும் நின்றிருந்த இரும்புக் குவியலின் மீது பாவெலும் ஏறி நின்றான்.

"தோழர்களே!" என்று அவன் கத்தினான்.

அவனது முகம் எவ்வளவு தூரம் வெளுத்துப் போய்விட்டது. உதடுகள் எப்படி நடுங்குகின்றன என்பதையெல்லாம் தாய் கவனித்துக் கொண்டிருந்தாள். தன்னையுமறியாமல், அவள் கூட்டத்தினரை இடித்துத் தள்ளிக்கொண்டு முன்னேறிச் சென்றாள்.

"யாரம்மா நீ? ஏன் இப்படி இடித்துக்கொண்டு போகிறாய்?" என்று அவளை நோக்கி எரிந்து விழுந்தார்கள் தொழிலாளர்கள்.

அவர்களும் அவளைப் பதிலுக்கு இடித்துத் தள்ளினார்கள் என்றாலும் அதனாலெல்லாம் அவள் பின் தங்கிவிடவில்லை. தோளாலும், கையாலும் இடித்து மோதிக் கூட்டத்தைப் பிளந்துகொண்டு அவள் முன்னேறினாள்; தன்னுடைய மகனுக்குப் பக்கத்தில் சென்று தானும் நிற்க வேண்டும் என்கிற உணர்ச்சியே அவளை உந்திப் பிடித்துத் தள்ளிக்கொண்டு முன்னேறச் செய்தது.

"தோழர்களே" என்கிற அந்த வார்த்தை அவனது நெஞ்சிலிருந்து வெடித்துப் பிறந்தபோது, அவனைப் பொறுத்தவரையில் பரிபூரண அர்த்த பாவம் கொண்டிருந்த அந்த வார்த்தையைச் சொன்னபோது, அவனது தொண்டைக் குழி போராட்ட உணர்ச்சியின் ஆனந்த வெறியால் அடைபட்டுத் திணறுவது போலிருந்தது. உண்மையாலும் உண்மையைப் பற்றிய கனவுகளாலும் கனன்றெரிந்து கொண்டிருந்த தனது இதயத்தை, அந்த மக்களுக்குச் சமர்ப்பித்துவிட வேண்டும் என்கிற ஆசை அவனைப் பிடித்து உலுப்பியது.

பெருங்களிப்புடனும் தெம்புடனும் அவன் மீண்டும் முழங்கினான்: "தோழர்களே! தேவாலயங்களையும் தொழிற்சாலைகளையும் கட்டியெழுப்புவது நாம்; கைவிலங்குகளையும் காசுகளையும் உருவாக்குவதும் நாம்தான். தொட்டில் முதல் சுடுகாடு வரை ஒவ்வொருவரின் உணவுக்கும், களிப்பிற்கும் ஆதார சக்தியாய்த் திகழ்வது நாம்!"

"ஆமாம், ஆமாம்!" என்று கத்தினான் ரீபின்.

"எங்கு பார்த்தாலும் சரி, எப்போது பார்த்தாலும் சரி, நாம்தான் உழைப்பதில் முன்னணியில் நிற்கிறோம்; வாழ்க்கையிலேயோ நாம் தான் பின்னணியில் நிற்கிறோம். நம்மைப் பற்றி யார் கவலைப்படுகிறார்கள்? நமது நன்மைக்காக, யாராவது என்றாவது சிறிதளவாவது உதவியிருக்கிறார்களா? யாராவது நம்மை மனிதப் பிறவிகள் என்றாவது மதிக்கிறார்களா? இல்லை. ஒருவருமே இல்லை!"

"ஒருவருமே இல்லை" என்று எங்கோ ஒரு குரல் எதிரொலித்தது.

பாவெல் மீண்டும் தன்னைச் சுதாரித்துக்கொண்டு அமைதியுடனும் எளிமையுடனும் பேசத் தொடங்கினான். மக்கள் அனைவரும் ஒரு ஆயிரந்தலை உடல்போல ஒன்று சேர்ந்து, அவனை நோக்கி நகர்ந்தனர். அனைவரும் ஆர்வம் நிறைந்த கண்களோடு அவனது முகத்தையே பார்த்தார்கள்; அவன் சொல்லும் ஒவ்வொரு வார்த்தையும் அள்ளிப் பருகினார்கள்.

"நமது உரிமைகளுக்காகப் போராடும் ஆசையால் ஒன்று திரண்டு, ஒருவரோடு ஒருவர் பிணைந்து நின்று, நாமெல்லாம் நண்பர்கள் என்ற உண்மையை உணர்ந்தாலன்றி, நமது சுகவாழ்வை நாம் போராடிப் பெற முடியாது!"

"விசயத்துக்கு வா!" என்று தாய்க்குப் பக்கத்திலிருந்து ஒரு முரட்டுக் குரல் கத்தியது.

"குறுக்கிட்டுப் பேசாதே!" என்று வெவ்வேறு இடங்களிலிருந்து இரண்டு குரல்கள் ஒலித்தன.

தொழிலாளர்களது கறுத்த முகங்கள் நம்பிக்கையற்றுச் சுருங்கிச் சுழித்தன. எனினும் பல தொழிலாளர்கள் பாவெலின் முகத்தையே ஆழ்ந்து நோக்கிக் கொண்டிருந்தார்கள்.

"இவன், சோஷலிஸ்ட்! முட்டாள் அல்ல!" என்றது ஒரு குரல்.

"தைரியமாகப் பேசுகிறான், இல்லை?" என்று ஒரு நெட்டையான ஒற்றைக் கண்ணனான தொழிலாளி தாயை இடித்துக்கொண்டே சொன்னான்.

"தோழர்களே நமக்கு உதவி செய்வதற்கு, நம்மைத் தவிர யாருமே கிடையாது என்பதை நாம் உணர்ந்துகொள்ள வேண்டிய காலம் வந்துவிட்டது. ஒவ்வொருவரின் நன்மைக்காக நாம் எல்லோரும் ஒன்று சேர வேண்டும். எல்லோருடைய நன்மைக்காகவும் ஒவ்வொருவரும் ஒன்றாக வேண்டும். நமது எதிரிகளை ஒழிப்பதற்கு இதுவே நமது தாரக மந்திரம்!"

"ஏ பையன்களா! இவன் உண்மையைத்தான் பேசுகிறான்!" என்று கைகளை மேலே உயர்த்திக் காட்டிக்கொண்டே பேசினான் மாகோதின்.

"மேலாளரைக் கூப்பிடுங்கள்!" என்று கத்தினான் பாவெல்.

கூட்டத்தினர் மத்தியில் திடீரென ஒரு சூறாவளிக் காற்று சுழித்து வீசிய மாதிரி தோன்றியது. அந்தக் கூட்டமே அசைந்து கொடுத்தது. ஒரே சமயத்தில் எண்ணற்ற குரல்கள் உரக்கக் கத்தின;

"மேலாளரைக் கூப்பிடு!"

"அவருக்கு ஆள் அனுப்புங்கள்!"

தாய் மேலும் முன்னேறி வந்தாள். பெருமிதமும் பெருமையும் பிரதிபலிக்கும் முகத்தோடு தன் மகனை ஏறிட்டுப் பார்த்தாள். பாவெல் அந்த மதிப்பும் வயதும் நிறைந்த தொழிலாளர்களுக்கு மத்தியில் நின்று கொண்டிருந்தான். அது மட்டுமா? ஒவ்வொருவரும் அவன் பேச்சைக் காது கொடுத்துக் கேட்டார்கள். அவன்

சொன்னவை அனைத்தையும் ஒப்புக்கொண்டார்கள். அவன் கோபாவேசமடைந்து, மற்றவர்களைப்போல் வசைமாரி பொழியாதிருந்தது பற்றி அவளுக்குப் பிடித்தது.

தகரக் கொட்டகையிலே கல் மழை பொழிந்த மாதிரி கேள்விகளும் வசைமாரிகளும், குத்தலான வார்த்தைகளும் இரைந்து ஒலித்தன. பாவெல் மக்கள் கூட்டத்தைக் குனிந்து நோக்கினான். தனது அகன்று விரிந்த கண்களால் அந்தக் கூட்டத்திடையே எதையோ துழாவிக் காண்பதுபோலக் கூர்ந்து பார்த்தான்.

"தூது செல்வது யார்?"

"சிஸோவ்!"

"விலாசவ்!"

"ரீபின்தான் சரி! அவன் துடிப்பாகப் பேசுவான்!"

திடீரென அமுங்கிப்போன குரல்கள் கூட்டத்தினரிடையே கலகலத்தன.

"அவரே வந்துவிட்டார்!"

"அதோ மேலாளர்!"

கூரிய தாடியும், நீண்ட முகமும் கொண்ட ஒரு நெட்டை மனிதன் வருவதற்கு வழிவிட்டு மக்கள் கூட்டம் இடம் கொடுத்து விலகியது.

"வழியை விடுங்கள்!" என்று சொல்லிக்கொண்டே, தொழிலாளர்களைத் தொட்டு விடாதபடி, மெதுவாக வழிவிடும்படி கையாட்டிக்கொண்டே வந்தான் அவன். அவனது கண்கள் குறுகிச் சுழித்திருந்தன. மனிதர்களை அடக்கியாளும் அதிகாரியின் பழகிப்போன பார்வையோடு அவன் தொழிலாளர்களை முறைத்துப் பார்த்துக்கொண்டே முன்னேறினான். தொழிலாளர்கள் தங்கள் தொப்பிகளை எடுத்துவிட்டு, அவனுக்கு மரியாதையாக வணங்கினர். ஆனால், அவனோ தான் பெற்ற மரியாதைக்குப் பிரதி வணக்கமே சொல்லாமல், முன்னே சென்றான். மக்கள் அனைவரும் வாயடைத்துப் போய் நின்றார்கள். கலக்கம் நிறைந்த புன்னகையும், அமைதியான வியப்பும் அவர்களிடையே பரவியது குற்றம் செய்து கொண்டிருக்கும்போது பெற்றோரிடம் அகப்பட்டுக்கொண்டே குழந்தைகளைப்போல் திருகத் திருக விழித்தார்கள்.

மேலாளர் தாயைக் கடந்து சென்றான். செல்லும்போது அவனது முகத்தைத் தனது ஆர்வம் நிறைந்த கண்களால் ஒரு பார்வை பார்த்துவிட்டு, அந்த இரும்புக் குவியலுக்கு எதிரே போய்

நின்றான். யாரோ அவனை மேலே ஏற்றுவதற்காகக் கைகொடுத்து உதவ முன்வந்தார்கள். ஆனால், அவனோ அந்த உதவியை நிராகரித்துவிட்டு பலத்த வேகத்தோடு, தானே மேலே தாவியேறி சிஸோவுக்கும் பாவெலுக்கும் எதிரே நின்றான்.

"இதெல்லாம் என்ன கூட்டம்? நீங்கள் ஏன் வேலைக்கு போகவில்லை?"

சில கணநேரம் ஒரே அமைதி நிலவியது. தானியக் கதிர்களைப்போல் மனிதர்களின் தலைகள் ஆடியசைந்தன. சிஸோவ் தன் தொப்பியை எடுத்து வீசினான், தோள்களைச் சிலுப்பினான், தலையைத் தொங்கவிட்டான்.

"என் கேள்விக்குப் பதில் சொல்!" என்று கத்தினார் மேலாளர்.

பாவெல் அவனுக்கு முன்னால் வந்து நின்று, சிஸோவையும், ரீபினையும் சுட்டிக் காட்டிக்கொண்டு உரத்த குரலில் பேசத் தொடங்கினான்.

"கூலித் குறைப்பு பற்றிய உங்கள் முடிவை மாற்றிக்கொள்ள வேண்டும் என்று உங்களிடம் கோரும்படி எங்கள் மூவரையும் தோழர்கள் தேர்ந்தெடுத்திருக்கிறார்கள்."

"ஏன்?" என்று பாவெலைப் பார்க்காமலேயே கேட்டான் மேலாளர்.

"ஏனென்றால், இந்த மாதிரியான தலைவரி விதிப்பு அநியாயமானது என்று நாங்கள் கருதுகிறோம்" என்று உரக்கக் கூவினான் பாவெல்.

"சதுப்பு நிலத்தைச் சரி பண்ணுவது தொழிலாளர்களது நன்மைக்காக அல்லாமல், அவர்களைச் சுரண்டுவதற்காகச் செய்த காரியம் என்றா நீ கருதுகிறாய்? அதுதானே உன் எண்ணம்?"

"ஆம்" என்றான் பாவெல்.

"நீயும் கூடவா?" என்று ரீபினைப் பார்த்துக் கேட்டான் மேலாளர்.

"நாங்கள் எல்லோருமே அப்படித்தான் நினைக்கிறோம்."

"ஏனப்பா, நல்லவனே! நீயுமா?" என்று சிஸோவைப் பார்த்துக் கேட்டான்.

"நானும்தான். எங்கள் காசை எங்களுக்கு விட்டுக்கொடுப்பது தான் நல்லது."

சிஸோவ் மீண்டும் தலையைத் தொங்கப் போட்டுக்கொண்டு, குற்றம் செய்தவனைப்போல் லேசாகச் சிரித்துக்கொண்டான்.

மேலாளர் அந்த மக்கள்திரள் முழுவதையும் மேலோட்டமாகப் பார்த்தான்; தன் தோள்களைக் குலுக்கிக்கொண்டான். பிறகு அவன் பாவெலிடம் திரும்பி, அவனைக் கூர்ந்து பார்த்துக்கொண்டே சொன்னான்:

"உன்னைப் பார்த்தால் படித்தவன் மாதிரி தோன்றுகிறது. உனக்குக் கூடவா இந்த நடவடிக்கையால் ஏற்படக்கூடிய நன்மைகளை உணர முடியவில்லை?"

"தொழிற்சாலை நிர்வாகத்தின் சொந்தச் செலவிலே அந்த நிலத்தைச் சீர்செய்தால்தான் எங்களுக்கும் அதன் நன்மைகளை உணர முடியும்!" என்று எல்லோருக்கும் கேட்கும்படியாகச் சொன்னான் பாவெல்.

"தொழிற்சாலை தர்மச் சத்திரம் அல்ல! நீங்கள் அனைவரும் இப்போதே வேலை செய்யத் திரும்பியாக வேண்டும். இது என் உத்தரவு!" என்றான் மேலாளர்.

அவன் யாரையும் பார்க்காமல், இரும்புக் குவியலின் மீது பதனமாகக் கால்வைத்துக் கீழிறங்கத் தொடங்கினான்.

கூட்டத்தினரிடையே அதிருப்திக் குரல்கள் கிளம்பின.

"என்ன இது?" என்று சட்டென்று நின்று சப்தமிட்டான் மேலாளர்.

அமைதியைக் குலைத்துத் தொலைவிலிருந்து ஒரே ஒரு குரல் ஒலித்தது:

"நீயே போய் வேலை செய்!"

"இன்னும் பதினைந்து நிமிட நேரத்தில் நீங்கள் வேலைக்குத் திரும்பாவிட்டால், உங்கள் அனைவருக்கும் அபராதம் விதிக்கும்படி உத்தரவிடுவேன்" என்று அழுத்தமும் வறட்டுத் தன்மையும் நிறைந்த குரலில் சொன்னான் மேலாளர்.

மீண்டும் அவன் கூட்டத்தின் ஊடாக வழிதேடி, நடந்து சென்றான்; அவன் திரும்பிச் செல்லும்போது அவனுக்குப் பின்னால் தங்கிய கூட்டத்தினர் கசமுசத்தனர்; அவன் செல்லச் செல்ல அந்தக் கசமுசப்பும் அதிகரித்தது.

"போய், அவனோடு பேசிப் பாருங்கள்!"

"இதுதானடபா, உனக்கு கிடைக்கும் நியாயம்! என்ன பிழைப்பு வாழ்கிறது?"

அவர்கள் பாவெலை நோக்கித் திரும்பிச் சத்தமிட்டார்கள்.

"ஏ சட்டப் புலியே! இப்போது நாங்கள் என்ன செய்வதாம்?"

"பிரமாதமாக மட்டும் பேசிக் கிழித்து விட்டாய்! மேலாளர் முகத்தைக் கண்டவுடன் உன் வீறாப்பெல்லாம் பறந்தோடி விட்டது"

"பாவெல் சொல்லு! நாங்கள் என்ன செய்யவேண்டுமென்று சொல்!"

தாங்கமுடியாத அளவுக்கு இந்தக் கசப்புக் குரல்கள் பெருகி வரவே, பாவெல் வாய் திறந்தான்;

"தோழர்களே, கூலியைக் குறைக்கமாட்டேன் என்று அவர் உறுதி கூறினால் அல்லாது, நாம் வேலைக்குப் போகக் கூடாது. இதுதான் என் யோசனை."

உத்வேகமான பல குரல்கள் உடனே ஒலித்தன.

"எங்களை என்ன, முட்டாள்கள் என்று நினைத்தாயா?"

"வேலைக்குப் போகாதே என்றால்... வேலை நிறுத்தமா?"

"எதற்காக? கேவலம் ஒத்தைக் காசுக்காகவா?"

"ஏன், வேலை நிறுத்தம் செய்தால் என்ன?"

"நம்மையெல்லாம் சுட்டுத் தள்ளிவிடுவான்!"

"அப்புறம் அவனுக்கு வேலைபார்க்க ஆள் ஏது?"

"ஆளா கிடைக்காது? எத்தனையோ பேர் தயாராக முன்வருவார்கள்!"

"கருங்காலிகள்!"

13

பாவெல் கீழே இறங்கி வந்து தன் தாயருகே நின்றான்.

கூட்டத்தில் பரபரப்பு ஏற்பட்டது; ஒவ்வொருவரும் ஒருவருக்கொருவர் விவாதித்துக்கொண்டார்கள்; ஆவேசமாகக் கூச்சலிட்டுக்கொண்டார்கள்.

ரீபின், பாவெலிடம் வந்து சொன்னான்: "இவர்களை நம்பி நீ வேலை நிறுத்தம் செய்ய முடியாது. எல்லோரும் பேராசைக்காரர்கள்தான், காசை விடமாட்டார்கள். ஆனால்,

கோழைகள், தைரியமில்லாதவர்கள்! முந்நூறு பேர்கூட உன்னைப் பின்பற்ற மாட்டார்கள். ஒரு வண்டிக் குப்பையையும் ஒரே சுமையிலே அகற்றிவிட முடியுமா?"

பாவெல் பதில் பேசவில்லை. அவனுக்கு முன்னால் திரண்டு நிற்கும் கரிய முகங்களின் பல இணைக் கண்களும் அவனையே ஆழ்ந்து நோக்கி அலைபாய்ந்து கொண்டிருந்தன. அவனது இதயம் அதிர்ச்சியால் படபடத்தது. வறண்ட பூமியின் மீது விழுந்த சிறு தூற்றலைப்போல, தன்னுடைய பேச்சு எந்தவிதப் பலனும் இல்லாமல் எங்கோ காற்றோடு கரைந்து போய்விட்டதுபோல அவனுக்குத் தோன்றியது.

அவன் களைத்துப் போய்த் தலையைத் தொங்கப் போட்டவாறே வீட்டுக்குத் திரும்பினான். அவனுக்குப் பின்னால், அவனுடைய தாயும் சிஸோவும் வந்து கொண்டிருந்தார்கள். ரீபின் அவனுக்குப் பக்கமாக வந்து, அவனது காதில் ஏதோ குசுகுசுத்தான்.

"நீ நன்றாகத்தான் பேசுகிறாய். ஆனால், உன் பேச்சு இதயத்தைத் தொடவில்லை. ஆமாம், நீ அவர்களது இதயங்களைத் தொடுகிற மாதிரிப் பேசவேண்டும்! இதயத்தின் மத்தியிலேதான் தீப்பொறி விழ வேண்டும். நீ மக்களை உன் அறிவைக்கொண்டு வசப்படுத்த முடியாது. காலுக்கேற்ற செருப்பல்ல இது."

"பெலகேயா, நம் மாதிரிக் கிழடுகள் எல்லாம் சமாதியிலே இடம் தேடிக்கொள்ளும் காலம் வந்துவிட்டது" என்று தாயை நோக்கிப் பேச ஆரம்பித்தான் சிஸோவ். "ஒரு புதுதினுசான மக்கள் வளரத் தொடங்கிவிட்டார்கள். நீயும் நானும் எப்படி வாழ்ந்தோம்? முட்டும் முழங்காலும் தேய மண்டையெல்லாம் தரையிலே முட்டிமோத, நம்முடைய முதலாளிக்குச் சலாம் போட்டுத்தானே வாழ்ந்தோம். ஆனால் இந்தக் காலத்திலோ? பிள்ளைகளுக்குப் புத்திதான் பெருத்துப் போயிற்றோ, தவறு தான் அதிகம் செய்கிறார்களோ? எப்படியிருந்தாலும், இவர்கள் நம் மாதிரி இல்லை. இவர்களைப் பாரேன்!. மேலாளரோடு, அவரோடு சம தகுதிப்பாடு உள்ளவர்கள் மாதிரி பேசுகிறார்கள் பார்த்தாயா?... போகட்டும். போய் வா, பாவெல் மிகாய்லவிச்! நீ மக்களுக்காகக் கச்சை கட்டிக்கொண்டு நிற்பது நல்லதுதான், தம்பி! கடவுள் உன்னைக் காப்பாற்றட்டும்! ஒருவேளை இவர்கள் விமோசனத்துக்கு உனக்கு ஒரு வழி கிடைத்தாலும், கிடைக்கும்! கடவுள் உனக்கு உதவட்டும்!"

அவன் போய்விட்டான்.

தொ.மு.சி. ரகுநாதன் | 101

"போ போ, சீக்கிரம் போ, போய்ச் செத்துத் தொலை" என்று முனகினான் ரீபின். "இவனை மாதிரி! ஆட்களெல்லாம் மனிதர்களே அல்ல; வெறும் மண்ணாங்கட்டிகள்!" பெயர்ந்து விழுந்த இடத்தை அடைக்கத்தான் உதவுவான்! பாவெல். உன்னைத் தூதனுப்ப வேண்டும் என்று சொன்னவர்களைக் கவனித்தாயா. உன்னை சோஷலிஸ்ட் என்றும், கலாட்டக்காரன் என்றும் வதந்திகளைப் பரப்பினார்களே அவர்களேதான், அதே ஆசாமிகள்தான்; 'பயலுக்கு வேலை போய்விடும்; அதுதான் அவனுக்கு வேண்டும்' என்று அவர்கள் தமக்குள்ளாக நினைத்திருக்கிறார்கள்! தெரிந்ததா?"

"அவர்கள் நினைக்கிறபடி பார்த்தால், அவர்கள் செய்தது சரிதான்" என்றான் பாவெல்.

"ஆமாம். ஓநாய்கள் ஒன்றையொன்று கடித்துத் தின்பது அவற்றுக்குச் சரிதான்!"

ரீபினுடைய முகம் இருண்டது; அவனது குரலில் அசாதாரணமான உத்வேகம் தொனித்தது.

"மக்கள் வெறும் வார்த்தைகளை மட்டும் கேட்க மாட்டார்கள்; பட்டால்தான் தெரியும். உன் வார்த்தைகளை இரத்தத்தில் தோய்த்தெடுக்க வேண்டும், பாவெல்..."

அன்று முழுவதும் பாவெல் களைப்போடும் சோர்வோடும் மனச்சஞ்சலத்தோடும்தான் உலவித் திரிந்தான்; அவனது ஒளிபடைத்த கண்கள் எதையோ தேடித் திரிவதுபோலத் தெரிந்தன. தாய் இதைக் கண்டுகொண்டாள்.

"என்ன விசயம், பாஷா!" என்று எச்சரிக்கையோடு கேட்டாள்.

"தலை வலிக்கிறது" என்றான் பாவெல்.

"படுத்துக்கொள். போய் வைத்தியரை அழைத்து வருகிறேன்."

"வேண்டாம், வீணாய்ச் சிரமப்படாதே" என்று அவன் அவசரப்பட்டுப் பதில் சொன்னான். பிறகு அவன் தாயிடம் அடிமூச்சுக் குரலில் சொல்ல ஆரம்பித்தான்:

"நான் மிகவும் இளையவன்; மிகவும் பலவீனமானவன். அது தானம்மா தொல்லை. அவர்கள் என்னை நம்பவில்லை; என் கொள்கையை ஏற்கவில்லை – அதாவது என் கொள்கையை அவர்களுக்கு எப்படி எடுத்துச் சொல்வது என்று எனக்குத் தெரியவில்லை. அம்மா, என் மனம் நொந்து போய்விட்டது; எனக்கு என் மீதே கசப்பேற்பட்டுவிட்டது!"

அவனது சிந்தனை தேங்கிய முகத்தைக் கூர்ந்து பார்த்தாள் அவள்; பிறகு அவனைத் தேற்ற முனைந்தாள்.

"கொஞ்சம் பொறுத்திரு" என்று மெதுவாகச் சொன்னாள். "இன்றைக்கு அவர்கள் தெரிந்து கொள்ளாது போனதை நாளைக்கு நிச்சயம் தெரிந்து கொள்ளத்தான் போகிறார்கள்."

"அவர்களுக்குத் தெரிந்துதான் ஆகவேண்டும்" என்றான் பாவெல்.

"நீ சொல்வதுதான் சரி என்பது எனக்குக் கூடத் தெரிகிறது"

பாவெல் தாயருகே நெருங்கிச் சென்றான்.

"அம்மா, நீ ஒரு அற்புதப்பிறவி..." என்று கூறிவிட்டுத் திரும்பி நடந்தான். அந்த மென்மையான வார்த்தைகளால் சூடுபட்டவள்போலத் துணுக்குற்ற அவள், கைகளால் இதயத்தைத் தாங்கிப் பிடித்துக்கொண்டு, அதனுடன் தன் மகனின் பரிவுணர்ச்சியையும் சுமந்துகொண்டு அங்கிருந்து, வெளியேறினாள்.

அன்றிரவு அவள் படுத்துத் தூங்கிய பிறகு, பாவெல் படுக்கையில் படுத்தவாறே ஏதோ படித்துக் கொண்டிருந்தான். அந்தச் சமயத்தில் போலீஸ்காரர்கள் வந்து சேர்ந்தார்கள். வீட்டிலுள்ள சகல சாமான்களையும் தாறுமாறாக இழுத்தெறிந்து சோதனை போட்டார்கள். கூரை மீதும், வெளி முற்றத்திலும் தேடினார்கள். அந்த மஞ்சள் மூஞ்சி அதிகாரி முன்னொரு முறை வந்தது போலவே, இப்போதும் அவர்களது இதயங்களைத் தொட்டுத் துன்புறுத்தும் குத்தலான கிண்டலும், குறும்புத்தனமான சிரிப்பும் வெடிக்க, வந்து சேர்ந்தான். தன் மகனது முகத்தின்மீது பதிந்த பார்வையை அகற்றாது, அமைதியாக ஒரு மூலையிலேயே முடங்கி உட்கார்ந்து விட்டாள் தாய். அவனோ தனது உணர்ச்சிகளை வெளிக்காட்டிக் கொள்ளாமலிருக்க முயன்றான். என்றாலும், அந்த அதிகாரி சிரிக்கும்போதெல்லாம் அவனது கை விரல்கள் அவனையும் அறியாமல் முறுக்கிப் பிசைந்து கொண்டன. அவன் எதிர்த்துப் பேசாமல் வாயை அடக்கிக் கொண்டிருப்பதற்கு எவ்வளவு சிரமப்படுகிறான் என்பதையும், அந்தப் போலீஸ்காரனின் கிண்டல்களைக் கேட்டுக்கொண்டு சும்மா இருப்பது அவனுக்கு எவ்வளவு வேதனை தருகிறது என்பதையும் தாய் உணர்ந்துகொண்டாள். முதல்தடவை பயந்ததுபோல் அவள் இப்போது அவ்வளவாகப் பயப்படவில்லை. இந்தக் கொடிய நள்ளிரவில் விருந்தாளிகள் மீதுள்ள பகையுணர்ச்சிதான் அவள் உள்ளத்தில் வளர்ந்திருந்தது; அவளது பயவுணர்ச்சியை அந்தப் பகையுணர்ச்சி விழுங்கிவிட்டது.

"அவர்கள் என்னைக் கொண்டுபோய் விடுவார்கள்" என்று அவளிடம் லேசாக முணுமுணுக்க முயன்றான் பாவெல்.

"எனக்குத் தெரியும்" என்று மெதுவாக, தலையைக் குனிந்துகொண்டே சொன்னாள் தாய்.

அன்று காலையில் அவன் தொழிலாளர்களிடம் பேசிய பேச்சுக்காக அவனை அவர்கள் சிறையில் போடத்தான் செய்வார்கள் என்பதை அவள் உணர்ந்து கொண்டாள். ஆனால், எல்லோரும் அவன் கூறியதை ஒப்புக்கொண்டார்கள்; எனவே எல்லோரும் அவனது விடுதலைக்காக விழித்தெழுந்து போராட வேண்டும்; அப்படிச் செய்தால் அவனை அவர்கள் அதிக நாள் சிறையில் வைத்திருக்க முடியாது...

தன் கைகளால் அவனை அணைத்து வாய்விட்டு அழ வேண்டும் என்று அவள் விரும்பினாள். ஆனால், அந்த அதிகாரியோ அவளுக்கு அருகில் வந்து நின்று ஓரக்கண்ணால் அவளையே பார்த்துக்கொண்டு நின்றான். அவனுடைய மீசை துடித்தது. உதடுகள் நடுங்கின. அவன் நிற்கிற நிலையைப் பார்த்தால், கண்ணீரும் கம்பலையுமாகத் தான் கதறப் போவதை, அவன் எதிர்பார்த்துக் கொண்டிருக்கிறான் என்றே அவளுக்குத் தோன்றியது. அவள் தனது முழு பலத்தையும் சேகரித்துக்கொண்டு தன் மகனின் கரத்தைப் பற்றிப் பிடித்தாள்; மெதுவாகவும் அமைதியாகவும் திணறுகின்ற மூச்சோடும் பேசினாள்:

"போய் வா பாஷா, உனக்கு வேண்டியதையெல்லாம் எடுத்துக்கொண்டாயா?"

"ஆமாம்; நீ தனியாயிருந்து கவலைப்படாதே!"

"கடவுள் உனக்கு அருள் செய்யட்டும்..."

அவர்கள் அவனை அழைத்துச் சென்ற பின்னர், அவள் அப்படியே பெஞ்சின் மீது சரிந்து சாய்ந்து உட்கார்ந்தாள்; அமைதியாகக் கண்ணீர் பெருக்கினாள். அவளுடைய கணவன் வழக்கமாகச் சாய்ந்திருக்கும் நிலையிலேயே, அவளும் அந்தச் சுவரோடு சாய்ந்து, சோகம் நிறைந்த உள்ளத்தோடு, நிராதரவான தன் நிலையைப் பற்றிய உணர்ச்சியின் வேதனையோடு அப்படியே இருந்தாள். தலையைப் பின்னால் பட்டென்று மோதிச் சாய்த்தவாறே அவள் அமுங்கிய, ஓய்வற்ற குரலில் அழுதாள்; அந்த அழுகுரலில் அவளது புண்பட்ட இதயத்தின் வேதனை முழுவதும் பொங்கி வழிந்தது. ஆனால் அவளது மனக்கண் முன்னே அந்த அசைவற்ற மஞ்சள் மூஞ்சி அதிகாரியின் மெல்லிய

மீசையும் களிதுள்ளும் குறுகிய பார்வைகொண்ட கண்களுமே நிழலாடிக் கொண்டிருந்தன. நியாயத்துக்காகப் போராடும் ஒரே காரணத்துக்காகத் தாய்மார்களிடமிருந்து பிள்ளைகளைப் பறித்துச் செல்லும் அந்த மனிதர்களின் மீது ஏற்படும் கசப்புணர்ச்சியும் பகையுணர்ச்சியும் கார்மேகம்போல் கவிந்து படர்ந்தது.

நல்ல குளிர்; வெளியிலே பெய்யும் மழை சன்னல்களின் மீது படபடத்து விழுந்தது. நெடிய கைகளும் கண்களே இல்லாத சிவந்த முகங்களும் கொண்ட சாம்பல் நிற உருவங்கள் அந்த அர்த்த நள்ளிரவு பொழுதில் தன் வீட்டைச் சுற்றிச் சுற்றிக் காவல் கொடுப்பதுபோலவும் அவர்களது பூட்ஸ் லாடங்கள் மங்கி ஒலித்துக் கொண்டிருப்பது போலவும் அவளுக்குத் தோன்றியது.

"அவர்கள் என்னையும் கொண்டு போயிருந்தால்..?" என்று நினைத்தாள் அவள்.

ஆலைச்சங்கு அலறி, தொழிலாளர்களை வேலைக்கு அழைத்தது; அந்த அதிகாலை வேளையில் அந்தச் சங்கு தாழ்ந்தும் கரகரத்தும் நிதானமற்று ஒலித்தது. கதவைத் திறந்து கொண்டு ரீபின் உள்ளே வந்தான். தாடியிலிருந்து வழிந்தொழுகும் மழை நீரைத் துடைத்துவிட்டுக்கொண்டு அவள் முன்வந்து நின்று கேட்டான்:

"அவர்கள் அவனைக் கொண்டுபோய் விட்டார்களா?"

"ஆமாம். அவர்கள் நாசமாய்ப் போக!" என்று பெருமூச்சுடன் பதில் சொன்னாள் அவள்.

"எதிர்பார்த்த விசயம்தான்!" என்று கூறி லேசாகச் சிரித்தான்; "அவர்கள் என் வீட்டையும்தான் சோதனை போட்டார்கள்; ஒன்றும் பாக்கியில்லை. எல்லாவற்றையும் உருட்டிப் புரட்டிப் பார்த்தார்கள். என்னை வாய்க்கு வந்தபடி திட்டினார்கள். ஆனால், எனக்கு அவை ஒன்றும் உறைக்கவே இல்லை. அவர்கள் பாவெலைக் கொண்டுபோய் விட்டார்கள். இல்லையா? அந்த மேலாளர் கண்ணைக் காட்ட வேண்டியது; போலீஸ் தலையை ஆட்ட வேண்டியது; அப்புறம் ஒரு மனிதனைக் கொண்டுபோய் விடவேண்டியது! அவர்கள் இருவரும் நன்றாகத்தான் ஒத்துழைக்கிறார்கள். ஒருவன் கொம்பைப் பிடித்துக்கொள்கிறான். மற்றவன் பால் கறக்கிறான். இவ்வாறு மக்களைக் கறந்து தீர்க்கிறார்கள்..."

"பாவெலுக்காகக் கிளர்ச்சி செய்ய வேண்டும்!" என்று எழுந்து நின்று சத்தமிட்டாள் தாய்; "எல்லோருக்காவும் தானே அவன் வேலை செய்தான்."

"யார் செய்கிறது?"

தொ.மு.சி. ரகுநாதன்

“ஒவ்வொருவரும்!”

“ஹூம், நீ அப்படியா நினைக்கிறாய்? ஊஹூம்.. அது மட்டும் நடக்காத காரியம்.”

சிரித்துக்கொண்டே அவன் வெளியே நழுவி விட்டான். அவனது நம்பிக்கையற்ற வார்த்தைகள், அவளது பரிதாப நிலையை மேலும் மோசமாக்கியது.

“அவனை அவர்கள் அடித்தால், துன்புறுத்தல் செய்தால்...”

தன் மகனது உடம்பெல்லாம் அடிபட்டுப் பிய்ந்து போய், இரத்தம் ஒழுகிக் கொண்டிருக்கும் காட்சியைக் கற்பனை செய்து பார்த்தாள்; அதை நினைத்தவுடனேயே அவளது உள்ளத்தில் ஒரு நடுக்கமும் பயமும் குளிர்ந்தோடிக் குத்தியது. அவளது கண்கள் குத்தலெடுத்தன.

அன்று முழுதும் அவள் அடுப்பு மூட்டவில்லை; சாப்பிடவுமில்லை. தேநீர் கூட அருந்தவில்லை. இருட்டி வெகுநேரம் கழிந்த பிறகுதான் ஒரு துண்டு ரொட்டியைக் கடித்துத் தின்றாள். அன்றிரவு அவள் படுக்கச் சென்றபோது, அவளது வாழ்க்கையில் இதுவரை இந்த மாதிரியான சூனிய உணர்ச்சியும் தனிமை உணர்ச்சியும் என்றுமே இருந்ததில்லை என்பதை அவள் உணர்ந்தாள். கடந்த சில வருடங்களாகவே அவள் ஏதோ ஒரு முக்கியமான, நன்மைதரும் விசயத்தையே எப்போதும் எதிர்பார்த்து எதிர்பார்த்துப் பழகிப் போய்விட்டாள். அவளைச் சுற்றிலும் உற்சாகமும் உவகையும் நிறைந்த இளைஞர்களின் கலகலப்பு நிறைந்திருந்தது; அந்த நன்மைக்கெல்லாம், எனினும் ஆபத்தான வாழ்க்கைக்கெல்லாம் தூண்டுகோலாயிருந்த தன் மகனது முகத்தையே அவளுக்குப் பார்த்துப் பார்த்துப் பழக்கமாயிருந்தது. இன்றோ, அவன் போய்விட்டான்; அவன் மட்டுமா? எல்லாமே போய்விட்டன!

14

அன்றைய பகலும், அந்த நாள் இரவும் மெதுவாகக் கழிந்தன. இதையும்விட மெதுவாக நகர்ந்தது அடுத்த நாள். யாரவது வருவார்கள் என்று அவள் எதிர்பார்த்திருந்தாள்; யாருமே வரவில்லை. மாலை வந்தது. கருக்கிருளும் சூழ்ந்தது. குளிர் படிந்த மழை பெருமூச்செறிந்து கொண்டே சுவர்களிலும் சலசலத்துப் பெய்தது; புகைக்கூண்டு வழியாக ஊதைக்காத்து ஊளையிட்டு அலறிற்று. தரைக்கடியிலே ஏதோ ஓடுவது போலிருந்தது. கூரைச்

சரிவிலிருந்து மழைத்துளிகள் சொட்டின; அவை சொட்டிச் சொட்டி விழும் ஓசையும், கடிகாரத்தின் பெண்டுல ஓசையும் ஒன்றோடு ஒன்றாய் முயங்கிக் கலந்து ஒலித்தன; அந்த வீடு முழுவதுமே லேசாகத் தலையசைத்து ஆடுவதுபோலத் தோன்றியது. மனத்திலே கவிந்திருந்த சோக உணர்ச்சியால் சுற்றுப்புறத்தில் இருந்து பழகிப் போன பொருள்கள் அனைத்தும் உயிரற்றனவாகவும், அன்னியமாகவும் தோற்றம் அளித்தன.

சன்னல் கதவில் யாரோ தட்டுகின்ற ஓசை கேட்டது. ஒரு தடவை, இரண்டு தடவை. அவளுக்கு அந்த மாதிரி ஓசை பழகிப் போனதுதான், எனவே அவள் அதைக் கேட்டுப் பயப்படுவதில்லை. ஆனால், அன்று அந்த ஓசையைக் கேட்டதும் இதயத்தில் இன்பவேதனை சில்லிட்டுக் குளிர, அவள் துள்ளி எழுந்தாள். தெளிவற்ற நம்பிக்கைகள் அவளை உடனே எழுந்து நிற்கச் செய்தன. தன் தோள் மீது ஒரு போர்வையை இழுத்துப் போட்டுக்கொண்டு அவள் கதவைத் திறந்தாள்.

சமோய்லவ் உள்ளே வந்தான்; அவனைத் தொடர்ந்து இன்னொருவனும் வந்தான். அவன் தன் தொப்பியை நெற்றி வரையிலும் இழுத்து விட்டிருந்தான்; கோட்டுக் காலரை மேல்நோக்கித் திரும்ப மடித்துக் கழுத்தையும் முகத்தையும் மூடியிருந்தான்.

"உங்களை எழுப்பி விட்டோமா நாங்கள்?" என்று வணக்கம் கூடச் சொல்லாமல் கேட்டான் சமோய்லவ்; வழக்கத்துக்கு மாறாக, அன்று அவனது குரலில் ஆர்வமும் சோகமும் கலந்து தொனித்தன.

"நான் தூங்கவே இல்லை" என்று பதிலளித்துவிட்டு, அவர்களது பேச்சையே எதிர்நோக்கிக் கொண்டிருந்தாள்.

சமோய்லவின் கூட்டாளி தனது தொப்பியை அகற்றிவிட்டு, கரகரகத்துச் சுவாசித்தான்; தனது தடித்த கரத்தை நீட்டினான்.

"வணக்கம், அம்மா. என்னைத் தெரியவில்லையா?" என்று ஒரு பழைய நண்பனைப்போல் உரிமையோடு கேட்டான்.

"நீங்களா?" என்று காரணகாரியம் தெரியாது திடீரென எழுந்த உவப்போடு கேட்டாள் பெலகேயா; "இகோர் இவானவிச்சா?"

"அவனேதான்!" என்று பதிலளித்துவிட்டு அவன் தேவாலயப் பாடகர்களின் முடியைப்போல் வளர்ந்து இருந்த அவனது நீண்ட மயிர் நிறைந்த தலையைத் தாழ்த்தி வணங்கினான். அவனது முகத்தில் புன்னகை தவழ்ந்தது; அவனது சிறிய சாம்பல் நிறக் கண்கள் தாயைப் பரிவுடன் நோக்கின. அவன் ஒரு தேநீர்ப்

பாத்திரத்தைப்போல் உருண்டையாகவும் சிறியதாகவும் தடித்த கழுத்தும் குட்டைக் கைகளும் உடையவனாகவும் இருந்தான். அவனது முகம் ஒளிர்ந்தது; நெஞ்சுக்குள்ளே ஏதோ கரகரத்து உறுமுவதுபோல அவன் ஓசையெழும்பச் சுவாசித்தான்.

"நீங்கள் அறைக்குள் போங்கள். நான் உடை மாற்றிக்கொண்டு வருகிறேன்" என்றாள் தாய்.

"நாங்கள் ஒன்று கேட்க வந்திருக்கிறோம்" என்று அக்கறையோடு சொல்லிக்கொண்டே புருவங்களுக்கு மேலாக அவளை ஒரு பார்வை பார்த்தான் சமோய்லவ்.

இகோர் இவானவிச் அடுத்த அறைக்குள் சென்று, அங்கிருந்தே பேசத் தொடங்கினான்.

"இன்று காலை நிகலாய் இவானவிச் – அவனை உங்களுக்குத் தெரியுமல்லவா – அவன் சிறையிலிருந்து இன்று காலையில் வெளிவந்து விட்டான் அம்மா..." என்று ஆரம்பித்தான் அவன்.

"அவன் சிறையிலிருந்ததே எனக்குத் தெரியாது" என்றாள் தாய்.

"இரண்டு மாதமும் பதினோரு நாளும் ஆகிறது. அவன் அங்கே அந்த ஹஹோலைப் பார்த்தானாம். ஹஹோல் உங்களுக்குத் தன் வந்தனத்தைத் தெரிவிக்கச் சொன்னானாம். பாவெலும் சொல்லியனுப்பி இருக்கிறான். நீங்கள் வீணாகக் கவலைப்பட்டுக் கொண்டிருக்கக் கூடாதென்று சொல்லியிருக்கிறான். அவன் தேர்ந்தெடுத்த மார்க்கத்தை வேறு யார் யார் தேர்ந்தெடுத்தாலும் அவர்களுக்குச் சிறையிலே சில காலம் ஓய்வுபெறும் ஆனந்தம் கிட்டும் என்பதையும் அவன் உங்களிடம் சொல்லச் சொல்லியிருக்கிறான். நம்முடைய முதலாளிகளின் தயவால் ஆனந்தம் கிட்டுவது நிச்சயமாம்! சரி நான் வந்த விசயத்தைக் கவனிக்கிறேன் அம்மா. நேற்று மொத்தம் எத்தனை பேரைக் கைது செய்தார்கள், தெரியுமா?"

"ஏன்? பாவெலைத் தவிர, வேறு யாராவது உண்டா?" என்று கேட்டாள் தாய்.

"அவன் நாற்பத்தொன்பதாவது நபர்" என்று அமைதியாய்க் குறுக்கிட்டுப் பேசினான் இகோர் இவானவிச்; "தொழிற்சாலை நிர்வாகம் இன்னும் குறைந்த பட்சம் சில ஆட்களையாவது உள்ளே தள்ளும்! இதோ இந்த இளைஞனைக் கூட!"

"ஆமாம். என்னைக் கூடத்தான்" என்று சோர்ந்து போய்ச் சொன்னான் சமோய்லவ்.

பெலகேயாவுக்கு என்ன காரணத்தாலோ முன்னைவிடச் சுலபமாகச் சுவாசிக்க முடிந்தது.

"நல்லவேளை. அவன் மட்டும் அங்கே தனியாகத் தவிக்க மாட்டான்" என்கிற எண்ணம் அவள் மனதில் மின்னிட்டு மறைந்தது.

உடை உடுத்தி முடிந்தவுடன், அவர்களோடு கலந்துகொண்டாள் அவள்.

"இத்தனை பேரைக் கொண்டு போனால், அவர்களை அதிக நாள் உள்ளே வைத்திருக்க மாட்டார்கள் என்றே நினைக்கிறேன்."

"நீங்கள் சொல்வது ரொம்ப சரி" என்றான் இகோர் இவானவிச். "இந்த மாதிரியாக அவர்கள் கெடுபிடி செய்வதை மட்டும் நாம் தகர்த்துவிட்டால், அப்புறம் அவர்கள் தங்கள் வாலைச் சுருட்டிக்கொண்டு ஓட வேண்டியதுதான், ஆமாம். நாம் மாத்திரம் துண்டுப்பிரசுரங்களை வினியோகிப்பதை நிறுத்திவிட்டால், போலீஸ்காரர்கள் இதுதான் சாக்கு என்று பாவெலையும் அவனோடு சிறையில் தவிக்கும் தோழர்களையும் தாக்க முனைவார்கள்."

"நீங்கள் என்ன சொல்கிறீர்கள்?" என்று பதறிப்போய்க் கேட்டாள் தாய்.

"சின்ன விசயம்தான்!" என்று பதிலளித்தான் இகோர் இவானவிச். "சமயங்களில் போலீஸ்காரர்கள் கூட தர்க்கரீதியாகச் சிந்திக்கிறார்கள். நீங்களே நினைத்துப் பாருங்களேன். பாவெல் இருந்தான். துண்டுப் பிரசுரங்களும் அறிக்கைகளும் பரவிக் கொண்டிருந்தன. துண்டுப் பிரசுரமும் அறிக்கைகளும் இல்லை. எனவே, அவன்தான் அவற்றைப் பரப்பினான், இல்லையா? அவர்கள் ஒவ்வொருவரையும் கடித்துக் குதறித் தீர்க்க முனைவார்கள். போலீஸ்காரர்கள் ஒருவனைச் சின்னாபின்னமாக்குவதென்றால், அந்த மனிதன் இருந்த இடம் தெரியாமல் செய்து விடுவார்கள். அதுதான் அவர்கள் வழக்கம்!"

"எனக்குப் புரிகிறது" என்று துக்கம் தோய்ந்த குரலில் சொன்னாள் தாய். "அடக் கடவுளே! நாம் இப்போது என்ன செய்வது?"

"அவர்கள் அநேகமாக எல்லோரையும் பிடித்துவிட்டார்கள். அவர்கள் நாசமாய்ப் போக." என்று சமையலறையிலிருந்து சமோய்லவின் குரல் ஒலித்தது. "நாம் நமது வேலையைத் தொடர்ந்து நடத்த வேண்டியதுதான். இது நாம் கைக்கொண்டுள்ள

லட்சியத்துக்காக மட்டும் அல்ல; நம் தோழர்களைக் காப்பாற்றுவதற்கும் கூடத்தான்!"

"ஆனால், வேலை செய்வதற்குத்தான் ஆளில்லை" என்று சிறு சிரிப்புடன் கூறினான் இகோர். "என்னிடம் அருமையான முதல்தரமான பிரசுரங்கள் எல்லாம் இருக்கின்றன; எல்லாம் என் கைப்பட எழுதியவை. ஆனால், அவற்றை எப்படித் தொழிற்சாலைக்குள்ளே கொண்டுசெல்வது – அதுதான் இன்னும் தீராத பிரச்சினை!"

"அவர்கள் தொழிற்சாலை வாசலில் ஒவ்வொருவரையும் சோதனை போட்டுத்தான் உள்ளே விடுகிறார்கள்" என்றான் சமோய்லவ்.

அவர்கள் தன்னிடமிருந்து ஏதோ பதிலை எதிர்பார்ப்பதாகத் தாய்க்குத் தோன்றியது.

"எப்படி எதைச் செய்ய முடியும்? எப்படிச் செய்வது?" என்று ஆத்திரத்தோடு கேட்டாள் அவள்.

சமோய்லவ் வாசல் நடைக்கு வந்தான்.

"பெலகேயா நீலவ்னா, உணவு விற்கிறாளே, மரியா கோர்சுனவா அவளை உங்களுக்குத் தெரியும் அல்லவா?"

"ஆமாம். அதற்கென்ன?"

"அவளோடு பேசிப் பாருங்கள். ஒருவேளை அவள் அவற்றை உள்ளே கொண்டுபோகக் கூடும்."

ஒப்புக் கொள்ளாத பாவனையில் தாய் தலையை ஆட்டினாள்.

"இல்லையில்லை. அவள் ஒரு வாயாடி, அவள் அந்தப் பிரசுரங்களை என்னிடமிருந்துதான் பெற்றாள் என்பது அவர்களுக்குத் தெரிந்துவிட்டால், அந்தப் பிரசுரங்கள் இந்த வீட்டிலிருந்துதான் வந்தன என்பது தெரிய நேர்ந்தால் – அது முடியவே முடியாது."

பிறகு அவள் திடீரென்று ஏற்பட்ட உணர்ச்சிப் பரவசத்தோடு பேசினாள்:

"அவற்றை என்னிடம் கொடுங்கள்; கொடுங்கள் என்னிடம்! நான் பார்த்துக்கொள்கிறேன். நான் ஒரு வழி செய்கிறேன், மரியாவை என்னை ஒரு கையாள் மாதிரிக் கூட்டிக்கொண்டு போகும்படி கேட்கிறேன். எனக்கும் பிழைப்புக்கு ஒரு வழி வேண்டும் அல்லவா? எனவே, நானும் தொழிற்சாலையில் சாப்பாடு விற்கச் செல்கிறேன். அப்போது நான் சமாளித்துக் கொள்கிறேன்."

அவள் தன் கைகளை மார்போடு அணைத்துக்கொண்டு துடிதுடிப்போடு அவர்களுக்கு நம்பிக்கையூட்டினாள். எல்லாவற்றையும் தான் திறமையோடு, எவரும் காணாமல், செய்து முடிப்பதாகக் கூறினாள். முடிவாக அவள் ஒரு பரவசத்தோடு சொன்னாள்:

"பாவெல் சிறைக்குள்ளே கிடந்தாலும், அவன் கை சிறைக்கு வெளியிலும் நீண்டுசென்று வேலை செய்யும் என்பதை அவர்கள் உணரட்டும்; பார்க்கட்டும்!"

அவர்கள் மூவரும் தெம்பு பெற்று எழுந்தார்கள். இகோர் தனது இரு கைகளையும் பிசைந்து கொண்டு, புன்னகை செய்தவாறே சொன்னான்:

"அற்புதம்! அபாரம்! உங்கள் யோசனை எவ்வளவு மகத்தானது என்பது உங்களுக்கே தெரியாது! பிரமாதத்திலும் பிரமாதம்!"

"இந்தத் திட்டம் மட்டும் வெற்றிகரமாக நடந்தேறினால், நான் நிம்மதியாகத் தூங்கச் செல்வதுபோல், சிறைக்குள் தயங்காமல் செல்வேன்" என்று சமோய்லவும் கைகளைப் பிசைந்தவாறே சொன்னான்.

"அம்மா! இந்த உலகிலேயே உங்களைப்போல அழகான பெண்மணியைக் காண முடியாது!" என்று கரகரத்துக் கத்தினான் இகோர்.

தாய் புன்னகை செய்தாள். தொழிற்சாலைக்குள் துண்டு பிரசுரங்கள் பரவி வருவதை நிர்வாகிகள் கண்டால், அவர்கள் தன் மகனை மட்டும் குறைகூறிக் கொண்டிருக்க முடியாது என்பதை அவள் தெளிவாக உணர்ந்தாள். தான் எடுத்துக்கொண்ட வேலை தன்னால் சாமர்த்தியமாக நிறைவேற்றிவிட முடியும் என்று அவள் நம்பினாள்; அந்த நம்பிக்கையினால் ஏற்பட்ட உவகை அவளது உடல் முழுவதையும் புல்லரிக்கச் செய்தது.

"நீங்கள் சிறைக்குப் போனால், பாவெலைச் சந்தித்து அவனுக்கு ஓர் அருமையான தாய் இருக்கிறாள் என்ற செய்தியைச் சொல்லுங்கள்" என்றான் இகோர்.

"அவனைப் பார்ப்பதுதான் என் முதல் வேலை" என்று சிரித்துக்கொண்டே சொன்னான் சமோய்லவ்.

"செய்ய வேண்டிய காரியங்கள் அனைத்தையும் நானே செய்கிறேன் என்பதையும் அவனிடம் சொல்லுங்கள்; அவனுக்கும் அது தெரிந்திருக்கட்டும்" என்றாள் தாய்.

"அவர்கள் சமோய்லவைச் சிறைக்கு அனுப்பாவிட்டால்?" என்று கேட்டான் இகோர்.

"அதற்கு நாம் என்ன செய்ய முடியும்?" என்றாள் தாய்.

அவர்கள் இருவரும் வாய்விட்டுச் சிரித்தார்கள். அவர்கள் ஏன் சிரிக்கிறார்கள் என்பதை உணர்ந்து கொண்ட தாய், தன் பேச்சின் தவறை உணர்ந்து அதை மழுப்புவதற்காகத் தானும் சிரித்துக்கொண்டாள்.

"உங்கள் தொல்லைகளையே நீங்கள் கவனிப்பதால், ஊரார் தொல்லைகளை உங்களால் கவனிக்க முடியவில்லை" என்று கண்களைத் தாழ்த்திக்கொண்டு சொன்னாள் அவள்.

"அது இயற்கைதானே" என்று ஆரம்பித்தான் இகோர்; நீங்கள் மாத்திரம் பாவெலையே எண்ணி எண்ணி வருத்தப்பட்டு மருகவில்லையா? அவன் சிறையிலிருந்து வரும்போது கொஞ்சம் தேறிக்கூட வருவான். அங்கே நல்ல ஓய்வு கிடைக்கிறது; படிப்பதற்கு அவகாசமும் உண்டு. ஆனால், நம்மை மாதிரி ஆட்கள் வெளியில் இருந்தால், இந்த இரண்டு காரியத்துக்கும் நமக்கு இங்கே நேரமே கிடைப்பதில்லை. நான் மூன்று முறை சிறைக்குப் போயிருக்கிறேன். ஒவ்வொரு முறையும் என் இதயமும் சிந்தையும் எவ்வளவோ பயனடைந்திருக்கின்றன. அந்த அனுபவம் இன்ப அனுபவமாக இல்லாவிட்டாலும், பலன் என்னவோ நல்ல பலன்தான்!"

"நீங்கள் மூச்சு விடுவதற்கே திணறுகிறீர்களே" என்று அவனது எளிய முகத்தை அன்பு ததும்பப் பார்த்தவாறே கேட்டாள் தாய்.

"அதற்கு ஒரு முக்கிய காரணம் இருக்கிறது" என்று ஒரு விரலை உயர்த்திக் காட்டிக்கொண்டே சொன்னான் அவன். "சரி, எல்லாம் ஒரு வழியாய் முடிந்தது என்றே நினைக்கிறேன் இல்லையா, அம்மா? நாளைக்கு உங்களிடம் அந்தச் சரக்குகள் வந்து சேரும். அப்புறம், யுகாந்திர இருளை அறுத்தெறியும் ரம்பம் மீண்டும் சுழலத் துவங்கும். பேச்சுச் சுதந்திரம் நீடூழி வாழ்க. தாயின் இதயம் நீடூழி வாழ்க! நான் வருகிறேன், நாம் மீண்டும் சந்திப்போம்!"

"வருகிறேன்" என்று அவளது கையைப் பிடித்துக் குலுக்கிக்கொண்டே சொன்னான் சமோய்லவ். "என் தாயிடம் இந்த மாதிரி விசயங்களை என்னால் சொல்லக்கூட முடியாது."

"அவர்கள் எல்லோரும் ஒரு நாள் இதை உணரத்தான் போகிறார்கள்" என்று அவனை உற்சாகப்படுத்தும் முறையில் பேசினாள் பெலகேயா.

அவர்கள் சென்றவுடன் அவள் கதவைத் தாழிட்டாள்; அறைக்கு நடுவில் வந்து முழங்காலிட்டுப் பிரார்த்தனை செய்தாள். வெளியே பெய்யும் மழையின் ஒலியையே சுருதியாகக்கொண்டு அவள் பிரார்த்தனையில் ஈடுபட்டாள். அப்பிரார்த்தனையில் வார்த்தைகள் இல்லை. அவளது வாழ்க்கையிலே பாவெல் புகுத்திவிட்ட, மக்களைப் பற்றிய ஒரு பெரும் சிந்தனையே பிரார்த்தனையாயிற்று. அவளுக்கு எதிராக உள்ள தெய்வ விக்ரகங்களுக்கும் அவளுக்கும் இடையில் அந்த மக்கள் நகர்ந்து செல்வதாகப்பட்டது. அந்த மனிதர்கள் விசித்திரமாக ஒருவருக்கொருவர் நெருங்கியவர்களாக, ஆனால் தனியர்களாக இருந்தார்கள்.

அதிகாலையிலேயே அவள் மரியா கோர்சுனவாவைப் பார்க்கக் கிளம்பிப் போனாள்.

அந்தச் சாப்பாட்டுக்காரி வழக்கம்போல ஒரே ஆரவாரத்தோடு, அன்போடு தாயை வரவேற்றாள்.

“வருத்தமாயிருக்கிறாயா?” என்று தனது எண்ணெய்க் கையால் தாயின் தோளைத் தட்டிக்கொண்டே கேட்டாள்; “வருத்தப்படாதே... அவர்கள் அவனைப் பிடித்துக்கொண்டு போய்விட்டார்கள். இல்லையா? போனால் போகட்டும்! அது ஒன்றும் வெட்கப்படுவதற்குரிய விசயமில்லை. முன்னேயெல்லாம் திருடினான் என்பதற்காக மனிதர்களைச் சிறையில் தள்ளினார்கள்; இப்போதோ நியாயத்தை எடுத்துச் சொன்னால், உள்ளே போடுகிறார்கள். பாவெல் பெரிதாக ஒன்றும் சொல்லிவிடவில்லை. எல்லோருக்காகவும் அவன் கிளர்ந்தெழுந்தான். அனைவரும் அவனைப் புரிந்து கொள்கிறார்கள். அதனால் நீ அதை நினைத்து வருத்தப்படாதே. எல்லோரும் பேசுவதில்லை, ஆனால், நல்லவர் யார் என்று அனைவருக்கும் தெரிகிறது. நானே உன்னைப் பார்க்க வரவேண்டுமென்றிருந்தேன். ஆனால் நேரமே கிடைக்கவில்லை. சமையல் செய்வதற்கும் சாப்பாடு விற்பதற்குமே நாள் முழுதும் சரியாய்ப் போய்விடுகிறது. ஆனால் உனக்கு நன்றாகத் தெரியும் என்னதான் உழைத்தாலும், நான் என்னமோ பிச்சைக்காரியாய்த்தான் சாகப்போகிறேன். என் காதலர்களே என்னைத் தின்று தீர்த்துவிடுவார்கள். இங்கே கண்டால் இங்கே, அங்கே கண்டால் அங்கே – எங்கேயும் அவர்கள் என்னைப் பாச்சை மாதிரி பிய்த்துத்தான் பிடுங்குகிறார்கள். அப்படியும் இப்படியுமாய் நான் பத்து ரூபிளை வாயைக் கட்டி வயிற்றைக்கட்டிச் சேர்த்து வைத்திருந்தால், எவனாவது ஒரு துடைகாலி வந்து, அதையும் பிடுங்கி வாயில் போட்டுக்கொண்டு போய்விடுகிறான். பெண்ணாகப் பிறந்தாலே இந்தப் பிழைப்புத்தான். ஊம், என்ன

கழிசடைப் பிழைப்பு! தனியாய் வாழ்வது சங்கடமாயிருக்கிறது; எவன் கூடவாவது வாழ்வது அதைவிடத் தொல்லையாயிருக்கிறது!"

"நான் உன்னிடம் ஒரு காரியமாக வந்தேன். நீ என்னை ஒரு கையாளாக அமர்த்திக் கொள்கிறாயா?" என்று மரியாவின் வாயளப்பிற்கிடையே குறுக்கிட்டுப் பேசினாள் தாய்.

"அது எப்படி?" என்றாள் மரியா. பெலகேயா விளக்கிச் சொன்னாள்; மரியா தலையை அசைத்தாள்.

"நிச்சயமாய்!" என்றாள் அவள். "என் புருசன் கண்ணிலே படாமல் நீ என்னை எப்படி மறைத்து வைத்திருந்தாய் என்பது நினைவிருக்கிறதா? சரி. இப்போது பசிக்குத் தெரியாமல் உன்னைநான் மறைத்து வைக்கிறேன். உன் மகன் எல்லோருடைய நன்மைக்காகவும் பாடுபட்டான், எனவே எல்லோரும் உனக்கு உதவத்தான் வேண்டும். அவன் ஓர் அருமையான பையன். எல்லேரும் அப்படித்தான் சொல்கிறார்கள், அவனுக்காக இரங்குகிறார்கள். இந்த மாதிரிக் கைது செய்து கொண்டே போவதால், முதலாளிகளுக்கு எந்த லாபமும் வரப்போவதில்லை. அதுமட்டும் நிச்சயம். தொழிற்சாலையில் என்ன நடக்கிறது என்பதை நீயே கவனித்துப் பார். எல்லோரும் உம்மென்று முறைத்துக் கொண்டுதான் இருக்கிறார்கள். இந்த முதலாளிகள் இருக்கிறார்களே, அவர்கள் என்ன நினைக்கிறார்கள், தெரியுமா? ஒரு மனிதனின் காலில் ஓங்கியடித்துவிட்டால், அவன் ஓடாமல் நின்றுவிடுவான் என்று பார்க்கிறார்கள். ஆனால், உண்மையில் பத்துப் பேரை அடித்தால், நூறு பேர் முறைத்துக் கொள்கிறார்கள்!"

இவர்களது உரையாடலின் பயனாக மறுநாள் முதற்கொண்டு தாய், தொழிற்சாலையில் மத்தியான வேளையில் இருந்தாள். மரியா தந்த இரண்டு கூடைச் சாப்பாட்டோடும் நின்று கொண்டிருந்தாள். மரியாவோ சந்தைக்கு வியாபாரம் செய்யப் போய்விட்டாள்.

15

அந்தப் புதிய சாப்பாட்டுக் கூடைக்காரியைத் தொழிலாளர்கள் லகுவில் அடையாளம் கண்டுகொண்டார்கள்.

"வியாபாரத்தில் இறங்கி விட்டாயா, பெலகேயா?" என்று அவள் வந்ததை ஆமோதித்துத் தலையை ஆட்டிக்கொண்டே கேட்டார்கள்.

சிலர் அவளுடைய மகன் பாவெல் சீக்கிரத்திலேயே விடுதலையாகி விடுவான் என்ற ஆர்வத்தோடு உறுதி கூறினார்கள். சிலர் அவளுக்கு அனுதாபவுரைகள் புகன்றார்கள். சிலர் போலீஸ்காரர்களையும், மேலாளரையும் வாய்க்கு வந்தபடி முரட்டுத்தனமாய்த் திட்டினார்கள். இவையெல்லாம் தாயின் இதயத்திலேயும் எதிரொலித்தன. சிலர் மட்டும் அவளைப் பழிவாங்கும் வன்மச் சிந்தனையோடு பார்த்தார்கள். அவர்களில் ஒருவனான இஸாய் கர்போவ் என்னும் ஆஜர் சிட்டைக் குமாஸ்தா பற்களைக் கடித்துக்கொண்டு முணுமுணுத்தான்:

“நான் மட்டும் கவர்னாராயிருந்தால், உன் மகனைத் தூக்கில் போட்டிருப்பேன். மக்களைக் கண்டபடி நடத்திச் செல்வதற்கு அதுதான் சரியான தண்டனை!”

இந்த வன்மப்பேச்சு அவளது எலும்புக் குருத்தைச் சில்லிட்டு நடுக்கியது. அவள் இஸாய்க்குப் பதிலே சொல்லவில்லை. அவனது சின்னஞ் சிறிய மச்சம் விழுந்த முகத்தை மட்டும் ஒரு பார்வை பார்த்தாள்; பெருமூச்செறிந்தவாறு, கண்களைத் தாழ்த்திக்கொண்டாள்.

தொழிற்சாலையில் அமைதியே நிலவவில்லை. தொழிலாளர்கள் சிறுசிறு கூட்டமாகக் கூட நின்று, ஏதோ இரகசியம் பேசிக்கொண்டார்கள். மனங்கலங்கிப் போன கங்காணிகள் வேவு பார்த்துத் திரிந்தார்கள். ஆங்காரமான வஞ்சின வசவுகளும், குரோதம் பொங்கும் சிரிப்பொலியும் எங்கும் கேட்டுக் கொண்டிருந்தன.

இரண்டு போலீஸ்காரர்கள் சமோய்லவை நடத்திக் கூட்டிக்கொண்டு அவள் பக்கமாகச் சென்றார்கள். அவன் தனது ஒரு கையைச் சட்டைப் பைக்குள் புகுத்தியவாறும், மறுகையால் தனது செம்பட்டை மயிரை ஒதுக்கித் தள்ளியவாறும் நடந்து சென்றான்.

சுமார் நூறு தொழிலாளர்கள் அந்தப் போலீஸ்காரர்களுக்குப் பின்னாலேயே சென்று, ஆங்காரத்தோடு சத்தம் போட்டார்கள்; போலீஸ்காரர்களைக் கிண்டல் செய்தார்கள்.

“என்ன சமோய்லவ் உலாவப் போகிறாயா?” என்று யாரோ கேட்டார்கள்.

“இப்போதெல்லாம் அவர்கள் நம்மவர்களை மதிக்கத் தொடங்கிவிட்டார்கள். அதனால் தான் நாம் உலாவப் போகும் போதுகூட, முன்காவல் பின்காவல் போட்டுத் துணைக்கு ஆளனுப்பி வைக்கிறார்கள்” என்றான் வேறொருவன்.

இதைத் தொடர்ந்து திட்டித் தீர்த்தான்.

"இப்போதெல்லாம் திருடர்களைப் பிடிப்பதில் லாபமில்லை போலிருக்கிறது. அதனால்தான் அவர்கள் யோக்கியமானவர்களையே பிடித்துக்கொண்டு போகத் தொடங்கிவிட்டார்கள்" என்று நெட்டையான ஒற்றைக்கண் தொழிலாளி ஒருவன் சொன்னான்.

"இதுவரையிலும் அவர்களை இராத்திரியில்தான் பிடித்துக்கொண்டு போவது என்கிற மரியாதையாவது இருந்தது. இப்போதோ பட்டப் பகலிலேயே பிடித்துக்கொண்டு போகிறார்கள். அயோக்கியப் பயல்கள்!" என்று கூட்டத்திலிருந்து ஒரு குரல் கத்தியது.

அந்தப் போலீஸ்காரர்கள் முகத்தைச் சுழித்துக்கொண்டே எட்டி நடக்க முனைந்தார்கள். தங்கள் மீது ஏவும் வசை மொழிகளைக் காதில் வாங்காத பாவனையில், எதையுமே கவனிக்காதவர்கள்போல் விரைவாக நடந்தார்கள். போகிற வழியில் ஓர் இரும்புக் கடப்பாரையைச் சுமந்து வந்த மூன்று தொழிலாளர்கள் அவர்களை வழி மறித்துக்கொண்டு சத்தமிட்டார்கள்.

"அப்படிப் போங்கடா, அட்டுப் பிடித்தவன்களே!"

சமோய்லவ் தாயைக் கடந்து செல்லும்போது தலையை ஆட்டினான்.

"நாங்கள் போகிறோம்!" என்று கசந்த சிரிப்புடன் கூறினான்.

அவள் வாய் பேசாது அவனை வணங்கி வழியனுப்பினாள். உதட்டிலே புன்னகை பூத்தபடி சிறைக்குச் செல்லும் நாணயமும் ஞானமும் நிறைந்த அந்த இளைஞர்களைக் கண்டு அவளது உள்ளம் நெகிழ்ந்தது. அவளது இதயம் தாய்மையின் பரிவோடும் பாசத்தோடும் விம்மியெழுந்தது.

அன்று அவள் தொழிற்சாலையிலிருந்து திரும்பி வந்த பிறகு குறைப்பொழுதையும் மரியாவுடன் போக்கினாள். அவளது வம்பளப்பைக் கேட்டுக்கொண்டே, அவளது வேலைகளில் தானும் பங்கெடுத்து உதவினாள். மாலையில் வெகுநேரம் கழித்து, அவள் தனது குளிர் நிறைந்து, வெறிச்சோடி வசதி கெட்டுப்போன வீட்டுக்குத் திரும்பி வந்தாள். வெகுநேரம் வரையிலும் அவள் மன அமைதியே காணாமல், என்ன செய்வது என்பது தெரியாமல், அங்குமிங்கும் நடந்து அலைக்கழிந்தாள். இருள் அநேகமாகக் கவிந்துபடர்ந்து விட்டதைக் கண்டு அவள் உள்ளங் கலங்கினாள். ஏனெனில் இகோர் இவானவிச் தான் கொண்டுவருவதாகச்

சொல்லிவிட்டுப்போன அந்தப் பிரசுரங்களை இன்னும் கொண்டு வந்து கொடுக்கக் காணோம்.

சன்னலுக்கு வெளியே இலையுதிர் காலத்தின் கனத்த சாம்பல்நிற பனித்துண்டுகள் விழுந்து கொண்டிருந்தன. அந்தப் பனித்துண்டுகள் சன்னல் கண்ணாடிகளில் விழுந்து, உருகி வழிந்து சத்தமின்றி நழுவி வழிந்தன; அவை விழுந்த இடங்களில் ஈரம் படிந்த வரிக்கோடுகள் தெரிந்தன. அவள் தன் மகனைப் பற்றி சிந்தித்தாள்...

கதவை யாரோ எச்சரிக்கையாய்த் தட்டும் ஓசை கேட்டது. தாய் விருட்டென்று ஓடிப்போய் நாதாங்கியைத் தள்ளினாள். சாஷா உள்ளே வந்தாள். தாய், அவளை ரொம்ப நாட்களாய்ப் பார்க்கவே இல்லை. எனவே அவளைப் பார்த்த மாத்திரத்தில் அவள் அளவுக்கு மீறிப் பருத்திருப்பதாகத் தாய்க்குத் தோன்றியது.

"வணக்கம்" என்றாள் தாய், யாராவது ஒருவரேனும் வந்து சேர்ந்ததில் அவளுக்கு மிகுந்த மகிழ்ச்சி. இனிமேல் அன்றிரவின் கொஞ்சநேரமாவது தான் தனிமையில் கிடந்து அவதிப்பட வேண்டியிருக்காது என்கிற திருப்தி. "உங்களைப் பார்த்து ரொம்ப நாளாகிறது. இல்லையா? எங்காவது வெளியூர் போயிருந்தீர்களா?" என்று கேட்டாள் தாய்.

"இல்லை. நான் சிறையில் இருந்தேன்" என்று புன்னகையுடன் பதில் சொன்னாள் அந்த யுவதி. "நிகலாய் இவானவிச்சுடன் நானும் இருந்தேன் அவனை ஞாபகமிருக்கிறதா?"

"இல்லாமலென்ன, நன்றாய் ஞாபகமிருக்கிறது" என்றாள் தாய்; "நேற்றுத்தான் இகோர் இவானவிச் சொன்னான்; அவனை விடுதலை செய்த செய்தியை மட்டும்தான் சொன்னான். ஆனால், எனக்கு உங்களைப் பற்றித் தெரியாது... நீங்களும் சிறையிலிருந்தீர்கள் என்று யாரும் எனக்குச் சொல்லவில்லை."

"பரவாயில்லை. சரி இகோர் இவானவிச் வருவதற்கு முன்னால், நான் உடை மாற்றிக்கொள்ள வேண்டும்" என்று அங்குமிங்கும் பார்த்தாள்.

"உங்கள் கோட்டு முழுவதும் நனைந்து போயிருக்கிறதே."

"ஆமாம். நான் அறிக்கைகளும் பிரசுரங்களும் கொண்டு வந்திருக்கிறேன்."

"எடுங்கள் அதை எடுங்கள்!" என்று ஆர்வத்தோடு கத்தினாள் தாய்.

அந்தப் பெண் தனது கோட்டைக் கழற்றி, உடம்பைக் குலுக்கினாள். உடனே மரத்திலிருந்து இலைகள் உதிர்வதுபோல, காகிதங்கள் பறந்து விழுந்தன. தாய் சிரித்துக்கொண்டே அந்தக் காகிதங்களைப் பொறுக்கத் தொடங்கினாள்.

"உங்களைப் பார்த்தவுடன் ஏன் இப்படித் தடித்துப் போய்விட்டீர்கள் என்று நான் முதலில் அதிசயப்பட்டேன், ஒருவேளை மணமாகி இப்போது கர்ப்பிணியாயிருக்கிறீர்களோ என்றுகூடச் சந்தேகப்பட்டேன். இப்போதல்லவா புரிகிறது. அடி கண்ணே... இவ்வளவு கொண்டுவந்திருக்கிறீர்களா? இத்தனையும் சுமந்துகொண்டு இவ்வளவு தூரம் நடந்தா வந்தீர்கள்?"

"ஆமாம்" என்றாள் சாஷா. மீண்டும் அவள் தனது பழைய நெடிய ஒல்லியான உருவைப் பெற்று விட்டாள். அவளது முகம் ஒடுங்கி, கண்கள் முன்னைவிடப் பெரிதாகத் தோன்றுவதையும், கண்களுக்குக் கீழே கறுத்த வளைவுகள் தெரிவதையும் தாய் கண்டாள்.

"சிறையிலிருந்து இப்போதுதான் வந்திருக்கிறீர்கள். வந்தவுடன் கொஞ்சமேனும் ஓய்வெடுக்காமல், அதற்குள் இப்படி வேலை செய்யலாமா? யோசித்துப் பாருங்கள்." என்று தலையை அசைத்துக்கொண்டும் பெருமூச்செறிந்து கொண்டும் அனுதாபப்பட்டாள் தாய்.

"எப்படியும் இது செய்து முடிக்க வேண்டிய காரியமாயிற்றே." என்று குளிரால் நடுங்கிக்கொண்டே சொன்னாள் அந்த யுவதி. "சரி. பாவெலைப் பற்றிச் சொல்லுங்கள். அவர்கள் அவனைக் கைது செய்துகொண்டு போகும்போது, மிகவும் கலங்கிப் போய்விட்டானா?"

அதைக் கேட்கும்போது, சாஷா தாயைப் பார்க்காமல் தலையைக் குனிந்து நடுங்கும் விரல்களால் தன் தலைமயிரைச் சீர்படுத்திக்கொண்டாள்.

"அது ஒன்றுமில்லை. அவன் ஒன்றும் தன்னைக் காட்டிக் கொடுத்து விடமாட்டான்!" என்றாள் தாய்.

"அவன் உடம்பு திடமாக இருக்கிறதா?" என்று மெதுவாகக் கேட்டாள் அந்தப் பெண்.

"அவன் ஆயுளில் அவனுக்கு நோய்நொடி எதுவுமே வந்ததில்லை" என்றாள் தாய். "அது சரி. ஆனால், நீங்கள் ஏன் இப்படி நடுங்கிக் கொண்டிருக்கிறீர்கள்? இருங்கள், கொஞ்சம் தேநீரும், ராஸ்ப்பெர்ரி பழ ஜாமும் கொண்டுவருகிறேன்."

"அது நன்றாகத்தானிருக்கும். ஆனால், உங்களுக்கு இந்த நேரத்தில் அத்தனை சிரமம் எதற்கு? இருங்கள், நானே தயார் செய்து கொள்கிறேன்."

"சே! எவ்வளவு களைத்துப் போயிருக்கிறீர்கள், நீங்களே செய்கிறதாவது?" என்று கண்டித்துக் கூறும் தொனியில் பதிலளித்து விட்டு, தேநீர்ப் பாத்திரத்தை ஏற்றப் போனாள் தாய். சாஷாவும் சமையலறைக்குள் சென்று அங்கு கிடந்த பெஞ்சின் மீது கைகளைத் தலைக்குப் பின்னால் அணை கொடுத்துக்கொண்டு, உட்கார்ந்தாள்.

"என்ன இருந்தாலும் சிறை வாழ்க்கை ஆளை இளைத்துப் போகத்தான் செய்கிறது. சங்கடமான சோம்பேறித்தனம் இருக்கிறதே அதைவிட மோசமானது ஒன்றுமே இல்லை. எவ்வளவோ காரியங்களைச் செய்ய வேண்டும் என்பது தெரிந்திருந்தும், அடைப்பட்ட மிருகத்தைப்போல், அங்கே சும்மா அடங்கியிருப்பது என்பது..."

"உங்கள் உழைப்புக்கெல்லாம் யார் கைம்மாறு செய்யப் போகிறார்கள்?" என்று கேட்டாள் தாய்.

பிறகு ஒரு பெருமூச்சு விட்டுவிட்டுத் தானே அதற்கு விடையும் கூறிக்கொண்டாள்.

"கடவுள்தான் கைம்மாறு செய்ய வேண்டும். ஆனால், உங்களுக்குத் கடவுள் நம்பிக்கையும் கிடையாது; இல்லையா?"

"இல்லை" என்று சுருக்கமாகத் தலையாட்டிவிட்டுப் பதில் சொன்னாள் அந்தப் பெண்.

"நீங்கள் சொல்வதை நான் நம்பவில்லை" என்று உணர்ச்சிபூர்வமாகச் சொன்னாள் தாய். பிறகு தன் ஆடை மீது படிந்திருந்த கரித்தூசியைக் கையால் தட்டிவிட்டுக்கொண்டு, நிச்சயமான குரலில் பேசினாள்:

"உங்கள் கொள்கையே உங்களுக்குப் புரியவில்லை. கடவுள் நம்பிக்கையே இல்லாமல் இந்த விதமான வாழ்க்கை எப்படித் தான் நடத்த முடியும்?

திடீரென வெளியில் வாசல் பக்கத்தில் காலடியோசையும் கசமுசப்புக் குரல்களும் கேட்டன. தாய் கதவைத் திறக்கப் புறப்பட்டாள். அதற்குள் அந்தப் பெண் துள்ளியெழுந்து நின்றாள்.

"கதவைத் திறக்காதீர்கள்" என்று இரகசியமாகக் கூறினாள் சாஷா. "அவர்கள் போலீஸ்காரர்களாயிருந்தால், என்னை யாரென்று தெரிந்ததாக காட்டிக் கொள்ளாதீர்கள். ஏதாவது

கேட்டால், நான் இருட்டில் வீடு தெரியாமல் வழி தவறி இங்கு வந்ததாகவும், வாசல் நடையில் மயக்கமுற்று விழுந்திருந்ததாகவும் சொல்லுங்கள். பிறகு என் ஆடையணிகளை அவிழ்த்து என்னை ஆசுவாசப்படுத்தியபோது, இந்தக் காகிதங்களைக் கண்டதாகச் சொல்லுங்கள். தெரிந்ததா?"

"அடி என் கண்ணே! நான் ஏன் அப்படிச் சொல்ல வேண்டும்?" என்று கனிவாய்க் கேட்டாள் தாய்.

"ஒரு நிமிடம் பொறுங்கள்" என்று கூறிக்கொண்டே கதவருகே காதைக் கொண்டுபோனாள்; "இகோர் மாதிரி இருக்கிறது."

வந்தது இகோர்தான். அவன் ஒரே தெப்பமாக நனைந்து இளைத்துக் களைத்துத் திணறிக் கொண்டிருந்தான்.

"அடடே! தேநீர் தயாராகிறது? ரொம்ப சரி! அம்மா, தேநீரைப்போல எனக்கு இப்போது தெம்பு அளிக்கக் கூடியது எதுவுமில்லை. அட, சாஷாவா? நீங்கள் ஏற்கெனவே வந்து விட்டீர்களா?"

அடுப்பங்கரை முழுவதும் ஒலிக்கும் குரலில் கொரட்டு கொரட்டென்று மூச்சுவிட்டபடி, இடைவிடாது பேசிக்கொண்டே, தன்னுடைய கனத்த கோட்டை மெதுவாகக் கழற்றினான்.

"அம்மா, இதோ இருக்கிறாளே, இந்தப் பெண்ணைக் கண்டால் அதிகாரிகளுக்குப் பிடிப்பதே இல்லை. சிறைக் காவலாளி இவளைக் கண்டபடி பேசத் துணிந்தான் என்பதற்காக, அவன் மன்னிப்புக் கேட்கிறவரையில் உண்ணாவிரதம் இருக்கத் தொடங்கிவிட்டாள் இவள். எட்டு நாட்களாய் இவள் எதுவுமே சாப்பிடவில்லை. உயிர்தான் போகவில்லை. கெட்டிக்காரிதானே? என் வயிற்றையும் தான் பாரேன்."

அவன் தனது தொப்பை விழுந்து பெருத்தத் தொந்தி வயிற்றை நிமிர்த்தி நடந்தவாறே அடுத்த அறைக்குள் போனான். அறைக் கதவைச் சாத்திக்கொண்டு உள்ளே போகும்போதும் அவன் பேசிக்கொண்டே தானிருந்தான்.

"நீங்கள் என்ன எட்டு நாட்களாகவா சாப்பிடவில்லை? உண்மையாகவா?" என்று அதிசயத்தோடு கேட்டாள் தாய்.

"அவனை மன்னிப்புக்கோர வைப்பதற்கு நானும் ஏதாவது செய்தாக வேண்டியிருந்தது" என்று குளிரால் நடுங்கிக்கொண்டே சொன்னாள் அவள். அந்தப் பெண்ணின் உறுதியும் உக்கிரமும் நிறைந்த பேச்சில் ஏதோ ஒரு கண்டன பாவமும் தொனிப்பாகத் தாய்க்குத் தோன்றியது.

"இவள் குணம் இப்படி!" என்று தனக்குள் நினைத்துக்கொண்டாள் தாய்.

"நீங்கள் செத்துப் போயிருந்தால் என்ன ஆகியிருக்கும்?" என்று கேட்டாள் பெலகேயா.

"செத்தால் சாக வேண்டியதுதான்" என்று மெதுவாகச் சொன்னாள் அவள். "ஆனால், அவன் மன்னிப்புக் கேட்டுவிட்டான். நம்மைப் பற்றி ஒருவன் கேவலமாகப் பேசும்படி நாம் விட்டுவிடக் கூடாது."

"ஊம்!" என்று மெதுவாக முனகினாள் தாய்; "ஆண்கள் எல்லோருமே அப்படித்தான் – பெண்களாகிய நாம் வாழ்நாள் முழுவதும் அவர்களிடமும் கேவலப்பட வேண்டியதுதான்."

"சரி, நான் என் மூட்டையை இறக்கித் தள்ளியாய் விட்டது" என்று சொல்லிக்கொண்டே கதவைத் திறந்தான் இகோர். "தேநீர் தயாரா? சரி, இருங்கள். நான் அதை இறக்கி எடுக்கிறேன்."

அவன் தேநீர்ப் பாத்திரத்தை அடுத்த அறைக்குத் தூக்கிக் கொண்டு போனான்; கொண்டுபோகும்போதே அவன் சொன்னான்:

"என்னைப் பெற்ற அருமை அப்பன் இருக்கிறாரே, அவர் ஒரு நாளைக்குக் குறைந்தபட்சம் இருபது குவளை தேநீராவது குடிப்பார். அதனால்தான் அவர் ஆரோக்கிய திடகாத்திரத்தோடு அமைதியுடன் வாழ்ந்தார். 120 கிலோ எடையுள்ள உடம்போடு வஸ்க்ரெசேன்ஸ்க் ஊர்த் தேவாலயத்துப் பாதிரியாக வேலை பார்த்து, எழுபத்து மூன்று வருடம் உயிரோடிருந்தார்."

"நீங்கள் இவான் சாமியாரின் மகனா?" என்று கேட்டாள் தாய்.

"ஆமாம், ஆமாம். என் தந்தையை உங்களுக்கு எப்படித் தெரியும்?"

"நானும் வஸ்க்கெரசேன்ஸ்க் ஊர்க்காரிதான்."

"அடடே,! நீங்கள் என் ஊர்க்காரரா? சரி, நீங்கள் யார் மகள்?"

"உங்கள் அடுத்த வீட்டுக்காரரான செரியோகின் தம்பதிகள் தான் என் பெற்றோர்."

"நொண்டி நடக்கும் நீல்லின் மகளா நீங்கள்? எனக்கு அவரை நன்றாய்த் தெரியுமே! எத்தனை தடவை அவர் என் காதைப் பிடித்துத் திருகியிருக்கிறார், தெரியுமா?"

தொ.மு.சி. ரகுநாதன்

அவர்கள் இருவரும் ஒருவரையொருவர் பார்த்துச் சிரித்துக்கொண்டே சரமாரியாகக் கேள்வி கேட்டுக்கொண்டார்கள். தேநீரை வடிகட்டிக் கொண்டிருந்த சாஷா புன்னகை செய்தாள். கோப்பைகளின் ஓசை, தாயை மீண்டும் சூழ்நிலையின் உணர்வுக்கு இழுத்து வந்தது.

"ஓ! என்னை மன்னித்துவிடுங்கள். எல்லாம் எனக்கு மறந்தே போய்விட்டது. சொந்த ஊர்க்காரர் யாரையாவது சந்திப்பது என்றால், ஒரே மகிழ்ச்சி."

"இல்லை. மன்னிப்பு கேட்க வேண்டியது நான்தான். நான் பாட்டுக்கு இங்கேயே பொழுதைப் போக்கிவிட்டேன். மணி பதினொன்று ஆகிவிட்டது. இன்னும் நான் வெகுதூரம் நடந்து செல்லவேண்டும்!" என்றாள் சாஷா.

"எங்கே போகிறீர்கள்? நகருக்கா?" என்று வியப்புடன் கேட்டாள் தாய்.

"ஆமாம்."

"எதற்காகப் போக வேண்டும்?" ஒரே இருட்டாயிருக்கிறது. ஒரே ஈரம். களைத்துப் போயிருக்கிறீர்கள்! இரவு இங்கேயே தங்கிவிடுங்கள். இகோர் இவானவிச் சமையல் கட்டிலே தூங்கட்டும். நாமிருவரும் இங்கேயே படுத்துக் கொள்ளலாம்."

"இல்லை. நான் போய்த்தானாக வேண்டும்" என்றாள் சாஷா.

"துரதிருஷ்டவசமாக, அவள் போய்த்தான் ஆக வேண்டியிருக்கிறது. அவளை இங்கு எல்லோருக்கும் தெரியும். நாளைக்குக் காலையில் அவளை யாரும் தெருவில் பார்த்துவிடக் கூடாது." என்றான் இகோர்.

"ஆனால் எப்படிப் போவது? தனியாகவா?"

"ஆமாம். தனியாகவேதான்!" என்று சிறு சிரிப்புடன் சொன்னான் இகோர்.

அந்தப் பெண் ஒரு கோப்பையில் தேநீரை ஊற்றினாள். ஒரு கறுத்த ரொட்டியின் மீது உப்பைத் தடவிக்கொண்டு சாப்பிட ஆரம்பித்தாள். சாப்பிடும்போது தாயையும் கடைக் கண்ணால் பார்த்துக்கொண்டாள்.

"நீங்களும் நதாஷாவும் எப்படித்தான் துணிந்து போகிறீர்களோ? நானாயிருந்தால் போகவே மாட்டேன். எனக்கு ஒரே பயந்தான்!" என்றாள் பெலகேயா.

"இவளுக்கும் பயம்தான்" என்றான் இகோர். "என்ன, சாஷா, பயந்தான், இல்லையா?"

"இல்லாமலிருக்குமா? பயம்தான்" என்றாள் அந்தப் பெண்.

தாய் அவளையும் இகோரையும் பார்த்தாள்.

"நீங்கள் எல்லாம் என்ன பிறவிகளோ, அம்மா!" என்று அதிசயித்தாள் தாய்.

தேநீர் பருகி முடிந்தவுடன், சாஷா ஒன்றும் பேசாமல் இகோருடன் கைகுலுக்கிவிட்டு, சமையல் கட்டுக்குள் வந்தாள். தாயும் அவளைப் பின் தொடர்ந்தாள்:

"நீங்கள் பாவெலைப் பார்க்க நேர்ந்தால், நான் கேட்டதாகச் சொல்லுங்கள். மறந்து விடாதீர்கள்." என்றாள் சாஷா.

கதவின் கைப்பிடியில் கை வைத்துத் திறக்கப் போகும் சமயம் அவள் மீண்டும் திரும்பினாள்.

"நான் உங்களை முத்தமிடட்டுமா?"

தாய் ஒன்றுமே பேசாமல் அவளை ஆர்வத்தோடு அணைத்து அன்பு ததும்ப முத்தம் கொடுத்தாள்.

"ரொம்ப நன்றி" என்று கூறிவிட்டு அந்தப் பெண் தலையை அசைத்து விடைபெற்றவாறே வெளியே சென்றாள்.

தாய் அறைக்குள் திரும்பி வந்தவுடன், சன்னல் வழியாக கவலையோடு வெளியே எட்டிப் பார்த்தாள். இருளில் குளிர்ந்த பனித்துளிகள்தான் பெய்து கொண்டிருந்தன.

"உங்களுக்கு புரோசரவ் தம்பதிகளை ஞாபகமிருக்கிறதா?" என்று கேட்டான் இகோர்.

அவன் தன் கால்களை அகலப் பரப்பியவாறு, தேநீரை ஓசையெழும்ப உறிஞ்சிக் குடித்தான். அவனது முகம் சிவந்து திருப்தி நிறைந்து வியர்வை பூத்துப்போய் இருந்தது.

"ஆமாம் நினைவு இருக்கிறது" என்று ஏதோ நினைவாய்க் கூறிக்கொண்டு மேசையருகே வந்தாள் அவள். அவன் பக்கத்திலேயே உட்கார்ந்து இகோரைச் சோகம் ததும்பப் பார்த்தாள்.

"ச்சுச்சூ! பாவம் அந்த சாஷா! அவள் எப்படி நகருக்குப் போய்ச் சேரப் போகிறாள்?"

"அவள் மிகவும் களைத்துப் போவாள்" என்று தாய் கூறியதை ஆமோதித்துப் பேசினான் இகோர்; "சிறை வாழ்க்கை அவள் உடல் பலத்தை உருக்குலைத்துவிட்டது. அவள் எவ்வளவு

தொ.மு.சி. ரகுநாதன்

பலசாலியாயிருந்தாள்? செல்லமாய் வளர்க்கப்பட்ட பெண்... அவள் நுரையீரல் ஏற்கெனவே கெட்டுப் போயிருப்பது போலத்தான் தோன்றுகிறது..."

"யார் அவள்?" என்று மெதுவாகக் கேட்டாள் தாய்.

"அவள் ஒரு கிராமாந்திரக் கனவானின் மகள். அவள் சொல்வதைப் பார்த்தால், அவள் தந்தை ஓர் அயோக்கியனாகத்தான் இருக்க வேண்டும். அவர்கள் இரண்டுபேரும் கல்யாணம் செய்துகொள்ள விரும்பினார்களே, தெரியுமா, அம்மா?"

"யார்?"

"அவளும், பாவெலும்தான். ஆனால் நீங்கள்தான் பார்க்கிறீர்களே, அது ஒன்றும் நடக்கிற வழியாய்க் காணோம். அவன் வெளியே இருந்தால், அவள் சிறையிலிருக்கிறாள். அவள் வெளியில் இருந்தால் அவன் சிறையிலிருக்கிறான்."

"எனக்குத் தெரியாதே" என்று ஒரு கணம் கழித்துப் பதில் சொன்னாள் தாய். "பாவெல் தன்னைப் பற்றிப் பேசுவதே இல்லை."

தாய்க்கு அந்தப் பெண்மீது அதிகப்படியான அனுதாப உணர்ச்சி மேலோங்கியது. தன்னை மீறிய ஒரு வெறுப்புணர்ச்சியோடு அவள் இகோரிடம் திரும்பப் பேசினாள்.

"நீங்கள் ஏன் அவளை வீட்டுக்குக் கொண்டுபோய் விடவில்லை?"

"அது முடியாது" என்று அமைதியுடன் பதில் சொன்னான் இகோர். "எனக்கு இங்கே எத்தனையோ வேலைகள் ஆக வேண்டியிருக்கிறது. விடிந்து எழுந்திருந்தால், ஒவ்வோர் இடமாகப் போய்வர வேண்டும். என்னை மாதிரி மூச்சுமுட்டும் பேர்வழிக்கு அதுவே ரொம்பச் சிரமமான காரியம்."

"அவள் நல்ல பெண்" என்றாள் தாய். அவளது மனத்தில் இகோர் அப்போது சொன்ன விசயமே நிறைந்து நின்றது. அந்த விசயத்தைத் தன் மகன் மூலமாகக் கேள்விப்படாமல், அன்னியன் மூலமாகக் கேள்விப்பட்டதானது அவளது மனத்தைப் புண்படுத்திவிட்டது. அவள் தன் புருவங்களைச் சுருக்கிச் சுழித்து, இரு உதடுகளையும் இறுகக் கடித்து மூடிக்கொண்டாள்.

"அவள் நல்ல பெண்தான். சந்தேகமே இல்லை" என்று தலையை ஆட்டினான் இகோர். "நீங்கள் அவளுக்காக வருத்தப்படுவது எனக்குத் தெரிகிறது. அதில் அர்த்தமே கிடையாது. எங்களை மாதிரிப் புரட்சிக்காரர்களுக்கெல்லாம் அனுதாபப்பட்டுக் கொண்டிருந்தால், இதயமே தாங்காது. உண்மையைச் சொல்லப்

போனால், எங்களில் யாருக்குமே சுக வாழ்க்கை கிடையாது. என்னுடைய தோழர்களில் ஒருவன் நாடு கடத்தப்பட்டு, சமீபத்தில் தான் திரும்பி வந்தான். அவன் நீழ்னி நோவ்கரத் சென்றபொழுது, அவனுடைய மனைவியும் குழந்தையும் ஸ்மலேன்ஸ்கில் அவனை எதிர்பார்த்துக் கொண்டிருந்தார்கள். அவன் ஸ்மலேன்ஸ்கிக்குத் திரும்பி வருவதற்குள், அவர்கள் மாஸ்கோ சிறைக்குள் சென்று விட்டார்கள். இப்போதோ அவனுடைய மனைவி சைபீரியாவுக்குப் போகப் போகிறாள். எனக்கும் ஒரு மனைவி இருந்தாள். ரொம்பவும் அருமையானவள்தான். இந்த மாதிரிதான் நாங்களும் ஐந்து வருடம் தத்தளித்தோம். பிறகு அவளது வாழ்வும் முடிந்தது."

அவன் தன் முன்னிருந்த தேநீரை ஒரே மடக்கில் பருகினான்; பிறகு தன் கதையை மேலும் தொடர்ந்தான். அவனது சிறைவாச காலத்தின் புள்ளிவிவரங்கள், நாடு கடத்தப்பட்டு சைபீரியாவில் பட்ட பசிக்கொடுமை, சிறையிலே விழுந்த அடி உதைகள், எல்லாவற்றையும் அவளிடம் சொன்னான். அவள் அவனையே பார்த்தாள்; துன்பமும் துயரமுமே நிறைந்த சோக வாழ்வுச் சித்திரத்தை அவன் அமைதியோடு எளிதாக நினைவு கூர்ந்து சொல்லுகின்ற முறையைக் கண்டு அவள் அதிசயித்தாள்...

"சரி. நாம் நம் விசயத்துக்கு வருவோம்."

அவனது குரல் மாறிவிட்டது; முகமும் முன்னைவிட உக்கிரம் அடைந்தது. அவள் எப்படித் தொழிற்சாலைக்குள் அந்தப் பிரசுரங்களைக் கொண்டுபோக உத்தேசித்திருக்கிறாள் என்பதைக் கேட்டுத் தெரிந்து கொண்டான். ஒவ்வொரு விசயத்தையும் நுணுக்கமாக ஆராய்ந்து கேட்கும் அவனது அறிவைக் கண்டு தாய் பிரமிப்பு அடைந்தாள்.

அவர்கள் இந்த விசயத்தைப் பேசி முடித்தவுடன், மீண்டும் தங்களது பிறந்த ஊர் ஞாபகங்களைப் பற்றிப் பேசத் தொடங்கினார்கள். அவனோ மிகவும் கொண்டாட்டமாகப் பேசினான். அவளோ தனது கடந்து போன வாழ்வின் நினைவுலகத்தில் தன்னை மறந்து சுற்றித் திரிந்தாள். அது ஒரு சதுப்பு நிலம்போலத் தோன்றியது. சதுப்பு நிலத்தில் சிறுசிறு மண் குன்றுகள்; குன்றுகளின் மீது குத்துக்குத்தான காட்டுப் பூச்செடிகள்; குன்றுகளுக்கிடையே வெண்மையான பெர்ச் மரக்கன்றுகளும் குத்துப் புல்செடிகளும் அடர்ந்து வளர்ந்திருந்தன. மெல்லிய பூச்செடிகள் பயத்தால் நடுங்கிக் கொண்டிருந்தன. பெர்ச் மரக்கன்றுகள் சிறுகச் சிறுக வளர்ச்சி பெற்று, ஐந்து வருடங்களுக்குப் பிறகு அந்தப் பிடிப்பற்ற நிலத்தில் கால் பாவி

நிற்கமுடியாமல், முடி சாய்ந்து விழுந்து அதிலேயே அழுகிப் போயின. இந்தக் காட்சியை கண்ட போது, அவளது இதயத்தில் ஒரு பெரும் சோக உணர்ச்சி கவிழ்ந்து சூழ்ந்தது. மீண்டும் அவளது மனக்கண் முன்னால் ஓர் இளம் பெண்ணின் உருவம் தோன்றியது. அந்த இளம் பெண்ணின் முகம் துடிப்பும் எடுப்பும் நிறைந்து உறுதியைப் பிரதிபலிக்கும் உணர்ச்சியோடு விளங்கியது. அந்தப் பெண் தன்னந்தனியாக தள்ளாடித் தள்ளாடிக் கொட்டும் பனிமழையின் ஊடாக நடந்து சென்றாள்... அவளுடைய மகன் சிறையிலே இருந்தான். அவன் தூங்கிவிடவில்லை. வெறுமனே படுத்துக்கொண்டு ஏதோ சிந்தனையில் ஆழ்ந்திருந்தான்... அவன் அவளைப் பற்றி, தன் தாயைப் பற்றிச் சிந்திக்கவில்லை. இப்போது அவனது அன்பைக் கவர்ந்திருப்பது தாயல்ல; வேறொருத்தி.. கட்டுலைந்து சிதறிப்போன மேகத் திரள்களைப்போல வேதனை தரும் சிந்தனைகள் அவளைச் சூழ்ந்தன. அவளது ஆத்மாவையே இருளில் மூழ்கடித்தன...

“அம்மா, நீங்கள் களைத்துப் போயிருக்கிறீர்கள். சரி, நாம் படுக்கலாம்” என்று இகோர் புன்னகை செய்துகொண்டே சொன்னான்.

அவனிடம் விடைபெற்றுக்கொண்டு, சமையலறையை நோக்கி எச்சரிக்கையாக வந்தாள். அவளது இதயம் முழுமையும் நமைச்சல் தரும் கசப்புணர்ச்சி நிரம்பியிருந்தது.

மறுநாள் காலையில் சாப்பிடும்போது இகோர் சொன்னான்:

“அவர்கள் உங்களைப் பிடித்து, இந்தப் பழிப்புப் பிரசுரங்கள் எல்லாம் எங்கிருந்து கிடைத்தன என்று கேட்டால், என்ன பதில் சொல்வீர்கள்?”

“அது ஒன்றும் நீங்கள் கேட்டுத் தெரிய வேண்டியதில்லை என்பேன்” என்றாள்.

“அப்படிச் சொன்னால், அவர்கள் அதை ஒப்புக்கொண்டு உங்களை விட்டுவிட மாட்டார்கள்” என்றான் இகோர். “கேட்டுத் தெரியவேண்டியதுதான் தங்கள் வேலை என்பது அவர்களுக்கு நன்றாகத் தெரியும். எனவே உங்களை அப்படியும் இப்படியும் புரட்டிப் புரட்டிக் கேள்விகேட்டு, உண்மையை உங்கள் வாயிலிருந்து பிடுங்கப் பார்ப்பார்கள்.”

“எப்படிக் கேட்டாலும் நான் சொல்லவே மாட்டேன்.”

“சிறையில் போடுவார்கள்.”

"போடட்டும்! அதற்காவது நான் தகுதி என்றால் கடவுளுக்குத்தான் நன்றி செலுத்த வேண்டும்" என்று பெருமூச்சுடன் சொன்னாள் அவள்.

"என்னை யார் விரும்புகிறார்கள்? ஒருவருமில்லை. அவர்கள் என்னைத் துன்புறுத்தல் செய்யமாட்டார்கள் இல்லையா?"

"ஊம்" என்று அவளைக் கூர்மையாகப் பார்த்துக்கொண்டே சொன்னான் இகோர். "துன்புறுத்தல் செய்ய மாட்டார்கள். ஆனால் தங்கள் நலனைத் தாங்களே பார்த்துக்கொள்ள வேண்டும் அதுதான் கெட்டிக்காரத்தனம்."

"ஆமாம், அதை நீங்கள் சொல்லித்தான் அப்பா, எனக்குத் தெரிய வேண்டும்." என்று சிறு சிரிப்புடன் சொன்னாள் தாய்.

இகோர் பதிலே பேசாமல் அறைக்குள் மேலும் கீழும் நடந்தான். பிறகு அவள் பக்கம் திரும்பிச் சொன்னான்.

"அம்மா, இது துன்பம்தான்! உங்களுக்கு எவ்வளவு கடினமாயிருக்கிறது என்பது எனக்குத் தெரியும்."

"எல்லோருக்கும்தான் துயரமாயிருக்கிறது" எனக் கையை ஆட்டிக்கொண்டே பதிலளித்தாள் அவள். "புரிந்து கொண்டவர்களுக்கு அத்தனை சிரமமில்லை. எந்த நன்மைக்காக மக்கள் இப்படித் துன்பப்படுகிறார்கள் என்பதை, நானும் இப்போதுதான் கொஞ்சம் கொஞ்சமாய்ப் புரிந்துகொண்டு வருகிறேன்."

"அதை மட்டும் நீங்கள் உணர்ந்து கொண்டால், ஒவ்வொருவரும் உங்களை விரும்புவார்கள், அம்மா! ஒவ்வொருவரும் விரும்புவார்கள்" என்று மனப்பூர்வமாகச் சொன்னான் இகோர்.

அவள் அவனை லேசாகப் பார்த்து, புன்னகை புரிந்தாள்.

மத்தியானத்தில் அவள் தொழிற்சாலைக்குப் புறப்படத் தயாரானாள். போவதற்கு முன் அந்தப் பிரசுரங்களைத் தன் ஆடைகளுக்குள், வெளியே தெரியாமல் நாசூக்காக வைத்துக் கட்டிக்கொண்டாள். அவள் எல்லாவற்றையும் ஒளித்து வைத்துக்கொண்ட லாவகத்தைக் கண்டு திருப்தியோடு சப்புக் கொட்டினான் இகோர்.

"ஸேர் குட்!" என்று கத்தினான். முதல் புட்டி பீரைக் குடித்த உற்சாகத்தில் ஜெர்மானியர்கள் இப்படித்தான் சொல்லுவார்கள். "இந்தப் பிரசுரங்களை உடையிலேயே பொதிந்து வைத்துக்கொண்டதால், ஆள் வித்தியாசமாகத் தோன்றவில்லை,

அம்மா! நீங்கள் இப்போதும் சதைவிழத் தொடங்கும் நடுத்தர வயது பெண் போலவே நெட்டையாக இருக்கிறீர்கள்! விகாரம் தென்படவில்லை! கடவுள் உங்கள் சேவையை ஆசீர்வதிக்கட்டும்!"

அரைமணி நேரத்துக்குப் பின் அவள் தொழிற் சாலையின் வாசலில் நின்றாள். அமைதியும் நம்பிக்கையும் நிறைந்தவளாய்த் தன் கையிலுள்ள கூடைகளின் கனத்தால் குனிந்து போய் நின்றாள். தொழிற்சாலைக்குள் நுழையும் ஒவ்வொரு தொழிலாளியையும் அங்கு நின்ற இரண்டு காவலாளிகளும் சோதனைப்போட்டு உள்ளே விட்டார்கள். இதனால் அந்தத் தொழிலாளிகள் கொதிப்படைந்து அந்தக் காவலாளிகளின் மீது தாறுமாறாக வசைமாரிப் பெய்தார்கள், கிண்டல் செய்தார்கள். ஒருபுறத்தில் படபடக்கும் கண்களும் சிவந்த முகமும் நீண்டுயர்ந்த கால்களும் கொண்ட ஒருவனும் போலீஸ்காரனும், நின்று கொண்டிருந்தார்கள். தாய் தனது அன்னக்காவடியின் நுகக்காலை ஒரு தோளிலிருந்து மறுதோளுக்கு மாற்றினாள்; அந்த நெட்டைக்காலனைப் புருவங்களுக்கு மேலாக லேசாகப் பார்த்தாள். அவன் ஒரு வேவுக்காரன் என்று சந்தேகம் அவளுக்குத் தட்டியது.

"ஏ பிசாசுகளா! நீங்கள் எங்கள் பைகளைச் சோதனை போட்டு என்ன பயன்? எங்கள் தலையையல்லவா சோதனை போட வேண்டும்!" என்று நெட்டையான சுருண்ட மயிர்த் தலையனான ஒரு தொழிலாளி, தன்னைச் சோதனையிட்ட காவலாளிகளைப் பார்த்துக் கத்தினான்.

"உன் தலையிலே உண்ணிப் புழுவைத் தவிர வேறு என்ன இருக்கும்?" என்று பதில் கொடுத்தான் காவலாளிகளில் ஒருவன்.

"பின்னே, உண்ணிப் புழுவைப் பிடித்து, பத்திரம் பண்ணு. எங்களை விடு" என்ற எரிந்து விழுந்தான் தொழிலாளி.

அந்த வேவுக்காரன் அவனை ஒரு பார்வை பார்த்துவிட்டுக் கசப்போடு காறி உமிழ்ந்தான்.

"என்னை உள்ளே போகவிடு. இந்த மாதிரி சுமையைத் தாங்கிக்கொண்டு நின்றால், என் முதுகுதான் முறிந்து போகும்" என்று சொன்னாள் தாய்.

"போ, போய்த்தொலை" என்று எரிச்சலோடு கத்தினான் காவலாளி. "வருகிறபோதே திண்டு முண்டு பேசிக்கொண்டே தான் வருகிறது" என்று முனகிக் கொண்டான்.

தாய் உள்ளே வந்து தனது வழக்கமான இடத்துக்குச் சென்று, கூடைகளைக் கீழே இறக்கினாள். முகத்தில் சுரந்திருந்த வியர்வையைத் துடைத்துவிட்டு சுற்றுமுற்றும் பார்த்துக்கொண்டாள்.

கூஸெவ் சகோதரர்களில் இருவர், இருவரும் யந்திரத் தொழிலாளிகள் – அவளிடம் உடனே வந்து சேர்ந்தார்கள்.

"அப்பம் இருக்கிறதா?" என்று அவர்களில் மூத்தவனான வசீலி முகத்தைச் சுழித்துக்கொண்டே கேட்டான்.

"நாளைக்குத்தான் கிடைக்கும்" என்றாள் அவள்.

அதுதான் அவர்களது மறைமுகமொழி. அந்தச் சகோதரர்களின் முகங்கள் பிரகாசமடைந்தன.

"அட என் அம்மாக்கண்ணு!" என்று மகிழ்ச்சி பொங்கச் சொன்னான் இவான்.

வசீலி கூடைக்குள் பார்க்கும் பாவனையில் குனிந்து உட்கார்ந்தான்; அதே கணத்தில் ஒரு கத்தைப் பிரசுரங்களும் அவனது சட்டைக்குள்ளாக, நெஞ்சுக்குப் பக்கமாகத் திணித்து ஒளித்து வைக்கப் பெற்றன.

"நாம் இன்றைக்கு வீட்டுக்குப் போக வேண்டாம்" என்று சத்தமாகச் சொன்னான் அவன்; "இவளிடமே வாங்கிச் சாப்பிடலாம்." அப்படிப் பேசிக்கொண்டே அவன் இன்னொரு கத்தையை எடுத்து பூட்சுக் காலுக்குள் திணித்துக்கொண்டான். "இந்தப் புதிய கூடைக்காரிக்கு நாம் ஆதரவு அளிக்க வேண்டும்" என்று கூறிக்கொண்டான்.

"ஆமாம்!" என்று சிரிப்புடன் ஆமோதித்தான் இவான்.

தாய் சுற்றுமுற்றும் எச்சரிக்கையாகப் பார்த்துக்கொண்டாள்.

"சூடான சேமியா, சூப்" என்று கத்தினாள்.

பிறகு மிகவும் சாதுரியத்தோடு பிரசுரக் கட்டுகளை ஒவ்வொன்றாய் எடுத்து அவர்கள் கையிலே கொடுக்க ஆரம்பித்தாள். அவளது கண் முன்னால் அந்த மஞ்சள் மூஞ்சி அதிகாரியின் முகம் நெருப்புப் பற்றிய தீக்குச்சியைப் போலத் தெரிந்தது. அவள் தனக்குத் தானே வன்மத்துடன் ஏதோ சொல்லிக்கொண்டாள்.

"இதோ, இது உனக்கு அப்பனே."

பிறகு அடுத்த கத்தையைக் கொடுத்தாள்.

"இந்தா..."

தொ.மு.சி. ரகுநாதன்

தொழிலாளர்கள் கைகளில் குவளைகளை ஏந்தியவாறு அவள் பக்கமாக வந்தார்கள். அவர்களில் யாரேனும் பக்கத்தில் வருவதாகத் தெரிந்தால், உடனே இவான் கூஸெவ் வாய்விட்டுச் சிரிப்பான். உடனே தாய் பிரசுரங்களைக் கொடுப்பதை மறத்துவிட்டு சேமியா சூப், கொடுக்க ஆரம்பித்து விடுவாள்.

"நீ ரொம்பக் கெட்டிக்காரி, பெலகேயா நீலவ்னா" என்று கூறி அந்தச் சகோதரர்கள் இருவரும் சிரித்தார்கள்.

"தேவை வந்தால் திறமையும் கூடவே வந்துவிடும்" என்று பக்கத்தில் நின்ற கொல்லுத் தொழிலாளி ஒருவன் சொன்னான். "பாவம் அவளுக்கு உழைத்துப் போட்டு, உணவு கொடுத்தவனை அவர்கள் கொண்டுபோய் விட்டார்கள் அயோக்கியப் பயல்கள்! சரி எனக்கு மூன்று கோபெக்குக்குச் சேமியா கொடு. கவலைப் படாதே அம்மா. எப்படியாவது உன்பாடு நிறைவேறிவிடும்."

"நல்ல வார்த்தை சொன்னாயே. உனக்கு ரொம்ப நன்றி" என்று இளஞ்சிரிப்போடு பதில் கூறினாள் தாய்.

"நல்ல வார்த்தைக்கு என்ன காசா பணமா?" என்று சொல்லிக்கொண்டே அவன் ஒரு பக்கமாக ஒதுங்கிச் சென்றான்.

"சூடான சேமியா, சூப்" என்று கத்தினாள் பெலகேயா.

தன் மகனிடம் தனது பிரசுர விநியோகத்தின் முதல் அனுபவத்தை எப்படிச் சொல்வது என்பதைப் பற்றி அவள் யோசித்துப் பார்த்தாள். ஆனால், அவளது மனத்தாழத்தில் அந்தக் கோபாவேசமான புரியமுடியாத கடுகடுத்த மஞ்சள் மூஞ்சி அதிகாரியின் முகம்தான் நிழலாடிக் கொண்டிருந்தது. அவனது திருகிவிட்ட கரிய மீசை நிமிர்ந்து நின்றது; இறுக மூடிய அவனது பற்கள் பிதுங்கிப்போன உதடுகளின் இடையே வெள்ளை வெளேரெனப் பளிச்சிட்டன. தாயின் இதயத்தில் வானம்பாடியைப்போல் ஆனந்த உணர்ச்சி பாடித் திரிந்தது. அவள் தன் புருவங்களை வளைத்து உயர்த்தி, வந்து போகும் வாடிக்கைக்காரர்கள் அனைவரையும் பார்த்து, தனக்குத்தானே சொல்லிக் கொண்டிருந்தாள்.

"இதை வாங்கு. அதை எடு..."

16

அன்று மாலையில் அவள் தேநீர் பருகிக் கொண்டிருக்கும் போது, வெளியே சக்தி தெறிக்க வரும் குதிரைக் குளம்புகளின் ஓசையும்

அதைத் தொடர்ந்து ஒரு பழகிய குரலும் கேட்டது. அவள் துள்ளியெழுந்து கதவைத் திறப்பதற்காக சமையல் கட்டுக்குள் ஓடினாள். யாரோ வாசல் பக்கத்தில் அவசர அவசரமாக நடந்து வருவதாய்த் தெரிந்தது. அவளது கண்கள் திடீரென இருண்டன; அவள் கதவைக் காலால் தள்ளித் திறந்துவிட்டு, கதவு நிலைமீது சாய்ந்து நின்று கொண்டாள்.

"வணக்கம் அம்மா!" என்கிற பழகிய குரல் கேட்டது; அதே சமயம் மெலிந்து நீண்ட கரங்கள் அவள் தோள்களின் மீது விழுந்தன.

அவளது இதயம் ஏமாற்றத்தால் கலங்கியது. அந்த ஏமாற்றத்தோடு அந்திரேயைக் கண்டதால் ஏற்பட்ட ஆனந்தமும் பொங்கியது. அந்த இரு உணர்ச்சிகளும் ஒன்றோடொன்று முயங்கி, ஒரு பேருணர்ச்சியாகத் திரண்டு, அவளை மகிழ்ச்சிப் பரவசத்துக்கு ஆளாக்கி உந்தி எழச் செய்து, அந்திரேயின் தோள் மீது முகத்தைப் புதைத்துக்கொண்டாள். நடுநடுங்கும் கைகளோடு அவளை இறுக அணைத்துக்கொண்டான் அவன்.

தாய் அமைதியாக அழுதாள்; அவளது தலை மயிரைத் தடவிக் கொடுத்துக்கொண்டே சொன்னான் அவன்:

"அழாதீர்கள், அம்மா! வீணாக மனதை நோகச் செய்து கொள்ளாதீர்கள். என்னை நம்புங்கள். அவர்கள் பாவெலைச் சீக்கிரம் விட்டுவிடுவார்கள். அவனுக்கு எதிராக அவர்களுக்கு ஒரு சாட்சியமும் கிடையாது. வெந்துபோன மீனைப்போல் எல்லோரும், ஊமையாகவே இருக்கிறார்கள்..."

தன் கரத்தைத் தாயின் தோள் மீது வைத்தவாறே அவளை அடுத்த அறைக்குள் அழைத்துச் சென்றான்; அவனோடு ஒட்டித் தழுவிக்கொண்டாள் அவள். ஓர் அணில் பிள்ளையின் சுறுசுறுப்போடு அவள் தன் கண்களில் பொங்கிய கண்ணீரைத் துடைத்துக்கொண்டு அவன் சொல்லும் ஒவ்வொரு வார்த்தையும் அள்ளிப் பருகினாள்.

"பாவெல் உங்களுக்குத் தன் அன்பைத் தெரிவிக்கச் சொன்னான். அவன் எவ்வளவு முடியுமோ அவ்வளவு உற்சாகமாகவும் நன்றாகவும் இருக்கிறான். சிறையிலே ஒரே கூட்டம். சுமார் நூறு பேரைக் கொண்டுவந்து அடைத்திருக்கிறார்கள். நம் ஊர் ஆட்களும் இருக்கிறார்கள். நகரிலிருந்து வந்தவர்களும் இருக்கிறார்கள. ஒரு கொட்டடிக்கு மூன்று அல்லது நாலுபேராகப் போட்டுப் பூட்டி வைத்திருக்கிறார்கள். சிறை அதிகாரிகள் ரொம்ப நல்லவர்கள். இந்தப் பிசாசுப் பிறவிகளான போலீஸ்காரர்கள்

கொடுத்துள்ள வேலையினால் அவர்கள் இளைத்துக் களைத்து ஓய்ந்து போயிருக்கிறார்கள். அதிகாரிகள் ரொம்பக் கடுமையாக இல்லை; அவர்கள் எங்களைப் பார்த்து “பெரியோர்களே, அமைதியாக மட்டும் இருங்கள். வீணாய் எங்களுக்குத் தொல்லை கொடுக்காதீர்கள்” என்றுதான் சொல்லிக் கொண்டிருக்கிறார்கள். எனவே எல்லாம் நன்றாய்த்தான் நடக்கிறது. நமது தோழர்கள் ஒருவருக்கொருவர் பேசிக் கொள்கிறார்கள்; புத்தகங்களைக் கொடுத்து வாங்கிக்கொள்கிறார்கள்; சாப்பாட்டையும் பங்கு போட்டுக் கொள்கிறார்கள். அது ஒரு நல்ல சிறைதான். ரொம்பப் பழசு, அட்டுப் பிடித்த சிறை; என்றாலும் கைதிக்கு மோசமாக இல்லை. கிரிமினல் கைதிகளும் ரொம்ப நல்லவர்கள். அவர்கள் நம்மவர்களுக்கு எவ்வளவோ உதவி செய்கிறார்கள். நானும் புகினும் இன்னும் நால்வரும் விடுதலையாகி விட்டோம். பாவெலும் சீக்கிரம் திரும்பி வந்துவிடுவான் என்பது மட்டும் எனக்கு நிச்சயம்தான். நிகலாய் வெஸோவ்ஷிகோவ் தான் கடைசியாக வருவான். அவன் அவர்களிடம் தாறுமாறாக நடந்து கொள்வதால், அவன் மீது அவர்களுக்கு ஒரே கோபம். அவனைப் பார்க்கக்கூட, போலீஸ்காரர்கள் பயப்படுகிறார்கள். அநேகமாக அவனைச் சீக்கிரம் விசாரணைக்குக் கொண்டுசெல்வார்கள்; இல்லாவிட்டால் என்றாவது ஒரு நாள் அடித்துத் தள்ளுவார்கள்! “நிகலாய் நிறுத்து, உன் வசவுகளால் ஒரு பயனும் இல்லை.” என்று பாவெல் அடிக்கடி கூறிக்கொண்டு தான் இருக்கிறான். ஆனால் நிகலாயோ போலீசாரைப் பார்த்து ‘உங்களையெல்லாம் புரையோடிப்போன புண்ணைத் துடைக்கிற மாதிரி பூமியிலிருந்தே துடைத்துத் தீர்த்துவிடுவேன்!’ என்று கத்துகிறான். பாவெல் நன்றாக நடந்து கொள்கிறான். உறுதியோடும் நிதானத்தோடும் இருக்கிறான். அவனைச் சீக்கிரம் வெளியே விட்டுவிடுவார்கள் என்பதுதான் என் எண்ணம்...”

“சீக்கிரமா?” என்று அன்பு ததும்பும் புன்னகையோடு திருப்பிக் கேட்டாள் தாய்; “அவன் சீக்கிரம் வந்துவிடுவான், அது நிச்சயம்.”

“அதனால் விசயங்கள் எல்லாம் ஒழுங்காகத்தான் இருக்கின்றன. சரி, எனக்கு முதலில் ஒரு குவளைத் தேநீர் கொடுங்கள். அப்புறம், நீங்கள் எப்படிக் காலந் தள்ளினீர்கள்? சொல்லுங்கள்.”

அவன் சிரித்துக்கொண்டே, அவளை ஏற இறங்கப் பார்த்தான். அன்பும் அமைதியும் ததும்பப் பார்த்த அவனது பாசம் ஒளிவீசும் கண்களில் ஒரு கணம் சோகத்தின் சாயை படர்ந்து மறைந்தது.

"உங்கள் மேல் எனக்கு ரொம்பப் பிரியம், அந்திரியூஷா!" என்று கூறிப் பெருமூச்செறிந்தாள் தாய். மண்டி வளர்ந்திருந்த தாடிக்குள் தெரியும் அவனது மெலிந்த முகத்தைக் கூர்ந்து பார்த்தாள்.

"என்னை நீங்கள் கொஞ்சமாக நேசித்தாலும் எனக்குத் திருப்திதான்" என்று கூறிக்கொண்டே, தான் அமர்ந்திருந்த நாற்காலியை முன்னும் பின்னும் ஆட்டிக்கொண்டான் அவன். "உங்களுக்கு என் மேலே பிரியம் என்பதும் எனக்குத் தெரியும். உங்கள் இதயம் பரந்தது; நீங்கள் எல்லோரையுமே நேசிக்கிறீர்கள்."

"ஆனால், உங்களை பிரத்தியேகமான நேசிக்கிறேன்" என்று அவள் அழுத்திக் கூறினாள். "உங்களுக்கு ஒரு தாய் மட்டும் இருந்தால் உங்களை மாதிரி ஒரு மகனைப் பெற்றதற்காக, எல்லோரும் அவள் மீது பொறாமை கொள்வார்கள்."

அந்த ஹஹோல் தலையை அசைத்தான்; தன் இரு கைகளாலும் தலையைப் பிடித்துக் கரகரவென்று தேய்த்துவிட்டுக் கொண்டான்.

"எனக்கும் எங்கோ எவ்விடத்திலோ ஒரு தாய் இருக்கத்தான் செய்கிறாள்" என்றான். அவன் குரல் தணிந்து போயிருந்தது.

"இன்றைக்கு நான் என்ன செய்தேன் தெரியுமா?" என்று தொடங்கினாள் தாய். பிறகு மிகுந்த உணர்ச்சிப் பரவசத்தோடு அன்று அவள் தொழிற்சாலைக்குள் பிரசுரங்களைக் கொண்டுசென்ற விவரத்தைக் கொஞ்சம் மூக்கும் முழியும் வைத்துச் சொல்ல முனைந்தாள். எனினும் அவளது ஆனந்தத்தாலும், ஆர்வத்தாலும் சொல்லுக்கு வளையாமல் அடிக்கடி தடுமாறிக் குழறியது நாக்கு.

முதலில் அவன் தன் கண்களை வியப்போடு அகல விரித்தவாறே இருந்தான்; பிறகு வாய்விட்டுக் கலகலவென்று சிரித்தான்.

"ஓஹோ!" என்கிற ஆனந்த மிகுதியினால் கத்தினான். "நீங்கள் செய்ததும் நல்ல காரியம்தான். இது விளையாட்டல்ல. பாவெல் கூடச் சந்தோசப்படுவான். அம்மா, நீங்கள் செய்த வேலை எவ்வளவு பிரமாதம் தெரியுமா? பாவெலுக்கும் அவன் தோழர்களுக்கும் அது ரொம்ப உதவும்!"

அவனது உடம்பு முழுவதும் முன்னும் பின்னும் அசைந்து குலுங்கியது; அவன் தன் விரல்களை முறித்துச் சொடுக்கு விட்டான்; உற்சாகத்தால் புளகாங்கிதம் அடைந்து சீட்டியடித்தான். அவனது உவகையைக் கண்ட தாய்க்கு இன்னும் பேசவேண்டும் என்கிற ஆசை உந்தியெழுந்தது.

"என் அருமை அந்திரியூஷா!" என்று ஆரம்பித்தாள் அவள். அவளது இதயமே திறந்து கொண்டதுபோல், திறந்த இதயத்திலிருந்து

பரிபூரண உவகையோடு முன்னிட்டுத் தெறிக்கும் வார்த்தைகள் மளமளவென்று பொழிந்து வழியப் போவதுபோல தோன்றியது. "நான் என் வாழ்வையே நினைத்துப் பார்த்தால் – அட ஏசுவே! நான் எதற்காகத்தான் உயிர் வாழ்ந்தேனோ தெரியவில்லை. ஓயாத வேலை... ஓயாது உதை, அடி... என் புருசனைத் தவிர அவறு யாரையுமே நான் கண்டதில்லை! பாவெல் எப்படி வளர்ந்தான் என்பது கூட எனக்குத் தெரியாது. என் புருசன் உயிரோடிருந்த போது, நான் பாவெலை நேசித்தேனோ, நேசிக்கவில்லையோ என்பதும் எனக்குத் தெரியாது. என் சிந்தனைகள் என் கவலைகள் எல்லாம் ஒரே ஒரு விசயத்தைப் பற்றித்தான் – என்னைக் கட்டிக்கொண்ட மிருகத்துக்கு இரை போடுவதும், உடனடியாக அவன் சௌகரியத்தைக் கவனிப்பதும்தான் என் கவலை. அப்படிக் கவனிக்காது மெத்தனமாக இருந்தால், அவன் கோபங்கொண்டு என்னை பயமுறுத்துவானோ, அடிப்பானோ என்கிற பயத்தால், அந்த அடிக்கு ஆளாகாமால் ஒரு நாளாவது தப்பி வாழ வேண்டுமே என்கிற கவலையால்தான் நான் அப்படி வாழ்ந்தேன். ஆனால், அவன் என்னை அடிக்காதே நாளே கிடையாது. அவன் என்னை அடித்து உதைக்கும்போது தன் மனைவியை அடிப்பதாக அவன் நினைத்துப் பார்ப்பதே இல்லை. யார் யாரோ மீது உள்ள கோபத்தையும் காட்டத்தையும் மீது காட்டித் தாக்குவான். இருபது வருட காலம் நான் இப்படியே தான் உயிர் வாழ்ந்தேன். என் கல்யாணத்துக்கு முன்னால் நான் எப்படியிருந்தேன் என்பதுகூட எனக்கு நினைவில்லை. என் கடந்த காலத்தைப் பற்றி நினைத்தாலே நான் குருடாகிப் போவது மாதிரி இருக்கிறது. எதுவுமே தெரிவதில்லை. இகோர் இவானவிச் இங்கே வந்திருந்தான். அவனும் நானும் ஒரே ஊர்க்காரர்கள். அவன் எதை எதைப் பற்றியெல்லாமோ பேசினான். எனக்கோ அங்குள்ள வீடுகள் ஞாபகத்தில் வந்தன; மக்கள் நினைவுக்கு வந்தனர். ஆனால் அந்த மக்கள் எப்படி வாழ்ந்தார்கள், என்ன பேசினார்கள், அவர்கள் ஒவ்வொருவரும் என்ன ஆனார்கள். இதெல்லாம் நினைவுக்கு வரவேயில்லை. எப்போதோ தீப்பிடித்து எரிந்த சம்பவம் – இல்லை – இரண்டு சம்பவங்கள் நினைவுக்கு வந்தன. எனக்கு என்னவோ என் இதயத்தையே பூட்டிவிட்டதுபோல், என் ஆத்மாவுக்கே முத்திரையிட்டு இறுக மூடி விட்டதுபோல் இருக்கிறது. கண்ணும் தெரியவில்லை; காதும் கேட்கவில்லை..."

கரையில் இழுத்துப்போட்ட மீனைப்போல், அவள் மூச்சுக்காக வாயைத் திறந்து திணறினாள். முன்புறமாகக் குனிந்துகொண்டு மீண்டும் அவள் தணிந்த குரலில் பேசத் தொடங்கினாள்:

“என் கணவன் இறந்தான். நானும் என் மகனைக் கவனிக்கத் தொடங்கினேன். ஆனால், அவனோ இந்த மார்க்கத்தில் ஈடுபட்டுவிட்டான். எனக்கு மிகவும் சங்கடமாயிருந்தது; அவனுக்காக அனுதாபப்பட்டேன். அவனுக்கு ஏதாவது நேர்ந்துவிட்டால், நான் எப்படி வாழ்வது என்கிற கவலை எனக்கு. நான் எப்படிப் பயந்து நடுங்கினேன் தெரியுமா? அவனுக்கு என்ன நேரக்கூடும் என்று நான் நினைத்துப் பார்த்தபோது, என் இதயமே வெடித்துவிட்ட மாதிரி இருந்தது...”

அவள் ஒரு கணம் மௌனமாயிருந்தாள். பிறகு மீண்டும் தலையை ஆட்டிவிட்டுப் பேசத் தொடங்கினாள்:

“பெண்களாகிய எங்கள் அன்பு பரிசுத்தமான அன்பு அல்ல. நாங்கள் எங்களுக்காகத்தான் பிறரை நேசிக்க வேண்டியிருக்கிறது. இதோ நீங்கள் இருக்கிறீர்கள். தாயை எண்ணித் துக்கப்படுகிறீர்கள். எதற்காக நீங்கள் அவளை விரும்புகிறீர்கள்? இதோ இங்கே எத்தனையோ இளைஞர்கள் சகல மக்களின் நலத்துக்காகவும் துன்பத்தை அனுபவிக்கிறார்கள்; சிறைக்குச் செல்கிறார்கள்; சைபீரியாவுக்குச் செல்கிறார்கள்; சாகிறார்கள்! இளம்பெண்கள் தன்னந்தனியாக வெகுதூரம் நடந்து செல்கிறார்கள். இருட்டிலே, மழையும் பனியும் கொட்டுகின்ற குளிரிலே, சேறு நிறைந்த பாதை வழியே ஏழு கிலோமீட்டர் தூரத்துக்கும் நடந்து செல்கிறார்கள்! அவர்களை இப்படிச் செய்யச் சொல்வது யார்? அவர்கள் கொண்டுள்ள அன்பு, பரிசுத்தமான தூய்மையான அன்பு! அவர்களிடம் நம்பிக்கை, ஆழ்ந்த நம்பிக்கை ஒன்றிருக்கிறது, அந்திரியூஷா! ஆனால் எனக்கோ, அந்த மாதிரி நேசிக்க முடியவில்லை! என்க்குச் சொந்தமானவர்களையே மிகவும் நெருங்கியவர்களையே நான் நேசிக்கிறேன்!”

“நீங்களும் நேசிக்க முடியும்” என்று ஒரு புறமாகத் திரும்பிக்கொண்டு சொன்னான் ஹஹோல். அப்படிச் சொல்லும்போது, வழக்கம் போலவே தன் கைகளால் தலையையும் கன்னத்தையும் கண்களையும் பரபரவென்று தேய்த்துவிட்டுக்கொண்டான். “எல்லோரும் தம்மோடு நெருங்கியிருப்பதை மிகவும் நேசிக்கிறார்கள்; ஆனால் ஒரு பரந்த இதயம், தனக்கு வெகு தொலைவிலுள்ள பொருள்களைக்கூட, தன்னருகே கவர்ந்திழுத்து நெருங்கச் செய்யும் சக்தி வாய்ந்தது. நீங்களும் மகத்தான காரியங்களைச் செய்ய முடியும் – ஏனெனில் உங்களிடம் மகத்தான தாய்மை அன்பு ததும்பி நிற்கிறது!”

“அப்படியே ஆகட்டும்” என்று பெருமூச்சோடு சொன்னாள் அவள். “இந்த மாதிரி வாழ்வதும் ஒரு நல்ல வாழ்வு தான் என்பதை

நான் உணர்கிறேன். அந்திரேய்! நான் உங்களை அதிகம் நேசிக்கவும் செய்யலாம். அவனோ என்னிடம் திறந்து கூடப் பேசுவதில்லை; நீங்களே பாருங்கள். அவன் சாஷாவைக் கல்யாணம் செய்ய விரும்புகிறான்; ஆனால் என்னிடம், அவன் தாயிடம், இதுவரை ஒரு வார்த்தை கூடச் சொல்லவில்லை...”

“அது உண்மையில்லை” என்று ஆட்சேபித்தான் ஹஹோல். “அது உண்மையல்ல என்பது எனக்கு நிச்சயமாகத் தெரியும். அவன் அவளைக் காதலிக்கிறான்; அவளும் அவனைக் காதலிக்கிறாள். அதுவும் உண்மைதான். ஆனால் அவர்கள் என்றுமே கல்யாணம் செய்து கொள்ளப் போவதில்லை. அவள் விரும்பலாம். ஆனால் பாவெல் விரும்பமாட்டான்.”

“அப்படியா செய்தி?” என்று சிந்தனை வசப்பட்டவளாய்ச் சொன்னாள் தாய். அவளது துயரம் தோய்ந்த கண்கள் ஹஹோலின் முகத்தையே பார்த்தன; “இப்படியா இருப்பது? நீங்கள் உங்கள் சொந்த சுகத்தை எதற்காகத் தியாகம் செய்ய வேண்டும்?”

“பாவெல் ஓர் அபூர்வப் பிறவி” ஹஹோலின் குரல் மிருதுவாயிருந்தது. “அவன் ஓர் இரும்பு மனிதன்!”

“ஆனால், இப்போது அவன் சிறையில் இருக்கிறான்” என்று மீண்டும் சிந்தனையிழந்தவாறே பேசினாள் தாய்; “அதை நினைத்தாலே பயங்கரமாயிருக்கிறது; ஆனால், முன்னைப்போல் அவ்வளவு பயமில்லை. என் வாழ்க்கையும் மாறிவிட்டது. என் பயங்களும் மாறிவிட்டன. இன்றோ நான் ஒவ்வொருவருக்காகவும் பயந்து கொண்டிருக்கிறேன். இப்போது என் இதயமே புதிது. ஏனெனில் என் ஆத்மா இதயத்தின் கண்களைத் திறந்து விட்டுவிட்டது. அந்தக் கண்கள் அகலத் திறந்து பார்க்கின்றன. சோகம் கொள்கின்றன. அதே வேளையில் மகிழ்வும் கொள்கின்றன. எனக்குப் புரியாத விசயங்கள் எத்தனை எத்தனையோ இருக்கின்றன. நீங்கள் கடவுளையே நம்பாமலிருப்பது எனக்குக் கசப்பாகவும் வருத்தமாகவும் இருக்கிறது. ஆனால், அதற்கு நான் என்ன செய்ய முடியும்? நீங்கள் எல்லோரும் மிகவும் நல்லவர்கள் என்பது எனக்குத் தெரியும். நீங்கள் மக்களின் நல்வாழ்வுக்காக, துன்ப வாழ்வு வாழ்கிறீர்கள்; சத்தியத்துக்காகச் சங்கடமான வாழ்க்கையை அனுபவிக்கிறீர்கள். இப்போதுதான் உங்கள் சத்தியம், உங்கள் உண்மை எனக்குப் புரிகிறது. பணக்காரர்கள் என்று ஒரு வர்க்கம் இருக்கிறவரையில், சாதாரண மக்களுக்கு எதுவுமே கிடைக்கப் போவதில்லை – மகிழ்ச்சியோ, நியாயமோ – எதுவுமே கிட்டப் போவதில்லை. இப்போதோ நான் உங்களைப்

போன்ற இளைஞர்களோடு கடந்த காலத்தைப்பற்றி, பூட்ஸ் காலால் மிதித்து நசுக்கப்பட்ட எனது இளமையின் பலத்தைப் பற்றி, கசக்கிப் பிழியப்பட்ட எனது இளம் இதயத்தைப் பற்றி நான் நினைத்துப் பார்ப்பதுண்டு; அந்த நினைவினால் எனக்கே என் மீது அனுதாபம் பிறக்கிறது; கசப்புணர்ச்சி பிறக்கிறது. ஆனால், இப்போதோ எனக்கு வாழ்வது அவ்வளவு துன்பமாக இல்லை. கொஞ்சங் கொஞ்சமாக சிறுகச் சிறுக நான் என்னையே உணர்ந்து வரத் தொடங்குகிறேன்..."

நெட்டுவிட்டு வளர்ந்து மெலிந்திருந்த ஹஹோல் எழுந்தான்; சிந்தனை வசப்பட்டு, காலடியோசையே கேட்காத வண்ணம் எழுந்து உலவத் தொடங்கினான்.

"எவ்வளவு நன்றாகச் சொன்னீர்கள்!" என்று அதிசயித்தான். "எவ்வளவு தெளிவாகச் சொல்லிவிட்டீர்கள். கேர்ச் நகரில் ஒரு வாலிப யூதன் இருந்தான். அவன் ஒரு கவி. ஒரு நாள் அவன் ஒரு பாட்டு எழுதினான்;

அறியாது கொலையுண்ட
அனைவரும், உண்மை
நெறியென்னும் பலத்தாலே
உயிர் பெற்று நிற்பார்!

"அவனையும் கூட கேர்ச் நகரப் போலீசார் கொன்று விட்டார்கள். நான் அதைச் சொல்ல வரவில்லை. அவன் உண்மையை உணர்ந்தான்; அந்த உண்மையை அவன் மக்களிடம் பரப்பினான். அவன் சொன்ன மாதிரி அந்த 'அறியாது கொலையுண்ட' பேர்களில் நீங்களும் ஒருவர்!"

"இப்பொழுதெல்லாம் நானே பேசிக்கொள்கிறேன். அதை நானே கேட்டுக்கொள்கிறேன். என்னை நானே நம்புவதுமில்லை. என் வாழ்நாள் முழுவதும் நான் ஒன்றே ஒன்றைப் பற்றித்தான் சிந்தித்தேன்; ஒவ்வொரு நாளையும் யார் கண்ணிலும் படாமல் ஒதுக்கமாய் எப்படிக் கழிப்பது, யார் கையிலும் படாதபடி பார்த்துக்கொள்வது – இதுதான் என் சிந்தனை! ஆனால், இப்போதோ என் மனதில் பிறரைப் பற்றிய சிந்தனைகளே நிரம்பி நிற்கின்றன. உங்களது கொள்கையை நான் முழுக்க முழுக்க அறியாது இருக்கலாம்; ஆனால், நீங்கள் அனைவரும் என் அன்புக்கு உரியவர்கள். உங்கள் அனைவருக்காகவும் நான் வருந்துகிறேன். அனைவரின் நலத்தைப் பற்றியும் முக்கியமாக உங்கள் சுகத்தைப்பற்றி நான் மிகுந்த அக்கறை கொள்கிறேன். அந்திரியூஷா!" அவன் அவள் பக்கம் வந்தான்.

தொ.மு.சி. ரகுநாதன்

"ரொம்ப நன்றி" என்றான் அவன். அவள் கரத்தை எடுத்து ஆர்வத்தோடு அழுத்திப் பிடித்தான். பிறகு விரைவாக விலகிச் சென்று விட்டான். அவள் தன் உணர்ச்சியினால் நிலைகுலைந்து போய், மிகவும் மெதுவாகவும் மௌனமாகவும் பண்ட பாத்திரங்களைக் கழுவ ஆரம்பித்தாள்; அப்போது அவள் மனம் தன் இதயத்தின் அமைதி நிறைந்த ஆனந்தத்தையே எண்ணியெண்ணிப் புளகித்துக் கொண்டிருந்தது.

ஹஹோல் அறைக்குள் மேலும் கீழும் நடந்தவாறே அவளைப் பார்த்துப் பேசினான்:

"அம்மா! நீங்கள் வெஸோவ்ஷிகோவிடம் சிறிது அன்பு காட்டுங்களேன். அவனுடைய தந்தை - அந்த உதவாக்கரையான குடிகார மட்டை - சிறையில் இருக்கிறான்! தன் தந்தையின் முகத்தை சன்னலோரமாகக் கண்டாலும் போதும், உடனே நிகலாய் தன் தந்தையைச் சரமாரியாகத் திட்ட ஆரம்பிக்கிறான். அது ரொம்ப மோசமான செய்கை. நிகலாய் இயற்கையில் கருணையுள்ளம் படைத்தவன். அவன் நாய்களை, எலிகளை, சகல மிருகங்களையும் நேசிக்கிறான், அன்பு காட்டுகிறான்; ஆனால், மனிதர்களை மட்டும் பகைத்து ஒதுக்குகிறான்! ஆமாம், மனிதன் எப்படியெல்லாம் கெட்டுப் போகிறான்?"

"அவன் தாய் எங்கோ தொலைந்து போனாள். அப்பனோ குடிகாரன், திருடன்..." என்று முனகினாள் தாய்.

அந்திரேய் படுக்கைக்குச் சென்ற பிறகு, தாய் மிகவும் ரகசியமாக அவன் பக்கம் சென்று அவன் தலைக்கு மேலாக சிலுவைக் குறியிட்டுவிட்டு வந்து படுத்தாள். அவன் படுத்து அரைமணி நேரம் கழிந்த பின்னர் அவள் அவனைப் பார்த்து மெதுவாகக் கேட்டாள்:

"தூங்கிவிட்டாயா, அந்திரியூஷா!"

"இல்லையே. ஏன்?"

"நல்லிரவு!"

"நன்றி, அம்மா, நன்றி" என்று நன்றியுணர்ச்சியோடு சொன்னான் அவன்.

17

மறுநாள் பெலகேயா தொழிற்சாலை வாசலுக்கு வந்து சேர்ந்த பொழுது, அவளை அங்கு நின்ற காவலாளிகள் வழிமறித்தார்கள்.

அவளது கூடைகளைச் சோதனையிட்டுப் பார்ப்பதற்காக அவற்றை இறக்கிவைக்கச் சொன்னார்கள்.

"ஐயையோ! எல்லாம் ஆறிப்போய்விடுமே!" என்று அமைதியாக ஆட்சேபித்தாள் தாய். அவர்களோ அவளது ஆடையணிகளை முரட்டுத்தனமாகத் தடவிச் சோதித்தார்கள்.

"வாயை மூடு" என்று கடுகடுப்பாய்ச் சத்தமிட்டான் ஒரு காவலாளி.

"நான் சொல்வதைக் கேள். அவர்கள் அதை வேலிக்கு வெளியே இருந்து உள்ளே எறிந்து விடுகிறார்கள், அப்பா!" என்று அவளைத் தோளைப்பிடித்து லேசாகத் தள்ளிவிட்டுச் சொன்னான் இன்னொரு காவலாளி.

அவள் உள்ளே சென்றவுடன் முதன்முதல் அவள்முன் எதிர்ப்பட்டவன், அந்தக் கிழவன் சிஸோவ்தான்.

"அம்மா, நீ கேள்விப்பட்டாயா?" என்று அமைதியாக சுற்றுமுற்றும் பார்த்துக்கொண்டே கேட்டான் அவன்.

"என்னது?"

"அதுதான் அந்தப் பிரசுரங்கள்! அவை பழையபடியும் தலை காட்டிவிட்டன. நீ ரொட்டியிலே உப்புத் தூவியிருக்கின்றாயே, அதுமாதிரி அந்தப் பிரசுரங்கள் எங்கே பார்த்தாலும் பரவியிருக்கின்றன. அவர்கள் சோதனை போட்டதிலும், கைது செய்ததிலும் குறைச்சலில்லை. என் மருமகன் மாசினைக் கூட அவர்கள் சிறைக்குள்ளே தள்ளிவிட்டார்கள். எதற்காக? உன் மகனைக் கூடத்தான் உள்ளே தள்ளினார்கள். ஆனால் என்ன ஆயிற்று? அந்தப் பிரசுரங்களுக்கு இவர்கள் காரணமில்லை என்பது இப்போது எல்லோருக்குமே தெரிந்து போயிற்று."

அவன் தன் தாடியைக் கையில் அள்ளிப் பிடித்துக்கொண்டு அவளைப் புதிர் நிறைந்த கண்களோடு பார்த்தான்.

"நீ ஏன் என் வீட்டுக்கு வரக் கூடாது? தன்னந்தனியே இருப்பது உனக்கும் சங்கடமாகத் தானிருக்கும்..."

அவள் அவனுக்கு நன்றி கூறினாள். உணவுப் பண்டங்களின் பெயர்களைச் சொல்லிக்கொண்டே, வழக்கத்திற்கு மாறான ஓர் உற்சாகம் தொழிற்சாலையில் நிலவுவதைக் கூர்ந்து கவனித்தாள். தொழிலாளர்கள் கூட்டம் கூட்டமாகவும் தனித் தனியாகவும் வந்தார்கள். ஒரு தொழிற்கூடத்திலிருந்து இன்னொன்றுக்கு ஓடினார்கள். கரிப்புகை படிந்த அந்தச் சூழ்நிலையில், ஏதோ ஒரு

தொ.மு.சி. ரகுநாதன்

தைரியமும், துணிவும் நிரம்பிப் பிரதிபலிப்பதாக அவளுக்குத் தோன்றியது. இங்குமங்கும் எண்ணற்ற பேச்சுக் குரல்கள் கேட்டன. கிண்டலான பேச்சுக்களும், உற்சாகம் ஊட்டும் பேச்சுக்களும் ஒலித்தன. வயதாகிப்போன தொழிலாளர்கள் உள்ளுக்குள் சிரித்துக்கொண்டார்கள். கவலை தாங்கிய முகங்களோடு முதலாளிகள் அவர்களைக் கடந்து சென்றார்கள். போலீஸ்காரர்கள் அங்குமிங்கும் ஓடினார்கள். அவர்களைக் கண்ட மாத்திரத்தில் கூட்டமாக நிற்கும் தொழிலாளர்கள் மெதுவாகக் கலைந்து பிரிந்தார்கள்; அல்லது பேச்சு மூச்சற்றுக் கம்மென்று நின்றார்கள்; அப்படி நின்றுகொண்டே, எரிச்சலும் கோபமும் மூண்டு பொங்கும் அந்தப் போலீஸ்காரர்களின் முகங்களை வெறித்துப் பார்த்தார்கள்.

எல்லாத் தொழிலாளர்களும் அப்போதுதான் குளித்து முழுகிவந்தது போலத் தோன்றினார்கள். கூஸெவ் சகோதரர்களில் மூத்தவன் விரைவாக நடந்து சென்றான்; பிறகு அந்தக் கங்காணியின் சுருங்கிப் போன முகத்தை ஏறிட்டுப் பார்த்தவாறு, தனது தாடியைத் துடைத்துக்கொண்டே சளசளத்துப் பேச ஆரம்பித்தான்.

"அவர்களுக்கு இது சிரிப்பாயிருக்கிறது. இவான் இவானவிச், இதைக் கண்டு கேலி செய்கிறார்கள்! ஆனால் நம்முடைய மோலாளர் சொன்னமாதிரி இது சர்க்காரையே அழிக்க முயலும் காரியம்தான். இங்கே செய்ய வேண்டியது களை பிடுங்குவதல்ல; ஆனால் உழுது தள்ள வேண்டியதுதான்..."

வவீலவ் தனது கரங்கள் இரண்டையும் பிடரியில் கொடுத்துப் பிடித்துக்கொண்டவாறு நடந்தான்.

"ஏ நாய்க்குப் பிறந்தவனே! நீ போய் என்ன வேண்டுமானாலும் அச்சடித்துத் தள்ளு!" என்று உரத்த குரலில் சத்தமிட்டான். "ஆனால் என்னைப் பற்றி மாத்திரம் துணிந்து எதுவும் சொல்லிவிடாதே. ஆமாம்!"

வசீலி கூஸெவ் தாயிடம் வந்து சேர்ந்தான்.

"நான் இன்றைக்கு இரண்டாம் தடவையாக உன்னிடம் சாப்பாடு வாங்கிச் சாப்பிடப் போகிறேன். நல்ல சுவை!" என்று விழித்துக்கொண்டு சொல்லிவிட்டு, தன் குரலைத் தாழ்த்தி, கண்களைச் சுருக்கி "அவர்களுக்குச் சரியான பொட்டிலே அடிவிழுந்திருக்கிறது. நல்லவேலை அம்மா, நல்லவேலை" என்றான்.

அவள் அன்பு ததும்ப, தலையை அசைத்துக் கொண்டாள். தொழிலாளர் குடியிருப்பிலேயே பெரிய போக்கிரி என்று பேரெடுத்தவனான வசீலி, அவளிடம் மிகவும் மரியாதையோடு

நடந்து கொண்டதானது அவளுக்கு இன்பம் தந்தது. மேலும் தொழிலாளர்களிடையே ஏற்பட்டுள்ள உத்வேகமும் அவளுக்கு அதிக இன்பத்தை அளித்தது. அவள் தனக்குத் தானே நினைக்கத் தொடங்கினாள்:

“நான் மட்டும் இல்லாதிருந்தால்...”

மூன்று சாதாரணக் கூலியாட்கள் கொஞ்ச தூரத்தில் நின்று பேசிக் கொண்டிருந்தார்கள். அவர்களில் ஒருவன் அதிருப்தி தொனிக்கும் குரலில் அடுத்தவனிடம் மெதுவாகப் பேசிக்கொள்வது அவள் காதில் விழுந்தது.

“என் கண்ணில் அது படவே காணோமே...”

அதிலே என்ன எழுதியிருந்தது என்பதைக் கேட்க எனக்கு ஆசை; நானோ எழுத்தறிவில்லாதவன். ஆனால், அது என்னவோ அவர்களைச் சரியான இடம் பார்த்து அடித்து விழத்தட்டியது என்பது மாத்திரம் தெளிவாகத் தெரிகிறது” என்றான் இன்னொருவன்.

மூன்றாவது கூலி சுற்றும் முற்றும் பார்த்துவிட்டு, இரகசியமாகச் சொன்னான்.

“வாருங்கள், பாய்லர் அறைக்குள்ளே போவோம்.”

கூஸெவ் தாயைப் பார்த்து, கண்ணைச் சிமிட்டிக் காட்டினான்.

“பார்த்தாயா? எப்படி வேலை?” என்றான்.

பெலகேயா உவகையும் உற்சாகமும் நிரம்பித் ததும்பியவாறு வீடு திரும்பினாள்.

“வாசித்துப் பார்க்கத் தெரியாததால், மக்கள் எவ்வளவு வருத்தப்படுகிறார்கள் தெரியுமா?” என்று அவள் அந்திரேயைப் பார்த்துச் சொன்னாள். “சின்னப் பிள்ளையாயிருக்கும்போது நானும்கூட எழுதப் படிக்கக் கற்றுக்கொண்டேன். இப்போது எல்லாமே மறந்து போய்விட்டது.”

“ஏன், இப்போது படியேன்” என்றான் ஹஹோல்.

“இந்த வயதிலா? என்ன என்னைக் கேலி செய்து பார்க்கிறாயா?”

ஆனால், அந்திரேய் அலமாரியிலிருந்து ஒரு புத்தகத்தை எடுத்து அதன் அட்டையிலுள்ள எழுத்துகளில் ஒன்றைச் சுட்டிக் காட்டினான்.

“இது என்ன?”

“எர்,” என்று சிரிப்போடு பதில் சொன்னாள் அவள்.

"சரி, இது?"

"அ…"

அவளுக்குத் தன் நிலைமை பரிதாபகரமாகவும் அவமானகரமாகவும் இருப்பதாகத் தோன்றியது. ஏனெனில் அந்திரேயின் கண்கள் அவளைப் பார்த்து கள்ளச்சிரிப்புச் சிரிப்பதுபோலத் தோன்றியது. அவள் அந்தப் பார்வைக்கு ஆளாக விரும்பவில்லை. ஆனால் அவனது குரல் மட்டும் அமைதியும் பரிவும் நிரம்பி இருந்தது; முகத்தில் கேலி பாவமே காணவில்லை.

"நீங்கள் உண்மையிலேயே எனக்குச் சொல்லிக் கொடுக்க நினைக்கிறீர்களா, அந்திரியூஷா?" என்று தன்போக்கில் வந்த சிறு நகையோடு கேட்டாள் அவள்.

"ஏன் சொல்லிக் கொடுக்கக் கூடாது?" என்றான் அவன். "எப்படி எப்படியென்பதைக் கற்றுக்கொண்டால் அப்புறம் எல்லாம் மிகவும் லேசாக வந்துவிடும். படித்துத்தான் பாரேன். மந்திரத்தைச் சொல்லு: பலித்தால் வெற்றி; பலிக்காவிட்டால், பாபமில்லை!"

"இன்னொரு பழமொழி, தெரியுமா? விக்ரகத்தை வெறித்துப் பார்த்தால் மட்டும் சந்நியாசி ஆக முடியாது."

"ஊம்" என்று தலையை வெட்டியசைத்துக்கொண்டு சொன்னான் ஹஹோல். "பழமொழிகளுக்கா குறைச்சல்? "குறையத் தெரிந்தால் நிறையத் தூங்கலாம்!" இந்தப் பழமொழிக்கு என்ன சொல்லுகிறீர்கள்? எல்லாப் பழமொழிகளும் வயிற்றிலிருந்துதான் பிறக்கின்றன. இவற்றைக்கொண்டு மனத்திற்குக் கடிவாளம் பின்னுகிறது வயிறு. மனித இதயம் வாழ்க்கைப் பாதையில் சுலபமாகச் செல்வதற்காக, அதைப் பக்குவப்படுத்துவதற்காகவே பழமொழிகள் உதவுகின்றன.

"இது என்ன எழுத்து?"

"எல்" என்றாள் தாய்.

"சபாஷ்! பார்த்தாயா, இவை எல்லாம் எப்படி ஒரே வரிசையில் அமைந்திருக்கின்றன! சரி. இது என்ன!"

அவள் தன் கண்களைச் சுழித்து விழித்து, புருவங்களைச் சுருக்கி விரித்து, மறந்துபோன அந்த எழுத்து என்னவென்பதை ஞாபகப்படுத்துவதற்காக அரும்பாடு பட்டாள்; தன்னை மறந்து அந்த முயற்சியில் அவள் ஈடுபட்டாள். ஆனால், சீக்கிரமே அவள் கண்களில் அசதி தட்டிவிட்டது. கண்ணிலிருந்து கண்ணீர்

பெருகி வழிந்தது. முதலில் வழிந்தது சோர்வுக் கண்ணீர்; பின்னர் வழிந்ததோ சோகக் கண்ணீர்!

"நானாவது படிக்கிறதாவது?" என்று பொருமினாள். "நாற்பது வயதுக் கிழவி நான் இப்போதுதான் படிக்கத் தொடங்குகிறேன்."

"அழாதீர்கள்" என்று பரிவோடு கூறினான் ஹஹோல். "நீங்கள் நன்றாக வாழ்த்தான் முடியாது போயிற்று; ஆனால் வாழ்ந்த வாழ்க்கை எவ்வளவு படுமோசமானது என்பதையாவது உணர்ந்து கொண்டீர்கள். நல்வாழ்வு வாழ வேண்டும் என்று விரும்பினால், எத்தனை ஆயிரம் பேரானாலும் நல்வாழ்வு வாழ முடியும். ஆனால், அவர்களோ மிருகங்களைப் போல வாழ்ந்து கொண்டிருக்கிறார்கள். அது மட்டுமல்ல அந்த வாழ்க்கையைப் பற்றிப் பெருமையடித்துக் கொள்கிறார்கள். நாளைக்கும் உண்பான், உழைப்பான். இப்படியே என்றென்றைக்கும் அவனது வாழ்நாள் முழுவதும் – தினம் தினம் உண்பதும் உழைப்பதுமாகவே அவன் வாழ்ந்தால் அதனால் என்ன லாபம்? இதற்கிடையில் பிள்ளைகளை வேறு பெற்றுப் போடுகிறான். குழந்தைப் பருவத்தில் அவை அவனுக்குக் குதூகலம் அளிக்கின்றன. கொஞ்சம் வளர்ந்து, வயிற்றுக்கு அதிக உணவு கேட்கும் அளவுக்கு அந்தக் குழந்தைகள் பெரிதாகி விட்டால், உடனே அவனுக்குக் கோபம் பொங்குகிறது; தன் குழந்தைகளையே திட்ட ஆரம்பிக்கிறான்: "ஏ பன்றிக் குட்டிகளா! சீக்கிரம் வளர்ந்து பெரிசாகி எங்கேயாவது பிழைக்க வழி தேடுங்கள்" என்று கறுவுகிறான். அவனோ தன் பிள்ளைகளை வீட்டிலுள்ள ஆடுமாடுகள் மாதிரி மாற்றிவிட முனைகிறான்; அவர்களோ தங்கள் கும்பியை நிரப்பிக் கொள்ளத்தான் உழைக்க முனைகிறார்கள. இப்படியாக அவர்கள் வாழ்க்கை இழுபடுகிறது. மனிதச் சிந்தனையைத் தளையிட்டுக் கட்டிய விலங்குகளை யெல்லாம் தறித்தெறிய வேண்டும் என்கிற காரணத்துக்காக எவனொருவன் தன் வாழ்நாளையே அர்ப்பணித்து வாழ்கிறானோ, அவனே மனித குலத்தில் உயர்ந்தவன். அம்மா, உங்கள் சக்திக்கு இயன்றவரை நீங்கள் இந்தப் பணியை ஏற்றுக்கொண்டு விட்டீர்கள்."

"நானா?" என்று பெருமூச்சு விட்டாள் அவள். "நான் என்ன செய்ய முடியும்?"

"ஏன் அப்படிச் சொல்கிறீர்கள்? நாமெல்லாம் மழை மாதிரி; ஒவ்வொரு மழைத்துளியும் விதையை சத்தூட்டி வளர்க்கிறது. நீங்கள் மட்டும் படிக்கத் தொடங்கினால்..."

அவன் சிரித்துக்கொண்டே பேச்சை நிறுத்தினான். அங்கிருந்து எழுந்து, அறைக்குள் மேலும் கீழும் நடந்தான்.

"நீங்கள் படித்துத்தான் ஆகவேண்டும். பாவெல் சீக்கிரமே வந்துவிடுவான். வந்தவுடன் அவன் உங்களைக் கண்டு அப்படியே திகைத்துப் போக வேண்டும். ஆமாம்!"

"அந்திரியூஷா! வாலிபர்களுக்கு எல்லாமே சுலபம்தான். ஆனால், என்னை மாதிரி வயதாகிவிட்டால் – துன்பம் நிறைய, சக்தி குறைவு, அறிவோ முற்றிலும் இல்லை" என்றாள் தாய்.

18

அன்று மாலை ஹஹோல் வெளியே சென்ற பிறகு தாய் விளக்கையேற்றிவிட்டு ஒரு காலுறை பின்ன முனைந்தாள். பின், உடனேயே எழுந்திருந்து, சஞ்சல மனத்தோடு அறைக்குள் மேலும் கீழும் நடந்தாள். சமையல்கட்டில் நுழைந்தாள். கதவைச் சாத்தினாள். புருவங்களைச் சுருக்கி நெரித்தவாறே திரும்பி வந்தாள். சன்னலின் திரைகளை இழுத்து மூடிவிட்டு, அலமாரியிலிருந்து ஒரு புத்தகத்தை எடுத்தாள். மீண்டும் மேசைமுன் சென்று அமர்ந்தாள். அவள் எவ்வளவுதான் முன்னேற்பாடுகள் செய்துவிட்டு உட்கார்ந்திருந்தபோதிலும், அவள் கண்கள் மட்டும் அக்கம்பக்கம் பார்த்துத் திருகத் திருக விழிப்பதை அவளால் தடுக்க முடியவில்லை. புத்தகத்தைத் திறந்து, எழுத்துகளை முணுமுணுக்கத் தொடங்கினாள். தெருப்பக்கத்தில் ஏதாவது சிறு சத்தம் கேட்டாலும், அவள் உடனே திடுக்கிட்டாள்; புத்தகத்தைப் பட்டென்று மூடினாள். காதுகளைத் தீட்டிவிட்டுக் கொண்டாள். பிறகு மீண்டும் அவள் புத்தகத்தைப் பார்த்து ஏதோ முணுமுணுத்தாள். கண்ணைத் திறந்தும் மூடியும் வாய்க்குள் சொல்லிப் பார்த்துக்கொண்டாள்.

"நாம் வாழும் இந்த நிலத்தில்..."

கதவு தட்டும் சத்தம் கேட்டது. விறுட்டென்று எழுந்து புத்தகத்தை அலமாரியில் செருகிவிட்டுக் கலக்கத்துடன் கேட்டாள்:

"யார் அங்கே?"

"நான்தான்."

ரீபின் தன் தாடியைத் தட்டிக் கொண்டுவந்து சேர்ந்தான்.

"நீ 'யாரங்கே?' என்று முன்பெல்லாம் கேட்க மாட்டாயே. தனியாயிருக்கிறாயா? ஹஹோலும் இருப்பான் என்று நினைத்தேன். அவனை நான் இன்று பார்த்தேன்; சிறைவாசம் அவனைக் கெடுக்கவில்லை" என்றான் ரீபின்.

அவன் கீழே உட்கார்ந்து, தாயின் பக்கமாகத் திரும்பினான்.

"சரி, நான் வந்த விசயத்தைப் பேசலாம்."

அவனது கவனமிக்க புதிரான பார்வை அவள் உள்ளத்திலே புரியாத பயத்தை எழுப்பியது.

"பணம் இல்லாமல் எதுவும் நடக்காது" என்று ஆழ்ந்து கரகரக்கும் குரலில் சொன்னான் அவன். "பிறப்பதற்கும் பணம் வேண்டும்; சாவதிற்கும் பணம் வேண்டும். புத்தகம் போடவும், பிரசுரம் வெளியிடவும் பணம் வேண்டும். இந்தப் புத்தகங்களுக்கு எல்லாம் எங்கிருந்து பணம் வருகிறது என்பது உனக்குத் தெரியுமா?"

"இல்லை. எனக்குத் தெரியாது" என்று அமைதியுடன், எனினும் ஏதோ சந்தேக உணர்ச்சியுடன் சொன்னாள் தாய்.

"எனக்கும் தெரியாது சரி, இன்னொரு விசயம். இதையெல்லாம் யார் எழுதுகிறார்கள்?"

"படித்தவர்கள்..."

"ஓஹோ, படித்த சீமான்கள்தானே?" என்றான் ரீபின். அவனது தாடி வளர்ந்த முகம் திடீரெனச் சிவந்தது. "சொல்லப்போனால், இந்தச் சீமான்கள் புத்தகங்களை எழுதி, அதை வெளியே பரப்பிவிடுகிறார்கள். ஆனால், அவர்கள் எழுதிய புத்தகங்களோ சீமான்களுக்கு எதிராக இருக்கின்றன. நீயே இதை யோசித்து எனக்கு விளக்கிச் சொல்லு. அவர்கள் எதற்காகத் தங்கள் பணத்தைப் பாழாக்கிப் புத்தகம் எழுத வேண்டும்? அந்தப் புத்தகங்களைக் கொண்டு சாதாரண மக்களைத் தங்களுக்கு எதிராகவே ஏன் துண்டிவிட வேண்டும்? இல்லையா?"

தாய் படபடவென்று இமைகொட்டி பயந்து போய்க் கூச்சலிட்டாள்;

"நீ என்ன நினைத்துக் கொண்டிருக்கிறாய்?"

"ஆஹா!" என்று கூறியவாறு அவன் ஒரு கரடியைப் போலத் திரும்பி உட்கார்ந்தான். "அப்படிச் சொல்லு. நானும் உன்னைப் போலத்தான். இந்த நினைப்பு என் மனதில் பட்டதோ இல்லையோ, உடனே என் உடம்பெல்லாம் குளிர்ந்து போயிற்று! ஆமாம்."

"நீ என்ன, ஏதாவது புதிதாகக் கண்டுபிடித்திருக்கிறாயா?"

"ஆமாம். வெறும் ஏமாற்று!" என்றான் ரீபின். "நம்மையெல்லாம் அவர்கள் ஏமாற்றி விட்டார்கள் என்று நான் உணர்கிறேன். எனக்கு ஒன்றும் விவரம் தெரியாது. என்றாலும், இதெல்லாம் வெறும் ஏமாற்று வித்தை! துரோகச் செயல்! அதுதான் சங்கதி! உன்னுடைய படித்த சீமான்கள் இருக்கிறார்கள், அவர்கள்

பெரிய சாமர்த்தியசாலிகள். ஆனால் நானோ உண்மையைத்தான் நாடுகிறேன். இப்போது தான் எனக்கு உண்மை புரிந்தது. இனி நான் இந்தச் சீமான்களைப் பின்பற்றவே மாட்டேன். சந்தர்ப்பம் கிடைக்கும் போது, இவர்கள் என்னைக் கீழே தள்ளி, என் எலும்புகளை ஒரு பாலம் மாதிரி உபயோகித்து அதன் மீது நடந்து சென்று விடுவார்கள்..."

அவனது வார்த்தைகள் தாயின் உள்ளத்தை ஒரு பாப சிந்தனையைப்போல் பற்றிப் பிடித்தது.

"அட கடவுளே!" என்ற வருத்தத்தோடு சொன்னாள் அவள். "பாஷாவுக்குக் கூடவா இது புரியாமல் போயிற்று! மற்றவர்கள் எல்லோருக்கும் கூடவா..."

அவளது கண் முன்னால் உறுதியும் நேர்மையும் நிறைந்த முகங்கள் – இகோர், நிகலாய் இவானவிச், சாஷா முதலியோரின் முகங்கள் தோன்றி மறைந்தன. அவள் இதயம் படபடவென்று அடித்துக்கொண்டது.

"இல்லையில்லை" என்று தலையைக் குலுக்கிக்கொண்டே சொன்னாள் அவள். "என்னால் இதை நம்ப முடியாது! அவர்கள் மனச்சாட்சி உள்ளவர்கள்!"

"நீ யாரைச் சொல்லுகிறாய்?" என்று ஏதோ யோசித்தவாறே கேட்டான் ரீபின்.

"அவர்கள் எல்லோரையும்தான், நான் கண்டறிந்த அத்தனை பேரையும்தான்!"

"அம்மா, நீ இன்னும் சரியாகப் பார்க்கவில்லை. இன்னும் எட்டிப் பார்க்க வேண்டும்" என்று தலையைத் தொங்கவிட்டுக் கொண்டே சொன்னான் ரீபின். "நம்மோடு சேர்ந்து உழைக்கிறார்களே, அவர்களுக்கே இந்த உண்மை தெரியாமல் இருக்கலாம். அவர்கள் நம்புகிறார்கள். தாங்கள் நம்பிக் கொண்டிருப்பதே உண்மை என்கிறார்கள். ஆமாம், அது அப்படித்தான். ஆனால் அவர்களுக்குப் பின்னால் மற்றவர்கள் நிற்கலாம்; தங்கள் சுயநலத்தையே பெரிதாக மதிக்கும் மனிதர்கள் நிற்கலாம்; ஒரு மனிதன் தனக்குத்தானே எதிராக வேலை செய்வானா?"

பிறகு அவன் ஒரு விவசாயியின் கடுமையான நம்பிக்கையோடு பேசினான்:

"இந்தப் படித்த சீமான்களால் எந்த நன்மையும் என்றுமே விளையப் போவதில்லை."

“நீ என்ன செய்வதாக நினைத்திருக்கிறாய்?” என்று மீண்டும் சந்தேக வயப்பட்டவளாய்க் கேட்டாள் தாய்.

“நானா?” என்று அவளைப் பார்த்துக் கூறிவிட்டு மௌனமானான் ரீபின். பிறகு சொன்னான்: “இந்தச் சீமான்களிடமிருந்து எவ்வளவு தூரம் விலகியிருக்கிறோமோ, அவ்வளவுக்கு நல்லது. அதுதான் சங்கதி!”

மீண்டும் அவன் சோர்ந்து குன்றி, மௌனமானான்.

“நான் இந்தத் தோழர்களோடு சேர்ந்து உழைக்க விரும்பினேன். இந்த மாதிரி வேலைக்கு நான் லாயக்குத்தான். மக்களிடம் என்ன சொல்ல வேண்டும் என்று எனக்குத் தெரியும். ஆனால், இப்போதோ நான் விலகிச் செல்கிறேன். எனக்கு நம்பிக்கை அற்றுவிட்டது. எனவே நான் போகத்தான் வேண்டும்.”

அவன் தலையைத் தொங்கப்போட்டுக்கொண்டு சிந்தனையில் ஆழ்ந்தான்.

“கிராமங்களுக்கும் நாட்டுப்புறங்களுக்கும் போகப் போகிறேன்; போய், அங்குள்ள சாதாரண எளிய மக்களைத் தூண்டிவிடப் போகிறேன். அவர்கள் பிரச்சினைகளைத் தீர்க்க அவர்களே வழிதேட முனைய வேண்டும். அவர்களுக்கு உண்மை புரிந்ததுவிட்டால், தங்கள் வழியைத் தாமே கண்டுகொள்வார்கள். அவர்களுக்கு உண்மையைப் புரியவைப்பதுதான் என் வேலை. அவர்கள் தம்மைத் தாமே நம்ப வேண்டும். அவர்களுக்கு உதவுவதெல்லாம் அவர்களது சொந்த அறிவுதான். ஆமாம்!”

அவள் அந்த மனிதனுக்காக அனுதாபப்பட்டாள்; அவன் போக்கைக் கண்டு அஞ்சவும் செய்தாள். எப்போதுமே அவள் மனதுக்குப் பிடிக்காதிருந்த ரீபின், இப்போது, ஏதோ ஒரு புரியாத காரணத்தால், அவள் அன்புக்கு உரியவனாகத் தோன்றினான். எனவே அவள் அவனிடம் மிருதுவாகச் சொன்னாள்:

“அவர்கள் உன்னைப் பிடித்துக் கொண்டுப்போய் விடுவார்கள்...”

ரீபின் அவளை ஏறிட்டுப் பார்த்தான்.

“அவர்கள் என்னைக் கைது செய்வார்கள்; பிறகு விட்டுவிடுவார்கள். அதன்பின் நான் என் வேலையை மீண்டும் தொடங்குவேன்!”

“முஜீக்குகளே*” உன்னைக் கட்டிப் போட்டு விடுவார்கள், சிறையில் தள்ளுவார்கள்.”

---

* முஜீக் - ருஷ்ய விவசாயி. பொதுவாக ஆண்களைச் சற்று இளக்காரமாகக் குறிப்பதற்கும் வழங்கும் சொல்.

"நான் சிறைவாசம் அனுபவிப்பேன்; பிறகு வெளியேயும் வருவேன். மீண்டும் என் வேலையையே தொடங்குவேன். முஜீக்குள் என்னை மீண்டும் ஒரு முறை, இருமுறை, பலமுறை கட்டிப்பிடித்துச் சிறைக்கு அனுப்புவார்கள். அதன் பிறகுதான், என்னைக் கட்டிப்போடத் தயங்கி நின்று, நான் சொல்வதை அவர்கள் காதில் வாங்குவார்கள்; உணரத் தொடங்குவார்கள். 'என்னை நம்ப வேண்டாம்; ஆனால் நான் சொல்வதை மட்டும் கேளுங்கள்' என்பேன் நான். அவர்கள் கேட்க மட்டும் தொடங்கிவிட்டால், அப்புறம் என்னை நம்பவும் தொடங்குவார்கள்."

அவன் மிகவும் மெதுவாகவே பேசினான்; ஒவ்வொரு வார்த்தையையும் எடை போட்டுத் தரம் பார்த்து நிதானமாகப் பிரயோகிப்பது மாதிரி தோன்றியது.

"அண்மையில் நான் நிறையக் கேள்விப்பட்டேன். ஏதோ கொஞ்சம் புரிந்து கொண்டேன்..."

"மிகயீல் இவானவிச்! இத்துடன் நீ முடிந்து தொலையப் போகிறாய்" என்று தலையை வருத்தத்தோடு அசைத்துக்கொண்டு சொன்னாள் தாய்.

அவன் தனது ஆழ்ந்த கரிய கண்களால் எதையோ வினவுவது போலவும், எதிர்பார்ப்பது போலவும் அவளைப் பார்த்தான். அவனது பலம் பொருந்திய உடம்பு முன்புறமாகக் குனிந்தது. அவனது கைகள் நாற்காலியை இறுகப் பற்றின. அவனது பழுப்பு முகம் தாடிக்குள்ளாக வெளிறியதாய்த் தெரிந்தது.

"கிறிஸ்து நாதர் விதையைப் பற்றிச் சொன்ன விசயத்தை எண்ணிப் பார். விதையை உற்பத்தி செய்வதற்காகப் பழைய விதை செத்துத்தானாக வேண்டும். ஆனால், எனக்கு மரணம் அவ்வளவு சீக்கிரத்தில் வந்துவிடாது. நான் ஒரு சாமர்த்தியமான கிழட்டுக் குள்ளநரிப் பிறவி!"

அவன் நிலைகொள்ளாமல் அசைந்து கொடுத்தான்; பிறகு நிதானமாக நாற்காலியைவிட்டு எழுந்தான்.

"நான் சாராயக்கடைக்குச் சென்று அங்குள்ளவர்களோடு சிறிது நேரம் பொழுது போக்குவேன். அந்த ஹஹோல் இன்னும் வருகிற வழியாய்க் காணோம். அவன் தன் பழைய வேலைக்குக் கிளம்பி விட்டான் போலிருக்கிறது!"

"ஆமாம்" என்று சிறு புன்னகையுடன் சொன்னாள் தாய்.

"நல்லது. நீ அவனிடம் என்னைப் பற்றிச் சொல்லு..."

அவர்கள் இருவரும் ஒருவர் பக்கம் ஒருவராக ஒன்றாகவே சமையற்கட்டுக்குப் போனார்கள். ஒருவரையொருவர் முகங்கொடுத்துப் பார்க்காமலே ஏதேதோ பேசிக் கொண்டார்கள்.

"சரி நான் வருகிறேன்."

"போய்வா. நீ தொழிற்சாலை வேலைக்கு எப்போது கணக்குக் கொடுக்கப் போகிறாய்!"

"ஏற்கெனவே கொடுத்தாயிற்று."

"எப்போது போகிறாய்?"

"நாளைக்கு அதிகாலையில், சரி வருகிறேன்."

போகவே மனமற்றவனைப்போல் அவன் தயங்கித் தயங்கித் தடுமாறி வாசல் நடையைக் கடந்தான். ஒரு நிமிடநேரம் அவனது ஆழ்ந்த காலடியோசையைக் காதில் வாங்கியவாறே வாசலில் நின்றாள் தாய். அதேசமயம் அவளது இதயத்தின் சந்தேகங்களும் அவள் காதில் ஒலி செய்து கொண்டிருந்தன. அவள் அமைதியாகத் திரும்பி அடுத்த அறைக்குள் வந்தாள்; சன்னல் திரையைத் தூக்கிக் கட்டினாள். சன்னலுக்கு வெளியே இருள் அசைவற்ற மோன சமாதியில் ஆழ்ந்து கிடந்தது.

'நான் இருளிலேயே வாழ்கிறேன்' என்று அவள் தனக்குள் நினைத்துக்கொண்டாள்.

அந்தப் பலமும் திடமும் நிறைந்த கௌரவமான அந்த முஜீக்குக்காக அவள் வருத்தப்பட்டாள்; அனுதாபப்பட்டாள்.

அந்திரேய் ஒரே குதூலத்தோடு திரும்பி வந்தான்.

தாய் அவனிடம் ரீபினைப் பற்றிச் சொன்னாள். அதைக் கேட்டுவிட்டு அவன் சொன்னான்:

"போனால் போகட்டும். கிராமங்கள் தோறும் அலைந்து திரிந்து நியாயத்தைப் பற்றி அவன் கூச்சல் போடட்டும்; அங்குள்ள மக்களை அவன் தட்டியெழுப்பட்டும். நம்மோடு ஒத்துழைப்பதென்பது அவனுக்குக் கொஞ்சம் சிரமம்தான். முஜீக்கின் கருத்துகள் தான் அவன் மூளை நிறைய இருக்கின்றன. நம்முடைய கருத்துகள் அவன் மண்டையில் ஏறாது. அதற்கு இடமும் கிடையாது."

"அவன் படித்த சீமான்களைப் பற்றிப் பேசினான். அவன் சொன்னதில் ஏதோ கொஞ்சம் உண்மையிருப்பது போலத்தான் தெரிகிறது" என்ற மிகவும் பதனமாகச் சொன்னாள் தாய். "அவர்கள் உங்களை ஏமாற்றி விடாமல் பார்த்துக் கொள்ளுங்கள்!"

"அம்மா, அவர்கள் உங்களை ஏமாற்றிக் கெடுக்கப் பார்க்கிறார்கள்" என்று கூறிச் சிரித்தான் ஹஹோல். "அம்மா,

நம்மிடம் பணம் மட்டும் இருந்தால்..! இன்றும் நாம் பிறர் தரும் பணத்தைக் கொண்டுதான் நம் காரியங்களைச் செய்கிறோம். உதாரணமாக, நிகலாய் இவானவிச்சுக்கு எழுபத்தைந்து ரூபிள்கள் மாதச் சம்பளம்; அதில் அவன் நமக்கு ஐம்பது ரூபிள்களை நன்கொடையாகத் தருகிறான். அவன் மாதிரிதான் கல்லூரி மாணவர்கள் கூட, காலும் அரையுமாக வசூலித்த காசுகளை நமக்கு நன்கொடையாக அனுப்பி வைக்கிறார்கள். சொல்லப்போனால், சீமான்களில் எத்தனையோ ரகம்; சிலர் விட்டுப் பிரிவார்கள்; சிலர் ஏமாற்றுவார்கள். அவர்களில் மிகவும் நல்லவர்கள்தான் நம்முடனே சேர்ந்து நமது கொள்கைக்காகப் பாடுபடுவார்கள்..."

அவன் தன் இரு கைகளையும் தட்டிக்கொண்டு ஆர்வத்தோடு பேச ஆரம்பித்தான்.

"நம்முடைய இறுதி வெற்றிக்கு நாம் எவ்வளவோ தூரம் போயாக வேண்டும். எனினும் மே தின விழாவைச் சிறிய அளவிலாவது கொண்டாடுவோம். மகிழ்ச்சியாயிருக்கும்."

ரீபினுடைய பேச்சினால் தாயின் உள்ளத்தில் ஏற்பட்டிருந்த கவலை, அவனது உற்சாகத்தினால் துடைத்தெறியப்பட்டது. அந்த ஹஹோல் தன் தலைமயிரைக் கலைத்துக் கோதியபடி, தரையையே பார்த்தவாறு மேலும் கீழும் நடந்தான்.

"சமயங்களில் இதயத்தில் ஏதோ ஒரு புதுமை உணர்ச்சி நிரம்புகிறது. தெரியுமா உங்களுக்கு? எங்கெங்கு சென்றாலும், அங்குள்ள மனிதர்களெல்லாம் தோழர்கள் என்று தோன்றும். அவர்கள் அனைவரும் ஒன்றாக இணைந்து ஒரே நெருப்பாய் எரிவார்கள். அவர்கள் அனைவரும் நல்லவர்களாகவும், குதூகலமும் அன்பும் நிறைந்தவர்களாகவும் இருப்பார்கள். வாய்ப் பேச்சின் உதவியின்றியே ஒருவரையொருவர் புரிந்து கொள்வார்கள். அவர்கள் குழுவினராக வாழ்ந்து கொண்டிருப்பார்கள். எனினும் ஒவ்வொருவரின் இதயமும் அவரவர் பாட்டைப் பாடிக்கொண்டிருக்கும். அந்த கீத நாதமெல்லாம் சிற்றாறுகளைப்போல் ஒரே ஜீவநதியில் சங்கமமாகும்; அந்த ஜீவநதி விரிந்து பெருகி சுதந்திர வேகத்துடன் செல்லும்; இறுதியாக, புதிய வாழ்க்கை என்னும் சந்தோச சாகரத்தோடு கலந்து சங்கமித்து ஒன்றாகிவிடும்!"

தாய் அசையாமல் உட்கார்ந்திருந்தாள். தான் லேசாக அசைந்து கொடுத்தாலும் அவனது சிந்தனையோ பேச்சோ அறுபட்டு நின்று போகக் கூடும் என அவள் அஞ்சினாள். அவள் எப்போதுமே மற்றவர்களைவிட அவனையே மிகவும் கூர்ந்து கவனித்துக் கேட்பாள்; அவனும் மற்றவர்களைப் போலல்லாது, எளிய

சாதாரண வார்த்தைகளையே உபயோகித்துப் பேசுவான். எனவே, அவன் சொல்லும் ஒவ்வொரு வார்த்தையும் அவளது இதயத்துக்குள் நேராகச் சென்ற புகுந்து பதிந்துவிடும். எதிர்காலக் கனவின் எண்ணத்தையும், கற்பனையையும் பற்றி பாவெல் எப்போதுமே பேசுவதில்லை. ஆனால் ஹஹோலோ எப்போதுமே அந்த எதிர்காலக் கனவின் இன்ப உலகிலேயே வாழ்ந்து கொண்டிருப்பது போலத்தான் தோன்றும். அவன் பேச்சுகளெல்லாம் இந்தப் பூலோக மாந்தர் அனைவருக்கும் வரப்போகும் புதிய வாழ்வையும், புதிய மகிழ்ச்சியையும் பற்றியதாகவே இருக்கும். இந்தப் பேச்சுகள்தான் தாய்க்குத் தன் வாழ்க்கையின் அர்த்தத்தையும், தன் மகன் எடுத்துக் கொண்டுள்ள வேலையின் நோக்கத்தையும், அனைத்துத் தோழர்களின் சேவையின் காரணத்தையும் விளங்கச் செய்யும்.

"இந்தக் கனவிலிருந்து விடுபட்டு உணர்ச்சி பெறும் போது..." என்று தன் தலையை உலுப்பிவிட்டுப் பேசத் தொடங்கினான் ஹஹோல்; "சுற்றுமுற்றும் பார்த்தால், எல்லாமே விறைத்துப் போய், அசிங்கமாகத் தோன்றுகிறது. ஒவ்வொருவரும் களைத்துச் சோர்ந்து எரிந்து விழுகிறார்கள்..."

அவன் மேலும் துக்கம் தோய்ந்த குரலில் பேசத் தொடங்கினான்:

"மனிதனை நம்பக் கூடாது என்பதும், அவனிடம் பயப்பட வேண்டும், அவனை வெறுக்கக்கூட வேண்டும் என்பதும் கேவலமான விசயமே. ஆனால், அது அப்படித்தான். ஒரு மனிதனுக்கு இரண்டு பக்கங்கள் உண்டு. நீ மனிதனை நேசிக்க மட்டுமே விரும்பலாம். ஆனால் அது எப்படி முடியும்? உன் மனத்திலே உருவாகி உயிர் பெற்றுத் துடிக்கும் புதிய இதயத்தைக் காணாமல் உன் முகத்திலேயே ஓங்கி அறைவதற்காக, உன் மீது காட்டு மிருகம் மாதிரிச் சாடியோடிவரும் மனிதனை நீ எப்படி மன்னிக்க முடியும்? அதை உன்னால் மன்னிக்கவே முடியாது. அதற்குக் காரணம் உனது தற்காப்புச் சிந்தை அல்ல;. உன்னால் எதையுமே தாங்கிக் கொள்ளக்கூட முடியலாம். ஆனால், அப்படி அறைவதை நீ ஒப்புக்கொண்டு விடுவதாக அவர்கள் நினைக்கும்படி நீ விட்டுவிட மாட்டாய். மற்றவர்களை எப்படி அடித்து நொறுக்குவது என்பதற்குப் பழக்கப்படுத்திக்கொள்ள நீ உன் முதுகைக் குனிந்து கொடுத்து அவர்களை அடிக்க விட்டுவிடுவாயா? ஒரு நாளும் உன்னால் அப்படி விட்டுக்கொடுக்க முடியாது."

அவனது கண்களில் உணர்ச்சியற்ற நெருப்பு கனல்வது போலிருந்தது; அவனது தலை பலமாகக் குனிந்து போயிருந்தது. அவன் மேலும் உறுதியோடு பேச ஆரம்பித்தான்:

“எந்தத் தவறானாலும் சரி. அது என்னைப் பாதித்தாலும் பாதிக்காவிட்டாலும் சரி. அதை மன்னித்து விட்டுக்கொடுக்க எனக்கு உரிமை கிடையாது. இந்த உலகில் நான் ஒருவன் மட்டுமே உயிர் வாழவில்லை. இன்றைக்கு எனக்கு ஒருவன் தீங்கிழைப்பதை நான் விட்டுக்கொடுத்துவிடலாம்; அவனது தீங்கு அவ்வளவு ஒன்றும் பிரமாதமில்லை என்கிற நினைப்பால், அதைக்கண்டு நான் சிரிக்கலாம்; அது என்னைச் சீண்டுவதில்லை. ஆனால், நாளைக்கோ என் மீது பலப்பரீட்சை செய்து பழகிய காரணத்தால், வேறொருவரின் முதுகுத் தோலையும் உரிக்க அவன் முனையலாம். ஒவ்வொருவரையும் ஒரே மாதிரிக் கருதிவிட முடியாது. மிகவும் எச்சரிக்கையாக, நெஞ்சிளக்க மற்ற ஆட்களை எடை போட வேண்டும்; பொறுக்கியெடுக்க வேண்டும். ‘இவன் நம் ஆள். இவன் வேறு’ என்று தீர்மானிக்க வேண்டும். இதெல்லாம் உண்மைதான். ஆனால், இது மட்டும் ஆறுதல் தராது.”

என்ன காரணத்தினாலோ சாஷாவைப் பற்றியும் அந்த மஞ்சள் மூஞ்சி அதிகாரியைப் பற்றியும் நினைத்துப் பார்த்தாள் தாய்.

“ஆமாம் உமியும் தவிடுமாக இருந்தால் ரொட்டி எப்படிச் சுடுவது?” என்று பெருமூச்சுடன் சொன்னாள் தாய்.

“அதுதான் இதிலுள்ள சங்கடம்!” என்றான் ஹஹோல்.

“ஆமாம்” என்றாள் தாய். அவளது நினைவில் அவளுடைய கணவனின் உருவம் தோன்றியது; பாசியும் பச்சையும் படர்ந்து மூடிய பாறாங்கல்லைப்போல் உணர்ச்சியற்றுப்போன தடித்த உண்மையுருவான கணவனின் உருவம் நிழலிட்டது. அதேவேளையில் அவள் வேறொன்றையும் கற்பனை செய்து பார்த்தாள். நதாஷாவை ஹஹோலும் சாஷாவை பாவெலும் மணந்து கொண்டால் எப்படியிருக்கும் என்று யோசித்துப் பார்த்தாள்.

“சரி. இதெல்லாம் இப்படியிருக்கக் காரணம் என்ன?” என்று மீண்டும் தன் பேச்சில் சூடுபிடிக்கப் பேச ஆரம்பித்தான் ஹஹோல். “உன் முகத்தில் மூக்கு இருப்பது எவ்வளவு தெளிவாயிருக்கிறதோ, அவ்வளவு தெளிவானது இது. மக்கள் அனைவரும் ஒரே சமநிலையில் இல்லாதிருப்பதுதான் இதற்கெல்லாம் மூலக்காரணம். நாம் இந்த ஏற்ற இறக்கத்தைத் தட்டி நொறுக்கிச் சமதளப்படுத்துவோம். மனிதச் சிந்தனையும், மனித உழைப்பும் சாதித்து வெற்றி கண்ட சகல பொருள்களையும் நாம் நமக்குள் பங்கிட்டுக் கொள்வோம். பயத்துக்கும் பொறாமைக்கும் மக்கள் அடிமையாகாமல், பேராசைக்கும் முட்டாள்தனத்துக்கும் ஆளாகாமல் நாம் அவர்களைக் காப்பாற்றுவோம்...”

இதன் பிறகு அவர்கள் இதே மாதிரிப் பல பேச்சுகளைப் பேசிக்கொண்டார்கள்.

அந்திரேயை மீண்டும் தொழிற்சாலையில் வேலைக்கு எடுத்துக்கொண்டு விட்டார்கள். அவன் தன் சம்பளத்தையெல்லாம் தாயிடமே கொடுத்துவிட்டான். அவளும் எந்தவிதக் கூச்சமோ தயக்கமோ இன்றி பாவெலிடமிருந்து பெறுவது போலவே சாதாரணமாக அந்தப் பணத்தைப் பெற்றுக்கொண்டாள்.

சமயங்களில் தன் கண்களைச் சிமிட்டிக் கொண்டே அந்திரேய் தாயைப் பார்த்துச் சொல்லுவான்:

"என்ன அம்மா, கொஞ்சம் பாடம் படிப்போமா?"

அவள் சிரிப்பாள்; கண்டிப்பாகப் படிக்க மறுப்பாள். அவனது கண்ணின் குறும்புத்தனம் அவளைத் துன்புறுத்திவிடும்.

'நான் பாடம் படிப்பது உனக்கு ஒரு வேடிக்கையாயிருந்தால், என்னை ஏன் நீ படிக்கச் சொல்கிறாய்?' என்று அவள் தனக்குள்ளாகவே நினைத்துக்கொள்வாள்.

ஆனால் எத்தனையெத்தனையோ முறை அவள் அவனை நெருங்கி ஏதாவது ஓர் அரும்பதத்துக்கு அர்த்தம் கேட்பாள். அப்படிக் கேட்கும்போது அவள் தன் பார்வையையும் வேறுபுறமாகத் திருப்பிக்கொள்வாள். கேட்கின்ற பாவனையிலும், தான் அதில் அக்கறை கொண்டிருப்பதாகக் காட்டிக்கொள்ள மாட்டாள். என்றாலும், அவள் இரகசியமாக கல்வி கற்று வருகிறாள் என்பதை அவன் ஊகித்துக் கொள்வான். அவளது அடக்கமான குணத்தைக் கண்டு வியந்து, அவளைப் பாடம் படிக்குமாறு கேட்டுக் கொள்வதை நிறுத்திக் கொண்டுவிட்டான்.

"என் கண்கள் வரவர மோசமாகி வருகின்றன. அந்திரியூஷா! எனக்கு ஒரு கண்ணாடி வேண்டும்" என்று அவள் அவனிடம் ஒரு நாள் சொன்னாள்.

"அதற்கென்ன? போட்டால் போகிறது" என்றான் அவன்; "ஞாயிற்றுக் கிழமையன்று நகரிலுள்ள டாக்டரிடம் அழைத்துப் போகிறேன்; கண்ணாடியும் வாங்கிக்கொள்வோம்."

19

பாவெலைப் பார்க்க அனுமதி கோரி அவள் மூன்றுமுறை சிறைக்குச் சென்றாள். பெரிய மூக்கும், சிவந்த கன்னங்களும் நரைத்த தலையும் கொண்ட போலீஸ்காரர்களின் ஜெனரல்

ஒருவன் அங்கிருந்தான். ஒவ்வொரு முறையும் அவன் அவளிடம் இதமாகப் பேசி, அனுமதி தரவே மறுத்துவிட்டான்.

“அம்மா, நீ இன்னும் ஒரு வார காலமாவது பொறுத்துக் கொள்ளத்தான் வேண்டும். ஒரு வாரம் கழியட்டும். அப்புறம் பார்க்கலாம். ஆனால், இப்போது மட்டும் அது முடியாத காரியம்” என்பான்.

அவன் உருண்டு திரண்டு கொழுத்துப் போய் இருந்தான்; பழுத்து அதிக நாளாகி, பூஞ்சைக் காளான் படர்ந்து போன காட்டிலந்தைப் பழத்தைப் போல அவன் அவளுக்குத் தோன்றினான். அவன் எப்போதும் ஒரு சிறு மஞ்சள் நிறமான ஈர்க்குச்சியால் தனது சின்னஞ் சிறிதான வெள்ளைநிற உளிப்பற்களைக் குத்திக் கொண்டிருந்தான். அவனது சின்னஞ்சிறு பசிய கண்கள் அன்பு ததும்பச் சிரித்தன. அவன் எப்போதுமே நட்போடு பேசினான்.

“அவன் மிகவும் அடக்கமானவன்” என்று அவள் ஹஹோலிடம் சொன்னாள்: “எப்போதும் சிரித்த முகத்தோடேயே இருக்கிறான்...”

“ஆமாம்!” என்றான் ஹஹோல்; “அவர்கள் எல்லோருமே ரொம்ப நல்லவர்கள். அவர்கள் மரியாதை தவறமாட்டார்கள்; சிரித்த முகத்தோடேயே பேசுவார்கள். ஆமாம்! ‘இதோ ஒரு கண்ணியமான யோக்கியமான புத்தி நிறைந்த மனிதன் இருக்கிறான்; இவன் ஒரு பயங்கரமான ஆசாமி என நாங்கள் நினைக்கிறோம். எனவே, உங்களுக்குச் சிரமமில்லா விட்டால், இவனை வெறுமனே தூக்கில் போட்டு விடுங்கள்! போதும்’ என்று அவர்கள் சொல்வார்கள். அப்புறம் அவர்கள் சிரித்துக்கொண்டே அவனைத் தூக்கிலும் போட்டுவிடுவார்கள். போட்ட பிறகும் சிரித்துக்கொண்டே இருப்பார்கள்.”

“ஆனால் இங்கே சோதனைபோட வந்தானே ஒருத்தன், அவன் வேறு மாதிரிப் பேர்வழி. அவன் ஒரு பன்றிப் பிறவி என்பதைப் பார்த்த மாத்திரத்திலேயே தெரிந்து கொள்ளலாம்” என்று சொன்னாள் தாய்.

“அவர்களில் யாருமே மனிதப் பிறவிகள் அல்ல. அவர்கள் மக்களைச் செவிடாக்கும் சம்மட்டிகள்தான் அந்தப் பிறவிகள். நம்மை மாதிரி, ஆட்களையெல்லாம் மட்டம் தட்டிச் சீர்படுத்தி, கையாள்வதற்குச் சுலபமானவர்களாக நம்மை மாற்ற முனையும் கருவிகள்தான் அவர்கள். அவர்கள் நம்மை அதிகாரம் செய்யும் மேலிடத்தின் கைக்கருவிகளாக ஏற்கெனவே தம்மை மாற்றிக்கொண்டு விட்டவர்கள். தங்களுக்கு இட்ட எந்த ஆணையையும் எந்தவித

முன்பின் யோசனையுமின்றி, உடனே நிறைவேற்றி வைத்து விடுவார்கள்."

கடைசியாக ஒரு நாள் அவளுக்குத் தன் மகளைப் பார்ப்பதற்கு அனுமதி கிடைத்துவிட்டது. ஞாயிற்றுக்கிழமையன்று சிறைச்சாலை ஆபீஸில் ஒரு மூலையில் அவள் மிகவும் பணிவோடு அடங்கி ஒடுங்கி உட்கார்ந்து கொண்டிருந்தாள். அட்டும் அழுக்கும் நிறைந்த அந்தத் தாழ்ந்த கூரை கொண்ட அறைக்குள்ளே வேறு பலரும் இருந்தார்கள். அவர்களும் கைதிகளைப் பார்ப்பதற்காகக் காத்துக் கிடப்பவர்கள் தாம். அவர்கள் அப்படிக் காத்துக் கிடப்பது அதுவே முதல் தடவை அல்லவாதலால், அங்குள்ள மனிதர்கள் நாளாவட்டத்தில் ஒருவருக்கொருவர் பழகிக்கொண்டு விட்டார்கள்; எனவே சிலந்தி வலை பின்னுவதைப்போல் அவர்கள் அமைதியாக ஒருவருக்கொருவர் பேசிக் கொண்டிருந்தார்கள்.

மடியிலே ஒரு ஜோல்னாப் பையோடு உட்கார்ந்திருந்த தொளதொளத்த முகம் படைத்த ஒரு தடித்த பெண்பிள்ளை பேசத் தொடங்கினாள்: "உங்களுக்குச் சங்கதி தெரியுமா? இன்றைக்குக் காலையில் தேவலாயத்தில் பிரார்த்தனை நடந்த போது, பாதிரியார் ஞானப் பாடல் பாடுகின்ற பையன் ஒருவனின் காதைத் திருகினாராம்!"

"அந்தப் பையன்களும் சுத்தம் போக்கிரிப் பயல்கள்!" என்று ஒரு வயதான கனவான் பதில் சொன்னார். அவர் உடுத்தியிருந்த உடையைப் பார்த்தால், அவர் யாரோ ஓய்வுபெற்ற ராணுவ அதிகாரி மாதிரி இருந்தது.

குட்டைக் கால்களும், நெட்டைக் கைகளும், துருத்தி நீண்ட மோவாயும் வழுக்கைத் தலையும் கொண்ட சித்திரக் குள்ளப்பிறவியான ஒரு மனிதன் அந்த அறைக்குள் நிலைகொள்ளாமல் அங்குமிங்கும் நடந்து கொண்டிருந்தான். இடையிடையே உடைந்து கரகரத்த குரலில் ஏதேதோ உத்வேகத்தோடு பேசிக்கொண்டான்.

"விலைவாசியோ நஞ்சுபோல் ஏறிக்கொண்டே இருக்கிறது. மனிதர்களோ வரவர மோசமாகிக்கொண்டே வருகிறார்கள். இரண்டாம் தரமான மாட்டுக்கறியின் விலைகூட பவுண்டுக்குப் பதினான்கு கோபெக்காம்! ரொட்டி விலையோ இரண்டரைக் கோபெக்குக்கு ஏறிப்போய்விட்டது..."

இடையிடையே கைதிகள் வந்து போய்க் கொண்டிருந்தார்கள். அவர்கள் அனைவரும் ஒரே மாதிரியாக, சாம்பல் நிறமான ஆடையும், கனமான தோல் செருப்புகளும் அணிந்திருந்தார்கள். மங்கிய ஒளி நிறைந்த அந்த அறைக்குள்ளே நுழைந்தவுடன்

தொ.மு.சி. ரகுநாதன்

அவர்கள் திருகத்திருக விழித்தார்கள். அவர்களில் ஒருவனுக்குக் காலில் விலங்குகள் பூட்டப்பட்டிருந்தன.

சிறையில் சகல சூழ்நிலையுமே விபரீதமான அமைதியுடனும், விரும்பத்தகாத எளிமையுடனும் இருந்தது. தங்களது நிர்க்கதியான நிலைமையை அவர்கள் வெகுகாலத்திற்கு முன்பே ஏற்றுப் பழகி மரத்துப் போய்விட்டவர்கள் போலவே தோன்றினர். சிலர் தங்கள் சிறைத்தண்டனையைப் பொறுமையோடு அனுபவித்தார்கள். சிலர் உற்சாகமே அற்று சோம்பியுறங்கிக் காத்து நின்றார்கள். இன்னும் சிலர் ஒழுங்காக வந்திருந்து, உற்சாகமோ விருப்பமோ அற்று, கைதிகளைப் பார்வையிட்டுக்கொண்டு சென்றார்கள். தாயின் உள்ளமோ பொறுமையிழந்து துடித்துத் தவித்தது. அவள் தன்னைச் சுற்றியுள்ள சூழ்நிலையை எதுவுமே புரியாமல் பார்த்துக்கொண்டாள். அங்கு நிலவிய சோகமயமான எளிமையைக் கண்டு வியந்தாள்.

அவளுக்குப் பக்கத்தில் சுருங்கிய முகமும், இளமை ததும்பும் கண்களும் கொண்ட முதியவள் ஒருத்தி இருந்தாள். அவள் தனது மெலிந்த கழுத்தைத் திருப்பி, பிறர் பேசிக் கொள்வதை எல்லாம் காது கொடுத்துக் கேட்டாள். கண்கள் படபக்க அவள் ஒவ்வொருவரையும் மாறி மாறிப் பார்த்துக் கொண்டிருந்தாள்.

"நீங்கள் யாரைப் பார்க்க வந்திருக்கிறீர்கள்?" என்று பெலகேயா அவளை நோக்கி மெதுவாய்க் கேட்டாள்.

"என் மகனை! அவன் ஒரு கல்லூரி மாணவன்" என்று உரக்கப் பதில் அளித்தாள் அந்தக் கிழவி; "நீங்கள்?"

"மகனைத்தான். அவன் ஒரு தொழிலாளி."

"அவன் பேரென்ன?"

"பாவெல் விலாசவ்."

"கேள்விப்பட்டதே இல்லை. உள்ளே வந்து ரொம்ப காலமாகிறதோ?"

"சுமார் ஏழு வாரமிருக்கும்."

"என் மகன் இங்கே வந்து பத்து மாசமும் முடியப் போகிறது" என்றாள் அந்த முதியவள். அவளது குரலில் ஏதோ ஒரு பெருமிதம் தொனிப்பதாக பெலகேயாவுக்குத் தோன்றிற்று.

"ஆமாம், ஆமாம்" என்று அந்த வழுக்கைத் தலைக் கிழவன் சளசளக்கத் தொடங்கினான். "மனிதர்களுக்குப் பொறுமையே போய்விட்டது. எல்லோரும் எரிந்து பேசுகிறார்கள். ஒவ்வொருவரும்

சத்தம் போடுகிறார்கள். விலைவாசியோ மேலே மேலே போகிறது. மக்களோ அதற்குத் தக்கபடி நாளுக்கு நாள் நலிந்து வருகிறார்கள்; இதற்கு ஒரு முடிவு காண எவனுமே முன்வரக் காணோம்!"

"நீங்கள் சொல்வது ரொம்பச் சரி" என்றான் அந்த ஓய்வு பெற்ற ராணுவ அதிகாரி; "ஒழுங்கீனம்!" கடைசி கடைசியாக 'போதும் நிறுத்து' என்று கத்தத்தான் வேண்டும். அந்தக் குரல், அந்தச் சக்திவாய்ந்த குரல்கள் இன்று நமக்குத் தேவை.

ஒவ்வொருவரும் இந்த உரையாடலில் கலந்து கொண்டார்கள். அவர்களது பேச்சு உயிர் பெற்று ஒலித்தது. எல்லோரும் வாழ்க்கையைப் பற்றிய தம் அபிப்பிராயத்தைச் சொல்ல வேண்டுமென்பதில் பேரார்வம் காட்டினார்கள்; எனினும் அவர்கள் அனைவருமே தணிந்த குரலில்தான் பேசிக் கொண்டார்கள். அவர்கள் பேசிக்கொண்டது அனைத்தும் தனது கருத்துகளுக்கு முற்றிலும் மாறுபட்டவை என்பதைத் தாய் உணர்ந்து கொண்டாள். வீட்டில் இருந்தவர்கள் அந்த மனிதர்களைவிட, எவ்வளவு உரத்தும் தெளிவாகவும் எளிதாகவும் பேசிக் கொள்வார்கள்...

சதுரமாய்க் கத்தரித்து விடப்பெற்ற சிவந்த தாடியோடு கூடிய ஒரு கொழுத்த சிறையதிகாரி வந்தான். அவளது பேரைச் சொல்லிக் கூப்பிட்டான். அவளை அவன் ஏற இறங்கப் பார்த்தான். பிறகு கெந்திக் கெந்தி நடந்து கொண்டே சொன்னான்:

"என் பின்னால் வா"

அந்தச் சிறையதிகாரி முதுகைப் பிடித்துத் தள்ளி அவனைச் சீக்கிரம் முன்னேறி நடக்கச் செய்யவேண்டும் போலிருந்தது அவளுக்கு.

பாவெல் ஒரு சின்ன அறையில் முகத்தில் புன்னகை தவழ, கைகளை நீட்டியவாறே நின்றான். அவள் அவன் கையைச் செல்லமாகப் பற்றிப் பிடித்தாள்; சிறுகச் சிரித்தாள்; படபடவென்று இமைகொட்டிப் பார்த்தாள்.

"நலமா? நன்றாயிருக்கிறாயா?" என்றாள் அவள். அவளுக்குப் பேச வார்த்தையே கிடைக்கவில்லை. தடுமாறிக் குழறினாள்.

"அம்மா, நிதானப்படுத்திக்கொள். பொறு" என்று அவளது கையைப் பற்றிப் பிடித்தவாறு சொன்னான் பாவெல்.

"இல்லை. நான் நன்றாய்த்தான் இருக்கிறேன்."

"உன் அம்மாவா!" என்று பெருமூச்சுடன் கேட்டான் சிறை அதிகாரி. பிறகு அவன் பலமாகக் கொட்டாவி விட்டுவிட்டு.

"நீங்கள் இரண்டு பேரும் கொஞ்சம் விலகி நில்லுங்கள். இடையிலே கொஞ்சம் இடம் இருக்கட்டும் என்றான்."

பாவெல் அவளது ஆரோக்கியத்தைப் பற்றியும் வீட்டு விசயங்களைப் பற்றியும் விசாரித்துக் கொண்டான். அவள் வேறு பல கேள்விகளை எதிர்பார்த்தாள். அந்தக் கேள்விகளை எதிர்நோக்கி அவன் கண்களையே வெறித்து நோக்கினாள், ஆனால் பயனில்லை. அவன் எப்போதும் போலவே அமைதியாக இருந்தான். கொஞ்சம் வெளுத்துப் போயிருந்தான். அவனது கண்கள் முன்னைவிடப் பெரிதாகியிருந்ததைப் போலத் தோன்றின.

"சாஷா உன்னை விசாரித்தாள். தன்னை மறந்துவிட வேண்டாம் எனக் கேட்டுக்கொண்டாள்" என்றாள் தாய்.

பாவெலின் கண்ணிமைகள் துடித்தன; முகம் தளர்வுற்றது. அவன் புன்னகை செய்தான். தனது இதயத்தில் திடீரென ஒரு குத்தலான வேதனை ஏற்பட்டதுபோலத் தாய் உணர்ந்தாள்.

"அவர்கள் உன்னைச் சீக்கிரம் விட்டுவிடுவார்கள் என்று கருதுகிறாயா?" என்று எரிச்சலோடும் துயரத்தோடும் கேட்டாள், அவள். "எதற்காக அவர்கள் உன்னைப் பூட்டிப் போட்டிருக்கிறார்கள்? அந்தப் பிரசுரங்கள் தான் மீண்டும் தொழிற்சாலையில் தலைகாட்டித் திரிகின்றனவே!" என்றாள்.

பாவெலின் கண்கள் பிரகாசமடைந்தன.

"உண்மையாகவா?" என்று உடனே கேட்டான்.

"ஏய்! இந்த மாதிரி விசயங்களையெல்லாம் இங்கே பேசக் கூடாது. உங்கள் குடும்ப விசயம் ஒன்றை மட்டும்தான் நீங்கள் பேசலாம்" என்று தூங்கி வழியும் குரலில் சொன்னான் சிறையதிகாரி.

"இது குடும்ப விசயமில்லையா?" என்று எதிர்த்துக் கேட்டாள் தாய்.

"இதற்குப் பதில் ஒன்றும் சொல்ல முடியாது. அதை இங்கு பேசக்கூடாது. அவ்வளவுதான்" என்று அலட்சியமாகச் சொன்னான் அவன்.

"சரி, நீ வீட்டு விசயங்களையே சொல்" என்றான் பாவெல். "நீ என்ன பண்ணிக் கொண்டிருக்கிறாய்?"

அவள் தனது கண்களில் இளமையின் குறுகுறுப்பு பளிச்சிட்டு மின்ன, அவனுக்குப் பதில் சொன்னாள்:

"நானா? நான்தான் அந்தச் சாமான்களையெல்லாம் தொழிற்சாலைக்குக் கொண்டுபோய்க் கொடுக்கிறேன்..."

அவள் பேச்சை நிறுத்தினாள். பிறகு சிறு சிரிப்புடன் மீண்டும் பேசினாள்:

"முட்டைக்கோஸ் சூப்பு, சேமியா – இந்த மாதிரி சாமான்களை யெல்லாம் மரியா செய்து தருகிறாள். மற்ற சரக்குகளும்..."

பாவெல் புரிந்து கொண்டுவிட்டான்; அவன் தன் கையால் தலைமயிரைக் கோதிவிட்டுக் கொண்டான். பொங்கிவந்த சிரிப்பை உள்ளடக்கிக் கொண்டான்.

"பரவாயில்லை. நீ சும்மா இராமல் சுறுசுறுப்போடு வேலை செய்வதற்கு இது ஓர் அருமையான உத்தியோகம்தான். அப்படியென்றால், உனக்குத் தனியாயிருக்கவே நேரமிராதே" என்று அவன் அன்பு ததும்பச் சொன்னான். அந்தப் பரிவு நிறைந்த குரலை அவள் அதற்குமுன் அவனிடம் கேட்டதே இல்லை.

"அந்தப் பிரசுரங்கள் மீண்டும் தலைகாட்டியவுடன், அவர்கள் என்னைக் கூடச் சோதனை போட்டு விட்டார்கள்" என்று கொஞ்சம் தற்பெருமையுடனேயே அவள் சொல்லிக்கொண்டாள்.

"ஏய்! மீண்டும் அதையே பேசுகிறாய்?" சினந்து போய்ச் சொன்னான் சிறை அதிகாரி. "அதைத்தான் பேசக் கூடாது என்று ஒருமுறை சொல்லிவிட்டேனே. ஒரு மனிதனை எதற்காகச் சிறையில் அடைக்கிறார்கள்? வெளியில் நடப்பது என்ன என்பது அவனுக்குத் தெரியக்கூடாது என்பதற்குத்தானே. நீயோ அதையே சொல்லிக் கொண்டிருக்கிறாய். ம்? எது எதைப் பேசக் கூடாது என்பது இன்னுமா தெரியவில்லை?"

"போதும் அம்மா" என்றான் பாவெல். "மத்வேய் இவானவிச் மிகவும் நல்லவர். அவரைக் கோபமூட்டுவதில் அர்த்தமே இல்லை. நாங்கள் நெருங்கிய நண்பர்கள். நீ வந்த சமயத்தில் இவர் இருந்ததே ஒரு நல்ல காலம். வழக்கமாக, இவருடைய மேலதிகாரிதான் இருப்பான்."

"சரி நேரமாய்விட்டது" என்று கைக்கடிகாரத்தைப் பார்த்தவாறே சொன்னான் சிறையதிகாரி.

"ரொம்ப வந்தனம், அம்மா. கவலைப்படாதே என்னைச் சீக்கிரம் விடுதலை செய்துவிடுவார்கள்" என்றான் பாவெல்.

அவன் அவளை ஆர்வத்தோடு அணைத்து முத்தமிட்டான். அவனது அரவணைப்பினால் உள்ளம் நெகிழ்ந்து, ஆனந்தப் பரவசமாகி வாய்திறந்து கத்திவிட்டாள் தாய்.

"சரி போதும், புறப்படு" என்று சொன்னான் சிறையதிகாரி. பிறகு அவளை வெளியே அழைத்துவரும்போது அவளிடம் லேசாக முணுமுணுத்தான். "அழாதே. அவர்கள் அவனை விட்டுவிடுவார்கள். எல்லோரையும் விட்டுவிடுவார்கள். வரவர இங்கே கூட்டம்தான் பெருத்துப் போயிற்று."

வீட்டுக்கு வந்தவுடன் அவள் ஹஹோலிடம் எல்லாவற்றையும் சொன்னாள். சொல்லும்போது அவள் முகத்தில் புன்னகை தவழ்ந்தது, புருவங்கள் துடிதுடித்தன.

"நான் அவனிடம் அதை எவ்வளவு சாமர்த்தியமாகச் சொன்னேன், தெரியுமா? அவன் அதைப் புரிந்து கொண்டுவிட்டான். அவனுக்குப் புரிந்திருக்கத்தான் வேண்டும்" என்று கூறிவிட்டுப் பெருமூச்செறிந்தாள். "இல்லையென்றால், அவன் என்னிடம் அத்தனை அன்பு காட்டியிருக்க மாட்டான். அவன் அப்படிக் காட்டிக்கொண்டதே இல்லை."

"நீங்கள் ஒரு விசித்திரப் பிறவி, அம்மா" என்று கூறிச் சிரித்தான் ஹஹோல்; "மக்களுக்கு எத்தனையோ விசயங்கள் தேவையாயிருக்கின்றன. ஆனால், ஒரு தாய்க்குத் தேவையான பொருள் எல்லாம் ஒன்றே ஒன்றுதான் – பாசம்!"

"இல்லை, அந்திரியூஷா! அந்த மக்களை நீங்கள் பார்த்திருக்க வேண்டும்" என்று திடீரென்று ஏற்பட்ட உத்வேக உணர்ச்சியோடு பேசத் தொடங்கினாள் அவள். "அவர்களுக்கு அதெல்லாம் பழகிப் போய்விட்டது! அவர்களுடைய பிள்ளைகளை அவர்களிடமிருந்து பிடுங்கிப் பறித்துச் சிறைக்குள்ளே தள்ளிவிட்டார்கள். என்றாலும், அவர்கள் எதுவுமே நிகழாதது மாதிரி நடந்து கொள்கிறார்கள். சும்மா வெறுமனே வந்து உட்கார்ந்து, காத்திருந்து, ஊர் வம்புகளைப் பேசிக் கொண்டிருக்கிறார்கள். படித்தவர்களே இந்த மாதிரி நடந்து கொண்டால், அறிவில்லாத பாமர மக்களிடம் நீ என்னத்தைத்தான் எதிர்பார்க்க முடியும்?"

"புரிகிறது. அது இயல்புதானே!" என்று தனக்கே உரிய கேலித்தொனியில் பதிலளித்தான் ஹஹோல். "பார்க்கப் போனால், சட்டம் நம் மீது கடுமையாய் இருப்பதுபோல் அவர்களிடம் கடுமையாக இருப்பதில்லை. ஆனால், நம்மைவிட அவர்களுக்குத்தான் சட்டத்தின் உதவி அதிகம் தேவை. எனவே சட்டம் அவர்கள் தலையில் ஓங்கியறைந்தால், அவர்கள் சத்தம் போடுவார்கள்; தன் கையிலுள்ள தடியைக்கொண்டு தானே தன் தலையில் அடித்துக் கொண்டால், அந்த அடி அப்படியொன்றும் உறைக்காது. நம்மவர் அடித்தால்தான் உறைக்காது, வலிக்காது..!"

20

ஒரு நாள் இரவில் தாய் மேசையருகே அமர்ந்து காலுறை பின்னிக் கொண்டிருந்தாள்; ஹஹோல் பண்டைக்கால ரோமானிய அடிமைகளின் புரட்சிச் சரித்திரத்தை அவளுக்குப் படித்துக் காட்டிக் கொண்டிருந்தான். அந்தச் சமயம் யாரோ கதவைப் பலமாகத் தட்டும் ஓசை கேட்டது. ஹஹோல் எழுந்து சென்று கதவைத் திறந்தான். நிகலாய் வெஸோவ்ஷிகோவ் கையில் ஒரு மூட்டையுடன் உள்ளே வந்தான். அவனது தொப்பி தலையின் பின்புறமாகச் சரிந்து போயிருந்தது; முழங்கால் வரையிலும் சேறு தெறித்துப் படிந்திருந்தது.

"போகிறபோது இங்கே விளக்கு வெளிச்சம் தெரிந்தது. சரி, பார்த்துவிட்டுப் போவோம் என்று உள்ளே வந்தேன். சிறையிலிருந்து வருகிற வழி" என்று ஒரு விபரீத தொனியில் பேசினான் அவன். பிறகு பெலகேயாவின் கரத்தைப் பிடித்து மனநிறைவோடு குலுக்கிவிட்டு மேலும் சொன்னான்; "பாவெல் தன் வணக்கங்களைத் தெரிவிக்கச் சொன்னான்."

அவன் மிகவும் சிரமப்பட்டுக் கீழே உட்கார்ந்தான். சோர்ந்து மங்கிய சந்தேகக் கண்களோடு அறையைச் சுற்றுமுற்றும் பார்த்துக்கொண்டான்.

முன்னெல்லாம் தாய்க்கு அவனைக் கண்டால் பிடிக்கவே பிடிக்காது. அவனது விகாரமான மொட்டையடித்த தலையும், சின்னஞ்சிறு கண்களும் அவளை ஏனோ பயமுறுத்திக் கொண்டேயிருந்ததுண்டு. ஆனால் அன்றிரவிலோ அவனைப் பார்த்தபோது அவள் மகிழ்ச்சி கொண்டாள்; அவனோடு பேசும்போது அன்பு ததும்பப் புன்னகை செய்தாள்.

"நீ எவ்வளவு மெலிந்து விட்டாய்! அந்திரியூஷா, இவனுக்கு ஒரு குவளைத் தேநீர் கொடுப்போம்."

"நான் தேநீர் பாத்திரத்தை அப்போதே கொதிக்க வைத்தாயிற்றே" என்று சமையல் கட்டிலிருந்தவாறே பதில் கொடுத்தான் ஹஹோல்.

"சரி பாவெல் எப்படி இருக்கிறான்? உன்னைத் தவிர வேறு யாராவது விடுதலையானார்களா?"

நிகலாய் தலையைத் தொங்கவிட்டான்.

"பாவெல் இன்னும் பொறுமையோடு காத்துக் கொண்டுதானிருக்கிறான். அவர்கள் என்னை மட்டும்தான் விடுதலை

செய்தார்கள்." அவன் தன் கண்களைத் தாயின் முகத்துக்கு நேராக உயர்த்தினான்; பற்களை இறுகக் கடித்துக்கொண்டு மெதுவாகப் பேசினான்; "நான் அவர்களிடம் சொன்னேன்! 'போதும், போதும், என்னைப் போகவிடுங்கள். இல்லையென்றால் நான் இங்கேயே உங்களில் யாரையாவது கொன்று தீர்த்துவிட்டு நானும் தற்கொலை செய்து கொள்வேன்' என்று சத்தம் போட்டேன். எனவே, அவர்கள் என்னை விட்டுவிட்டார்கள்."

"ஆம்!" என்று பின்வாங்கியவாறு அதிசயித்தாள் தாய். அவனது குறுகிய குறுகுறுத்த கண்களை அவளது கண்கள் சந்தித்தபோது, அவள் தன்னையுமறியாமல் கண்களை மூடிக்கொண்டாள்.

"பியோதர் மாசின் எப்படியிருக்கிறான்? இன்னும் கவிதை எழுதிக் கொண்டுதான் இருக்கிறானா?" என்று சமையலறையில் இருந்தவாறே கத்தினான் ஹஹோல்.

"எழுதுகிறான். ஆனால், அதெல்லாம் எனக்குப் புரிவதில்லை" என்று தலையை அசைத்துக்கொண்டு சொன்னான் நிகலாய். "அவன் தன்னைப் பற்றி என்னதான் நினைத்திருக்கிறானோ? வானம்பாடியென்று நினைப்பு போலிருக்கிறது! அவர்கள் அவனைக் கூண்டில் பிடித்து அடைத்துவிட்டார்கள்; அந்த வானம்பாடியோ உள்ளேயிருந்து கொண்டு பாட்டுப் பாடுகிறது. எனக்கு ஒரு விசயம் மட்டும் தெளிவாகப்படுகிறது. நான் என் வீட்டுக்குப் போக விரும்பவில்லை."

"வீட்டுக்குப் போய்த்தான் ஆகப்போகிறதென்ன?" என்று முனகினாள் தாய். "காலியான வீடு, எரியாத அடுப்பு, எல்லாம் குளிர்ந்து விறைத்துக் கிடக்கும்..."

அவன் பதில் சொல்லவில்லை. கண்களை மட்டும் சுருக்கிச் சுழித்தான். பிறகு தன் பாக்கெட்டிலிருநது சிகரெட் பெட்டியை எடுத்து ஒரு சிகரெட்டைப் பற்றவைத்துக் கொண்டான். தன் முன்னே திரிதிரியாகப் பறந்து செல்லும் புகை மண்டலத்தை ஒரு சோம்பேறி நாயைப்போல் வெறுமனே கூர்ந்து கவனிக்க ஆரம்பித்தான் நிகலாய்.

"ஆமாம், எல்லாமே குளிர்ந்து போய்த்தான் கிடக்கும். தரையில் பாச்சைகள் செத்து விறைத்துக் கிடக்கும்; எலிகள் கூடச் செத்துக் கிடக்கும். பெலகேயா நீலவ்னா, இன்று இரவை நான் இங்கே கழிக்கிறேனே, முடியுமா?" என்று அவளைப் பார்க்காமலேயே கரகரத்துப் பேசினான் அவன்.

"தாராளமாய், இதற்குக் கேட்க வேறு வேண்டுமா?" என்று அவசர அவசரமாகப் பதிலளித்தாள் அவள். அவனது முன்னிலையில் இருப்பது அவளுக்கு என்னவோ போலிருந்தது.

"இந்தக் காலத்திலே பிள்ளைகள் தங்கள் பெற்றோர்களுக்காகக் கூட வெட்கித் தலைகுனிய வேண்டியிருக்கிறது..."

"என்ன?" என்று திடுக்கிட்டு அதிசயத்தோடு கேட்டாள் தாய்.

அவன் அவளைப் பார்த்தான். பிறகு கண்களை மூடிக் கொண்டான்; அப்போது அவனது அம்மைத் தழும்பு விழுந்த முகத்தில் கண்களும் குருடாகிப் போய்விட்டன போலத் தோன்றியது.

"இல்லை. பெற்றோர்களைக் கண்டுகூட பிள்ளைகள் வெட்கப்பட வேண்டியிருக்கிறது என்று சொன்னேன்" என்று பெருமூச்சுடன் பதிலளித்தான் அவன். "பாவெல் உன்னைக் கண்டு வெட்கப்படவில்லை. நானோ என் தந்தைக்காக வெட்கப்பட வேண்டியிருக்கிறது. நான் இனிமேல் அவன் வீட்டில் காலடிகூட எடுத்துவைக்க மாட்டேன். எனக்கு அப்பனே கிடையாது; எனக்கு வீடும் கிடையாது. போலீஸ்காரர்கள் என்னைக் காவலில் வைத்திராவிட்டால், நான் சைபீரியாவுக்கே போயிருப்பேன். அங்கு கடத்தப்பட்டு, அங்கிருப்பவர்களை விடுதலை செய்வேன்; ஓடிப்போய்விட உதவி செய்வேன்..."

அவன் துயரப்படுகிறான் என்பதை அவளது உணர்ச்சிப் பூர்வமான இதயம் உணர்ந்தது. எனினும் அவனது வேதனை அவள் இதயத்தில் அனுதாப உணர்ச்சியை உண்டாக்கவில்லை.

"அப்படி நினைத்தால், நீ போய் விடுவதே நல்லது" என்று பதில் சொன்னாள். ஏதாவது பதில் சொல்லாதிருந்தால் அவனைத் துன்புறுத்தியதாகும் எனக் கருதியே இப்படிச் சொன்னாள்.

அந்திரேய் சமையலறையிலிருந்து வெளியே வந்தான்.

"நீ என்ன உபதேசிக்கிறாய்?" என்று கேட்டுக்கொண்டே சிரித்தான்.

தாய் எழுந்து நடந்து கொண்டே, "நமக்கு ஏதாவது சாப்பாட்டுக்கு வழிபண்ணப் போகிறேன்" என்று தனக்குள் சொல்லிக்கொண்டாள்.

ஹஹோலையே சிறிது நேரம் கூர்ந்து பார்த்துவிட்டு, நிகலாய் திடீரென்று சொன்னான்:

"எனக்குச் சில பேரைக் கண்டால் கொன்று தீர்க்க வேண்டும் போலிருக்கிறது."

"ஓஹோ! அப்படியா? எதற்காக?" என்றான் ஹஹோல்.

"அவர்களை ஒழித்துக் கட்டத்தான்."

நெட்டையாகவும், மெலிவாகவும் இருந்த ஹஹோல் அந்த அறையின் மத்தியில் வந்து நின்றுகொண்டு, பாதங்களை உயர்த்தித் தன் உடம்பை ஆட்டிக் கொண்டான்; நிகலாயைப் பார்த்தான். நிகலாயோ நாற்காலியில் அசையாமல் சிலைபோல் அமர்ந்து புகைமண்டலத்தைப் பரப்பிக் கொண்டிருந்தான். அவனது முகம் திட்டுத்திட்டாகச் சிவந்து கனன்றது.

"நான் அந்தப் பயல் – இஸாய் கர்போவின் மண்டையை உடைக்கிறேனா, இல்லையா, பார்!"

"ஏன்?"

"அவன் ஓர் ஒற்றன்; கோள் சொல்லி! அவன்தான் என் அப்பனைக் கெடுத்தான். அவன் என் தந்தையைத் தன் கையாளாக மாற்றிவிட்டான்" என்று அமுங்கிப் போன குரோத பாவத்தோடு அந்திரேயைப் பார்த்துக்கொண்டே பேசினான்.

"அப்படியா! ஒரு முட்டாள்தான் உன்னை இப்படி எதிர்ப்பான்" என்றான் ஹஹோல்.

"முட்டாளும் புத்திசாலியும் ஒரே இனம்தான்" என்று உறுதியோடு சொன்னான் நிகலாய். "உன்னையும் பாவெலையும்தான் பாரேன். நீங்கள் இரண்டு பேரும் புத்திசாலிகள்தான். இருந்தாலும் நீங்கள் பியோதர் மாசினையும், சமோய்லவையும் பார்க்கிற மாதிரியா என்னைப் பார்க்கிறீர்கள்? இல்லை, நீங்கள் ஒருவரையொருவர் மதித்துக் கொள்வதுபோல் என்னை மதிக்கிறீர்களா? பொய் சொல்லாமல் சொல்லு. எப்படியானாலும் நான் உன்னை நம்ப மாட்டேன். நீங்கள் எல்லோரும் ஒன்று சேர்ந்து கொண்டு என்னை ஒதுக்கி வைக்கிறீர்கள்; தனிமைப்படுத்துகிறீர்கள்."

"நிகலாய்! உன் மனம் புண்பட்டிருக்கிறது" என்று அன்பும் இதமும் ததும்பச் சொல்லிக்கொண்டே அவனருகே சென்று உட்கார்ந்தான் ஹஹோல்.

"என் மனம் புண்பட்டுத்தான் போயிருக்கிறது; உங்கள் மனமும் அப்படித்தான். ஆனால், உங்கள வேதனை என் வேதனையைவிடக் கொஞ்சம் உயர்ந்த ரகம். அவ்வளவுதான்! நாம் அனைவரும் ஒருவருக்கொருவர் போக்கிரிகளாக நடந்து கொள்கிறோம். அவ்வளவுதான் நான் சொல்வேன். நீ இதற்கு என்ன சொல்லப் போகிறாய்? உம். சொல்வதைச் சொல்லு."

அவன் அந்திரேயின் முகத்தைக் கூரிய கண்களால் பார்த்தான்; இறுகக் கடித்த பற்ளோடு பதிலுக்காகக் காத்திருந்தான். அவனது

சிவந்த முகத்தில் உணர்ச்சியின் உத்வேகம் மாறவில்லை; எனினும் தடித்த உதடுகள் மட்டும் நெருப்பால் சூடுபட்டதுபோல் நடுங்கின.

"நான் எதுவுமே சொல்ல முடியாது" என்று கூறிக்கொண்டே குரோதம் நிறைந்த நிகலாயின் பார்வைக்கு எதிராக, தனது நீலநிறக் கண்களில் அன்பு நிறைந்த சிரிப்புக் குமிழிடப் பார்த்தான் ஹஹோல். "இதயத்தின் சகல புண்களும் இரத்தம் கொட்டிக் கொண்டிருக்கும் ஒருவனோடு, எதை விவாதித்தாலும் வேதனைதான் அதிகரிக்கும். அது எனக்குத் தெரியும் தம்பி!"

"நீ என்னோடு விவாதிக்க முடியாது. எனக்கு எப்படி என்று தெரியாது" என்று தன் கண்களைத் தாழ்த்திக்கொண்டே முனகினான் நிகலாய்.

"நாம் ஒருவொருவரும் தனித்தனி முள்ளடர்ந்த பாதையில்தான் நடந்து சென்றிருக்கிறோம். உன்னைப்போல ஒவ்வொருவருக்கும் துன்பம் எதிர்ப்பட்டிருக்கிறது..." என்றான் ஹஹோல்.

"நீ எனக்கு எந்தச் சமாதானமும் சொல்ல முடியாது" என்று நிகலாய் மெதுவாகச் சொன்னான். "என் இதயம் ஓநாயைப்போல் உறுமி விளையாடிக் கொண்டிருக்கிறது."

"நான் எனக்கு எதுவுமே சொல்ல விரும்பவில்லை. என்றாலும் உன்னுடைய இந்தச் சஞ்சலம் போய்விடும்; பரிபூரணமாகப் போகாவிட்டாலும் ஓரளவாவது போய்விடும் என்பது மட்டும் எனக்குத் தெரியும்."

அவன் லேசாகச் சிரித்தான்; பிறகு நிகலாயின் தோள் பட்டை மீது தட்டிக் கொடுத்துக்கொண்டு பேசத் தொடங்கினான்:

"இது இருக்கிறதே இது ஒரு குழந்தை நோய் மாதிரி; மணல்வாரி நோய் மாதிரி. நம் எல்லோருக்குமே இந்த நோய் என்றாவது ஒருநாள் வந்துதான் தீரும். பலமுள்ளவனை அது அவ்வளவாகப் பாதிக்காது; பலமில்லாதவனை மோசமாகவும் பாதிக்கக்கூடும். இந்த நோய் எப்போது பற்றும் தெரியுமா? நம்மை நாமே உணர்ந்துகொள்ள முனையும் சமயம் பார்த்து, எனினும் வாழ்க்கையை முழுமையாக உணர்ந்துகொள்ளாமல், அதில் நமக்குரிய இடத்தை உணர்ந்துகொள்ளாமல் இருக்கின்ற குறைப்பக்குவமான சமயம் பார்த்து, நம்மை வந்து பற்றிக்கொண்டுவிடும். ஒவ்வொருவரும் உன்னைக் கடித்துத் தின்னவே பார்க்கிறார்கள் என்றும் உனக்குத் தோன்றும். ஆனால், கொஞ்ச காலம் போனால், எல்லோருடைய இதயங்களும் உன் இதயத்தைப் போலவேதான் இருக்கின்றன என்கிற உண்மையை நீ உணர்ந்துகொள்வாய். உணர்ந்த

பின்னர் உன் மனம் ஓரளவு சமாதானம் அடையும். கூப்பிட்டு தூரத்துக்குக்கூட ஒலிக்காத உனது சின்னஞ்சிறு மணியைக் கோபுரத்தின் உச்சியிலே கொண்டு கட்டி ஊரெல்லாம் ஒலிக்கச் செய்ய விரும்பிய உன் அறியாமையைக் கண்டு நீயே நாணம் அடைவாய். உனது மணியைப் போன்ற பல்வேறு சிறு மணிகளின் சம்மேளனத்தோடுதான் உனது மணியோசையும் ஒன்றுபட்டு ஒலிக்க முடியும் என்பதை நீ உணர்வாய். நீ மட்டும் தன்னந்தனியே ஒலி செய்ய விரும்பினால், கோபுரத்தின் காண்டாமணியின் ஒலி உன் மணியோசையை மூழ்கடித்து விழுங்கிவிடும். எண்ணெய்ச் சட்டியில் விழுந்த ஈயைப்போல் உனது குரல் கிறுகிறுத்து வெளியே தெரியாமல் தனக்குத் தானே ஒலித்துக் கொண்டிருக்கும். நான் சொல்வது உனக்குப் புரிகிறதா?"

"எனக்குப் புரியலாம்; ஆனால் நான் அதை நம்பத்தான் இல்லை" என்று தலையை ஆட்டிக்கொண்டே சொன்னான் நிகலாய்.

ஹஹோல் சிரித்துக்கொண்டே துள்ளியெழுந்தான்; பரபரவென்று நடக்க ஆரம்பித்தான்.

"ஏ, பார வண்டி! நானுங்கூடத்தான் அதை நம்பவில்லையடா!" என்றான் ஹஹோல்.

"என்னை ஏன் பார வண்டி என்று சொன்னாய்?" என்ற உயிரற்ற சிரிப்போடு ஹஹோலைப் பார்த்துக் கேட்டான் நிகலாய்.

"ஏனா, நீ அப்படித்தானே இருக்கிறாய்?"

திடீரென்று நிகலாயும் வாய்விட்டு உரக்கச் சிரித்தான்; சிரிக்கும்போது அவன் வாய் விரிந்து திறந்திருந்தது.

"என்னப்பா இது, என்ன சிரிப்பு?" என்று நிகலாயின் முன்னால் சென்று நின்று வியப்புடன் கேட்டான் ஹஹோல்.

"இல்லை, திடீரென்று ஒன்றை நினைத்துக்கொண்டேன். சிரிப்பு வந்தது. உன் மனத்தைப் புண்படுத்த எண்ணுபவன் உண்மையிலேயே முட்டாளாய்த்தானிருக்க வேண்டும்" என்றான் நிகலாய்.

"என் உணர்ச்சியை எப்படிப் புண்படுத்த முடியும்?" என்று தோளை உலுப்பிக்கொண்டே கேட்டான் ஹஹோல்.

"அது எனக்குத் தெரியாது" என்று அன்பு கலந்த இனிய புன்னகையோடு சொன்னான் நிகலாய். "உன்னை ஒருவன் புண்படுத்திவிட்டால், பின்னால் அவன்தான் அதையெண்ணி வெட்கப்பட்டுக்கொள்ள வேண்டும். அதைத்தான் நான் சொல்ல வந்தேன்."

“வழிக்கு வந்துவிட்டாயா?” என்று சிரித்துக்கொண்டே கேட்டான் ஹஹோல்.

“அந்திரியூஷா!” என்று சமையலறையிலிருந்து அழைத்தாள் தாய்.

அந்திரேய் போய்விட்டான்.

தன்னந்தனியாக விடப்பட்ட நிகலாய் சுற்றுமுற்றும் பார்த்தான். பிறகு முரட்டுப் பூட்சுக்குள் புதைந்திருந்த தன் காலை எடுத்து நீட்டினான்; காலைப் பார்த்தான்; தடித்துப்போன காலின் கெண்டைக்காலைத் தடவி விட்டுக்கொண்டான்; கையை உயர்த்தி, தனது கொழுத்த உள்ளங்கையையும் உருண்டு திரண்டு, கணுக்களில் மஞ்சளாய்ப் பூமயிர் வளர்ந்திருந்த தன் குட்டையான கைவிரல்களையும் பார்த்துக் கொண்டான். ஏதோ ஒரு கசப்புணர்ச்சியோடு கையை உதறிவிட்டு அவன் எழுந்தான்.

அந்திரேய் தேநீர்ப் பாத்திரத்தை எடுத்துக்கொண்டு வந்த சமயத்தில், நிகலாய் கண்ணாடியின் முன் நின்று தன்னுருவைப் பார்த்துக் கொண்டிருந்தான்.

“என் உருவைக் கண்ணாடியில் பார்த்தே எவ்வளவோ காலமாகிவிட்டது. என் மூஞ்சியில் விழிக்கக்கூட யாரும் துணியமாட்டார்கள்!” என்று ஒரு வறட்டுப் புன்னகையோடு சொல்லிக்கொண்டான்.

“உன் முகத்தைப் பற்றி இப்போது ஏன் கவலைப்பட ஆரம்பித்தாய்?” என்று நிகலாயைக் கூர்ந்து கவனித்தவாறே கேட்டான் அந்திரேய்.

“அகத்தின் அழகு முகத்தில் தெரியும் என்று சாஷா சொன்னாள்.”

“அபத்தம்!” என்று கத்தினான் ஹஹோல், “அவள் மூக்கோ மீன் பிடிக்கிற தூண்டில் முள் மாதிரி இருக்கிறது; கன்னத்தின் எலும்புகளோ கத்திரிக்கோலைப்போல் இருக்கிறது; ஆனால் அவள் உள்ளமோ நட்சத்திரம்போல் ஒளிவிடுகிறது. அகத்தின் அழகாவது, முகத்தில் தெரிவதாவது?”

நிகலாய் அவனைப் பார்த்தான்; சிரித்தான்.

அவர்கள் தேநீர் அருந்த உட்கார்ந்தனர்.

நிகலாய் ஒரு பெரிய உருளைக்கிழங்கை எடுத்தான்; ஒரு ரொட்டித் துண்டின் மீது அமிதமாக உப்பைத் தூவிக் கொண்டான். பிறகு மெதுவாக ஓர் எருதைப்போல், அசைபோட்டுத் தின்னத் தொடங்கினான்.

“சரி, இங்கே நிலைமை எல்லாம் எப்படி இருககிறது?” என்று தன் வாய் நிறைய ரொட்டித் துண்டு நிரம்பியிருக்கும் போதே கேட்டான் அவன்.

தொழிற்சாலையில் தங்கள் பரப்புரை எப்படி வலுப்பெற்று வருகிறது என்கிற விவரத்தை உற்சாகத்தோடு எடுத்துரைத்தான் அந்திரேய். ஆனால், நிகலாயோ அதைக் கேட்டு மகிழ்வுறவில்லை; சோர்வடைந்தான்.

“ரொம்ப நாள் இழுத்தடிக்கிறது. இந்த ஆமைவேகம் கூடாது. அசுர வேகம் வேண்டும்!”

தாய் அவனை ஏறிட்டுப் பார்த்தாள்; திடீரென ஒரு வெறுப்புணர்ச்சி அவள் மனதில் கிளர்ந்தெழுந்தது.

“வாழ்க்கை என்பது குதிரையல்ல; நீ அதைச் சவுக்கால் அடித்து விரட்ட முடியாது” என்றான் அந்திரேய்.

நிகலாய் தன் தலையைப் பலமாக ஆட்டிக் கொண்டான்.

“எவ்வளவு காலம்? என்னால் பொறுத்திருக்கவே முடியவில்லையே! நான் என்ன செய்வேன்?”

ஏதோ ஒரு பதிலை எதிர்பார்த்து அவன் ஹஹோலின் முகத்தை நிராதரவான பாவத்தோடு பார்த்தான்.

“நாம் அனைவரும் இன்னும் கற்க வேண்டும்; கற்றதைப் பிறருக்குச் சொல்லிக் கொடுக்க வேண்டும். அதுதான் நாம் செய்ய வேண்டிய காரியம்” என்று தலையைக் குனிந்தவாறே சொன்னான் அந்திரேய்.

“நான் எப்போதுதான் சண்டைக்குக் கிளம்புவது?” என்றான் நிகலாய்.

“நாம் போருக்குக் கிளம்புவது எப்போது என்பது எனக்குத் தெரியாது. ஆனால் அப்படிக் கிளம்புவதற்கு முன்னால், நாம் நம் எதிரிகளிடம் எத்தனையெத்தனையோ தடவை உதைபடத்தான் செய்வோம். அது மட்டும் எனக்குத் தெரியும்” என்று சிரித்துக்கொண்டே சொன்னான் ஹஹோல். “இருக்கிற நிலையைப் பார்த்தால், நமது கைகளைப் பலப்படுத்திக் கொள்வதற்கு முன்னால், நமது மூளையைத்தான் முதலில் பலப்படுத்திக் கொள்ள வேண்டுமென்று எனக்குத் தோன்றுகிறது.”

நிகலாய் மீண்டும் சாப்பிடத் தொடங்கினான்; அவனது அகன்ற முகத்தைக் கள்ளத்தனமாக ஓரக் கண்ணிட்டுப் பார்த்துக் கொண்டிருந்தாள் தாய். அவனைக் கண்டதும் தனக்குள்

ஏற்படும் வெறுப்புணர்ச்சியைத் தவிர்ப்பதற்காக அந்தக் கனத்த சதுர உருவத்தில் ஏதோ ஓர் அமைதியைத் தேடுபவள் போலத் தோன்றினாள் அவள்.

திடீரென நிமிர்ந்து நோக்கிய அவனது சிறிய கண்களின் கூரிய பார்வையை எதிர்கொள்ள முடியாமல், அவளது புருவங்கள் நெளிந்தன. அந்திரேய்க்கு அங்கு இருக்கவே நிலை கொள்ளவில்லை. எனவே அவன் வாய்விட்டுச் சிரித்தான்; பிறகு பேசினான். பேச்சை இடையிலே நிறுத்திவிட்டுச் சீட்டியடித்துக் கொண்டிருந்தான்.

அவனது அமைதியின்மையின் காரணத்தை தாய் உணர்ந்து கொண்டதாகத் தோன்றியது. நிகலாய் வாய்மூடி மௌனியாகி அசையாது உட்கார்ந்திருந்தான். ஹஹோல் ஏதாவது பேசினால் மட்டும் அதை எதிர்த்து வறட்டுத்தனமாக, பொறுப்பற்று, ஏதேனும் பதில் கூறிக் கொண்டிருந்தான் அவன்.

அந்தச் சிறிய அறை அந்திரேய்க்கும், தாய்க்கும் நெரிசலாய் வசதிக் குறைவாயிருந்தது. எனவே, அவர்கள் இருவரும் ஒருவர் மாற்றியொருவர் தங்கள் விருந்தாளியைப் பார்த்தார்கள்.

கடைசியாக நிகலாய் எழுந்திருந்து சொன்னான்:

“நாம் படுக்கப் போகலாமே, சிறையில் உட்கார்ந்து உட்கார்ந்து பழகிப் போய்விட்டது. திடீரென்று அவர்கள் என்னை விடுதலை பண்ணிவிட்டார்கள். நானும் வெளிவந்து விட்டேன். எனக்கு ஒரே களைப்பாயிருக்கிறது.”

அவன் சமையலறைக்குள் நுழைந்தான். அங்கு சிறிது நேரம் அவன் தூக்கம் பிடிக்காமல் புரண்டு புரண்டு படுப்பது தெரிந்தது. பிறகு சவம் மாதிரி அசைவோ சத்தமோ அற்றுக் கிடந்தான். தாய் இந்த அமைதியைக் கவனித்துவிட்டு, பிறகு அந்திரேயிடம் திரும்பி இரகசியமாகச் சொன்னாள்:

“அவன் மனதில் பயங்கரமான எண்ணங்கள் இருக்கின்றன.”

“ஆமாம் அவன் ஓர் அழுத்தமான பேர்வழி” என்று தலையை அசைத்துக்கொண்டே சொன்னான் ஹஹோல். “ஆனால் அவன் சரியாகி விடுவான். நானும்கூட முன்னால் இப்படித்தானிருந்தேன். இதயத்தில் தீக்கொழுந்துகள் பிரகாசிப்பதற்குமுன் முதலில் வெறும் புகைதான் மண்டிக் கொண்டிருக்கும். சரி, நீங்கள் படுக்கப் போங்கள், அம்மா. நான் கொஞ்ச நேரம் உட்கார்ந்து படிக்கப் போகிறேன்.”

மூலையிலே துணித்திரைகளுக்குப் பின்னால் மறைந்திருந்த படுக்கையை நோக்கிச் சென்றாள் தாய். வெகுநேரம் வரையிலும்

அவளது பெருமூச்சையும் பிரார்த்தனையின் முணுமுணுப்பையும் அந்திரேயால் கேட்க முடிந்தது. அவன் புத்தகத்தின் பக்கங்களை அவசர அவசரமாகப் புரட்டினான்; நெற்றியைத் தேய்த்துவிட்டுக் கொண்டான். தனது நீண்டு மெலிந்த விரல்களால் மீசையைத் திருகிவிட்டுக்கொண்டான்; கால் மாற்றிக் கால் போட்டுக்கொண்டான். கடிகாரம் தன் பாட்டில் சப்தித்துக் கொண்டிருந்தது. சன்னலுக்கு வெளியே காற்று முனகி ஓலமிட்டது.

"ஆ! கடவுளே!" என்று தாயின் மெதுவான தணிந்த குரல் ஒலித்தது; "உலகில் எத்தனையோ பேர். அத்தனை பேரும் அவரவர் துக்கத்தால் அழுதுகொண்டே இருக்கிறார்கள். அழாமல் இருக்கும் அந்தப் பார்க்கியசாலிகள் எங்கேதான் இருக்கிறார்களோ?"

"இருக்கிறார்கள், அம்மா" என்றான் ஹஹோல்; "சீக்கிரமே அவர்களில் பலரை, பல்லாயிரம் பேரை, நீங்கள் காணப் போகிறீர்கள்."

21

வாழ்க்கை அதிகவேமாகக் கழிந்து சென்றது. பற்பல சம்பவங்கள் நிறைந்து துரிதமாக, நாட்கள் போவதே தெரியாமல், காலம் கழிந்தது. ஒவ்வொரு நாளும் ஏதாவது ஒரு புதிய செய்தியைக் கொண்டுவந்தது. ஆனால் தாய் அவற்றைக் கேட்டுத் திடுக்கிடவில்லை; அவளுக்கு அவை பழகிப்போய்விட்டன. அவளது வீட்டுக்கு மேலும் மேலும் இனந்தெரியாத புதிய நபர்கள் வந்து அந்திரேயோடு ஆர்வமும் அடக்கமும் நிறைந்த குரல்களில் பேசிக்கொள்வார்கள். பிறகு தங்கள் கோட்டுக் காலர்களைத் தூக்கிவிட்டுக் கொண்டும், தொப்பிகளைக் கண் வரையில் இழுத்து மூடிக்கொண்டும் இருளோடு இருளாய் அரவமேயில்லாது அதி எச்சரிக்கையோடு மறைந்து போய்விடுவார்கள். அவர்கள் ஒவ்வொருவருடைய மனத்திலும் உள்ளடங்கித் துடிதுடித்துக் கொண்டிருக்கும் ஆர்வத்தை அவளால் உணர முடிந்தது. அவர்கள் அனைவருக்குமே ஆடிப்பாடிச் சிரித்து மகிழ வேண்டும் என்கிற ஆசையிருப்பதுபோலத் தெரிந்தது; எனினும் அதற்கெல்லாம் அவர்களுக்கு நேரமே இல்லை. அவர்கள் எப்போதும் எங்கேனும் அவசர அவசரமாய்ப் போய்க் கொண்டிருந்தார்கள். அவர்களில் சிலர் கடுமையாகவும், ஏளன சுபாவம் கொண்டவர்களாகவும் இருந்தார்கள். மற்றவர்கள் அனைவரும் வாலிபத்தின் வலிவும், மினுமினுப்பும் உற்சாகமும் நிறைந்து காணப்பட்டார்கள். சிலர் மிகவும் அமைதியாகச் சிந்தனை வயப்பட்டவர்களாக இருந்தனர். அவர்கள் அனைவருமே ஒரே

விதமான லட்சிய நம்பிக்கையோடு ஒத்து நிற்பதாகத் தாய்க்குத் தோன்றியது. எனினும் அவர்கள் அனைவரும் தனித்தனியே தமக்கென ஒரு உருவும் குணமும் கொண்டிருந்தார்கள். ஆயினும் அவர்கள் அனைவரது முகங்களும் அவளுக்கு ஒன்று போலவே தோன்றின: எம்மாஸை நோக்கிச் செல்லும் கிறிஸ்து நாதரின் அருள் நாட்டத்தைப்போல் – அன்பும் அழுத்தமும் பிரதிபலிக்கும், ஆழமும் தெளிவும் கருமையும் கொண்ட கண்களோடு அமைதியும் தீர்மான புத்தியும் நிறைந்து விளங்கும் மெலிந்த முகத்தைப்போல் – ஒரே முகம்போல் தோன்றியது அவளுக்கு.

அவர்களின் தொகையை எண்ணிக் கணக்கிட்டாள் தாய். அவர்கள் அனைவரையும் பாவெலைச் சுற்றி நிற்கவைத்து அவர்களுக்கு மத்தியில் பாவெலை நிறுத்திவைத்தால், பாவெல் எதிரிகளின் கண்ணில் படாமல் எப்படி அந்த வியூகத்துக்குள்ளேயே மறைந்து நிற்பான் என்பதை அவள் கற்பனை உருவமாகவே சிந்தித்துப் பார்த்துக்கொண்டாள்.

ஒருநாள் குறுகுறுப்பும் சுருண்ட கேசமும் நிறைந்த ஒரு யுவதி நகரிலிருந்து வந்தாள். அவள் அந்திரேய்க்கு ஒரு பொட்டலம் கொண்டுவந்திருந்தாள். திரும்பிச் செல்லும் போது அவள் தாயை நோக்கித் திரும்பி, உவகை நிறைந்த தன் கண்களில் ஒளிபாய்ந்து பளிச்சிட்டு மின்ன, வாய் திறந்து சொன்னாள்:

"தோழரே, போய்வருகிறேன்!"

"சென்று வருக!" என்று சிரிப்புக்கு ஆளாகாமல் பதிலளித்தாள் தாய்.

அந்தப் பெண் வெளியே சென்ற பிறகு, தாய் சன்னல் அருகே சென்று நின்றாள்; வசந்த கால மலர் போலப் புதுமையும், வண்ணத்துப் பூச்சியைப்போல் மென்மையும் பெற்று, சிறு கால்களால் குறுகுறுவென்று தெரு வழியே நடந்து செல்லும் அந்தத் தோழியைப் பார்த்தாள், பார்த்தவாறே தனக்குள் சிரித்துக்கொண்டாள்.

"தோழி!" என்று தனக்குள் முணுமுணுத்துக் கொண்டாள் தாய். "அடி என் செல்லப் பெண்ணே! உன் வாழ்க்கை முழுவதும் உன்னோடு துணைநின்று உதவ, கடவுள் உனக்கு ஒரு நல்ல உண்மையான தோழனையும் அருள் செய்யட்டும்!"

நகரிலிருந்து வரும் அத்தனை பேரும் ஏதோ பிள்ளைக் குணம் படைத்த பேதைகளைப் போலத் தோன்றியது அவளுக்கு. அதைக் கண்டு மிகுந்த பெரியதனத்தோடு அவள் தன்னுள் சிரித்துக்கொள்வாள். என்றாலும், அவர்கள் கொண்டுள்ள

கொள்கை வைராக்கியம் அவளை ஆனந்த வியப்பில் ஆழ்த்தும்; உள்ளத்தைத் தொடும். அந்த வைராக்கியத்தின் ஆழ்ந்த தன்மையும் அவளுக்கு வரவரப் புரியத் தொடங்கியது. நீதியின் வெற்றியைப் பற்றி அவர்கள் காணும் லட்சியக் கனவுகள் அவளது உள்ளத்தைத் தொட்டுத் தடவிச் சுகம் கொடுத்தன. அந்தக் கனவு மொழிகளை அவள் கேட்கும்போது, காரணகாரியம் புரியாத ஏதோ ஒரு சோக உணர்ச்சிக்கு அவள் ஆளாகிப் பெருமூச்செறிந்து கொள்வாள். முக்கியமாக, அவர்களது சர்வ சாதாரணமான எளிமையும் தங்களது சொந்த நலன்களில் அவர்கள் காட்டும் அழகான அசட்டை மனப்பான்மையும் அவளை மிகவும் கவர்ந்துவிட்டன.

வாழ்க்கையைப் பற்றி அவர்கள் சொல்லியவற்றைப் பெரும்பாலும் ஏற்கெனவே அவள் உணர்ந்து கொண்டிருந்தாள். அவர்கள்தாம் மனித குலத்தின் துயரங்களுக்குரிய உண்மையான பிறப்பிடத்தை மூலாதாரத்தைக் கண்டுபிடித்தவர்கள் என அவள் உணர்ந்தாள்; எனவே அவர்களது சிந்தனைகளையும் அதன் முடிவுகளையும் அவளும் பெரும்பாலும் ஒப்புக்கொள்ளப் பழகினாள். என்றாலும், அவளது இதயத்தின் அதலபாதாள ஆழத்திலே, அவர்கள் வாழ்க்கையை மாற்றி அமைத்துவிட முடியும் என்பதையோ, தங்களது லட்சியத்துக்காகச் சகல தொழிலாளி மக்களையும் ஒன்று திரட்டி ஒரே சக்தியாகப் பலப்படுத்தி விடுவார்கள் என்பதையோ அவள் நம்பத் துணியவில்லை. இன்றோ ஒவ்வொருவனும் அவனவன் வயிற்றை நிரப்பவே வழி பார்க்கிறான்; அந்தப் பிரச்சினையை நாளை வரை ஒத்தி வைப்பதற்குகூட எவனும் விரும்பவில்லை – இதுதான் அவளுக்குத் தெரியும்.

தொலைவும் துயரமும் நிறைந்த இந்தப் பாதையில் அதிகப் பேர் துணிந்து செல்ல ஒப்பமாட்டார்கள். இறுதியாக எய்தப் போகும் அனைத்து மக்களின் சகோதரத்துவப் பேரரசு எல்லோருடைய கண்களுக்கும் தெரிந்துவிடப் போவதில்லை. எனவேதான் அந்த நல்ல மனிதர்கள் எல்லோரும் அவளுக்குக் குழந்தைகளைப் போலத் தோன்றினார்கள். அவர்களது முகத்தில் மீசை தாடிகள் வளர்ந்திருந்தபோதிலும், சோர்வினால் களைத்து வாடிய முகபாவம் தெரிந்தாலும் அவளைப் பொறுத்தவரை, அவர்கள் சின்னஞ் சிறார்கள்தாம்.

"அட, என் அருமைக் குஞ்சுகளே!" என்று தலையை அசைத்துக் கொண்டு தனக்குத்தானே நினைத்துக்கொண்டாள் அவள்.

இப்போது அவர்கள் அனைவரும் அருமையான, நேர்மையான, தெளிவாற்றல் கொண்ட வாழ்க்கையை நடத்திக் கொண்டிருந்தார்கள்;

அவர்கள் நன்மை செய்வதைப் பற்றிப் பேசினார்கள்; தங்களுக்குத் தெரிந்த விசயங்களைப் பிறருக்கும் கற்றுக் கொடுக்க வேண்டும் என்கிற முயற்சியிலும் தங்களைப் பற்றிய கவலையின்றியும் அவர்கள் முன்னேறினார்கள். இம்மாதிரியான வாழ்க்கையை, அதனது ஆபத்தான சூழ்நிலையைக் கூடப் பொருட்படுத்தாது எப்படி ஒருவர் ஏற்றுக்கொள்ள முடிகிறது என்பதையும் அவள் உணர்ந்து கொண்டாள். தன்னுடைய கடந்த காலத்தின் இருள்செறிந்த வாழ்க்கைப் பாதையை அவள் நினைத்து நினைத்துப் பார்த்து பெருமூச்செறிந்து கொண்டாள். அவளது இதயத்துக்குள்ளே, நான் இந்தப் புதிய வாழ்க்கையில் எவ்வளவு முக்கியத்துவம் பெற்றவள் என்கிற உணர்ச்சியும் சிறுகச் சிறுக வளர ஆரம்பித்தது. இதற்கு முன்பெல்லாம் தன்னை எவருமே விரும்பவில்லை எனக் கருதினாள் அவள். ஆனால், இப்போதோ எத்தனையோ பேருக்குத் தான் தேவைப்படுவதை அவள் கண்கூடாகப் பார்த்தாள். இந்தப் புதிய இன்பகரமான உணர்ச்சி அவளைத் தலை நிமிர்ந்து நடக்கச் செய்தது.

அவள் தொழிற்சாலைக்குள் துண்டுப் பிரசுரங்களை ஒழுங்காகக் கொண்டு சென்று கொண்டிருந்தாள்; அப்படிச் செய்வது தன் கடமை என்று கருதினாள். வேவுக்காரர்கள் அவளைப் பார்த்துப் பார்த்துப் பழகிப் போனார்கள்; எனவே, அவள் மீது அவர்கள் அத்தனை சிரத்தை காட்டவில்லை. எத்தனையோ தடவை அவர்கள் அவளைச் சோதனை போட்டிருக்கிறார்கள்; ஆனால் அவர்கள் சோதனை போடும் நாளெல்லாம் தொழிற்சாலைக்குள் அந்தப் பிரசுரங்கள் தலைகாட்டிப் பரவித் திரிந்த நாளுக்கு மறுநாளாகவே இருந்து வந்தது. அவளிடம் எந்தவிதமான பிரசுரங்களும் இல்லாத நாட்களில் அவள் வேண்டுமென்றே காவல்காரர்களைத் தன்மீது சந்தேகங்கொள்ளுமாறு தானே தூண்டிவிட்டு விடுவாள்; அவர்கள் அவளைப் பிடித்துச் சோதனை போடுவார்கள். அதுதான் சமயம் என்று அவள் அவர்களோடு வாதாடித் தன்னை அவர்கள் இழிவுபடுத்திவிட்டதாகப் பாவனை செய்து கொள்வாள். அவர்களை அவமானப்படுத்தி தனக்கு ஒன்றுமே தெரியாது என்பதை நிரூபித்துக் காட்டிவிட்டு அகன்று செல்வாள் அவள். தன்னுடைய சாமர்த்தியத்தை எண்ணித் தனக்குத்தானே பெருமைப்பட்டுக் கொள்வாள். இது அவளுக்கு ஒரு ஆனந்தமயமான விளையாட்டுப் போல இருந்தது.

நிகலாய் வெஸோவ்ஷிகோவைத் தொழிற்சாலையில் மீண்டும் வேலைக்கு எடுத்துக்கொள்ளவில்லை. மரக் கட்டைகள், விறகு, பலகைகள் முதலியவற்றை ஏற்றுமதி செய்யும் ஒரு மர

வியாபாரியிடம் அவன் வேலைக்கு அமர்ந்தான். அநேகமாக ஒவ்வொரு நாளும் அவன் மரங்களைப் பாரமேற்றிக்கொண்டு செல்வதை, தாய் பார்த்துத்தான் வந்தாள். முதலில் நோஞ்சான் பிறவிகளான ஓர் இணைக் கறுத்த குதிரைகள் வரும். அந்தக் குதிரைகள் தமது பஞ்சடைந்த நொந்துபோன கண்களைத் திருகத் திருக விழித்துக்கொண்டு தலைகளை அசைத்து வெடவெடத்து நடுங்கும். குதிரைகளை அடுத்து, பச்சை மரக்கட்டைகளாவது, அறுத்தெடுத்த பலகைகளாவது ஒன்றோடொன்று மோதியவாறு தரையில் தேய்ந்தபடி வந்து கொண்டிருக்கும். அதற்குப் பக்கத்தில் நிகலாய் வருவான். அவனது கைகள் குதிரைகளின் லகானை வெறுமனே பிடித்துக் கொண்டிருக்கும். நிகலாயின் கால்களில் கனத்த பூட்சுகள் இருக்கும். தொப்பி தலைக்குப் பின்னால் தள்ளிப் போயிருக்கும். மேலும் அவனது ஆடையணிகளும் கிழிந்து பழங்கந்தலாய்ப் போயிருக்கும். உடையெல்லாம் ஒரே புழுதி படிந்து, தரைக்குள்ளிருந்து வெட்டி எடுக்கப்பட்ட மண்ணடைந்து அலங்கோலமாய்த் தோன்றும் தடித்த முண்டுக் கட்டையைப் போலத் தோன்றுவான் அவன். அவனும் அந்தப் குதிரைகளைப் போலவே தலையைத் தொங்கப் போட்டு அசைந்தாடிக் கொண்டு தரையையே பார்த்தவாறு செல்வான். அவனது குதிரைகள் கண்மூடித்தனமாக எதிரே வரும் ஆட்கள் மீதாவது வண்டிகள் மீதாவது சாடி விழுந்து தடுமாறும். அந்த மக்கள் நிகலாயைப் பார்த்து உரத்துக் கூச்சலிடுவார்கள். மானாங்காணியான வசைமொழிகள் குளவிக் கூட்டத்தைப் போல அவனை மொய்த்துப் பிடுங்கும். அவன் அவற்றுக்கு எந்தப் பதிலும் சொல்வதில்லை. நிமிர்ந்தும் பார்ப்பதில்லை. வெறுமனே உரத்தக் கூச்சலிட்டுத் தன் குதிரைகளை முடுக்குவான்:

“போ... முன்னே!”

வெளிநாட்டிலிருந்து புதிதாக வந்த ஒரு பத்திரிகையையோ புத்தகத்தையோ வாசித்துக் காட்டுவதற்காக, அந்திரேய் சமயங்களில் எல்லோரையும் வீட்டுக்கு அழைத்து வருவதுண்டு. அந்தச் சமயங்களில் நிகலாயும் வருவான்; வந்து ஒரு மூலையிலே சென்று உட்காருவான். ஒரு மணியோ, இரண்டு மணியோ, அவன் அப்படியே வாய் பேசாது உட்கார்ந்து வாசிப்பதை மட்டும் கேட்டுக் கொண்டிருப்பான். வாசித்து முடிந்தவுடன், அந்த இளைஞர்கள் காரசாரமான விவாதங்களில் இறங்குவார்கள். அவற்றில் நிகலாய் பங்கெடுத்துக் கொள்வதேயில்லை. எல்லோரும் சென்றபிறகு அவன் மட்டும் பின்தங்கி அந்திரேயோடு தனிமையில் பேசுவான்.

"யாரை அதிகமாகக் குறை கூறுவது?" என்று துயரத்துடன் கேட்பான்.

"குறைகூற வேண்டிய மனிதர்களில் முதன்மையானவன் யார் தெரியுமா? இது என்னுடையது என்று எவன் முதன்முதலாகச் சொன்னானோ, அவன்தான். அந்தப் பயல் செத்துப் போய் எத்தனை ஆயிரம் வருடங்களோ ஆகிவிட்டன. இனி அவன்மீது நாம் பாய்ந்து விழ முடியாது" என்று வேடிக்கையாகப் பதில் சொன்னான் ஹஹோல். எனினும் அவனது கண்களில் உற்சாகம் இல்லை. நிலைகொள்ளாமல் அவை தவித்தன.

"பணக்காரர்கள்? அவர்களைத் தாங்கிப் பிடிக்கும் கூட்டத்தார்? அவர்கள் மட்டும் ஒழுங்கானவர்களா?"

அந்திரேய் தன் தலைமயிரை விரல்களால் உலைத்துவிட்டுக் கொண்டிருந்தான். வாழ்க்கையைப் பற்றியும் மாந்தர்களைப் பற்றியும் விளக்கமான முறையில் விவிரித்துச் சொல்வதற்குரிய எளிய வார்த்தைகளைப் பற்றி யோசித்தவாறே மீசை முனையை இழுத்துவிட்டுக் கொண்டான். ஆனால், அவன் எதைச் சொன்னாலும் சகல மக்களையும் பொதுப்படையான முறையில் குறை கூறுவதுபோலத்தான் இருந்தது. அது நிகலாய்க்குத் திருப்தியளிக்கவில்லை. அவன் தனது தடித்த உதடுகளைக் கப்பென்று மூடியவாறே தலையை அசைப்பான்; 'அது அப்படியல்ல' என்று ஏதாவது முணுமுணுப்பான். கடைசியாக அவன் திருப்தியடையாத கலங்கிய மனத்தோடு விடைபெற்றுக்கொண்டு செல்வான்.

ஒருநாள் அவன் சொன்னான்:

"இல்லை, குற்றம் சாட்டப்பட வேண்டிய மனிதர்கள் இருக்கிறார்கள். அவர்கள் இங்கேயே இருக்கிறார்கள். நான் சொல்கிறேன், கேள். நாமோ வாழ்நாள் முழுதும் தழை படர்ந்த வயல்வெளியைக் கருணையின்றி உழுது தள்ளுவது மாதிரி உழைத்து உழைத்துச் சாக வேண்டியிருக்கிறது!"

"உன்னைப் பற்றி இஸாயும் இதைத்தான் ஒருநாள் சொன்னான்" என்று சொன்னாள் தாய்.

"யார், இஸாயா?" என்று ஒரு கணம் கழித்துக் கேட்டான் நிகலாய்.

"ஆமாம், அவன் ஒரு மோசமான பயல். அவன் எல்லோர் மீதும் ஒரு கண் வைத்திருக்கிறான். எல்லோரைப் பற்றியும் அநாவசியமான கேள்விகளையெல்லாம் கேட்கிறான். அவன் நமது தெருவுக்குள்ளும் வந்து, சன்னல் வழியாக எட்டிப் பார்க்கிறான்."

"என்னது? சன்னல் வழியே எட்டிப் பார்க்கிறானா?" என்று திருப்பிக் கேட்டான் நிகலாய்.

ஆனால், அதற்குள் தாய் படுக்கச் சென்றுவிட்டாள். எனவே அவனது முகத்தை அவள் பார்க்கவில்லை. இருந்தாலும் ஹஹோல் பேசியதைப் பார்த்தால், தான் அந்த விசயத்தை நிகலாயிடம் சொல்லியிருக்கக் கூடாது என்றுதான் அவளுக்குப்பட்டது.

ஹஹோல் அவசர அவசரமாகக் குறுக்கிட்டுச் சொன்னான்: "அவனுக்குப் பொழுது போகாவிட்டால் இப்படி எட்டிப் பார்த்துவிட்டுத்தான் போகட்டுமே..."

"நிறுத்து" என்றான் நிகலாய்; "குற்றம் சாட்டப்பட வேண்டியவர்களில் அவனும் ஒருவன்!"

"அவனை எதற்காகக் குற்றம் கூறவேண்டும்? முட்டாளாக இருப்பதற்காகவா?" என்று அவசரமாகக் கேட்டான் அந்திரேய்.

நிகலாய் பதிலே பேசாமல் எழுந்து சென்றுவிட்டான். ஹஹோல் அறைக்குள்ளே மெதுவாகவும் சோர்வோடும் மேலும் கீழும் நடந்தான். அவனது ஒல்லியான கால்கள் சரசரத்து மெதுவாக நடந்தன. அவன் தனது பூட்சுகளைக் கழற்றிவிட்டு நடந்தான். நடப்பதால் சத்தம் உண்டாகி பெலகேயாவை எழுப்பிவிடக் கூடாது என்று கருதினான். ஆனால் அவளோ தூங்கவில்லை. நிகலாய் சென்றபிறகு அவள் ஆத்திரத்தோடு பேசினாள்:

"அவனைக் கண்டாலே எனக்குப் பயமாகத்தானிருக்கிறது."

"ஹூம்!" என்று முனகினான் ஹஹோல். "ஆமாம். அவன் எப்போதுமே வக்கிர புத்தி கொண்டவனாகவே இருக்கிறான். இனிமேல் அவனிடம் இஸாயைப் பற்றிப் பேச்செடுக்காதீர்கள், அம்மா. இஸாய் உண்மையில் ஓர் ஒற்றன்தான்."

"அதில் ஆச்சரியப்படுவதற்கு என்ன இருக்கிறது?" என்றாள் தாய்; "அவனது நெருக்கமானவர்களில் ஒருவன் ஒரு போலீஸ்காரன்."

"இல்லை. நிகலாய் அவனை வெளுத்து வாங்கி விடுவான்" என்று மேலும் தொடர்ந்து பேசினான் ஹஹோல்; "அதிகாரத்திலே இருக்கும் கனதனவான்கள் இந்தச் சாதாரண மக்களின் மனத்திலே வளர்த்து விட்டிருக்கிற உணர்ச்சிகளைப் பார்த்தீர்களா, அம்மா? நிகலாய் மாதிரி நபர்கள், தமக்கு இழைக்கப்பட்ட தீங்கை உணர்ந்தால், அதனால் தமது பொறுமையையும் இழந்துவிட்டால், என்ன நடக்கும் தெரியுமா? அவ்வளவுதான். வானத்தில் இரத்த வெள்ளம் பரவும்; பூமி ஒரு சோப்பு போல இதில் நுரை தள்ளும்!"

“பயங்கரமாயிருக்கிறது அந்திரியூஷா!” என்று வியந்து போய்ச் சொன்னாள் தாய்.

“ஈக்களை விழுங்கினால் குமட்டத்தான் செய்யும்” என்று ஒரு நிமிஷம் கழித்துச் சொன்னான். அந்திரேய். முதலாளியின் ஒவ்வொரு துளி இரத்தமும், மக்களின் கண்ணீர்க் கடலால் கழுவப்பட்டிருக்கிறது.”

திடீரென அவன் சிரித்தான், பிறகு சொன்னான்:

“இதெல்லாம் உண்மைதான். ஆனால், இதுமட்டும் ஆறுதல் தராது!”

22

ஒரு ஞாயிற்றுக் கிழமையன்று தாய் கடைக்குச் சென்றுவிட்டு, வீட்டுக்குத் திரும்பி வந்ததும் கதவைத் திறந்தாள்; திறந்தவுடனேயே வாசல் நடையில் அப்படியே நின்று விட்டாள்; வேனிற்கால மழையிலே நனைந்து விட்டதைப் போன்ற குதூகலத்தில் முங்கித் திளைத்து தன்னிலை மறந்து அப்படியே நின்று விட்டாள். ஏனெனில், வீட்டினுள் பாவெலின் வலுவான குரல் கேட்டது.

“இதோ அவளும் வந்துவிட்டாளே” என்ற கத்தினான் ஹஹோல். திடீரெனத் திரும்பிய பாவெலின் முகத்தில் ஏதோ ஆறுதல் தரும் உறுதிமிக்க உணர்ச்சி பிரகாசிப்பதாக அவளுக்குத் தோன்றியது.

“வந்துவிட்டான் – வீடு வந்து சேர்ந்துவிட்டான்” என்று அவள் தடுமாறிக் குழறினாள். அவனது எதிர்பாராத வரவினால் அவள் மெய்மறந்து நிலை குழம்பிப்போய் அப்படியே உட்கார்ந்து விட்டாள்.

அவன் தனது வெளிறிய முகத்தை அவள் பக்கமாகக் கொண்டுபோனான். அவனது உதடுகள் துடித்து நடுங்கின. கண்ணின் கடையோரத்தில் ஈரம் பளபளத்துக் கசிந்தது. ஒரு கண நேரம் அவன் எதுவுமே பேசவில்லை. அவளும் அவனை மௌனமாக வெறித்துப் பார்த்தாள்.

ஹஹோல் அவர்களைவிட்டு விலகி வெளி முற்றத்துக்கு வந்து சீட்டியடிக்கத் தொடங்கினான்.

“நன்றி, அம்மா” என்று தணிந்த குரலில் தளதளத்துக் கொண்டே தனது நடுங்கும் விரல்களால் அவளது கரத்தைப் பற்றி அழுத்தினான் பாவெல், “என் அன்பே! மிகுந்த நன்றி.”

அவனது முகத்திலே தோன்றிய உணர்ச்சியையும், சொல்லிலே தொனித்த இனிமையையும் கண்டு புளகாங்கிதம் அடைந்து தன்னை மறந்து போன அந்தத் தாய், மகனின் தலையைத் தடவிக் கொடுத்தாள்; தனது இதயத்தின் படபடப்பைச் சாந்தி செய்ய முயன்றாள்.

"அட, கடவுளே, எனக்கு எதற்காக நன்றி கூறுகிறாய்?" என்றாள் தாய்.

"எங்களது மகத்தான கருமத்தில் நீ ஒத்துழைத்ததற்காக! உனக்கு நன்றி, அம்மா! என்ற திரும்பச் சொன்னான்; "தானும் தன் தாயும் ஒரே மாதிரி உணர்ச்சி கொண்டவர்கள், ஒரே கொள்கை வசப்பட்டவர்கள் என்று ஒருவன் கூறிக் கொள்வது கிடைப்பதற்கரிய பேரானந்தம், அம்மா!"

அவள் மௌனமாக இருந்தாள். அவனது வார்த்தைகளைத் திறந்த மனத்தோடு, ஆர்வத்தோடு அள்ளிப் பருகினாள். தன் முன்னே மிகவும் நல்லவனாக, அன்புருவமாக நின்ற தன் மகனைக் கண்டு வியந்து கொண்டிருந்தாள் தாய்.

"அம்மா, உனக்கு எவ்வளவு சிரமமாயிருந்திருக்கும் என்பது எனக்குத் தெரியும். ஏதேதோ உன் மனத்தைப் பிடித்து இழுத்தது என்பது எனக்குத் தெரியும். நீ எங்கள் கருத்துகளோடு ஒத்துவரமாட்டாய், எங்கள் கருத்துகள் உன் கருத்துகளாக என்றுமே ஆகப்போவதில்லை எனறெல்லாம் நான் நினைத்துப் பார்த்ததுண்டு. ஆனால், நீ உன் வாழ்க்கை முழுவதையும் எப்படிப் பொறுத்துச் சகித்து ஏற்று வந்தாயோ, அதுபோலவே மௌனமாகப் பொறுத்து விடுவாய் என்றுதான் நான் நினைத்தேன். அதுவே எனக்குச் சங்கடமாயிருந்தது."

"அந்திரியூஷா எனக்கு எவ்வளவோ விசயங்களைப் புரிந்துகொள்ள உதவி செய்தான்" என்றாள் அவள்.

"அவன் உன்னைப் பற்றிச் சொன்னான்" என்று கூறிச் சிரித்தான் பாவெல்.

"இகோரும் கூடத்தான். அவனும் நானும் ஒரே ஊர்க்காரர்கள். அந்திரியூஷா எனக்கு எழுதப் படிக்கக்கூடக் கற்றுக் கொடுக்க விரும்பினான்."

"ஆனால் நீ வெட்கப்பட்டுப் போய், யாருக்கும் தெரியாமல் இரகசியமாக எழுதப் படிக்க முனைந்தாய். இல்லையா?"

"அதுகூட அவனுக்குத் தெரியுமா?" என்று வியந்தாள் அவள். தனது இதயத்தில் பொங்கிய ஆனந்தத்தோடு அவள் பாவெலை நோக்கிச் சொன்னாள்:

"அவனை உள்ளே கூப்பிடு. நம்மிருவருக்கும் இடையில் தானும் இருக்க வேண்டாம் என்றுதான் அவன் வெளியே போனான். பாவம், அவனுக்கு என்று ஒரு தாய் இல்லை..."

"அந்திரேய்!" என்று வாசற்கதவைத் திறந்துகொண்டே கூப்பிட்டான் பாவெல்; "நீ எங்கே இருக்கிறாய்?"

"இங்கேதான். கொஞ்சம் விறகு தறிக்க வேண்டும்."

"வா இங்கே!"

அவன் உடனே வந்துவிடவில்லை. சிறிது நேரம் கழித்து சமையல் கட்டுக்குள் வந்து வீட்டு விசயங்களைப் பேசத் தொடங்கினான்:

"நிகலாயிடம் சொல்லி கொஞ்சம் விறகு கொண்டுவரச் சொல்ல வேண்டும். இங்கு விறகு அதிகமில்லை. அம்மா, உங்கள் பாவெலைக் கொஞ்சம் பாருங்களேன். புரட்சிக்காரர்களைத் தண்டிப்பதற்குப் பதிலாக அவர்களை ஊட்டி வளர்த்துக் கொழுக்க வைத்திருக்கிறார்கள் அதிகாரிகள்."

தாய் தனக்குள் சிரித்துக்கொண்டாள். அவள் இன்னும் ஆனந்தத்தில்தான் திளைத்திருந்தாள்; அவளது இதயம் இன்பகரமாகத் துடித்தது என்றாலும் என் மகனை அவனது வழக்கமான அமைதியில் பார்க்க வேண்டும் என்கிற ஆர்வ உணர்ச்சி அவளுக்கு உந்தி எழுந்தது. எல்லாமே அவளுக்கு அதிசயமாக இருந்தது. அவளது வாழ்க்கையில் முதன்முதலாக ஏற்பட்டுள்ள இந்தப் பேரானந்தம் என்றும் எப்போதும், இன்றிருப்பது போலவே, வலிவும் வனப்பும் பெற்று நிலைத்திருக்க வேண்டும் என அவள் விரும்பினாள். அந்தப் பேரானந்தம் எங்கே கரைந்தோடிவிடப் போகிறதோ என்று பயந்து, அவள் அந்த ஆனந்தத்தை வெளியிடாமல் தன்னுள்ளேயே அடக்கிச் சிறை செய்ய முயன்றாள். அபூர்வமான பறவையொன்று எதிர்பாராதவிதமாகக் கண்ணியில் சிக்கிவிட்டால், ஒரு பறவை பிடிப்பவன் அது பறந்துபோய் விடாமல் எப்படி பிடித்து அடைப்பானோ அந்த மாதிரி இருந்தது அவளது பரபரப்பு.

"சரி, நாம் சாப்பிடலாம். நீ இன்னும் ஒன்றும் சாப்பிடவில்லையே, பாஷா?" என்று பரபரப்போடு கேட்டாள் அவள்.

"இல்லை. நேற்றுச் சிறையதிகாரி என்னை விடுதலை செய்யப் போகும் செய்தியைச் சொன்னார். அதிலிருந்து எனக்குச் சாப்பாடும் செல்லவில்லை; தண்ணீர்கூட இறங்கவில்லை" என்றான் பாவெல்.

தொ.மு.சி. ரகுநாதன்

“சிறையைவிட்டு வெளியே வந்ததும் முதன்முதல் நான் சந்தித்தது சிஸோவைத்தான்” என்று தொடர்ந்து பேச ஆரம்பித்தான் பாவெல். “என்னைக் கண்டவுடன் வரவேற்றுப் பேசுவதற்காக அவன் தெருவைக் கடந்து வந்தான். நான் அவனை எச்சரிக்கையாய் இருக்கும்படி சொல்லிவைத்தேன். இப்போது தான் நான் ஒரு பயங்கர ஆசாமியாச்சே! அதிலும் போலீஸ் கண்காணிப்பிலுள்ள ஆசாமி. ‘சரி அந்தக் கவலை வேண்டாம்’ என்றான் அவன். அவனுடைய மருமகனைப் பற்றி அவன் விசாரித்ததை நீ கேட்டிருக்க வேண்டும், ‘பியோதர் ஒழுங்காக இருக்கிறான் அல்லவா?’ என்று கேட்டான். சிறையில் எப்படியப்பா ஒழுங்காக இருப்பது? என்றேன் நான். ‘சரி, அவன் தன் தோழர்களுக்கு எதிராக ஏதாவது உளறிக் கொட்டுகிறானா?” என்று கேட்டான் சிஸோவ். பியோதர் ரொம்பவும் நல்லவன், யோக்கியன், புத்திசாலி என்று நான் சொன்னேன். உடனே அவன் தன் தாடியைத் தடவிக் கொடுத்துக்கொண்டு; ‘எங்கள் குடும்பத்தில் மோசமானவர்கள் பிறப்பதில்லை!’ என்று பெருமையோடு சொல்லிக்கொண்டான்.

“அந்தக் கிழவனுக்கும் மூளை இருக்கிறது” என்று தலையை அசைத்துக்கொண்டே சொன்னான் ஹஹோல். “அவனோடு நான் எத்தனையோ முறை பேசியிருக்கிறேன். ரொம்ப நல்லவன். சரி, அவர்கள் பியோதரையும் சீக்கிரம் விடுதலை செய்யப் போகிறார்களா?”

“எல்லோரையுமே விட்டுவிடுவார்கள் என்றுதான் நினைக்கிறேன். அந்தக் கிழட்டு இஸாய் சொல்லும் சாட்சியத்தைத் தவிர, அவர்களுக்கு எதிராக எந்தச் சாட்சியமும் கிடையாது. அவன்தான் அப்படி என்ன சொல்லிவிடப் போகிறான்?”

மகனின் மீது தன் பார்வையைச் செலுத்தியவாறே தாய் அங்குமிங்கும் நடமாடிக் கொண்டிருந்தாள். அந்திரேய் தன்னிரு கைகளையும் பிடரியில் கோத்துக்கொண்டு சன்னலுக்கு நேராக நின்று, பாவெல் சொல்வதையெல்லாம் கேட்டுக் கொண்டிருந்தான். பாவெல் அங்குமிங்கும் உலவினான். அவனுக்குத் தாடி அதிகம் வளர்ந்து போயிருந்தது. அழகான கருமயிர்ச் சுருள்கள் கன்னம் இரண்டிலும் சுருண்டு வளர்ந்து அவனது கரிய சருமத்தை இதப்படுத்திக் காண்பித்தன.

“உட்காருங்கள்” என்று சாப்பாட்டைக் கொண்டு வந்தவாறே சொன்னாள் தாய்.

சாப்பிடும்போது அந்திரேய், பாவெலிடம் ரீபினைப் பற்றிச் சொன்னான்; அவன் பேசி முடித்ததும் பாவெல் வருத்தத்தோடு பதிலுரைத்தான்:

"நான் மட்டும் இங்கிருந்தால், அவனை நான் போக விட்டிருக்க மாட்டேன். அவன் செல்லும்போது என்னத்தைக் கொண்டு போனான்? மனக்கசப்பையும் மனக் குழப்பத்தையும்தான் சுமந்து சென்றான்."

"சரி. ஆனால் ஒரு மனிதன் நாற்பது வயதை எட்டிய பிறகு, அத்தனை காலமும் தன் இதயத்துக்குள்ளே வேண்டாத விசயங்களோடு முண்டி முண்டிப் போராடிக் கொண்டிருந்த பிறகு, அவனைச் சீர்திருத்தி வழிக்குக் கொண்டுவருவது என்ன, லேசுபட்ட காரியமா?" என்று சிரித்துக்கொண்டே சொன்னான் ஹஹோல்.

அவர்கள் விவாதிக்க ஆரம்பித்தார்கள். அந்த விவாதத்தில் வார்த்தைகள்தான் மலிந்திருந்தனவாகத் தோன்றியதே ஒழிய, அதிலிருந்து எந்த விசயத்தையும் தாயால் கிரகித்துக்கொள்ள இயலவில்லை. சாப்பாடு முடிந்தது. என்றாலும் அவர்கள் இருவரும் ஒருவருக்கொருவர் தடபுடலான வார்த்தை அலங்காரத்தோடு வாதாடிக் கொண்டிருந்தார்கள். சில சமயங்களில்தான் அவர்கள் தெளிவாகவும் எளிமையாகவும் பேசினார்கள்.

"நாம் நமது கொள்கையில் ஓரடிகூடப் பின்வாங்காது நிலைத்து நின்று முன்னேற வேண்டும்" என்று உறுதியோடு சொன்னான் பாவெல்.

"ஆமாம். நம்மையெல்லாம் தங்களது எதிரிகள் என்று கருதும் பல்லாயிரங்கோடி மக்களிடையே நாம் கண் மூடித்தனமாக முன்னேற வேண்டும். இல்லையா?..."

அவர்கள் விவாதித்துக் கொள்வதைக் கேட்ட தாய்க்கு, ஒன்று மட்டும் புரிந்தது. விவசாய மக்களால் எந்தவிதப் பயனும் இல்லையென்பது பாவெலின் கட்சி. எது உண்மை, எது நியாயம் என்பதை முஜீக்குகளுக்கும் கற்றுக் கொடுக்க முயலத்தான் வேண்டும் என்பது ஹஹோலின் கட்சி. அவளுக்கு அந்திரேயின் வாதம்தான் புரிந்தது. அவன்தான் உண்மையோடு ஒட்டி நிற்பதாக அவளுக்குத் தோன்றியது. எனவே, அவள் பாவெலிடம் பேசத் தொடங்கும் போதெல்லாம் அவள் ஆர்வத்தோடும் பாதுகாப்புணர்ச்சியோடும் அவன் பேச்சைக் கவனித்துக் கேட்டாள். ஹஹோலின் பேச்சு பாவெலைப் புண்படுத்தி விடவில்லை என்பதைத் தன் மகனது பதிலைக் கொண்டுதான் தெரிந்துகொள்ள முடியும் என்று கருதி, மகனது பதிலுக்காக மூச்சுக்கூட விடாமல் காத்திருந்து பார்த்தாள்

தாய். ஆனால், அவர்கள் இருவரும் ஒருவர் பேச்சை ஒருவர் விபரீதமாகவோ குற்றமாகவோ கருதாமல் காரசாரமாக இருவரும் கத்திக் கொண்டிருந்தார்கள்.

சமயங்களில் தாய் தன் மகனைப் பார்த்துச் சொல்லுவாள்:

"அப்படியா பாவெல்?"

அவனும் ஒரு சிறு புன்னகையோடு பதிலளிப்பான்:

"ஆமாம். அப்படித்தான்."

"ஆஹா, என் அன்பே" என்ற சிநேக பாவமான கிண்டலோடு பேசத் தொடங்கினான் ஹஹோல். "கனவானே, நீங்கள் வயிறு முட்டச் சாப்பிட்டிருக்கிறீர்கள். ஆனால், நன்றாக அசைபோட்டுத்தான் தின்னவில்லை. அதனால், தொண்டைக்குழியில் ஏதோ கொஞ்சம் ஒட்டிக் கொண்டிருக்கிறது; முதலில் அதைக் கழுவித் துடைத்துவிட்டு வருக."

"என்னை அசடாக்கப் பார்க்காதே" என்றான் பாவெல்.

"விளையாட்டில்லை அப்பனே!" தாய் சிரித்தவாறே, தலையை ஆட்டிக்கொண்டாள்.

23

வசந்தம் வந்தது; பனிப்பாறைகள் உருகி வழிந்தோட ஆரம்பித்தன; மீண்டும் சேறும் புழுதியும் நிறைந்த தரை மட்டும் மிஞ்சியது. நாளுக்குநாள் மிகத் தெளிவாகத் தெரிய ஆரம்பித்தது; அந்தக் குடியிருப்பு முழுவதுமே கழுவப் பெறாமல், கந்தல் கந்தலாகிப்போன துணிகளால் போர்த்தப்பட்டிருப்பது போலத் தோன்றியது. பகல் நேரங்களில் கூரைச் சரிவுகளிலிருந்து தண்ணீர் சொட்டும்; பாசி படிந்து அழுக்கேறிப்போன சுவர்களில் வேர்வை பூத்து வடிவதைப்போல், நீர் ஆவியாக மாறிப் பரவும். இரவு நேரங்களில் துளித்துளிப் பனித்துண்டுகள் வெள்ளை வெளேரென்று மின்னிக் கொண்டிருக்கும். சூரியனை அடிக்கடி பார்க்க முடிந்தது. வழக்கம்போல் சாக்கடைச் சிற்றோடைகள் குட்டைகளை நோக்கி முணுமுணுத்துக்கொண்டு ஓட ஆரம்பித்தன.

மே தினக் கொண்டாட்டத்துக்கான ஏற்பாடுகள் ஆரம்பாகிவிட்டன.

அந்தப் புதிய தினத்தின் முக்கியத்துவத்தை விளக்கும் துண்டுப் பிரசுரங்கள் குடியிருப்பிலும் தொழிற்சாலையிலும்

சிதறிப் பரவின. அந்தப் பிரச்சாரத்தால் பாதிக்கப்படாமலிருந்த இளைஞர்கள் கூட, அந்தப் பிரசுரங்களைப் படித்துவிட்டுத் தமக்குள் பேசிக்கொண்டார்கள்:

"ஆமாம். நாமும் ஏதாவது செய்யத்தான் வேண்டும்."

"நாள் நெருங்கிவிட்டது!" என்று வறட்டுப் புன்னகையோடு சொன்னான் வெஸோவ்ஷிகோவ்; "நாம் ஒருவருக்கொருவர் கண்ணாமூச்சி விளையாடியது போதுமப்பா, போதும்."

பியோதர் மாசின் ஒரே உத்வேக சித்தனாயிருந்தான். மிகவும் மெலிந்து போயிருந்த அவனது நடுக்கம் நிறைந்த அசைவுகளும் பேச்சுகளும் கூண்டிலே அடைப்பட்டுள்ள வானம்பாடியை நினைவூட்டின. மௌனமே உருவான யாகவ் சோமவும் அவனோடு எப்போதும் சுற்றித் திரிந்தான்; அவனிடம் காணும் அழுத்தம் வயதுக்கு மீறியதாய்த் தோன்றியது. சிறை வாசத்தால் தலைமயிரில் பழுப்புக்கண்ட சமோய்லவ், வசீலி கூஸெவ், புகின், திராகுனவ் முதலியவர்களும் வேறு சிலரும் ஆயுதம் தாங்கிய ஆர்ப்பாட்டம நடத்த வேண்டும் என வற்புறுத்தினார்கள். ஆனால் பாவெல், ஹஹோல், சோமவ் முதலியோர் அந்த யோசனையை நிராகரித்தார்கள்.

களைத்துச் சோர்ந்து விதிர் விதிர்த்துக் கொண்டிருந்த இகோர் வேடிக்கைப் பேச்சை ஆரம்பித்து விட்டான்.

"தோழர்களே! இன்று நடைமுறையிலிருக்கும் சமுதாய அமைப்பை மாற்றியமைப்பது ஒரு மகத்தான சாதனைதான். ஆனால், அந்தப் போராட்டத்தின் வெற்றிக்கு அறிகுறியாக, நான் ஓர் இணை புது பூட்சுகள் வாங்கப் போகிறேன்" என்ற நனைந்து கிழிந்து பழசாய்ப் போன தனது செருப்புகளைக் காட்டிக்கொண்டே பேசினான் அவன். "என்னுடைய ரப்பர் செருப்புகளும் செப்பனிட்டுச் சீர்படுத்த முடியாத அளவுக்குப் பிய்ந்து போய்விட்டன; எனவே தினம் தினம் என் கால்கள் ஈரமாவதுதான் மிச்சமாயிருக்கிறது. பழைய சமுதாய அமைப்பைப் பகிரங்கமாக எதிர்த்துப் போராடுகிற வரையிலும் நான் சாகமாட்டேன். நான் செத்து மண்ணோடு மண்ணாகப் போக விரும்பவில்லை. எனவே, நாம் ஆயுதம் தாங்கி ஆர்ப்பாட்டம் நடத்த வேண்டும் என்கிற தோழர் சமோய்லவின் ஆலோசனையை நான் நிராகரிக்கிறேன். அதற்குப் பதிலாக, நான் ஒரு திருத்தப் பட்டியலைக் கொண்டுவருகிறேன். முதன் முதலில் நான் என் கால்களில் ஒரு இணை புது பூட்சுகளை ஆயுதம்போலத் தரித்துக் கொள்கிறேன். நாமெல்லோரும் கண்மூடித்தனமாகப் போராட முனைவதைவிட இப்படிப்பட்ட நடவடிக்கை – அதாவது

நான் பூட்ஸ் தரித்துக்கொள்ளும் நடவடிக்கை – சோஷலிசத்தின் வெற்றியைத் துரிதப்படுத்தும் என்பது எனது அசைக்க முடியாத, தீர்மானமான நம்பிக்கை!"

இந்த மாதிரியான வேடிக்கைப் பேச்சோடு பேச்சாய், அன்னிய நாடுகளில் மக்கள் எப்படித் தங்கள் வாழ்க்கையைச் சுலபமாக்கிக்கொள்ளப் போராடுகிறார்கள் என்பதையும் அவன் அவர்களுக்கு எடுத்துச் சொன்னான். அவனது பேச்சு தாய்க்கு மிகவும் பிடித்திருந்தது. அவள் மனத்தில் ஏதோ ஓர் அதிசயப் பற்றுதல் உண்டாயிற்று. பொறாமையும் குரோதமும் வஞ்சகமும் கொடுமையும் நிறைந்து, தொந்தி தள்ளிப் போன சிவந்த மூஞ்சிக்காரர்கள்தாம் மக்களைக் கொடுமைப்படுத்தி, அவர்களை ஏமாற்றிப் பிழைத்து வரும் பரம வைரிகள் என்று அவளுக்குத் தோன்றியது. ஆட்சியாளரின் கொடுமையால் நசுக்கப்பட்டுக் கிடக்கும் மக்களை அவர்கள் மன்னனுக்கு எதிராகத் துண்டிவிடுவார்கள். மக்கள் மன்னனை எதிர்த்துப் போராடிக் கவிழ்த்தவுடனே இந்தக் குள்ள மனிதர்கள் மக்களைச் சாமர்த்தியமாக ஏமாற்றி அதிகாரத்தைத் தாங்களே கைப்பற்றிக்கொள்வார்கள். மக்களை விரட்டியடிப்பார்கள்; மக்கள் எதிர்த்துப் போராட முனைந்தால் அவர்களை ஆயிரம் ஆயிரமாகக் கொன்று குவிப்பார்கள்.

ஒருநாள் தாய் தனது தைரியத்தையெல்லாம் சேகரித்துக்கொண்டு, இகோரின் பேச்சுகளால் தன் மனத்தில் தோன்றியுள்ள கற்பனைச் சித்திரத்தை அவனிடம் விளக்கிக்கூற முனைந்தாள்.

"நான் சொல்வது சரிதானே இகோர்?" என்று அசட்டுச் சிரிப்போடு கேட்டாள்.

அவன் கடகடவென்று சிரிக்கத் தொடங்கினான்; சிரிக்கும் போது அவனது கண்மணிகள் உருண்டு புரண்டன. மூச்சு வாங்கும்போது அவன் நெஞ்சைத் தடவிக் கொடுத்துக் கொண்டான்.

"அப்படித்தான், அம்மா, அப்படித்தான்! சரித்திரத்தின் உயிர் நாடியையே நீங்கள் தொட்டுவிட்டீர்கள். நீங்கள் சொன்ன சித்திரம் இருக்கிறதே, அதில் கொஞ்சம் ஒட்டு வெட்டு வேலை செய்து மிகைப்படுத்தி அலங்காரம் பண்ணி விட்டீர்கள் என்றாலும் நீங்கள் சொன்னவற்றிலெல்லாம் உண்மை இருக்கத்தான் செய்கிறது. இந்தத் தொந்தி விழுந்த குள்ள மனிதர்கள் இருக்கிறார்களே, இவர்கள் தான் மகா பாதகர்கள், மக்களை உறிஞ்சி உறிஞ்சி உயிர் வாழும் நஞ்சுள்ளபாம்புகள். பிரெஞ்சுக்காரர்கள் இவர்களை பூர்ஷ்வா என்று சொல்வது ரொம்ப சரி; ரொம்பப் பொருத்தம். பூர்ஷ்வா என்றால் ஒன்றும் அறியாத பாமர மக்களை அடித்துச் சுரண்டி

அவர்களது இரத்தத்தையே உறிஞ்சிக் குடிப்பவர்கள் என்று பொருள்."

"நீங்கள் பணக்காரர்களைத்தானே சொல்கிறீர்கள்?" என்று கேட்டாள் தாய்.

"அவர்களையேதான். அதுதான் அவர்களது கெட்டவாய்ப்பு! ஒரு சின்னஞ்சிறு குழந்தையின் உணவில் தாமிரத்தைக் கொஞ்சங்கொஞ்சமாகச் சேர்த்து ஊட்டி வந்தால், அந்தத் தாமிரம் அந்தப் பிள்ளையின் எலும்புகளின் வளர்ச்சியைப் பாதிக்கிறது. அந்தப் பிள்ளை குள்ளப் பிறவியாகவே போய் விடுகிறது. ஆனால் ஒருவனை தங்கம் என்கிற விசத்தை ஊட்டி வளர்த்தாலோ? அப்போது அவன் இதயமே குன்றிக் குறுகி உணர்ச்சியற்றுச் செத்துப் போய்விடும்; பிள்ளைகள் ஐந்து காசுக்கு வாங்கி விளையாடுகிறார்களே ரப்பர் பந்து, அந்த மாதிரிப் போய்விடும்!"

ஒரு நாள் இகோரைப் பற்றி அவர்கள் பேசிக் கொண்டிருக்கும்போது பாவெல் சொன்னான்:

"அந்திரேய்! உண்மை என்ன தெரியுமா? எந்த மனிதன் சிரித்துச் சிரித்து விளையாட்டாய்ப் பேசுகிறானோ, அவனது இதயத்தில்தான் வேதனை இருந்துகொண்டே இருக்கிறது. இதுதான் வழக்கம்."

ஹஹோல் பதில் சொல்வதற்கு ஒரு கணம் தயங்கினான்; கண்களைச் சுருக்கி விழித்தான்.

"நீ சொல்கிறபடி பார்த்தால், ருஷ்ய தேசம் முழுவதுமே சிரித்துச் சிரித்து வயிறு வெடித்துச் சாகத்தான் வேண்டும்!"

நதாஷா வந்து சேர்ந்தாள். அவளும் சிறையிலிருந்துதான் வந்தாள். ஆனால், வேறு ஒரு நகரிலுள்ள சிறையில் இருந்தாள். சிறை வாசம் அவளை எந்தவிதத்திலும் மாற்றி விட்டதாகத் தெரியவில்லை. அவளது முன்னிலையில் ஹஹோல் வழக்கத்துக்கு மீறிய உற்சாகத்துடன் நடந்து கொள்வதாகத் தாய்க்குத் தோன்றியது. அவன் ஒவ்வொருவரையும் கேலியும் கிண்டலுமாகப் பேசினான்; அவளை வாய்விட்டுக் கலகலவென்று சிரிக்க வைத்தான். ஆனால், அவள் சென்ற பிறகு, அவன் தனது வழக்கமான சோக கீதத்தைச் சீட்டியடித்துக்கொண்டு, கால்களை இழுத்து இழுத்துப் போட்டு அறைக்குள் குறுக்கும் மறுக்கும் நடக்கத் தொடங்கினான்.

சாஷாவும் அடிக்கடி வந்துகொண்டிருந்தாள். அவள் வரும் போதெல்லாம் புருவங்களைச் சுழித்தபடி ஒரே பரபரப்போடுதான் வருவாள். என்ன காரணத்தாலோ அவளது முகபாவம் எப்போது

பார்த்தாலும் ஒரே வக்கிரமும் முறைப்பும் கொண்டதாகவே இருந்தது.

ஒருமுறை அவளை வழியனுப்பிவிட்டு வருவதற்காக பாவெல் வாசல் நடை வரைக்கும் போனான்; போகும்போது அவன் கதவைச் சாத்தாமல் விட்டுவிட்டுப் போனதால் அவர்கள் வெளியே பேசிக்கொண்ட பேச்சு, தாயின் காதிலும் விழுந்தது.

"நீங்கள் தான் கொடியைச் சுமந்து கொண்டுபோகப் போகிறீர்களா?" என்று கேட்டாள் சாஷா.

"ஆமாம்."

"முடிவாகி விட்டதா?"

"ஆம், அது என் உரிமை."

"மீண்டும் சிறைக்குப் போகவா?"

பாவெல் பதில் பேசவில்லை.

"நீங்கள் போகாமலிருக்க முடியாதா..." என்று ஆரம்பித்தாள் அவள்; ஆனால், வார்த்தை தடைபட்டது.

"என்னது?"

"இல்லை. அந்தப் பொறுப்பை வேறு யாருக்காவது விட்டுவிடுங்களேன்."

"இல்லை" என்று உறுதியாகச் சொன்னான் அவன்.

"நன்றாக யோசியுங்கள். உங்களுக்கு எவ்வளவு செல்வாக்கு இருக்கிறது. எல்லோரும் உங்களை விரும்புகிறார்கள். நஹோத்காவும் நீங்களும் மக்களிடையே மிகவும் பிரசித்தி பெற்றவர்கள். நீங்கள் வெளியில் இருந்தால், எவ்வளவு நல்ல காரியங்களைச் செய்ய முடியும் என்பதைச் சிந்தித்துப் பாருங்கள். ஆனால் கொடியைத் தாங்கி நீங்கள் சென்றால், அவர்கள் நிச்சயம் உங்களைக் கைது செய்வார்கள்; வெகு தூரத்துக்கு, வெகு காலத்துக்கு நாடு கடத்தி விடுவார்கள்!"

அந்தப் பெண்ணின் குரலிலிருந்த பயபீதியையும் தாபத்தையும் தாயால் உணர முடிந்தது. சாஷாவின் வார்த்தைகள் அவளது இதயத்தில் பனித் துளிகளைப்போல் குளிர்ந்து விழுந்தன.

"இல்லை. நான் யோசித்தாகிவிட்டது. எதுவும் என் உறுதியை மாற்றிவிட முடியாது" என்றான் பாவெல்.

"நான் கெஞ்சிக் கேட்டால் கூடவா?"

பாவெலின் குரல் திடீரென்று உத்வேகமும் கரகரப்பும் பெற்றது.

"நீங்கள் இது மாதிரி பேசக்கூடாது. உஹூம். இப்படி பேசக் கூடாது நீங்கள்!"

"நானும் மனிதப் பிறவிதானே!" என்று மெதுவாகக் கூறினாள் அவள்.

"ஆமாம். அதிசயமான மனிதப் பிறவி!" என்று அவளைப் போலவே மெதுவாய்ச் சொன்னான் அவன்; எனினும் அவனுக்குத் தொண்டை அடைபடுவது போலிருந்தது. "நீங்கள் எனக்கு மிகவும் பிரியமானவர். அதனால்தான் – அதனால்தான் – இந்த மாதிரி நீங்கள் பேசக் கூடாது!"

"சரி, வருகிறேன்" என்றாள் அவள்.

அவளது காலடியோசையின் போக்கிலிருந்து அவள் அவசர அவசரமாய் ஓடுகிறாள் என்பதைத் தாய் உணர்ந்து கொண்டாள். பாவெல் அவளைத் தொடர்ந்து வெளி முற்றத்துக்குச் சென்றான்.

தாயின் இதயம் பயத்தால் குன்றிக் குறுகி வேதனைப்பட்டது. அவர்கள் எதைப்பற்றிப் பேசிக் கொண்டார்கள் என்பது அவளுக்குப் புரியவில்லை. என்றாலும் தன்னைப் பொறுத்தவரையில் தனக்கு ஒரு பேராபத்து விளையப்போகிறது என்பதை மட்டும் அவள் மனதுக்குள் உணர்ந்தாள்.

"அவன் என்னதான் செய்ய விரும்புகிறான்?"

பாவெல் அந்திரேயோடு வந்து சேர்ந்தான்.

"ஐயோ, இஸாய், இஸாய்! அவனை என்னதான் செய்வது?" என்று தலையை அசைத்துக்கொண்டே சொன்னான் ஹஹோல்.

"இந்த மாதிரிக் காரியத்தைக் கைவிட்டுவிட வேண்டும் என்று நாம் அவனை ஒருமுறை எச்சரிக்கத்தான் வேண்டும்" என்று முகத்தைச் சுழித்தவாறு சொன்னான் பாவெல்.

"பாவெல் நீ என்ன திட்டம் போடுகிறாய்?" என்று தலையைத் தாழ்த்திக்கொண்டு கேட்டாள் தாய்.

"எப்போது? இப்போதா?"

"மே முதல்... முதல் தேதிக்கு!"

"அதுவா?" என்று குரலைத் தாழ்த்திக்கொண்டு சொல்லத் தொடங்கினான் பாவெல். "நான் கொடியைத் தாங்கிக்கொண்டு, அணிவகுப்புக்குத் தலைமை தாங்கிச் செல்லப் போகிறேன். இந்தக்

காரணத்துக்காக, அவர்கள் மீண்டும் என்னை ஒரு வேளை சிறையில் தள்ளுவார்கள்.”

தாயின் கண்களில் குத்தல் எடுத்தது; வாய் உலர்ந்து வறண்டது. பாவெல் அவள் கரத்தைப் பிடித்தெடுத்துத் தடவிக் கொடுத்தான்.

“அம்மா! இதை நான் செய்யத்தான் வேண்டும். என்னை உனக்குப் புரியவில்லையே, அம்மா!”

“நான் எதுவுமே சொல்லவில்லை, அப்பா!” என்று தலையை லேசாக நிமிர்த்தியவாறு சொன்னாள் அவள். ஆனால், அவனது கண்களிலுள்ள உறுதி நிறைந்த ஒளியை அவளது கண்கள் சந்தித்தன, அவள் மீண்டும் தலையைக் குனிந்து கொண்டாள்.

அவன் பெருமூச்செறிந்தான்; அவள் கரத்தை நழுவவிட்டான்.

“நீ இதைக் கண்டு வருத்தப்பட கூடாது, அம்மா. சந்தோசப்பட வேண்டும்” என்று அவன் கண்டிக்கும் பாவனையில் பேச ஆரம்பித்தான். “மரணத்தை நாடிச் செல்லும் தங்கள் மைந்தர்களை, புன்னகையோடு வழியனுப்பி வைக்கும் தாய்மார்கள் என்றைக்குத் தோன்றப் போகிறார்கள் அம்மா!”

“அடடே! உபதேசிகர் வந்து விட்டாரடா..!” என்று முனகினான் ஹஹோல்.

“நான்தான் எதுவுமே சொல்லவில்லையே” என்று திரும்பச் சொன்னாள் தாய். நான் உன் வழியில் குறுக்கே நிற்கவில்லை; ஆனால், எனக்குச் சங்கடமாயிருக்கும்போது, நான் ஒரு தாய்போல நடந்து கொள்வதைத் தடுக்க முடியாது...”

அவன் அவளைவிட்டு விலகிச் சென்றான்; அவனது வார்த்தைகளின் குத்தலை உணர்ந்தாள் அவள்.

“ஒரு மனிதன் தன் விருப்பப்படி வாழ்வதற்குக் கூட, குறுக்கே நிற்கிறது ஒருவகைப் பாசம்!”

“இல்லை, பாஷா. அப்படிச் சொல்லாதே” என்று அவள் நடுங்கிக்கொண்டு சொன்னாள். அவன் மேற்கொண்டு ஏதாவது கூறி, தன் இதயத்தைப் புண்படுத்திவிடக் கூடும் என அவள் பயந்தாள்; “எனக்குப் புரிகிறது. நீ வேறு ஒன்றுமே செய்யமுடியாது. உன் தோழர்களுக்காக, நீ இப்படிச் செய்யத்தான் வேண்டும்...”

“இல்லை, எனக்காகவேதான்!” என்றான் அவன்.

அந்திரேய் வாசல் நடைக்கு வந்தான். வாசல் நடை அவன் உயரத்துக்குச் சிறிதாக இருந்ததால், அவன் தன் கால்களை ஓரளவுக்குச் சரித்து நின்று கொண்டான்; கதவு நிலையிலேயே

தோளைச் சாய்த்து, மற்றொரு தோளையும் தலையையும் முன்புறமாக நீட்டிக்கொண்டு நின்றான்.

"மகாப்பிரபு! இந்த எண்ணத்தைக் கைவிடுவதால் ஒன்றும் குடிமுழுகப் போவதில்லை" என்று தனது அகன்ற கண்களை பாவெலின் மீது பதித்துப் பார்த்துக்கொண்டே சொன்னான் அவன். ஏதோ ஒரு கல்லிடுக்கிலிருந்து எட்டிப் பார்க்கும் பல்லியைப் போலிருந்தது அவன் நின்ற நிலை.

தாயோ அழுது கொட்டத் தயாராக நின்றாள்.

"அட கடவுளே, மறந்து விட்டேனே" என்று சொல்லிக்கொண்டே அவள் வாசல் நடையைக் கடந்து வெளியே வந்தாள். தான் அழுவதைத் தன் மகன் பார்த்துவிடக் கூடாது என்று தான் அவள் அப்படிச் செய்தாள். வெளியே வந்ததும் அவள் ஒரு மூலையில் தலையைச் சாய்த்துக்கொண்டு வெளியில் தெரியாமல் பொருமிப் பொருமி அழுதாள். அவளது இதயத்தின் செங்குருதியே அவளது கண்ணீரோடு கலந்து கொட்டிப் பெருகுவதுபோல் அவள் உணர்ந்தாள்.

மூடியும் மூடாமலும் கிடந்த கதவின் வழியாக அவர்கள் இருவரும் தணிந்த குரலில் விவாதித்துக் கொண்டிருப்பது அவள் காதில் விழுந்தது.

"இது என்னப்பா வேலை? அவளைத் துன்புறுத்துவதில் உனக்கொரு ஆனந்தமா?" என்று கேட்டான் ஹஹோல்.

"இதுபோல் பேச உனக்கு உரிமை கிடையாது" என்று கத்தினான் பாவெல்.

"சரிதான். நீ உன்னை ஒரு முட்டாளாக்கிக் கொண்டிருப்பதை நான் மூச்சுக்காட்டாமல் பார்த்துக் கொண்டிருந்தால், நான் அருமையான நண்பன் தானப்பா. நீ ஏன் அப்படிச் சொன்னாய்? உனக்கு எதுவுமே புரியாதோ?"

"அதெல்லாமில்லை, எதுவானாலும் சரி. வெட்டு ஒன்று துண்டு இரண்டு என்று கறாராய்ச் சொல்லிவிட வேண்டும்; பயப்படக் கூடாது."

"அவளுக்குக் கூடவா?"

"எல்லோருக்கும் தான்! பாசமாகட்டும், நேசமாகட்டும். அது என் காலைக் கட்டி என்னை முன்னேறவிடாமல் தடுக்குமானால், அவற்றை நான் விரும்பவே இல்லை..."

“அடடா! வீராதி வீரன்! போய் மூக்கைத் துடைத்துக்கொள். இதையெல்லாம் சாஷாவிடம் போய்ச் சொல். அவள்தான்...”

“அவளிடம் ஏற்கெனவே சொல்லியாயிற்று!”

“சொல்லிவிட்டாயா? பொய் சொல்கிறாய். நீ அவளிடம் மிருதுவாகப் பேசினாய். அன்போடு பேசினாய். நான் கேட்காவிட்டாலும் எனக்கு அது தெரியும். ஆனால், நீ உன் சூரத்தனத்தையெல்லாம் உன் தாயிடம் வந்து காட்டுகிறாய்! ஆனால், உன் சண்டப்பிரசண்டமெல்லாம் சல்லிக் காசுக்குப் பயனில்லை.”

பெலகேயா தன் கன்னங்களில் வழிந்தோடிய கண்ணீரைத் துடைத்துக்கொண்டாள். ஹஹோல் ஏதாவது கடுமையாகப் பேசிவிடப் போகிறானோ என்கிற பயத்தில் அவள் அவசர அவசரமாகக் கதவைத் திறந்துகொண்டு சமையலறைக்குள் வந்தாள்.

“புர்.. ர்..! அப்பப்பா! என்ன குளிர்?” என்று சத்தமாகச் சொன்னாள். எனினும் அவள் குரலில் பயமும் சோகமும் கலந்து நடுங்கிற்று. “இதை வசந்த காலம் என்றே சொல்ல முடியாது!”

அடுத்த அறையிலே கேட்டுக் கொண்டிருக்கும் பேச்சுக் குரலை மூழ்கடிப்பதற்காக அவள் சட்டியையும் பெட்டியையும் அப்படியும் இப்படியும் உருட்டி அரவம் உண்டாக்கிக் கொண்டிருந்தாள்.

“எல்லாமே மாறிப்போய் விட்டது” என்று அவள் மேலும் உரத்த குரலில் பேசத் தொடங்கினாள், “மக்கள் புழுங்கித் தவிக்கிறார்கள்; தட்பவெட்பம் என்னவோ குளிர்ந்து வெடவெடக்கிறது. இந்த மாதத்திலெல்லாம் சூரிய வெப்பம் உறைப்பதுதான் வழக்கம். நல்ல வெயிலும், நிர்மலான வானமும்...”

பேச்சுக் குரல் நின்றுவிட்டது. எனவே தாய் சமையலறையின் மத்தியில் வந்து நின்றுகொண்டு, என்ன நடக்கிறது என்று காது கொடுத்துக் கேட்டுத் தெரிந்துகொள்ள விரும்பினாள்.

ஹஹோல் மீண்டும் மெதுவாகப் பேசினான்: “நீ அதைக் கேட்டாயா? இதற்குள்ளாகவே உன் புத்தியில் பட்டிருக்க வேண்டும். அதைவிட்டுத் தள்ளு! உன்னைவிட அவளுக்குப் புத்தி அதிகம், தெரிந்ததா?”

“கொஞ்சம் தேநீர் சாப்பிடுங்களேன்” என்று நடுநடுங்கும் குரலில் கேட்டாள் தாய். தன் குரலில் தோன்றிய நடுக்கத்தை உடனடியாய் மழுப்புவதற்காக; “அப்பப்பா! நான் ஒரேயடியாய் விறைத்தே போனேன்!” என்று சொல்லிக்கொண்டாள்.

பாவெல் அவளிடம் மெதுவாகப் போய்ச் சேர்ந்தான். அவனது தலை தொங்கிப் போயிருந்தது. குற்றமுள்ள குறுஞ்சிரிப்பு அவன் உதடுகளில் கோணி வதங்கியது.

"என்னை மன்னித்துவிடு அம்மா. நான் இன்னும் சின்னப் பிள்ளை – முட்டாள்..."

"என்னைத் துன்புறுத்தாதே அப்பா" என்று அவனது தலையைத் தன் மார்போடு அணைத்தவாறு பரிதாபமாகக் கத்தினாள் அவள். "ஒன்றுமே சொல்லாதே. நீ உன் விருப்பப்படி வாழ்வதற்கு உரிமையுள்ளவன். கடவுள் உனக்கு அருள் செய்வார், அப்பா. ஆனால் – என் இதயத்தைப் புண்படுத்தாதே. தாய் தன் பிள்ளைப் பாசத்தை விட்டுவிட முடியுமா? அவள் தன் பிள்ளையை நேசிக்கத்தான் செய்வாள். நான் உங்கள் அனைவரையும் நேசிக்கிறேன். நீங்கள் எல்லோருமே எனக்குப் பிரியமானவர்கள்; நீங்கள் அனைவரும் நேசிக்கத் தகுதியுள்ளவர்கள். உங்களுக்காக நான் அனுதாபப்படாவிட்டால், வேறு யாரப்பா அனுதாபம் கொள்வார்கள்? நீங்கள் அனைவரும் – நீ தலைமை தாங்கிச் செல்ல, உனக்குப் பின்னால் மற்றவர்கள் – அனைவரும் எல்லாவற்றையும் உதறித் தள்ளிவிட்டுச் செல்வீர்கள்... பாஷா!"

அவளது நெஞ்சுக்குள் கனன்றெரிந்து கனலெழுப்பும் மகத்தான சிந்தனைகள் துடித்துக் கொண்டிருந்தன. சோகங்கலந்த இன்பம் அவளது இதயத்தில் ஊடாடியது. எனினும் அதை வெளியிட்டுக் கூற அவளுக்கு வார்த்தை கிடைக்கவில்லை. வாய் பேச முடியாத ஊமை நிலையின் வேதனையோடு, அவள் தன் மகனை ஆழமும் கூர்மையும் பெற்ற வேதனை நிறைந்த கண்களோடு வெறித்துப் பார்த்தாள்.

"ரொம்ப சரி, அம்மா. என்னை மன்னித்துவிடு. எனக்கு இப்போதுதான் எல்லாம் தெரிகிறது. இனி நான் இதை மறக்கவே மாட்டேன். சத்தியமாய்ச் சொல்லுகிறேன் மறக்கவே மாட்டேன்" அவன் புன்னகை அரும்பும் தன் முகத்தை வேறுபுறமாகத் திருப்பிக் கொண்டான். அவனது முகத்தில் குதூகலம் தொனித்தது; அவமானத்தால் குன்றியும் போயிருந்தது.

அவள் அவனைவிட்டுப் பிரிந்து அடுத்த அறைக்குள் சென்றாள்.

"அந்திரியூஷா!" என்று பரிவு கலந்த தொனியில் கூப்பிட்டாள் அவள். "அவனை அதட்டாதே. நீ பெரியவன்..."

"ப்பூ! அவனை நான் அதட்டுகிறதாவது? அவன் என்னிடம் உதைபட வேண்டியது ஒன்றுதான் பாக்கி!" என்று திரும்பிப் பார்க்காமலேயே கத்தினான் ஹஹோல்.

அவள் அவனிடம் நேராகச் சென்று தன் கரத்தை நீட்டினாள்.

"நீ எவ்வளவு நல்லவன்..."

ஹஹோல் திரும்பினான்; உடனே தன் தலையை ஒரு மாட்டைப்போல கவிழ்த்து வைத்துக்கொண்டும், கைகளைப் பின்புறமாகக் கட்டிக்கொண்டும் சமையலறையை நோக்கி நடந்தான். எகத்தாளமாக அவன் குத்திப் பேசுவது தாயின் காதில் ஒலித்தது.

"பாவெல், ஓடிப்போய்விடு. உன் தலையை நான் கிள்ளித் தூர எறிவதற்குள் போய்விடு! அம்மா, நான் சும்மா விளையாட்டுக்குச் சொல்லுகிறேன். நீங்கள் பயந்துபோய் விடாதீர்கள். நான் இங்கே தேநீருக்குத் தண்ணீர் போடுகிறேன். வேறொன்றுமில்லை. அடடே! அருமையான அடுப்புக் கரி இருக்கிறதே – ஊறப்போட்ட கரியா?"

அவன் மௌனமானான். தாய் சமையலறைக்குள் நுழைந்தபோது, அவன் அடுப்புக்கு எதிராக இருந்து உலையை ஊதிக்கொண்டிருந்தான்.

"பயப்படாதீர்கள், அம்மா. அவனை நான் தொடவே மாட்டேன்" என்று தலையைத் திருப்பாமலே சொன்னான் ஹஹோல்; "நான் ரொம்ப சாது, வெந்துபோன கிழங்கு மாதிரி. அப்புறம் – ஏ, வீரசூரா, நீ இதை ஒன்றும் கேட்க வேண்டாம். தெரிந்ததா? உண்மையிலேயே எனக்கு ஒன்றும் கேட்க வேண்டாம். தெரிந்ததா? உண்மையிலேயே எனக்கு அவன் மீது ரொம்பப் பிரியம். ஆனால் அவன் போட்டிருக்கிறானே, ஒரு கையில்லாச் சட்டை. அதுதான் எனக்குப் பிடிக்கவில்லை. அவனுக்கு அந்தப் புதுச்சட்டை மேலே ஒரே மோகம். அதைப் போட்டால் ரொம்ப நன்றாக இருக்கிறதாம். எப்போது பார்த்தாலும் அதையே போட்டுக்கொண்டு தொப்பையைத் தள்ளிக்கொண்டு போகிறதும் வருகிறதும் ஒவ்வொருத்தனையும் வழிமறித்து, 'பார்த்தாயா? எவ்வளவு அருமையான சட்டை' என்று பெருமை பீற்றிக் கொள்கிறதும்தான் அவனுக்கு வேலையாய்ப் போயிற்று. நன்றாய்த்தானிருக்கட்டுமே. அதற்காக ஒவ்வொருத்தனையும் இடித்துக்கொண்டு சொல்லாவிட்டால் என்ன? ஏற்கெனவே இங்கு நெரிசல்."

"ஏய்! எவ்வளவு நேரம்தான் நீ இப்படிக் கதை அளக்கப் போகிறாய்?" என்று சின்னச் சிரிப்போடு கேட்டான் பாவெல்.

"நீதான் எனக்கு ஒரு தடவை புத்தி சொல்லியாயிற்றே, இன்னும் என்ன?"

ஹஹோல் தரையிலே உட்கார்ந்து தன்னிரு கால்களையும் அடுப்புக்கு இருபுறமும் நீட்டிப் போட்டுக்கொண்டு, அவனைப் பார்த்தான். தாய் வாசல் நிலையருகில் நின்று அந்திரேயின் பின் தலையை அன்பு ததும்பக் கவனித்துக் கொண்டிருந்தாள். அவள் தன்னிரு கைகளையும் பின்னால் ஊன்றியவாறு உடலைத் திருப்பி, பாவெலையும், தாயையும் பார்த்தான்.

"நீங்கள் இரண்டு பேரும் ரொம்ப நன்றாயிருக்கிறீர்கள்" என்று சொல்லிக்கொண்டே ஓரளவு சிவந்து கன்றிப் போயிருந்த தன் கண்களை இமை தட்டிக்கொண்டான்.

பாவெல் குனிந்து அவன் கையைப் பிடித்தான்.

"அடடே. இழுக்காதே என்னைக் கீழே தள்ளி விடுவாய்" என்றான் ஹஹோல்.

"எதற்காக வெட்கப்படுகிறீர்கள்?" என்று கேட்டாள் தாய்; "நீங்கள் இரண்டு பேரும் கட்டித் தழுவி முத்தமிடுங்கள்."

"என்ன, இந்த யோசனை எப்படி?" என்று கேட்டான் பாவெல்.

"பேஷாய்! வா இப்படி" என்று சொல்லிக்கொண்டே எழுந்தான் ஹஹோல்.

அவர்கள் இருவரும் கட்டித் தழுவினார்கள். ஈருடலும் ஓருயிருமாக அங்கு நட்பு பிரகாசித்தது. தாயின் கண்களில் கண்ணீர் வழிந்தது. இது அழுகைக் கண்ணீர் அல்ல, ஆனந்தக் கண்ணீர்!

"பெண்களுக்கு அழுவதில் பிரியம்" என்று வழிந்த கண்ணீரை வெட்க உணர்ச்சியோடு துடைத்துக்கொண்டே பேசத் தொடங்கினாள் தாய். "அவர்கள் ஆனந்தம் வந்தாலும் அழுவார்கள், துக்கம் பொங்கினாலும் அழுவார்கள்..."

ஹஹோல் பாவெலை மெதுவாக விலக்கி விட்டான்.

"போதும்" என்று கூறிக்கொண்டே தனது கண்களையும் துடைத்துவிட்டுக் கொண்டான் அவன். "ஆடி முடிந்துவிட்டது கன்றுக்குட்டி, இனி வெட்டிப் போடுவோம் வேகவைக்க. உன் அடுப்புக் கரியை உடைப்பிலேதான் கொண்டுபோட வேண்டும். ஊதி ஊதி என் கண்களில்தான் கரி விழுந்து போயிற்று!"

"இந்த மாதிரிக் கண்ணீருக்கு வெட்கப்படவே தேவையில்லை!" என்று மெதுவாகச் சொல்லிவிட்டு சன்னலருகே சென்று உட்கார்ந்தான் பாவெல்.

அவனுடைய தாய் அவனருகே சென்று உட்கார்ந்தாள். அவளது இதயத்தில் புதிய தைரியம் நிறைந்திருந்தது. அந்தத் துணிவுணர்ச்சியினால், அவளது துக்கம் ஒரு புறமிருக்க, அவளது மனம் நிறைவும் நிம்மதியும் பெற்று விளங்கியது.

"அம்மா, நீங்கள் ஒன்றும் எழுந்திருக்க வேண்டாம். நானே எல்லாவற்றையும் கொண்டு வந்துவிடுகிறேன்" என்று கூறிக்கொண்டே அந்த அறையைவிட்டு அடுத்த அறைக்கு வந்தான் ஹஹோல். "கொஞ்ச நேரம் சும்மா இருங்கள். உங்கள் இதயத்தை இந்த மாதிரிப் பிழிந்தெடுத்த பிறகு கொஞ்சம் ஓய்வு தேவைதான்..."

அவனது செழுமை நிறைந்த குரல் மீண்டும் அவர்களிடையே ஒலிக்க ஆரம்பித்தது.

"இப்போது நாம் வாழ்க்கையிலேயே ஒரு புதிய ருசியைக் கண்டோம்; மனித வாழ்க்கையிலேயே ஒரு புதிய சுகத்தை அனுபவித்தோம்!"

"ஆமாம்" என்று தன் தாயைப் பார்த்துக்கொண்டே பதில் சொன்னான் பாவெல்.

"இந்த அனுபவம் எல்லாவற்றையுமே மாற்றிவிட்டது" என்றாள் அவள்; "நம்முடைய துன்பமும் வேறு, இன்பமும் வேறு..."

"அப்படித்தானம்மா இருக்க வேண்டும்" என்றான் ஹஹோல். "என் அருமை அம்மா! இன்று ஒரு புதிய இதயம் பிறந்தது. புதிய இதயம் வாழ்வு கண்டது. மனிதன் முன்னேறிச் செல்கிறான்; பகுத்தறிவினால் அனைத்தையும் ஒளிரச் செய்தவாறே முன்னேறுகிறான், போகும்போதே "சர்வதேசத்தின் மக்கள் கூட்டமே! ஒரே குடும்பமாக ஒரே இனமாக ஒன்று சேருங்கள்!" என்று அறைகூவி அழைக்கிறான். அவனது அறைகூவலுக்கு எதிரொலியாக, உறுதிவாய்ந்த சகல இதயங்களும் ஒன்று கூடிக் கலந்து மாபெரும் பேரிதயமாகி மகத்தான பலம் பெற்று மணிநாதமாக ஒலிக்கின்றன..."

நடுங்கித் துடிதுடிக்க முயலும் தன் உதடுகளை இறுகக் கடித்துக் கொண்டாள் தாய். அழுகை முட்டிக்கொண்டு வரும் தன் கண்களையும் அவள் இறுக மூடிக் கண்ணீரை உள்ளடக்கிக்கொண்டாள்.

பாவெல் ஏதோ பேசப் போவதைப்போல் கையை உயர்த்தினான். ஆனால், தாய் அவனைத் தன்பக்கம் இழுத்து மெதுவாக இரகசியமாகச் சொன்னாள்:

"அவன் பேசட்டும்; நீ குறுக்கிடாதே" என்று குசுகுசுத்தாள்.

ஹஹோல் எழுந்து வந்து கதவருகே நின்று கொண்டான்.

"மக்கள் இன்னும் எத்தனையெத்தனை துன்பங்களையோ பார்க்கப் போகிறார்கள்; எவ்வளவோ இரத்தத்தை இன்னும் சிந்திப் பெருக்கப் போகிறார்கள். என்னுடைய இதயத்திலும் என்னுடைய அறிவிலும் நான் கொண்டிருக்கும் வேட்கைக்கு என்னுடைய துயரங்கள் எம்மாத்திரம்? என் உடம்பிலுள்ள இரத்தம்தான் எம்மாத்திரம்? இவை போதாது. நான் ஒளிக்கிரணம் வீசும் தாரகையைப்போல் இருக்கிறேன். நான் எதையும் தாங்க முடியும்; எதையும் சகித்துக்கொள்ள முடியும். ஏனெனில், என் இதயத்தினுள்ளே பெருகும் பேரானந்தத்தை எந்தச் சக்தியும், எவரும் அழித்துத் துடைத்துவிட முடியாது. அந்தப் பேரானந்தத்தில்தான் என்னுடைய முழுபலமும் அடங்கியிருக்கிறது!"

அவர்கள் நடுநிசி வரையில் உட்கார்ந்து தேநீர் பருகினார்கள். வாழ்க்கையைப் பற்றியும் மாந்தர்களைப் பற்றியும் எதிர்காலத்தைப் பற்றியும் ஆர்வத்தோடு பேசிக் கொண்டார்கள்.

எப்போதாவது ஒரு கருத்துத் தனக்குத் தெளிவாகிப் புரியும் சமயத்தில், தாய் தனது கடந்து காலத்தை எண்ணிப் பெருமூச்செறிந்து கொள்வாள். அந்தக் கருத்தை நன்கு உணர்ந்து கொள்வதற்காக, அதைத் தனது துன்பம் நிறைந்த இங்கிதமற்ற பழைய வாழ்க்கைச் சம்பவங்களோடு பொருத்திப் பார்த்துக் கொள்வாள்.

அவர்களது உரையாடலிலிருந்த உற்சாகத்தில் அவளது பயபீதிகளெல்லாம் கரைந்தோடி மறைந்துவிட்டன. அன்று, அவளுடைய தந்தை அவளைப் பார்த்துக் கடுமையாகக் கூறிய பொழுது தோன்றிய அந்த உணர்ச்சி மீண்டும் அவளிடம் தோன்றியது.

"முகத்தைச் சுழிப்பதிலே எந்தப் பிரயோசனமும் இல்லை. எவனோ ஒருவன், முட்டாள்தானமாக, உன்னைத் தன் மனைவியாக ஏற்றுக் கொள்வதற்கு முன்வந்து விட்டானோ, உடனே அவனை ஏற்றுக்கொள்; சந்தர்ப்பத்தை நழுவவிடாதே. எல்லாப் பெண்களும் கல்யாணம் செய்துதான் தீர வேண்டும். கல்யாணம் பண்ணி, குழந்தைகளைப் பெற்றுப் போட வேண்டியதுதான் தலைவிதி. குழந்தைகளோ ஒரே தொல்லைபிடித்த பாரச் சுமைதான். எல்லோரையும் போன்ற மனிதப் பிறவிதானே நீயும்?" என்று கூறினார் அவளுடைய தந்தை.

இந்த வார்த்தைகளைக் கேட்டபோது, அவளது கண் முன்னால் ஏதோ ஒரு தப்பிக்க முடியாத, தவிர்க்க முடியாத ஒரே ஒரு மார்க்கம் தான் தோன்றுவதுபோலவும், அந்தப் பாதையே அவள் முன்னால் இருண்டு வெறிச்சோடிக் கட்டாந்தரையாக

நீண்டு கிடப்பது போலவும் தோன்றியதுண்டு. அந்தத் தவிர்க்க முடியாத நெடு வழியில் செல்ல வேண்டிய நிர்ப்பந்தம் அவளது இதயத்தில் ஒரு குருட்டு அமைதியை உண்டாக்கியது. இன்றும் அதுபோலவே இருந்தது அவளுக்கு. தனக்கு வரப்போகும் புதிய துயரத்தை அவள் உணர முனைந்தபோது, தனக்குத்தானே, யாரோ ஓர் இனந்தெரியாத நபருக்குச் சொல்வதுபோலப் பேசிக் கொண்டாள்:

"வருதை ஏற்றுக்கொள்!"

இந்த எண்ணம் அவளது இதய வேதனையைச் சமாதானப் படுத்தியது; அவளது இதயத்துக்குள்ளே தந்தி நாதம்போல் ஒலி எழுப்பியது.

ஆனால், அவளது மனத்தின் அதல பாதாளத்திலே, மங்கிய, எனினும் இடை நீங்காத நம்பிக்கையொன்றை அவள் வளர்த்து வந்தாள். எந்தச் சக்தியும் தன்னிடமிருந்து சகலமானவற்றையும் பறித்துச் சென்றுவிட முடியாது; நிச்சயம் ஏதாவது மிஞ்சவே செய்யும் என்பதே அந்த நம்பிக்கை.

24

ஒரு நாள் அதிகாலையில், பாவெலும் அந்திரேயும் வேலைக்காகப் புறப்பட்டுச் சென்று சிறிது நேரத்தில் மரியா கோர்சுனவா சன்னல் கதவைத் தட்டியவாறு சத்தமிட்டாள்:

"அவர்கள் இஸாயைக் கொன்று விட்டார்கள்! வா, போய்ப் பார்க்கலாம்..."

தாய் திடுக்கிட்டாள். அவளது மனத்தில் கொலைகாரனின் பெயர் மின்னிப் பளிச்சிட்டு மறைந்தது.

"யார் கொலை செய்தது?" என்று கேட்டுக் கொண்டே ஒரு போர்வையை எடுத்துத் தோளில் போட்டுக் கொண்டாள் தாய்.

"கொன்றவன் அவன் பக்கத்திலே உட்கார்ந்து ஒப்பாரி வைக்கவில்லை. கொன்று தள்ளிவிட்டு ஓடியே போய்விட்டான்!"

அவர்கள் இருவரும் தெரு வழியே போய்க் கொண்டிருக்கும் போது, மரியா மீண்டும் தொடர்ந்து பேசினாள்:

"இனிமேல் அவர்கள் மூலை முடுக்கெல்லாம் தேடி அலசிப் பார்த்து, கொன்றவனைக் கண்டுபிடிக்க முனைவார்கள். உன்னுடைய ஆட்கள் நேற்றிரவு வீட்டுக்குள்ளே இருந்தது நல்ல

காலத்துக்குத்தான். அதற்கு நானே சாட்சி. நான் இரவு நடுநிசிக்குப் பிறகு வீட்டுக்கு வந்தேன். அப்போது உன் வீட்டு சன்னலை எட்டிப் பார்த்தேன். நீங்கள் அனைவரும் மேசையைச் சுற்றி உட்கார்ந்திருந்தீர்கள்...”

“நீ என்ன சொல்கிறாய், மரியா? அவர்களை எப்படிச் சந்தேகிக்க முடியும்?” என்று பயத்தால் வெலவெலத்துப் போய்க் கேட்டாள் தாய். “பின்னே? யார்தான் கொன்றிருப்பார்கள்? எல்லாம் உன் சகாக்களோடு தொடர்பு கொண்ட ஒருவனாகத்தான் இருக்கவேண்டும்” என்று தீர்மானமாகச் சொன்னாள் மரியா; “அவன் உங்களை வேவு பார்த்துத் திரிந்தான் என்பது எல்லோருக்கும் தெரிந்ததுதானே...”

தாய் திடுக்கிட்டு நின்றாள். அவள் தொண்டை அடைத்தது. தன் நெஞ்சை ஒரு கையினால் அழுத்திப் பிடித்துக் கொண்டாள்.

“அதனால் என்ன? வீணாகப் பயப்படாதே. அவனுக்கு இந்தக் கதி கிடைத்தது ரொம்ப சரி. சீக்கிரம் வா. இல்லையென்றால் அவர்கள் உடலை அப்புறப்படுத்தி விடுவார்கள்” என்றாள் மரியா.

நிகலாய் வெஸோவ்ஷிகோவைப் பற்றிய சந்தேகம் தாயினது கால்களைப் பின்னுக்கு இழுத்து நிறுத்துவதுபோல் தோன்றியது.

“அவன்தான் – அவன் இவ்வளவு தூரத்துக்குப் போய் விட்டானா?” என்று தனக்குள் நினைத்துக் கொண்டாள் தாய்.

தொழிற்சாலை மதில் சுவர்களுக்கப் பக்கத்தில், சமீபத்தில்தான் எரிந்து சாம்பலாய்ப் போய் மூளியாய் நின்ற ஒரு வீட்டுக்குப் பக்கத்தில், ஒரே கூட்டமாக மக்கள் நின்று கொண்டிருந்தார்கள். தேனீக்களைப் போல இரைந்து கொண்டும், எரிந்து கருகிப்போன மரக்கட்டைகளின் மீது ஏறி நடந்துகொண்டும், சாம்பல் குவியலைக் கிளறிக் கொண்டும் மக்கள் மொய்த்தனர். அங்கு எத்தனையோ பெண்களும், குழந்தைகளும், கடைக்காரர்களும், சாராயக் கடைப் பையன்களும் போலீஸ்காரர்களும் நின்று கொண்டிருந்தார்கள். அவர்களோடு மார்பகம் நிறையப் பதக்கங்களும், அடர்ந்து சுருண்ட வெள்ளி நிறத் தாடியும் கொண்ட உயரமான கிழவன் – அரசியல் போலீஸ்காரன் ஒருவனும் நின்று கொண்டிருந்தான்.

பாதியுடம்பு தரையில் கிடந்தவாறும் பாதியுடம்பு உட்கார்ந்த பாவனையிலும் இஸாய் கிடந்தான். அவனது முதுகு ஒரு கருகிப்போன கட்டையின்மீது சாய்ந்திருந்தது. தலை வலது தோளின்மீது சாய்ந்து சரிந்து கிடந்தன. வலக்கை, கால்சராய்ப்

பைக்குள் புகுத்தப்பட்டவாறு இருந்தது. இடக்கரத்தின் விரல்கள் மண்ணையள்ளி இறுகப் பிடித்திருந்தன.

தாய் அவனது முகத்தைப் பார்த்தாள். நீண்டு பரந்து கிடக்கும் அவனது கால்களுக்கிடையே கிடக்கும் தொப்பியை வெறித்துப் பார்ப்பதுபோல் அவனது ஒரு கண் பிதுங்கி நின்றது. வாய் ஏதோ வியப்புற்றதுபோல் பாதி திறந்து தொங்கியது. அவனது சிவந்த தாடி ஒரு புறமாகச் சாய்ந்து ஒட்டி நின்றது. மெலிந்த உடம்பும் குறுகிய தலையும் புள்ளி விழுந்த ஒட்டிய முகமும் மரணத்தினால் மேலும் குறுகிச் சிறுத்துவிட்டது போலத் தோன்றின. தாய் தனக்கு நேராகக் கையால் சிலுவை கீறிவிட்டுப் பெருமூச்செறிந்தாள். உயிரோடிருந்த காலத்தில் அவனைக் கண்டாலே அவளுக்கு வெறுப்புத்தான் தோன்றும்; இப்போதோ அவனுக்காக ஒருவித அனுதாப உணர்ச்சி அவள் உள்ளத்தில் தோன்றியது.

"இரத்தக் கறையையே காணோம்" என்று யாரோ தணிந்த குரலில் சொன்னார்கள்; "இல்லை, கையால் குத்தித்தான் கொன்றிருக்கவேண்டும்."

"காட்டிக் கொடுக்கிற பயலுக்குப் பாடம் கற்றுக் கொடுத்தாகி விட்டது!" என்று யாரோ ஒருவன் வக்கிரமாகச் சொல்லிக் கொண்டான்.

அந்த அரசியல் போலீஸ்காரன் பெண்கள் கூட்டத்தை விலக்கிக்கொண்டு முன்னே சென்றான்.

"யாரது? யார் இப்படிச் சொன்னது?" என்று அவன் பயங்கரமாகக் கேட்டான்.

அவனது முன்னிலையில் மக்கள் பயந்து கலைந்து சென்றார்கள். சிலர் ஓடியே போய்விட்டார்கள். யாரோ ஒருவன் வன்மத்தோடு சிரித்துக்கொண்டான்.

தாய், வீட்டிற்குத் திரும்பினாள்.

"அவனுக்காக யாருமே வருத்தப்படவில்லை" என்று தனக்குள் நினைத்துக் கொண்டாள். கண்களுக்கு முன்னால், நிகலாயின் தடித்த உருவம் தோன்றுவது போலிருந்தது. அவன் தனது ஈரமும் இரக்கமற்ற குறுகிய கண்களால் அவளை வெறித்து நோக்குவது போலவும், ஏதோ அடிபட்டு விட்டதுபோல் வலக்கையை நொண்டி நொண்டி வீசி வருவது போலவும் அவளுக்கு உணர்வு தட்டியது.

அந்திரேயும் பாவெலும் வந்தவுடனே, அவள் அவர்களிடம் அந்த விசயத்தைப் பற்றி அவசர அவசரமாக விசாரித்தாள்.

“இஸாயைக் கொன்றதற்காக யாரையாவது கைது செய்திருக்கிறார்களா?”

“இதுவரை ஒன்றும் கேள்விப்படவில்லை” என்றான் ஹஹோல்.

அவர்கள் இருவரும் மிகவும் மனம் கசந்து போயிருக்கிறார்கள் என்பதை அவள் அறிந்து கொண்டாள்.

“யாராவது நிகலாயின் பேரை வெளியிட்டார்களா?” என்று மெதுவாகக் கேட்டாள் தாய்.

“இல்லை” என்றான் மகன். அவனது கண்கள் நிலைகுத்தி நின்றன; அவனது குரலில் தெளிவு இருந்தது. “அவர்கள் அவனை சந்தேகிப்பதாய்த் தெரியவில்லை; அவன் இங்கு இல்லை. நேற்று மத்தியானம் அவன் ஆற்றுக்குப் போனான். போனவன் இன்னும் திரும்பவில்லை. நான் அவனைப் பற்றி விசாரித்தேன்...”

“எல்லாம் கடவுள் அருள்; அவன் அருள்!” என்று நிம்மதி நிறைந்து பெருமூச்செறிந்தாள் தாய்.

ஹஹோல் அவளை ஏறிட்டுப் பார்த்துவிட்டுத் தலையைக் கவிழ்ந்து கெண்டான்.

“அங்கே அவன் கிடக்கிறான். என்ன நடந்துவிட்டது என்பதைத் தெரிந்துகொள்ளாமல் வியந்து விழிப்பது போலக் கிடக்கிறான்” என்று லேசாகப் பேசத் தொடங்கினாள் தாய்; “அவனுக்காக யாருமே வருத்தப்படக் காணோம். யாருமே ஒரு நல்ல வார்த்தை சொல்லக் காணோம். அவன் அவ்வளவு சிறுமைப்பட்டுக் கவனிப்பாரற்றுக் கிடக்கிறான். என்னவோ ஓர் உடைந்து விழுந்த உதவாக்கரைச் சாமானைப்போல் நாதியற்றுக் கிடக்கிறான்.”

சாப்பாட்டு வேளையின்போது, பாவெல் திடீரெனத் தன் கையிலிருந்த கரண்டியை விட்டெறிந்துவிட்டுக் கத்தத் தொடங்கினான்:

“இது எனக்குப் புரியவே மாட்டேனென்கிறது!”

“எது?” என்று கேட்டான் ஹஹோல்.

“நாம் உணவுக்காகக் கால்நடைகளைக் கொல்கிறோம். அதுவே மோசம். காட்டு விலங்குகளால் ஆபத்து வருமென்று தெரிந்தால், அவற்றையும் நாம் கொன்று தீர்க்கிறோம். அது சரிதான். அது எனக்குப் புரிகிறது. ஒரு மனிதன் தன்னுடைய சக மனிதர்கள் மீது காட்டு விலங்கைப்போல் பாய்ந்து கடித்துத் தின்ன முனைந்தால், அவனை நான் விலங்கைக் கொல்வதைப்போல் கொன்று தீர்க்கத்தான் செய்வேன். ஆனால், இவனை மாதிரி

அனுதாபத்துக்குரிய ஒரு விலங்கைத் தீர்த்துக் கட்டுவதென்றால்? இவனை எப்படித்தான் ஒருவன் தாக்க நினைப்பான்?"

ஹஹோல் தன் தோள்களைக் குலுக்கிக் கொண்டான்.

"இவனும் ஒரு காட்டு விலங்கைப் போல மோசமானவன்தான் என்றான் ஹஹோல். "நாம் கொசுவை எதற்காகக் கொல்கிறோம்? நம்முடைய உடம்பிலிருந்து அது ஒரு துளி ரத்தத்தை உறிஞ்சிவிட்டது என்பதற்குத்தானே!"

"அது உண்மைதான். நான் அதைச் சொல்லவில்லை. அது எவ்வளவு அருவருப்புத் தரும் விசயம் என்பதைத்தான் குறிப்பிட்டேன்."

"வேறு வழியில்லை" என்று அந்திரேய் மீண்டும் தன் தோளைக் குலுக்கிவிட்டுச் சொன்னான்.

"அந்த மாதிரி பூச்சியை நீ கொல்லுவாயா?" என்று சிறிது நேரம் கழித்துக் கேட்டான் பாவெல்.

ஹஹோல் தனது அகன்ற கண்களால் பாவெலையே வெறித்துப் பார்த்தான். பிறகு தாயின் பக்கம் திடீரெனத் தன் பார்வையைத் திருப்பினான்.

"நம்முடைய கொள்கையின் நலத்துக்காகவும் என்னுடைய தோழர்களின் நலத்துக்காகவும் நான் எதையுமே செய்வேன்" என்று துக்கமும் உறுதியும் தோய்ந்த குரலில் சொன்னான் அந்திரேய்; "அதற்காக நான் என் சொந்த மகனைக் கூடக் கொல்லுவேன்!"

"ஆ! அந்திரியூஷா!" என்று திகைத்துப் போய் வாய்க்குள் முணுமுணுத்தாள் தாய்.

"வேறு வழியில்லை, அம்மா" என்று கூறி அவன் புன்னகை புரிந்தான்; "நமது வாழ்க்கை அப்படிப்பட்டது!"

"நீ சொல்வது சரி. வாழ்க்கை அப்படிப்பட்டதுதான்!" என்றான் பாவெல்.

இதயத்துக்குள்ளே ஏதோ ஒன்று தட்டியெழுப்பிய மாதிரித் திடீரென விருப்ப ஆவேசத்தோடு துள்ளியெழுந்தான் ஹஹோல்.

"அதற்கு நாமென்ன செய்ய முடியும்?" என்று கைகளை ஆட்டிக்கொண்டே சத்தமிட்டான் ஹஹோல். "மக்கள் இனத்தை நாம் அனைவரும் மனப்பூர்வமாக ஒருவருக்கொருவர் நேசிக்கப்போகும் காலத்தைத் துரிதப்படுத்துவதற்காக, நாம் சிலரைப் பகைத்துத்தான் ஆகவேண்டியிருக்கிறது. நம்முடைய முன்னேற்றப் பாதையில் முட்டுக்கட்டை போடுபவர்களை நாம்

துடைத்துத் தீர்த்துவிடத்தான் வேண்டும். தனக்குச் சுகவாழ்வும் பெயரும் கிட்ட வேண்டும் என்பதற்காக, எவனொருவன் பணத்தை வாங்கிக்கொண்டு, மக்களை விலைக்குக் காட்டிக் கொடுக்கிறானோ, அவனை நாம் அழித்துத்தான் தீரவேண்டும்.

நேர்மையான மனிதர்களின் மார்க்கத்தை எவனாவது ஒரு யூதாஸ்* வழிமறித்தால், அவர்களைக் காட்டிக் கொடுப்பதாகச் சந்தர்ப்பத்தை எதிர்நோக்கிக் காத்திருந்தால், அவனை ஒழித்துக் கட்டத்தான் நான் முனைவேன்! அவனை ஒழித்துக் கட்டாவிட்டால், நானும் ஒரு யூதாஸ் மாதிரியே ஆகிவிடுவேன்! அப்படிச் செய்ய எனக்கு உரிமை கிடையாது என்கிறாயா? ஆனால் நம்மை அடக்கியாள்கிறார்களே, நம் முதலாளிகள் அவர்களுக்கு மட்டும் உரிமை இருக்கிறதா? படை பலத்தையும் கொலையாளிகளையும் வைத்திருக்க, சிறைக்கூடங்களையும் விபசார விடுதிகளையும், நாடு கடத்தும் இடங்களையும் வைத்திருக்க, தங்களது சுகபோகத்தையும், பாதுகாப்பையும் அரணிட்டுப் பாதுகாக்கும் சகலவிதமான கொலைச் சாதனங்களையும் வைத்துக்கொண்டிருக்க, அவர்களுக்கு மட்டும் என்ன உரிமை இருக்கிறது? சில சமயங்களில் அவர்களது ஆயுதத்தையே உபயோகிக்க வேண்டிய நிர்ப்பந்தச் சங்கடத்துக்கு நான் ஆளானேன் என்றால், அது என்னுடைய தவறா? என்னுடைய குற்றமா? இல்லை. நானும் அதை உபயோகிப்பேன். அவர்கள் நம்மை நூற்றுக்கணக்கில் ஆயிரக்கணக்கில் கொன்று குவித்தால் நானும் சும்மாயிருக்க மாட்டேன். நானும் என் கையை ஓங்குவேன். அந்த உரிமை எனக்கு உண்டு.. அவர்களில் ஒருவரையேனும் நான் ஒரே போடாய்ப் போட்டுக் கொல்லுவேன். எனக்குச் சமீபமாக வரும் பகைவனின் தலையை நான் நொறுக்கத்தான் செய்வேன். மற்றவர்களைவிட, எனது வாழ்க்கை லட்சியத்துக்கு அதிகமான தீங்கிழைக்க முனையும் அந்தப் பகைவனை நான் அறையத்தான் செய்வேன். வாழ்க்கை அப்படி அமைந்து கிடக்கிறது. ஆனால் அந்த மாதிரி வாழ்க்கையை நான் விரோதிக்கத்தான் செய்கிறேன்; அந்த மாதிரி இருப்பதற்கு நான் விரும்பவும்தான் இல்லை. அவர்களது ரத்தத்தால் எந்தவிதப் பயனும் விளைந்துவிடப் போவதில்லை; அது வெறும் விழுந்த ரத்தம், விளைவற்ற ரத்தம் என்பது எனக்குத் தெரியும். ஆனால், நமது ரத்தம் மட்டும் பூமியில் மழை மாதிரி பொழிந்து கொட்டுமேயானால், நாம் சிந்திய ரத்தித்திலிருந்து உண்மை பிறக்கும். சத்தியம் அவதாரம் செய்யும்!

---

* யூதாஸ் - ஏசு கிறிஸ்துவைக் காட்டிக்கொடுத்தவன். அவரோடு கூடவே இருந்து துரோகம் செய்தவன்.

ஆனால் அவர்களது நாற்றம் பிடித்த ரத்தமோ எந்தவித மச்ச அடையாள மருக்கள் ஏதுமின்றி மண்ணோடு மண்ணாய் மறைந்து மக்கிப் போய்விடும்! எனக்கு அது தெரியும். இருந்தாலும் இந்தப் பாவத்தை நான் என் தலையில் ஏற்றுக்கொள்கிறேன். கொலை செய்துதான் ஆக வேண்டுமென்றிருந்தால், நான் கொல்லத்தான் செய்வேன். ஞாபகம் இருக்கட்டும்! நான் எனக்காகத்தான் பேசிக்கொள்கிறேன். எனது பாவம் என்னுடனேயே சாகும். அந்தப் பாவம் எதிர்காலத்தில் கறைபடியச் செய்யாமல் தொலையும்! அந்தப் பாவம் என்னைத் தவிர, வேறு எவரையும் வேறு எந்த ஆத்மாவையும் கறைப்படுத்தாது மறைந்து மாயும்!"

அவன் அறைக்குள்ளே மேலும் கீழும் உலவினான்; எதையோ வெட்டித் தள்ளுவது மாதிரி – தன் இதயத்திலிருந்து எதையோ வெட்டித் தள்ளுவது மாதிரி கைகளை வீசிக் கொண்டான். தாய் அவனைப் பீதியும் துக்கமும் கலந்த மனத்தோடு பார்த்தாள். அவனது இதயத்துக்குள்ளே ஏதோ ஒரு பலத்த காயம் ஏற்பட்டு, அவனை வேதனைப்படுத்திக் கொண்டிருக்கிறது என்பதை மட்டும் அவள் உணர்ந்தாள். அந்தக் கொலையைப் பற்றிய இருண்ட பயங்கர ஆபத்தான எண்ணங்கள் அவளைவிட்டுப் பிரிந்தன. நிகலாய் வெஸோவ்ஷிகோவ் அந்தக் குற்றத்தைச் செய்திராவிட்டால், பாவெலின் நண்பர்களில் மற்றவர் எவருமே அதைச் செய்யக் கூடியவர்கள் அல்லர். பாவெல் தன் தலையைத் தொங்கப் போட்டவாறு ஹஹோலின் பலம் பொருந்திய அழுத்தம் வாய்ந்த பேச்சைக் கேட்டவாறு இருந்தான்.

"தங்கு தடையற்று நீ முன்னேறிச் செல்ல வேண்டுமானால், சில சமயங்களில் நீ உன் விருப்பத்துக்கு மாறான காரியங்களைக் கூடச் செய்ய வேண்டும். அதற்காக நீ சகலத்தையும், உன் பரிபூரண இதயத்தையும் விட்டுக்கொடுக்கத் தயாராயிருக்க வேண்டும். கொள்கைக்காக நீ உன் உயிரை இழப்பது மிகவும் லேசான காரியம். அதைவிட மகத்தானவற்றை, உன்னுடைய சொந்த வாழ்வில் உனக்கு மிகவும் அருமையும் விருப்பமும் நிறைந்தவற்றைக்கூட நீ தியாகம் செய்ய வேண்டும். அப்படிப்பட்ட மகத்தான தியாகத்தினால்தான், நீ எந்த ஒரு சத்தியத்துக்காகப் போராடுகிறாயோ அந்தச் சத்தியம் எப்படி ஒரு மகா சக்தியாக வளர்ந்தோங்கிப் பெருகுகிறது என்பதை உன்னால் பார்க்க முடியும். அந்தச் சத்தியம்தான் இந்த உலகத்தில் உனக்கு மிகவும் அருமை வாய்ந்த, அரிய பொருளாக இருக்கும்!"

அவன் அறையின் மத்தியில் சட்டெனை நின்றான். முகமெல்லாம் வெளுத்துப் போய், கண்களைப் பாதி மூடியவாறு கையை உயர்த்தி அமைதி நிறைந்த உறுதியோடு மேலும் பேசத் தொடங்கினான்:

"மக்கள் தங்கள் அழகைத் தாமே பார்த்து வியக்கின்ற காலம், மற்றவர்களுக்கெல்லாம் தாம் தனித்தனித் தாரகைகளைப்போல் ஒளி வீசப்போகும் காலம் வரத்தான் போகிறது என்பது எனக்குத் தெரியும். அந்தப் புண்ணிய காலத்தில், உலகத்தில் சுதந்திர மனிதர்கள் நிறைந்திருப்பார்கள்; அந்த மனிதர்கள் தமது சுதந்திரத்தால் பெருமை அடைவார்கள். சகல மக்களின் இதயங்களும் திறந்த வெள்ளை இதயங்களாக இருக்கும். அந்த இதயங்களில் பொறாமை இருக்காது; பகைமையைப் பற்றிய அறிவு கூட இருக்காது. அப்போது வாழ்க்கை என்பது மனித குலத்துக்கான மகத்தான சேவையாக மாறிவிடும்; மனிதனது உருவம் மகோன்னதச் சிகரத்தில், வானத்தை முட்டும் கொடுமுடிவரையில் உயர்ந்து சென்று கொலு அமரும். ஏனெனில் சுதந்திரவாதிகளுக்கு எந்தச் சிகரமும் எந்த உயரமும் எட்டாத தூரமல்ல; தொலைவால் அப்போது, மக்கள் அனைவரும் அழகின் பொருட்டு சத்தியத்தோடு, சுதந்திரத்தோடு வாழ்வார்கள். உலகத்தைத் தங்களது இதயங்களால் பரிபூரணமாக அதிகப்படியாகத் தழுவி, அதனை முழுமனத்தோடு காதலிப்பவர்களே அந்த மனிதர்களில் மகோன்னதப் புருஷர்களாக விளங்குவார்கள்; எவர் மிகுந்த சுதந்திரமாக வாழ்கிறாரோ அவரிடமே மகோன்னதமான அழகு குடிகொண்டு வாழ்கிறது. அவர்களே அந்தப் புத்துயிரின் புண்ணிய புருஷர்கள்; மகாபுருஷர்கள்!"

அவன் ஒரு நிமிட நேரம் மௌனமாயிருந்தான். பிறகு மீண்டும் நிமிர்ந்து நின்றுகொண்டு, தனது ஆத்மாவின் அடித்தளத்திலிருந்து எழும் குரலோடு பேசத் தொடங்கினான்:

"அந்தப் பெரு வாழ்வுக்காக – நான் எதையும் செய்யத் சித்தமாயிருக்கிறேன்..."

அவனது முகம் சிலிர்த்து நடுங்கியது. பெரிதும் பெரிதான கண்ணீர்த் துளிகள் கன்னங்களில் வழிந்தோடின.

பாவெலின் முகம் வெளுத்தது. அவன் தலையை நிமிர்த்தி, தனது அகன்ற கண்களால் அவனைப் பார்த்தான். ஏதோ ஓர் இருண்ட பீதி தன் மனத்தில் திடீரெனக் கவிழ்ந்து பெருகுவது மாதிரி உணர்ந்த தாய் திடுக்கிட்டு நாற்காலியைவிட்டுத் துள்ளியெழுந்தாள்.

"இதென்ன, அந்திரேய்?" என்று மெதுவாகக் கேட்டான் பாவெல்.

ஹஹோல் தன் தலையை மட்டும் குலுக்கி அசைத்துவிட்டு, உடம்பை விறைப்பாக நிமிர்த்தி நின்றவாறு தாயை ஏறிட்டுப் பார்த்தான்:

"ஆமாம், என் கண்ணால் பார்த்தேன்... நானறிவேன்!"

அவள் ஓடோடிப் போய் அவனது கைகளை இறுகப் பற்றினாள். அவன் தனது வலக்கையை விடுவிக்க முயன்றான். ஆனால், அவளோ அவனது கைகளை இறுகப் பிடித்தவாறு இரகசியமாகச் சொனனாள்:

"உஷ்! ஐயோ, என் கண்ணே! என் அருமை மகனே..."

"ஒரு நிமிடம் பொறுங்கள். அது எப்படி நடந்தது என்று நான் சொல்கிறேன்" என்று கரகரத்துச் சொன்னான் ஹஹோல்.

"இல்லை, வேண்டாம். வேண்டவே வேண்டாம். அந்திரியூஷா" என்று அவள் தனது கண்ணீர் நிறைந்த கண்களோடு அவனைப் பார்த்து முணுமுணுத்தாள்.

பாவெல் மெதுவாக நெருங்கி வந்தான். அவனது கண்களிலும் ஈரம் கசிந்திருந்தது. அவனது முகம் வெளுத்திருந்தது. அவன் லேசாகச் சிரித்துக்கொண்டே சொன்னான்:

"நீயே தானோ என்று அம்மா பயந்துவிட்டாள்!"

"நானா – நானா பயந்தேன்? நான் அதை நம்பவே மாட்டேன். என் கண்ணாலே பார்த்தால் கூட நான் நம்பமாட்டேன்!"

"பொறுங்கள்" என்று தன் தலையை உலுப்பிக்கொண்டும் கைகளை விடுவிக்க முயன்றுகொண்டும் சொன்னான் ஹஹோல்.

"அது நான் இல்லை. ஆனால் நான் அதைத் தடுத்திருக்க முடியும்..."

"அந்திரேய்! வாயை மூடு" என்றான் பாவெல்.

அவன் தன் நண்பனது கையை ஒரு கையால் பற்றிப் பிடித்தான்; மறுகையை ஹஹோலின் தோளின்மீது போட்டு, நடுநடுங்கும் அவனது நெடிய உருவத்தை தடவிக் கொடுத்தான். அந்திரேய் பாவெலின் பக்கம் திரும்பி உடைந்து கரகரக்கும் குரலில் பேசினான்:

"பாவெல், அப்படி நடக்க வேண்டும் என்று நான் விரும்பியிருக்க மாட்டேன் என்பது உனக்குத் தெரியும். நடந்தது இதுதான். நீ போன பிறகு நான் திராகுனவுடன் அந்த மூலையில் நின்று கொண்டிருந்தேன். அப்போது இஸாய் வந்தான். எங்களைக் கண்டதும் ஒரு பக்கமாக ஒதுங்கி நின்று கொண்டு எங்களை ஓரக்கண் போட்டுச் சிரித்தான். 'அவனைப் பார். அவன் இரவெல்லாம் என் பின்னாலேயே சுற்றித் திரிகிறான். அவனை நான் அடிக்காமல் விடப்போவதில்லை' என்றான் திராகுனவ். பிறகு

அவன் போய்விட்டான். வீட்டுக்குத்தான் போகிறான் என்று நான் நினைத்தேன். பிறகு இஸாய் என்னிடம் வந்தான்...”

ஹஹோல் பேச்சை நிறுத்திவிட்டு மூச்செடுத்துக் கொண்டான்.

“அந்த நாயைப்போல், அவனைப்போல் என்னை இதுவரை எவனுமே அவமானப்படுத்தியதில்லை.”

தாய் பேசாது மேசைப் பக்கமாக வந்து அவனை உட்கார வைத்தாள். அவனருகிலே வந்து அவனது தோளோடு தோள் உரசி ஒட்டிக்கொண்டிருக்க அவளும் உட்கார்ந்து கொண்டாள். பாவெல் வெறுமனே நின்றவாறு, தன் தாடியை உவகையற்று இழுத்து உருவிவிட்டுக் கொண்டிருந்தான்.

“அவர்களுக்கு நம் அனைவரது பெயர்களும் தெரியுமென்றும், போலீஸ் பட்டியலில் நம்முடைய பெயர்களெல்லாம் இருக்கின்றனவென்றும், மே தினக் கொண்டாட்டத்திற்கு முன்னால் நம்மையெல்லாம் அவர்கள் உள்ளே தள்ளப் போவதாகவும் அவன் என்னிடம் சொன்னான். நான் பதில் பேசவில்லை. வெறுமனே அவனைப் பார்த்துச் சிரித்தேன். ஆனால், என் உள்ளமோ உள்ளூரக் கொதித்துக் கொண்டிருந்தது. நான் ஒரு புத்திசாலிப் பையன் என்றும், இந்த மாதிரி வழியில் செல்வது தவறு என்றும், எனக்கு அவன் போதிக்க ஆரம்பித்து விட்டான். மேலும் நான் இந்த வழியைக் கை விட்டுவிட்டு...”

அவன் பேச்சை நிறுத்திவிட்டு, இடக்கையால் முகத்தைத் துடைத்துக் கொண்டான். அவனது கண்களில் ஏதோ ஒரு வறண்ட பிரகாசம் பளிச்சிட்டது.

“எனக்குப் புரிகிறது” என்றான் பாவெல்.

“இதைக் கை விட்டுவிட்டு, நான் சட்ட உத்தியோகம் பார்ப்பது நல்லது என்று சொன்னான் அவன்!” என்றான் ஹஹோல்.

ஹஹோல் தன் கையை ஓங்கி ஆட்டினான்.

“சட்டம் – நாசமாகப் போக!” அவன் பற்களை இறுகக் கடித்தவாறே பேசினான்; “அவன் என் முகத்தில் அறைந்திருந்தால்கூட, எனக்கு – ஒரு வேளை அவனுக்கும் – எளிதாக இருந்திருக்கும். ஆனால், அந்தப் பயலோ என் இதயத்தில் அவனது நாற்றம் பிடித்த எச்சிலைக் காறித் துப்பிவிட்டான்! அந்த வேதனையை என்னால் தாங்க முடியவில்லை.”

அந்திரேய் பாவெலிடமிருந்து தன் கையை வெடுக்கென்று பிடுங்கினான்; அதன்பின் கசப்பும் கரகரப்பும் நிறைந்த குரலில் பேசத் தொடங்கினான்:

"நான் அவனது முகத்தில் ஓங்கியறைந்துவிட்டு, விலகிப் போனேன். அப்போது எனக்குப் பின்னால், "மாட்டிக் கொண்டாயா?" என்று திராகுனவ் மெதுவாகச் சொல்லியது எனக்குக் கேட்டது. அவன் அந்த மூலையிலேயே காத்துக் கொண்டிருந்தான் போலும்..."

சிறிது நேரம் கழித்து, ஹஹோல் மீண்டும் தொடர்ந்து பேசினான்:

"நான் திரும்பியே பார்க்கவில்லை. என் மனதில் மட்டும் என்னமோ ஓர் உணர்ச்சி - அடி விழுந்த சத்தத்தை மட்டும் நான் கேட்டேன். இருந்தாலும் ஏதோ ஒரு தவளையை மிதித்துவிட்ட மாதிரி அருவருப்போடு நான் என் வழியே நடந்தேன். வேலை பார்த்துக் கொண்டிருக்கும்போது, திடீரென்று மக்கள் சத்தம் போட்டுக்கொண்டு வந்தார்கள்.

'இஸாயைக் கொன்று விட்டார்கள்' என்று சத்தம் கேட்டது, என்னால் அதை நம்ப முடியவில்லை. எனது கையில் வலியெடுத்தது; என்னால் வேலையைப் பார்க்க முடியவில்லை. எனக்கு உண்மையில் வலி இருந்ததா என்பது தெரியாது. இருந்தாலும், என் கை மரத்துத் திமிர் பிடித்துப் போயிற்று..."

அவன் தன் கையை வெறித்துப் பார்த்துக் கொண்டான்.

"என் கையில் படிந்துவிட்ட இந்தக் கறையை என் வாழ்நாள் முழுவதுமே என்னால் கழுவிவிட முடியாது..."

"ஆனால், உன் இதயம் பரிசுத்தமாய் இருக்கிறதே!" என்று மிருதுவாகச் சொன்னாள் தாய்.

"நான் அதற்காக என்மீது குறைகூறிக் கொள்ளவில்லை; இல்லவே இல்லை" என்று உறுதியாகச் சொன்னான் ஹஹோல்.

"இந்தச் சம்பவம் அருவருக்கத்தக்க சம்பவம்; இந்த வேண்டாத விவகாரத்தில் நான் சம்பந்தப்பட்டிருக்க வேண்டாம்."

"நீ சொல்வது எனக்குப் புரியவில்லை" என்று தோளை உலுப்பியவாறு சொன்னான் பாவெல். "நீ அவனைக் கொல்லவில்லை. அப்படியே செய்திருந்தாலும்..."

"கேளு, தம்பி! ஒரு கொலை நடந்து கொண்டிருப்பது தெரிந்தும், அதைத் தடுப்பதற்கு எதுவும் செய்யாமல் சும்மாயிருப்பதென்றால்..."

“என்க்குப் புரியவேயில்லை” என்று பாவெல் அழுத்திக் கூறினான். பின் சிறிது யோசனைக்குப் பின்பு, “அதாவது புரிகிறது, ஆனால் வருந்துவதற்கு ஒன்றும் இல்லை.”

ஆலைச்சங்கு அலறியது. அதனது அதிகாரபூர்வமான ஆணையைக் காதில் வாங்கிக்கொண்ட ஹஹோல் தலையை ஆட்டியபடி சொன்னான்:

“நான் வேலைக்குப் போகவில்லை.”

“நானும்தான்.”

“நான் குளிக்கிற இடத்துக்குப் போகப்போகிறேன்” என்றான் அந்திரேய். அவன் லேசாகச் சிரித்தான். பிறகு தன் துணிமணிகளைச் சேகரித்துக்கொண்டு, உற்சாகமின்றி வீட்டைவிட்டு வெளியே சென்றான்.

தாய் அன்பு ததும்பும் கண்களோடு அவன் போவதையே பார்த்துக் கொண்டிருந்தாள்.

“நீ என்ன வேண்டுமானாலும் சொல்லு, பாவெல்” என்று பேசத் தொடங்கினாள் தாய். “ஒரு மனிதனைக் கொலை செய்வது மகாபாவம் என்று எனக்குத் தெரியத்தான் செய்கிறது. என்றாலும் நான் யாரையுமே குற்றஞ்சாட்ட மாட்டேன். நான் இஸாயிக்காக அனுதாபப்படுகிறேன். அவன் ஒரு குள்ளப் பிறவி. அவனை இன்று பார்த்தபொழுது, அவன் என்னைப் பார்த்துச் சொன்ன விசயம் ஞாபகத்துக்கு வருகிறது. உன்னைத் தூக்கில் போடப் போவதாக அவன் என்னைப் பயமுறுத்தினான். ஆனால், அவனே இப்போது செத்துப் போய்விட்டான். அவன் மறைந்து போனான் என்பதற்காகச் சந்தோசப்படவோ, அவன் சொன்ன சொல்லுக்காக அவனைப் பகைப்பதற்கோ என்னால் முடியாது. அப்போது நான் அவன்மீது அனுதாபம் கொண்டேன். இப்போது அந்த அனுதாபம் கூட இல்லை.”

அவள் மீண்டும் மௌனமாகிச் சிந்தனையில் ஆழ்ந்தாள். பிறகு வியப்பு நிறைந்த புன்னகையோடு மேலும் பேசினாள்:

“அட கடவுளே பாஷாக்கண்ணு! நான் சொல்வதையெல்லாம் கேட்கிறாயா?”

உண்மையில் அவள் பேச்சை அவன் கேட்கவில்லை. எனவே அவன் முகத்தைச் சுழித்துக் கொண்டே பதில் சொன்னான். தரையைப் பார்த்தவாறே நடந்து கொண்டிருந்த பாவெல் பின்வருமாறு சொன்னான்:

"இதுதானம்மா வாழ்க்கை! மக்கள் ஒருவருக்கொருவர் எப்படி எதிரும் புதிருமாய் நிற்கிறார்கள் என்பதைப் பார்த்தாயா? நீ உன் விருப்பத்துக்கு விரோதமாக ஒருவனை அடித்து வீழ்த்தி விடுகிறாய். ஆனால், தாக்கப்படுவது யார்? உனக்கு இருக்கும் உரிமைகளைவிட எந்த அளவிலும் அதிக உரிமையற்ற ஓர் அப்பாவிப் பிராணியையா தாக்குவது? இந்தச் சந்தர்ப்பத்தில் அவன் உன்னைவிட அதிருஷ்டக் குறைவான பிறவி; காரணம் – அவன் ஒரு முட்டாள். போலீஸ், ஒற்றர்கள் எல்லோரும் நம் எதிரிகள். ஆனால், அவர்களும் நம்மைப் போன்ற மனிதர்கள்தானே. நம்மைப் போலவே, ரத்தம் உறிஞ்சப்படும் வர்க்கம்தானே. அவர்களையும் மனிதர்களாகக் கருதுவதில்லை. உலகம் அப்படியிருக்கிறது. ஒரே மாதிரி இருக்கிறது! ஆனால் அந்த முதலாளிகளோ மக்களை ஒருவருக்கு எதிராக ஒருவரை மூட்டி விடுகிறார்கள். பயத்தினாலும், அறிவின்மையாலும் மக்களின் கண்களைக் குருடாக்கி, கையையும் காலையும் தளையிட்டுக் கட்டி, மக்களைக் கசக்கிப் பிழிந்து ரத்தத்தை உறிஞ்சித் தீர்க்கிறார்கள். மக்களை ஒருவருக்கொருவர் உதைக்கவும், நசுக்கவும் தூண்டிவிடுகிறார்கள்; அவர்கள் மக்களைத் துப்பாக்கிகளாகவும், குண்டாந்தடிகளாகவும், கற்களாகவும் உருமாற்றி, 'பார்! இது தானடா அரசு!' என்று கூறுகிறார்கள்."

அவன் தன் தாயருகே சென்றான்; பிறகு பேசினான்:

"இது மகா பாவம், அம்மா!" லட்சோபலட்ச மக்களைக் கொன்று குவிக்கும் பஞ்சமாபாதகப் படுகொலை! மனித இதயங்களைக் கொன்று தள்ளும் கோரக் கொலை... நான் சொல்வது, புரிகிறதா, அம்மா? அவர்கள், இதயங்களைக் கொல்லும் ஈவிரக்கமற்ற கொலைகாரர்கள்! அவர்களுக்கும் நமக்கும் உள்ள வித்தியாசம் தெரிகிறதா? நாம் ஒருவனைத் தாக்கினால், அதை எண்ணி வருந்துகிறோம், வெட்கப்படுகிறோம்; நாம் அனைவருமே அப்படிப்பட்ட செயலை அருவருத்து வெறுத்துத் தள்ளுகிறோம். ஆனால் அவர்களோ ஆயிரக்கணக்கான மக்களை அமைதியாக, ஈவிரக்கமற்று, ஈர நெஞ்சமற்று, வேதனையற்று – சொல்லப் போனால் பரிபூரணமான இதய திருப்தியோடு – கொன்று தள்ளுகிறார்கள்! அவர்கள் மக்களைக் கசக்கிப் பிழிந்து உயிரைப் பருகுவதற்குரிய ஒரே காரணம் என்ன தெரியுமா? தங்களது தங்கத்தையும், வெள்ளியையும், சொத்து சுகங்களையும் பாதுகாப்பதற்காக, நம்மீது அவர்கள் செலுத்தும் அதிகாரத்தை ஆட்சியை நிலைக்க வைக்கும் சகல சட்ட திட்டங்களையும் பாதுகாத்துப் போற்றி வளர்ப்பதற்காகவேதான். அம்மா, நீ இதைக் கொஞ்சம் யோசித்துப் பார். மக்கள் குலத்தைக் கொன்று குவிப்பதும், மக்கள் குலத்தின்

இதயங்களைச் சின்னாபின்னப் படுத்துவதுமான காரியத்தை அவர்கள் எதற்காகச் செய்கிறார்கள்? தங்கள் இனத்தையோ தங்கள் உயிரையோ பாதுகாப்பதற்கான தற்காப்பு முயற்சி அல்ல அது! ஆனால், தங்கள் உடைமைகளைப் பாதுகாப்பதற்காகத்தான் அவர்கள் இப்படிப்பட்ட கோரக் கொலையில் ஈடுபடுகிறார்கள். தங்கள் இதயத்துக்குள்ளே இருப்பதை அவர்கள் பாதுகாக்க விரும்பவில்லை. இதயத்துக்கு வெளியேயுள்ள பொருள்களைத் தான் அவர்கள் காப்பாற்ற எண்ணுகிறார்கள்..."

அவன் அவளது கரங்களை எடுத்து, அவற்றை அழுத்திப் பிடித்தவாறே பேசினான்:

"நீ மட்டும் இந்தச் செய்கையிலுள்ள கசப்பையெல்லாம் உணர்ந்துவிட்டால், இந்தச் செய்கையின் வெட்ககரமான கேவல நிலையை உணர்ந்துவிட்டால், நாங்கள் எந்தச் சத்தியத்துக்காகப் போராடிக் கொண்டிருக்கிறோம் என்பதை லகுவில் புரிந்து கொள்வாய். அந்தச் சத்தியம் எவ்வளவு மகத்தானது, புனிதமானது அருமையானது என்பதையும் நீ கண்டுகொள்வாய்!"

தாய் உணர்ச்சி வசப்பட்டு எழுந்தாள். தனது இதயத்தையும் தன் மகனது இதயத்தையும் ஒன்றாக்கி ஒரே ஜோதியாக, பிரகாசமான ஏக ஜோதிப் பிழம்பாக ஆக்கிவிட வேண்டும் என்கிற ஆசை அவள் மனத்தில் நிறைந்து நின்றது.

"கொஞ்சம் பொறு பாவெல்" என்று சிரமத்தோடு முனகினாள் அவள். "என்னால் அதை உணர முடியும்... கொஞ்சம் பொறுத்திரு!"

25

வாசல் புறத்தில் யாரோ திடீரென வருவது கேட்டது. அவர்கள் இருவரும் திடுக்கிட்டு எழுந்து ஒருவரையொருவர் திருகத் திருகப் பார்த்துக் கொண்டனர்.

கதவை மெதுவாகத் திறந்து கொண்டு உள்ளே வந்தான் ரீபின்.

"வந்துவிட்டேன்!" என்று புன்னகையோடு தலைநிமிர்ந்து சொன்னான் ரீபின்; "அங்கும் இங்கும் எங்கும் போனான் தாமஸ்; ஆடியோடித் திரும்பி வந்தான் தாமஸ்!"*

அவன் ஒரு கம்பளிக் கோட்டு போட்டிருந்தான். அதன்மீது தார் எண்ணெய் படிந்திருந்தது. காலிலே ஒரு இணை கட்டைப்

* இது ஒரு பாட்டு மாதிரியான பழமொழி: 'போன மச்சான் திரும்பி வந்தான் பூமணத்தோடு' என்ற நம் நாட்டு வழக்கை ஒத்திருப்பது.

பாதரட்சைகள்; தலையிலே ஒரு கம்பளித் தொப்பி. அவனது இடைவாரிலே இரண்டு கையுறைகள் தொங்கிக் கொண்டிருந்தன.

"உடல்நலம் எப்படி? பாவெல், உன்னை விடுதலை பண்ணிவிட்டார்களா? ரொம்ப நல்லது. என்ன பெலகேயா நீலவ்னா சௌக்கியமாயிருக்கிறாயா?" அவன் தன் வெள்ளைப் பல்லெல்லாம் தெரிய இளித்துச் சிரித்தான். அவனது குரல் முன்னைவிடக் கனிந்திருந்தது. அவனது முகத்தில் அளவுக்கு மீறி தாடிவளர்ந்து மண்டியிருந்தது.

அவனைப் பார்த்ததில் தாய்க்குச் சந்தோஷம். அவனது கருத்துப்போன அகன்ற கையைப் பற்றிப் பிறப்பதற்காக அவள் அவன் அருகே சென்றான்.

"அம்மாடி!" என்று ஆழ்ந்த பெருமூச்சு விட்டாள் அவள். அப்படிப் பெருமூச்சு விடும்போது, தார் எண்ணெய்யின் காரநெடி அவளது சுவாசத்தில் நிரம்பிக் கமறியது. "உன்னைப் பார்த்ததில் எனக்கு எவ்வளவு மகிழ்ச்சி தெரியுமா?"

பாவெல் புன்னகை புரிந்தான். ரீபினைக் கூர்ந்து பார்த்தான்.

"நல்ல முஜீக்!"

பிறகு ரீபின் தன் மேலாடையைக் களைய முனைந்தான்.

"ஆமாம் நான் பழையபடியே முஜீக் ஆகிறேன். நீங்களெல்லாம் கனவான்களாகிக் கொண்டிருக்கிறீர்கள். நான் மட்டும் எதிர்மாறான திசையில் போய்க் கொண்டிருக்கிறேன்!"

அவன் தன் பலநிறச் சட்டையை ஒழுங்குபடுத்தியவாறு அறைக்குள் நடந்தான்; சுற்றுமுற்றும் பார்த்தான்.

"புத்தகங்களைத் தவிர, இங்கு புதிதாக ஒன்றையும் காணோம். சரி, எனக்கு நீ எல்லா விவரத்தையும் சொல்லு!"

அவன் தன் கால்களை அகட்டிப் போட்டவாறு உட்கார்ந்து முழங்கால்களைக் கைகளால் கட்டிக்கொண்டு, தனது கரிய கண்களால் பாவெலையே பார்த்தவாறு அவன் சொல்லப் போகும் பதிலை எதிர்நோக்கிப் புன்னகை செய்தபடி இருந்தான்.

"எல்லாம் நன்றாய்த் தானிருக்கிறது" என்றான் பாவெல்.

"உழுகிறோம், விதைக்கிறோம். கதிர்கண்டு களிக்கிறோம்; வடிக்கிறோம் பீரை, தூங்கிக் கழிக்கிறோம். நாளை அப்படியா?" என்று கூறிச் சிரித்தான் ரீபின்.

"சரி. நீங்கள் எப்படிக் காலத்தைப் போக்குகிறீர்கள், மிகயீல் இவானவிச்?" என்று அவனுக்கு எதிராக உட்கார்ந்தான் பாவெல்.

"நான் ஒழுங்காகத்தான் காலம் தள்ளுகிறேன். எகில் தேயவோ என்னும் ஊரில் வசிக்கிறேன். அந்த ஊரைப் பற்றிக் கேள்விப்பட்டிருக்கிறாயா? நல்ல ஊர்; சின்னப் பட்டணம். வருடத்திலே இரண்டு சந்தை கூடும். சுமார் இரண்டாயிரம் பேர் வசிக்கிறார்கள். எல்லோரும் மோசமான மக்கள். அவர்களுக்குச் சொந்தத்தில் நிலம் கிடையாது. எல்லாம் குத்தகை நிலம்தான், செழிப்பானதல்ல; அட்டை போன்ற ஒரு பண்ணைக்காரனிடம் நானும் வேலைக்குச் சேர்ந்திருக்கிறேன். பிணத்தை மொய்க்கும் ஈக்கள் போல அவர்கள் அங்கு ஏராளம். நிலக்கரியை எரித்து தார் எண்ணெய் வடிக்கிறோம். இங்கே சம்பாதித்ததில் அங்கே கால்வாசிதான் சம்பாத்தியம். வேலையோ இரண்டு மடங்கு துன்பம்! ஹூம்! என்னை உறிஞ்சித் தீர்க்கிறானே கலச் சுவான்தார் – அவனிடம் நாங்கள் ஏழு பேர் வேலை பார்க்கிறோம். அவர்கள் எல்லோரும் நல்லவர்கள், இளவட்டங்கள். என்னைத் தவிர மற்றவரெல்லாம் உள்ளூர் ஆட்கள். எல்லோருக்கும் எழுதப் படிக்கத் தெரியும். அவர்களில் ஒருவன் பெயர் எபீம். அவன் கொஞ்சம் தலைக்கனம் பிடித்த பயல், அவனோடு மாரடிப்பது எப்படி என்பது பெரிய பிரச்சினை!"

"உங்கள் வேலையெல்லாம் எப்படி? அவர்களோடு நமது கொள்கையை நீங்கள் விவாதிப்பதுண்டா?" என்று ஆர்வத்தோடு கேட்டான் பாவெல்.

"நான் ஒன்றும் பேசாமல் சும்மா இருக்கவில்லை. ஆமாம். நீயும் தெரிந்துகொள். நீ கொடுத்த பிரசுரங்கள் – முப்பத்தி நாலா? – அத்தனையும் என் வசம் இருக்கின்றன. ஆனால் நான் பிரச்சாரம் செய்வதெல்லாம் பைபிளைத்தான். பைபிளிலும் எத்தனையோ நல்ல விசயங்கள் இருக்கின்றன. பெரிய புத்தகம்; மேலும் அரசாங்கச் சார்புள்ள புத்தகம். பாதிரி சைனாடின் அங்கீகாரம் பெற்ற புத்தகம். அதில் யாரும் லகுவில் நம்பிக்கை கொண்டுவிடுவார்கள்."

அவன் சிரித்துக்கொண்டே பாவெலை நோக்கிக் கண்ணைச் சிமிட்டினான்.

"ஆனால். அது மட்டும் போதாது. நான் உன்னிடம் புத்தகங்கள் வாங்கிக்கொண்டு போகத்தான் வந்தேன். என்னோடு எபீமும் வந்திருக்கிறான். அவர்கள் எங்களை ஒரு வண்டி தார் எண்ணெய்யைக் கொண்டுபோகச் சொன்னார்கள். இந்தச் சந்தர்ப்பத்தைப் பயன்படுத்திக் கொண்டு உன் வீட்டுக்குப் பக்கமாக

தொ.மு.சி. ரகுநாதன்

வந்தோம்; வந்து சேர்ந்தோம். சரி, எபீம் வருவதற்குள் நீ எனக்குப் புத்தகங்களை எடுத்துக் கொடு. அவனுக்கு இந்த விசயமெல்லாம் ரொம்பத் தெரியக் கூடாது.”

தாய் ரீபினையே பார்த்தாள். அவனது ஆடையணிகளின் மாறுதல்களைத் தவிர வேறு ஏதோ முறையிலும்கூட அவன் மாறிப் போயிருப்பதுபோல் அவளுக்குத் தோன்றியது. அவனது பாவனைகூட முன்னை மாதிரி அழுத்தமுடையதாக இல்லை. கண்களில் ஏதோ கள்ளத்தனம் நடமாடியது. முன்னைப்போல் அவை விரிந்து நோக்கவில்லை.

“அம்மா, போய் அந்தப் புத்தகங்ளை வாங்கி வருகிறீர்களா? அங்குள்ளவர்களுக்கு எந்தப் புத்தகங்கள் என்பது தெரியும். நாட்டுப்புறத்துக்கு அனுப்ப வேண்டிய புத்தகங்கள் என்று மட்டும் சொன்னால் போதும்” என்று சொன்னான் பாவெல்.

“அதற்கென்ன? தேநீர் கொதித்து முடிந்தவுடன் உடனே போகிறேன்” என்றாள் தாய்.

“என்ன பெலகேயா நீலவ்னா, இந்த விவகாரத்தில் நீயும் கலந்து விட்டாயா?” என்று கேட்டுச் சிரித்தான் ரீபின்; “ஹூம். அங்குள்ள மக்களில் எத்தனையோ பேருக்குப் புத்தகங்கள் தேவை. படிக்க வேண்டும் என்கிற ஆர்வம். உள்ளூரில் ஓர் உபாத்தியாயர் இருக்கிறார். இது அவருடைய வேலை. ரொம்ப நல்லவர். அவரும் தேவாலய குருக்கள் வழியில் வந்தவர் என்று சொல்லிக் கொள்கிறார்கள். சுமார் ஏழு கிலோமீட்டர் தூரத்துக்கு அப்பால் ஓர் உபாத்தியாயினியும் இருக்கிறாள். ஆனால் அவர்கள் தடைசெய்யப்பட்ட புத்தகங்களைத் தொடுவதில்லை. வேலை போய்விடும் என்கிற பயம். ஆனால், எனக்கு அந்தத் தடை செய்யப்பட புத்தகங்கள்தான் தேவை. கொஞ்சம் காரசாரமான புத்தகங்கள்தானே நல்லது. நான் அவற்றைப் பையப்பைய அவர்கள் மத்தியில் பரப்பிடுவேன். போலீஸ்காரரோ, தேவாலயக் குருக்களோ அந்தப் புத்தகங்களைக் காண நேர்ந்தால், என்னைக் குற்றம் கூறுவார்களா? அந்த உபாத்தியாயர்கள் பாடுதான் ஆபத்து. அதற்குள் நான் சமயம் பார்த்து ஒதுங்கியிருந்து விடுவேன்.”

அவன் தனது புத்திசாலித்தனத்தை எண்ணித் தனக்குள்ளேயே சிரித்துக்கொண்டான்.

‘கரடி போலப் பாவனை, குள்ள நரியைப் போல வாழ்க்கை’ என்று நினைத்தாள் தாய்.

"இந்த மாதிரிச் சட்டவிரோதமான புத்தகங்களைப் பரப்பியதாக உபாத்தியாயர்கள் மீது சந்தேகப்பட்டால்; அவர்களைச் சிறையில் போடுவார்கள் என்று எண்ணுகிறீர்களா?" என்று கேட்டான் பாவெல்.

"நிச்சயமாக சிறையில்தான் போடுவார்கள். அதனால் என்ன?" என்றான் ரீபின்.

"ஆனால் குற்றவாளி நீங்கள்தான்; அவர்களல்ல. நீங்கள் தான் சிறைக்குப் போக வேண்டும்."

"நீ ஓர் எமகாதகப் பேர்வழி!" என்று முழங்காலில் தட்டிக் கொடுத்துக்கொண்டு சிரித்துச் சொன்னான் ரீபின்; "என்னை யார் சந்தேகப்படுவது? முஜீக்குகள் இந்த மாதிரி விவகாரங்களில் ஈடுபட மாட்டார்கள் என்று அவர்களுக்குத் தெரியும். புத்தகங்கள் என்பது படித்த சீமான்களின் விவகாரம். அவர்கள்தான் அதற்குப் பதில் அளிக்க வேண்டும்."

ரீபின் சொல்வதை பாவெல் புரிந்துகொள்ளவில்லை என உணர்ந்தாள் தாய். பாவெல் தனது கண்களைச் சுருக்கி விழிப்பதை அவள் கண்டாள். அவன் கோபமுற்றிருப்பதை உணர்ந்தாள்.

"மிகயீல் இவானவிச் இந்த வேலையை தானே செய்துவிட்டு, பிறர் மீது பழியைப் போடப் பார்க்கிறாரோ..." என்று மெதுவாகவும், எச்சரிக்கையாகவும் சொன்னாள் தாய்.

"அதுதான் சங்கதி!" என்று தன் தாடியைத் தட்டிவிட்டுக்கொண்டு கூறினான் ரீபின். "தற்காலிகமாக!"

"அம்மா!" என்று வறண்ட குரலில் சொன்னான் பாவெல்; "நம்மில் யாராவது ஒருவன் – அந்திரேய் என்றுதான் வைத்துக்கொள்ளேன் – ஏதாவது ஒன்றைச் செய்துவிட்டு எனக்குப் பின்னால் வந்து ஒளிந்து கொண்டான் என்று வைத்துக்கொள். அப்புறம் அவனுக்குப் பதில் என்னைச் சிறைக்குக் கொண்டு போகிறார்கள் என்று நினைத்துப் பார். உனக்கு என்ன உணர்ச்சியம்மா உண்டாகும்?"

தாய் திடுக்கிட்டு, ஒன்றும் புரியாதவளாய் மகனைப் பார்த்தாள்.

"தோழனுக்குத் தோழன் இப்படித் துரோகம் செய்ய முடியுமா? சே! அது என்ன வேலை?" என்று தலையை அசைத்துவிட்டுச் சொன்னாள் அவள்.

"ஆஹா! பாவெல், உன்னை இப்போதுதான் தெரிந்து கொண்டேன்" என்று இழுத்தான் ரீபின். பிறகு அவன் தாயின்

பக்கம் திரும்பிக் கேலியாகக் கண்ணைச் சிமிட்டிக்கொண்டு; "இது ஒரு நாசூக்கான விவகாரம்தான், அம்மா" என்றான். மீண்டும் அவன் பாவெலை நோக்கித் திரும்பி, உபதேசம் பண்ணுகிற தோரணையில், பேச ஆரம்பித்தான்: "தம்பி உன் எண்ணங்கள் எல்லாம் இன்னும் பிஞ்சாய்த் தானிருக்கின்றன. பழுக்கவில்லை. சட்டவிரோதமான காரியம் என்று வரும்போது, கௌரவத்தையோ, நாணத்தையோ பார்த்துக்கொண்டிருக்க முடியாது. நீயே யோசித்துப் பார். முதன் முதலில் அவர்கள் சிறையில் தள்ளப் போவது எவன் கையில் புத்தகம் இருந்ததோ அவனைத்தான்; உபாத்தியாயர்களை அல்ல. இது முதலாவது, இரண்டாவது உபாத்தியாயர்கள் அங்கீகரிக்கப்பட்ட புத்தகங்களை மட்டுமே கற்றுக் கொடுக்கிறார்கள் என்றே வைத்துக்கொள். அந்தப் புத்தகங்களிலும் தடை செய்யப்பட்ட புத்தகங்களில் உள்ள உண்மைகள் இருக்கத்தான் செய்யும். வார்த்தைகள்தான் வித்தியாசமாயிருக்கும். விசயம் ஒன்றுதான். வேண்டுமானால், நீ தரும் புத்தகங்களில் இருப்பதைவிட, அதில் உண்மை கொஞ்சம் குறைவாக இருக்கலாம். சுருங்கச் சொன்னால், நான் எந்தக் கொள்கைக்காக வாழ்கிறேனோ, அதே கொள்கைக்காகத்தான் அவர்களும் வேலை செய்கிறார்கள். அவர்கள் சுற்றி வளைத்துத் திரிகிறார்கள். நான் நேர் பாதையில், விரைந்து முன்னேறிப் போகிறேன். அவ்வளவுதான். முதலாளிகளின் கண்ணோட்டத்தின்படி பார்த்தால், எங்கள் இருவரையுமே தண்டிக்க வேண்டியதுதான். சரிதானே? இது இரண்டாவது. மூன்றாவதாக ஒரு விசயம் இருக்கிறது. அவர்களுக்கும் எனக்கும் தொடர்பே கிடையது. நடந்து செல்லும் தரைப்படை, குதிரைப்படையாட்களோடு சிநேகம் கொள்ள முடியாது. முஜீக்காயிருந்தால் நான் அந்த மாதிரி நடந்து கொள்ளமாட்டேன். ஆனால் அந்த உபாத்தியாயரோ ஒரு பாதிரியாரின் பிள்ளை; உபாத்தியாயினியோ ஒரு பண்ணையாரின் மகள். அவர்கள் இருவரும் மக்களை ஏன் தூண்டிவிடப் போகிறார்கள்? முஜீக்குக்கு அந்தக் கனவான்களின் மனதில் இருப்பது எட்டாது. எனக்கு நான் செய்கின்ற காரியம் நன்றாய்த் தெரியும். அவர்கள் – அந்தப் படித்த சீமான்கள் – எதை நோக்கிச் செல்கிறார்கள் என்பது எனக்குக் கொஞ்சம் கூடத் தெரியாத, புரியாத விசயம். ஆயிரம் வருட காலமாக அந்தக் கனவான்கள் தங்கள் இடத்தில் சுகமாக வாழ்ந்து கொண்டு, முஜீக்குகளின் முதுகுத் தோலை உரித்தெடுக்கிறார்கள். இப்போது மட்டும் அவர்கள் திடுதிப்பென்று முஜீக்குகளின் கண்களை மறைத்திருக்கும் திரைகளைத் தங்கள் கைகளாலேயே விலக்கி விடுவார்களா? எனக்கு அந்த மாதிரியான கட்டுக்கதைகளில் எல்லாம் நம்பிக்கை

கிடையாது. அவர்கள் அப்படிச் செய்வார்கள் என்று சொல்வது அபாரமான கற்பனை. ஆமாம்! சீமான்களுக்கும் எனக்கும் வெகு தூரம். நீ குளிர்காலத்தில் வயல்வெளி வழியாகக் குறுக்கே நடந்து செல்கிறாய் என்று வைத்துக்கொள். ரோட்டுக் கரைக்கு வந்தவுடன் உனக்கு எதிராக ஒன்று தெரிகிறது என்று நினைத்துப் பார். அதென்ன அது? ஒரு நரி அல்லது ஓநாய். இல்லாவிட்டால் ஒரு நாயாக இருக்கும். என்னவென்று தெரியவில்லை."

தாய் தன் மகனைப் பார்த்தாள். அவன் மகிழ்ச்சியற்றுக் காணப்பட்டான்.

ரீபினின் கண்களில் ஒரு கரிய ஒளி பிரகாசித்தது. அவன் ஆத்ம திருப்தியோடு பாவெலையே பார்த்துக்கொண்டும் தாடியைத் தடவிக் கொடுத்துக்கொண்டும் இருந்தான்.

"நல்லொழுக்கத்தைப் பற்றி நினைப்பதற்கு இது காலமில்லை" என்று தொடங்கினான் ரீபின்; "வாழ்க்கையோ ஒரே சிரம மயமாயிருக்கிறது. நாய்கள் ஒன்று கூடினால் ஆட்டு மந்தையாகிவிடாது. ஒவ்வொரு நாயும் அதனதன் விருப்பப்படி குலைத்துத் தள்ளும்."

"சாதாரண மக்களின் நலத்துக்காக, படித்த சீமான்களில் பல பேர் மரணத்தை ஏற்றுக் கொள்கிறார்கள்" என்று தனக்குத் தெரிந்தவர்கள் முகங்களை எல்லாம் மனக் கண்முன் கண்டவாறே பேசினாள் தாய்; "அவர்கள் தங்கள் வாழ்நாள் முழுவதையுமே சிறையில் கழித்து விடுகிறார்களே..."

"அவர்களெல்லாம் ஒரு தனி ரகம்" என்றான் ரீபின். "முஜீக் பணக்காரனாகி, படித்த கனவான்களோடு சரிசமானம் பெறுகிறான். படித்த கனவான்கள் ஏழைகளாகி, முஜீக்குகளின் நிலைக்குத் தாழ்ந்து விடுகிறார்கள். பணமில்லாவிட்டால் மனம் சுத்தமாயிருக்கும். பாவெல், நீ எனக்குச் சொன்ன விசயம் ஞாபகம் இருக்கிறதா? ஒரு மனிதன் எப்படி வாழ்கிறானோ, அப்படியேதான் சிந்திக்கிறான் என்று சொன்னாயே, அதுதான் சங்கதி! முதலாளி அதே விசயத்தை 'இருக்கிறது' என்பான். தொழிலாளி 'ஆம்' என்று சொன்னால் முதலாளி தன் குணத்துக்கேற்ப 'இல்லை' என்று கத்துவான். இதே முரண்பாடுதான் முஜீக்குகளுக்கும் படித்த சீமான்களுக்கும் இடையில் நிலவுகிறது. முஜீக் ஒருவன் வயிறு நிறையச் சாப்பிடுவதைப் பார்த்தால் உடனே பண்ணையாருக்கு வயிற்றைக் கலக்கிவிடும். ஒவ்வொரு வர்க்கத்திலும் சில நாய்ப் பிறவிகள் இருக்கத்தான் செய்கிறார்கள். நான் ஒன்றும் எல்லா முஜீக்குகளுக்காகவும் பரிந்து பேசவில்லை..."

தொ.மு.சி. ரகுநாதன்

அவன் தனது பலம் பொருந்திய கரிய முகத்தைத் தொங்க விட்டவாறே எழுந்து நின்றான். பற்களைப் பட்டென்று கடித்த மாதிரி, அவனது தாடி நடுங்கி அசைந்தது. எழுந்து நின்று கொண்டு அவன் மெதுவான தொனியில் மேலும் பேசினான்:

"ஐந்து வருட காலமாக நான் ஒவ்வொரு தொழிற்சாலையாய் இடம் மாறித் திரிந்தேன். கிராமப்புறம் எப்படி இருக்கும் என்பதே எனக்கு மறந்து போயிற்று. கிராமத்துக்குச் சென்று அங்குள்ள நிலைமையைப் பார்த்தபோது, அந்தச் சூழ்நிலையில் உயிரோடு கூட வாழமுடியாது என்று உணர்ந்தேன். புரிகிறதா? என்னால் வாழ முடியவே இல்லை. நீ இங்கே வாழ்கிறாய். அங்கு நடக்கின்ற அநியாயங்கள் எல்லாம் உனக்குத் தெரியாது. அங்கே பசிக்கொடுமை, மக்களை நிழல்போலத் தொடர்ந்து வாட்டுகிறது. தின்பதற்கு ஒரு ரொட்டி – ஒரு சீனியும் கிடைப்பதில்லை. கிடைக்கும் என்கிற நம்பிக்கையும் இல்லை. பசிப்பேய் அவர்களது இதயங்களையே தின்று விழுங்குகிறது; முகங்களைக் கோரமாக்குகிறது. அந்த மக்கள் வாழவில்லை; எட்டாத தேவைகளில் அழுகிக் கொண்டிருக்கிறார்கள். ஆனால் அதே சமயம் அவர்களைச் சுற்றியுள்ள அதிகாரிகளோ, அவர்கள் கையில் ஒரு சிறு ரொட்டித் துண்டு கூடச் சிக்கிவிடாதபடி, கழுகுகளைப் போலக் கண்காணித்து வருகிறார்கள்! அப்படியே தப்பித்தவறி ஒரு முஜீக்கின் கையில் கொஞ்சம் உணவு கிட்டிவிட்டால், உடனே அதைத் தட்டிப் பறிப்பதோடு, அவனது கன்னத்திலும் அறைகிறார்கள்..."

ரீபின் மேசை மீது கையைத் தாங்கியவாறு திரும்பி பாவெலை நோக்கித் தலையைச் சாய்த்தான்.

"அந்தக் கொடிய வாழ்க்கையைக் கண்டு என் வயிறு கூட உள்ளடங்கிப் போயிற்று. அந்த வாழ்க்கையை என்னால் தாங்க முடியாது என்று நினைத்தேன். அப்புறம் எனக்கு நானே சொல்லிக்கொண்டேன்: இல்லை. நீ அப்படிச் செய்யக் கூடாது. மனதைத் தளர விடக்கூடாது. இந்த வாழ்விலிருந்து நீ பிரிந்து செல்லக் கூடாது. உன்னால் அவர்களுக்கு உணவு அளிக்க முடியாமல் இருக்கலாம். ஆனால் நீ அவர்களைச் சிந்திக்க வைக்க வேண்டும். அதனாலேயே அங்கு தங்கினேன். மக்களுக்காகவும், மக்களின் மீதும் எனக்கு ஏற்பட்டுள்ள பகைமை, வெறுப்பு எல்லாம் என் இதயத்துக்குள்ளே பொருமிப் புகைந்து கொண்டுதான் இருக்கிறது. அந்த வெறுப்புணர்ச்சி இன்னும் என் மனத்தை ஏன் இதயத்தைக் கத்திபோல் குத்திக் கொண்டிருக்கிறது!"

மெதுவாக அவன் பாவெலின் அருகே சென்று அவனது தோள் மீது கையைப் போட்டான். அவனது நெற்றியிலிருந்து வியர்வை வழிந்தன. கைகள் நடுங்கியது.

"பாவெல் எனக்கு உன் உதவி தேவை. நீ எனக்குப் புத்தகங்கள் கொடு. ஒருமுறை படித்தாலும் இரவெல்லாம் தூக்கமில்லாமல் தவித்து, சிந்தித்துச் சிந்தித்து வெறிகொள்ளச் செய்யும் புத்தகங்களாகக் கொடு. அவர்களது மூளையிலே ஒரு முள்ளம் பன்றியைக் குடியேற்ற வேண்டும். தனது முட்களைச் சிலிர்த்துக்கொண்டு நிற்கும் முள்ளம் பன்றி! அப்போதுதான் அவர்கள் விழிப்படைவார்கள். உங்களுக்காக எழுதுகின்ற நகரவாசிகளிடம் கிராமாந்திர மக்களுக்காகவும் ஏதேனும் புத்தகங்கள் எழுதச் சொல். அவர்கள் எழுதுகின்ற எழுத்துகள் ஒரே துடிப்பும் உணர்ச்சியும் வெப்பமும் பொருந்தியனவாக இருக்கட்டும். கொள்கைக்காகக் கொலை செய்யவும் தயாராகும் வெறியை, அந்த நூல்கள் மக்களுக்கு உண்டாக்கட்டும்!"

அவன் தன கைகளை உயர்த்தி, ஒவ்வொரு வார்த்தையையும் நிதானமாக நிறுத்தி, தெளிவோடு அழுத்தத்தோடு சொல்ல ஆரம்பித்தான்:

"மரணம்தான் மரணத்தை வெல்லும்! அதாவது மக்களை மறுவாழ்வு எடுக்கச் செய்வதற்காக, மக்கள் சாகத்தான் வேண்டும்! பூமிப் பரப்பிலுள்ள லட்சோப லட்சமான மக்கள் மறுவாழ்வு எடுத்து, புதுவாழ்வு வாழ்வதற்காக, நம்மில் ஆயிரம் பேராவது சாகத்தயாராயிருப்போம்! அதுதான் சங்கதி! மக்களின் மறுவாழ்வுக்காக, விழிப்புப் பெற்ற மக்கள் குலத்தின் எழுச்சிக்காகச் சாவது மிகவும் சுலபம்!"

தாய் தேநீர்ப் பாத்திரத்தை எடுத்துக்கொண்டு வந்தாள்; ரீபினை ஏறிட்டுப் பார்த்தாள். அவனது பேச்சின் கனமும் வேகமும் அவளை அழுத்தி நசுக்கிக் கொண்டிருப்பதாக அவளுக்குத் தோன்றியது. அவனைப் பார்த்தவுடன் தன்னுடைய கணவனை ஞாபகமூட்டும் ஏதோ ஓர் அம்சத்தை அவனிடம் காண்பது போலிருந்தது. அவளுடைய கணவனும் இப்படித்தான் தன் பற்களைத் திறந்து காட்டிக் கொண்டிருப்பான்; தனது சட்டைக் கைகளைச் சுருட்டி விடும்போது, இந்த மாதிரி தான் பொறுமையற்ற கொடூரம் காணப்படடது. அது ஓர் ஊமைக் கொடூரம். ஆனால் இதுவோ ஊமையல்ல. இவனைக் கண்டு, அவளுக்கு பயம் தோன்றவில்லை.

"நாம் இதைச் செய்யத்தான் வேண்டும்" என்று தன் தலையை ஆட்டிக்கொண்டே சொன்னான் பாவெல். "நீங்கள் எங்களுக்குச்

சகல புள்ளி விவரங்களையும் கொடுங்கள். நாங்கள் உங்களுக்காக ஒரு பத்திரிகையை நடத்துவோம்."

தாய்க்கு தன் மகனைப் பார்த்ததும் உள்ளூர மகிழ்ச்சி பொங்கிச் சிரிப்புப் பிறந்தது. அவள் எதுவுமே பேசாமல் உடை உடுத்திக்கொண்டு வீட்டைவிட்டுக் கிளம்பிப் போனாள்...

"நல்லது! நாங்கள் உனக்குச் சகல விவரங்களும் அனுப்புகிறோம். சின்னப் பிள்ளைகளுக்குக் கூடப் புரியும்படியாக, அவ்வளவு எளிமையான நடையில் நீங்கள் புத்தகங்களை எழுதி வெளியிடுங்கள்" என்றான் ரீபின்.

சமையலறையில் கதவு திறந்தது, யாரோ உள்ளே வந்தார்கள்.

சமையலறைப் பக்கம் கண்ணைத் திருப்பிய ரீபின் "இவன் தான் எபீம்! இங்கே வா எபீம்! இவன் தான் எபீம்! இதுதான் பாவெல்! இவனைப் பற்றி உனக்குச் சொல்லியிருக்கிறேன்" என்று அறிமுகப்படுத்தி வைத்தான் ரீபின்.

பாவெலுக்கு முன்னால் உயரமாகவும் பரந்த முகமும் அழகிய கேசமும் உடையவனாயிருந்த எபீம் நின்றான். சின்னஞ்சிறு கம்பளிக்கோட்டு அணிந்திருந்தான். ஒரு கையில் தன் தொப்பியைப் பிடித்தவாறு, அவன் தன் கண்களைத் தாழ்த்திச் சுருக்கிப் பாவெலைப் பார்த்தான். அவனைப் பார்த்தால் அவன் மிகவும் பலம் பொருந்தியவனாயிருக்க வேண்டும் எனத் தோன்றியது.

"உங்களைச் சந்தித்ததில் எனக்கு மிகுந்த மகிழ்ச்சி" என்று கரகரத்த குரலில் கூறினான் அவன். பாவெலோடு அவன் கை குலுக்கிய பிறகு, இரு கைகளாலும் சிலிர்த்து நிற்கும் தன் தலைமயிரைக் கோதிவிட்டுக் கொண்டான். பிறகு அறையைச் சுற்றுமுற்றும் பார்த்தான். அங்குள்ள புத்தகங்கள் கண்ணில் பட்டதும், அவன் அவற்றை நோக்கி மெதுவாய்ச் செல்ல ஆரம்பித்தான்.

"அவற்றைப் பார்த்துவிட்டான்!" என்று பாவெலை நோக்கிக் கண்ணைச் சிமிட்டிக்கொண்டே சொன்னான் ரீபின். எபீம் திரும்பி ரீபினைப் பார்த்தான்; பிறகு புத்தகங்களைக் கவனிக்க ஆரம்பித்தான்.

"படிப்பதற்கு எவ்வளவு விசயம் இருக்கிறது!" என்று வியந்து கூறினான் அவன். "ஆனால், உங்களுக்குப் படிப்பதற்கு நேரமே கிடையாது. நீங்கள் மட்டும் கிராமத்தில் வாழ்ந்தால் படிப்பதற்கு நிறைய நேரம் கிடைக்கும்..."

"ஆமாம் நிறைய நேரம், குறைய ஆசை! இல்லையா?" என்றான் பாவெல்.

"ஏன்? அங்கும் படிக்க வேண்டுமென்கின்ற ஆசை அதிகம்தான்" என்று தன் மோவாயைத் தடவிவிட்டவாறு சொன்னான் அந்தப் பையன். "அங்குள்ள மனிதர்களும் தங்கள் மூளைக்கு வேலை கொடுக்க ஆரம்பித்துவிட்டார்கள். 'புவிஇயல்' இதென்ன புத்தகம்?"

பாவெல் விளக்கினான்.

"எங்களுக்கு இது தேவையில்லை" என்று கூறிக்கொண்டே அந்தப் பையன் அந்தப் புத்தகத்தை மீண்டும் அலமாரியிலேயே வைத்து விட்டான்.

"பூமி எங்கிருந்து வந்தது என்பதைப் பற்றி முஜீக்குக்குக் கவலை கிடையாது" என்று உரத்த பெருமூச்சுடன் பேசத் தொடங்கினான் ரீபின்; "அது கைக்குக் கை எப்படி மாறுகிறது என்பதும், மக்களிடமிருந்து பண்ணையார் எப்படி அதைத் தட்டிப் பறிக்கிறார் என்பதைப் பற்றியும்தான் அவனுக்குக் கவலை. பூமி சுற்றிக் கொண்டிருந்தாலும், சுற்றாமல் அப்படியே நின்றாலும் அவனைப் பொறுத்தவரையில் ஒன்றுதான். அந்தப் பூமி அவன் காலடியிலேயே கிடந்தாலும் சரி, அல்லது ஆகாசத்தோடு போய் ஒட்டிக் கொண்டாலும் சரி, அவனுக்கு நன்றாகச் சாப்பாடு மட்டும் போட்டால் போதும்!"

"அடிமை வாழ்வின் சரித்திரம்" என்று ஒரு புத்தகத்தின் தலைப்பைப் பார்த்து வாசித்தான் எபீம். "இதென்ன, நம்மைப் பற்றிய புத்தகமா?"

"இந்தப் புத்தகத்தில் நமது ருஷ்யா அடிமை வாழ்வைப் பற்றி ஓர் அத்தியாயம் இருக்கிறது" என்று கூறிக்கொண்டே பாவெல் அவனிடம் வேறொரு புத்தகத்தை எடுத்து நீட்டினான். எபீம் அந்தப் புத்தகத்தைத் திருப்பித் திருப்பிப் பார்த்தான். பிறகு அதைக் கீழே வைத்துவிட்டுச் சொன்னான்.

"இதெல்லாம் பழைய காலத்து விவகாரம்."

"சரி, உங்களுக்குச் சொந்தமான நிலம் ஏதாவது இருக்கிறதா?" என்று கேட்டான் பாவெல்.

"இருக்கிறது. எனக்கும் என் சகோதரர் இருவருக்கும் சுமார் பத்தரை ஏக்கர் நிலம் இருக்கிறது. எல்லாம் ஒரே மணல் வெளி. பாத்திரம் விளக்க உதவுமே ஒழிய, பயிர் செய்ய உதவாத மண்."

ஒரு கணம் கழித்து மீண்டும் அவன் பேசத் தொடங்கினான்:

"நான் நிலத்தை விட்டுவிட்டேன். அதை வைத்துக்கொண்டு என்ன பயன்? சும்மா நம்மை வேலையில்லாமல் கட்டித்தான்

போடும்; உணவு தராது. நாலு வருட காலமாய், நான் பண்ணைக் கூலியாளாகத்தான் வேலை பார்த்து வருகிறேன். மழைக்காலத்துக்குப் பிறகு நான் ராணுவ சேவைக்கும் செல்ல வேண்டும். 'பட்டாளத்துக்குப் போகாதே. இப்போதெல்லாம் சிப்பாய்களைக் கொண்டு மக்களை அடிக்கச் சொல்லுகிறர்களாம்' என்று மாமா மிகயீல் சொன்னார். ஆனால், நான் போய்ச் சேரத்தான் எண்ணியிருக்கிறேன். ஸ்திபான் ராசின், புகச்சோவ் முதலியவர்கள் காலத்திலும்கூட, பட்டாளத்துக்காரர்கள் மக்களை அடித்து நொறுக்கத்தான் செய்தார்கள். இதுக்கொரு முடிவு கட்ட வேண்டும். நீங்கள் என்ன நினைக்கிறீர்கள்?" என்று அவன் பாவெலைக் கூர்ந்து பார்த்தவாறே கேட்டான்.

"ஆமாம், காலம் மாறத் தொடங்கிவிட்டது!" என்று இளம் புன்னகையுடன் சொன்னான் பாவெல். "ஆனால் காலத்தைப் பரிபூரணமாக மாற்றுவது மிகவும் கடினமான காரியம். நாம் சிப்பாய்களிடம் என்ன சொல்ல வேண்டும், எப்படி சொல்ல வேண்டும் என்பதை முதலில் தெரிந்துகொள்ள வேண்டும்."

"நாங்கள் அதைக் கற்றுக் கொள்வோம்" என்றான் எபீம்.

"ஆனால், ராணுவ அதிகாரிகள் அதைக் கண்டுபிடித்து விட்டார்களோ, அப்புறம் உங்களைச் சுட்டுக் கொன்று விடுவார்கள்" என்று எபீமைக் குறுகுறுவென்று பார்த்துக்கொண்டே சொன்னான் பாவெல்.

"ஆமாம், அவர்களிடம் இரக்கச் சித்தத்தை எதிர்பார்க்க முடியாது" என்று அந்தப் பையன் அமைதியுடன் ஆமோதித்துக்கொண்டே மீண்டும் புத்தகங்களைக் கவனிக்கத் தொடங்கினான்.

"தேநீர் அருந்து, எபீம்" என்றான் ரீபின். "நாம் சீக்கிரம் புறப்பட வேண்டும்."

"அதற்கென்ன? போவோம். அது சரி, புரட்சி என்பது என்ன? பெருங்கலகமா?" என்றான் எபீம்.

அதற்குள் அந்திரேய் அங்கு வந்து சேர்ந்தான். குளித்துவிட்டு வந்ததால், அவனது உடம்பெல்லாம் சிவந்துபோய் ஆவியெழும்பிக் கெண்டிருந்தது; முகத்தில் சோர்ந்த பாவம் காணப்பட்டது. அவன் ஒன்றுமே பேசாமல் எபீமோடு கைகுலுக்கிவிட்டு ரீபினுக்கு அடுத்தாற்போல் உட்கார்ந்தான். ரீபினைப் பார்த்ததும் லேசாகச் சிரித்துக்கொண்டான்.

"நீ ஏன் உற்சாகமே அற்றுப் போயிருக்கிறாய்?" என்று அவனது முழங்காலில் தட்டிக்கொண்டே கேட்டான் ரீபின்.

“ஒன்றுமில்லையே!” என்றான் ஹஹோல்.

“அவனும் ஒரு தொழிலாளிதானா?” என்று அந்திரேயைப் பார்த்துக் கேட்டான் எபீம்.

“ஆமாம். எதற்காகக் கேட்கிறாய்?” என்றான் அந்திரேய்.

“இல்லை. அவன் இதற்குமுன் எந்த ஆலைத் தொழிலாளியையும் பார்த்ததே இல்லை. அவனுக்கு அவர்களைப் பற்றி ஒரு தனி அபிப்ராயம்” என்றான் ரீபின்.

“எபபடிப்பட்ட அபிப்பிராயம்?” என்றான் பாவெல்.

“உங்கள் எலும்புகள் கூர்மையானவை, ஆனால் விவசாயியின் எலும்புகள் மொட்டையானவை” என்று அந்திரேயைக் கூர்ந்து பார்த்தபடி சொன்னான் எபீம்.

“முஜீக் தன் கால்களை நிலத்தில் நன்றாகப் பதிய ஊன்றி நிற்கிறான் – நிலம் அவனுக்கச் சொந்தமில்லாவிட்டாலும், நிலத்தில் நிற்கும் உணர்ச்சி மட்டும் அவனைவிட்டு நீங்குவதில்லை. அவன் பூமியைத் தொட்டு உணர்கிறான். ஆனால், ஆலைத் தொழிலாளியோ, அப்படியல்ல. அவன் ஒரு சுதந்திரமான பறவை. நிலம், வீடு என்கிற எந்தப் பற்றுதலும் அவனுக்குக் கிடையாது. இன்றைக்கு இங்கே, நாளைக்கு எங்கேயோ? ஒரு பெண்ணின் ஆசைகூட, அவனை ஒரே இடத்தில் இருத்தி வைத்துவிட முடியாது. அவனுக்கும் அவளுக்கும் ஏதாவது ஒரு சின்னத்தகராறு வந்தாலும் போதும்; உடனே அவளைவிட்டு விலகி, வேறொரு இடத்தை தேடிப் புறப்பட்டுப் போய்விடுவான். ஆனால் முஜீக் அப்படியல்ல. இடத்திலிருந்து நகராமல் தன்னைச் சுற்றி மேன்மைபடுத்திக் கொள்ளத் திரும்புவான். சரி, இதோ உன் அம்மா வந்துவிட்டாள்!” என்று பேசி முடித்தான் ரீபின்.

“சரி, எனக்கு ஒரு புத்தகம் இரவல் கொடுப்பீர்களா?” என்று பாவெலிடம் நெருங்கிவந்து கேட்டான் எபீம்.

“தாராளமாய்” என்றான் பாவெல்.

அந்தப் பையனின் கண்கள் பிரகாசம் அடைந்தன.

“நான் திருப்பித் தந்துவிடுவேன்” என்று அவன் அவசர அவசரமாக பாவெலுக்கு உறுதி கூற முனைந்தான். “எங்களூர்காரர்கள் இந்தப் பிரதேசத்துக்காகத் தார் எண்ணெய் ஏற்றிக்கொண்டு அடிக்கடி வருவார்கள். அவர்கள் மூலம் கொடுத்தனுப்புகிறேன்!”

“சரி, போக நேரமாச்சு” என்று தனது கோட்டையும் பெல்ட்டையும் எடுத்து மாட்டிக்கொண்டு கூறினான் ரீபின்.

“இதோ, படிக்கப் போகிறேன்” என்று ஒரு புத்தகத்தைச் சுட்டிக் காட்டியவாறு புன்னகையோடு கூறினான் எபிம்.

அவர்கள் சென்றவுடன் பாவெல் உணர்ச்சி வயப்பட்டவனாக அந்திரேயின் பக்கம் திரும்பினான்.

“இவர்களைப் பற்றி நீ என்ன நினைக்கிறாய்?” என்று மகிழ்ச்சி பொங்கக் கேட்டான்.

“ஹூம்” என்று முனகினான். ஹஹோல். “இரண்டு புயல் மேகங்கள் மாதிரித்தான்!”

“மிகயீல் இருக்கிறானே, அவனைப் பார்த்தால் தொழிற்சாலையிலேயே வேலை பார்த்தவன் மாதிரி தோன்றவில்லை – அசல் முஜீக்! ரொம்பப் பயங்கரமான ஆசாமி” என்றாள் தாய்.

“நீ இங்கே இல்லாமல் போனது ரொம்ப மோசம்” என்று அந்திரேயை நோக்கி, பாவெல் சொன்னான். அந்திரேய் மேசைக்கு எதிராக அமர்ந்து தன் எதிரே இருந்த தேநீர்க் கோப்பையை வெறித்துப் பார்த்துக் கொண்டிருந்தான். பாவெல் மேலும் பேசினான்: “நீ அடிக்கடி மனித இதயத்தைப் பற்றிப் பேசுகிறாயே, அவன் இதயத்தில் என்ன நடந்து கொண்டிருக்கிறது என்பதை நீ கொஞ்சமாவது பார்த்திருக்க வேண்டும். ரீபின் கொஞ்ச நேரத்துக்கு முன்னால் படபடவென்று பொரிந்து தள்ளி, என்னைத் திணற அடித்துவிட்டான். அவனுக்குப் பதில் சொல்லக் கூட எனக்கு வாயெழவில்லை. அவன் இந்த மனித ராசியை எவ்வளவு கேவலமாக மதிக்கிறான்? மனிதகுலத்திடமே அவனுக்கு நம்பிக்கை இல்லை. அம்மா சொன்னது ரொம்ப சரி. ஏதோ ஒரு பயங்கரமான சக்திதான் அவனுள் குடிகொண்டிருக்கிறது!”

“நானும் அதைக் கவனித்தேன்” என்று உணர்ச்சியற்றுக் கூறினான் ஹஹோல். “ஆட்சியாளர்கள் மக்களின் மனதில் விசத்தை ஏற்றிவிட்டார்கள். மக்கள் மட்டும் ஒன்றுதிரண்டு கிளர்ந்தெழுந்தால், எல்லாவற்றையும் நொறுக்கித் தள்ளிவிடுவார்கள். அவர்களுக்கு வெறும் நிலம்தான் வேண்டும்; அந்த நிலத்தை வெறுமனே போட்டிருக்கவும் அவர்கள் செய்வார்கள். எல்லாவற்றையும் கிழித்தெறிந்து விடுவார்கள்.”

அவன் மெதுவாகவே பேசினான்; அவன் மனதில் வேறு ஏதோ ஒரு சிந்தனை ஊடாடிக் கொண்டிருக்கிறது என்பது தெளிவாகத் தெரிந்தது. தாய் வந்து அவனது தோளைத் தட்டிக் கொடுத்தாள்.

“தைரியமாயிரு அந்திரியூஷா” என்றாள் தாய்.

"கொஞ்சம் பொறு, அம்மா" என்று மிகுந்த பரிவோடு கூறினான் அவன். திடீரென்று அவன் உத்வேக உணர்ச்சியோடு மேசை மீது ஓங்கிக் குத்திக்கொண்டே பேசினான்: "அது உண்மைதான் பாவெல்! முஜீக் மட்டும் விழித்தெழுந்தால், அவனது நிலத்தைத் தரிசாகவே போட்டுவிடுவான். கொள்ளை நோய்க்குப் பிறகு மிஞ்சும் சாம்பலைப் போல, சகலமானவற்றையும் சுட்டெரித்துச் சாம்பலாக்கி, தான் பட்ட சிரமத்தின் வடுக்களையெல்லாம் தூர்த்துத் துடைத்துவிடுவான்!"

"அதன் பின் அவன் நம் வழிக்கு வந்து சேருவான்" என்று மெதுவாகச் சொன்னான் பாவெல்.

"ஆனால், அந்த மாதிரி நடக்காதபடி பார்த்துக்கொள்வது தான் நமது வேலை. அவனைச் சரியான பாதையில் செலுத்துவதற்கு அவனை இழுத்துப் பிடிப்பது நமது வேலை. மற்றவர்களைவிட நாம்தான் அவனுக்கு மிகவும் நெருங்கியவர்கள். அவன் நம்மை நம்புவான்; பின்பற்றுவான்."

"ரீபின் கிராமத்துக்கென்று ஒரு பத்திரிகை வெளியிடும்படி சொன்னான்" என்றான் பாவெல்.

"செய்ய வேண்டியதுதான்."

"அவனோடு நான் விவாதியாமல் போனது பெருந்தவறு" என்று லேசாகச் சிரித்துக்கொண்டே சொன்னான் பாவெல்.

"பரவாயில்லை, இன்னும் சந்தர்ப்பம் இருக்கிறது" என்று அமைதியாகக் கூறிக்கொண்டே தன் தலைமயிரைக் கோதிக் கொடுத்தான் ஹஹோல். "நீ உன் வாத்தியத்தையே வாசித்துக்கொண்டிரு. பூமியில் அறைந்தாற்போல் அசைவற்று நிற்பவர்களைத் தவிர, மற்றவர்கள் உன் பாட்டுக்குத் தக்கபடி ஆட்டம் ஆடுவார்கள். நமக்குக் கீழே பூமி இருக்கிறது என்பதை நாம் உணரவில்லை என்று ரீபின் சொன்னதில் தவறில்லை. மேலும், நாம் பூமியில் காலூன்றி வெறுமனே நிற்கக்கூடாது. பூமியையே அசைக்க வேண்டும். நாம் அசைக்கிற அசைப்பில், அதனோடு ஒட்டிக் கிடந்து உழலுகின்ற மக்களை உலுக்கி, பிடி தவறச் செய்ய வேண்டும். அப்படிச் செய்தால்தான் அவர்கள் அந்தப் பிடியிலிருந்து விடுதலை பெறுவார்கள்..."

"உனக்கு எல்லாமே எளிதாக இருக்கிறது அந்திரியூஷா!" என்று சிரித்துக்கொண்டே சொன்னாள் தாய்.

"ஆமாம் வாழ்க்கையைப்போல்!" என்றான் ஹஹோல்.

சில நிமிடம் கழித்து அவன் பேசினான்:

"சரி நான் வயல்வெளியில் கொஞ்சம் உலாவி வரப் போகிறேன்."

"குளித்த பிறகா? காற்று வேறு அடிக்கிறது. சளி பிடிக்கும்" என்று எச்சரித்தாள் தாய்.

"கொஞ்சம் காற்றாடி வந்தால்தான் தேவலை" என்றான் அவன்.

"சளிப் பிடிக்காமல் பார்த்துக்கொள். கொஞ்சம் பாடேன்!" என்றான் பாவெல்.

"வேண்டாம். நான் போகிறேன்."

அவன் தனது உடைகளை மாட்டிக்கொண்டு ஒன்றுமே பேசாமல் வெளியே கிளம்பினான்.

"அவன் மனம் என்னவோ சங்கடப்படுகிறது" என்று பெருமூச்சுடன் சொன்னாள் தாய்.

"அந்தச் சம்பவம் நடந்ததிலிருந்து, நீ அவன் மீது அதிகமான அன்போடு நடந்து கொள்கிறாய். அதைப்பற்றி எனக்கு மிகுந்த சந்தோசம்" என்றான் பாவெல்.

"நானா? எனக்கு அப்படியொன்றும் தெரியவில்லை. என்னவோ அவனை எனக்கு ரொம்பவும் பிடித்துப் போயிற்று. எப்படிச் சொல்வதென்றே தெரியவில்லை."

"உனக்கு மிகவும் அன்பான மனம், அம்மா" என்று மெதுவாகச் சொன்னான் பாவெல்.

"நான் மட்டும் உனக்கு – உன் தோழர்கள் அனைவருக்கும் – உதவ முடிந்தால், கொஞ்சமேனும் உதவிசெய்ய முடிந்தால்? எப்படி உதவுவது என்பது மட்டும் தெரிந்தால்?"

"கவலைப்படாதே அம்மா, நீ தெரிந்துகொள்வாய்."

"எனக்கு அது மட்டும் தெரிந்துவிட்டால் – அப்புறம் கவலையே இராது" என்று சிறு சிரிப்புடன் கூறினாள் தாய்.

"சரி, அம்மா. இந்தப் பேச்சைவிட்டு விடுவோம். ஆனால் ஒன்று மட்டும் ஞாபகத்தில் வைத்துக்கொள். உனக்கு நான் மிகவும் நன்றி பாராட்டக் கடமைப்பட்டவன்."

அவள் பேசாது சமையலறைக்குள் சென்றாள். தன் கண்களில் பொங்கும் கண்ணீரை அவன் பார்த்துவிடக் கூடாதே என்கிற அங்கலாய்ப்பு அவளுக்கு.

அன்று இரவு ஹஹோல் வெகுநேரம் கழித்துத்தான் வீடு திரும்பினான்; வந்தவுடனேயே அவன் படுக்கச் சென்று விட்டான்.

“நான் இன்றைக்குப் பத்து மைலாவது நடந்திருப்பேன்.”

“அதனால் பலன் இருந்ததா?” என்று கேட்டான் பாவெல்.

“தொந்தரவு பண்ணாதே, எனக்குத் துக்கம் வருகிறது.”

அவன் அதற்குப் பிறகு எதுவுமே பேசவில்லை.

சிறிது நேரம் கழித்து, நிகலாய் வெஸோவ்ஷிகோவ் உள்ளே வந்தான். அவனது ஆடைகள் கிழிந்து கந்தல் கந்தலாயிருந்தன. ஒரே அழுக்கு மயமாகவும் அதிருப்தி நிறைந்தவனாகவும் அவன் வந்து சேர்ந்தான்.

“இஸாயை யார் கொன்றார்கள் என்று கேள்விப்பட்டாயா?” என்று பாவெலிடம் கேட்டுக்கொண்டே அவன் அறைக்குள் நடக்க ஆரம்பித்தான்.

“இல்லை” என்று சுருக்கமாக விடையளித்தான் பாவெல்.

“எவனோ ஒருவன் வேண்டா வெறுப்பாக இந்தக் காரியத்தில் முந்திவிட்டான். நானோ அந்தப் பயலைத் தீர்த்துக் கட்ட வேண்டும் என்று இருந்தேன். நான்தான் அதைச் செய்திருக்க வேண்டும். அதற்கு நான்தான் தகுந்த ஆசாமி.”

“அந்தப் பேச்சை விடு, நிகலாய்” என்று நட்புரிமை தொனிக்கும் குரலில் சொன்னான் பாவெல்.

“நான் நினைத்தேன்” என்று அன்போடு பேச ஆரம்பித்தாள் தாய். “உனக்கு மிகவும் மிருதுவான மனம் இருக்கிறது. நீ ஏன் இப்படி விலங்கு மாதிரி கர்ஜிக்கிறாய்?”

அந்தச் சமயத்தில் நிகலாயைப் பார்க்க அவளுக்குப் பிடித்திருந்தது. அவனது அம்மைத் தழும்பு விழுந்த முகம் கூடக் கவர்ச்சிகரமாகத் தோன்றியது.

“இந்த மாதிரி காரியங்களுக்குத் தவிர, வேறு எதற்கும் நான் லாயக்கில்லை” என்று தன் தோளைச் சிலுப்பிக்கொண்டே சொன்னான் நிகலாய். “நானும் நினைத்து நினைத்துப் பார்க்கிறேன். இந்த உலகில் என் இடம் எது என்று, ஆனால் எனக்கு ஓர் இடமும் இல்லை. மக்களோடு பேசத்தான் வேண்டியிருக்கிறது. ஆனால் எப்படிப் பேசுவது என்பது எனக்குத் தெரியாது. எல்லாம் எனக்குப் புரிகிறது. மக்களுக்கு இழைக்கப்படும் அநீதிகளை எல்லாம் பார்த்து அனுதாபம் கொள்கிறேன். என்றாலும் அதை வாய்விட்டுச் சொல்லத் தெரியவில்லை. நான் ஓர் ஊமைப் பிறவி.”

அவன் பாவெலிடம் திரும்பினான்; உடனே தன் கண்களைத் தாழ்த்தி, மேசையையே துளைத்து விடுவதுபோல் வெறித்துப்

பார்த்தான். பிறகு அவனது இயற்கையான குரலுக்கு மாறான குழந்தைக் குரலில் பேசத் தொடங்கினான்:

"தம்பி, எனக்கு ஏதாவது பெரிய வேலையாகக் கொடு. இந்த மாதிரி, எந்தவிதக் குறிக்கோளுமற்று என்னால் வாழ்ந்து கொண்டிருக்க முடியாது. நீங்கள் அனைவரும் உங்கள் வேலைகளிலேயே மூழ்கியிருக்கிறீர்கள். உங்களது இயக்கம் எப்படி வளர்ந்து மலர்கிறது என்பதை நான் பார்க்கத்தான் செய்கிறேன். ஆனால், நான் மட்டும் ஒரு பக்கமாக ஒதுங்கி நிற்கிறேன். வெறுமனே மரங்களைச் சுமந்து திரிவதோடு முடிந்து விடுகிறது என் பிழைப்பு. இந்தப் பிழைப்பு ஒருவனுக்கு வாழ்வளித்துவிடாது. எனக்கு வேறு ஏதாவது கடினமான பெரிதான வேலை கொடு."

பாவெல் அவனது கையை எட்டிப் பிடித்து அவனைத் தன்னருகே இழுத்தான்.

"சரி. தருகிறேன்."

இடையிலிருந்த மறைவுக்கு அப்பாலிருந்து ஹஹோலின் குரல் கேட்டது.

"நான் உனக்கு அச்சுக் கோக்கிற வேலை சொல்லித் தருகிறேன், நிகலாய். உனக்கு அது பிடிக்குமா?"

நிகலாய், ஹஹோலிடம் பேசினான்:

"நீ மட்டும் எனக்குக் கற்றுக் கொடுத்துவிட்டால் – உனக்கு நான் என் கத்தியைப் பரிசளித்து விடுகிறேன்" என்றான் அவன்.

"உன் கத்தியைக் கொண்டு உடைப்பிலே போடு" என்ற கடகடவென்று சிரித்தவாறே கத்தினான் ஹஹோல்.

"இல்லை. அது ஒரு நல்ல கத்தி" என்றான் நிகலாய்.

பாவெலும் சிரிக்க ஆரம்பித்தான்.

"நீங்கள் என்னைப் பார்த்துச் சிரிக்கவா செய்கிறீர்கள்!" அறையின் மத்தியில் நின்றவாறே கேட்டான் நிகலாய்.

"ஆமாம் அப்பா, ஆமாம்!" என்று படுக்கையைவிட்டுத் துள்ளியெழுந்தவாறே சொன்னான் ஹஹோல். "சரி வா. வயல்வெளிப் பக்கம் உலாவிவிட்டு வரலாம். நிலா அருமையாகக் காய்கிறது. வருகிறாயா?"

"சரி" என்றான் பாவெல்.

"நானும் வருகிறேன்" என்றான் நிகலாய். "ஹஹோல், உன் சிரிப்பு எனக்குப் பிடித்திருக்கிறது."

"நீ பரிசு கொடுப்பதாகச் சொல்வது எனக்குப் பிடித்திருக்கிறது" என்றான் ஹஹோல் சிரித்துக்கொண்டே.

அவன் சமையலறைக்குள் சென்று உடை உடுத்திக்கொண்டான்.

"மேலே ஏதாவது போர்வையைக் போட்டுக்கொள்" என்று அவசர அவசரமாகச் சொன்னாள் தாய்.

அவர்கள் மூவரும் வெளியே சென்ற பிறகு அவள் சன்னலருகே சென்று அவர்கள் செல்வதையே பார்த்துக் கொண்டிருந்தாள். பிறகு சுவரிலிருந்த விக்ரகத்தை நோக்கி வாய்க்குள் முணுமுணுத்துக் கொண்டாள்:

"கருணையுள்ள கடவுளே! அவர்களுக்கு நல்லது செய். அவர்களைக் காப்பாற்று..."

26

நாட்கள் வெகு வேகமாகக் கழிந்து சென்றன. அந்த வேகத்தில் மே தினத்தின் வரவைப் பற்றிச் சிந்திப்பதற்குக் கூடத் தாய்க்கு நேரம் கிடைக்கவில்லை. ஆனால் இரவில் மட்டும், பகல் முழுதும் ஓடியாடி, வேலை செய்து ஓய்ந்து, களைத்துப் படுக்கையில் சாய்ந்த பிறகு மாத்திரம், அவள் இதயத்தில் இனந்தெரியாத ஒரு மங்கிய வேதனை லேசாக எழும்.

"அது மட்டும் சீக்கிரம் வந்துவிட்டால்..."

காலையில் ஆலைச் சங்கு அலறியது. அந்திரேயும் அவளது மகன் பாவெலும் சீக்கிரமே தங்கள் சாப்பாட்டை முடித்துவிட்டு வேலைக்குச் செல்வார்கள்; அவளுக்கு ஏதாவது பதிற்றுக்கணக்கான வேலைகளை விட்டுச்செல்வார்கள். பகல் முழுதும் அவள் கூண்டுக்குள் அகப்பட்ட அணிற்பிள்ளை மாதிரி ஓடியாடி வேலை செய்வாள். சாப்பாடு தயாரிப்பாள்; பசை காய்ச்சுவாள்; சுவரொட்டி விளம்பரங்களுக்கு மசி தயாரிப்பாள். திடீர்திடீரென்று எங்கிருந்தோ வந்து தோன்றி பாவெலுக்குப் பல செய்திகளைக் கொண்டுவந்து கொடுத்துவிட்டு, மாயமாக மறைந்து செல்லும் இனந்தெரியாத மனிதர்கள் பலரை வரவேற்பாள். அவர்கள் வந்து சென்ற பிறகு அவர்களுக்கிருந்த பரபரப்பு அவள் மனதிலும் குடி புகுந்துவிடும்.

அநேகமாக ஒவ்வொரு நாள் இரவிலும், தொழிலாளரை மே தினக் கொண்டாட்டத்தில் பங்கெடுத்துக் கொள்ளும்படி வேண்டிக்கொள்ளும் சுவரொட்டி அறிக்கைகள் வேலிப் புறங்களிலும் போலீஸ் நிலையக் கதவுகளிலும் ஒட்டப்பட்டு வந்தன. ஒவ்வொரு

நாளும் அம்மாதிரியான அறிக்கைகள் தொழிற்சாலையிலும் காணப்பட்டன. காலையில் போலீஸ்காரர்கள் தொழிலாளர் குடியிருப்பு வட்டாரத்துக்குள் வந்து, அந்த அறிக்கைகளைக் கிழித்தெறிவார்கள்; சுரண்டியெடுப்பார்கள். ஆனால் மத்தியானச் சாப்பாடு வேளையில் புதுப்பிரசுரங்கள் காற்று வாக்கில் பறந்து, போகிறவர் காலடியில் விழுந்து புரளும். நகரிலிருந்து துப்பறியும் குழுவினர் வந்து சேர்ந்தார்கள். அவர்கள் மூலைக்கு மூலை நின்றுகொண்டு, சாப்பாட்டு வேளையில் தொழிற்சாலைக்கு உற்சாகமாய்ப் போவதும் வருவதுமாய் இருக்கும் தொழிலாளிகள் ஒவ்வொருவருடைய முகங்களையும் கூர்ந்து கவனித்துக் கொண்டிருந்தார்கள். நிலைமையைச் சமாளிக்க முடியாமல் திணறிக் கொண்டிருக்கும் போலீஸ்காரர்களின் பரிதாபகரமான நிலையைக் கண்டு ஒவ்வொருவரும் ஆனந்தப்பட்டார்கள். வயதான தொழிலாளர்கள் கூடச் சிரித்துக்கொண்டே தமக்குள் பேசிக் கொண்டிருந்தார்கள்:

“இவர்கள் செய்கிற காரியத்தைத்தான் பாரேன்!”

எங்கு பார்த்தாலும் தொழிலாளர்கள் கும்பல் கும்பலாக நின்று மே தின அறைகூவலைப் பற்றிக் காரசாரமாக விவாதித்துக் கொண்டிருந்தார்கள். வாழ்க்கை எங்கும் கொந்தளித்துக் கொண்டிருந்தது. அந்த வசந்த பருவத்தில் வாழ்க்கை அவர்களுக்கு மிகவும் பிடித்திருந்தது. ஏனெனில் எல்லோருடைய மனதிலும் ஒரு புதிய உணர்ச்சி பூத்துக் கிளர்ந்தது. சிலருக்கு முன்னிருந்ததைவிட, பன்மடங்கான எரிச்சலும் புகைச்சலும்தான் மனதில் மூண்டது; அவர்கள் இந்தப் புரட்சிக்காரர்களை வாயாறச் சபித்தார்கள். சிலருக்கு ஒரு மங்கிய கவலையும் இனந்தெரியாத நம்பிக்கையுணர்ச்சியும் ஏற்பட்டன. சிலர் – அதாவது மிகவும் குறைந்த ஒரு சிலர் மட்டும் – தாம் தான் இந்த மக்களைக் கிளறிவிட்டதற்குப் பொறுப்பாளிகள் என்கிற உணர்வினால், உள்ளூக்குள் மிகுந்த பூரிப்பும் உற்சாகமும் கொண்டு திரிந்தார்கள்.

பாவெலுக்கும் அந்திரேய்க்கும் இப்போது எல்லாம் தூங்குவதற்குக்கூட முடியவில்லை. அவர்கள் காலை நேரத்தில்தான் திரும்பி வருவார்கள். வெளுத்துக் களைத்து என்னவோபோல வந்து சேர்வார்கள். ஊரின் ஒதுக்குப் புறங்களிலும் காடுகளிலும் அவர்கள் கூட்டங்கள் நடத்தி வந்தார்கள் என்பது தாய்க்குத் தெரியும். குடியிருப்பைச் சுற்றியுள்ள பிரதேசத்தில் குதிரைப் போலீஸ்காரர்கள் இரவெல்லாம் ரோந்து சுற்றிக் கொண்டிருந்தார்கள் என்பதும், துப்பறியும் வேவுக்காரர்கள் எங்கு பார்த்தாலும் ஊர்ந்து திரிந்து, தனியாகச் செல்லும் தொழிலாளர்களை வழிமறித்து,

அவர்களைச் சோதனை போடுவதும், கூட்டங்கூட்டமாக வரும் தொழிலாளர்களைக் கலைந்து போகுமாறு செய்வதும், சில சமயங்களில் சிலரைக் கைது செய்து கொண்டு போவதுமாக இருக்கிறார்கள் என்பதும் அவளுக்குத் தெரியும். தான் எந்த நேரத்தில் கைதாக நேர்ந்தாலும், அவள் அதையும் வரவேற்கத்தான் செய்வாள். பின்னால் வரப்போகும் பெரும் ஆபத்துக்கு ஆளாவதைவிட, இப்போதே கைதாகிவிடும் ஆபத்து மேலானது என்பது அவள் எண்ணம்.

என்ன காரணத்தினாலோ இஸாயின் கொலை விசயம் மறைக்கப்பட்டுவிட்டது. இரண்டு நாட்களாய் உள்ளூர்ப் போலீஸ்காரர்கள் புலன் விசாரித்தார்கள். சுமார் பன்னிரண்டு தொழிலாளர்களைக் கண்டு விசாரணை செய்த பின்னர், அவர்களே அந்தக் கொலை வழக்கை விட்டுவிட்டார்கள்.

மரியா கோர்சுனவா தாயோடு பேசியபோது, போலீஸ்காரர்களின் அபிப்பிராயத்தை வெளியிட்டுச் சொன்னாள். மற்றவர்களோடு எவ்வளவு சுமுகமாகப் பழகி வந்தாளோ, அதேமாதிரி அவள் போலீஸ்காரர்களிடமும் பழகி வந்ததால் அவர்களது அபிப்பிராயம் அவளுக்கும் தெரிய நேர்ந்தது.

“கொலைகாரனை எப்படித்தான் கண்டு பிடிப்பது? அன்று காலையில் சுமார் நூறு பேர் இஸாயைப் பார்த்திருக்கிறார்கள். அவர்களில் தொண்ணூறு பேர் அவனைத் தாங்களே ஒழித்துக் கட்ட நேர்ந்திருந்தால், அது குறித்துச் சந்தோசப்பட்டிருப்பார்கள். அவனும்தான் என்ன? ஏழு வருட காலமாய் ஒவ்வொருத்தரையும் என்ன பாடுபடுத்தி வைத்தான்!”

ஹஹோல் இப்போது எவ்வளவோ மாறிப் போய்விட்டான். அவனது முகம் மெலிந்து ஒட்டிப் போயிற்று. கண்ணிமைகள் கனத்துத் தடித்துப் போய்விட்டன. எனவே, அவை அவனது பெரிய கண்களில் பாதியை மூடிக் கவிந்துவிட்டன. அவனது நாசியோரங்களிலிருந்து வாயை நோக்கி மெல்லிய வரிக்கோடுகள் விழுந்திருந்தன. அவன் வழக்கமான விசயங்களைப் பற்றி மிகவும் குறைவாகப் பேசினான். அறிவும் சுதந்திரமும் ஆட்சி செலுத்தும் வெற்றி மகோன்னதமான எதிர்காலத்தைப் பற்றிய தனது ஆசைக்கனவை அவன் மற்றவர்களிடம் எடுத்துச் சொல்லி, அவர்களை மெய்சிலிர்க்கச் செய்யும்போதும், அவன் அதிகமான ஆர்வத்தோடு பேசினான்.

இஸாயின் மரணத்தைப் பற்றிய பேச்சுத் தேய்ந்து இற்றுச் செத்துப் போனவுடன், அவன் ஒரு கசந்த புன்னகையுடன் சொன்னான்:

“அவர்கள் மக்களை மட்டும்தான் மதிக்கவில்லை என்பது அல்ல, மக்களின் மீது ஏவிவிடும் வேட்டை நாய்களாக உபயோகிக்கும் தங்களது கைக்கூலிகளைக்கூட, அவர்கள் பொருட்படுத்த மாட்டார்கள். அக் கைக்கூலிகள் தொலைந்து போனதற்காக அவர்கள் வருத்தப்பட மாட்டார்கள்; தங்கள் காசு தொலைந்து போனால்தான் வருத்தப்படுவார்கள்!”

“இந்தப் பேச்சு போதும் அந்திரேய்!” என்று உறுதியுடன் கூறினான் பாவெல்.

“உளுத்து அழுகி ஓடாகிப் போனதைத் தொட்டாலே உதிர்ந்து பொடியாய்ப் போய்விடும். அவ்வளவுதான்” என்றாள் தாய்.

“இதெல்லாம் உண்மைதான். ஆனால், இது மட்டும் ஆறுதல் தராது” என்று சோர்வோடு பதில் சொன்னான் ஹஹோல்.

அவன் இதையே பல தடவையும் சொல்லி வந்தான். எனினும் அதைச் சொல்லும்போது முன்னிருந்ததைவிட வார்த்தைகள், அனைத்தையும் அடக்கிய விசேசமான அர்த்தத்துடன் கடுப்பும் காரவேகமும் பெற்று ஒலித்தன.

வெகு நாட்களாய் எதிர்பார்த்துக் கொண்டிருந்த அந்த நாளும் வந்துவிட்டது – மே தினம்! மே மாதப் பிறப்பு!

ஆலைச் சங்கு வழக்கம்போலவே அலறியது. கடந்த இரவு முழுவதும் கண்ணையே இமைக்காது விழித்துக் கிடந்த தாய், சங்குச் சத்தம் கேட்டதும் உடனே படுக்கையிலிருந்து துள்ளியெழுந்து, முந்தின நாள் மாலையில் தயாரித்து வைத்திருந்த தேநீரைக் கொதிக்க வைத்தாள். வழக்கம்போலவே தன் மகன் படுத்திருக்கும் அறைக் கதவைத் தட்ட நினைத்தாள். ஆனால், கதவைத் தட்டி அவனை எழுப்பாமலிருப்பது நல்லது என்று எண்ணியவளாய் ஏதோ பல் வலிக்காரியைப்போல், தன் கையை மோவாயில் கொடுத்துத் தாங்கிக்கொண்டு சன்னலருகே சென்று கீழே உட்கார்ந்தாள்.

வெளிறிய நீல வானத்தில் ரோஜா நிறமும் வெண்மையும் கலந்த மேகப் படலங்கள் மிதந்து சென்றன. ஆலைச்சங்கின் அலறலால் பயந்தடித்துக் கொண்டு பறந்தோடும் ஒரு பெரிய பறவைக் கூட்டம்போலத் தோன்றியது அந்த மேகக் கூட்டம். தாய் அந்த மேகத் திரளைப் பார்த்தாள்; தனது இதயத்தில் எழுந்த சிந்தனைகளோடு தனக்குத்தானே பேசிக் கொண்டிருந்தாள். அவளது தலை கனத்துப் போயிருந்தது. இரவு முழுவதும் தூங்காததனால் கண்கள் வறண்டு சிவந்து கனன்று போயிருந்தன. அவளது இதயத்தில் ஏதோ ஓர் அதிசயமான அமைதி குடிகொண்டிருந்தது. அவளது மனதில்

சாதாரணமான எண்ணங்கள் நிரம்பித் ததும்பிச் சுறுசுறுப்போடு இயங்கிக் கொண்டிருந்தன.

"நான் தேநீரை ரொம்ப சீக்கிரம் கொதிக்க வைத்தேன்; தண்ணீர் பூராவும் சீக்கிரம் கொதித்துக் காய்ந்துவிடும்... அவர்கள் இருவரும் மிகவும் களைத்துப் போயிருக்கிறார்கள். இன்றைக்குக் காலையிலாவது அவர்கள் இன்னும் கொஞ்ச நேரம் தூங்கட்டும்..."

காலைக் கதிரவனின் இளங்கதிர்க் கீற்று மிகுந்த உவகையோடு சன்னலின் மேலாக எட்டிப் பார்த்தது. அந்தக் கதிரை நோக்கித் தன் கையை நீட்டினாள் தாய். அவளது சருமத்தின் மீது அந்த இளங்கதிர் தோய்ந்து, அதனால் சிறிது கதகதப்பு ஏற்பட்டபோது அவள் தனது மறு கையால் அந்தக் கதகதப்பான பாகத்தைத் தடவிக் கொடுத்துக்கொண்டாள். அதே வேளையில், சிந்தனை வயப்பட்டு லேசாகச் சிரித்துக்கொண்டாள். பிறகு, அவள் அங்கிருந்து எழுந்து தேநீர்ப் பாத்திரத்தின் குழாயை சுத்தம் செய்யாமல் திருகி விட்டாள். பின்பு முகம் கை கழுவிவிட்டு தன் முன்னால் கையால் சிலுவை கீறிக்கொண்டு பிரார்த்திக்கத் தொடங்கினாள். அவள் முகம் ஒளிபெற்று; வலப்புருவம் ஏறியேறி இறங்கிக் கொண்டிருந்தது.

ஆலைச் சங்கின் இரண்டாவது ஓசை அவ்வளவு உரத்தும் கேட்கவில்லை. அதில் பழைய அதிகாரத் தொனியும் தொனிக்கவில்லை. அதனது கனத்த ஈரம் படிந்த குரலில் சிறு நடுக்கம் தென்பட்டது. வழக்கத்துக்கு மீறி அது வெகுநேரம் அலறிக் கொண்டிருப்பதாகத் தாய்க்குப் பட்டது.

அடுத்த அறையிலிருந்து ஹஹோலின் தெளிவான ஆழ்ந்த குரல் ஒலித்தது:

"கேட்கிறதா, பாவெல்?"

யாரோ தரை மீது நடந்து செல்வது கேட்டது; அவர்களில் யாரோ ஒருவர் நிம்மதியோடு கொட்டாவிவிடும் ஓசையும் கேட்டது.

"தேநீர் தயார்!" என்று கத்தினாள் தாய்.

"நாங்கள் எழுந்து விட்டோம்" என்று உற்சாகமாகப் பதிலளித்தான் பாவெல்.

"சூரியன் உதயமாகிவிட்டது. வானத்தின் ஒரே மேகமாயிருக்கிறது. இன்றைக்கு மேகமில்லாது இருந்தால் நன்றாயிருக்கும்" என்றான் ஹஹோல்.

தொ.மு.சி. ரகுநாதன்

அவன் தூக்கக் கலக்கம் தெளியாது முகத்தைச் சுழித்துக்கொண்டு சமையலறைக்குள் தடுமாறிக்கொண்டே ஆனால், உற்சாகமாக வந்தான்.

"வணக்கம், அம்மா! எப்படித் தூங்கினீர்கள்?"

தாய் அவனருகே சென்று மெதுவாகச் சொன்னாள்:

"நீ அவன் பக்கமாகவே போக வேண்டும், அந்திரியூஷா".

"நிச்சயமாய்!" என்றான் ஹஹோல். "அம்மா, ஒன்று மட்டும் உங்களுக்கு நிச்சயமாயிருக்கட்டும். நாங்கள் இருவரும் ஒன்றாக இருக்கும் வரையிலும், ஒருவர் பக்கம் ஒருவராகத்தான், இருவருமே முன்னேறிச் செல்வோம். தெரிந்ததா?"

"நீங்கள் இரண்டு பேரும் என்ன குசுகுசுக்கிறீர்கள்?" என்று கேட்டான் பாவெல்.

"ஒன்றுமில்லை பாஷா."

"வேறொன்றுமில்லை, என்னைக் கொஞ்சம் நன்றாக முகத்தைக் கழுவிக் கொண்டுபோகச் சொல்கிறாள். அப்படிப் போனால்தான் பெண்கள் எல்லாம் என்னைப் பார்த்து மயங்குவார்கள்!" என்று கூறிக் கொண்டே ஹஹோல் முகம் கை கழுவுவதற்காக வாசற்பக்கத்துக்குச் சென்றான்.

"துயில் கலைந்து அணியில் சேர விரைந்து வாரும் தோழர்கள்!" என்றும் லேசாகப் பாடினான் பாவெல்.

நேரம் ஆக ஆகப் பொழுதும் நன்கு புலர்ந்து வானம் நிர்மலமாயிற்று; மேகத் திரள்கள் காற்றால் தள்ளப்பட்டு ஒதுங்கி ஓடிவிட்டன. சாப்பாட்டு மேசையைத் தயார் செய்யும் போது, தாய் எதையெதையோ எண்ணித் தலையை அசைத்துக் கொண்டாள். அவளுக்கு எல்லாம் ஒரே அதிசயமாயிருந்தது. அவர்கள் இருவரும் அன்று காலையில் கேலியும் கிண்டலுமாய்ச் சிரித்துப் பேசிப் பொழுதைப் போக்கினார்கள். ஆனால் நண்பகலில் அவர்களுக்கு என்ன ஆபத்துக் காத்திருக்கிறது என்பதோ எவருக்கும் தெரியாது. இருந்தாலும் அவள் அதனால் கலவரமடையவில்லை. அமைதியாகவும் குதூலமாகவும் இருந்தாள்.

காத்திருக்கும் நேரத்தைக் குறைப்பதற்கென்று நெடுநேரம் தேநீர் அருந்தினார்கள். பாவெல் தனது கோப்பையிலிருந்த சர்க்கரையை வழக்கம்போலவே மிகவும் மெதுவாகக் கலக்கிக் கரைத்தான். ரொட்டியின் மீது உப்பைச் சரிசமமாகத் தூவிக்கொண்டான். அதுதான் அவனுக்கு எப்போதும் பிடித்த பொருள். ஹஹோல்

மேசைக்கடியில் கால்களை அப்படியும் இப்படியும் மாற்றி மாற்றி வைத்துக் கொண்டிருந்தான்; அவனுக்கு தன் கால்களை எப்படி வைத்தாலும் சௌகரியமாயிருப்பதாகத் தோன்றவில்லை. தேநீரில் பட்டுப் பிரதிபலிக்கும் சூரிய ஒளி சுவரிலும் முகட்டிலும் ஆடியசைந்து நர்த்தனம் புரிவதையே பார்த்துக் கொண்டிருந்தான்.

"நான் பத்து வயதுப் பையனாக இருக்கும் போது, எனக்குச் சூரியனை ஓர் கண்ணாடி கிளாசுக்குள் பிடித்து வைத்துவிட வேண்டும் என்கிற ஆசை இருந்ததுண்டு" என்றான் அவன். "எனவே நான் ஒரு கிளாஸை எடுத்துக்கொண்டு சூரியன் விழும் இடத்துக்குச் சென்று கண்ணாடி கிளாஸால் டபக்கென்று அமுக்கிப் பிடித்தேன். கண்ணாடி உடைந்து என் கையில்தான் காயம்பட்டது. அத்துடன் வீட்டிலும் அடி வேறு விழுந்தது. அடிபட்ட பிறகு நான் வீட்டு முற்றத்துக்கு வந்தேன். அப்போது சூரியன் ஒரு சேற்றுக் குட்டையில் தெரிந்தது. உடனே என் ஆத்திரத்தையெல்லாம் வைத்துக்கொண்டு அந்தச் சூரியனை மிதிமிதியென்று மிதித்துத் தள்ளிவிட்டேன். என் மேல் காலெல்லாம் சேறு தெறித்துப் பாழாயிற்று. இதற்காக நான் மீண்டும் ஒருமுறை அடி வாங்கினேன். அந்தச் சூரியனைப் பழிவாங்க எனக்கு ஒரே ஒரு வழிதான் பட்டது. சூரியனைப் பார்த்து நாக்கைத் துருத்தி வக்கணை காட்டினேன்: ஏ! சிவந்த தலைப் பிசாசே! எனக்கு இந்த அடி ஒண்ணும் வலிக்கலே! வலிக்கவே இல்லை! என்று கத்தினேன். அதில் எனக்கு ஓரளவு ஆறுதல் கிடைத்தது."

"நீ ஏன் அதைச் சிவந்த தலைப் பிசாசு என்றாய்?" என்று கேட்டுச் சிரித்தான் பாவெல்.

"அதற்குக் காரணம் வேறு. எங்கள் வீட்டுக்கு எதிர்த்தாற்போல் ஒரு பெரிய சிவந்த தலைக் கொல்லன் இருந்தான். அவன் தாடியும் சிவப்பு. அவன் ஒரு வேடிக்கைப் பேர்வழி; அன்பானவன். சூரியன் அவனைப் போலவே இருப்பதாக எனக்குத் தோன்றியது."

தாய்க்கு இந்த வேடிக்கைப் பேச்சுகளைக் கேட்பதற்குப் பொறுமையில்லை. எனவே அவள் பொறுமையிழந்து கேட்டாள்:

"இன்றைக்கு நீங்கள் எப்படி அணிவகுத்துப் போகப் போகிறீர்கள்? அதைப் பற்றி ஏன் பேசவில்லை?"

"அதெல்லாம் ஏற்கெனவே முடிவு பண்ணி ஏற்பாடாகி விட்டது. அதை இப்போது போட்டுக் குழப்புவானேன்?" என்று அமைதியாகச் சொன்னான் ஹஹோல். "ஏதாவது ஒரு சந்தர்ப்பத்தால் நாங்களெல்லாம் கைதாகி விட்டாலும், நிகலாய்

இவானவிச் உன்னிடம் வந்து இனி ஆகவேண்டியதைக் கூறுவான், அம்மா!"

"ரொம்ப நல்லது" என்று பெருமூச்சுடன் சொன்னாள் தாய்.

"நாம் கொஞ்ச தூரம் உலாவிவிட்டு வந்தாலென்ன?" என்று ஏதோ நினைவாய்ச் சொன்னான் பாவெல்.

"இப்போது வீட்டிலேயே இருப்பதுதான் நல்லது. நேரம் வருவதற்கு முன்னாலேயே போலீஸ்காரர்களின் கண்களை ஏன் உறுத்த வேண்டும் என்கிறாய். உன்னை அவர்களுக்கு ஏற்கனவே நன்றாய்த் தெரியும்" என்றான் அந்திரேய்.

பியோதர் மாசின் அவசர அவசரமாக உள்ளே வந்தான். அவனது முகம் பிரகாசமுற்றுக் கன்னங்கள் சிவந்து காணப்பட்டன. அவனது ஆனந்தமயமான உத்வேகம் அவர்களது காத்துக்கிடக்கும் சங்கடத்தைத் தளர்த்தியது.

"எல்லாம் ஆரம்பமாகிவிட்டது. மக்கள் எழுச்சிபெற்று விட்டார்க்ள்! முகங்கள் எல்லாம் வெட்டரிவாள் மாதிரி கூர்மை பெற்றுப் பிரகாசிக்க, அவர்கள் தெருவிலே வந்து கூடிவிட்டார்கள். நிகலாய் வெஸோவ்ஷிகோவ், வசீலி கூஸெவ், சமோய்லவ் எல்லோரும் தொழிற்சாலை வாசலில் நின்றுகொண்டு பிரசங்கம் செய்கிறார்கள். எவ்வளவு தொழிலாளர்கள் வீட்டுக்குத் திரும்பிப் போய்விட்டார்கள்! வாருங்கள், போவதற்கு நேரமாகி விட்டது. அப்போதே மணி பத்தாகி விட்டது!" என்றான் அவன்.

"சரி நான் போகிறேன்" என்று உறுதியாகச் சொன்னான் பாவெல்.

"பாருங்களேன்! மத்தியானத்துக்கு மேல் தொழிற்சாலையில் உள்ளவர்கள் அத்தனை பேரும் வெளிவந்து விடுவார்கள்" என்றான் பியோதர்.

அவன் ஓடினான்.

"அவன் காற்றில் எரியும் மெழுகுவர்த்தி மாதிரி இருக்கிறான்" என்றாள் தாய். பிறகு அவள் அங்கிருந்து எழுந்து சமையலறைக்குள் உடை மாற்றிக்கொள்ளப் போனாள்.

"எங்கே புறப்படுகிறீர்கள், அம்மா?" என்று கேட்டான் அந்திரேய்.

"உங்களோடுதான்!" என்று பதிலளித்தாள் தாய்.

அந்திரேய் தன் மீசையை இழுத்து விட்டவாறே பாவெலைப் பார்த்தான். பாவெல் தனது தலைமயிரைப் பலமாகக் கோதி விட்டவாறே தாயிடம் போனான்.

"அம்மா, நானும் உன்னிடம் எதுவும் பேசமாட்டேன்; நீயும் என்னிடம் எதுவும் பேசக்கூடாது, சரிதானே?"

"ரொம்ப சரி. ரொம்ப சரி. கடவுள் உங்களுக்கு அருள் செய்யட்டும்" என்று முனகினாள் அவள்.

27

அவள் வெளியே வந்தபோது, எங்கு பார்த்தாலும் அவள் எதிர்பார்த்த இரைச்சல், உத்வேகமயமான மக்களின் கூச்சல் நிறைந்து ஒலித்தன. வாசல் நடைகளிலும், சன்னல்களிலும் கூட்டம் கூட்டமாக நின்றவாறு பாவெலையும் அந்திரேயையும் மக்கள் ஆவல் நிறைந்த கண்களுடன் பார்ப்பதைக் கண்டதும் அவளது கண்கள் இருண்டு, அந்த இருளில் ஏதோ ஒரு புது நிற ஒளி நிழலிட்டு ஆடுவதுபோல் அவளுக்குத் தோன்றியது.

மக்கள் அவர்களோடு நலம் விசாரித்துக் கொண்டார்கள். ஆனால் அவர்கள் அன்று நலம் விசாரித்த பாவனையில் ஏதோ ஒரு புதிய அர்த்தம் பொதிந்திருப்பதாகத் தோன்றியது. அவர்கள் அமைதியோடு சொன்ன வார்த்தைகள் அவள் காதில் அரையும் குறையுமாய் விழுந்தன:

"அதோ, தலைவர்கள் போகிறார்கள்."

"நமக்குத் தலைவர்கள் யாரென்றே தெரியாது."

"நான் ஒன்றும் தப்பாய்ச் சொல்லவில்லையே."

வேறொரு வாசலிலிருந்து யாரோ உரக்கச் சத்தமிட்டுச் சொன்னார்கள்:

"போலீஸார் அவர்களைப் பிடித்துக்கொண்டு போய்விடுவார்கள்; அத்துடன் அவர்கள் தொலைந்தார்கள்!"

"அவர்கள்தான் ஏற்கெனவே இவர்களைக் கொண்டு போனார்களே!"

ஒரு பெண்ணின் அழுகுரல் சன்னல் வழியாகப் பாய்ந்து வந்து தெருவில் எதிரொலித்தது:

"நீ செய்யப் போகிற காரியத்தை யோசித்துப் பார். நீ ஒன்றும் கல்யாணமாகாத தனிக்கட்டைப் பிரம்மச்சாரியில்லை!"

அவர்கள் அந்த நொண்டி, ஜோசிமவ் வீட்டின் முன்பாகச் சென்றார்கள். ஜோசிமவ் தொழிற்சாலையில் வேலை செய்து கொண்டிருக்கும்போது காலை முறித்துக் கொண்டுவிட்டான். அதிலிருந்து அவன் நொண்டியாய்ப் போனான்; தொழிற்சாலை மாதாமாதம் அவனுக்குக் கொடுக்கும் ஓய்வுச் சம்பளத்தில் காலம் தள்ளி வருபவன் அவன்.

"பாவெல்!" என்று தன் தலையை சன்னல் வழியாக வெளியே நீட்டிக் கொண்டு கத்தினான் அவன். "அடே போக்கிரி! அவர்கள் உன் கழுத்தை முறித்து விடுவார்களடா. உனக்கு என்ன நேரப்போகிறது பார்!"

தாய் ஒரு கணம் நடுநடுங்கி, மயக்கமுற்று நின்றாள். அவள் உள்ளத்தில் கூர்மையான கோப உணர்ச்சி ஒரு கணம் ஊடுருவிச் சென்றது. அவள் அந்த நொண்டியின் கொழுத்துத் தொளதொளத்த முகத்தைப் பார்த்தாள். அவன் ஏதோ திட்டிவிட்டு தலையை உள்ளே இழுத்துக்கொண்டான். அவள் வெகுவேகமாக நடந்து சென்று தன் மகனை எட்டிப் பிடித்தாள். அவனுக்குப் பின்னாலேயே நடந்தாள், கொஞ்சம் கூடப் பிந்தாமல் நடக்க முயன்றாள்.

பாவெலும் அந்திரேயும் எதைப் பற்றியும் கவலை கொண்டதாகவோ கவனித்ததாகவோ தெரியவில்லை. அவர்களைக் குறித்துச் சொல்லப்படும் பேச்சுகள் கூட அவர்கள் காதில் விழவில்லை. அவர்கள் அமைதியாகவும் அவசரமில்லாமலும் நடந்து சென்றார்கள். போகும் வழியில் அவர்களை மிரோனவ் நிறுத்தினான். அவன் ஓர் அடக்கமான நடுத்தர வயது ஆசாமி. அவனது நேர்மையும் நாணயமும் பொருந்திய வாழ்வினால் எல்லோரிடமும் நன்மதிப்புப் பெற்றிருந்தான்.

"நீங்கள் கூட வேலைக்குப் போகவில்லையா, தனீலோ இவானவிச்?" என்று கேட்டான் பாவெல்.

"இல்லை. என் மனைவிக்கு இது பிரசவ நேரம். மேலும், எல்லோரும் இப்படி உற்சாகமாயிருக்கிற நாளிலே..!" அவன் தன்னுடைய தோழர்களை ஒரு முறை சுற்றிப் பார்த்துவிட்டுத் தணிந்த குரலில் சொன்னான்.

"நீங்கள் இன்று தொழிற்சாலை மேலாளருக்கு ஏதோ தொந்தரவு கொடுக்கப் போவதாக, சில சன்னல்களை உடைத்தெறியப் போவதாக, பேச்சு நடமாடுகிறதே, உண்மைதானா?" என்று கேட்டான்.

"நாங்கள் ஒன்றும் குடிகாரர்களில்லையே!" என்றான் பாவெல்.

"நாங்கள் வெறுமனே தெருவழியே அணிவகுத்துச் செல்லுவோம். கொடிகளைத் தாங்கிக்கொண்டும், பாட்டுகளைப்

பாடிக் கொண்டும் செல்லத்தான் உத்தேசம்" என்றான் ஹஹோல். "நீங்கள் எங்கள் பாட்டுகளைக் கேளுங்கள். அதுதான் எங்கள் நம்பிக்கையின், கொள்கையின் குரல்!"

"உங்கள் கொள்கையெல்லாம் எனக்குத் தெரியும்" என்று ஏதோ சிந்தித்தவாறே சொன்னான் மிரோனவ். "பிறகு நான்தான் உங்கள் பத்திரிகைகளைப் படிக்கிறேனே. ஆ! பெலகேயா நீலவ்னா! நீயுமா?" என்று தாயைப் பார்த்துச் சிரித்துக்கொண்டு சத்தமிட்டான்; "நீயுமா இந்தப் புரட்சியில் கலந்துவிட்டாய்?"

"சாவதற்கு முன்னால் நான் ஒருமுறையேனும் சத்தியத்தோடு அணி வகுத்துச் செல்லவேண்டும்!"

"அடிசக்கை! ஆனால் நீதான் தொழிற்சாலைக்குள் தடை செய்யப்பட்ட பிரசுரங்களைக் கொண்டு வந்தாய் என்று அவர்கள் சொல்லிக்கொள்வது உண்மை என்றுதான் தோன்றுகிறது."

"யார் அப்படிச் சொன்னது?" என்று கேட்டான் பாவெல்.

"ஹூம். அவர்கள் அப்படித்தான் சொன்னார்கள். சரி நான் வருகிறேன். நீங்கள் கட்டுப்பாடோடு நடந்து கொள்ளுங்கள்."

தாய் அமைதியோடு புன்னகை புரிந்தாள். அவர்கள் தன்னைப் பற்றி அப்படிப் பேசிக்கொண்டார்கள் என்பதைக் கேட்பதற்கு அவளுக்கு ஆனந்தமாயிருந்தது.

"நீயும் கூடச் சிறைக்குப் போவாய், அம்மா!" என்று சிரித்துக்கொண்டே சொன்னான் பாவெல்.

சூரியன் மேலெழுந்து, வசந்த பருவத்தின் புதுமையிலே தனது கதகதப்பைப் பொழியத் தொடங்கியது. மேகங்கள் கலைந்து போய்விட்டன. அவற்றின் நிழல்கள் தெளிவற்று உலைந்து போய்விட்டன. மேகங்கள் தெருவுக்கு மேலாக மெதுவாக நகர்ந்து, வீட்டுக் கூரைகள் மீது, மனிதர்கள் மீதும் தவழ்ந்து, அந்தக் குடியிருப்பு முழுவதையுமே தூசி தும்பு இல்லாமல் துடைத்துச் சுத்தப்படுத்துவது போலவும், மக்களது முகங்களில் காணப்பட்ட சோர்வையும் களைப்பையும் நீக்கிக் களைந்து விடுவது போலவும் தோன்றியது. எல்லாமே ஒரே குதூகலமயமாய்த் தோன்றியது. குரல்கள் பலத்து ஒலித்தன; ஆலையின் யந்திர ஓலத்தை மக்கள் ஆரவாரக் குரல்கள் அமுங்கடித்து விழுங்கிவிட்டன.

மீண்டும் சன்னல்களிலிருந்தும் வாயிற் புறங்களிலிருந்தும் மக்கள் பேசிக்கொள்ளும் பல்வேறு பேச்சுகள் தாயின் காதில் விழத் தொடங்கின. அந்தப் பேச்சுகளில் சில நஞ்சு தோய்ந்ததாகவும், பயமுறுத்துவதாயும் இருந்தன. சில உற்சாகமும் சிந்தனையும்

நிறைந்து ஒலித்தன. ஆனால் இந்தத் தடவை அவளுக்கு அந்தப் பேச்சுகளை வெறுமனே கேட்டுக்கொண்டு மட்டும் போக முடியவில்லை. அந்தந்தப் பேச்சுக்குத் தக்கவாறு எதிருரை கூறவும், விளக்கவும், வந்தனம் கூறவும் விரும்பினாள் அவள். பொதுவாக, அன்றைய தினத்தின் பல்வேறான வாழ்க்கை அம்சங்களிலேயும் அவள் பங்கெடுத்துக்கொள்ள விரும்பினாள்.

ஒரு சின்ன சந்து திரும்பும் மூலையில் சுமார் நூறு பேர்கள் கூடி நின்றார்கள். அவர்களுக்கு மத்தியிலிருந்து நிகலாய் வெஸோவ்ஷிகோவின் குரல் உரத்து ஓங்கி ஒலித்தது.

“அவர்கள் பழத்தைப் பிழிந்து சாறு எடுப்பதுபோல, நம் ரத்தத்தைக் கசக்கிப் பிழிகிறார்கள்!” என்று சொன்னான் அவன். அவனது வார்த்தைகள் மக்களது மூளையை முரட்டுத்தனமாகத் தாக்கின.

“அது சரிதான். ஆமாம்!” என்று பல்வேறு குரல்கள் ஒரே சமயத்தில் ஒலித்தன.

“இந்தப் பயல் ஏதோ தன்னாலான மட்டும் முயல்கிறான். இரு, நான் போய் அவனுக்கு உதவுகிறேன்” என்று சொன்னான் ஹஹோல்.

பாவெல் அவனைத் தடுத்து நிறுத்துவதற்கு முன்னால் அவன் தனது நெடிய மெலிந்த உடலோடு, ஒரு கார்க்கைத் திருகித் துளைத்துச் செல்லும் திறப்பான் போல, அந்தக் கூட்டத்துக்குள் ஊடுருவி உள்ளே சென்று விட்டான்.

செழித்துக் கனத்த குரலில் அவன் சத்தமிட்டான்: “தோழர்களே! உலகில் பல்வேறு இன மக்கள் குடியிருப்பதாக அவர்கள் கூறுகிறார்கள். யூதர்கள், ஜெர்மானியர்கள், ஆங்கிலேயர்கள், தாத்தாரியர்கள் என்றெல்லாம் கூறுகிறார்கள். ஆனால் நான் இதை நம்பவில்லை. உலகில் இனங்கள் இரண்டே இரண்டுதான் – ஒன்றுக்கொன்று ஒத்துக்கொள்ளாத இரண்டே மனித குலங்கள் தான் இருக்கின்றன. ஒன்று பணக்காரர் குலம்; மற்றொன்று பஞ்சை ஏழைகளின் குலம்! மக்கள் வெவ்வேறு விதமாக உடை உடுத்தலாம்; வெவ்வேறு மாதிரியான மொழிகளில் பேசலாம். ஆனால் பிரஞ்சுக்காரராகட்டும், ஜெர்மானியராகட்டும், ஆங்கிலேயராகட்டும் – அவர்களில் பணக்காரராயிருப்பவர்கள் உழைக்கும் மக்களை எப்படி நடத்துகிறார்கள் என்பதை மட்டும் நீங்கள் தெரிந்து கொண்டால், அவர்கள் அனைவருமே தொழிலாளர்களை ஒன்றுபோலவே நடத்துகிறார்கள் என்பதை, அவர்கள்தான் தொழிலாளரை உறிஞ்சிக் குடிக்கும் கொள்ளை நோய் என்பதை நீங்கள் உணர்ந்துகொள்வீர்கள்!”

கூட்டத்தில் யாரோ சிரிப்பது கேட்டது.

"ஆனால், அதே சமயத்தில் – தாத்தாரியனானாலும், பிரெஞ்சுக்காரனானாலும் அல்லது துருக்கியனானாலும் – எந்த நாட்டுத் தொழிலாளியானாலும் சரி, அவர்களையும் நீங்கள் பாருங்கள். அப்படிப் பார்த்தால், ருஷ்யாவிலுள்ள தொழிலாளர்கள் எப்படி நாயினும் கேடு கெட்டு வாழ்கிறார்களோ, அதே வாழ்க்கையைத்தான் சகல நாட்டுத் தொழிலாளர்களும் வாழ்ந்து கொண்டிருக்கிறார்கள் என்பதையும் நீங்கள் தெரிந்து கொள்வீர்கள்!"

அந்தச் சந்துப் பாதையில் மேலும் மேலும் மக்கள் கூடினார்கள். அவர்கள் தங்கள் கழுத்துகளை எட்டி நீட்டிக்கொண்டும், குதிகாலால் எம்பி நின்று கொண்டும் ஒரு வார்த்தைகூடப் பேசாது அவன் பேசுவதைக் கேட்டார்கள்.

அந்திரேய் தன் குரலை மேலும் உயர்த்தினான்:

"வெளி நாடுகளிலுள்ள தொழிலாளி மக்கள் இந்த சாதாரண உண்மையை ஏற்கெனவே தெரிந்து கொண்டுவிட்டார்கள். இன்று, இந்த மே மாதப் பிறப்பன்று..."

"போலீஸ்!" என்று யாரோ கத்தினார்கள்.

நாலு குதிரைப் போலீஸ்காரர்கள் அந்தச் சந்துக்குள் நேராக வந்து குதிரைகளைக் கூட்டத்துக்குள் செலுத்தினார்கள். தங்களது கையிலிருந்த சவுக்குகளால் வீசி விளாசி அறைந்துகொண்டு சத்தமிட்டார்கள்.

"கலைந்து போங்கள்!"

மக்கள் தங்கள் முகங்களைச் சுழித்துக்கொண்டே அந்தக் குதிரைகளுக்கு வழிவிட்டு ஒதுங்கினார்கள்; சிலர் பக்கத்திலருந்த வேலிப் புறத்தில் ஏறிக்கொண்டு விட்டார்கள்.

"அடடே! குதிரைகளின் முதுகிலே பன்றிகளைப் பாருடோய்! 'வீராதி வீரருக்கு வழிவிடு' என்று இவை கத்துவதைக் கேளுடோய்!" என்று எவனோ உரத்துக் கத்தினான்.

ஹஹோல் தெருவின் மத்தியில் அசையாது நின்று கொண்டிருந்தான். இரண்டு குதிரைகள் அவன் பக்கமாகத் தலையை அசைத்தாட்டிக்கொண்டே நெருங்கி வந்தன. அவன் ஒரு பக்கமாக ஒதுங்கினான். அந்தச் சமயத்தில் தாய் அவனது கையைப் பற்றிப் பிடித்து, அவனைத் தன் பக்கமாக விருட்டென்று இழுத்தாள்.

"நீ பாவெலின் பக்கமாக நிற்பதாய் எனக்கு வாக்குக் கொடுத்திருக்கிறாய். ஆனால், இங்கேயோ தன்னந்தனியாக எல்லாத்

தொல்லைகளையும் நீயே ஏற்கிறாய்" என்று முணுமுணுத்தாள் அவள்.

"ஆயிரம் தடவை மன்னிப்பு. போதுமா?" என்று சிரித்துக் கொண்டே சொன்னான் ஹஹோல்.

ஒரு கனமான, பயங்கரமான நடுக்கம் நிறைந்த ஆயாச உணர்ச்சி தாயின் உள்ளத்தின் அடித்தளத்திலிருந்து மேலேழும்பி அவளை ஆட்கொண்டது. அவளது தலை சுழன்றது. இன்பமும் துன்பமும் மாறிமாறி ஏதோ ஒரு மயக்கம் உண்டாயிற்று. மத்தியானச் சாப்பாட்டுக்கு எப்போதடா சங்கு அலறும் என்று ஆதங்கப்பட்டுத் தவித்தாள் அவள்.

அவர்கள், தேவாலயம் இருந்த சதுக்கத்துக்கு வந்து சேர்ந்தார்கள். தேவாலயச் சுற்றுப்புறத்தில் உற்சாகம் நிறைந்த இளைஞர்களும் குழந்தைகளுமாக சுமார் ஐநூறு பேர் கூடியிருந்தார்கள். கூட்டம் முன்னும் பின்னும் அலைமோதிக் கொண்டிருந்தது. மக்கள் பொறுமையற்று, தங்கள் தலைகளை நிமிர்த்தி உயர்த்தித் தூரத்தையே ஏறிட்டுப் பார்த்து எதையோ எதிர்நோக்கித் தவித்துக்கொண்டு நின்றார்கள். ஒரே உத்வேக உணர்ச்சி எங்கும் பரிணமித்துப் பரந்தது. சிலர் செய்வது இன்னதென்று தெரியாமல் விழித்துக் கொண்டிருந்தார்கள். சில பிரமாதமான தைரியசாலிகளின் கசமுசப்புக்குரல் மங்கியொலித்தது. அவர்கள் பக்கத்திலிருந்து ஆண்கள் விலகிச் சென்றார்கள்; வைது திட்டும் வசவு குரல்கள் மங்கி ஒலித்தன. அந்தக் குழம்பிக் குமைந்து நின்ற கும்பலின் இனந்தெரியாத வெறுப்புணர்ச்சி சலசலத்தது.

"மீத்யா!" என்று ஒரு ஒடுக்கக் குரல் கேட்டது. "உன்னைக் கவனித்துக்கொள்!"

"என்னைப் பற்றிக் கவலைப்படாதே" என்று ஒலித்தது பதில்.

சிஸோவின் அழுத்தமான குரல் அமைதியாகவும் ஆணித்தரமாகவும் ஒலித்தது:

"இல்லை. நாம் நம் பிள்ளைகளைப் புறக்கணித்து உதறித் தள்ளிவிடக் கூடாது. நம்மைவிட அவர்களுக்கு அதிகமாக அறிவு உண்டு. துணிச்சல் உண்டு. சாக்கடைக் காசு சம்பவத்தின்போது, அதைத் துணிந்து எதிர்த்து நின்றது யார்? அவர்கள்தான்! அதை நாம் மறந்துவிடக் கூடாது. அவர்கள் அதற்காகச் சிறைக்குச் சென்றார்கள்; ஆனால் அதனால் பயன் அடைந்ததோ நாம் அனைவரும்தான்."

மக்களுடைய குரல்களை எல்லாம் விழுங்கியவாறு, ஆலைச் சங்கு தனது அழுமூஞ்சிக் குரலில் அலறியது. கூட்டத்தாரிடையே ஒரு சிறு

நடுக்கம் குளிர்ந்தோடிப் பரவியது. உட்கார்ந்து கொண்டிருந்தவர்கள் எழுந்து நின்றார்கள். ஒரு கணநேரம் எல்லோரும் வாய்மூடி கம்மென்று இருந்தார்கள். எல்லோரும் விழிப்போடு நின்றார்கள். பலருடைய முகங்கள் வெளுத்துப் பசந்தன.

"தோழர்களே!" பாவெலின் செழுமையான மணிக்குரல் கணீரென ஒலித்தது. தாயின் கண்களில் கதகதப்பான நீர்த்திரை உறுத்துவது போலிருந்தது; அவள் விசுக்கென்று தாவிச் சென்று தன் மகனருகே நின்று கொண்டாள். எல்லோரும் பாவெலின் பக்கமாகத் திரும்பினார்கள்; காந்தத்தால் இழுக்கப்பட்ட இரும்புத் தூளைப்போல் எல்லோரும் அவனைச் சுற்றிச் சூழ்ந்து கொண்டார்கள்.

தாய் அவனது முகத்தைப் பார்த்தாள். தைரியமும் கர்வமும் கனன்று பிரகாசிக்கும் அவனது கண்களை மட்டுமே கவனித்துப் பார்த்தாள்:

"தோழர்களே! இன்று நாம் யார் என்பதைப் பகிரங்கமாகப் பிரகடனப்படுத்துவதென்று முடிவு செய்திருக்கிறோம்; இன்று நாம் நமது கொடியை உயர்த்துவோம். நமது கொடியை – அறிவு, நியாயம், சுதந்திரம் முதலியவற்றின் சின்னமான நமது கொடியை ஏந்திப் பிடிப்போம்!"

திடீரென்று ஒரு வெள்ளையான கொடிக்கம்பம் வானில் மேலோங்கி, மீண்டும் கூட்டத்திடையே தாழ்ந்து இறங்கியது. அந்தக் கொடிக்கம்புக்கு வழிவிட்டு மக்கள் விலகினர். ஒரு கண நேரம் கழித்துத் தொழிலாளர் வர்க்கத்தின் விசாலமான செங்கொடி, அண்ணாந்து நோக்கும் மக்களின் முகங்களுக்கு மேலாக நிமிர்ந்து உயர்ந்தது; ஒரு பெரும் செம்பறவையைப்போல் சிறகடித்துப் பறக்க ஆரம்பித்தது!

பாவெல் தன் கையை உயர்த்திக் கொடியை ஆட்டினான். பல பேருடைய கைகள் அந்த வெண்மையான கொடிக்கம்பைப் பற்றிப் பிடித்தன; அவற்றில் தாயின் கரமும் பங்கெடுத்துக் கொண்டிருந்தது.

"தொழிலாளர் வர்க்கம் நீடுழி வாழ்க!" என்று முழங்கினான் பாவெல்.

நூற்றுக்கணக்கான குரல்கள் அந்தக் முழக்கத்தை எதிரொலித்தன.

"சோஷல் – டெமொக்ரடிக் தொழிலாளர் கட்சி நீடுழி வாழ்க!" இதுதான் நமது கட்சி, தோழர்களே, நமது கருத்துகளின் ஜீவ ஊற்று!"

மக்கள் கூட்டம் பொங்கியது; அந்தக் கொடியின் மகத்துவத்தை உணர்ந்தவர்கள் அதனை நோக்கி விரைந்து சென்றனர். எனவே மாசின், சமோய்லவ், கூஸெவ் சகோதரர்கள் முதலியோர் அனைவரும் பாவெலை அடுத்து வந்து நின்று கொண்டார்கள். நிகலாய் தன் தலையைக் குனிந்து, கூட்டத்தைப் பிளந்து கொண்டு முன்னேறினான். தனக்கு இனந்தெரியாத வேறு சில உற்சாகம் நிறைந்த வாலிபர்கள் தன்னை நெருங்கித் தள்ளிக் கொண்டு முன்னேறுவதைத் தாய் உணர்ந்தாள்.

"உலகத் தொழிலாளிகள் நீடுழி வாழ்க!" என்று முழக்கமிட்டான் பாவெல்.

உவகையும் சக்தியும் நிறைந்து விளங்கும் ஆயிரக்கணக்கான மக்களின் உள்ளத்தைக் கிளறும் வெற்றி முழக்கம் எதிரொலித்து விம்மியது.

தாய், நிகலாயின கரத்தையும் வேறு யாரோ ஒருவனுடைய கரத்தையும் பற்றிப் பிடித்துக்கொண்டாள். கண்ணீர் முட்டித் ததும்பத் தொண்டை அடைத்துத் திணறினாள் அவள்; எனினும் அவள் கூச்சலிடவில்லை. அவளது முழங்கால்கள் நடுநடுங்கின. துடிதுடிக்கும் தன் உதடுகளை அசைத்து அவள் ஏதோ முணுமுணுத்தாள்.

"என் அருமைப் பிள்ளைகளே..."

நிகலாயின் அம்மை விழுந்த முகத்தில் ஒரு பரந்த புன்னகை பளிச்சிட்டுத் தோன்றியது. கொடியைப் பார்த்தவாறே அவன் ஏதோ முணுமுணுத்துக் கொண்டு அதை நோக்கிக் கையை நீட்டினான். திடீரென்று அதே கையால் தாயின் கழுத்தைச் சுற்றி வளைத்து அவளை முத்தமிட்டான். பிறகு கடகடவென்று சிரித்தான்.

"தோழர்களே!" என்று அந்தக் கூட்டத்தினரின் கர்ஜனைக் கிடையிலே குறுக்கிட்டு அமைதியாகச் சொன்னான் அந்திரேய்; "தோழர்களே! இன்று ஒரு புதிய கடவுளின் பேரால் அறிவும் ஒளியும் தரும் புதிய ஆண்டவனின் பேரால், சத்தியமும் நன்மையுமே உருவான சாமியின் பேரால் நாம் ஓர் அறப்போர் தொடங்கியிருக்கிறோம். நமது இறுதி லட்சியம் வெகுதொலைவில் இருக்கிறது. ஆனால் நமக்குக் கிடைக்கவிருக்கும் முள் கிரீடமோ* கையெட்டும் தூரத்தில்தான் இருக்கிறது. சத்தியத்தின் வெற்றியில், உண்மையின் வெற்றியில் எவருக்கேனும் நம்பிக்கைக் குறைவாயிருந்தால், இந்த சத்தியத்துக்காகத் தங்களது வாழ்க்கையையே அர்ப்பணம்

---

* கிறிஸ்துவுக்கு முள் கிரீடம் சூட்டப்பட்டது இங்கு உவமையாகக் கையாளப்படுகிறது.

செய்ய எவருக்கேனும் தைரியம் அற்றிருந்தால், தன்னுடைய சுய பலத்திலேயே எவருக்கேனும் அஞ்சினால், தயை செய்து அவர்கள் ஒரு புறமாக ஒதுங்கி நிற்கட்டும். நமது வெற்றியிலே, நம்பிக்கை கொள்பவர்களை மட்டுமே நாம் கேட்டுக் கொள்கிறோம், அறைகூவல் விடுக்கிறோம். எங்களது லட்சியத்தைக் காண முடியாதவர்களுக்கு எங்களோடு அணிவகுத்து முன்னேறுவதற்கும் உரிமை கிடையாது. ஏனெனில் அப்படிப்பட்டவர்களுக்குப் பின்னால் துயரம்தான் காத்து நிற்கும். எங்களது அணிவகுப்பில் சேருங்கள், தோழர்களே! சுதந்திர மக்களின் விழா நாள் நீடுழி வாழ்க! மே தினம் நீடுழி வாழ்க!"

கூட்டம் மேலும் அதிகரித்துக் குழுமியது. பாவெல் கொடியைத் தாங்கிப் பிடித்தான்; அவன் அதை உயரத் தூக்கியவாறு முன்னேறிச் சென்றபோது அந்தக் கொடியில் சூரிய ஒளி பட்டுப் பிரகாசித்தது; அந்தக் கொடி உவகையும் ஒளியும் நிறைந்து புன்னகை செய்தது.

பியோதர் மாசின் பாட ஆரம்பித்தான்:

போதும், போதும்! நேற்றையுலகின்
பொய்மை தன்னைப் போக்கவே...

பல்வேறு குரல்கள் அவனோடு சேர்ந்து, அந்தப் பாட்டின் அடுத்த அடியைப் பாடின.

பாத மண்ணை உதறித் தள்ளிப்
படையில் சேர வருகுவீர்!

தாய், மாசினுக்குப் பின்னால் நடந்து வந்தாள். அவளது உதடுகளில் உவகை நிறைந்த புன்னகை பளிச்சிட்டது; அவனுக்கு முன்னால் சென்று கொண்டிருக்கும் தன் மகனின் தலையையும், கொடியையும் அவள் மிகவும் சிரமப்பட்டு ஏறிட்டுப் பார்த்தாள். அவளைச் சுற்றி எங்கு பார்த்தாலும் மகிழ்ச்சி நிறைந்த முகங்களுக்கும் கண்களுக்கும் முன்னால் அவளுடைய மகன் பாவெலும் அந்திரேயும் முன்னேறிச் சென்று கொண்டிருந்தார்கள். அவர்கள் இருவரும் பாடிக்கொண்டே செல்வதை அவளால் கேட்க முடிந்தது. அந்திரேயின் இனிமையான குரல், பாவெலது கனத்த குரலோடு கலந்து கொண்டிருந்தது.

பட்டினியும் பசியுமாகப்
பாடுபடும் தோழர்காள்!
துயில் கலைந்து அணியில் சேர
விரைந்து வாரும் தோழர்காள்!

மக்கள் அந்தச் செங்கொடியை நோக்கி விரைந்தோடி வந்தார்கள். ஓடி வரும்போதே அவர்கள் உற்சாகத்தோடு

சத்தமிட்டார்கள்; பின்னர் அவர்களும் அந்தப் பாட்டை உரத்த குரலில் பாட ஆரம்பித்தார்கள். எந்தப் பாடலை அவர்கள் தங்கள் தங்கள் வீட்டுக்குள் வெளிக்குத் தெரியாமல் பாடி வந்தார்களோ, அதே பாடல் இன்று தெருவில் எந்தவிதத் தங்கு தடையுமற்று, பிரம்மாண்டமான அசுர வேகத்தோடு துணிவாற்றலோடு ஒலித்து விம்மியது. மேலும் அந்தப் பாடல் எதிர்காலத்தை நோக்கிச் செல்லும் நெடிய பாதையில் வந்து கூடும்படி மக்களை அறைகூவி அழைத்தது. அந்தப் பாதை எவ்வளவு கரடுமுரடான பாதையென்பதையும் அவர்களுக்கு வெளிப்படையாகச் சொல்லியது. அந்தப் பாடலின் நிதானமான செந்தழல் உளுத்து ஓடாகி உதவாகக் கரையான சகலவற்றையும், அழுகி இறுகி அடைந்துபோன சம்பிரதாய உணர்ச்சிகளின் குப்பை கூளங்களையும், மக்களின் மனத்திலே புதியதின் பயபீதியையும் பற்றிப் பிடித்து, அவற்றைச் சுட்டுச் சாம்பலாக்கிப் பொசுக்கித் தள்ளியது.

பயமும் மகிழ்ச்சியும் கலந்த ஏதோ ஒரு முகம் திடீரென்று தாயின் அருகே வந்து எட்டிப் பார்த்தது; பிறகு நடுநடுங்கி அடைத்துப் போன குரலில் கேட்டது:

"மீத்யா! நீ எங்கே போகிறாய்?"

"அவன் போகட்டும்" என்று சொன்னாள் தாய். "நீ அவனைப் பற்றிக் கவலைப்படாதே. நானும் கூடத்தான் முதலில் பயந்து போனேன். அதோ முன்னால், கொடியைப் பிடித்துக்கொண்டு போகிறான், பார். அவன்தான் என் மகன்!"

"ஏ முட்டாள்களே! எங்கேயடா போகிறீர்கள்? அங்கே சிப்பாய்கள் நிற்கிறார்களடா!"

நெட்டையாகவும் ஒல்லியாகவும் இருந்த அந்தப் பெண் பிள்ளை, தாயின் கரத்தைத் தனது எலும்புக் கரத்தால் திடீரெனப் பற்றிப் பிடித்துக்கொண்டு சத்தமிட்டாள்:

"ஆஹா! அவர்கள் பாடுவதைக் கேளம்மா. என் மகனும் கூடப் பாடுகிறான்!"

"நீ ஒன்றும் பயப்படாதே" என்று சொன்னாள் தாய்; "இது ஒரு புனிதமான காரியம். நினைத்துப் பார், கிறிஸ்துவுக்காக மக்கள் செத்திராவிட்டால், கிறிஸ்துவே இருந்திருக்கமாட்டார்!"

இந்த எண்ணம் அவள் மனதில் திடீரென்று பளிச்சிட்டுத் தோன்றியது. அந்த எண்ணத்தில் பொதிந்திருந்த தெளிவான, எளிதான உண்மையை உணர்ந்து, அவள் ஒரே புளகாங்கிதம்

எய்தினாள். தனது கையை அழுத்தமாகப் பற்றிப் பிடித்துக் கொண்டிருக்கும் அந்தப் பெண்ணின் முகத்தைப் பார்த்தாள்.

“ஆமாம், கிறிஸ்துவுக்காக மக்கள் சென்று செத்திராவிட்டால், கிறிஸ்துவே இருந்திருக்க மாட்டார்!” என்று வியப்பு நிறைந்த புன்னகையோடு திரும்பவும் அதைக் கூறிக் கொண்டாள்.

சிஸோவ் அவள் பக்கமாக வந்தான்.

“இன்று பகிரங்கமாகவே புறப்பட்டு விட்டீர்களா?” என்று சொல்லிக்கொண்டே அவன் தன் தொப்பியை எடுத்து அந்தப் பாட்டின் சந்தத்திற்குத் தக்கவாறு ஆட்டிக் கொண்டான். “பாட்டா பாடுகிறார்கள்! ஆஹா, இது எவ்வளவு அருமையான பாட்டு அம்மா!”

போரணியில் சேர, வீரர்
ஜாரரசன் கேட்கிறான்;
ஜாரரசன் போர் நடத்தத்
தாரும் உங்கள் மக்களை!

“இவர்களுக்குக் கொஞ்சம்கூடப் பயமில்லையே!” என்றான் சிஸோவ்; “செத்துப்போன என் மகன் மட்டும் இருந்தால்...”

தாயின் உள்ளம் படபடத்துத் துடித்தது; எனவே அவள் வேகமாகச் செல்ல முடியாமல் பின்தங்கி விட்டாள். மக்கள் கூட்டம் அவளை நெருங்கித் தள்ளி, ஒரு வேலிப்புறமாக நெட்டித் தள்ளியது; அவளைக் கடந்து ஒரு பெரிய மக்கள் திரள் அலைமோதிக்கொண்டு முன்னேறியது. அந்தக் கூட்டத்தில் நிறையப் பேர் இருந்தார்கள். அதைக்கண்டு அவள் ஆனந்தமுற்றாள்.

துயில் கலைந்து அணியில் சேர
விரைந்து வாரும் தோழர்காள்!

ஏதோ ஒரு பிரம்மாண்டமான பித்தளையாலான எக்காளம் தனது அகன்ற வாயின் வழியாக, அந்தப் பாடலைப் பொழிந்து தள்ளுவது போலவும், அந்த எக்காள நாதத்தைக் கேட்டு மக்கள் விழித்தெழுவது போலவும், விழித்தெழுந்து போருக்குக் கிளம்புவது போலவும் தோன்றியது. மேலும் அந்த எக்காள முழக்கம் மற்றவர்களின் உள்ளத்தில், ஏதோ ஓர் இனந்தெரியாத இன்ப உணர்ச்சியையும், புதுமையையும், ஆர்வம் மிகுந்த குறுகுறுப்பையும் உண்டாக்குவது போலவும் தோன்றியது. ஒருபக்கத்தில் அந்த நாதம் சிலர் மனதில், அவர்களது உள்ளத்தினுள்ளே நெடுங்காலமாகப் புழுங்கித் தவித்த கோப உணர்ச்சியையெல்லாம் மடை திறந்த வெள்ளமாகத் திறந்துவிட்டுக் கொண்டிருந்தது,.

காற்றிலே அசைந்தாடும் அந்தச் செங்கொடியையே எல்லோரும் ஏறிட்டுப் பார்த்துக் கொண்டிருந்தார்கள்.

“அதோ அவர்கள் போகிறார்கள்!” என்று யாரோ தன்னை மறந்து வெறிக் குரலில் கத்தினான். “தம்பிகளா! நீங்கள் அழகாயிருக்கிறீர்களடா!”

அந்த மனிதனின் உள்ளத்தில் வார்த்தைகளின் சக்திக்கு மீறி வாய்விட்டுச் சொல்ல முடியாத ஏதோ ஓர் உணர்ச்சி மேலிட்டுப் பொங்கியது; எனவே அந்த உணர்ச்சியை வெளியிடுவதற்காக அவன் ஏதோ வஞ்சினமாகச் சபதம் சொல்லிக்கொண்டான். ஆனால் சூரிய வெப்பத்தால் கலைக்கப்பட்ட நாகப் பாம்பைப்போல், இருண்டு போன குருட்டுத்தனமான அடிமைத்தனம் நிறைந்த குரோத உணர்ச்சி புஸ்ஸென்று சீறி நச்சுவார்த்தைகளைக் கக்கிற்று.

“மதத் துரோகிகள்!” என்று ஒரு வீட்டு சன்னலிலிருந்தவாறு தனது கையை ஆட்டிக்கொண்டே ஒருவன் சத்தமிட்டான்.

“சக்கரவர்த்திக்கு எதிராக, ஜார் மகாராஜனுக்கு எதிராகக் கிளம்புவதா? கலகம் செய்வதா?” என்கிற கூரிய குரல் தாயின் காதில் மாறி மாறி ஒலித்தது.

ஆணும் பெண்ணுமாக மக்கள் கூட்டம் தாயைக் கடந்து செல்லும்போது, அவள் கலவரமடைந்த பல முகங்களைக் கண்டாள். அந்த மக்கள் கூட்டம் உருகி வழியும் எரிமலைக் குழம்புபோல் மேலும் மேலும் பொங்கி வழிந்தது; அந்தப் பாட்டினால் – தனக்கு முன்னேயுள்ள சகல தடைகளையும் துடைத்துத் தூர்த்து, தனது மகத்தான சக்தியினால், தான் செல்லும் பதையைத் தங்கு தடையற்றதாகச் செய்யும் அந்தப் பாட்டினால் – மக்கள் கவர்ந்திழுக்கப்பட்டுச் சென்று கெண்டிருந்தார்கள். தூரத்திலே தலைக்கு மேலாக நிமிர்ந்து தோன்றும் அந்தச் செங்கொடியை அவள் பார்த்தபோது, தன் மனக் கண்முன்னால் தன் மகனது முகத்தையும் அவனது தாமிர நிறமான நெற்றியும், நம்பிக்கையின் ஒளியால் பிரகாசமுற்ற அவனது கண்களும் – அவளது மனக்கண்ணில் தோன்றின.

கூட்டம் முழுவதும் அவளைக் கடந்து முன்னேறிச் சென்ற பின், அவள் அந்தக் கூட்டத்தின் பின்னால் வந்த மக்களைப் பார்த்தாள்; அவர்கள் அவசரம் ஏதுமின்றி சாவதானமாக நடந்து வந்தார்கள். அந்த அணி வகுப்பினால் நேரவிருக்கும் அபாயத்தைப் பற்றித் தெரிந்து கொண்டவர்கள் மாதிரி அதை எதிர்நோக்கி, விருப்பற்றுத் திருகத் திருக அங்குமிங்கும் பார்த்தவாறு அவர்கள் சென்று கொண்டிருந்தார்கள். அவர்கள் தங்களுக்குள் ஏதேதோ

விசயங்கள் ஏற்கெனவே தெரிந்திருந்த பாவனையில் தீர்மானமாகப் பேசிக் கொண்டார்கள்:

"பள்ளிக் கூடத்திலே ஒரு பட்டாளம் தங்கியிருக்கிறது. இன்னொரு பட்டாளம் தொழிற்சாலையிலே தயாராய்க் காத்திருக்கிறது!"

"கவர்னர் வந்துவிட்டார்."

"அப்படியா?"

"அவரை என் கண்ணாலேயே பார்த்தேன். இப்போது தான் வந்தார்."

"அவர்கள் நம்மைக் கண்டு பயப்படத்தான் செய்கிறார்கள். யோசித்துப் பார். இல்லையென்றால், கவர்னரும் சிப்பாய்களும் எதற்கு?" என்று ஒருவன் சொன்னான். சொல்லிவிட்டு உற்சாகத்தோடு ஏதோ வன்மம் கூறிக்கொண்டான்.

'அருமைப் பிள்ளைகளா!' என்று நினைத்துக் கொண்டாள் தாய்.

ஆனால் அவள் கேட்ட அந்த வார்த்தைகள் உயிரற்று உணர்வற்று ஒலிப்பவைபோல் இருந்தன. எனவே அவள் அந்தக் கூட்டத்தினரிடமிருந்து விலகிப் போவதற்காக நடையை எட்டிப் போட்டாள். அவர்கள் மிகவும் மெதுவாக ஆடியசைந்து நடந்து வந்ததால், அவள் அவர்களை முந்தி முன்னேறிச் செல்வதில் சிரமம் எதுவும் ஏற்படவில்லை.

திடீரென்று அந்த ஊர்வலம் எதனோடோ அதிவேகமாக மோதிக் கொண்டது போலத் தோன்றியது. அந்த அணிவகுப்பு முழுவதுமே திடுக்கிட்டுப் பின்னடித்தது; பய பீதி நிறைந்த கசமுசப்புக் குரல் லேசாக எழுந்து பார்த்தது. அந்தப் பாட்டும்கூட நடுநடுங்கி ஒலித்தது; இருந்தாலும் அந்த நடுக்கத்தைப் போக்குவதற்காக, சிலர் மிகவும் உரத்த குரலிலும், துரித கதியான சப்தத்திலும் அதைப் பாடத் தொடங்கினார்கள். ஆனால், மீண்டும் அந்தப் பாட்டு உள்வாங்கி மங்கியது. ஒருவர் பின் ஒருவராக அந்த மக்கள் பாடுவதை நிறுத்தத் தொடங்கினார்கள். அந்தப் பாட்டைப் பழைய உச்சநிலைக்குக் கொண்டுவருவதற்காக, சிலர் மட்டும் உத்வேகம் நிறைந்தவாறு பாடும் குரல் மட்டும் கேட்டது:

பட்டினியும் பசியுமாகப்
பாடுபடும் தோழர்காள்
துயில் கலைந்து அணியில் சேர
விரைந்து வாரும் தோழர்காள்!

ஆனால், இந்தப் பொது முழக்கத்தில் ஒத்துழைப்பும் இல்லை; உறுதி பெற்ற நம்பிக்கையும் இல்லை; ஏற்கெனவே அவர்களது குரல்களில் பயபீதி புரையோடி விட்டது.

முன்புறத்தைத் தாயினால் பார்க்க முடியாததாலும், என்ன நேர்ந்துவிட்டது என்பதை அறிய முடியாததாலும், அவள் அந்தக் கூட்டத்தினரை முட்டித் தள்ளிக்கொண்டு, கூட்டத்தினூடே புகுந்து முன்னே செல்ல முனைந்தாள். அவள் முன்னேற முன்னேற மக்கள் கூட்டம் அவளைப் பின்னே தள்ளியது; அவர்களில் சிலர் முகத்தைச் சுழித்தார்கள்; சிலர் தங்கள் தலைகளைத் தொங்கவிட்டுக் கொண்டார்கள். அவள் அவர்களது முகங்களைப் பார்த்தாள். அவளது கண்கள், வினாத் தொடுத்தன, வேண்டுதல் செய்தன, அழைப்பு விடுத்தன.

“தோழர்களே!” பாவெலின் குரல் கேட்டது. “ராணுவ வீரர்களும் நம்மைப்போல் மனிதர்கள்தான்! அவர்கள் நம்மைத் தொடமாட்டார்கள்! அவர்கள் எதற்காக நம்மைத் தொட வேண்டும்? எல்லோருக்கும் பயன்பெறக்கூடிய உண்மையை நாம் எடுத்துக் கூறுவதற்காகவா? அந்த உண்மை நமக்கு எவ்வளவு தேவையோ, அவ்வளவு அவர்களுக்கும் தேவை. அந்தத் தேவையை அவர்கள் இன்னும் உணராமல் இருக்கலாம். ஆனால், கொள்ளையும், கொலையும் நடந்தும் கொடியின் நிழலிலே நின்று அவர்கள் நம்மை கொடியின் கீழ் வந்து, நம்முடன் கையோடு கைகோர்த்து, அணிவகுத்து நிற்க, அவர்களும் வந்து சேர்வதற்கு இன்னும் அதிக நாள் இல்லை. அவர்கள் இந்த உண்மையை உணரும் காலத்தைத் துரிதப்படுத்துவதற்காக, நாம் நமது முன்னணியை விடாது முன்னேறிச் செல்ல வேண்டும். முன்னேற வேண்டும். தோழர்களே! முன்னேற வேண்டும்!”

பாவெலின் குரல் உறுதி நிறைந்து ஒலித்தது. அவனது சொற்கள் தெளிவாகவும் கூர்மையாகவும் ஒலித்தன. எனினும் கூட்டம் கலைந்து விட்டது. ஒருவர்பின் ஒருவராக அணிவகுப்பலிருந்து வெளியே வந்து, வீடுகளை நோக்கி வேலிப்புறமாக ஒதுங்கி நழுவிச் செல்லத் தொடங்கினார்கள். இப்போது அந்த ஊர்வலம் கூரிய மூக்குடனும் அகன்ற உடலுடனும் இருப்பது போலத் தோன்றியது. அதன் தலைப்புறத்தில் பாவெல் நின்று கொண்டிருந்தான்; அவனுக்கு மேலாக, தொழிலாளி மக்களின் செங்கொடி பிரகாசமாக ஒளிசிதறிப் படபடத்துக் கொண்டிருந்தது. அந்தக் கூட்டத்தின் நிலையைப் பற்றி வேறொரு உவமைகூடச் சொல்லலாம். ஏதோ ஒரு கரிய பறவை தனது அகன்ற சிறகுகளை விரித்து உயர்த்திப்

பறப்பதற்குத் தயாராக நிற்பது போலிருந்தது, அந்தக் கூட்டம். அந்தப் பறவையின் அலகைப்போல் நின்றிருந்தான் பாவெல்...

28

தெருக்கோடிக்கு அப்பாலுள்ள மைதானத்துக்குச் செல்ல முடியாதபடி, உணர்ச்சி பேதமே இல்லாத, முகங்களே இல்லையென்று சொல்லத் தகுந்த ஒரு சாம்பல் நிற மனிதச் சுவர் வழியை அடைத்து மறித்துக்கொண்டு நின்றது. அந்த மனிதர்கள் ஒவ்வொருவரது தோளிலும் பளபளவென்று மின்னும் துப்பாக்கிச் சனியன்கள் தெரிந்தன. அசைவற்ற மோன சமாதியில் ஆழ்ந்து நின்ற அந்த மனிதச் சுவரிலிருந்து ஒரு குளிர்ச்சி கனகனத்தது. தாயின் இதயமும் குளிர்ந்து விறைத்தது.

அவள் அந்தக் கூட்டத்தைப் பிளந்து கொண்டு, கொடியின் பக்கமாக, அதன் அருகே நிற்கும் தனக்குத் தெரிந்த ஆட்களின் பக்கமாகச் சேர்ந்து நிற்பதற்காக, விறுவிறுவென்று முன்னேறினாள். அங்கு நிற்கும் தனக்குத் தெரிந்த நபர்கள், தமக்குத் தெரியாத பிற நபர்களோடு கலந்து அவர்களிடம் ஏதோ உதவியை நாடித் தவிப்பதுபோல நின்றார்கள். திடீரென்று அவள் ஒரு நெட்டையான மழுங்கச் சவரம் செய்த ஒற்றைக் கண் மனிதன் மீது பலமாக மோதிக்கொண்டாள். அவளைப் பார்ப்பதற்காக விருட்டென்று தலையைத் திருப்பி அவளைக் கேட்டான்:

"யார் நீ?"

"நான் பாவெல் விலாசவின் தாய்" என்று சொன்னாள். இப்படிச் சொல்கையில் தனது கால்கள் நடுநடுங்குவதையும், வாயின் கீழுதடு நடுங்குவதையும் அவள் உணர்ந்தாள்.

"ஆஹா!" என்றான் அந்த ஒற்றைக் கண்ணன்.

"தோழர்களே! நமது வாழ்க்கை முழுவதிலுமே நாம் முன்னேறிக் கொண்டேதான் இருக்க வேண்டும்! முன்னேறிச் செல்வதைத் தவிர நமக்கு வேறு வழியே கிடையாது!" என்றான் பாவெல்.

அங்கு நிலவிய சூழ்நிலை அமைதியும் ஆர்வமும் நிறைந்ததாக இருந்தது. கொடி மேலே உயர்ந்து ஒரு கணம் அசைந்தது; பிறகு மக்கள் கூட்டத்தின் தலைகளுக்கு மேலாக, எதிராகத் தோன்றிய மனிதச் சுவரை நோக்கி நிதானமாக முன்னேறிச் செல்லச்செல்ல காற்றில் மிதந்து வீசிப் பறந்தது. தாய் நடுநடுங்கிப் போய் மூச்சு முட்டித் திணறிக் கண்களை மூடிக் கொண்டாள் – நாலு பேர்கள்,

கூட்டத்தைவிட்டுப் பிரிந்து தனியே முன்னே சென்றார்கள். அவர்கள் பாவெல், அந்திரேய், சமோய்லவ், மாசின் – ஆகியோரும் முன்னே சென்றார்கள்.

பியோதர் மாசினின் கணீரென்ற குரல் காற்றில் ஒலித்தது:
இணையும் ஈடும் இல்லாத
இந்தப் போரில் நீங்களெல்லாம்...

ஆழ்ந்த பெரு மூச்சைப்போல் தணிந்த குரல்களில் அடுத்த அடி ஒலித்தது:

பணயம் வைத்தே உம்முயிரைப்
பலியாய்க் கொடுத்தீர் தியாகிகளே!

அவர்கள் நால்வரும் பாட்டுக்குத் தகுந்தவாறு நடைபோட்டு முன்னேறினர்.

பியோதர் மாசினுடைய குரல் பளபளப்பான பட்டு நாடாவைப்போல் சுருண்டு நெளிந்து ஒலித்தது; அந்த பாட்டில் தீர்மானமும் வைராக்கியமும் தொனித்தது:

வெற்றி பெறுமோர் லட்சியமாம்
விடுதலைக்காக நீங்களெல்லாம்.

அவனுடைய தோழர்கள் அவனோடு சேர்ந்து அடுத்த அடிகளைப் பாடினார்கள்:

உற்ற செல்வம் அனைத்தோடும்!
உயிரும் கொடுத்தீர்! கொடுத்தீரே!

"ஆஹா – ஹா" என்று யாரோ ஒருவன் கரகரத்தான். "ஒப்பாரி பாடுகிறார்களடா! நாய்க்குப் பிறந்த பயல்கள்!"

"கொடு ஓர் அறை" என்று ஒரு கோபக் குரல் கத்தியது.

தாய் தன் கைகளால் நெஞ்சை அழுத்திப் பிடித்துக்கொண்டு, சுற்றுமுற்றும் பார்த்தாள். சிறிது நேரத்துக்கு முன்பு அந்தத் தெரு முழுவதும் நிரம்பித் ததும்பிய மக்கள், இப்போது அந்த நால்வர் மட்டுமே கொடியைத் தாங்கிக்கொண்டு முன்னே செல்வதைக் கண்டதும், உள்ளம் கலங்கித் தடுமாறிப் போய் நின்றாள். சிலர் அந்த நால்வரையும் பின்பற்றிச் செல்லத் தொடங்கினார்கள். எனினும், அவர்கள் ஒவ்வோர் அடி முன்னேறும்போதும், ஒவ்வொருவனும் அந்தத் தெரு தனது உள்ளங்காலைச் சுட்டுப் பொசுக்குவது மாதிரி உணர்ந்து பயந்து துள்ளி, பின்வாங்கி நின்றுவிட்டான்.

முடிவில் ஒரு நாள் கொடுங்கோன்மை
மூட்டோடற்றுப் போகுமடா!

பியோதர் மாசின் உபதேசம் செய்வதுபோல் பாடினான், அவனது குரலுக்குப் பல உரத்த குரல்கள் தீர்மானமாகவும், கடுமையாகவும் பதிலளித்தன.

அடிமை மக்கள் விழித்தெழுவர்
அந்நாள், அந்நாள், அந்நாளே!

என்றாலும் அந்தப் பாட்டுக்கு மத்தியில் கசமுசப்புக் குரல்களும் கேட்டன:

"அவர்கள் இதோ உத்தரவு கொடுக்கப் போகிறார்கள்!"

அதே சமயம் முன்புறத்திலிருந்து ஒரு கூரிய குரல் திடீரென்று ஒலித்தது:

"துப்பாக்கிகளை நீட்டுங்கள்!"

உடனே துப்பாக்கிச் சனியன்கள் முன்னோக்கித் தாழ்ந்து நின்றன: தம்மை நோக்கி வந்து கொண்டிருக்கும் அந்தக் கொடியை ஒரு வஞ்சகப் புன்னகையோடு வரவேற்றன.

"முன்னேறு!"

"இதோ வந்துவிட்டார்கள்!" என்று அந்த ஒற்றைக் கண் மனிதன் கூறிக்கொண்டே, தனது கைகளைப் பைக்குள் விட்டுக்கொண்டு ஒரு பக்கமாக நழுவிப்போக ஆரம்பித்தான்.

தாய் கண்ணிமையே தட்டாமல் வெறித்துப் பார்த்தாள். அந்தத் தெருவின் அகலம் முழுவதையும் அடைத்துக் குறுக்காகத் தோன்றிய அந்தச் சிப்பாய்களின் சாம்பல் நிற முன்னணி ஒன்றுபோல், நிதானமாக, நிற்காமல் முன்னேறி வந்தது; அந்த அணிக்கு முன்னால் துப்பாக்கிச் சனியன்கள் வெள்ளிச் சீப்பின் பற்களைப் போல மின்னிக்கொண்டு வந்தன. விடுவிடு என்று நடந்து, அவள் தன் மகனுக்கு அருகிலே போய்ச் சேர்ந்தாள். அந்திரேய் பாவெலுக்கு முன்னால் போய் நின்று தனது நெடிய உருவத்தால் பாவெலைப் பாதுகாத்து மறைத்து நிற்பதைக் கண்டாள்.

"உன் இடத்துக்குப் போ, தோழா!" என்று பாவெல் உரக்கக் கத்தினான்.

அந்திரேய் தனது கைகளைப் பின்னால் நீட்டியவாறு தலையைப் பின்னால் சாய்த்துப் பாடிக் கொண்டிருந்தான். பாவெல் அவனது தோளைப் பிடித்துத் தள்ளிக்கொண்டே, மீண்டும் கத்தினான்.

"பின்னாலே போ! இப்படிச் செய்வதற்கு உனக்கு உரிமை கிடையாது! கொடிதான் முதலில் போக வேண்டும்!

தொ.மு.சி. ரகுநாதன்

“கலைந்து விடுங்கள்!” என்று தனது வாளைச் சுழற்றியவாறே அந்தக் குட்டி அதிகாரி மெல்லிய குரலில் உத்தரவிட்டான். அவன் தனது கால்களை உயர்த்தி, முழங்கால்களைச் சிறிதும் வளைக்காமல், பூட்ஸ் காலால் தரையை ஓங்கி மிதித்து நடந்து வந்தான். தாய் அந்தப் பூட்ஸ்களின் பளபளப்பைக் கண்டாள்.

கட்டையாக வெட்டிவிடப்பட்ட கிராப்புத் தலையும், அடர்த்தியான நரைத்த நிற மீசையும் கொண்ட ஒரு நெட்டை மனிதன் அவனுக்குப் புறத்தே பின்னால் நெருங்கி நடந்து வந்தான். அவன் ஒரு நீண்ட சாம்பல் நிறக் கோட்டு அணிந்திருந்தான்; கோட்டின் விளிம்புகளில் சிவப்பு வரிக்கோடுகள் காணப்பட்டன. அவனது கால் சராயின் மஞ்சள் கோடுகள் கீழ் நோக்கி ஓடின. ஹஹோலைப் போலவே அவனும் தன் கைகளைப் பின்னால் கோத்தவாறே நடந்து வந்தான். அடர்ந்த புருவங்கள் உயர்ந்து நிற்க, அவனது கண்கள் பாவெலின் மீது பதிந்து நிலைகுத்தி நின்றன.

தாயால் தான் பார்த்தவற்றை உணர்ந்தறிய முடியவில்லை. அவளது இதயத்துக்குள் ஒரு பயங்கர ஓலம் நிறைந்து விம்மி எந்த நிமிடத்திலும் வெடித்து வெளிப் பாய்வதுபோல் முட்டி மோதும் அந்த ஓல உணர்ச்சியால் அவள் திக்கு முக்காடினாள். தன் மார்பை அழுத்திப் பிடித்து அதை உள்ளடக்கினாள். மக்கள் அவளைத் தள்ளினார்கள். எனவே அவள் தள்ளாடியபடி முன்னே நடந்தாள். ஞாபகமின்றி அநேகமாக நினைவிழந்து நடந்தாள் அவள். தனக்குப் பின்னால் நின்ற கூட்டம் தம்மை எதிர்நோக்கி வரும் பேரலையால் கொஞ்சம் கொஞ்சமாக அடித்துச் செல்வதுபோல் அவள் உணர்ந்தாள்.

கொடியைத் தாங்கி நின்றவர்களும் இன்னும் நெருங்கிப் போனார்கள். அந்தச் சாம்பல் நிறச் சிப்பாய்கள் இறுக்கமான சங்கிலிக் கோர்வையாய் இன்னும் நெருங்கி வந்தனர். பற்பலவித வர்ணங்கள் பெற்ற கண்களோடு ஒழுங்கற்றுத் தெரியும் மஞ்சள் நிற வரிக்கோடுகளோடு, விகாரமாகக் குலைந்து போன அந்தச் சிப்பாய் முகம் தெருவை முழுதும் அடைத்தவாறு முன்னேறி வருவதைப் பார்த்தாள். அதற்கு முன்னாள், ஊர்வலம் வருபவர்களின் மார்புகளுக்கு நேராக ஏந்திப்பிடித்த துப்பாக்கிச் சனியன்களின் கொடிய முனைகள் பளபளத்தன; அந்தக் கூட்டத்தினரின் மார்பகங்களைத் தொடாமலேயே அந்தக் கூட்டத்தை ஒவ்வொருவராகப் பிரித்துக் கலைத்து விட்டன.

தனக்குப் பின்னால் மக்கள் ஓடுவதையும், கூக்குரலிடுவதையும் அவள் கேட்டாள்:

“கலையுங்களடா!”

“விலாசவ், ஓடிப்போ!”

“பின்னாலே வா, பாவெல்!”

“கொடியை இறக்கு, பாவெல்!” என்று நிகலாய் வெஸோவ்ஷிகோவ் மெதுவாகச் சொன்னான். “என்னிடம் கொடு. நான் அதை மறைத்து வைக்கிறேன்.”

அவன் கொடியின் கம்பைப் பற்றிப் பிடித்து இழுத்தான்; கொடி பின்புறமாகச் சாய்ந்து ஆடியது.

“விடு அதை!” என்று கத்தினான் பாவெல்.

நிகலாய் சூடுபட்டதுபோல் தன் கையை வெடுக்கென்று பிடுங்கினான். அந்தப் பாட்டு நின்றுவிட்டது. மக்கள் நின்றுவிட்டார்கள், பாவெலைச் சுற்றி ஒரு மதில் போல நின்றார்கள். ஆனால் அவனோ இன்னும் முன்னேறினான். ஏதோ ஒரு மேகம் வானத்திலிருந்து தொப்பென்று விழுந்து அவர்களைக் கவிழ்ந்து சூழ்ந்ததுபோல் திடீரென ஒரு சவ அமைதி நிலவியது.

கொடியைச் சுற்றி நின்றவர்கள் சுமார் இருபது பேருக்கு அதிகமில்லை. எனினும் அவர்கள் அனைவரும் அசையாது உறுதியோடு நின்றார்கள். தாய் பயத்தோடும் அவர்களிடம் ஏதோ சொல்ல வேண்டும் என்று இனந்தெரியாத விருப்போடும் அவர்கள் பக்கமாக நெருங்கிச் சென்றாள்.

“லெப்டினென்ட்! அந்தப் பயலிடமிருந்து அதைப் பிடுங்கு” என்று கொடியைச் சுட்டிக் காட்டியவாறு சொன்னான் அந்த கிழட்டு நெட்டை மனிதன்.

அந்தக் குட்டி அதிகாரி உடனே பாவெலிடம் ஓடிப்போய், கொடியை, பற்றிப் பிடுங்கினான்.

“கொடு இதை!” என்று அவன் கீச்சிட்டுக் கத்தினான்.

“எடு கையை!” என்று உரத்த குரலில் சொன்னான் பாவெல்.

கொடி வானில் பிரகாசத்தோடு நடுங்கியது. முன்னும் பின்னும் ஆடியது; பிறகு மீண்டும் நேராக நின்றது. அந்தக் குட்டி அதிகாரி துள்ளிப்போய் பின்னால் வந்து விழுந்தான். நிகலாய் தன் கையை ஆட்டியவாறு தாயைக் கடந்து விரைந்து சென்றான்.

“இவர்களைக் கைதுசெய்” என்று தனது காலைப் பூமியில் ஓங்கியறைந்து கொண்டு சத்தமிட்டான், அந்தக் கிழட்டு நெட்டை மனிதன்.

பல சிப்பாய்கள் முன்னே ஓடினார்கள். அவர்களில் ஒருவன் துப்பாக்கியை மாற்றிப் பிடித்துச் சுழற்றி வீசினான். கொடி நடுங்கியது; முன்னால் சாய்ந்து விழுந்தது. சிப்பாய்களின் கூட்டத்தில் மறைந்துபோய் விட்டது.

"ஹா!" என்று யாரோ ஒருவன் அசந்து போய்க் கத்தினான்.

தாய் தன் நெஞ்சுக்குள் புழுங்கித் தவித்த பயங்கர ஓலத்தை அடிபட்ட மிருகம்போல் அலறிக்கொண்டு வெளியிட்டாள். அந்தச் சிப்பாய்களுக்கு மத்தியிலிருந்து பாவெலின் தெளிவான குரல் ஒலித்தது.

"வருகிறேன், அம்மா! போய் வருகிறேன், அன்பே..."

தாயின் மனதில் இரண்டு எண்ணங்கள் பளச்சிட்டன:

"அவன் உயிரோடியிருக்கிறான்! அவன் என்னை நினைவு கூர்ந்தான்!"

"போய் வருகிறேன், அம்மா!"

அவர்களைப் பார்ப்பதற்காகத் தாய் குதியங்காலை உயர்த்தி எட்டிப் பார்க்க முயன்றாள். சிப்பாய்களின் தலைக்கூட்டத்துக்கு அப்பால், அந்திரேயின் முகத்தை அவள் பார்த்தாள். அவன் புன்னகை செய்து கொண்டே அவளுக்குத் தலை வணங்கினான்.

"ஆ! என் கண்மணிகளே... அந்திரியூஷா! பாஷா!" என்று அவள் கத்தினாள்.

"போய் வருகிறோம், தோழர்களே!" என்று அவர்கள் சிப்பாய்களின் மத்தியிலிருந்து சொன்னார்கள்.

பல குரல்கள் அவர்களுக்கு எதிரொலியளித்தன. அந்த எதிரொலி சன்னல்களிலிருந்தும், எங்கோ மேலேயிருந்தும், கூரைகளிலிருந்தும் வந்து ஒலித்தன.

29

யாரோ அவளது மார்பில் ஓங்கி அறைந்தார்கள்; தனது கண்ணில் படிந்திருந்த நீர்த்திரையின் வழியாக, அவள் அந்தச் சிவந்து கனன்ற குட்டி அதிகாரியின் முகத்தைத் தன் எதிரே கண்டாள்.

"ஏ பெண் பிள்ளை! தூரப்போ!" என்று அவன் கத்தினான்.

அவள் அவனை ஒரு பார்வை பார்த்தாள். அவனது காலடியில் கொடியின் கம்பு இரண்டாக முறிந்து கிடப்பதையும்

அதன் ஒரு முனையில் சிவப்புத் துணித்துண்டு கொஞ்சம்போல் ஒட்டிக் கொண்டிருப்பதையும் கண்டாள். அவள் குனிந்து அதை எடுத்தாள். அந்த அதிகாரி அவளது கையிலிருந்து அதைப் பிடுங்கி, தூரப்பிடித்துத் தள்ளி, பூமியில் ஓங்கி மிதித்தவாறு சத்தமிட்டான்:

"நான் சொல்கிறேன். போய்விடு!"

அந்தச் சிப்பாய்களின் மத்தியிலிருந்து அந்தப் பாட்டு ஒலித்தது:

துயில் கலைந்து அணியில் சேர
விரைந்து வாரும் தோழர்காள்!

எல்லாமே சுற்றிச் சுழன்று நடுங்கி மிதந்தன. காற்றில் தந்திக் கம்பிகள் இரைச்சலைப்போல, ஒரு முணுமுணுப்புச் சத்தம் நிரம்பி நின்றது. அதிகாரி விடுவிடென்று ஓடினான்.

"உங்கள் பாட்டை நிறுத்துங்கள்" என்று, அவன் வெறிபிடித்துக் கூவினான்; "ஸார்ஜென்ட் மேஜர் கிராய்னவ்..."

கீழே போட்ட உடைந்து போன கொடிக்கம்பை நோக்கி, தாய் தட்டுத் தடுமாறிச் சென்றாள். மீண்டும் அதைக் கையில் எடுத்தாள்.

"அவர்களது வாயை மூடித் தொலை!"

அந்தப் பாட்டுக்கு குரல் திமிறியது, நடுங்கியது, உடைந்தது, பின் நின்றுவிட்டது. யாரோ ஒருவன் தாயின் தோளைப் பற்றிப் பிடித்துத் திருப்பிவிட்டு, முதுகில் கைகொடுத்து முன்னே நெட்டித் தள்ளிக் கத்தினான்:

"போ, போய் விடு!"

"தெருவைக் காலி செய்யுங்கள்!" என்று அந்த அதிகாரி கத்தினான்.

சுமார் பத்தடிக்கு முன்னால் அவள் வேறொரு கூட்டத்தைப் பார்த்தாள். அவர்கள் கூச்சலிட்டுக் கொண்டும், திட்டிக் கொண்டும், சீட்டியடித்துக் கொண்டும் தெருவைவிட்டு விலகிச் சென்று, வீட்டு முற்றங்களில் மறைந்து கொண்டிருந்தார்கள்.

"விலகிப் போ – ஏ, பொட்டைப் பிசாசே!" என்று அந்த மீசைக்காரக் குட்டிச் சிப்பாய் தாயின் காதிலேயே சத்தமிட்டு அவளைத் தெருவோரமாகப் பிடித்துத் தள்ளினான்.

தான் கொடிக்கம்பின் பலத்தின் மீது சாய்ந்தவாறே நடந்து சென்றாள். ஏனெனில், அவளது பலமெல்லாம் காலைவிட்டு ஓடிப்போய்விட்டது. மற்றொரு கையால் அவள் சுவர்களையும், வேலிகளையும் பிடித்துக்கொண்டு கீழே விழுந்து விடாதபடி நடந்தாள். அவளுக்கு முன்னால் நின்ற மக்கள் அவள் மீது

சாய்ந்தார்கள். அவளுக்குப் பின்னாலும், பக்கத்திலும் சிப்பாய்கள் நடந்து வந்தார்கள்.

"போங்கள், சீக்கிரம் போங்கள்!"

அவள் அந்தச் சிப்பாய்கள் தன்னைக் கடந்து போக விட்டுவிட்டு, நின்றாள்; சுற்றுமுற்றும் பார்த்தாள். தெருக்கோடியில் மைதானத்துக்குச் செல்லும் வழியை மறித்துச் சிப்பாய்கள் நின்று கொண்டிருந்தார்கள். மைதானமோ காலியாய் இருந்தது. சாம்பல் நிற உருவங்கள் அந்த மக்களை நோக்கி மெதுமெதுவாக முன்னேறி வரத் தொடங்கின.

அவள் திரும்பிப் போய்விட எண்ணினாள். ஆனால் தன்னையும் அறியாமல் அவள் முன்னாலேயே போக நேர்ந்தது. கடைசியில் அவள் அப்படியே நடந்து நடந்து ஒரு வெறிச்சோடிப்போன குறுகிய சந்துப் பக்கமாக வந்து சேர்ந்தாள், அதனுள் நுழைந்தாள்.

மீண்டும் அவள் நின்றாள். ஆழ்ந்த பெருமூச்செறிந்தவாறே காது கொடுத்துக் கேட்டாள். எங்கிருந்தோ கூட்டத்தின் இரைச்சல் கேட்டது.

அந்தக் கம்பின்மீது சாய்ந்தவாறே, அவள் மீண்டும் நடந்தாள். அவளது உடம்பெல்லாம் வியர்த்துப் பொழிந்தது; அவளது புருவங்கள் நடுங்கின; உதடுகள் அசைந்தன; கை அசைந்தது. தீப்பொறிகளைப்போல் பளிச்சிடும் சில தொடர்பற்ற வார்த்தைகள் மனதில் வரவர வளர்ந்து பெருகி, ஒரு பிரம்மாண்டமான ஜோதிப் பிழம்பாக விரிந்து விம்மி, அந்த வார்த்தைகளை வெளியிட்டுச் சொல்லிக் கூக்குரலிடத் தூண்டுவது மாதிரி இருந்தது.

அந்தச் சந்து திடீரென இடப்புறமாகத் திரும்பியது. அங்கு ஒரு கோடியில் மக்கள் பெருந்திரளாகக் கூடி நிற்பதை அவள் கண்டாள்.

"என்னடா தம்பிகளா! துப்பாக்கிச் சனியன்களை எதிர் நோக்கிச் செல்வது என்ன, வேடிக்கையா, விளையாட்டா?" என்று பலத்த குரலில் ஒருவன் சொன்னான்.

"நீ அவர்களைப் பார்த்தாயா? அந்தச் சனியன்கள் அவர்களை நேருக்கு நேராக விரட்டியது, எனினும் அவர்கள் அசையாது நின்றார்கள். மலையைப்போல் நின்றார்கள். தம்பிகள்! கொஞ்சம் கூட அசையாமல் அஞ்சாமல் நின்றார்கள்!"

"பாவெல் விலாசவை எண்ணிப் பார்!"

"அந்த ஹஹோலையும் தான்!"

"அவன் தன் கைகளைப் பின்னால் கோத்துக் கட்டியவாறு அப்போதும் புன்னகை செய்தான். அஞ்சாத பேய்ப்பிறவி அவன்!"

“நண்பர்களே!” என்று அவர்கள் மத்தியிலே முண்டியடித்துச் சென்றுகொண்டே, தாய் கத்தினாள். மக்கள் அவளுக்கு மரியாதையுடன் வழிவிட்டு ஒதுங்கினார்கள். யாரோ சிரித்தார்கள்:

“பாரடா, அவள் கொடி வைத்திருக்கிறாள்; கொடி அவள் கையில் இருக்கிறது..!”

“வாயை மூடு” என்றது ஒரு கரகரத்த குரல்.

தாய் தனது கரங்களை அகல விரித்தாள்.

“கேளுங்கள் – ஆண்டவனின் பெயரால், கேளுங்கள்! நல்லவர்களான நீங்கள் எல்லாம், அன்பான நீங்கள் எல்லாம் என்ன நடந்தது என்பதைப் பயமின்றிப் பாருங்கள்! நம்முடைய சொந்தப் பிள்ளைகள், நமது ரத்தத்தின் ரத்தமான குழந்தைகள், நியாயத்தின் பேரால் இந்த உலகில் முன்னேறிச் சென்று கொண்டிருக்கிறார்கள். நம் அனைவருக்கும் உரிய நியாயத்துக்காக! உங்கள் அனைவரது நலத்துக்காக, உங்களது பிறவாத குழந்தைகளின் நலத்துக்காக, அவர்கள் இந்தச் சிலுவையைத் தாங்கி, ஒளிபொருந்திய எதிர்காலத்தைத் தேடிச் செல்லுகிறார்கள். அவர்கள் வேண்டுவது வேறொரு வாழ்க்கை – சத்தியமும் தர்மமும் நியாயமும் உள்ள வாழ்க்கை! சகல மக்களுக்காகவும் அவர்கள் நன்மையை நாடுகிறார்கள்!”

அவளது இருதயம் நெஞ்சுக்குள் புடைத்து நின்றது; தொண்டை சூடேறி வறண்டது. அவளது நெஞ்சாழத்துக்குள்ளே பெரிய பெரிய, புதிய புதிய வார்த்தைகள், பிறந்தன; அந்த வார்த்தைகள், பரிபூரண அன்பு நிறைந்த அந்த அவளது நாக்குக்கு வந்து அவளை மேலும் அதிகமான உணர்ச்சியோடு, மேலும் அதிகமான சுதந்திரத்தோடு பேசுமாறு நிர்ப்பந்தித்தன.

எல்லோரும் தான் கூறுவதை மௌனமாகக் கேட்டுக் கொண்டிருப்பதை அவளால் காண முடிந்தது. அவளைச் சுற்றிலும் சகல மக்களும் நெருக்கமாகச் சூழ்ந்து, ஆவலும் சிந்தனையும் நிறைந்தவர்களாகக் குழுமி நின்றார்கள். அவளிடம் காணப்பட்ட ஆவலுணர்ச்சியானது அவனுடைய மகனுக்குப் பின்னால், அந்திரேய்க் குப் பின்னால், சிப்பாய்களின் கையில் சிக்கிவிட்ட அத்தனை பேர்களுக்கும் பின்னால் நிராதரவாக விடப்பட்ட அந்த வாலிபர்களுக்குப் பின்னால் சகல மக்களும் ஓடிச் செல்ல வேண்டும் என்று தூண்டும் உணர்ச்சிதான் என்பதைத் தாய் கண்டுகொண்டாள்.

முகத்தைச் சுழித்துக் கவன சிந்தையராக நிற்கும் அவர்களது முகங்களை ஒருமுறை பார்த்துவிட்டு, அவள் அமைதி நிறைந்த பலத்தோடு மேலும் பேசத் தொடங்கினாள்:

“நம் பிள்ளைகள் இன்பத்தைத் தேடி இந்த உலகுக்குள் புகுந்து விட்டார்கள். நம் அனைவரது நலத்துக்காக, கிறிஸ்து பெருமானின் சத்தியத்துக்காக, நம்முடைய முகிலில் அறைந்து, நமது கைகளைக் கட்டிப்போட்டு, நம்மை இறுக்கித் திணறவைத்த, கொடுமையும், பொய்மையும் பேராசையும் கொண்ட பேர்களின் சகல சட்டதிட்டங்களுக்கும் எதிராக, அவர்கள் சென்று விட்டார்கள். அன்பான மக்களே! நம் அனைவருக்காகவும் சர்வ தேசங்களுக்காகவும் உலகின் எந்தெந்த மூலையிலோ இருக்கின்ற சகல தொழிலாளர் மக்களுக்காகவும்தான் நம் இளம் பிள்ளைகள், நம் வாலிபர்கள் எழுச்சி பெற்றுச் செல்கிறார்கள். அவர்களைப் புறக்கணிக்காதீர்கள். அவர்களை வெறுக்காதீர்கள்! உங்கள் குழந்தைகளைத் தன்னந்தனியாகச் செல்லுமாறு செய்யாதீர்கள்! நீங்கள் உங்கள் மீதே அனுதாபம் கொள்ளுங்கள். உண்மைக்குப் பிறப்பளித்த, அந்த உண்மைக்காகத் தங்கள் உயிர்களையும் இழக்கத் தயாராயிருக்கும் உங்கள் குழந்தைகளின் இதயங்களின்மீது நம்பிக்கை வையுங்கள்! அவர்களை நம்புங்கள்!”

அவளது குரல் உடைபட்டுத் தடைபட்டது. அவள் ஆடியசைந்தாள்; மயங்கி விழும் நிலையில் தடுமாறினாள். யாரோ அவனைத் தாங்கிப் பிடித்துக் கொண்டார்கள்.

“அவள் பேசுவது ஆண்டவனின் உண்மை; கடவுளின் சத்தியம்!” என்று யாரோ ஒருவன் உணர்ச்சி வேகத்தில் கத்தினான். “கடவுளின் சத்தியம், மக்களே! அதைக் கேளுங்கள்!”

“அவள் எப்படித் தன்னைத்தானே சித்திரவதை செய்து கொள்கிறாள் என்பதைப் பாருங்கள்” என்று இன்னொருவன் பரிவோடு பேசினான்.

“அவள் தன்னைத் தானே சித்திரவதை செய்யவில்லை” என்று மற்றொருவன் பேச ஆரம்பித்தான். “ஆனால் முட்டாள்களே! அவள் நம்மைத்தான் சித்திரவதைக்கு ஆளாக்குகிறாள். அதை நீங்கள் இன்னுமா அறியவில்லை?”

“உண்மையாகவே நம்பிக்கை கொண்டவர்கள்!” என்று ஒரு பெண் நடுநடுங்கும் உரத்த குரலில் கத்தினாள்: “என் மீத்யா – அவள் ஒரு களங்கமற்ற புனித ஆத்மா! அவன் என்ன தவறைச் செய்தான்? தான் நேசிக்கும் தோழர்களைத்தானே அவன் பின்பற்றினான். அவன் சொல்வது ரொம்ப சரி. நாம் ஏன் நம் பிள்ளைகளை நிராதரவாய் நிர்க்கதியாய் விடவேண்டும்? அவர்கள் ஏதாவது தவறு செய்தார்களா?”

இந்த வார்த்தைகளைக் கேட்ட தாய் நடுநடுங்கினாள். அமைதியாக அழுதாள்.

“வீட்டுக்குப் போ, பெலகேயா நீலவ்னா!” என்றான் சிஸோவ்; “வீட்டுக்குப் போ, அம்மா. இன்று நீ மிகவும் களைத்து விட்டாய்?”

அவனது முகம் வெளுத்து, தாடி கலைந்து போயிருந்தது. திடீரென அவன் நிமிர்ந்து நின்று சுற்றுமுற்றும் ஒரு கடுமையான பார்வை பார்த்துவிட்டு, அழுத்தமாய்ப் பேச ஆரம்பித்தான்:

“என் மகன் மத்வேய் எப்படி தொழிற்சாலையிலே கொல்லப்பட்டான் என்பது உங்களுக்கெல்லாம் தெரியும். அவன் மட்டும் உயிரோடிருந்தால், நானே அவனை அவர்களுக்குப் பின்னால் அனுப்பி வைப்பேன். “நீயும் போ, மத்வேய்! அது ஒன்றுதான் சரியான சத்திய மார்க்கம்; நேர்மையான மார்க்கம்!” என்று நானே அவனிடம் சொல்வேன்.”

அவனும் திடீரெனப் பேச்சை நிறுத்தி அமைதியில் ஆழ்ந்தான்; எல்லோருமே ஏதோ ஒரு புதிய, பெரிய உணர்ச்சியால், அந்த உணர்ச்சியைப் பற்றிய பயத்திலிருந்து விடுபட்ட உணர்ச்சியின் பிடியில் அகப்பட்டு, மோன சமாதியில் ஆழ்ந்து போனார்கள். சிஸோவ் தன் கையை ஆட்டிக்கொண்டு மேலும் பேசத் தொடங்கினான்:

“கிழவனான நான் பேசுகிறேன். உங்கள் அனைவருக்கும் என்னைத் தெரியும். ஐம்பத்து மூன்று வருட காலமாக நான் இந்தப் பூமியில் வாழ்கிறேன். முப்பத்தொன்பது வருடமாக இந்தத் தொழிற்சாலையில் வேலை பார்க்கிறேன். இன்றோ அவர்கள் என் மருமகனை மீண்டும் கைது செய்தார்கள். அவன் ஒரு நல்ல பையன்; புத்திசாலி. அவனும் பாவெலுக்குப் பக்கமாக, கொடிக்குப் பக்கமாக முன்னேறிச் சென்றான்...”

அவன் கையை உதறினான். பின் குறுகிப் போய் தாயின் கரத்தைப் பற்றிப் பிடித்தவாறு பேசினான்:

“இந்தப் பெண் பிள்ளை சொன்னதுதான் உண்மை. நம் குழந்தைகள் மானத்துடன் வாழ விரும்புகிறார்கள்; அறிவோடு வாழ விரும்புகிறார்கள். ஆனால் நாம்தான் அவர்களை நிராதரவாய் நிர்க்கதியாய் விட்டுவிட்டோம்! சரி வீட்டுக்குப் போ, பெலகேயா நீலவ்னா!”.

“நல்லவர்களே!” என்று அழுது சிவந்த கண்களால் சுற்றிப் பார்த்துவிட்டு அவள் சொன்னாள்; “நம் குழந்தைகளுக்கு வாழ்வு உண்டு; இந்த உலகம் அவர்களுக்கே!”

"புறப்படு, பெலகேயா நீலவ்னா, இதோ உன் கம்பு" என்று கூறிக் கொண்டே, முறிந்து போன அந்தக் கொடிக்கம்பை எடுத்து அவள் கையில் கொடுத்தான் சிஸோவ்.

அவர்கள் அவளை மரியாதையுடனும் துக்கத்துடனும் கவனித்தார்கள்; அனுதாபக் குரல்களின் கசமுசப்பின் மத்தியிலே அவள் அங்கிருந்து அகன்று சென்றாள். சிஸோவ் அவளுக்காக, கூட்டத்தினரை விலகச் செய்து வழியுண்டாக்கினான்; மக்கள் ஒன்றுமே பேசாது வழிவிட்டு ஒதுங்கினர். ஏதோ ஓர் இனந்தெரியாத சக்தியினால் அவர்கள் இழுக்கப்பட்டு, அவள் பின்னாலேயே சென்றார்கள்; செல்லும்போது தணிந்த குரலில் ஏதேதோ வார்த்தைகளைப் பரிமாறிக் கொண்டார்கள்.

அவளது வீட்டு வாசலை அடைந்ததும் அவள் அவர்கள் பக்கமாகத் திரும்பினாள்; தன் கைத்தடியின் மீது சாய்ந்தவாறே தலை வணங்கினாள். நன்றியுணர்வு தொனிக்கும் மெதுவான குரலில் சொன்னாள்:

"உங்கள் அனைவருக்கும் நன்றி!"

அந்தப் புதிய எண்ணம், அவள் இதயம் பெற்றெடுத்ததாகத் தோன்றிய அந்தப் புதிய எண்ணம் மீண்டும் நினைவு வந்தது. எனவே அவள் சொன்னாள்:

"கிறிஸ்துவுக்கு மகிமை உண்டாக்குவதற்காக, மக்கள் தங்கள் உயிர்களை இழக்காதிருந்தால், கிறிஸ்துவே இருந்திருக்க மாட்டார்!"

மக்கள் கூட்டம் வாய் பேசாது அவளையே பார்த்தது.

அவள் மீண்டும் மக்கள் கூட்டத்துக்குத் தலை வணங்கிவிட்டு, வீட்டுக்குள் சென்றாள். சிஸோவ் தானும் தலை வணங்கியவாறு அவளைப் பின் தொடர்ந்தான்.

சிறிது நேரம் அந்த மக்கள் அங்கேயே நின்றவாறு ஏதேதோ பேசிக் கொண்டார்கள்.

பிறகு அவர்களும் மெதுவாகச் செல்ல ஆரம்பித்தார்கள்.

* * *

இரண்டாம் பாகம்

1

அந்த நாளின் குறைப் பொழுதும் மங்கிய நினைவுகளாலும் தனது உடலையும் உள்ளத்தையும் பற்றியிருந்த களைப்பு மிகுதியாலுமே தாய்க்குக் கழிந்தது. அவள் முன்னால், அந்தக் குட்டி அதிகாரியின் உருவம், பாவெலின் தாமிர நிற முகம், புன்னகை பூக்கும் அந்திரேயின் கண்கள் – எல்லாம் நிழலாடின.

அவள் அறைக்குள்ளே அலைந்தாள்; சன்னலருகே உட்கார்ந்தாள்; தெருவை எட்டிப் பார்த்தாள்; மீண்டும் எழுந்தாள்; புருவத்தை மேலேற்றி வியந்தவாறு, சிறு சப்தம் கேட்டாலும் விழிப்புற்று, எங்கும் பார்த்தவாறு நடந்தாள்; அல்லது எதையோ அர்த்தமற்றுத் தேடுவதுபோல் பார்த்தாள். அவள் தண்ணீர் குடித்தாள். தண்ணீர் அவளது தாகத்தையும் தணிக்கவில்லை; குமைந்து நின்ற துயரத்தையும் அணைக்கவில்லை. அன்றையப் பொழுதே அவளுக்கு இரு கூறாகத் தோன்றியது. அதன் முதற் பகுதிக்கு அர்த்தம் இருந்தது; இரண்டாம் பகுதியிலே அந்த அர்த்தமெல்லாம் வற்றி வறண்டு போய்விட்டது. வேதனை தரும் சூன்ய உணர்ச்சி அவள் மனதில் மேலோங்கியது. அவள் தனக்குத்தானே ஒரு கேள்வியை எழுப்பிக்கொண்டாள்:

‘இப்போது என்ன?’

மரியா கோர்சுனவா அவளைப் பார்க்க வந்தாள். அவள் தன் கரங்களை ஆட்டிக்கொண்டு சத்தமிட்டாள்; அழுதாள், உணர்ச்சிப் பரவசமானாள்; காலைத் தரையில் உதைத்தாள்; ஏதேதோ வாய்க்கு வந்தபடி திட்டினாள்; சபதம் கூறினாள்; யோசனை சொன்னாள். எதுவுமே தாயை அசைக்கவில்லை.

“ஆஹா! மக்கள் எல்லோரும் போராடக் கிளம்பிவிட்டார்கள்! தொழிற்சாலை முழுவதுமே எழுச்சி பெற்றுவிட்டது. ஆமாம், தொழிற்சாலை முழுவதும்தான்!” என்ற மரியாவின் கீச்சுக்குரல் கேட்டது.

“ஆமாம்” என்று அமைதியோடு தலையை ஆட்டிக்கொண்டு சொன்னாள் தாய். ஆனால், அவளது கண்கள் கடந்து காலத்தை, பாவெலோடும் அந்திரேயோடும் மறைந்துபோன சகலமானவற்றையும் நினைத்து நிலைகுத்தி நின்றன. அவளால் அழ முடியவில்லை; அவளது இதயம் வற்றி மெலிந்து வறண்டு போயிற்று; அவளது உதடுகளும் வறண்டு போயின. அவளது வாயில் ஈரப்பசையே இல்லை. அவளது கரங்கள் நடுங்கின; முதுகெலும்புக் குருத்துக்குள் குளிர் உணர்ச்சி குளிர்ந்து பரவியது.

அன்று மாலை போலீஸ்காரர்கள் வந்தார்கள். அவள் அவர்களை வியப்பின்றிப் பயமின்றிச் சந்தித்தாள். அவர்கள் ஆரவாரமாக உள்ளே நுழைந்தார்கள்; ஆத்ம திருப்தியும் ஆனந்தமும் கொண்டவர்களாக அவர்கள் தோன்றினார்கள். அந்த மஞ்சள் முக அதிகாரி தனது பல்லை இளித்துச் சிரித்துக்கொண்டே பேசினான்:

“சௌக்கிளமா? நாம் இப்போது சந்திப்பது மூன்றாவது முறை இல்லையா?”

அவள் பேசவில்லை. வெறுமனே தனது வறண்ட நாக்கை உதடுகளின் மீது ஓட்டினாள். அந்த அதிகாரி அவளுக்கு ஏதேதோ உபதேச வார்த்தைகளைச் சொன்னான். பேசுவதில் அவன் ஆனந்தம் காண்பதாக அவள் உணர்ந்தாள். ஆனால், அவனது பேச்சு அவளைப் பீதியுறச் செய்யவில்லை; அந்த வார்த்தைகள் அவளைப் பாதிக்கவே இல்லை. ஆனால் அவன்: “கடவுளுக்கும் ஜாருக்கும் உன் மகன் சரியான மரியாதை காட்டாது போனதற்கு, அதை நீ அவனுக்குக் கற்றுக் கொடுக்காமல் போனதற்கு, உன்னைத்தான் குற்றம் சொல்ல வேண்டும். அம்மா,” என்று சொன்ன பிறகு மட்டும் கதவருகே தான் இருந்த இடத்தில் நின்றவாறே கம்மிய குரலில் பதில் சொன்னாள்:

“எங்கள் குழந்தைகள்தான் எங்களுக்கு நீதிபதிகள். அவர்கள் அந்தக் கரடுமுரடான மார்க்கத்தில் செல்லும்போது நாங்கள் அவர்களைப் புறக்கணித்ததற்காக, எங்களைச் சரியானபடி அவர்கள் தண்டிப்பார்கள்.”

“என்ன?” என்று கத்தினான் அதிகாரி; “உரக்கப் பேசு.”

“நான் எங்கள் குழந்தைகள்தான் எங்களுக்கு நீதிபதிகள் என்று சொன்னேன்” என்று பெருமூச்சோடு சொன்னாள் தாய்.

அவன் ஏதேதோ கோபத்தோடும் விறுவிறுப்போடும் முணுமுணுத்துக் கொண்டான்; ஆனால் அவனது வார்த்தைகள் அவளுக்குக் கேட்கவில்லை.

மரியா கோர்சுனவா அன்று நடந்த சோதனைக்கு ஒரு சாட்சியாக அழைத்து வரப்பட்டாள். அவள் தாய்க்கு அடுத்தாற்போல் நின்றாள்; எனினும் அவள் தாயைப் பார்க்கவில்லை. எப்போதாவது அந்த அதிகாரி அவளிடம் ஒரு கேள்வியைக் கேட்டால், உடனே அவள் தலையைத் தாழ்த்திக்கொண்டு அந்த ஒரே பதிலைத் திரும்பத் திரும்பச் சொன்னாள்:

"எனக்குத் தெரியாது, எசமான்! நான் ஒன்றுமே தெரியாதவள். ஏதோ வியாபாரம் செய்து பிழைக்கிறேன். எதைப் பற்றியும் தெரியாத முட்டாள் பிறவி நான்!"

"நாவை அடக்கு" என்று மீசையைத் திருகிக் கொண்டே உத்தரவிட்டான் அந்த அதிகாரி. மீண்டும் அவள் தலை வணங்கினாள். ஆனால் குனிந்து வணங்கும்போது அவள் தன் மூக்கை மட்டும் அவனுக்கு நேராக நிமிர்த்திக் காட்டி, "இவனுக்கு வேணும்!" என்று அவள் தாயிடம் மெதுவாகச் சொன்னாள்.

பிறகு பெலகேயாவைச் சோதனை போடும்படி அவன் அவளுக்கு உத்தரவிட்டான். அந்த உத்தரவைக் கேட்டு அவள் விழித்தாள்; அதிகாரியை வெறித்துப் பார்த்தாள். பிறகு பயந்து போன குரலில் சொன்னாள்:

"ஐயோ! எனக்கு இந்த விவகாரமெல்லாம் எப்படியென்று தெரியாதே, எசமான்!"

அவன் தரையை ஓங்கி மிதித்துக்கொண்டு அவளை நோக்கிச் சத்தமிட்டான். மரியா தன் கண்களைத் தாழ்த்தினாள்; தாயிடம் மெதுவாகக் கூறினாள்:

"சரி அம்மா, நீ உன் பொத்தான்களைக் கழற்று, பெலகேயா நீலவ்னா!"

தாயின் ஆடையணிகளைத் தடவிச் சோதனை போட்ட போது, குருதியேறிச் சிவந்த அவளது முகத்தில் அவமான உணர்ச்சி பிரதிபலித்தது.

"ப்பூ! நாய்ப்பிறவிகள்!" என்று அவள் முணுமுணுத்துக் கொண்டாள்.

"நீ என்ன சொல்லுகிறாய்?" என்று அந்த அதிகாரி சோதனை நடந்த இடத்தை ஒரு பார்வை பார்த்துவிட்டுக் கேட்டான்.

"இது பெண் பிள்ளைகள் விசயம், எசமான்!" என்று பயந்த குரலில் முனகினாள் மரியா.

தொ.மு.சி. ரகுநாதன்

கடைசியாக அந்த அதிகாரி தான் காட்டிய ஆவணங்களில் தாயைக் கையெழுத்திடச் சொன்னான். அவளது அனுபவமற்ற கை பெரிய பெரிய மொத்தை எழுத்துகளில் கையெழுத்திட்டது.

"பெலகேயா விலாசவா, ஒரு தொழிலாளியின் விதவை மனைவி!"

"நீ என்ன எழுதித் தொலைந்திருக்கிறாய்? இதை ஏன் எழுதினாய்?" என்று அந்த அதிகாரி பல்லை இளித்துக்கொண்டு கத்தினான். பிறகு சிறு சிரிப்புடம் சொன்னான்:

"காட்டுமிரண்டி மக்கள்."

அவர்கள் போய்விட்டார்கள். தாய் சன்னலருகேயே நின்றாள்; அவளது கைகள் மார்பின் மீது குறுக்காகப் படிந்து பற்றியிருந்தன. அவள் தன் கண்களை இமை தட்டாமல், எதையுமே காணாமல், வெறுமனே விழித்துக்கொண்டு நின்றாள். அவளது புருவங்கள் உயர்த்திருந்தன. உதடுகள் இறுகியிருந்தன. கடைவாய்த் தாடைகள் இறுகி ஒன்றோடொன்று அழுத்திக் கடித்துக் கொண்டிருந்தன. அந்தக் கடியின் வேதனையையும் அவள் உணர்ந்தாள். மண்ணெண்ணெய் விளக்கில் எண்ணெய் வற்றி வறண்டது; திரி படபடத்துப் பொரிந்தது; சுடர் துடி துடித்தது. அவள் அதை ஊதியணைத்துவிட்டு, இருளிலேயே இருந்தாள். அவளது இதயத்தில் நிரம்பியிருந்த சூன்யமயமான ஏக்க உணர்ச்சியால் அவளது இருதயத் துடிப்புக்கூடத் தடைப்பட்டது. அப்படியே அவள் வெகுநேரம் நின்று கொண்டிருந்தாள். கண்களும் கால்களும் வலியெடுக்கும் வரை நின்றாள். மரியா சன்னலருகே வந்து போதை மிகுந்த குரலில் கூப்பிடுவதை அவள் கேட்டாள்:

"பெலகேயா, தூங்கிவிட்டாயா? பாவம், உனக்கு இப்படித் துன்பம் வரக்கூடாது. சரி, தூங்கு!"

தாய் தன் உடைகளை மாற்றாமலேயே போய்ப் படுத்துக் கொண்டாள். படுத்த மாத்திரத்திலேயே ஆழமான குளத்துக்குள் அமிழ்ந்து போவது போன்ற ஆழ்ந்த தூக்கத்துக்கு ஆளானாள்.

அவள் கனவு கண்டாள்; நகருக்குச் செல்லும் ரஸ்தாக் கரையில், சேற்றுப் பிரதேசத்துக்கு அப்பால் தெரியும் ஒரு மஞ்சள் நிறமான மணற் குன்றிற்கருகே அவள் நடந்து சென்று கொண்டிருந்தாள். தொழிலாளர்கள் மண்வெட்டி எடுக்கும் ஒரு செங்குத்தான குன்றின் ஓரத்தில் பாவெல் நின்று கொண்டிருந்தான். அவன் அந்திரேயின் அமைதியும் இனிமையும் நிறைந்த குரலில், பாடிக் கொண்டிருந்தான்:

துயில்
கலைந்து அணியில் சேர
விரைந்து வாரும் தோழர்காள்!

அவள் தன் நெற்றியை அழுத்திப் பிடித்தவாறு, தன் மகனைப் பார்த்துக்கொண்டே அந்தக் குன்றைக் கடந்து சென்றாள். நீலவானின் புகைப்புலத்தில் அவனது உருவம் மிகவும் தெளிவாகவும் துல்லியமாகவும் தோன்றியது. அவள் அவனருகே செல்ல நாணிக் கூசினாள். ஏனெனில் அவள் கர்ப்பமுற்றிருந்தாள்; அவளது கைகளில் இன்னொரு குழந்தை இருந்தது. அவள் மேலும் நடந்தாள்; நடந்து கொண்டே வந்து, கடைசியில் குழந்தைகள் பந்து விளையாடிக் கொண்டிருக்கும் மைதானத்துக்கு வந்து சேர்ந்தாள். அங்கு எத்தனையோ குழந்தைகள் இருந்தார்கள். அவர்கள் வைத்து விளையாடிய பந்து சிவப்பு நிறமாயிருந்தது. அவளது கையிலிருந்த சிசு அவள் கைவிட்டுத் தாவிக் குதித்து அந்தப் பந்தைப் பிடிக்க எண்ணியது. அழத் தொடங்கியது. அவள் அதற்குப் பால் கொடுத்தாள். திரும்பிப் பார்த்தாள். இப்போதோ அந்தக் குன்றின் மீது துப்பாக்கிச் சனியன்களை அவளது மார்புக்கு நேராக நீட்டியவாறு சிப்பாய்கள் நின்று கொண்டிருந்தார்கள். அவள் உடனே விடுவிடென்று அந்த மைதானத்தின் மத்தியிலிருந்த தேவலாயத்துக்கு ஓடி வந்தாள். அந்தத் தேவாலயம் வெண்மை நிறமாகவும், மேகங்களால் செய்யப்பட்டதுபோல் அளவிறந்த உயரத்துக்கு மேல் நிமிர்ந்து நிற்பதாகவும் இருந்தது; அங்கு யாரையோ சவ அடக்கம் செய்து கொண்டிருந்தார்கள். அந்த சவப்பெட்டி நீளமாகவும் கறுப்பாகவும் இறுக மூடியதாகவும் இருந்தது. மதகுருவும், பாதரியாரும் வெள்ளை நிற அங்கிகளைத் தரித்தவாறு அங்குமிங்கும் உலவினார்கள், பாடினார்கள்:

உயிர்த்தெழுந்தார்! உயிர்த்தெழுந்தார்!
உயிரிழந்த கிறிஸ்து நாதர்...

பாதிரியார் பரிமள களபங்களைத் தூவியபோது, அவளைப் பார்த்துத் தலைவணங்கிப் புன்னகை செய்தார். அவரது தலைமயிர் செக்கச் சிவந்து பிரகாசித்தது; அவரது உற்சாகக் களை பொருந்திய முகம் சமோஸ்லவின் முகம் போலிருந்தது. அந்தத் தேவாலயத்தின் கோபுரக்கலசங்களிலிருந்து சூரிய கிரகணங்கள் விழுந்தன; அந்தக் கிரகணங்கள் வெள்ளை வெளேரெனக் கீழ்நோக்கிக் கம்பளம் போல விழுந்தன.

தேவாலயத்தின் இருபுறத்துப் பீடங்களிலிருந்தும் பையன்கள் பாடிக் கொணடிருந்தார்கள்.

உயிர்த்தெழுந்தார்! உயிர்த்தெழுந்தார்!
உயிரிழந்த கிறிஸ்து நாதர்...

தேவலாயத்தின் மத்தியில் வந்து சட்டென்று நின்றவாறு அந்த மதகுரு திடீரெனக் கத்தினார்.

"அவர்களைக் கைது செய்!" மதகுருவின் வெள்ளை நிற அங்கிகள் மறைந்துவிட்டன; அவரது மேலுதட்டில் வெள்ளை நிற மீசை தோன்றியது. எல்லோரும் ஓடத் தொடங்கினார்கள். பாதிரியாரும் கூட பரிமளப் பொடியை ஒரு மூலையிலே எறிந்துவிட்டு, தன் தலையை ஹஹோல் பற்றிப் பிடித்துக்கொள்வது மாதிரி தமது தலையைப் பிடித்துக்கொண்டு ஓட்டம் பிடித்தார். ஓடிச் செல்லும் மக்களின் காலடியில் தன் கையிலிருந்த குழந்தையை நழுவவிட்டு விட்டாள் தாய். அவர்களோ அதை மிதித்து நசுக்காது விலகி விலகி ஓடினார்கள். அந்தக் குழந்தையின் திகம்பரக் கோலத்தையே பயபீதி நிறைந்த கண்களோடு அவர்கள் பார்த்துக் கொண்டிருந்தார்கள். பிறகு முழங்காலிட்டு, அவர்களை நோக்கிக் கத்தினாள்.

"குழந்தையை உதறிச் செல்லாதீர்கள்! இவனையும் உங்களோடு எடுத்துச் செல்லுங்கள்!"

உயிர்த்தெழுந்தார்! உயிர்த்தெழுந்தார்!
உயிரிழந்த கிறிஸ்து நாதர்...

என்று சிரித்துக்கொண்டும், கைகளைப் பின்புறமாகக் கோத்தவாறும் பாடத் தொடங்கினான் ஹஹோல்.

அவள் குனிந்து குழந்தையை எடுத்தாள். மரக்கட்டைகளைப் பாரம் ஏற்றிய ஒரு வண்டியில் அந்தக் குழந்தையை வைத்தாள். அந்த வண்டிக்கு அருகே சிரித்துக்கொண்டே மெதுவாக நடந்து வந்தான் நிகலாய்.

"அப்படியானால் அவர்கள் எனக்குக் கொஞ்சம் கடினமான வேலையைத்தான் கொடுத்துவிட்டார்கள்" என்றான் அவன்.

தெருக்கள் எல்லாம் அசுத்தமாயிருந்தன. வீட்டு சன்னல்களிலிருந்து மக்கள் எட்டிப் பார்த்தார்கள்; கூச்சலிட்டார்கள்; சீட்டியடித்தார்கள், கைகளை வீசினார்கள். வானம் நிர்மலமாக இருந்தது; சூரியன் பிரகாசமாகக் காய்ந்தது; எங்குமே நிழலைக் காணோம்.

"பாடுங்கள், அம்மா, என் அருமை அம்மா!" என்று கத்தினான் ஹஹோல்; "அதுதான் வாழ்க்கை!"

அவன் முதலில் தானே பாடத் தொடங்கினான்; அவனது குரல் பிற சப்தங்களையெல்லாம் விழுங்கி விம்மி ஒலித்தது. தாய் அவனைத் தொடர்ந்து சென்றாள். திடீரென அவள் தடுமாறினாள்;

கால் தவறி ஆழங்காணாத பாதாளக் குழிக்குள் விழுந்தாள்; அந்தப் பிலத்தின் சூன்யத்தில் – பயங்கரக் குரல்கள் கூச்சலிட்டு அவளை வரவேற்றன.

மேலெல்லாம் நடுங்கிக் குளிர அவள் திடுக்கிட்டு எழுந்தாள். அவளது இதயத்தை ஒரு கனமான முரட்டுக் கை அழுத்திப் பிடித்து, கொஞ்சம் கொஞ்சமாக இறுக்கி முறுக்கிப் பிழிவதில் ஆனந்தம் காண்பதுபோல் தோன்றியது. ஆலைச் சங்கு இடைவிடாது அலறி முனகி, தொழிலாளர்களை அறைகூவி அழைத்துக் கொண்டிருந்தது. அது இரண்டாவது சங்கு என்பதை அவள் உணர்ந்து கொண்டாள். அந்த அறை முழுவதிலும் புத்தகங்கள் இறைந்து கிடந்தன; எல்லாம் நிலை குலைந்து தலைகீழாய்க் கிடந்தன; தரையில் சேறுபடிந்த பூட்ஸ் கால்களின் தடங்கள் காணப்பட்டன.

அவள் எழுந்தாள்; முகங்களைக் கழுவவோ, பிரார்த்தனையில் ஈடுபடவோ எண்ணாமல், அங்குள்ள பொருள்களை எடுத்து அடுக்கி, அறையைச் சுத்தம் செய்வதில் முனைந்தாள். சமையலறையில் கிடந்த கம்பின் மீது – கொடியின் சிறு பகுதி இன்னும் ஒட்டிக் கிடந்த அந்தக் கம்பின் மீது – அவள் பார்வை விழுந்தது. அவள் அதைக் குனிந்து எடுத்து, அடுப்பில் வைக்கப் போனாள். ஆனால் திடீரென வேறொரு எண்ணம் தோன்றவும் அவள் பெருமூச்சு விட்டவாறே அதில் தொங்கிய கொடித் துணியை அகற்றி, அதை ஒழுங்காக மடித்து, தனது பைக்குள் வைத்துக்கொண்டாள். அவள் அந்தக் கம்பை முழங்காலில் கொடுத்து முறித்து, அடுப்புக்குள் எறிந்தாள். பிறகு சன்னல்களையும் தரையையும் தண்ணீர்விட்டுக் கழுவினாள். தேநீர் பாத்திரத்தைக் கொதிக்க வைத்துவிட்டு, உடை உடுத்திக்கொண்டாள். பின்னர் அவள் சமையலறையில் இருந்த சன்னல் அருகே அமர்ந்தாள். அவள் மனதில் அதே கேள்வி மீண்டும் எழுந்தது.

“இனி என்ன?”

தான் தனது காலைப் பிராத்தனையைச் சொல்லவில்லை என்பது ஞாபகம் வந்தவுடன், அவள் அங்கிருந்து எழுந்து விக்ரகங்களை நோக்கி வந்தாள்; அவற்றின் முன்னே சில கணங்கள் நின்றாள்; பிறகு மீண்டும் உட்கார்ந்தாள். அவள் இதயம் ஒரே சூன்ய வெளியாக வெறிச்சோடிக் கிடந்தது.

நேற்றைய தினத்தில், தெருக்களிலே உற்சாக வெறியோடு கத்திச் சென்ற மக்கள், இன்று தங்கள் தங்கள் வீடுகளுக்குள்ளே அடைந்து முடங்கிக் கிடந்து, இயற்கைக்கு மீறிய சம்பவங்களைப்

பற்றி அமைதியாகச் சிந்தித்துக் கொண்டிருப்பதைப் போல, அதிசய மோனம் நிலவிக்கொண்டிருந்தது.

திடீரென அவள் தனது இளமைக் காலத்தில் கண்ட ஒரு விசயத்தை நினைவு கூர்ந்தாள். சவுசாய்லவ் குடும்பத்தினருக்குச் சொந்தமான பண்ணையில் பழம்பூங்காவனம்; பூங்காவனத்தில் ஒரு பெரிய தடாகம். தடாகம் முழுவதிலும் நீரல்லிப்பூக்கள் நிறைந்து பூத்திருந்தன. இலையுதிர் காலத்தின் மப்பும் மந்தாரமுமான ஒரு நாளன்று, அவள் அந்தத் தடாகக் கரை வழியாக நடந்து சென்றாள். செல்லும்போது அந்தத் தடாகத்தின் மத்தியில் ஒரு படகு நிற்பதைக் கண்டாள். குளம் கருநீலமாக இருண்டு சலனமற்று இருந்தது. அந்தப் படகு அந்தக் கரிய நீர்த்தடத்தின் மீது, பழுப்பிலைகளின் கூட்ட அலங்காரத்தோடு ஒட்டிக் கிடப்பதாகத் தோன்றியது. காய்ந்து கருகிப்போன அந்த இலைகளுக்கு மத்தியில், அசைவற்ற மோன நீர்த்தடாகத்தில், தன்னந்தனியாக துடுப்புகளோ, மனிதத்துணையோ இன்றி இயங்காமல் கிடந்த அந்தப் படகிலிருந்து ஏதோ ஓர் இனந்தெரியாத துக்கத்தின் சோகம் தோன்றுவதாக அவளுக்குத் தெரிந்தது. வெகு நேரம் வரையிலும் அவள் கரையருகிலேயே நின்றாள்; யார் அந்தப் படகைத் தடாகத்தின் மத்தியில் தள்ளிவிட்டார்கள் எதற்காகத் தள்ளி விட்டார்கள் என்பதை எண்ணி அதிசயித்தாள். அன்று மாலையில் அவள் ஒரு விசயம் கேள்விப்பட்டாள். அந்தப் பண்ணை நிலத்தில் வேலை பார்த்து வந்த ஒருவனின் மனைவி, குடுகுடுவென்ற நடையும், சிக்குப் பிடித்த சிகையும் கொண்ட ஒரு சிறு பெண், அந்தக் குளத்தில் மூழ்கி இறந்து விட்டதாக யாரோ சொன்னார்கள்.

தாய் தன் கரத்தால் நெற்றியை வழித்துவிட்டுக் கொண்டாள். அவளது மனதில் அன்றைய தினத்துக்கு முந்தின நாளன்று நடந்த சம்பவங்களின் நினைவுகளிடையே எண்ணற்ற சிந்தனைகள் நடுநடுங்கி மிதந்து சென்றன. வெகுநேரம் வரையிலும் அவள் அந்தச் சிந்தனைகளால் உணர்வற்று அமர்ந்திருந்தாள். அவளது கண்கள் குளிர்ந்து போய்விட்ட தேநீர்க் கோப்பையின் மீது நிலைகுத்திப் பதிந்து நின்றன. அதே சமயத்தில் தனது கேள்விகளுக்கெல்லாம் விடையளிக்கக் கூடிய யாராவது ஒரு படாடோபமற்ற புத்தி படைத்த மனிதனைக் காண வேண்டும்; கண்டு கேட்க வேண்டும் என்கிற ஆவல் பெருகிக்கொண்டிருந்தது.

அவளது ஏக்கம் நிறைந்த ஆவலுக்குப் பதிலளிப்பதுபோல், நிகலாய் இவானவிச் மத்தியானத்துக்கு மேல் வந்து சேர்ந்தான் என்றாலும் அவனைக் கண்டதும் அவளுக்குத் திடீரென

ஒரு திகிலுணர்ச்சி ஏற்பட்டது. எனவே அவன் செலுத்திய வணக்கத்துக்குக் கூடப் பதில் கூறாமல், அமைதியாகச் சொன்னாள்:

"நீங்கள் ஏன் வந்துவிட்டீர்கள்? இப்படிச் செய்வது ஒரு பெரிய முட்டாள்தனம். நீங்கள் இங்கிருப்பதைக் கண்டால் அவர்கள் உங்களையும் பிடித்துக் கொண்டுபோய் விடுவார்கள்!"

அவன் அவளது கையைப் பற்றி இறுக அழுத்தினான், தனது மூக்குக் கண்ணாடியைச் சரி செய்துகொண்டு, அவள் பக்கமாக நெருங்கிக் குனிந்து விறுவிறுவெனப் பேசினான்:

"பாவெல், அந்திரேய், நான் – எங்கள் மூவருக்குள்ளும் ஓர் ஒப்பந்தம். அவர்கள் கைது செய்யப்பட்டுவிட்டால், மறுநாளே நான் உங்களை இங்கிருந்து நகருக்குக் கொண்டுபோய் விடுவது என்பது எங்கள் ஏற்பாடு" என்றான். அவனது குரல் பெருந்தன்மை நிறைந்ததாகவும் அவளது நலத்தில் அக்கறை கொண்டதாகவும் இருந்தது. "சரி இங்கு ஏதாவது சோதனை நடந்ததா?"

"ஆமாம், அவர்கள் எல்லாவற்றையும் வெட்கமோ மனசாட்சியோ இன்றி உலைத்துக் கலைத்து எறிந்துவிட்டுப் போனார்கள்" என்றாள் அவள்.

"அவர்கள் எதற்காக வெட்கப்பட வேண்டும்!" என்று தன் தோளைக் குலுக்கிக்கொண்டு கேட்டான் நிகலாய். பிறகு அவள் ஏன் நகருக்கு வீடு மாற்றிக்கொண்டு செல்ல வேண்டும் என்பதை விளக்கிச் சொன்னான்.

அவனது நட்பும் பரிவும் கலந்த நயவுரையை அவள் காது கொடுத்துக் கேட்டாள்; லேசாகப் புன்னகை புரிந்து கொண்டாள். அவன் கூறும் காரணங்களை அவள் புரிந்து கொள்ளாவிட்டாலும், அவள் மனதில் எழும்பிய, அன்பு கனிந்த நம்பிக்கையைக் கண்டு அவளே வியந்து கொண்டாள்.

"பாஷாவின் விருப்பம் அதுவானால், உங்களை நான் ஏதும் சிரமத்துக்கு ஆளாக்காது இருந்தால்..." என்றாள் அவள்:

"அதைப்பற்றி கவலையே வேண்டாம்" என்று குறுக்கிட்டான் அவன். "நான் தன்னந்தனியாகத்தான் வாழ்கிறேன். எப்போதாவது என் சகோதரி மட்டும் என்னைப் பார்க்க வருவாள்."

"நான் சும்மா வந்து இருந்து கொண்டு, உங்கள் வீட்டில் சாப்பிட்டுக் கொண்டிருக்க முடியாது" என்றாள் அவள்.

"விருப்பம் இருந்தால், அங்கு வேலை தேடிக்கொள்ளலாம்" என்றான் நிகலாய்.

தொ.மு.சி. ரகுநாதன்

வேலை என்கிற எண்ணம், தன்னுடைய மகனும் அந்திரேயும் பிற தோழர்களும் செய்யும் வேலையோடு எப்படியோ பிணைப்புற்றிருப்ப தாக அவள் உணர்ந்தாள். அவள் நிகலாய்க்குப் பக்கமாக நெருங்கிச் சென்று அவன் கண்களை ஊடுருவிப் பார்த்தாள்.

"உண்மையாகவா? உங்களால் தேடித்தர முடியுமா?" என்று கேட்டாள்.

"என் வீட்டில் அதிகமான வேலை ஒன்றும் இருக்காது. நான் தான் பிரம்மச்சாரி ஆயிற்றே..."

"நான் அதைப்பற்றி நினைக்கவில்லை – வீட்டு வேலையைப் பற்றியல்ல!" என்று மெதுவாகச் சொன்னாள் அவள்.

அவள் பெருமூச்செறிந்தாள்; தான் சொன்னதை அவன் புரிந்துகொள்ளாமல் போனதால் மனம் நொந்தாள். அவனோ அவளருகே குனிந்து பார்த்தவாறு புன்னகை புரிந்தான். சிந்தனை வயப்பட்டவனாகப் பேசினான்.

"நீங்கள் மட்டும் பாவெலைப் பார்ப்பதற்கு அனுமதி பெற்று, அவனைச் சந்தித்து, தமக்காக ஒரு பத்திரிகை வெளியிட வேண்டும் என்று நம்மைக் கேட்டுக்கொண்ட அந்த விவசாயிகளின் முகவரிகளை அவனிடமிருந்து எப்படியாவது தெரிந்து கொண்டுவர முடிந்தால்..."

"எனக்கே அவர்களைத் தெரியும்" என்று உவகையோடு கூறினாள் அவள். "நான் அவர்களைக் கண்டுபிடித்து, நீங்கள் என்ன செய்யச் சொல்கிறீர்களோ, அத்தனையும் செய்கிறேன். நான்தான் அவர்களுக்குச் சட்ட விரோதமான புத்தகங்களைக் கொடுத்து உதவுகிறேன் என்று எவரும் என்னைச் சந்தேகப்படமாட்டார்கள். கடவுள் கிருபையால் நான் தொழிற்சாலைக்குள்ளே கூடப் பிரசுரங்களைக் கொண்டுபோகவில்லையா?"

தன் முதுகிலே ஒரு மூட்டையும், கையிலே ஒரு தடிக்கம்பும் தாங்கி, கிராமங்களையும், காட்டுப் பிரதேசங்களையும் சாலை வழிகளையும் கடந்து நடந்து திரிய வேண்டும் என்று ஓர் ஆவல் அவள் மனதில் திடீரென எழுந்தது.

"இந்த வேலைக்கு என்னை ஏற்பாடு செய்யுங்கள். உங்களை மிகவும் கேட்டுக்கொள்கிறேன். எல்லாப் பிரதேசத்திலுள்ள சகல ரோட்டுப் பாதைகளிலும் நான் செல்லுவேன். கோடையிலும் குளிர் காலத்திலும் – நான் சாகிற வரையிலும் – ஒரு கர்ம யாத்ரிகனைப் போலச் சுற்றித் திரிகிறேன். எனக்கு இது ஒரு மோசமான வேலையென்று நினைக்கிறீர்களா?"

வீடு வாசலற்ற ஒரு தேசாந்திரியாக வீடுவீடாய், கிராமத்துக் குடிசை வாயில்களில் சென்று கிறிஸ்துவின் பெயரைச் சொல்லிப் பிச்சையெடுக்கின்ற ஒரு யாத்திரை வாசியாகத் தன்னை கற்பனை பண்ணிப் பார்த்ததால் ஏற்பட்ட சோக உணர்ச்சி அவள் இதயத்தில் நிரம்பி நின்றது.

நிகலாய் அவளது கரத்தை லேசாகப் பற்றிப் பிடித்து, தனது கதகதப்பான கையால் அதைத் தட்டிக் கொடுத்தான். பிறகு அவன் கடிகாரத்தைப் பார்த்துவிட்டுச் சொன்னான்:

"சரி, அதைப்பற்றி நாம் பின்னர் பேசிக்கொள்ளலாம்."

"நம்முடைய குழந்தைகள், நமது இதயத்தின் அனபுருவங்களான நம் குழந்தைகள், தங்களது வாழ்வையும் ஆசைகளையும் துறந்து, சுயநலத்தைப் பற்றிய எண்ணம் சிறிதுகூட இல்லாமல் பாடுபட்டுச் சாகும்போது, நான் ஒரு தாய், சும்மா இருக்க முடியுமா?"

நிகலாயின் முகம் வெளுத்தது.

"இந்த மாதிரி வார்த்தைகளை நான் இதற்கு முன்பு கேட்டதேயில்லை" என்று அவளது முகத்தையே பரிவு கலந்த பார்வையோடு நோக்கியவாறே அமைதியாகச் சொன்னான் அவன்.

"நான் வேறு என்னத்தைச் சொல்ல?" என்று தன் தலையைச் சோகத்தோடு அசைத்துக்கொண்டும் கைகளை வெறுமனே ஆட்டிக்கொண்டும் கேட்டாள் அவள். "என் நெஞ்சுக்குள்ளே துடிதுடிக்கும் இந்தத் தாயின் இதயத் துடிப்பை எடுத்துக் கூறுவதற்கு மட்டும் எனக்கு வார்த்தைகள் இருந்தால்..."

அவள் எழுந்தாள். உத்வேகம் நிறைந்த எத்தனையோ சொற்கள் அவளது தலைக்குள்ளே பின்னி முடைந்து குறுகுறுப்பதால், அவளது இதயத்தில் ஏற்பட்ட பெரும் பலத்தினால் அவள் எழுந்து நின்றாள்.

"அந்த வார்த்தைகளைக் கேட்டு ஒவ்வொருவரும் அழுவார்கள். கடை கெட்டவர்கள்கூட, வெட்கமற்ற பிறவிகள் கூடக் கண்ணீர் சிந்துவார்கள்!"

நிகலாயும் எழுந்தான்: மீண்டும் ஒரு முறை கடிகாரத்தைப் பார்த்தான்.

"சரி. அப்படியென்றால் இதற்கு ஒத்துக்கொள்கிறீர்கள். நகருக்கு என் இடத்துக்கு வருகிறீர்கள், இல்லையா?"

அவள் தலையசைத்தாள்.

“சரி. எப்போ? கூடிய சீக்கிரத்தில், சரிதானே” என்று பரிவோடு கூறினான் அவன்; “நீங்கள் வருகிற வரையில் எனக்குக் கவலைதான்.”

அவள் அவனை வியப்புடன் பார்த்தாள். அவள் அவனுக்கு என்ன வேண்டும்? அவள்முன் தலை குனிந்தவாறு, குழப்பமான புன்னகை செய்தவாறு, கரிய கோட்டணிந்து, சமீப நோக்குடன் கூனி நின்று கொண்டிருந்தான் அவன். அவனது தோற்றம் அவனது இயற்கைக்கு முரண்பட்டுத் தோன்றியது.

“உங்களிடம் ஏதாவது பணம் காசு இருக்கிறதா?” என்று கண்களைத் தாழ்த்திக்கொண்டு கேட்டான் அவன்.

“இல்லை.”

உடனே அவன் தன் பைக்குள் கையைவிட்டு, தன், மனிப்பர்சை எடுத்து, அதைத் திறந்து பணத்தை எடுத்து நீட்டினான். “இதோ, இதைத் தயவுசெய்து பெற்றுக்கொள்ளுங்கள்” என்றான்.

தாய்க்குத் தன்னை அறியாமலேயே இளஞ்சிரிப்பு வந்தது. அவள் தலையை அசைத்துவிட்டுச் சொன்னாள்:

“உங்களிடம் எல்லாமே புதுமாதிரியாகத்தான் தோன்றுகிறது. பணம் கூட உங்களுக்கு ஒரு பொருட்டாகத் தோன்றவில்லை. சிலர் அந்தப் பணத்துக்காகத் தங்கள் ஆத்மாக்களையே விற்றுவிடுகிறார்கள்; ஆனால் உங்களுக்கோ அது ஒரு பொருட்டாகவே தோன்றவில்லை. மற்றவர்களுக்கு உதவுவதற்காகவே நீங்கள் பணத்தை வைத்திருக்க ஒப்புவதுபோலத் தோன்றுகிறது.”

நிகலாய் மெதுவாகச் சிரித்தான்.

“பணமா, அது ஒரு நச்சுப்பிடித்த பொருள். வாங்குவதானாலும் சரி, கொடுப்பதானாலும் சரி, மனதுக்கே பிடிப்பதில்லை.”

அவன் அவள் கையைப் பற்றி அதை லேசாகப் பிசைந்தான். பிறகு மீண்டும் சொன்னான்:

“சீக்கிரம் கிளம்பிவிடுங்கள்!”

பிறகு அவன் வழக்கம்போலவே அமைதியாகச் சென்றான். அவன் செல்வதை அவள் வாசல்வரை சென்று பார்த்தாள். அப்போது தனக்குள் நினைத்துக்கொண்டாள்:

“எவ்வளவு அன்பான மனம்! ஆனால் அவன் எனக்காகப் பரிதாபப்படவே இல்லை.”

இந்த எண்ணம் அவளுக்குப் பிடிக்கவில்லையா, அல்லது அதிசயத்தைத் தந்ததா என்பதை அவளால் உணரக்கூட முடியவில்லை.

2

அவன் வந்து சென்ற நாலாவது நாளன்று அவள் அவனுடைய வீட்டுக்குக் குடிபோனாள். அவளது இரண்டு பெட்டிகளோடு, அவள் ஏறிச்சென்ற வண்டி அந்தத் தொழிலாளர் குடியிருப்பைவிட்டு வெளிவந்து, ஊருக்குப் புறம்பேயுள்ள வெம்பரப்புக்கு வந்து சேர்ந்தது. உடனே அவள் பின்னால் திரும்பிப் பார்த்தாள். அங்கே இருள் படிந்த, இடையறாத துன்பம் கலந்த வாழ்வை அவள் அனுபவித்தாளோ, எங்கே புதிய இன்பங்களும் துன்பங்களும் நிறைந்த வாழ்வுக்கு ஆளாகி, நாட்களை அவள் மின்னல் வேகத்தில் கழித்தாளோ அங்கிருந்து, அந்த இடத்தைவிட்டு நிரந்தரமாக, ஒரேயடியாகப் பிரிந்து விலகிச் செல்வது போன்று அவள் திடீரென்று உணர்ந்தாள்.

கரி படர்ந்த பூமியின் மேல் ஆகாயத்தை நோக்கி புகை போக்கிகளை உயர நீட்டிக்கொண்டு கருஞ்சிவப்புச் சிலந்தியைப் போல நின்றது தொழிற்சாலை. அதைச் சுற்றிலும் தொழிலாளர்களின் மாடியற்ற ஒற்றைத்தள வீடுகள் மொய்த்துச் சூழ்ந்திருந்தன. அவை சிறிதும் பெரிதுமாக நிறம் வெளிறிக் குழம்பிப் போய், சேற்றுப் பிரதேசத்தை அடுத்து நின்றன; அந்த வீடுகள் தமது ஒளியற்ற சிறுசிறு சன்னல்கள் மூலம் அடுத்தடுத்த வீடுகளைப் பரிதாபகரமாகப் பார்த்துக் கொண்டிருப்பதுபோல் தோன்றியது. அந்த வீடுகளுக்கு மேலாக, தொழிற்சாலையைப் போலவே கருஞ்சிவப்பாகத் தோன்றும் தேவாலயம் உயர்ந்து நின்றது. அதனுடைய ஊசிக் கோபுரம் புகைபோக்கிகளின் உயரத்தைவிட குட்டையாயிருந்தது.

பெருமூச்செறிந்து கொண்டே, தனது கழுத்தை இறுக்கி, திணறச் செய்வதுபோலத் தோன்றிய தனது ரவிக்கையின் காலரைத் தளர்த்திவிட்டுக் கொண்டாள் தாய்.

"போ இப்படி!" என்று முனகிக்கொண்டே வண்டிக்காரன் குதிரையின் கடிவாளத்தைப் பற்றி இழுத்தான். அவன் ஒரு கோணக்கால் மனிதன். குட்டையானவன், வயதை நிதானிக்க முடியாத தோற்றமுடையவன். அவனது தலையிலும் முகத்திலும் வெளிறிய மயிர்கள் சில காணப்பட்டன. கண்களில் வர்ணஜாலம் எதுவுமே இல்லை. அவன் வண்டிக்குப் பக்கமாக நடந்து வரும்போது அசைந்து, அசைந்து நடந்தான். வலப்புறம் போவதோ, இடப்புறம் போவதோ, அவனுக்கு எல்லாம் ஒன்றுதான் என்று தெளிவாகத் தெரிந்தது.

"சீக்கிரம் போ" என்று உணர்ச்சியற்ற குரலில் குதிரையை விரட்டிக்கொண்டே தனது கோணல் கால்களைத் தூக்கித் தூக்கி வைத்து நடந்தான்; அவனது பூட்சுகளில் சேறு ஒட்டி அப்பிக் காய்ந்து போயிருந்தது. தாய் சுற்று முற்றும் பார்த்தாள். அவளது இதயத்தைப் போலவே வயல்வெளிகள் அனைத்தும் வெறிச்சோடிக் கிடந்தன.

கொதிக்கும் மணல் வெளியில் குதிரை தலையை ஆட்டிக்கொண்டு கால்களை கனமாக ஊன்றி நடந்தது. மணல் சரசரத்தது; அந்த லொடக்கு வண்டி கிறீச்சிட்டது. வண்டிச் சக்கரத்தால் ஏற்படும் ஒலி புழுதியுடன் பின்தங்கிவிட்டது.

நிகலாய் இவானவிச் நகரின் ஒரு கோடியில் ஓர் அமைதி நிறைந்த தெருவில் குடியிருந்தான். பழங்காலக் கட்டடமான ஓர் இரண்டடுக்கு மாடி அருகில், பச்சை வர்ணம் அடிக்கப்பெற்ற சிறு பகுதியில் அவனது இருப்பிடம் இருந்தது. அந்தத் தோட்டத்திலுள்ள பன்னீர்ப்பூ மரக்கிளைகளும், வேல மரக்கிளைகளும், வெள்ளிய இலைகள் செறிந்த இளம் பாப்ளார் மரக்கிளைகளும் அந்தப் பகுதியிலிருந்த மூன்று அறைகளின் சன்னல்களிலேயும் எட்டிப் பார்த்துக் கொண்டிருந்தன. அறைகளுக்குள்ளே எல்லாம் சுத்தமாகவும் அமைதியாகவும் இருந்தன. மோன நிழல்கள் தரைமீது நடுநடுங்கும் கோலங்களைத் தீட்டிக்கொண்டிருந்தன. சுவரோரங்களில் புத்தக அலமாரிகள் வரிசையாக இருந்தன; அவற்றுக்கு மேல், சிந்தனை வயப்பட்டவர்கள் மாதிரித் தோன்றும் சிலரின் உருவப்படங்கள் தொங்கிக்கொண்டிருந்தன.

"இந்த இடம் உங்களுக்கு வசதியானதுதானே?" என்று கேட்டுக்கொண்டே, நிகலாய் தாயை ஒரு சிறு அறைக்குள் அழைத்துக்கொண்டு சென்றான். அந்த அறையிலுள்ள ஒரு சன்னல் தோட்டத்தை நோக்கியிருந்தது; இன்னொரு சன்னல் புல் மண்டிக் கிடந்த முற்றத்தை நோக்கியிருந்தது. அந்த அறையின் சுவரோரங்களிலும் புத்தக அலமாரிகள் இருந்தன.

"நான் சமையல் கட்டிலேயே இருந்துவிடுகிறேன், சமையல் கட்டே வெளிச்சமாகவும் சுத்தமாகவும் நன்றாகவும் இருக்கிறதே..." என்றாள் தாய்.

அவளது வார்த்தைகள் அவனைப் பயமுறுத்துவது போலிருந்தன. அதன்பிறகு அவன் அவளிடம் எப்படியெல்லாமோ சுற்றி வளைத்துப் பேசி, அவளை அந்த அறையில் வசிக்கச் சம்மதிக்கச் செய்த பிறகுதான் அவனது முகம் பிரகாசமடைந்தது.

அந்த மூன்று அறைகளிலுமே ஒரு விசித்திரமான சூழ்நிலை நிரம்பித் தோன்றியது. அங்கு நல்ல காற்றோட்டம் இருந்தது.

சுவாசிப்பது லகுவாயிருந்தது. எனினும் அந்த அறையில் யாருமே உரத்த குரலில் பேசுவதற்குத் தயங்குவார்கள். சுவர்களில் தொங்கிக்கொண்டு குறுகுறுவென்று பார்த்துக் கொண்டிருக்கும் அந்த ஓவியங்களிலுள்ள மனிதர்களின் அமைதி நிறைந்த சிந்தனையைக் கலைப்பது அசம்பாவிதமானது போலத்தோன்றியது.

"இந்தச் செடிகளுக்கெல்லாம் தண்ணீர்விட வேண்டும்" என்று சன்னல்களிலிருந்த பூந்தொட்டிகளின் மண்ணைத் தொட்டுப் பார்த்துவிட்டுச் சொன்னாள் தாய்.

"ஆமாம்" என்று வீட்டுக்காரன் தனது குற்றத்தை உணருபவன்போலச் சொன்னான். "எனக்கு இவையெல்லாம் ரொம்பப் பிடித்தமானவை. ஆனால், எனக்கு இதற்கெல்லாம் நேரமே இருப்பதில்லை."

தனது விசாலமான அந்த வீட்டில் கூட, நிகலாய் மிகவும் பதனமாகவும் நிதானமாகவும் யாரோ ஒரு அன்னியன் மாதிரி நடமாடித் திரிவதைத் தாய் கண்டாள். அவன் அந்த அறையிலுள்ள பல பொருள்களையும் குனிந்து உற்றுப் பார்த்தான்; அப்படிப் பார்க்கும்போது தன் வலக்கையின் மெல்லிய விரல்களால் தனது மூக்குக் கண்ணாடியைச் சரிசெய்து கொண்டும், கண்களைச் சுருக்கிக் கூர்மையாக்கிக்கொண்டும் தனக்கு அக்கறையுள்ள பொருள்களைப் பார்த்தான். சில சமயங்களில் அவன் ஒரு சாமானைத் தன் முகத்தருகே கொண்டுபோய்க் கண்களால் தொட்டு உணர்வதுபோலப் பார்த்தான். தாயைப் போலவே அவனும் அந்த அறைக்கு முதன் முதல் வந்திருப்பவன் போலவும், அதனால் அங்குள்ள பொருள்களெல்லாம் அவனுக்குப் புதியனவாக, பழக்கமற்றதாக இருப்பன போலவும் தோன்றியது. இந்த நிலைமை தாயின் மனநிலையைத் தளர்த்தி ஆசுவாசப்படுத்தியது. அவள் நிகலாயைத் தொடர்ந்து அந்த இடத்தை முழுவதும் சுற்றிப் பார்த்தாள்; எங்கு என்ன இருக்கிறது என்று கண்டறிந்தாள். அவனது பழக்கவழக்கங்களைக் கேட்டறிந்தாள். அவன் ஏதோ ஒரு குற்றவாளியைப்போல் கள்ளக் குரலில் பதிலளித்தான். அவன் பதில் சொல்லிய பாவனையானது, ஒரு காரியத்தை எப்படிச் செய்ய வேண்டுமோ அப்படிச் செய்யாமல், ஆனால் வேறு மாதிரியாகச் செய்யவும் தெரியாதவன் சொல்வதுபோலத் தொனித்தது.

அவள் பூஞ்செடிகளுக்குத் தண்ணீர் விட்டாள்; பியானோ வாத்தியத்தின் மீது சிதறிக் கிடந்த இசை அமைப்புத் தாள்களை ஒழுங்காக அடுக்கிவைத்தாள். தேநீர்ப் பாத்திரத்தின் மீது பார்வையைச் செலுத்தியவாறு பேசினாள்:

"இந்தப் பாத்திரத்தை விளக்க வேண்டும்."

அவன் அந்த மங்கிப் போன பாத்திரத்தைத் தொட்டுத் தடவிப் பார்த்தான்; தன் விரலை முகத்தருகே கொண்டுபோய்க் கவனித்தான். தாய் லேசாகச் சிரித்துக்கொண்டாள்.

அன்றிரவு அவள் படுக்கைக்குச் செல்லும் போது அன்றைய தினத்தின் சம்பவங்களை நினைத்துப் பார்த்தாள். தலையைத் தலையணையிலிருந்து உயர்த்தி, வியப்போடு சுற்றுமுற்றும் பார்த்துக்கொண்டாள். வேறொருவருடைய வீட்டில் இரவைக் கழிப்பது என்பது அவளது வாழ்க்கையிலேயே இதுதான் முதல் தடவை. எனினும் அவளுக்கு அதனால் எந்தவிதச் சிரம உணர்ச்சியும் தோன்றவில்லை. அவள் நிகலாயைப் பற்றி அக்கறையோடு நினைத்துப் பார்த்தாள். அவனது வாழ்வை முடிந்தவரை மேன்னையுடையதாக்கி, அவனது வாழ்க்கையில் மென்மையும் கதகதப்பும் சேருவதற்கு ஏதாவது செய்ய வேண்டும் என்றும் அவளுக்கு ஓர் உணர்வு தோன்றியது. அவனது லாவகமின்மை, வேடிக்கையான சாமர்த்தியமின்மை மற்ற மனிதர்களிடமிருந்து மாறுபட்ட அவனது விசித்திர நடத்தை, ஞான ஒளி வீசும் எனினும் குழந்தை நோக்குக்கொண்ட அவனது பிரகாசமான கண்கள் முதலியனவெல்லாம் அவளது இதயத்தைத் தொட்டுவிட்டன. பிறகு அவள் மனம் அவனுடைய மகன்பால் திரும்பியது; மீண்டும் மேதின வைபவத்தின் சம்பவங்கள் அவள் கண்முன் நிழலாடிச் சென்றன. எனினும் அந்தச் சம்பவத்தின் நினைவுச் சித்திரத்தில் இப்போது ஒரு புதிய அர்த்தமும், புதிய குரலும் அவளுக்குத் தொனித்தன. அன்றைய தினத்தைப் போலவே, அந்த தினத்தைப் பற்றிய சோக உணர்சசியிலும் ஏதோ ஒரு சிறப்புத்தன்மை இருந்தது. என்றாலும் அந்தச் சோக உணர்ச்சி கையால் ஓங்கிக் குத்தித் தரையிலே மோதி விழச் செய்யும் உணர்ச்சிபோல் இல்லை. அந்த உணர்ச்சி இதயத்துக்குள் பன்மடங்கு வேதனையோடு துளைத்துத் துருவிப் புகுந்து, கோப உணர்ச்சியை மெதுமெதுவாகத் தூண்டி, முதுகை நிமிர்த்தி நேராக நிற்கச் செய்யும் உணர்ச்சியாக இருந்தது.

"நம் குழந்தைகள் உலகினுள்ளே புகுந்து புறப்பட்டு விட்டார்கள்!" என்று அவள் நினைத்தாள். அப்போது அவள் திறந்து கிடக்கும் சன்னலின் வழியே, இலைகளின் சலசலப்போடு கலந்து வரும் தனக்குப் பழக்கமற்ற பட்டணத்து இரைச்சலைக் காது கொடுத்துக் கேட்டாள். அந்தச் சப்தங்கள் எங்கோ தொலைவிலிருந்து மங்கித் தேய்ந்து களைத்துச் சோர்ந்து போய் வந்தன; அந்த அறைக்குள்ளே வரும்போது அந்தச் சப்த அலைகள் அநேனகமாகச் செத்துத்தான் ஒலித்தன.

மறுநாள் காலையில் அவள் தேநீர்ப் பாத்திரத்தைத் தேய்த்துத் துலக்கி, தேநீருக்காக வெந்நீர் காய வைத்தாள். அரவமின்றி மேசையைச் சரி செய்தாள்; பிறகு நிகலாய் எழுந்து வருவதை எதிர்நோக்கிச் சமையலறையில் காத்திருந்தாள் அவன் இருமிக்கொண்டே கதவைத் திறந்தான். ஒரு கையால் தன் மூக்குக் கண்ணாடியைப் பிடித்துக்கொண்டும் மறுகையால் சட்டைக் காலரைப் பிடித்துக்கொண்டும் அவன் வந்தான். காலை வணக்கம் கூறிக்கொண்டே அவள் தேநீர்ப் பாத்திரத்தை அடுத்த அறைக்குள் கொண்டுபோனாள்; அதற்குள் அவன் தரையெல்லாம் தண்ணீரைக் கொட்டி முகம் கை கழுவினான். தனக்குத்தானே முனகிக்கொண்டு, தனது பல் விளக்கும் பிரஷ்ஷையும் சோப்பையும் கீழே நழுவவிட்டான்.

சாப்பிடும்போது அவன் தாயைப் பார்த்துச் சொன்னான்:

“நான் விவசாய இலாகாவில் எனக்குப் பிடிக்காத வேலையொன்றைப் பார்த்து வருகிறேன். நம்முடைய விவசாயிகள் எப்படி நாசமாகிக் கொண்டிருக்கிறார்கள் என்பதைக் கவனிக்கிறதுதான் என் வேலை.”

ஒரு குற்றப் புன்னகையோடு அவன் மேலும் பேசினான்:

“பட்டினிதான் விவசாயிகளை அகாலத்திலேயே கல்லறைக்குள் தள்ளிச் செல்கிறது. அவர்களது குழந்தைகளும் பிறக்கும் போதே நோஞ்சானாகப் பிறந்து, இலையுதிர் காலத்தின் ஈசல் பூச்சிகளைப்போல் மாண்டு மடிகின்றன. எங்களுக்குத் தெரியும். இந்தக் காரணத்தின் வளர்ச்சியைப் படிப்படியாகக் கவனித்துக்கொண்டு இருப்பதற்கு எங்களுக்குச் சம்பளம் கூடக் கொடுக்கிறார்கள். ஆனால், இப்படியே இதுபோய்க் கொண்டிருந்தால்...”

“நீங்கள் ஒரு மாணவரா?” என்று கேட்டாள் தாய்.

“இல்லை. நான் ஆசிரியர். என் தந்தை வியாத்காவிலுள்ள ஒரு தொழிற்சாலையில் மேலாளர். ஆனால், நானோ ஆசிரியர் வேலைக்குத்தான் படித்தேன். கிராமத்திலே இருந்தபோது நான் முஜீக்குகளுக்குப் புததகங்களைக் கொடுத்து உதவினேன். அதன் காரணமாக, என்னைச் சிறையில் போட்டார்கள். தண்டனைக் காலம் முடிந்த பிறகு நான் ஒரு புத்தகக்கடையில் விற்பனைக்காரனாக வேலை பார்த்தேன். ஆனால், எனது எச்சரிக்கைக் குறைவினால் மீண்டும் என்னைச் சிறையில் போட்டார்கள். கடைசியாக என்னை அர்ஹாங்கெல்சுக்கு நாடுகடத்தி விட்டார்கள். அங்கும், அங்கிருந்த கவர்னரின் வெறுப்புக்கு நான் ஆளானேன். அதன் காரணமாக மீண்டும் என்னை வெண்கடல் கரையிலுள்ள ஒரு சிறு

கிராமத்துக்கு நாடு கடத்தினார்கள். அங்கு ஒரு ஐந்து வருடகாலம் வாழ்ந்தேன்."

சூரிய ஒளி நிறைந்த அந்த அறையில் அவனது குரல் மளமளவெனப் பொழிந்தோடியது. இதற்கு முன்பே இது மாதிரி எத்தனையோ கதைகளைச் சொல்பவர்கள் ஏன் இத்தனை அமைதியோடு, ஏதோ தவிர்க்கமுடியாத ஒன்றைப் பேசுவதுபோல, அவற்றைக் கூறுகிறார்கள் என்பது மட்டும் அவளுக்குப் புரியவில்லை.

"இன்று என் சகோதரி வருகிறாள்" என்றான் அவன்.

"அவளுக்குக் கல்யாணமாகி விட்டதா?"

"அவள் ஒரு விதவை. அவளுடைய கணவன் சைபீரியாவுக்குக் கடத்தப்பட்டுச் சென்றான். ஆனால் அவன் அங்கிருந்து தப்பியோடி விட்டான். இரண்டு வருடங்களுக்கு முன்னால் அவன் ஐரோப்பாவில் காசநோயால் செத்துப் போனான்."

"அவன் உங்களைவிட இளையவளா?"

"ஆறு வருடம் மூத்தவள். நான் அவளுக்கு மிகவும் கடமைப் பட்டவன். அவள் இங்கு வந்து சங்கீதம் வாசிப்பது வரை நீங்கள் பொறுத்திருங்கள். அது அவளுடைய பியானோ வாத்தியம் தான். பொதுவாகச் சொன்னால், இங்குள்ள பொருள்களில் பெரும்பாகம் அவளுடையவைதாம். புத்தகங்கள் மட்டும் என்னுடையவை."

"அவள் எங்கு வசிக்கிறாள்?"

"எங்கும்தான்" என்று சிறு புன்னகையோடு பதில் சொன்னான் அவன். "எங்கெல்லாம் ஒரு துணிச்சலான ஆசாமி தேவையோ அங்கெல்லாம் அவள் இருப்பாள்."

"அவள் இந்த மாதிரி – இந்த மாதிரி வேலைக்குக் கூடச் செல்கிறாளா?"

"ஆமாம். நிச்சயமாய்!" என்றான் அவன்.

அவன் சீக்கிரமே போய்விட்டான்; 'தாய் இந்த மாதிரி வேலை'யைப் பற்றிச் சிந்திக்கத் தொடங்கினாள். அந்த வேலைக்காக ஒவ்வொரு நாளும் அமைதியோடும் விடாமுயற்சியோடும் தங்களைத் தாமே தத்தம் செய்துகொள்ளும் மனிதர்களைப் பற்றி நினைக்கும் போது, ஏதோ ஒரு மலையின் முன்னே இரவு வேளையில் நிற்பதுபோல் அவளுக்குத் தோன்றும்.

மத்தியானத்துக்கு மேல், நெட்டையான அழகிய பெண் ஒருத்தி வந்தாள். அவள் கரியநிற உடை உடுத்தியிருந்தாள். தாய் கதவைத் திறந்தவுடன் அவள் தன் கையிலிருந்த மஞ்சள் நிறமான

சிறு பையைக் கீழே நழுவ விட்டுவிட்டு, தாயின் கையைப் பற்றிப் பிடித்தாள்.

"நீங்கள்தானே பாவெல் மிகாய்லவிச்சின் தாய்?" என்று கேட்டாள்.

"ஆம்!" என்று பதிலுரைத்தாள் தாய். எனினும் அந்தப் பெண்ணின் அழகிய கோலத்தைக் கண்டது முதல் அவளுக்கு என்னவோ போலிருந்தது.

"நீங்கள் எப்படி இருப்பீர்களென்று கற்பனை பண்ணியிருந்தேனோ, அப்படியே இருக்கிறீர்கள். நீங்கள் இங்கு வந்து வசிக்கப் போவதாக என் தம்பி எழுதியிருந்தான்" என்று அவள் கூறிக்கொண்டே, கண்ணாடியின் முன் நின்றுகொண்டு தொப்பியைக் கழற்றினாள். "நான் வெகு காலமாகப் பாவெல் மிகாய்லவிச்சோடு நட்புரிமை கொண்டவள். அவன் உங்களைப் பற்றிக் கூறியிருக்கிறான்."

அவளது குரல் உள்ளடங்கியிருந்தது. மேலும் அவள் மெதுவாகத்தான் பேசினாள். அவளது நடமாட்டங்கள் மட்டும் விறுவிறுப்போடும் வேகத்தோடும் இருந்தன. அவள் தனது சாம்பல் நிறக் கண்களால் புன்னகை புரிந்தாள். அதில் வாலிப பாவமிருந்தது. அவளது கன்னப் பொறியில் சிறு சிறு சுருக்க ரேகைகள் விழுந்திருந்தன. அவளது சிறு காதோரங்களுக்கு மேல் இளம் நரை ரோமங்களும் மின்னிக் கொண்டிருந்தன.

"எனக்குப் பசிக்கிறது. கொஞ்சம் காப்பி குடித்தால் தேவலை" என்றாள் அவள்.

"அதற்கென்ன தயார் செய்கிறேன்" என்று பதிலுரைத்தாள் தாய். பதில் கூறிவிட்டு அவள் அலமாரிக்குச் சென்று காப்பிச் சட்டியை எடுத்துக்கொண்டே கேட்டாள்.

"என்னைப் பற்றி பாவெல் சொன்னதாகவா சொன்னீர்கள்?"

"எவ்வளவோ சொல்லியிருக்கிறான்." அந்த மாது ஒரு தோல் சிகரெட் பெட்டியைத் திறந்து ஒரு சிகரெட்டைப் பற்ற வைத்தாள்.

"நீங்கள் அவனைப் பற்றி ரொம்பவும் பயந்து போயிருக்கிறீர்களா?" என்று கேட்டுக்கொண்டே அவள் அந்த அறைக்குள் உலவினாள்.

சாராய அடுப்பில், காப்பிச் சட்டிக்குக் கீழாக எரியும் நீலநிறத் தீ நாக்குகளைப் பார்த்துக்கொண்டே லேசாகப் புன்னகை புரிந்தாள் தாய். அந்தப் பெண்ணின் முன்னிலையில் ஏற்பட்ட சங்கட உணர்ச்சியை விழுங்கி உள்ளடக்கிய, அவள் உள்ளத்தில் மகிழ்ச்சி பொங்கியது.

தொ.மு.சி. ரகுநாதன்

‘அப்படியென்றால், அவன் அவளிடம் என்னைப் பற்றிக் கூறியிருக்கிறான், நல்ல பிள்ளை!’ என்று தனக்குத் தானே நினைத்துக்கொண்டு, பிறகு மெதுவாகச் சொன்னாள்.

“ஆமாம். அது ஒன்றும் சாமானியமான சிரமம் அல்ல. ஆனால், முன்புதான் அந்தச் சிரமம் எனக்குப் பெரிதாய் இருந்தது. இப்போது அவன் தன்னந்தனியாக இல்லை என்பதால் எனக்குக் கொஞ்சம் நிம்மதி.”

அந்தப் பெண்ணின் முகத்தை ஒரு முறை பார்த்துக்கொண்டே தாய், அவளது பெயரைக் கேட்டாள்.

“சோபியா” என்றாள் அந்தப் பெண்.

தாய் அந்தப் பெண்ணைக் கூர்ந்து பார்த்தாள். அந்தப் பெண்ணிடம் ஏதோ ஒரு பரபரப்பு – அதீதமான அவசரமும் துணிவும் கொண்ட பரபரப்புக் காணப்படுவதாகத் தோன்றியது.

“இதில் முக்கியமான விசயம் என்னவென்றால், அவர்கள் அதிக நாள் சிறையில் இருக்கக் கூடாது என்பதுதான்.” என்று தீர்மானமாகச் சொன்னாள் அந்தப் பெண். “அவர்களுக்கு மட்டும் விசாரணையைச் சீக்கிரமே நடத்தினால்! அவர்களை நாடு கடத்திவிட்டவுடனேயே, பாவெல் மிகாய்லவிச் அங்கிருந்து தப்பியோடி வருவதற்கு நாம் உடனடியாக ஏற்பாடு செய்து தருவோம். அவன் இப்போது இங்கு அவசியம் இருந்தாக வேண்டும்.”

தாய் வியந்துபோய் சோபியாவைப் பார்த்தாள். சோபியா தனது சிகரெட் கட்டையை எங்கு போடுவது என்பதற்காக அங்குமிங்கும் இடம் பார்த்துக்கொண்டிருந்தாள். கடைசியாக, அவள் அந்தச் சிகரெட் கட்டையை ஒரு பூந்தொட்டியிலிருந்த மண்ணில் புதைத்து அமுக்கினாள்.

“ஐயோ! அது பூக்களைக் கெடுத்து விடுமே!” எஎன்று தன்னையறியாமல் கூறினாள் தாய்.

“மன்னிக்க வேண்டும்” என்றாள் சோபியா, “நிகலாயும் இதே விசயத்தைத்தான் எனக்கு எப்பொழுதும் சொல்லுவான்.”

அவள் அந்தச் சிகரெட் கட்டையை அதிலிருந்து எடுத்து, சன்னலுக்கு வெளியே எறிந்தாள்.

இதைக் கண்டவுடனேயே தாய் மீண்டும் ஒரு சங்கட உணர்ச்சியுடன் அவள் முகத்தைப் பார்த்துக்கொண்டே ஒரு குற்றவுணர்வுடன் சொன்னாள்:

“என்னை மன்னியுங்கள்! நான் வேண்டுமென்று அப்படிச் சொல்லவில்லை. என்னையறியாமலே வாய்வந்து விட்டது. உங்களுக்குப் போதிக்க நான் யார்?”

"நான் அசுத்தம் பண்ணினால் போதித்தால் என்னவாம்?" என்று தோளை உலுக்கிக்கொண்டே கேட்டாள் சோபியா. "சரி, காப்பி தயாராய் விட்டதா? ரொம்ப நன்றி. ஒரே ஒரு கோப்பைதானா? உங்களுக்கு ஒன்றும் வேண்டாமா?"

திடீரென்று அவள் தாயின் தோளைப் பற்றிப் பிடித்து அவளைத் தன்னருகே இழுத்து, அவளது கண்களை ஆழ்ந்து நோக்கிக்கொண்டே கேட்டாள்:

"நீங்கள் என்ன வெட்கப்படுகிறீர்களா?"

தாய் லேசாகப் புன்னகை புரிந்தாள்.

"இப்பொழுதுதான் சிகரெட் கட்டையைப் பற்றி உங்களிடம் சொன்னேன். அதற்காக நான் வெட்கப்படுகிறேனா என்று கேட்கிறீர்களா?" என்றாள் தாய். தனது வியப்புணர்ச்சியை மூடி மறைக்காமல் அவள் மீண்டும் ஏதோ கேட்கும் பாவனையில் பேசினாள்:

"நேற்றுத்தான் நான் இங்கு வந்தேன். அதற்குள்ளாக இதை என் சொந்த வீடு போலவே கருதி நடந்து வருகிறேன். எதற்கும் அஞ்சாமல், என்ன சொல்லுகிறோம் என்பதே தெரியாமல்..."

"அப்படித்தானிருக்க வேண்டும்" என்றாள் சோபியா.

"என் தலையே சுற்றுகிறது. நானே எனக்கு அன்னியமாய்ப் போய்விட்டதுபோல் தோன்றுகிறது" என்று மேலும் பேசத் தொடங்கினாள் தாய். "முன்பெல்லாம் ஒரு நபரிடம் நான் என் மனதிலுள்ள விசயத்தை வெளியிட்டுக் கூறத் துணிவதென்றால், அதற்கு எனக்கு அந்த நபரோடு ரொம்ப நாள் பழக்கம் வேண்டும். ஆனால், இப்போதோ என் இதயம் எப்போதும் திறந்து கிடக்கிறது. எனவே இதற்கு முன் நான் எண்ணிப் பார்த்திராத விசயங்களைக்கூட, திடீரெனச் சொல்லித் தீர்த்துவிடுகிறேன்."

சோபியா மீண்டும் ஒரு சிகரெட்டை எடுத்துக்கொண்டே தனது சாம்பல் நிறக் கண்களில் மிருதுவான ஒளி ததும்பத் தாயைப் பார்த்தாள்.

"அவன் தப்பிச் செல்வதற்கு ஏற்பாடு செய்வதாகக் கூறுகிறீர்கள். ஆனால் அப்படி ஓடிவந்த பிறகு அவனால் எப்படி வாழ முடியும்?" என்று தன் மனதுக்குள் அழுத்திக்கொண்டிருந்த அந்தக் கேள்வியைக் கேட்டு, மனப்பாரத்தைக் குறைத்துக் கொண்டாள் தாய்.

"அது ஒன்றம் பிரமாதமில்லை" என்று கூறிக்கொண்டு இன்னொரு கோப்பை காப்பியை ஊற்றிக்கொண்டாள் சோபியா. "இப்படி ஓடி வந்தவர்களில் எத்தனையோ பேர் எப்படி

வாழ்கிறார்களோ, அப்படியே அவனும் வாழ்வான். நான் அப்படி ஓர் ஆசாமியைச் சந்தித்தேன்; அவனை அவன் வசிக்க வேண்டிய இடத்துக்கு அழைத்துச் சென்றேன். அவனும் நமக்கு இன்றியமையாத ஆசாமிதான். அவனை ஐந்து வருட காலத்திற்கு நாடு கடத்தினர். ஆனால் அவன் அங்கு மூன்றரை மாதம்தான் காலம் தள்ளினான்."

தாய் அவளது முகத்தையே சிறிது நேரம் பார்த்தாள். பிறகு புன்னகை புரிந்தாள். அதன் பின் தலையை அசைத்துக்கொண்டே மெதுவாகச் சொன்னாள்:

"மே தினக் கொண்டாட்டம் என்னிடம் ஏதோ ஒரு மாறுதலை உண்டாக்கி விட்டதுபோல் எனக்குத் தோன்றுகிறது. அது என்ன என்பதை என்னாலேயே கண்டுபிடிக்க முடியவில்லை. நான் என்னவோ ஒரே சமயத்தில் இரண்டு பாதைகளில் சென்று கொண்டிருப்பதுபோல் ஓர் உணர்வு. சமயங்களில் எல்லாமே எனக்குப் புரிந்துவிட்டதுபோல் தோன்றுகிறது. மறுகணம் ஒரே மங்கல்; கண்முன் இருள் மண்டிக் கவிகிறது. உதாரணமாக உங்களைப் பார்க்கிறேன். நீங்கள் ஒரு பெரிய இடத்துப் பெண். இந்த வேலைக்கு வருகிறீர்கள்... பாவெலைத் தெரிந்திருக்கிறீர்கள், அவனைப் பற்றி நல்லபடியாய்ப் பேசுகிறீர்கள். அதற்காக நான் உங்களுக்கு நன்றி கூற வேண்டும்."

"நன்றி பெறத் தகுதியுடையவர் நீங்கள்தான்" என்று கூறிச் சிரித்தாள் சோபியா.

"நான் என்ன செய்துவிட்டேன்? அவனுக்கு இதையெல்லாம் கற்றுக் கொடுத்தது நானில்லையே" என்று பெருமூச்செறிந்தாள் தாய்.

சோபியா சிகரெட்டை கோப்பைத் தட்டில் நசுக்கி அணைத்தாள். அவள் தலையை அசைத்த அசைப்பில் அவளது பொன்னிற முடி, உலைந்து நழுவி, அவளது இடை வரையிலும் வந்து விழுந்து கற்றை கற்றையாய்ப் புரண்டது.

"சரி, இந்த அலங்காரத்தையெல்லாம் களைவதற்கு நேரமாகிவிட்டது" என்று கூறிக்கொண்டே அவள் எழுந்தாள், எழுந்து வெளியே சென்று விட்டாள்.

3

நிகலாய் மாலையில் திரும்பி வந்தான். அவர்கள் எல்லோரும் சாப்பிட்டுக் கொண்டிருக்கும்போது, சோபியா சிரித்துக்கொண்டே, அவள் எப்படி தேசாந்திர சிட்சையிலிருந்து தப்பியோடி வந்த

மனிதனைச் சந்தித்தாள், அவனை எப்படி மறைத்து வைத்தாள், அவள் எப்படி ஒற்றர்களுக்காகப் பயந்து நடுங்கினாள், வழியில் பார்க்கின்ற ஒவ்வொருவரையுமே ஒற்றர்கள் என்று அவள் எப்படிக் கருதினாள், ஓடி வந்த மனிதன் எப்படி நடந்து கொண்டான் என்பன போன்ற விவரங்களையெல்லாம் சுவாரசியத்தோடு விளக்கிச் சொன்னாள். அவளது குரலில் ஒரு பெருமைத் தொனி ஒலிப்பதாகத் தாய் கண்டறிந்தாள். ஒரு தொழிலாளி, தான் ஒரு கடினமான காரியத்தை வெற்றிகரமாகச் செய்து முடித்ததைப் பற்றி அடையும் பெருமித உணர்ச்சி போலிருந்தது அது.

இப்போது அவள் ஒரு சாம்பல் நிற வேனிற்கால நீள் அங்கி அணிந்திருந்தாள். அந்தக் கவுன் அவளை மேலும் சிறிது நெடியவளாகக் காட்டியது. அவளது கண்கள் கருமை எய்தின போலவும் அவளது நடமாட்டங்கள் மிகுந்த அடக்கம் கொண்டன போலவும் தோன்றின.

“உனக்கு இன்னொரு வேலை காத்திருக்கிறது. சோபியா” என்று சாப்பிட்டு முடிந்தவுடன் கூறினான் நிகலாய். “விவசாயிகளுக்காக நாம் பத்திரிகை நடத்த ஏற்பாடு செய்திருக்கிறோம் என்று நான் ஏற்கெனவே சொல்லியிருக்கிறேன். சமீபத்தில் நடந்த கைதுகளால், அப்பத்திரிகையை வினியோகித்து வந்த மனிதனோடு நமக்கிருந்த தொடர்பு விட்டுப்போய்விட்டது. அவனைக் கண்டுபிடிப்பதில் பெலகேயா நீலவ்னா மட்டும்தான் நமக்கு உதவக் கூடியவள். நீ அவளைக் கிராமத்துக்கு ஒரு முறை உன்னோடு அழைத்துச் செல்ல வேண்டும்; கூடிய சீக்கிரம்.”

“ரொம்ப சரி” என்று பதில் கூறிக்கொண்டே சிகரெட்டை ஒரு முறை இழுத்துக்கொண்டாள் சோபியா. “சரி, நாம் போவோம். இல்லையா, பெலகேயா நீலவ்னா!”

“கட்டாயம்!”

“அதென்ன, ரொம்ப தூரமோ?”

“சுமார் 80 கிலோமீட்டர் தூரம்தான்.”

“நல்லது. சரி இப்போது எனக்குக் கொஞ்சம் வாத்தியம் வாசிக்க வேண்டும் போலிருக்கிறது. பெலகேயா நீலவ்னா, நீங்கள் என் வாத்தியத்தைக் கொஞ்ச நேரமேனும் கேட்டுக்கொண்டிருக்க முடியுமா?”

“என்னைப் பற்றிக் கவலைப்படாதே, அம்மா. நான் ஒருத்தி இங்கே இல்லையென்றே நினைத்துக்கொள்ளேன்” என்று கூறிக்கொண்டே, சோஃபாவின் ஒரு மூலையில் போய்ச் சாய்ந்தாள்

தாய். அக்காளும் தம்பியும் தாயை சிறிதும் கவனிக்காதவர்கள் போலவே காட்டிக்கொண்டனர். எனினும் அவர்கள் அவளைச் சாதுர்யமாகப் பேச்சில் இழுத்துவிட முனைந்தார்கள்.

“கேள், நிகலாய். இது கிரீக்கின் இசை. இன்று வரும்போது கையோடு கொண்டுவந்தேன். சரி, சன்னல் கதவுகளை அடை.”

அவள் வாத்தியத்தைத் திறந்து, தனது இடக்கையால் மெதுவாக வாசிக்கத் தொடங்கினாள். வாத்தியம் இனிமையான ஆழமான நாதத்தோடு, இசைக்க ஆரம்பித்தது. ஒரு தாழ்ந்த பெருமூச்சோடு மற்றொரு ஸ்வரமும் முதல் ஸ்தாயியோடு சேர்ந்து ஒலித்தது. அவளது வலக்கை விரல்களிலிருந்து ஸ்வரநாதம் பளிச்சிட்டுக் குபுகுபுவெனப் பொங்கிப் பிறந்தது. அந்த ஸ்வரங்கள் அந்தத் தாழ்ந்த ஸ்வரங்களின் இருண்ட சூழ்நிலையிலே பயந்தடித்துப் படபடத்துச் செல்லும் பறவைக் கூட்டம்போல் சிதறிப் பறந்தன.

முதலில் தாய் அந்தச் சங்கீதத்தால் கொஞ்சங்கூட நெகிழவில்லை. அந்தச் சங்கீத வெள்ளம் அவளுக்கு வெறும் குழம்பிப்போன சப்த பேதங்களாகவே தோன்றியது. பல்வேறு ஸ்வரங்களும் பின்னும் உடைந்தெழும் இங்கித நாத சுகத்தை அவளது செவிகளால் உணர்ந்து அனுபவிக்க இயலவில்லை. அவள் சொக்கிப் போன கண்களோடு நிகலாயைப் பார்த்தாள். நிகலாய் அவள் உடகார்ந்திருந்த சோபாவின் இன்னொரு மூலையில் கால்களை இழுத்து மடக்கி உட்கார்ந்தான். தங்கமயமான குழல்கற்றையால் விளிம்பு கட்டப்பெற்றுச் சிறந்து விளங்கும் சோபியாவின் பக்கவாட்டு உருவத்தையே பார்த்துக் கொண்டிருந்தாள். சூரிய ஒளி சோபாவின் தலை மீதும் தோள் மீதும் படிந்து ஒளிர்ந்து, வாத்தியத்தின் ஸ்வரக் கட்டைகளின்மீது விளையாடும் அவளது விரல்களைத் தடவிக் கொடுப்பதற்காக நழுவி இறங்கியது. அந்த கீதம் விம்மிப் பெருகி அறை முழுதும் நிரம்பி ஒலித்தது. தாயின் உள்ளத்தைத் தன்னையறியாமல் தொட்டு ஒலிக்கத் தொடங்கியது.

என்ன காரணத்தினாலோ, கடந்த காலத்தின் இருள் கிடங்கிலிருந்து ஒரு பெரும் வேதனை, மறந்து மரத்துப்போன வேதனை மீண்டும் உயிர் பெற்றெழுந்து அவள் மனதில் புகுந்து உறுத்தி, மிகுந்த கசப்பைக் கொடுத்தது.

அந்தக் காலத்தில் ஒருநாள், அவளுடைய கணவன் இரவில் அகால வேளையில் நன்றாகக் குடித்துத் தீர்த்துவிட்டு வீட்டுக்குவந்தான். அவளைத் தன் கரத்தால் இறுகப் பிடித்து, படுக்கையினின்றும் இழுத்துக் கீழே தரையில் தள்ளி ஓர் உதை கொடுத்துவிட்டுப் பேசினான்:

“இங்கிருந்து போய்விடு. நாயே! உன்னை கண்டாலே எனக்கு எரிச்சலாய் வருகிறது!”

அவனது அடிகளிலிருந்து தப்பிப்பதற்காக, அவள் தனது இரண்டு வயதான மகளைப் பற்றியெடுத்து, முழங்காலிட்டிருந்த தன் உடம்புக்க முன்னால் அவனை ஒரு கேடயம் மாதிரி நிறுத்திக் கொண்டாள். அந்தக் குழந்தை, பயந்து போயிருந்த அந்த அம்மணமான குழந்தை அலறிக் கூச்சலிட்டது. அவள் கைக்குள் அடங்காமல் திமிறியது.

“போ வெளியே!” என்று கர்ஜித்தான் மிகயீல்.

அவள் துள்ளியெழுந்து, சமையல் கட்டுக்குள் ஓடி ரவிக்கையைத் தோள்மீது தூக்கிப் போட்டுக்கொண்டு குழந்தையையும் ஒரு துணியில் சுற்றியெடுத்துக்கொண்டு, வாய் பேசாது முனங்காது, படுக்கப் போவதற்குமுன் போட்டிருந்த ஆடையுடனேயே தெருவுக்கு வந்தாள். அப்போது மே மாதம். அன்றிரவு குளிர் மிகவும் விறைத்து நடுக்கியது. தெருப்புழுதி அவளது பாதங்களில் அப்பிக்கொண்டு குளிர்ந்து விறைத்தது, பெருவிரல்களில் ஒட்டிக்கொண்டது. குழந்தை அலறித் துடித்துக் கொண்டிருந்தது. அவள் குழந்தையைத் தன் மார்போடு அணைத்துக்கொண்டு பயந்து போய் தெரு வழியே விறுவிறுவென நடந்தாள். போகும்போதே குழந்தையைச் செல்லமாகக் கொஞ்சி அதன் அழுகையை நிறுத்த முயன்றாள்.

“அடடா, கண்ணு! அடடா...”

பொழுது விடிய ஆரம்பித்ததும் அவள் நாணிக் கூசினாள் தன்னை அந்த அரை நிர்வாணக் கோலத்தில் யாரேனும் தெருவில் பார்த்துவிடக் கூடாதே என அஞ்சினாள். எனவே அவள் ஊர்ப்புறத்திலுள்ள சதுப்புப் பிரதேசத்துக்குச் சென்று, அங்கிருந்த அஸ்பென் மரத்தடியில் உட்கார்ந்தாள். அங்கேயே வெகுநேரம் உட்கார்ந்து அகன்று விரிந்த கண்களோடு இருளையே வெறித்துப் பார்த்தாள். தூங்கி வழிந்து கொண்டிருக்கும் குழந்தையை உறங்கச் செய்வதற்காகவும் தனது இதயவேதனையைச் சாந்தப்படுத்துவதற்காகவும் அவள் ஒரு தாலாட்டுப் பாட்டை முணுமுணுத்தாள்.

“அடடா, கண்ணு! அடடா...”

அவள் அங்கிருந்த போது ஒரு கரிய பறவை அரவமின்றி அவள் பக்கமாகப் பறந்து சென்றது. அந்தப் பறவையின் சிறகு வீச்சு அவளைச் சோக அமைதியினின்றும் திடுக்கிட்டு எழுந்திருக்கச் செய்தது. குளிரால் நடுநடுங்கிக்கொண்டே வீட்டை நோக்கி,

மீண்டும் அந்த வழக்கமான கொடுமையையும் உதைகளையும், ஏச்சுப் பேச்சுகளையும் நோக்கித் திரும்பி நடந்தாள்.

கடைசி ஸ்வர ஸ்தாயி ஆழ்ந்து முனகியது. உள்ளடங்கி விறைத்துப்போன ஒரு பெருமூச்சுடன் அந்தக் கீதம் மடிந்து மறைந்து போயிற்று.

சோபியா தன் சகோதரனிடம் திரும்பினாள்.

"உனக்கு இது பிடித்திருந்ததா?" என்று அமைதியாகக் கேட்டாள்.

"ரொம்ப ரொம்ப!" என்று, ஏதோ தூக்கத்திலிருந்து விழிப்புற்றவன் மாதிரி சொன்னான் அவன்; "மிகவும்..."

தனது நினைவின் எதிரொலி தாயின் உள்ளத்துக்குள்ளே நடுங்கிப் பாடியது; அதே சமயம் அவள் மனதில் ஏதோ ஒரு மூலையில் வேறொரு எண்ணமும் எழுந்தது.

"பாரேன் – அமைதியாகவும், நட்புரிமையோடும் ஒன்றாக வாழ்கிற மக்களும் உலகத்தில் இருக்கத்தான் செய்கிறார்கள். இவர்கள் சண்டை போடுவதில்லை; குடிப்பதில்லை. அந்த இருண்ட வாழ்விலே உள்ள மனிதர்களைப்போல் இவர்கள் ஒரு துண்டு ரொட்டிக்காக ஒருவருக்கொருவர் சண்டை பிடிப்பதில்லை..."

சோபியா ஒரு சிகரெட்டை எடுத்துப் பற்ற வைத்தாள். அவள் இடைவிடாது ஒரேயடியாய்ப் புகை பிடித்தாள்.

"இது காலஞ்சென்ற சோஸ்த்யாவுக்கு ரொம்பப் பிடித்த இசை" என்றாள் அவள். அவள் நெடுக புகைத்து மூச்சு வாங்கினாள். பிறகு மீண்டும் வாத்தியத்தின் கட்டைகளைத் தடவி, ஒரு சோக நாதத்தை எழுப்பினாள்; "அவரிடம் நான் எவ்வளவு ஆசையோடு இதை வாசித்துக் காட்டுவேன்! அவர் எவ்வளவு உணர்ச்சி வசத்தோடு, தம் இதயமே விம்மிப் புடைத்துப் புளகாங்கிதம் அடையும்படி இந்தச் சங்கீதத்தைக் கேட்பார்!"

"அவள் தன் கணவனைப் பற்றி நினைத்துக்கொள்கிறாள் போலிருக்கிறது" என்று முனகிக்கொண்டாள் தாய்; "அவள் புன்னகை கூடச் செய்கிறாளே..."

"அவர் என்னை எப்படி மகிழ்வித்தார்!" என்று மீண்டும் சோபியா மெதுவாகச் சொன்னாள். அவளது சிந்தனையோடு வாத்தியத்தின் மெல்லிய இசையையும் இணைத்து வெளியிட்டாள்; "எப்படி வாழ வேண்டும் என்பதை அவர் எவ்வளவு நன்றாகத் தெரிந்து வைத்திருந்தார்!"

“ஆமாம்” என்று தன் தாடியை வருடிக்கொண்டே சொன்னான் நிகலாய்; “அவன் ஓர் இனிய மனிதன்.”

சோபியா அப்போது, தான் பற்றவைத்த சிகரெட்டைத் தூர எறிந்துவிட்டு, தாயிடம் திரும்பினாள்.

“இந்தச் சத்தம் உங்களுக்குத் தொந்தரவாயில்லையே?” என்றாள்.

தாயால் தனது உணர்ச்சிக் குழப்பத்தை மறைக்க முடியவில்லை.

“என்னை ஒன்றும் கவனிக்காதீர்கள். எனக்கு ஒன்றுமே புரியாது. நான் பாட்டுக்கு இங்கே உட்கார்ந்து கேட்கிறேன்; ஏதேதோ நினைக்கிறேன்.”

“ஆனால், நீங்களும் இதைப் புரிந்துகொள்ள வேண்டும் என்பதே என் விருப்பம்” என்றாள் சோபியா; “ஒரு பெண் அவசியம் சங்கீதத்தைப் புரிந்துகொள்ள வேண்டும். அதிலும் அவள் துக்கமயமாயிருக்கும்போது...”

“அவள் ஸ்வரக் கட்டைகளை அழுத்தி வாசித்தாள்; உடனே அந்தப் பியானோ வாத்தியம், பயங்கரச் செய்தியைக் கேள்விப்பட்டவர்களின் பயபீதியின் ஓலத்தைப்போல் ஒலித்து விம்மியது. இந்தத் திகைப்பூட்டும் ஓலநாதம், அவள் இதயத்தையே உலுக்கிவிட்டது. அதற்கு எதிரொலி செய்வதுபோல் பயபீதி நிறைந்த இளங்குரல்கள் துள்ளி வந்து, ஓடி மறைந்தன. மீண்டும் ஓர் உரத்த வேகமான கூச்சல் நாதம் எழுந்து, மற்ற குரல்களை எல்லாம் மூழ்கடித்து ஒலித்தது. இதன் பின்னர் ஏதோ பெயந்துயர ஒலி விம்மியது. எனினும் அந்தத் துயர ஒலி அனுதாபத்தைவிட ஆத்திரத்தைத்தான் அதிகம் கிளப்பியது. பிறகு ஒரு வலிமை மிக்க இனிய நாதம் ஒலித்துப் பெருகியது. அந்த ஒலியில் கவர்ச்சியும் பிடிப்பும் இருந்தன.

அவர்களிடம் இனிய வார்த்தைகள் பேச வேண்டும் என்கிற ஆசை தாயின் உள்ளத்தில் நிரம்பித் ததும்பியது. அந்தச் சங்கீதத்தால் அவள் கிறுகிறுத்துப் போயிருந்தாள். அந்தச் சகோதர சகோதரி இருவருக்கும் தன்னால் உதவ முடியும் என்கிற எண்ணம் தோன்றவே அவள் லேசாகப் புன்னகை செய்து கொண்டாள்.

அவள் சுற்றுமுற்றும் பார்த்தாள் – அவளால் என்னதான் செய்ய முடியும்? அவள் அமைதியாக எழுந்து சமையலறைக்குள்ளே சென்று தேநீர்ப் பாத்திரத்தைக் கொதிக்க வைத்தாள்.

ஆனால், இந்த ஒரு செய்கை மட்டும் அவளுக்கு அவர்கள் மீதிருந்த ஆர்வத்தைத் திருப்திப்படுத்திவிடவில்லை. அவள் தேநீரைக் கோப்பைகளில் ஊற்றும் போதே, ஏதோ கசந்து

போய் சிரித்துக்கொண்டே சொன்னாள். அவர்களை ஆசுவாசப் படுத்துவதற்கென்றும், அதேபோலத் தன் இதயத்துக்குச் சமாதானம் சொல்வது போலவும் அவ்வார்த்தைகளை அவள் சொன்னாள்:

"நாமெல்லாம், அந்த இருண்ட வாழ்விலிருந்து வந்த நாமெல்லாம், எல்லாவற்றையும் உணரத்தான் செய்கிறோம். ஆனால், நமது உணர்ச்சிகளை நம்மால் வாய்விட்டுச் சொல்ல முடியவில்லை. நமக்கு வெட்க உணர்ச்சி தோன்றுகிறது. ஏனெனில் நமக்குப் புரிந்த விசயத்தையே நம்மால் சொல்ல முடியவில்லையே! அடிக்கடி – நமது வெட்க உணர்ச்சியால். நாம் நமது சொந்த எண்ணங்களின் மீதே எரிந்து விழுகிறோம் – வாழ்க்கை நம்மைச் சகல கோணங்களிலிருந்தும் தாக்குகிறது. நாமோ ஓய்ந்திருக்க எண்ணுகிறோம். நமது சிந்தனைகளோ நம்மை அப்படியிருக்க விடுவதில்லை."

நிகலாய் தன் மூக்குக் கண்ணாடியைத் துடைத்துவிட்டுக் கொண்டே அவள் கூறியதைக் கேட்டான்; சோபியா தனது அகன்ற கண்களைத் திறந்தபடியே புகை பிடிக்கவும் மறந்து போய் இருந்தாள். சிகரெட்கூட அணைந்துவிடும் போலிருந்தது. அவள் இன்னும் அந்தப் பியானோ வாத்தியத்தின் முன்புதான் இருந்தாள்; தன் சகோதரனை நோக்கிச் சிறிது திரும்பியிருந்தாள். எனினும் தனது வலக்கையால் பியானோவின் கட்டைகளை சமயங்களில் தட்டிக் கொடுத்துக்கொண்டாள். தாய் தனது உணர்ச்சியை உருவாக்கி வெளியிடும் மனங்கனிந்த வார்த்தைகளோடு, அந்த ஸ்வரநாதங்களும் ஒன்றாய்க் கலந்து மிருதுவாக ஒலித்தன.

"இப்போது என்னால் என்னைப் பற்றியும், பொதுவாக மக்களைப் பற்றியும் சொல்ல முடியும். ஏனெனில் இப்போது வாழ்க்கையைப் புரிந்துகொள்ளவும்; ஒப்பிட்டுப் பார்க்கவும் என்னால் முடிகிறது. இதற்கு முன்பெல்லாம் ஒப்புக் நோக்கிப் பார்ப்பதற்கே ஒரு விசயமும் இருந்தது இல்லை. எல்லோருமே ஒரே மாதிரியாக வாழ்கிறார்கள் என்றே எனக்குத் தோன்றியது. இப்போதோ மற்ற மக்கள் எப்படி வாழ்கிறார்கள் என்பதையும் நான் எப்படி வாழ்ந்தேன் என்பதையும் என்னால் அறிய முடிகிறது. இதுவும் ஒரு துன்பம்தான்!"

அவள் தன் குரலைத் தாழ்த்திக்கொண்டு மேலும் பேசினாள்:

"நான் சொல்லுவது தவறாக இருக்கலாம். சொல்லவே தேவையில்லாமல் இருக்கலாம். ஏனென்றால் உங்களுக்கே அதெல்லாம் நன்கு தெரியும்..."

அவளது குரலில் கண்ணீரின் அடையாளம் தென்பட்டது. எனினும் அவர்களைப் பார்த்தபோது, அவள் கண்களில் ஒருவிதக் குதூகலம் பிறந்தது. அவள் சொன்னாள்:

"ஆனால் நான் என் இதயத்தை உங்களிடம் திறந்து காட்ட விரும்புகிறேன். உங்களது நலத்தில் நான் எவ்வளவு தூரம் அக்கறை கொண்டிருக்கிறேன் என்பதை உங்களுக்கு எடுத்துக்காட்ட விரும்புகிறேன்."

"நாங்கள் தான் கண்ணாரப் பார்க்கிறோமே" என்று மெதுவாகச் சொன்னான் நிகலாய்.

என்றாலும், தனது ஆவலைத் தான் பூர்த்தி செய்துகொள்ள இயலாதது போலத் தோன்றியது அவளுக்கு. எனவே அவள் தனக்குப் புதியனவாகவும், அளவற்ற முக்கியத்துவம் வாய்ந்ததாகவும் தோன்றிய எதையெதையோ பற்றி மீண்டும் பேசத் தொடங்கினாள். பொறுமையும் கசப்புணர்ச்சியும் நிறைந்த தனது வாழ்வைப் பற்றி அவர்களிடம் சொல்லத் தொடங்கினாள். ஆனால் அந்தப் பேச்சில் கோபம் இல்லை; ஏதோ ஓர் இரக்கமான கேலி பாவம் தான் தொனித்தது. தனது கடந்த கால வாழ்க்கையை உருவாக்கிய இருண்ட நாட்களைப் பற்றிய சிந்தனைகளைச் சொன்னாள். தன் கணவனிடம் தான் பெற்ற அடி உதைகளைப் பற்றிக் கூறினாள். அந்த அடி உதைகளுக்குரிய காரண காரியமற்ற நிலைமையையும் அவற்றைத் தடுக்க முடியாதிருந்த தன் இயலாத்தனத்தையும் எண்ணி அவளே வியந்து கொண்டாள்...

அவள் சொல்வதை அவர்கள் அமைதியுடன் கேட்டார்கள். மிருகத்தைப்போல் மதிக்கப்பட்டு நடத்தப்பட்ட அவளது வாழ்க்கையில், தனக்கு நேர்ந்த துயரங்களையும் கொடுமைகளையும் பொறுமையோடு சகித்துத் தாங்கிய அவளது வாழ்வில், படாடோபமோ அலங்காரமோ அற்ற அவளது எளிய வாழ்க்கையின் பின்னணியிலே மறைந்துள்ள யதார்த்தமான அர்த்தபாவத்தை அவர்கள் உணர்ந்து உணர்ச்சி வசப்பட்டார்கள். அவள் மூலம் ஆயிரக்கணக்கான உயிர்கள் பேசுவது போலிருந்தது. அவள் வாழ்ந்ததெல்லாம் எளிய வாழ்வு, சர்வ சாதாரண வாழ்வு. இந்த உலகிலுள்ள எண்ணிறந்த பெரும்பான்மை மக்களது வாழ்வைப் போன்ற சாதாரண வாழ்வு. அவளது வாழ்க்கைக் கதை அந்த வாழ்வுக்கு ஓர் உதாரணம்; ஓர் அறிகுறி. நிகலாய் தனது முழங்கைகளை மேசைமீது ஊன்றி, மேவாயைக் கைகளில் தாங்கியவாறு கண்களைச் சுருக்கி, கண்ணாடி வழியாக அவளைக் கூர்ந்து கவனித்தான். சோபியா நாற்காலியில் சாய்ந்து இடையிடையே நடுங்கிக் கொண்டாள், தலையையும் உலுப்பிக்கொண்டாள். அவளது முகம் மெலிந்து வெளுத்துப் போனது போலத் தோன்றியது. அவள் சிகரெட்டும் பிடிக்கவில்லை.

“ஒரு காலத்தில் நான் என்னையே துர்ப்பாக்கியசாலி என்று கருதினேன்” என்று கண்களைத் தாழ்த்திக்கொண்டு, அமைதியாகச் சொன்னாள் சோபியா. “என்னுடைய வாழ்க்கையே, ஓர் இழுப்பு நோய் கண்ட மயக்கம் என்று எனக்குத் தோன்றியது. அது என்னை ஒரு சிறு நகரத்திற்கு கடத்தப்பட்டிருந்த காலம். அந்தச் சமயத்தில் என்னைப் பற்றி நினைப்பதைத் தவிர, எனக்கு வேண்டியதைக் கவனிப்பதைத் தவிர, வேறு சிந்தனையோ செயலோ கிடையாது. ஏதாவது நல்லது செய்ய வேண்டும் என்கிற விருப்பால், நான் எனது துன்பங்களைக் கணக்கிட்டுப் பார்த்தேன். என்னை மிகவும் நேசித்த தந்தையோடு சண்டை பிடித்துக்கொண்டிருந்தேன். என்னைப் பள்ளிக்கூடத்திலிருந்து வெளியேற்றினார்கள்; என்னை ஓர் அவமானச் சின்னமாகக் கருதினார்கள். நான் சிறையிலும் தள்ளப்பட்டேன். எனது நெருங்கிய தோழன் ஒருவன் என்னைக் காட்டிக் கொடுத்தான். என் கணவர் கைதாகி, நான் சிறைக்குள் போய் மீண்டும் நாடு கடத்தப்பட்டேன். பிறகு கணவரின் மரணமும் சம்பவித்தது. இந்த உலகிலேயே நான் தான் மிகவும் துர்பாக்கியமானவள் என்று அப்போது எனக்குத் தோன்றியது. ஆனால் என்னுடைய சகல துர்பாக்கியங்களும் – அதைவிடப் பத்து மடங்கு அதிகமான துர்பாக்கியங்களும் கூட, உங்களுடைய ஒரு மாத வாழ்க்கைக்குச் சமமமாகாது, பெலகேயா நீலவ்னா! உங்கள் துர்ப்பாக்கியமோ அன்றாடச் சித்திரவதை; ஆண்டாண்டு தோறும் நிரந்தரமாக நிலைத்திருந்த சித்திரவதை. அந்த மாதிரியான சித்திரவதையைத் தாங்குவதற்கு உங்களைப் போன்றவர்கள் எங்கிருந்துதான் சக்தி பெறுகிறார்களோ?”

“எங்களுக்கு எல்லாம் பழகிப் போய் விடுகிறது” என்று பெருமூச்சுடன் சொன்னாள் பெலகேயா.

“நான் வாழ்க்கையை நன்றாகவே அறிந்திருக்கிறேன் என்றே தோன்றுகிறது” என்று சிந்தனை வயப்பட்டவனாகக் கூறினான் நிகலாய்; “என்றாலும் வாழ்க்கையைப் பற்றிப் புத்தகத்தின் மூலமாவது என்னுடைய பக்குவமடையாத அரைகுறை அபிப்பிராயங்கள் மூலமாவது தெரிந்துகொள்ளாமல், இந்த மாதிரி நேரிடையாகக் கேட்டுத் தெரிந்து கொள்ளும்போது, வாழ்க்கை பயங்கரமாய்த் தோற்றமளிக்கிறது. சின்னஞ்சிறு விசயங்கள்தான் பயங்கரமாய்த் தோன்றுகின்றன. அந்தக் கவனிப்பற்ற சிறுசிறு பொழுதுகள்தான் ஆண்டுகளை உருவாக்குகின்றன...”

அந்தப் பேச்சு இடைவிடாது விரிந்து பெருகியது. இருண்ட வாழ்க்கையின் சகல அம்சங்களையும் அந்தப் பேச்சு தொட்டு விரிந்தது. தாய் தனது நினைவின் ஆழத்திலேயே முங்கி, முழுகிவிட்டாள்;

தனது இளமைக் காலத்தில் பயங்கரத்தை உண்டாக்கிய அன்றாடத் துயரங்களையும், ஆறாத மனப்புண்களையும் அவள் சங்கிலித் தொடர்போல நினைவுக்குக் கொண்டுவந்து சிந்தித்துப் பார்த்தாள். கடைசியாக அவள் பேசினாள்:

"நீங்கள் ஓய்வு எடுத்துக்கொள்ளும் நேரமாகிவிட்டது. நான் பாட்டுக்குப் பேசிக்கொண்டே இருக்கிறேனே. சொல்ல வேண்டியதை எல்லாம் சொல்லி முடித்துவிட என்னால் முடியுமா? முடியாது."

அக்காவும் தம்பியும் அவளிடமிருந்து மௌனமாகவே விடைபெற்றுச் சென்றனர். வழக்கத்துக்கு மாறாக, நிகலாய் தன் தலையை அதிகம் தாழ்த்தி வணங்கியது போலவும், தன் கரத்தை அதிக அன்போடு குலுக்கியது போலவும் தாய்க்குத் தோன்றியது. சோபியா தாயை அவளது அறை வரையிலும் சென்று வழியனுப்பிவிட்டு, திரும்ப முனையும்போது வாசல் நடையில் நின்றவாறே சொன்னாள்:

"நிம்மதியாகத் தூங்குங்கள். நல்லிரவு!"

அவளது குரலில் பரிபூரணமான பரிவு தொனித்தது. அவளது சாம்பல் நிறக் கண்கள் ஆர்வங்கலந்த அன்போடு தாயின் முகத்தைக் கனிந்து நோக்கின.

பெலகேயா, சோபியாவின் கரத்தைத் தனது இரு கரத்தாலும் பற்றிப் பிசைந்துகொண்டே சொன்னாள்:

"மிகுந்த நன்றி!"

4

சில தினங்கள் கழிந்தபின், ஒரு நாள் தாயும் சோபியாவும் ஏழை நாடோடிப் பெண்களைப்போல் உடை தரித்தவாறு நிகலாயின் முன்னால் வந்து நின்றார்கள். அவர்கள் இருவரும் நைந்து போன கவுன்களும் ரவிக்கைகளும் அணிந்திருந்தார்கள். முதுகில் ஆளுக்கொரு சாக்குப் பையைத் தொங்கவிட்டுக் கொண்டிருந்தார்கள்; ஒவ்வொருவர் கையிலும் கம்பு இருந்தது. அந்த உடையலங்காரம் சோபியாவை ஓரளவு குள்ளமாக எடுத்துக் காட்டியது; அவளது வெளுத்த முகத்தை மேலும் கடுமையாகக் காட்டியது.

நிகலாய் தன் சகோதரிக்கு விடை கொடுக்கும்போது அவளது கரத்தை ஆர்வத்தோடு குலுக்கினான். அவர்களிருவருக்குமிடையே நிலவிய அமைதியான, எளிமையான ஒட்டுறவைத் தாய் மீண்டும் ஒருமுறை உணர்ந்தாள். அவர்கள் ஒருவருக்கொருவர்

முத்தமிடவில்லை; அன்பு ததும்ப அழைக்கவில்லை. என்றாலும் அவர்கள் இருவரும் ஒருவருக்கொருவர் ஆழ்ந்த பரிவோடும் ஆர்வத்தோடும் தன் உணர்ச்சிகளைப் பரிமாறிக் கொண்டார்கள். அவள் குடிவாழ்ந்த இடத்தில் மக்கள் முத்தமிடவும் செய்தார்கள், அன்போடு அழைக்கவும் செய்தார்கள். ஆனால் ஒருவரையொருவர் பசி வெறிகொண்ட பட்டி நாய்களைப்போல் கடித்துக் குதறவும் செய்தார்கள்.

பெண்கள் மௌனமாய் நகரத்தின் வீதிகளின் வழியே, வயற்புறங்களின் வழியே நடந்து சென்றார்கள், இருபுறத்திலும் பெரிய பெரிய பிர்ச் மரங்கள் வளர்ந்தோங்கி நிற்க, சமதளமற்று மேடுபள்ளமாயிருக்கும் அகன்ற பாதையின் வழியாக, தோளோடு தோள் உரச, ஒருவர் பக்கம் ஒருவராக நடந்து சென்றார்கள்.

"உங்களுக்கு களைப்பே தோன்றவில்லையா?" என்று சோபியாவைப் பார்த்துக் கேட்டாள் தாய்.

"எனக்கு அதிகமாக நடந்து பழக்கமிராது என்று நினைக்கிறீர்களா? இதெல்லாம் எனக்குப் பழகிப்போன விவகாரம்."

சோபியா உற்சாகத்தோடு தனது பிள்ளைப் பிராயத்தின் செல்ல விளையாட்டுகளை நினைவு கூர்வதைப் போல, தனது புரட்சி நடவடிக்கைகளைப் பற்றிப் பேசத் தொடங்கினாள்.

அவள் பொய்யான ஆவணங்களோடு எத்தனை எத்தனையோ பெயர்களில் வாழ்ந்திருக்கிறாள். அவள் மாறுவேடம் பூண்டு, உளவாளிகளிடமிருந்து தப்பியிருக்கிறாள். விரோதமான புத்தகங்களைக் கட்டுக்கட்டாக வண்டிகளில் ஏற்றிக்கொண்டு ஊர் ஊராய்ச் சென்றிருக்கிறாள். நாடு கடத்தப்பட்டவர்களைத் தப்பித்து ஓடச் செய்வதிலும் ஒத்துழைத்திருக்கிறாள், அவர்களோடு வெளிநாடுகளுக்குத் துணையாகவும் சென்று சேர்த்திருக்கிறாள். ஒரு தடவை அவள் தான் குடியிருந்த வீட்டுக்குள்ளேயே ஓர் இரகசிய அச்சகத்தை வைத்திருந்தாள்; போலீஸ்காரர்கள் அதைக் கண்டுபிடித்து, வீட்டைச் சோதனையிட வந்த போது, அவள் தன்னை ஒரு வேலைக்காரி மாதிரி வேடமிட்டு மறைந்துக்கொண்டு தன் வீட்டு வாசலில் வந்து நின்ற போலீஸ்காரர்கள் முன்னிலையிலேயே தன்னை இனங்காட்டாமல் ஓடி மறைந்து தப்பி விட்டாள். அன்றைய தினம் ஒரே குளிர். அவளோ மெல்லிய ஆடைகளைத்தான் அணிந்திருந்தாள். தலைமீது ஒரு சவுக்கத்தைப் போட்டவாறு, அவள் அந்த பெரிய நகரத்தின் எல்லைவரைக்கும் நடந்து சென்றாள்; கையில் ஒரு டப்பாவைத் தூக்கிக்கொண்டு மண்ணெண்ணெய் வாங்கச் செல்கிறவள்போல் சென்று நழுவித் தப்பிவிட்டாள்.

இன்னொரு தடவை அவள் சில தோழர்களைச் சந்திப்பதற்காக, ஒரு நகரத்துக்குள் வந்து சேர்ந்தாள்; அவர்கள் தங்கியிருந்த மாடிக்குச் செல்லும் சமயத்தில், படியில் ஏறிக்கொண்டிருக்கும்போதே, மாடியில் சோதனை நடக்கிறது என்பதைக் கண்டுகொண்டாள். திரும்பவும் கீழே இறங்கித் தப்பித்துச் செல்வதற்கு அவளுக்கு நேரமில்லை. எனவே அவள் ஒரு மாடியின் கீழே இருந்த வீட்டுக் கதவைத் துணிந்து தட்டினாள். உள்ளிருந்தவர்கள் கதவைத் திறந்தவுடன் அவள் விறுவிறு என்று தனது மூட்டை முடிச்சுகளுடன் அந்த இனந்தெரியாத மக்களின் வீட்டுக்குள் நுழைந்துவிட்டாள். பிறகு அவர்களிடம் பட்டவர்த்தனமாகத் தன் நிலைமையைச் சொன்னாள்.

"நீங்கள் விரும்பினால் என்னைப் போலீசாரிடம் பிடித்துக் கொடுக்கலாம். ஆனால் நீங்கள் அந்த மாதிரி செய்வீர்கள் என்று நான் நினைக்கவில்லை" என்றாள்.

அந்த வீட்டிலுள்ளவர்களோ ரொம்பவும் பயந்து போய் விட்டார்கள். அன்றிரவு முழுவதும் அவர்கள் கண்ணையே இமைக்கவில்லை. எந்த நேரத்திலும் போலீஸ்காரர்கள் தம் வீட்டுக் கதவைத் தட்டக்கூடும் என்று எதிர்பார்த்தார்கள். இருந்தாலும் அவளை அவர்கள் வெளியே விரட்டவில்லை. மறுநாள் காலையில் அவர்கள் அனைவரும் தங்களது தீரமிக்க செயலை எண்ணிக் குலுங்கக் குலுங்கச் சிரித்தார்கள்.

மற்றொரு முறை அவள் ஒரு கன்னியாஸ்திரி மாதிரி வேடமிட்டுக்கொண்டு, அவளைத் தொடர்ந்து திரியும் ஓர் உளவாளி சென்ற அதே ரயிலில், அவனுக்குப் பக்கத்துச் சீட்டிலேயே பிரயாணம் செய்தாள். தான் மோப்பம் பிடித்து வரும் பெண்ணை எவ்வளவு கெட்டிக்காரத்தனமாகப் பின்தொடர்ந்து வருகிறான் என்பதை அவளிடமே அவன் பெருமையோடு பீற்றிக் கொண்டான். அந்த உளவாளி அவள் அதே ரயிலில் இரண்டாவது வகுப்பில் பிரயாணம் செய்து வருவதாக அவளிடமே தெரிவித்தான். ஒவ்வொரு ரயில்நிலையத்திலும் அவன் கீழே இறங்கிச் சென்று அவள் இருக்கின்ற பெட்டியை ஒரு பார்வை பார்த்துவிட்டுத் திரும்பி வந்து, அந்தக் கன்னியாஸ்திரியிடம் சொன்னான்:

"அவளை இப்போது காணவில்லை. ஒருவேளை படுத்துத் தூங்கியிருப்பாள். அவளுக்கு ஒரே களைப்பாயிருந்திருக்கும். நமது வாழ்க்கையையெல்லாம்விட, அவளுடைய வாழ்க்கை சிரமமானதுதான்!"

தொ.மு.சி. ரகுநாதன்

சோபியாவை அன்பு ததும்பப் பார்த்தவாறே அந்தக் கதைகளைக் கேட்டு தாய் தனக்குள் சிரித்துக்கொண்டாள். நெட்டையாகவும் ஒல்லியாகவுமிருந்த சோபியா தனது அழகிய கால்களை லாவகமாக எட்டி வீசி நடந்தாள். அவளது பேச்சிலும் நடையிலும் வீச்சிலும், அவளது உற்சாகம் நிறைந்த கம்மலான குரலிலும், அவளது நிமிர்ந்த தோற்றம் முழுவதிலுமே ஒரு துணிவும் முழுமையான ஆரோக்கியமும் நிறைந்திருப்பதாகத் தோன்றியது. அவள் எதையுமே ஒரு வாலிப மிடுக்கோடுதான் நோக்கினாள்; எங்கெங்கு நோக்கினும், அவள் தன் இதயத்துக்கு மகிழ்வூட்டும் எதையோதான் கண்டாள்.

"எவ்வளவு அழகான பைன் மரம்!" என்று ஒரு மரத்தைச் சுட்டிக் காட்டியவாறு கூவினாள் சோபியா. தாய் உடனே நின்று அந்த மரத்தைப் பார்த்தாள் – அந்தப் பைன் மரமும் மற்ற மரங்களைப் போலத்தான் அவளுக்குத் தோன்றியது; அவளுக்கு அதில் எந்தவித அழகோ புதுமையோ தோன்றவில்லை.

"ஆமாம் இது ஓர் அழகான மரம்தான்" என்று கூறிக்கொண்டே அவள் சிரித்துக்கொண்டாள். சோபியாவின் காதருகே உள்ள நரை முடிகளில் காற்று எப்படி ஊசலாடித் திரிகிறது என்பதைப் பார்த்தாள்.

"அதோ ஒரு வானம்பாடி!" என்றாள் சோபியா. சோபியாவின் சாம்பல் நிறக் கண்கள் அன்பு ததும்பி ஒளிபெற்று விளங்கின; அவளது உடல் முழுவதுமே நிர்மலமான வான மண்டலத்தில் எங்கேயோயிருந்து கேட்கும் ஏதோ ஓர் அரூபியான கீதத்தைக் கேட்க எண்ணித் துடித்தது. சமயங்களில் அவளது அழகிய உடல், ஒரு காட்டு மலரைக் கொய்வதற்காகக் குனிந்து வளையும்; வாய்க்குள்ளாக ஏதோ ஓர் இசையை முணுமுணுத்துக்கொண்டே அவள் அந்த மலரைத் தனது மெல்லிய விரல்களால் விருட்டென்று பறித்தெடுப்பாள். நடுங்கும் அந்தப் பூவின் இதழ்களை இனிமையாய்த் தடவுவாள்.

இவையெல்லாம் சாம்பல் நிறக் கண்களையுடைய சோபியாவின் மீது தாய்க்கு ஒரு ஈடுபாட்டை உண்டாக்கியது; எனவே அவளோடு சேர்ந்து நடப்பதற்காக, தாய் அவளுக்கு மிகவும் அருகில் நெருங்கியவாறு நடந்து சென்றாள். சில சமயங்களில் சோபியா கடுமையாகவும் பேசினாள். தாய்க்கு அப்படிப் பேசுவது பிடிக்காது; எனவே அப்போது அவள் தனக்குத்தானே நினைத்துக்கொள்வாள்:

'மிகயீலுக்கு இவளைப் பிடிக்காது.'

ஆனால் மறுகணமே சோபியா மீண்டும் அன்போடும் எளிமையோடும் பேசுவாள்; தாயும் அவளை ஒரு புன்னகையோடு பார்த்துக் கொள்வாள்.

"நீங்கள் இன்னும் எவ்வளவு இளமையோடு இருக்கிறீர்கள்?" என்று பெருமூச்சுடன் சொன்னாள் தாய்.

"எனக்கு முப்பத்திரண்டு வயதாகிறதே!" என்றாள் சோபியா.

பெலகேயா புன்னகை செய்தாள்.

"நான் அதைச் சொல்லவில்லை. முகத்தைப் பார்த்தால் உங்கள் வயது நீங்கள் சொன்னதை விடவும் அதிகமாகத்தான் தெரிகிறது. ஆனால், உங்கள் பேச்சைக் கேட்டால், கண்களைப் பார்த்தால் எனக்கு ஒரே வியப்பாயிருக்கிறது. நீங்கள் ஒரு சின்னஞ்சிறு பெண்போலவே இருக்கிறீர்கள். எவ்வளவோ துன்பமும் அபாயமும் நிறைந்த வாழ்க்கையை அனுபவத்திருக்கிறீர்கள். இருந்தாலும் இதயம் மட்டும் எப்போதும் சிரித்த வண்ணமாகவே இருக்கிறது."

"எனக்கு என்னுடைய துன்பங்கள் எப்போதுமே தெரிவதில்லை. என்னுடைய வாழ்க்கையைவிட, ருசிகரமும் சிறப்பும் மிக்க வாழ்க்கை வேறு ஒன்றிருக்க முடியும் என்றே எனக்குத் தோன்றுவதில்லை. நான் உங்களை உங்கள் தந்தை வழிப்பெயரால் – நீலவ்னா என்றே அழைக்கிறேனே! பெலகேயா என்கிற பெயர் எனக்கு அவ்வளவாகப் பிடிக்கவில்லை."

"நீங்கள் என்னை எப்படி அழைத்தாலும் எனக்குச் சம்மதம் தான்" என்று ஏதோ யோசித்தவாறே சொன்னாள் தாய். "உங்கள் விருப்பம் போலவே வைத்துக்கொள்ளுங்கள். நான் உங்களையே பார்க்கிறேன்; உங்கள் பேச்சையே கேட்கிறேன்; உங்களைப் பற்றியே சிந்திக்கிறேன். நீங்கள் மனித இதயத்துக்குள் புகும் வழியை அறிந்தவர் என்பதைக் காணும்போது எனக்கு மகிழ்ச்சி உண்டாகிறது. தன் மனதிலுள்ள அந்தரங்கத்தையெல்லாம் உங்களிடம் எவனும் மறைக்காது சொல்லி விடுவான். அவன் தானாகவே தன் இதயத்தை உங்களிடம் திறந்து காட்டி விடுவான். என் மனதில் ஓர் எண்ணம் உண்டாகிறது. உங்களைச் சேர்ந்தவர்கள் அனைவரும் வாழ்வின் துன்பத்தை எல்லாம் ஒரு நாள் வெற்றி கண்டே தீருவார்கள். அது மட்டும் நிச்சயம்!"

"நாங்கள் வெற்றி பெறுவது நிச்சயம்; ஏனெனில், நாங்கள் தொழிலாளி மக்களோடு ஒன்று சேர்ந்து நிற்கிறோம்" என்று உறுதியாகவும் உரத்தும் கூறினாள் சோபியா. "அவர்களிடம் ஒரு மகாசக்தி மறைந்து கிடக்கிறது; அவர்களின் சக்தியையும்

அவர்களை உணரச் செய்ய வேண்டியதே முக்கியம், அதை உணர்ந்துவிட்டால், அவர்கள் உடனே சுதந்திரமாகத் தாமே வளர்ச்சி பெறத் தொடங்குவார்கள்...”

அவளது பேச்சு தாயின் இதயத்திலே பற்பல உணர்ச்சிக் கலவைகளை உண்டாக்கின. ஏதோ ஒரு காரணத்தால், அவள் சோபியாவுக்காக நட்புரிமையோடும், மனத்தாங்கலில்லாத ஓர் அனுதாபத்தோடும் வருத்தப்படடாள்; இம்மாதிரியே அவள் எளிய வார்த்தைகளை, புரியும் வார்த்தைகளையே மேன்மேலும் பேசவேண்டுமெனத் தாய் விரும்பினாள்.

“உங்களது சிரமங்களுக்கெல்லாம் பலனளிக்கப் போவது யார்?” என்று அமைதியுடனும் வருத்தத்துடனும் கேட்டாள் தாய்.

“நமக்கு ஏற்கெனவே விருது கிடைத்து விட்டது” என்றாள் சோபியா. அந்த வார்த்தைகள் பெருமிதத்தோடு ஒலிப்பதாய்த் தாய்க்குத் தோன்றியது. “நாங்கள் ஒரு புதிய வாழ்க்கைப் பாதையைக் கண்டுபிடித்திருக்கிறோம்; அதுவே எங்களுக்குத் திருப்தி அளிக்கிறது. நமது இதயங்களின் பரிபூரண சக்திகளோடு வாழ்கிறோம். வாழ்க்கையிலும் நாம் இதைவிட வேறு என்னதான் எதிர்பார்ப்பது?”

தாய் அவளை ஒரு முறை பார்த்துவிட்டு, கண்களைத் தாழ்த்திக்கொண்டு மீண்டும் சிந்தித்தாள்:

“மிகயீலுக்கு இவளைப் பிடிக்காது!”

அந்த இனிய காற்றை நெஞ்சு நிறையச் சுவாசித்தவாறு அவர்கள் விரைவாக, ஆனால் அவசரமின்றிச் சென்றார்கள். தான் ஏதோ ஒரு புண்ணிய யாத்திரை செல்வது போலத் தாய்க்குத் தோன்றியது. தொலைதூரத்திலுள்ள ஒரு தேவாலயத்துக்கு, அந்தத் தேவலாயத்திலுள்ள அற்புதச் சித்தி வாய்ந்த தெய்வத்துக்கு ஒரு விடுமுறைப் பிரார்த்தனைக்காக குழந்தைப் பருவத்தில் மகிழ்ச்சி பொங்கச் சென்று வந்த நினைவைத் தாய் ஞாபகப்படுத்திப் பார்த்தாள்.

சமயங்களில் சோபியா வானத்தைப் பற்றியோ காதலைப் பற்றியோ இனிமையான குரலில் ஏதாவதொரு புதிய பாட்டைப் பாடுவாள் அல்லது வயல் வெளிகளைப் பற்றியும் வனாந்திரங்களைப் பற்றியும் வோல்கா நதியைப் பற்றியும் பாடியுள்ள பாடல்களை ஒப்புவிப்பாள். தாய் அதையெல்லாம் கேட்டு, புன்னகை புரிவாள்; தன்னை மறந்து அந்தப் பாடல்களின் இனிமையில் மனம் இழந்து அதன் தாள லயத்துக்குத் தக்கவாறு தலையை ஆட்டிக்கொள்வாள்.

அவளது இதயத்துக்குள்ளே வேனிற்கால இரவில் கமகமவென்று மணம் வீசும் ஒரு அழகிய நந்தவனத்தில் இருப்பதைப்போல், அமைதியும் தன்மையும் சிந்தனையும் நிரம்பி இருந்தது.

5

அவர்கள் தாங்கள் சேர வேண்டிய இடத்துக்கு, மூன்றாவது நாளன்று வந்து சேர்ந்தார்கள். தார் எண்ணெய்த் தொழிற்சாலை எங்கே இருக்கிறது என்பதை, தாய் வயலில் வேலை பார்த்துக்கொண்டிருந்த ஒரு முஜீக்கிடமிருந்து கேட்டுத் தெரிந்துகொண்டாள். இதன்பின் அவர்கள் மரம் செறிந்த செங்குத்தான பாதையின் வழியே நடந்து சென்றார்கள்; அந்தப் பாதையில் மரவேர்கள் படிக்கட்டுகளைப்போல் குறுக்கும் மறுக்குமாக ஓடி, நடப்பதற்கு வசதியளித்தன. நிலக்கரித் தூளும் மரத்துண்டுகளும் தார் எண்ணெய்யும் படிந்த ஓர் இடத்தில் வந்து அந்தப் பாதை முடிந்தது.

"ஒரு வழியாக நாம் வந்து சேர்ந்து விட்டோம்" என்று சாவகாசமாகச் சுற்றுமுற்றும் பார்த்துக்கொண்டு கூறினாள் தாய்.

"மரக்கிளைகளாலும், கம்புகளாலும் கட்டப்பட்ட ஒரு குடிசைக்கு முன்னால், ஒரு மேசை கிடந்தது; மூன்று பலகை கொண்ட அந்த மேசை தரையோடு அறையப்பட்ட ஒரு மரக்குதிரையின் மீது இருந்தது. உடம்பெல்லாம் தார் எண்ணெய் படிந்திருக்க, தனது சட்டையின் முன்பக்கம் முழுவதும் திறந்து விட்டவாறு, ரீபின் அந்த மேசையருகே உட்கார்ந்து எபீமோடும் வேறு இரு இளைஞர்களோடும் சாப்பாடு சாப்பிட்டுக் கொண்டிருந்தான். தம்மை நோக்கி வந்த அந்தப் பெண்களை முதலில் கண்டவன் ரீபின்தான்; அவன் தன் கையை நெற்றிக்கு நேராக உயர்த்திப் பிடித்துக் கூர்ந்து பார்த்துவிட்டு, மௌனமாக அவர்களது வரவை எதிர்நோக்கி இருந்தான்.

"தம்பி மிகயீல்! சௌக்கியமா?" என்று தூரத்திலிருந்தவாறே கூறினாள் தாய்.

அவன் தன்னிடத்தைவிட்டு எழுந்து அவர்களை நோக்கி நிதானமாக நடந்து வந்தான். தாயை அடையாளம் கண்டு கொண்டவுடன் அவன் சட்டென நின்று, புன்னகை புரிந்தவாறே தனது கரிய கரத்தால் தன் தாடியை வருடிவிட்டுக் கொண்டான்.

"நாங்கள் பிரார்த்தனைக்குப் போகிற போக்கில்" என்று கூறிக்கொண்டே முன் வந்தாள் தாய். "போகிற வழியில் என்

சகோதரனைப் பார்த்துவிட்டுப் போகலாமே என்று நினைத்தேன். இவள் என் தோழி ஆன்னா."

தன்னுடைய குயுக்தியைக் கண்டு தானே பெருமைப்பட்டவளாய், தாய் ஓரக்கண்ணிட்டு, சோபியாவின் கண்டிப்பும், ஆழ்ந்த உணர்வும் நிறைந்த முகத்தைப் பார்த்தாள்.

"வணக்கம்!" என்று ஒரு வறண்ட புன்னகையோடு அவள் கையைப் பிடித்துக் குலுக்கினான் ரீபின்; சோபியாவுக்கு வணக்கம் செலுத்தினான். "பொய் சொல்லாதே நீ இப்போது ஒன்றும் நகர்ப்புறத்தில் இல்லை. இங்கு நீ எந்தப் பொய்யும் சொல்லத் தேவையில்லை. எல்லோரும் நம்மவர்கள்."

தானிருந்த இடத்திலிருந்தே எபீம் இந்த யாத்திரிகர்களைக் கூர்ந்து பார்த்தான்; பிறகு தன் பக்கத்திலிருந்த தோழர்களிடம் இரகசியமாக ஏதோ சொன்னான். அந்தப் பெண்கள் இருவரும் அருகே நெருங்கி வந்தவுடன் அவன் தன்னிடத்தைவிட்டு எழுந்து, அவர்களுக்கு மௌனமாக வணக்கம் செலுத்தினான். அவனுடைய சகாக்கள், அந்த விருந்தாளிகள் வந்ததையே கவனிக்காதவர்கள் மாதிரி அசைவற்று உட்கார்ந்திருந்தார்கள்.

"நாங்கள் இங்கே பாதிரியார்கள் மாதிரி வாழ்கிறோம்" என்று சொல்லிக்கொண்டே பெலகேயாவின் தோளில் லேசாகத் தட்டினான் ரீபின். "யாருமே எங்களைப் பார்க்க வருவதில்லை. முதலாளி அயலூருக்குப் போயிருக்கிறார்; அவர் மனைவி ஆஸ்பத்திரியிலே கிடக்கிறாள். அதனாலே அநேகமாக இங்கே எல்லாம் என் மேற்பார்வைதான். சரி, உட்காருங்கள். ஏதாவது சாப்பிட விரும்புவீர்கள், இல்லையா? எபீம்! நீ போய்க் கொஞ்சம் பால் கொண்டுவா."

எபீம் அந்தக் குடிசைக்குள்ளே நுழைந்தான். அந்த யாத்திரிகர்கள் தங்கள் முதுகில் தொங்கிய பைகளைக் கீழே இறக்கினார்கள். நெட்டையாகவும் ஒல்லியாகவும் இருந்த ஓர் இளைஞன் எழுந்து வந்து, மூட்டையை இறக்கி வைப்பதற்கு உதவி செய்தான். உருண்டு திரண்டு பரட்டைத் தலையுடன் அவனுடைய தோழன் ஒருவன் மேசையின் மீது முழங்கைகளை ஊன்றியவாறு உட்கார்ந்திருந்தான். தனது தலையைச் சொரிந்து கொண்டும், ஏதோ ஒரு பாட்டை முணுமுணுத்துக் கொண்டும் அவன் அவர்களைக் கூர்ந்து பார்த்தவாறே ஏதோ சிந்தித்தான்.

தார் எண்ணெய்யின் கார நெடியும், அழுகிப் போன இலைக்குவியல்களின் நாற்றமும் சேர்ந்து அந்தப் பெண்களின் புலன்களைக் கிறக்கின.

"அவன் பேர் யாகவ்" என்று அந்த நெட்டை வாலிபனைச் சுட்டிக்கொண்டே சொன்னான் ரீபின்; "அடுத்தவனின் பெயர் இக்நாத். சரி, உன் மகன் எப்படி இருக்கிறான்?"

"சிறையிலிருக்கிறான்" என்று பெருமூச்சுடன் சொன்னாள் தாய்.

"மறுபடியுமா?" என்றான் ரீபின்; "அவனுக்குச் சிறை பிடித்துப் போயிற்று போலிருக்கிறது."

இக்நாத் பாடுவதை நிறுத்தினான்; யாகவ் தாயின் கையிலிருந்து கைத்தடியை வாங்கிக்கொண்டே சொன்னான்:

"உட்காருங்கள், அம்மா".

"ஏன் நிற்கிறீர்கள்? உட்காருங்கள்" என்று சோபியாவைப் பார்த்துச் சொன்னான் ரீபின். ஒன்றும் பேசாமல் அவள் ஒரு மரக்கட்டையின் மீது அமர்ந்து ரீபினையே கவனித்துக் கொண்டிருந்தாள்.

"அவனை அவர்கள் எப்போது கைது செய்தார்கள்?" என்று கேட்டுக்கொண்டே, தாய் உட்கார்ந்திருந்த இடத்துக்கு எதிராக உட்கார்ந்து தலையை ஆட்டினான் ரீபின்.

"நீலவ்னா, உனக்கு அதிருஷ்டமே கிடையாது!"

"ஆமாம், எல்லாம் சரியாய்த்தானிருக்கிறது."

"பழகிப் போய் விட்டதா?"

"இல்லை. எனக்கு அது ஒன்றும் பழகிப் போய்விடவில்லை. ஆனால், அதை விட்டால் எனக்கு வேறு கதி இல்லை."

"ஹூம்!" என்றான் ரீபின்; "நல்லது அதைப்பற்றி எங்களுக்குச் சொல்லேன்."

எபீம் ஒரு ஜாடியில் பால் கொண்டுவந்தான்; மேசை மீதிருந்த கோப்பையை எடுத்து அதை அலம்பிவிட்டு அதில் பாலை ஊற்றினான். பிறகு தாய் கூறிக்கொண்டிருக்கும் கதையையும் அவன் காதில் வாங்கிக்கொண்டே அந்தப் பால் கோப்பையை சோபியாவிடம் நீட்டினான். சத்தமே செய்து விடாதபடி சாமான்களைப் புழங்குவதில் அவன் மிகுந்த எச்சரிக்கையோடிருந்தான். தாய் அந்த விசயத்தைச் சுருக்கமாகச் சொல்லி முடித்த பின்னர் ஒரு மௌன அமைதி நிலவியது; அந்தச் சமயத்தில் யாரும் யாரையுமே பார்க்கவில்லை. இக்நாத் மேசையின் முன்னிருந்தவாறே மேசைப் பலகை மீது நகத்தால் கீறிக் கொண்டிருந்தான். எபீம் ரீபினுக்குப் பின்னால் வந்து

தொ.மு.சி. ரகுநாதன் | 299

அவனது தோளின் மீது தன் முழங்கையை ஊன்றியவாறு நின்றான். யாகவ் ஒரு மரத்தின் மீது சாய்ந்து, தனது கைகளைக் கட்டிக்கொண்டு தலையைத் தொங்கவிட்டாவறிருந்தான். சோபியா அந்த முஜீக்குகளைப் பார்த்தவாறு உட்கார்ந்திருந்தாள்.

"ஹூ–ம்–ம்" என்று மெதுவாகவும் உவகையற்றும் முனகினான் ரீபின். "அப்படியா? அவர்கள் பகிரங்கமாகவே கிளம்பி விட்டார்களா?"

"நாமும் அந்த மாதிரி ஓர் அணிவகுப்பை நடத்த முனைந்தால்" என்று ஒரு கசந்த புன்னகையோடு பேசினான் எபீம்; "அப்படிச் செய்தால் முஜீக்குளே நம்மை அடித்துக் கொன்று தள்ளி விடுவார்கள்."

"ஆமாம். நிச்சயம் அவர்கள் கொன்று தள்ளி விடுவார்கள்" என்று தலையை அசைத்து ஆமோதித்தான் இக்நாத். "நானும் தொழிற்சாலை வேலைக்கே போகப் போகிறேன். இங்கே இருப்பதைவிட அங்கு நன்றாயிருக்கிறது."

"பாவெல் மீது கோர்ட்டில் விசாரணை நடக்கும் என்றா சொல்கிறாய்?" என்று கேட்டான் ரீபின். "அப்படியானால் அவனுக்கு என்ன தண்டனை கிடைக்கும்? அதைப் பற்றி ஏதாவது கேள்விப்பட்டாயா?"

"கடுங்காவல் இல்லாவிட்டால் சைபீரியாவுக்கு நிரந்தரமாக நாடு கடத்தப்படுதல்" என்று அமைதியுடன் கூறினாள் அவள்.

அந்த மூன்று இளைஞர்களும் ஒரே சமயத்தில் அவள் பக்கம் திரும்பினார்கள்; ரீபின் மட்டும் தலையைத் தாழ்த்திக்கொண்டு கேட்டான்:

"அவன் அதைச் செய்த போது, இந்த மாதிரி தனக்கு ஏதாவது நேரும் என்று தெரிந்துதான் செய்தானா?"

"ஆமாம். தெரிந்தேதான் செய்தான்" என்று உரத்த குரலில் சொன்னாள் சோபியா.

எல்லோரும் ஒரே சிந்தனையால் உறைந்துவிட்ட மாதிரி அப்படியே அசைவற்றுப் பேச்சற்று மூச்சற்று இருந்தார்கள்.

"ஹூம்!" என்று முனகிவிட்டு மெதுவாகவும் வருத்தத்தோடும் பேசினான் ரீபின். "அவனுக்குத் தெரியும் என்றுதான் நானும் நினைத்தேன். முன்யோசனையுள்ள மனிதன் கண்ணை மூடிக்கொண்டு திடுதிப்பென்று இருட்டில் குதிக்க மாட்டான். பையன்களா! கேட்கிறீர்களா? அவர்கள் தன்னைத் துப்பாக்கிச் சனியனால் தாக்கக் கூடும் அல்லது சைபீரியாவுக்கு நாடு

கடத்தக்கூடும் என்று தெரிந்திருந்தும், அவன் தன் செய்கையை நிறுத்தவில்லை. அவனது பாதையில், தாயே குறுக்கே விழுந்து தடை செய்திருந்தாலும், அவன் இவளையும் மீறித் தாண்டிச் சென்றிருப்பான். இல்லையா, நீலவ்னா?"

"ஆமாம், அவன் செய்வான்" என்று சொல்லிக்கொண்டே நடுங்கினாள் தாய்; அவள் பெருமூச்செறிந்தவாறு சுற்றுமுற்றும் பார்த்தாள். சோபியா அவள் கையை அமைதியாகத் தட்டிக் கொடுத்துக்கொண்டே, நெற்றியைச் சுருக்கி விழித்து ரீபினையே கூர்ந்து பார்த்துக்கொண்டிருந்தாள்.

"இவன் ஓர் உண்மையான மனிதன்!" என்று அமைதியாகக் கூறிக்கொண்டே, தனது கரிய கண்களால் அங்குள்ளவர்களைப் பார்த்தான் ரீபின். மீண்டும் அந்த ஆறு பேரும் மோன அமைதியில் ஆழ்ந்து விட்டார்கள். சூரிய கிரகணங்கள் தங்கத் தோரணங்களைப்போல் காற்றில் தொங்கி ஊசலாடின. எங்கோ ஓர் அண்டங்காக்கை கத்தியது. தாயின் மனநிலை மே தினத்தின் நினைவாலும், பாவெல், அந்திரேய் இருவரையும் காணாத ஏக்கத்தாலும் குழம்பித் தடுமாறியது. அந்தக் காட்டின் நடுவிலே காலித் தார் எண்ணெய்ப் பீப்பாய்கள் உருண்டு சிதறிக் கிடந்தன, தரையைக் கீறிக் கிளம்பிய மரவேர்கள் எங்கு பார்த்தாலும் துருத்தி நின்றன. அந்தக் காட்டின் எல்லையில் ஓக் மரங்களும் பெர்ச் மரங்களும் மண்டிப் பெருகி, அசைவற்று கரிய நிழல்களைத் தரைமீது பரப்பிக் கொண்டிருந்தன.

திடீரென்று யாகவ் அந்த மரத்தடியிலிருந்து விலகி, வேறொரு பக்கமாகச் சென்றான்.

"அப்படியானால், பட்டாளத்தில் சேர்ந்தால் இந்த மாதிரி ஆட்களை எதிர்ப்பதற்காகத்தான் என்னையும் எபீமையும் அனுப்புவார்களோ?" என்று உரத்து தன் தலையைப் பின்னுக்கு வாங்கி நிமிர்ந்தவாறே கேட்டான் யாகோவ்.

"வேறு யார் மீது உங்களை ஏவி விடுகிறார்கள் என்று நினைத்தாய்?" என்றான் ரீபின். "அவர்கள் நமது கைகளைக் கொண்டே நம்மை நெரித்துக் கொல்வார்கள் – அதுதான் அவர்களுடைய தந்திரம்!"

"எப்படியானாலும் நான் பட்டாளத்தில் சேரத்தான் போகிறேன்" என்று உறுதியோடு சொன்னான் எபீம்.

"உன்னை யார் தடுக்கிறார்கள்?" என்று சத்தமிட்டான் இக்நாத். "நீ பாட்டுக்குப் போ, ஆனால், நீ ஒரு வேளை என்னையே

சுட நேர்ந்தால், தயை செய்து என் தலைக்குக் குறி பார்; வீணாக வேறிடத்தில் சுட்டு என்னை முடமாக்கிவிடாதே; சுட்டால் ஒரேயடியாய்க் கொன்று தீர்த்துவிடு" என்று சிறு சிரிப்புடன் சொன்னான் இக்நாத்.

"நீ சொல்வது எனக்கு ஏற்கெனவே தெரியும்" என்று வெடுக்கென்று பதில் சொன்னான், எபீம்.

"ஒரு நிமிடம் பொறுங்கள், பையன்களா" என்று தன் கையை உயர்த்திக்கொண்டே சொன்னான் ரீபின். "இதோ இந்த அம்மாளுடைய மகன்தான் இப்போது மடியப் போகிறான்!" என்று தாயைச் சுட்டிக் காட்டினான்.

"நீ அதையெல்லாம் ஏன் சொல்கிறாய்?" என்று வேதனையோடு கூறினாள் தாய்.

"சொல்லத்தான் வேண்டும்" என்று கரகரத்துக் கூறினான் ரீபின். உன்னுடைய தலைமயிர் ஒன்றுமற்ற காரணத்துக்காக நரை தட்டக் கூடாது. உன்னுடைய மகனுக்கு இந்த மாதிரிக் கொடுமையை இழைப்பதன் மூலம் அவர்கள் அவனைக் கொன்று தீர்க்கிறார்கள் என்று நினைக்கிறீர்களா? சரி, ஏதாவது புத்தகங்கள், பிரசுரங்கள் கொண்டுவந்தாயா, நீலவ்னா?"

தாய் அவனை லேசாகப் பார்த்தாள்.

"ஆம்..." என்று ஒரு கணம் கழித்துச் சொன்னாள். "பார்த்தாயா?" என்று மேசைமீது தன் கையைக் குத்திக்கொண்டே சொன்னான் ரீபின். "உன்னைப் பார்த்தவுடனேயே நான் தெரிந்து கொண்டேன். வேறு எதற்காக நீ இங்கு வரப்போகிறாய்? எப்படி? அவர்கள் பிள்ளையைத்தான் பறித்துக்கொண்டு சென்றார்கள் – ஆனால் இன்று அதே நிலைப்பாட்டில் தாயே வந்து நின்று விட்டாள்!"

அவன் தன் கையை ஆட்டியவாறே ஏகவசனத்தில் திட்டினான்.

அவனது கூச்சலினால் பயந்துபோன தாய் அவன் முகத்தைப் பார்த்தாள்; அவன் முகமே மாறிப்போய் விட்டதாக அவளுக்குத் தோன்றியது. அது மெலிந்து போயிருந்தது; தாடி ஒழுங்கற்றுக் குலைந்து போயிருந்தது. அந்த தாடிக்குக் கீழாக அவனது கன்ன எலும்புகள் துருத்திக்கொண்டு நிற்பது கூடத் தெரிந்தன. அவனது வெளிறிய நீலக் கண்களில், அவன் ஏதோ ரொம்ப நேரமாய்த் தூங்காது விழித்திருந்தவன் மாதிரி, மெல்லிய ரத்த ரேகைகள் ஓடிப் பரந்திருந்தன. அவனது மூக்கு உள்ளடங்கிக் கொக்கிபோல் வளைந்து ஒரு மாமிச தின்னும் பறவையின் அலகைப்போல் இருந்தது. தனது பழைய சிவப்பு நிறத்தை இழந்து,

கரி படிந்துபோன அவனது திறந்த சட்டைக் காலர், அவனது தோள் பட்டை எலும்புகளையும் மார்பில் மண்டி வளர்ந்திருந்த தடித்த கருமயிர்ச் சுருள்களையும் திறந்து காட்டிக் கொண்டிருந்தது. மொத்தத்தில் அவனது தோற்றத்தில் என்னவோ ஒரு சவக்களை படிந்து போயிருப்பதுபோல் தோன்றியது. கொதித்துச் சிவந்த கண்கள் அவனது கரிய முகத்தில் கோபாக்கினி ஒளிவீசக் கனன்று கொண்டிருந்தது. சோபியா முகம் வெளுத்துப் போய்ப் பேசாது உட்கார்ந்திருந்தாள். தன் கண்களை அந்த முஜீக்குகளிடமிருந்து அகற்ற முடியாமல் அப்படியே இருந்தாள். இக்நாத் தலையை அசைத்தான். கண்களை நெரித்துச் சுருக்கிப் பார்த்தான்; யாகவ் மீண்டும் அந்தக் குடிசை நிழலில் ஒதுங்கி, அங்கு நாட்டப்பட்டிருந்த குடிசைக் கால்களின் மரப்பட்டைகளைக் கொஞ்சம் கொஞ்சமாக உரித்துக்கொண்டு நின்றான். எபீம் அந்த மேசையருகே செல்வதும் வருவதுமாக, தாய்க்குப் பின்னால் மெதுவாக உலாவினான். ரீபின் மேலும் பேசத் தொடங்கினான்:

“கொஞ்ச நாட்களுக்கு முன்னால், இந்த மாவட்ட அதிகாரி என்னைக் கூப்பிட்டு அனுப்பி “டேய் அயோக்கியப் பயலே! மத குருவிடம் என்ன சொன்னாய்?” என்று கேட்டார். “நீங்கள் என்னை எப்படி அயோக்கியப் பயலே என்று கூப்பிடலாம்? நான் என் நெற்றி வியர்வையைச் சிந்தி, உழைத்துப் பிழைக்கிறேன். நான் யாருக்கும் எந்தக் கெடுதியும் செய்வதில்லை’ என்று சொன்னேன் நான். உடனே அவர் என்னை நோக்கிக் கர்ஜித்துப் பாய்ந்தார். என் தாடையில் அறைந்தார்; என்னை மூன்று நாட்களுக்குச் சிறையில் போட்டு வைத்தார். ‘சரிதான் நீங்கள் மக்களிடம் இப்படித்தான் பேசுவீர்கள் போலிருக்கிறது.’ என்று நினைத்துக்கொண்டேன் நான். ‘நாங்கள் இதை மறந்துவிடுவோம் என்று எதிர்பாராதே, கிழட்டுப் பிறவியே! நான் இல்லாவிட்டால், வேறொருவன் உன்னிடமில்லாவிட்டால் உன் குழந்தைகளிடம் இந்த அவமானத்திற்காக வஞ்சம் தீர்த்துக்கொள்வோம்; அது மட்டும் ஞாபகமிருக்கட்டும்!

உங்களது இரும்பாலான கோர நகங்களால் மக்களது மார்பகங்களை உழுந்து பிளந்தீர்கள்; அங்கு பகைமைக்குப் பகைமைதான் பயிராக விளையும். எங்களிடம் இரக்கத்தை எதிர்ப்பார்க்காதீர்கள், பிசாசுகளே!’ என்று நான் மனதுக்குள் கூறிக்கொண்டேன். ஆமாம்!”

அவனது முகம் சிவந்து போயிற்று; கடுஞ்சினம் அவனுள்ளே கொதித்துப் பொங்கியது. அவனது குரலில் தொனித்த ஏற்ற இறக்கங்கள் தாயைப் பயப்படும்படி செய்தன.

“ஆனால், நான் அந்த மத குருவிடம் சொன்ன விசயம் என்ன தெரியுமா?” என்று மேலும் தொடர்ந்தான் ரீபின். “அவர் கிராமத்தில் கூட்டம் முடிந்து திரும்பி வந்து, ஓரிடத்தில் அமர்ந்து சில முஜீக்குளோடு பேசிக்கொண்டிருந்தார். என்ன பேசினார்? சாதாரண மக்களெல்லாம் ஆட்டு மந்தைகள் தான் என்றும், அவர்களைக் கட்டி மேய்க்க ஓர் இடையன் எப்போதும் தேவையென்றும் அவர் பேசினார். ஹூம்! எனவே நானும் வேடிக்கையாகச் சொன்னேன்: ‘உண்மைதான். நரிக்கு நாட்டாண்மை கொடுத்து விட்டால், காட்டில் வெறும் இறகுகள்தான் மிஞ்சும். பறவைகள் மிஞ்சாது!’ என்றேன். அவர் தம் தலையைச் சாய்த்துக்கொண்டு என்னைப் பார்த்தார். மக்கள் எப்போதும் துன்பப்படவே வேண்டியிருக்குமென்றும், எனவே தமது வாழ்க்கையில் நேரும் துன்பங்களையும் சோதனைகளையும் சங்கடங்களையும் பொறுமையோடு தாங்கிக் கொள்ளுவதற்குரிய சக்தியை அருளுமாறு கடவுளிடம் வேண்டிக்கொள்ள வேண்டும் என்றும் கூறினார். எனவே நானும், மக்கள் எவ்வளவோ காலமாய்ப் பிரார்த்தித்துக் கொண்டுதானிருக்கிறார்களென்றும், ஆனால், கடவுளுக்கு ரொம்ப ரொம்ப வேலையிருப்பதால், இந்தப் பிரார்த்தனைகளையெல்லாம் கேட்டுக்கொண்டிருக்க இயலவில்லையென்றும் சொன்னேன். ஹூம்! அப்புறம் அவர் என்னைப் பார்த்து: ‘நீ எந்த மாதிரிப் பிரார்த்திக்கிறாய்’ என்று கேட்டார். நான் சொன்னேன்:

எல்லா மக்களையும்போல் நானும் ஒரே ஒரு பிரார்த்தனையைத்தான் என் வாழ்நாள் முழுவதும் சொல்லி வருகிறேன்: கருணையுள்ள கடவுளே! எங்களுக்குக் கல்லைத் தின்று வாழவும், கனவான்களுக்காக விறகு பிளக்கவும் செங்கல் சுமக்கவும் கற்றுக் கொடு என்றுதான் பிரார்த்திக்கிறேன் என்று சொன்னேன். ஆனால், அவரோ என் பேச்சை முடிக்கவிடவில்லை.” திடீரென்று ரீபின், சோபியாவின், பக்கம் திரும்பினான்: “நீங்கள் ஒரு சீமான் வீட்டுப் பிறவியா?” என்றான்.

“ஏன் அப்படி நினைக்கிறீர்கள்?” என்று வியப்போடு திடுக்கிட்டுக் கேட்டாள் சோபியா.”

“ஏனா?” என்று சிணுங்கிக்கொண்டான் ரீபின். “ஏனென்றால் நீங்கள் அப்படிப்பட்ட குடும்பத்தில்தான் பிறந்திருப்பீர்கள் என்று நான் நினைக்கிறேன். எவரெவர் எப்படியெப்படிப் பிறந்தார்களோ அப்படித்தான் அவர்கள் விதியும் இருக்கும். ஹூம், நீங்கள் தலையில் கட்டியிருக்கிறீர்களே அந்தத் துணியினால் சீமான்களின் பாவக் கறையையெல்லாம் மூடி மறைத்துவிடலாம் என்று நினைக்கிறீர்களா? ஒரு சாக்குக்குள்ளே போட்டுக் கட்டியிருந்தாலும்

நாங்கள் ஒரு மத குருவை அடையாளம் கண்டுகொள்வோம். மேசை மீது சிந்தியிருந்த எதன் மீதோ முழங்கை பட்டதுமே முகத்தைச் சிணுங்கிக் கூசி நடுங்கினீர்களே. உங்கள் ஒய்யார உடம்புக்கும் தொழிலாளன் உடலுக்கும் சம்பந்தமே இல்லை...”

தாய் குறுக்கிட்டுச் சொன்னாள். அவனது முரட்டுத்தனமான ஏளனப் பேச்சு சோபியாவின் மனதைப் புண்படுத்திவிடக் கூடாதே என அவள் அஞ்சினாள்.

“மிகயீல் இவானவிச்! அவள் என் சிநேகிதி. மேலும் அவள் நல்லவள். நமது கொள்கைக்காகப் பாடுபட்டுத்தான் அவளது தலைகூட நரைத்துப் போயிற்று. நீ ரொம்பவும் கடுமையாக வெடுக்கென்று பேசுகிறாய்...”

ரீபின் ஆழ்ந்த பெருமூச்சு விட்டான்.

“ஏன், நான் மனம் புண்படும்படி யாரையாவது எதையேனும் சொல்லிவிட்டேனா?”

“என்னிடம் ஏதோ சொல்ல விரும்பினீர்கள் என்று நினைக்கிறேன்” என்று வறண்ட குரலில் சொன்னாள் சோபியா.

“நானா? ஆமாம். இங்கே சமீபத்தில்தான் ஓர் ஆசாமி வந்திருக்கிறான். யாகவின் சொந்தக்காரன். அவனுக்குக் காசநோய். அவனை அழைத்து வரச் சொல்லட்டுமா?” என்றான் ரீபின்.

“அவசியமாய்!” என்றாள் சோபியா.

ரீபின் அவளைச் சுருங்கி நெரித்த கண்களோடு பார்த்தான்; பிறகு எபீமிடம் திரும்பி மெதுவாகச் சொன்னான்:

“போ. போய் அவனை இன்று மாலை இங்கு வரச் சொல்லிவிட்டு வா.”

எபீம் தன் தொப்பியை எடுத்து மாட்டிக்கொண்டு ஒன்றுமே பேசாமல், எவரையுமே பார்க்காமல், அந்தக் காட்டு வழியில் சென்று மறைந்தான். அவன் செல்வதைப் பார்த்துத் தலையை ஆட்டிக்கொண்டே ரீபின் சொன்னான்:

“இவனுக்கு இப்போது துன்பகாலம். சீக்கிரமே, இவனும் யாகவும் பட்டாளத்தில் சேர்ந்து விடுவார்கள். யாகவுக்கு அதற்குத் தைரியம் கிடையாது. ‘நான் போகமாட்டேன்’ என்கிறான். இவனுக்கும் திராணி இல்லை. இருந்தாலும் இவன் சேர்ந்து விடுவான். பட்டாளத்தில் சேர்ந்து அங்குள்ள சிப்பாய்களைத் தூண்டி விட்டுவிட முடியும் என்று இவன் நினைக்கிறான். தலையைக்கொண்டு மோதி, சுவரைத் தகர்த்துவிட முடியுமா?

அவர்கள் கையிலும் துப்பாக்கி ஏறிவிட்டால், அப்புறம் அவர்களும் மற்ற சிப்பாய்கள் செல்லும் பாதையில்தான் செல்வார்கள். இக்நாத் என்னவோ அதைப் பற்றியே அவனிடம் பேசிக் கொண்டிருக்கிறான். அவன் பேச்சில் அர்த்தமே கிடையாது."

"இல்லையில்லை" என்று மறுத்துக் கூறிக்கொண்டே ரீபினைப் பார்த்தான் இக்நாத்; "இவையெல்லாம் சொல்லவில்லை என்றால், இவனுக்கு அவர்கள் கொடுக்கிற பயிற்சியில் இவனும் அவர்களைப் போலவே சுட்டுத் தள்ளத் தொடங்குவான்."

"எனக்கு அதில் நம்பிக்கையில்லை" என்று சிந்தித்தவாறே பதிலுரைத்தான் ரீபின். "அவன் பட்டாளத்தில் சேராமல் ஓடிவிடுவதே ரொம்ப நல்லது. ருஷியா ரொம்பப் பெரிய தேசம். ஓடிப்போய்விட்டால் அவர்கள் அவனை எங்கேயென்று கண்டு பிடிப்பார்கள்? ஒரு கள்ள கடவுச்சீட்டு(பாஸ்போர்ட்) வாங்கி விட்டால், அவன் ஊர் ஊராய்த் திரியலாம்.

"அப்படித்தான் நான் செய்யப் போகிறேன்" என்று தன் காலை ஒரு கழியால் அடித்துக்கொண்டே சொன்னான் இக்நாத். "விரோதமாகப் போவதென்று தீர்மானித்து விட்டால், அப்புறம் தயக்கமே இருக்கக் கூடாது; நேராகப் போக வேண்டியதுதான்."

அவர்கள் பேச்சு நின்றது. தேனீக்களும் குளவிகளும் மொய்த்துப் பறந்து, ரீங்காரித்து இரைந்தன. பறவைகள் கூவின; வயல் வெளியிலிருந்து ஒரு பாட்டுக் குரல் மிதந்து வந்தது. ஒரு கணம் கழித்து ரீபின் பேசத் தொடங்கினான்.

"நல்லது. நாங்கள் வேலைக்குப் போக நேரமாகி விட்டது. உங்களுக்கும் கொஞ்ச நேரம் ஓய்வெடுக்கத் தோன்றும். இல்லையா? இந்தக் குடிசைப்புறத்தில் சிறு குடில்கள் இருக்கின்றன. யாகவ், நீ போய் கொஞ்சம் காய்ந்த சருகுகளைக் கொண்டுவா. சரி, அம்மா நீ அந்தப் பிரசுரங்களை எடுத்துக் கொடு."

தாயும் சோபியாவும் தங்கள் மூட்டைகளை அவிழ்க்க ஆரம்பித்தார்கள்.

"அடேய்ப்பா! எவ்வளவு புத்தகங்கள்?" என்று வியந்துகொண்டே அந்தப் புத்தகங்களைக் குனிந்து நோக்கினான் ரீபின்.

"இந்த மாதிரிக் காரியத்திலே ரொம்பக் காலமாய் ஈடுபட்டிருக்கிறீர்களா? ம்... சரி, உன் பேரென்ன?" என்று சோபியாவிடம் திரும்பிக் கேட்டான்.

"ஆன்னா இவானவ்னா" என்றாள் அவள்; "பன்னிரண்டு வருட காலமாய் வேலை செய்கிறேன். ஆமாம், எதற்காகக் கேட்டீர்கள்?"

“முக்கியக் காரணம் ஒன்றுமில்லை; அது சரி, சிறைக்கும் போயிருக்கிறீர்களா?”

“ஆமாம்.”

“பார்த்தாயா?” என்று கண்டிக்கும் குரலில் சொன்னாள் தாய். “நீ முதலில் எவ்வளவு முரட்டுத்தனமாய் நடந்து கொண்டாய்...”

“என் பேச்சைக் கண்டு வருத்தப்படாதே, அம்மா” என்று பல்லைக் காட்டிச் சொல்லிக்கொண்டே அவன் ஒரு புத்தகக்கட்டை வெளியில் எடுத்தான்; “சீமான்களுக்கும் முஜீக்குகளுக்கும் ஒட்டவே ஒட்டாது. இரண்டு பேரும் எண்ணெய்யும், தண்ணீரும் மாதிரி.”

“நான் ஒன்றும் சீமாட்டியல்ல. நான் ஒரு மனிதப்பிறவி” என்று சிரித்துக்கொண்டே மறுத்தாள் சோபியா.

“இருக்கலாம்” என்றான் ரீபின். “நாய்கள் கூட ஒரு காலத்தில் ஓநாய்களாகத்தானிருந்தன என்று சொல்லுகிறார்கள். சரி, நான் போய் இவற்றை ஒளித்து மறைத்துவிட்டு வருகிறேன்.”

இக்நாத்தும் யாகவும் தங்கள் கைகளை நீட்டிக்கொண்டே அவள் பக்கமாக வந்தார்கள்.

“நாங்களும் அதைப் பார்க்கலாமா?” என்றான் இக்நாத்.

“எல்லாம் ஒரே மாதிரிப் புத்தகம்தானா?” என்று சோபியாவிடம் கேட்டான் ரீபின்.

“இல்லை. வேறுவேறு. சில பத்திரிகைகளும் இருக்கின்றன.”

“அப்படியா?”

அந்த மூன்று பேரும் தங்கள் குடிசைக்குள் விரைந்து சென்றார்கள்.

“இந்த முஜீக் ஓர் உருகிக்கொண்டிருக்கிற பேர்வழி!” என்று ரீபினைத் தொடர்ந்து பார்த்துக்கொண்டே சொன்னாள் தாய்.

“ஆமாம்” என்றாள் சோபியா. “இவனது முகத்தைப் போன்ற வேறொரு முகத்தை நான் பார்த்ததே இல்லை. ஒரு தியாகியின் முகம் போலிருக்கிறது. சரி, நாமும் உள்ளே போகலாம். நான் அவர்களைக் கவனித்துப் பார்க்க விரும்புகிறேன்.”

“அவனது முரட்டுத்தனமான பேச்சால் நீங்கள் புண்பட்டுப் போகாதீர்கள்” என்று மெதுவாகச் சொன்னாள் தாய்.

சோபியா சிரித்தாள்.

“நீலவ்னா நீங்கள் எவ்வளவு அன்பானவர்!”

அவர்கள் வாசலுக்கச் சென்றதும், இக்நாத் தலையை உயர்த்தி அவர்களை விருட்டெனப் பார்த்தான்; தனது சுருண்ட தலைமயிரைக் கலைத்துவிட்டுக்கொண்டே, மடியில் கிடந்த பத்திரிகையைப் பார்க்கத் தொடங்கினான். ரீபின் கூரை முகட்டிலுள்ள ஒரு பத்திரிகையை உயர்த்திப் பிடித்துக் கொண்டிருந்தான். படிக்கும்போது அவனது உதடுகள் மட்டும் அசைந்தன. யாகவ் முழங்காலிட்டுத் தனக்கு முன்னால் குவிந்து கிடக்கும் பிரசுரங்களைப் பார்த்துக் கொண்டிருந்தான்.

தாய் ஒரு மூலைக்குச் சென்று உட்கார்ந்தாள். சோபியா அவளுக்குப் பின்னால் வந்து நின்று, தாயின் தோள் மீது ஒரு கையை வைத்தவாறே, அவர்களது நடவடிக்கைகளைக் கவனித்துக் கொண்டிருந்தாள்.

"மிகயீல் மாமா, அவர்கள் முஜீக்குகளான நம்மைச் சீண்டி விடுகிறார்கள்" என்று எங்கும் பார்க்காமல் யாகவ் அமைதியாகச் சொன்னான். ரீபின் அவனை நோக்கிச் சிரித்தான்.

"அவர்கள் நம்மை நேசிக்கிறார்கள். அதனால்தான்!" என்றான் ரீபின்.

இக்நாத் ஆழ்ந்த பெருமூச்சு வாங்கிக்கொண்டே தலையை உயர்த்தினான்.

"இதோ எழுதியிருக்கிறது கேள்: மனிதனாயிருந்த விவசாயி இப்பொழுது மாறிப் போனான். மனித குணங்களையெல்லாம் இழந்துவிட்டான். ஆமாம், அவன் மனிதானாகவே இல்லைதான்!" அவனது தெளிந்த முகத்தில் திடீரென ஒரு கருமை ஓடிப் பரந்தது; அந்த வாக்கியத்தைக் கண்டு அவனது மனம் சிறுத்ததுபோல் தோன்றியது; "அட புத்திசாலிகளா, என் உடம்புக்குள்ளே புகுந்துகொண்டு நீங்கள் ஒரு நாள் பொழுது சுற்றி வாருங்கள், அப்போது தெரியும் நீங்கள் எப்படி இருப்பீர்கள் என்று."

"சரி நான் கொஞ்ச நேரம் படுக்கப் போகிறேன்" என்று சோபியாவிடம் கூறினாள் தாய். "எனக்குக் களைப்பாயிருக்கிறது. அதிலும் இந்த நாற்றம் என்னைக் கிறக்குகிறது. சரி, நீங்கள் என்ன செய்யப்போகிறீர்கள்?"

"நான் ஓய்வெடுக்க விரும்பவில்லை."

தாய் ஒரு மூலையில் முடங்கிப் படுத்தாள், உடனே தூங்கத் தொடங்கிவிட்டாள். சோபியா அவள் அருகில் உட்கார்ந்து அந்த மனிதர்களைப் பார்த்துக் கொண்டிருந்தாள்; தாயின் தூக்கத்தைக் கலைக்க வரும் தேனீக்களையோ குளவிகளையோ கையில்

விரட்டிவிட்டுக் கொண்டிருந்தாள். அரைக் கண் தூக்கத்தில் சோபியா தனக்குச் செய்யும் சேவையைக் கண்டு உள்ளூர மகிழ்ச்சியுற்றாள் தாய்.

ரீபின் அங்கு வந்து கரகரத்த குரலில் மெதுவாகக் கேட்டான்:
"தூங்கிவிட்டாளா?"

"ஆமாம்."

அவன் சிறிது நேரம் நின்றவாறே தாயின் முகத்தையே பார்த்தான்; பிறகு பெருமூச்சு விட்டுவிட்டு மெதுவாகச் சொன்னான்:

"மகன் சென்ற மார்க்கத்தைத் தானும் பின்பற்றிச் செல்லும் முதல் தாய் இவள்தான் போலிருக்கிறது!"

"சரி. அவளைத் தொந்தரவு பண்ணக் கூடாது. நாம் வெளியே போகலாம்" என்றாள் சோபியா.

"சரி. நாங்களும் வேலைக்குப் போக வேண்டியதுதான், உங்களோடு பேசிக் கொண்டிருக்க வேண்டுமென்றுதான் விருப்பம். ஆனால், நமது பேச்சை மாலையில் வைத்துக் கொள்ளலாம். டேய், பையன்களா! புறப்படுங்களடா!"

அவர்கள் மூவரும் சோபியாவை அங்கேயே விட்டுவிட்டுப் புறப்பட்டுச் சென்றார்கள்.

"நல்லதாய்ப் போயிற்று. இவர்கள் நட்புரிமையோடு பழகிக்கொள்கிறார்கள்" என்று நினைத்தாள் தாய்.

அந்தக் காட்டுப் பிராந்தியத்தின் நெடிமணத்தோடு, தார் நாற்றத்தையும் சுவாசித்தபடி அப்படியே தூங்கி விட்டாள் தாய்.

6

அந்த தார் எண்ணெய்த் தொழிலாளிகள் தங்களது அன்றைய வேலை முடிந்த உற்சாகத்தோடு திரும்பி வந்தனர்.

அவர்களது பேச்சுக் குரல் தாயை எழுப்பிவிட்டு விட்டது; அவள் எழுந்திருந்து புன்னகை செய்துகொண்டும் கொட்டாவி விட்டுக்கொண்டும் வெளியே வந்து சேர்ந்தாள்.

"நீங்களோ வேலைக்குப் போனீர்கள், நானோ இங்கே சீமாட்டியைப்போல் செல்லமாகத் தூங்கினேன்" என்று கூறிக்கொண்டே அவர்களை வாஞ்சையோடு பார்த்தாள்.

"அதற்காக உன்னை மன்னித்துவிடலாம்" என்று சொன்னான் ரீபின். அவனது அமித சக்தியைக் களைப்பு ஆட்கொண்டு விழுங்கிவிட்டது. எனவே அவன் சாந்தமாக இருந்தான்.

"இக்நாத்! கொஞ்சம் தேநீர் சாப்பிட்டால் என்ன? நாங்கள் இங்கே, எங்கள் வீட்டு வேலைகளை ஒவ்வொருவராக முறை வைத்துச் செய்கிறோம். சாப்பாடும் தேநீரும் தயாரிப்பது இன்று இக்நாத்தின் வேலை, அவனது முறை."

"இன்று நான் என் முறையை யாருக்காவது தாராளமாக சந்தோசமாக விட்டுக்கொடுக்கிறேன்" என்று கூறிக்கொண்டே அவன் அடுப்பு மூட்டுவதற்காகச் சுள்ளிகளையும் சிராத்துண்டு விறகுகளையும் சேகரிக்க ஆரம்பித்தான்.

"நம் விருந்தாளிகளோடு இருப்பதற்கு நீ ஒருவன் மட்டுமே விரும்பவில்லை!" என்று கூறிக்கொண்டே எபீம், சோபியாவுக்கு அருகில் உட்கார்ந்தான்.

"நான் உனக்கு உதவுகிறேன், இக்நாத்" என்றான் யாகவ். அவன் அந்தக் குடிசைக்குள்ளே சென்று ஒரு ரொட்டியை எடுத்து வந்து, துண்டு துண்டாக நறுக்கி மேசை மீது வைத்தான்.

"கேட்டாயா? யாரோ இருமுகிறார்கள்" என்றான் எபீம்.

ரீபின் தன் காதுகளைத் தீட்டிக்கொண்டு கூர்ந்து கேட்டான், தலையை அசைத்துக்கொண்டான்.

"அவனேதான். அந்த உயிருள்ள சாட்சியம்தான் வருகிறது" என்று சோபியாவிடம் சொன்னான் அவன்; என்னால் மட்டும் முடியுமானால், நான் அவனை ஊர் ஊராக அழைத்துச் சென்று, ஒவ்வொரு சந்தியிலும் அவனை நிறுத்தி, அவன் பேச்சை எல்லா மக்களும் கேட்கும்படி செய்வேன்; அவன் எப்பொழுதும் ஒரே விசயத்தைத்தான் சொல்லிக்கொண்டிருப்பான். ஆனால் அவன் பேச்சை எல்லோரும் கேட்க வேண்டிய பேச்சு."

மஞ்சள் வெயில் கறுத்தது; அமைதியும் அதிகமாகியது; அவர்களது பேச்சுக் குரலும் தணிந்தது. சோபியாவும் தாயும் மிகுந்த களைப்பினால் மெல்ல மெல்ல அசைந்து வேலை செய்யும் அந்த முஜீக்குகளையே பார்த்துக் கொண்டிருந்தார்கள்; அவர்களும் பதிலுக்கு அந்தப் பெண்களையே பார்த்துக் கொண்டிருந்தார்கள்.

காட்டுக்குள்ளிருந்து ஒரு நெடிய கூனிப்போன உருவம் கம்பை ஊன்றிக்கொண்டே வந்தது. அந்த மனிதனின் சிரமம் நிறைந்த சுவாசத்தை அவர்கள் அனைவருமே கேட்க முடிந்தது.

"வந்துவிட்டேன்" என்று சொல்லி முடித்தான் அவன். அதற்குள் அவனைக் குத்திருமல் அலைத்துப் புரட்டியது.

அவன் ஒரு பழங்கந்தையான நீளக்கோட்டை அணிந்திருந்தான், அந்தக் கோட்டு கால் வரையிலும் தொங்கிக்கொண்டிருந்தது.

அவனது அமுங்கிப்போன வட்டமான தொப்பிக்குக் கீழே சிலிர்த்துக் குத்திட்டு நிற்கும் மஞ்சள் நிற ரோமங்கள் தெரிந்தன. அவனது மஞ்சள் பாரித்த ஒட்டிய முகத்தில் மெல்லிய தாடி அழகு செய்து கொண்டிருந்தது. அவனது உதடுகள் நிரந்தரமாகத் திறந்து காணப்பட்டன. அவனது கண்கள் ஆழ்ந்து குழிந்து இருண்டு பள்ளத்தில் பதிந்து ஜுரத்தில் பிரகாசித்தன.

"நீங்கள் புத்தகங்களை கொண்டுவந்திருப்பதாகக் கேள்விப் பட்டேன்" என்று ரீபின், சோபியாவை அறிமுகப்படுத்தி வைத்தபோது அவன் சொன்னான்.

"ஆமாம்" என்றாள் அவள்.

"ரொம்ப நன்றி – எல்லா மக்களின் சார்பாகவும் நான் நன்றி தெரிவிக்கிறேன். அவர்கள் இன்னும் உண்மையைப் புரிந்துகொள்ளவில்லை. ஆனால் எனக்கு அது தெரியும். எனவே அவர்கள் சார்பில் நான் நன்றி கூறுகிறேன்."

அவன் பரபரவென்று சுவாசித்தான்; அவனது சுவாசம் ஆசுவாசமின்றி ஆழமின்றிப் பதைபதைப்போடு இயங்கியது. அவனது குரல் அடிக்கடி தடைபட்டது. பலமற்ற கரங்களின் எலும்புவிரல்கள் கோட்டுப் பித்தான்களை மாட்டுவதற்காக நெஞ்சுத் தடத்தில் தடுமாறித் தடவின.

"இந்த நேரத்தில் நீங்கள் காட்டுப் பக்கம் வருவது உங்கள் உடல் நிலைக்கு நல்லதல்ல. காட்டில் ஈரமாயும் புழுக்கமாயும் இருக்கிறது" என்றாள்.

"எனக்கு இனி எதுவும் நல்லதல்ல" என்று மூச்சைப் பிடித்துக்கொண்டு சொன்னான் அவன்; "சாவு ஒன்றுதான் இனி எனக்கு நல்லது!"

அவனது குரலைக் கேட்டாலே நெஞ்சில் வேதனை உண்டாயிற்று; அவனது தோற்றம் முழுவதும் ஓர் அதீதமான அனுதாப உணர்ச்சியையே கிளறிவிட்டது. அந்த அனுதாப உணர்ச்சியால் எந்தப் பலனும் இல்லாததோடு, வெறும் கசப்புணர்ச்சியே மிஞ்சி நிற்கும் என்பது தெரிந்திருந்தும் கூட, அனுதாபம் உண்டாகத்தான் செய்தது. அவன் ஒரு பீப்பாயின் மீது அமர்ந்து தனது முழங்கால்களை மிகவும் நிதானமாக மடக்கினான்; அந்தக் கால்களை ஒடிந்து விடாதபடி பதனமாக மடக்குவது மாதிரி இருந்தது அவனது செய்கை. வியர்த்திருந்த நெற்றியைத் துடைத்தான். அவன் முடியோ சருகுபோல உயிரற்றிருந்தது.

நெருப்புப் பற்றியெரிந்தது. சுற்றியுள்ள பொருள்கள் எல்லம் அசைந்தாடும்படியாக அனல் அடித்தது. காட்டுக்குள் இருள்

கவிந்து நிழலாடியது. நெருப்புக்கு மேலாக, உப்பிய கன்னங்களோடு விளங்கும் இக்நாதின் உருண்ட முகம் பிரகாசித்தது. நெருப்பு மீண்டும் அணைந்து விட்டது. புகை நாற்றம் மண்டியது. மீண்டும் இருளும் அமைதியும் நிலவியது; எனவே அந்த நோயாளி மனிதனின் கரகரத்த குரலை அப்போது தெளிவாகக் கேட்க முடிந்தது.

"நான் இன்னும் சாதாரண மக்களுக்கு உதவ முடியும். ஒரு பெரிய குற்றத்தின் உயிருள்ள ஞாபகச் சின்னமாக நான் விளங்க முடியும்... இங்கே என்னைப் பாருங்கள்... இருபத்தெட்டு வயதிலேயே நான் செத்துக் கொண்டிருக்கிறேன். பத்து வருடங்களுக்கு முன்னால், நான் ஐநூறு பவுண்டு கனமுள்ள சாமான்களைக் கூட கொஞ்சமும் முக்கி முனகாமல் சுமந்து சென்று விடுவேன். அந்த மாதிரியான உடல்வளம் மட்டும் இருந்திருந்தால், என்னால் எழுபது வயதுவரை கூடச் சுலபமாக உயிர்வாழ முடியும் என நான் நினைத்தேன். ஆனால், நானோ மேற்கொண்டு பத்து வருடங்கள்தான் உயிர் வாழ முடிந்தது. இப்போதோ – இதுதான் என் அந்திமக் காலம். என்னுடைய முதலாளிகள் என்னைச் சுரண்டிக் கொள்ளையிட்டு விட்டார்கள்; என்னுடைய வாழ்நாளின் நாற்பது வருட காலத்தை, நாற்பது வருட கால வாழ்வையே அவர்கள் பறித்துக்கொண்டு விட்டார்கள்!"

"இதுதான் அவன் பாடுகிற பாட்டு!" என்றான் ரீபின்.

மீண்டும் நெருப்புப் பற்றிக்கொண்டு முன்னைவிடப் பிரகாசமாகவும் பெரிதாகவும் எரிய ஆரம்பித்தது. மீண்டும் அங்கு சூழ்ந்து நின்ற இருள் தோப்பைப் பார்க்க விலகியோடியது; மீண்டும் அந்த நெருப்பை நெருங்கி வந்து ஊமையாக, வெறுப்போடு நடனமிட்டு அசைந்தாடத் தொடங்கியது. ஈர விறகு இரைச்சலோடு வெடித்தது. வெது வெதுப்பான காற்று வீசியபோது மரத்திலைகள் சலசலத்தன. சிவப்பும் மஞ்சளும் கலந்த தீ நாக்குகள் ஒன்றையொன்று கட்டித் தழுவி உற்சாகமாக விளையாடின; அவை மேலோங்கி எரியும்போது தீப்பொறிகள் உதிர்ந்து பொறிந்தன. நெருப்புக் கனலும் ஒரு தீச்சருகும் பறந்து சென்று அணைந்து செத்தன, வானத்துத் தாரகைகள் பூமியை நோக்கிப் புன்னகை பூத்தன; அந்தத் தீப்பொறிகளைத் தமது நட்சத்திர மண்டலத்துக்குக் கவர்ந்திழுக்க முயன்றன.

"இது என் பாட்டல்ல. துர்ப்பாக்கியம் நிறைந்த தங்கள் வாழ்க்கை எத்தனை பேருக்கு ஒரு பெரிய பாடமாக விளங்கக் கூடும் என்பதையே அறியாத பல்லாயிரம் மக்களின் பாட்டு இது. எத்தனை மக்கள் தங்களது உழைப்பினால் முடமாகிறார்கள்,

எத்தனை பேர் வாய் பேசாது பட்டினிச் சாவு சாகிறார்கள்...” அவன் மீண்டும் இருமலினால் குனிந்து குலுங்கினான்.

யாகவ் மேசைமீது ஒரு பாத்திரம் நிறைய 'க்வாஸ்' பீரும், வசந்த காலத்து வெங்காயம் சிலவற்றையும் கொண்டுவந்து வைத்தான்.

“சவேலி, இங்கே வா. நான் உனக்குக் கொஞ்சம் பால் கொண்டுவந்திருக்கிறேன்” என்றான் அவன்.

சவேலி தலையை ஆட்டினான். ஆனால், யாகவ் கக்கத்தில் கைகொடுத்து அவனை மேசையருகே கூட்டிச் சென்றான்.

“அவனை ஏன் இங்கு வரவழைத்தீர்கள்? அவன் எந்த நிமிடத்திலும் சாகக்கூடிய நிலைமையிலிருக்கிறானே” என்று ரீபினை நோக்கிக் கண்டிக்கும் தோரணையில் சொன்னாள் சோபியா.

“எனக்குத் தெரியும்” என்றான் ரீபின்; ஆனால், அவனால் முடிந்த மட்டும் அவன் பேசிக் கொண்டிருக்கட்டும். அவனது வாழ்க்கை எந்த நல்ல காரணத்துக்காகவும் தியாகம் செய்யப்படவில்லை. இந்தக் கடைசிக் காலத்தையாவது அவன் நல்லபடியாய்ச் செலவழிக்கட்டுமே. எல்லாம் சரியாய்ப் போகும் – நீங்கள் ஒன்றும் கவலைப்படாதீர்கள்!”

“இதில் என்ன, நீங்கள் ஆனந்தம் காண்கிறீர்கள் போலிருக்கிறதே!” என்றாள் சோபியா.

ரீபின் அவளை ஒரு பார்வை பார்த்துவிட்டு விரக்தியோடு சொன்னான்:

“சீமான் வீட்டுப் பிறவிகளான நீங்கள் சிலுவையில் அறையப்பட்டு முனகித் தவிக்கும் ஏசு கிறிஸ்துவைக் கண்டாலுங் கூட ஆனந்தம் கொள்வீர்கள். ஆனால் நாங்களோ இந்த மனிதனிடமிருந்து ஒரு பாடம் கற்றுக்கொள்ள விரும்புகிறோம்; நீங்களும் கற்றுக்கொள்ள வேண்டுமென்று கருதுகிறோம்...”

தாய் பயத்தோடு தன் புருவத்தை உயர்த்தியவாறே சொன்னாள்.

“சரி, சரி.. இதுபோதும்.”

“அவர்கள் ஏன் மக்களை வேலையால் சாகடிக்கிறார்கள்? ஒரு மனிதனின் வாழ்நாளை அவர்கள் ஏன் கொள்ளையிட்டுப் பறிக்கிறார்கள்? எங்கள் முதலாளி – நான் நெபியோதவ் தொழிற்சாலையில் வேலை பார்த்தேன் – ஒரு பாட்டுக்காரிக்குக் குளிப்பதற்காக தங்கப் பாத்திரம் ஒன்றைப் பரிசளித்தான்; அவளது படுக்கைக்குக் கீழே போடுவதற்கு ஒரு தங்கத்தாலான மூத்திரச்

சட்டியைக் கூடப் பரிசளித்தான்; என்னுடைய பலமும் என்னுடைய வாழ்க்கையும் அந்தப் பாத்திரத்துக்குள்ளேயே போய்விட்டது. அதற்காகத்தான் நான் என் வாழ்க்கையைப் பறிகொடுத்தேன். என்னை வேலையைக் கொடுத்தே கொன்றுவிட்ட அந்த மனிதன் என்னுடைய வாழ்க்கையின் ரத்தத்தைக் கொண்டு தன் வைப்பாட்டியைக் களிப்பூட்டினான். என்னுடைய ரத்தத்தைக் கொண்டு அவன் அவளுக்குத் தங்கத்தாலான மூத்திரச் சட்டியை வாங்கிக் கொடுத்தான்!"

"கடவுளின் அம்சமாகவும் கடவுளின் பிம்பமாகவும்தான் மனிதன் பிறந்தானாம்! அந்த உருவத்துக்கு அவர்கள் செய்த உபகாரத்தைப் பார்த்தீர்களா?" என்று கசந்து போய்ச் சொன்னான் எபீம்.

"பின்னே, சும்மா இராதே!" என்று தன் கையை மேசை மீது தட்டி அறைந்துகொண்டே சொன்னான் ரீபின்.

"அத்துடன் நிறுத்திவிடாதே" என்றான் யாகவ்.

இக்நாத் ஒரு சிரிப்புச் சிரித்தான். ரீபின் எப்போதெப்போது பேசினாலும் அடங்காத அகோரப் பசி கொண்ட மனிதனின் பரபரப்போடு அந்த மூன்று இளைஞர்களும் அவனது பேச்சைக் காது கொடுத்துக் கேட்க துடிப்பதைத் தாய் கண்டறிந்தாள். சவேலியின் பேச்சு, அவர்களது முகத்தில் ஒரு விசித்திரமான ஏளன பாவத்தைப் படரச் செய்தது. அந்த பாவம் துல்லியமாகவும் வெளியே தெரிந்தது. அந்த நோயாளிக்காக அவர்கள் கொஞ்சங்கூட அனுதாபப்பட்டதாகத் தெரியவில்லை.

"அவன் சொல்வதெல்லாம் உண்மைதானா?" என்று சோபியாவின் பக்கமாகச் சாய்ந்துகொண்டு மெதுவாகக் கேட்டாள் தாய்.

"ஆமாம். உண்மைதான்" என்று உரத்த குரலில் பதில் சொன்னாள் சோபியா. "இந்த மாதிரி விசயங்களைப் பற்றி மாஸ்கோ பத்திரிகைகளில் கூட எழுதினார்கள்."

"ஆனால் குற்றவாளிதான் தண்டிக்கப்படவே இல்லை!" என்று சோர்ந்து போய்ச் சொன்னான் ரீபின். "அவனைத் தண்டித்தே இருக்க வேண்டும். அவனை மக்களுக்கு மத்தியில் உருட்டித் தள்ளி, கண்டம் கண்டமாக, துண்டம் துண்டமாக வெட்டித் தறித்து, அவனது அழுகிப்போன மாமிசத்தை நாய்களுக்கு விட்டெறிந்திருக்க வேண்டும்! மக்கள் மட்டும் விழித்தெழுந்து விட்டால், அவர்கள் கொடுக்கின்ற தண்டனை மகாப் பெரிய

தண்டனையாகவே இருக்கும். தங்களுக்கு இழைக்கப்பட்ட கொடுமைகளைக் கழுவுவதற்காக அவர்கள் எவ்வளவு ரத்தத்தைச் சிந்தித் தீர்ப்பார்கள்! அந்த ரத்தம் அவர்களது சொந்த ரத்தம்தான்! அவர்களது ரத்தக் குழாயிலிருந்து உறிஞ்சி உறிஞ்சிக் குடிக்கப்பட்ட ரத்தம் தான்! எனவே தங்களுக்கு இழைக்கப்பட்ட அநியாயத்தை அகற்றுவதற்காக பெருமளவு ரத்தம் சிந்துகிறார்கள்.

“குளிருகிறது” என்றான் அந்த நோயாளி.

அவனை எழுந்திருக்கச் செய்து நெருப்பருகே கொண்டுபோய் உட்கார வைப்பதற்கு யாகவ் உதவி செய்தான்.

இப்போது நெருப்பு பிரகாசமாக எரிந்தது; உருவமற்ற நிழல்கள் அதற்கு மேலாக நடுங்கியாடிக் கொண்டே, தீ நாக்குகளின் உற்சாகம் நிறைந்த விளையாட்டை வியந்து நோக்கிக் கொண்டிருந்தன. சவேலி ஒரு மரக்கட்டையின் மீது அமர்ந்து, மெலிந்து வெளுத்துப்போன தனது கரங்களை நெருப்பு வெக்கையை நோக்கி நீட்டினான். ரீபின் அவனை நோக்கித் தலையை அசைத்துவிட்டு, சோபியாவிடம் பேசத் தொடங்கினான்:

“இவன் புத்தகங்களைவிட, தெளிவாகக் கூறிவிட்டான். ஒரு யந்திரம் ஒரு தொழிலாளியைக் கொன்றால், அல்லது அவனது கையைத் துண்டாக்கி, அவனை முடமாக்கினால், அது அவன் குற்றம்தான் என்று சொல்கிறார்கள். ஆனால், அவர்கள் ஒரு மனிதனின் ரத்தத்தைக் கொஞ்சங்கொஞ்சமாக உறிஞ்சித் தீர்த்து, அவனைக் குப்பைத் தொட்டியில் எறியும் சக்கைபோல விட்டெறிந்தால், அதற்கு மட்டும் விளக்கமே கிடையதாம்!

ஒருவனை ஒரே அடியில் படுகொலை செய்வதை என்னால் புரிந்து கெள்ள முடியும். ஆனால் ஒரு மனிதனைச் சிறுகச் சிறுகச் சித்திரவதை செய்து அவனைக் கொல்வதும், அதிலே ஆனந்தம் பெறுவதும்தான் எனக்குப் புரியவில்லை. அவர்கள் ஏன் மக்களை வதைக்கிறார்கள்? அவர்கள் ஏன் நம்மையெல்லாம் வாட்டி வதைபுரிகிறார்கள்? அந்தச் சித்திரவதையில் ஆனந்தம் காண்பது அவர்களது சொந்த சுகானந்தத்துக்காக! அதன் மூலம் அவர்கள் இந்த உலகத்தில் சுகபோக வாழ்க்கை நடத்துவதற்கு; தாங்கள் விரும்புவதையெல்லாம் மனித ரத்தத்தையே விலையாகக் கொடுத்து வாங்கி அனுபவிப்பதற்கு; பாட்டுக்காரிகளை, பந்தயக் குதிரைகளை, வெள்ளிக் கத்திகளை, தங்கத் தட்டுகளை, தங்கள் குழந்தைகளுக்கு விலையுயர்ந்த விளையாட்டுச் சாமான்களை எல்லாம் வேண்டியமட்டும வாங்கிக் குவிப்பதற்குத்தான்! ‘நீ பாட்டுக்கு வேலையைச் செய்; கொஞ்சம் சிரமப்பட்டு வேலையைச்

செய்; அப்படிச் செய்தால்தான் உன் உழைப்பின் மூலம் நான் பணத்தை மிச்சம் பிடிக்க முடியும்; மிச்சம் பிடித்து என் வைப்பாட்டி மூத்திரம் பெய்வதற்குத் தங்கப் பாத்திரம் வாங்கிக் கொடுக்க முடியும் என்கிறார்கள் அவர்கள்!"

தாய் கவனித்துக் கேட்டாள். அவளது கண்முன்னால் அந்த இரவின் இருளுக்கு ஊடே, தன் மகன் பாவெலும் அவனுடைய தோழர்களும் தேர்ந்தெடுத்துள்ள புனித மார்க்கம் பிரகாசமாக ஒளிவிட்டுத் தெரிந்தது.

சாப்பாடு முடிந்தவுடன் அவர்கள் அனைவரும் நெருப்பைச் சுற்றி உட்கார்ந்து கொண்டார்கள். தீ நாக்குகள் விறகுக் கட்டைகளைப் பேராசையோடு நக்கிக் கொடுத்தன. அவர்களுக்குப் பின்னால் இருள் திரைபோலத் தொங்கி, வானத்தையும் தோப்பையும் மறைந்து நின்றது. அந்த நோயாளி தனது அகன்று விரிந்த கண்களால் நெருப்பையே வெறித்துப் பார்த்துக்கொண்டிருந்தான். அவன் இடைவிடாது இருமினான்; அவனது உடம்பே குலுங்கியது. நோயினால் பாழ்பட்டுப்போன உடம்பிலிருந்து அவனது வாழ்வின் மிச்ச சொச்சங்கள் அனைத்தும் பொறுமையிழந்து விடுபெற முயன்று போராடுவதுபோல இருந்தது. நெருப்பின் ஒளி அவனது முகத்தில் விளையாடியது; எனினும் அவனது உயிர்ப்பற்ற சருமத்தில் அந்த ஒளி எந்த உணர்ச்சியையும் உருவேற்ற இயலவில்லை. அவனது கண்கள் மட்டும் அணையப்போகும் நெருப்பைப்போல் பிரகாசித்தன.

"சவேலி, நீ உள்ளே போய்ப் படுத்துக் கொள்ளுவது நல்லது" என்று அவன் பக்கமாகச் சாய்ந்தவாறு சொன்னான் யாகவ்.

"ஏன்?" என்று அந்த நோயாளி சிரமத்தோடு கேட்டான். "நான் இங்கேயே இருக்கிறேன்; மனிதர்களோடு இருப்பதற்கு எனக்கு அதிக காலமில்லை."

அவன் தன்னைச் சுற்றிலும் பார்த்தான்; சிறிது நேரம் கழித்து வெளுத்துப்போன புன்னகையுடன் பேசினான்:

"உங்களோடு இருப்பதே எனக்கு நல்லது. உங்களைப் பார்க்கும்போது, பேராசையின் காரணமாகக் கொல்லப்பட்டவர் களுக்காக, கொள்ளையிடப்பட்டவர்களுக்காக நீங்கள் பழிக்குப் பழி வாங்குவீர்கள், வஞ்சம் தீர்ப்பீர்கள் என்று நினைக்கிறேன்."

அவனுக்கு யாருமே பதில் சொல்லவில்லை. அவனது தலை பலமற்றுச் சோர்ந்து மார்பின் மீது சரிந்தது; சீக்கிரமே

அவன் தூங்கிப்போய்விட்டான். ரீபின் அவனைப் பார்த்துவிட்டு அமைதியாகச் சொன்னான்:

“இவன் எப்போதும் இங்கே வந்து உட்கார்ந்து இதையே, இந்த மனிதனின் ஏமாற்றத்தைப் பற்றியே பேசுவான். அவனது இதயம் முழுவதிலும் இந்த ஏமாற்றம்தான் நிரம்பியிருக்கின்றது. அந்த உணர்ச்சி அவனது கண்களையே திரையிட்டுக் கட்டி விட்டமாதிரி அவனுக்குத் தோன்றுகிறது; அதைத் தவிர வேறு எதையுமே அவன் பார்ப்பதில்லை; உணர்வதில்லை.”

“அவன் வேறு என்னத்தைத்தான் பார்க்க வேண்டும்?” என்று ஏதோ சிந்தித்தவளாய்க் கேட்டாள் தாய். “தங்களது முதலாளிகள், மானாங்காணியாவும் துராக்கிரமமாகவும் பணத்தைச் செலவிட்டுக் கொண்டிருப்பதற்காக, தினம் தினம் ஆயிரக்கணக்கான மக்கள் உழைத்து உழைத்து, அந்த உழைப்பினாலேயே கொல்லப்பட்டுச் சாகிறார்கள் என்றால், இதைவிட உனக்கு வேறு என்ன விசயம்தான் வேண்டும் என்கிறாய்?”

“ஆனால், அவன் பேச்சைக் கேட்டுக் கொண்டிருப்பது எரிச்சலாயிருக்கிறது” என்றான் இக்நாத். “இவன் பேச்சை ஒரு தடவை கேட்டுவிட்டாலே அதை மறக்க முடியாது; மறக்க முடியாத அதே விசயத்தையே அவன் திருப்பித் திருப்பித் தினம் பாடம் சொல்லிக் கொண்டிருக்கிறானே.”

“ஆனால், இந்த ஒரே விசயத்தில் சகல விசயங்களுமே, வாழ்க்கை முழுவதுமே அடங்கிப் பொதிந்திருக்கிறது!” என்று சோகத்தோடு கூறினான் ரீபின். “அதைப் புரிந்து கொள்ளத்தான் வேண்டும். நானும் இந்தக் கதையை எத்தனையோ முறை கேட்டிருக்கிறேன். இருந்தாலும் கூட எனக்குச் சமயங்களில் சில சந்தேகங்கள் கூடத் தோன்றுவதுண்டு. பணக்காரர்களையும் ஏழைகளையும் எல்லோரையுமே ஒரு மாதிரியாகவே எண்ணிப் பார்ப்பதற்கும், மனிதனது தீய குணங்களையும் முட்டாள்தனத்தையும் நம்ப விரும்பாதிருப்பதற்கும் சில சந்தர்ப்பங்கள் ஏற்படக்கூடும. சிலர் பசியால் குருடாகிப் போகிறார்கள்; சிலர் தங்கத்தால் குருடாகிப் போகிறார்கள். அதுதான் சங்கதி! ‘ஓ மனிதர்களே, சோதரர்களே! உதறியெழுந்து வாருங்கள். தன்னலம் கருதாது நேர்மையோடு சிந்தியுங்கள்’ என்று நினைக்கத் தோன்றும்.”

அந்த நோயாளி அசைந்து கொடுத்தான், கண்களைத் திறந்தான், பிறகு தரையில் படுத்துவிட்டான். யாகவ் வாய்பேசாது எழுந்திருந்து வீட்டிற்குள் சென்று ஒரு கம்பளிக் கோட்டைக்

கொண்டுவந்து அந்த நோயாளியைப் போர்த்தி மூடினான்; மீண்டும் சோபியாவுக்கு அருகில் சென்று உட்கார்ந்து கொண்டான்.

குதூகலம் நிறைந்து நெருப்பு தன்னைச் சுற்றிலும் சூழ்ந்திருந்த கரிய உருவங்களை ஒளிரச் செய்தது. நெருப்பின் இரைச்சலோடும், வெடிக்கும் சத்தத்தோடும் அந்த மனிதர்களின் குரல்களும் சேர்ந்து கலந்து ஒலித்துக் கொண்டிருந்தன.

உயிர் வாழும் உரிமைக்காகச் சகல தேசத்திலுமுள்ள மக்கள் அனைவரும் நடத்துகின்ற போராட்டங்களைப் பற்றியும், ஜெர்மனி தேசத்தில் நடைபெற்ற விவசாயிகளின் எழுச்சிகளைப் பற்றியும், அயர்லாந்து நாட்டு மக்களின் பஞ்ச நிலையைப் பற்றியும், இடைவிடாது அடிக்கடி நடத்தப்படும் பிரெஞ்சுத் தொழிலாளர்களின் சுதந்திரப் போராட்டங்களைப் பற்றியும் சோபியா அவர்களுக்கு எடுத்துச் சொன்னாள்.

இருள் திரை படிந்து கவிந்த அந்தத் தோப்பு வெளியிலே, மரங்கள் அடர்ந்து செறிந்த அந்த வெட்ட வெளியிலே, இருண்ட வானமே மேல் முகடாக விளங்கும் அந்த அத்துவானப் பிரதேசத்தில், நெருப்பால் ஒளிபெற்று, வியப்பும், வெறுப்பும் நிறைந்த நிழலுருவங்கள் சூழ்ந்த அந்த இடத்திலே, உண்டு கொழுத்து உறங்கும் பேராசைக்காரர்களின் உலகை அசைத்து ஆட்டி உலுப்பிய சம்பவங்களைப் பற்றிய விவரங்கள் உயிர்பெற்று ஒலித்தன. சத்தியத்துக்காகவும் சுதந்திரத்துக்காகவும் பாடுபட்ட வீரர்களின் திருநாமங்கள் உச்சரிக்கப்பட்டன; போராட்டங்களால் களைத்து, போராட்டங்களால் ரத்தம் சிந்தித் தோய்ந்த ஒவ்வொரு நாட்டு மக்களும் வரிசை வரிசையாக அங்கு வந்து சென்றார்கள்.

அந்தப் பெண்ணின் அடங்கிய குரல் மெதுவாக ஒலித்தது. கடந்த காலத்தின் எதிரொலி போன்ற அந்தக் குரல் அவர்களது நம்பிக்கைகளைக் கிளறிவிட்டது; தீர்மானங்களைத் தூண்டிவிட்டது. பிற தேசங்களிலுள்ள தங்கள் சகோதரர்களைப் பற்றிய கதைகளைக் கேட்டவாறே அந்த மனிதர்கள் அசையாது வாய் பேசாது உட்கார்ந்திருந்தனர். உலகத்தின் சகல மக்களும் எந்த ஒரு புனித லட்சியத்துக்காகப் போராடுகிறார்களோ, அந்த லட்சியம் – சுதந்திரத்துக்காக நடைபெறும் இடையறாத முடிவற்ற போராட்டம் – அவர்களுக்கு வரவரத் தெளிவாகியது. அந்தப் பெண்ணின் மெலிந்த வெளுத்த முகத்தைப் பார்க்கப் பார்க்க அந்தப் போராட்டமும் போராட்ட லட்சியமும் அவர்களுக்குப் புரிந்து வரலாயின. அவர்கள் தங்களது சொந்த எண்ணங்களையும், விருப்பங்களையும், தம்மால் அறிய முடியாத வேற்று இன மக்களிடம் கண்டார்கள். அந்த

மனிதர்களிடமிருந்து தங்களை ஒரு கரிய ரத்தம் தோய்ந்த கடந்த காலத்தின் இருள்படிந்த திரை பிரித்து நிற்பதாகவும் கண்டார்கள்; தங்களது மனத்தாலும் இதயத்தாலும் அவர்கள் இந்தப் பரந்த உலகம் முழுமையோடும் தொடர்பு கொண்டார்கள். ஒரு புதிய ஒளி நிறைந்த ஆனந்த வாழ்க்கைக்காக, தங்களது ரத்தத்தையே சிந்தி அர்ப்பணித்து, உலகத்திலே சத்தியத்தை நிலைநிறுத்த வேண்டும் என்கிற உறுதியான கொள்கைக்காக, வெகுகாலமாக ஒன்று பட்டு நின்று, அந்த லட்சியத்தின் வெற்றிக்காக சகலவிதமான பெருந்துன்பங்களையும் தாங்கிச் சகித்து நின்ற பல்வேறு நாட்டு மக்களினத்திலும் அவர்கள் தங்கள் தோழர்களைக் கண்டார்கள். சகல மக்கள் மீதும் உளப்பூர்வமாகத் தோன்றும் ஒரு புதிய பந்தபாச உணர்ச்சி சுடர்விட்டு எழுந்தது. உலகத்துக்கே ஒரு புதிய இதயம் – எல்லாவற்றையும் ஒன்றாக இணைக்க வேண்டும். எல்லாவற்றையும் அறிந்துகொள்ள வேண்டும் எனகிற தீராத ஆவலுணர்ச்சியால் துடிதுடிக்கும் ஒரு புதிய இதயம் – பிறந்துவிட்டது!

“சர்வ தேங்களிலுமுள்ள சகல தொழிலாளர்களும் நிமிர்ந்து நின்று, ‘போதும் போதும்! இதுபோன்ற வாழ்க்கை இனி எமக்குத் தேவையில்லை’ என்று முழக்கமிட்டு விம்மும் காலம் ஒருநாள் வரத்தான் போகிறது!” என்று நிச்சய தீர்க்கத்தோடு கூறினாள் சோபியா. “தங்களது பேராசையின் பலத்தைத் தவிர, வேறு எந்தவிதமான உண்மையான பலத்தையும் பெற்றிராத இன்றைய உலகின் ‘பலசாலிகள்’ அன்றைய தினத்தில் அழிக்கப்படுவார்கள். இந்த உலகம் அவர்களது காலடியைவிட்டு நழுவி மறையும். அவர்களுக்குத் தப்பிப் பிழைப்பதற்கு எந்த உதவியும், எந்த மார்க்கமும் இருக்கவே இருக்காது!”

“அவ்வாறு நேரப்போவது உறுதி!” என்று தலைதாழ்த்திச் சொன்னான் ரீபின். “நாம் மட்டும் நம்மிடமுள்ள சகலமானவற்றையும், நம்மையும் கொடுக்க, தியாகம் செய்யத் தயாராயிருந்தால், நம்மால் செய்ய முடியாத காரியம் எதுவுமே இருக்க முடியாது.!”

தாய் தன் புருவங்களை உயர்த்தி, உதடுகளிலே வியப்பு நிறைந்த ஆனந்தப் புன்னகை தவழ அந்தப் பேச்சைக் கேட்டாள். இயற்கைக்கு முற்றும் பொருந்தாதது போலத் தோன்றிய சோபியாவின் குணம் – எதையுமே அளவுக்கு மீறிய அநாயாசத்தோடு வெடுக்கென்று தூக்கியெறிந்து வெட்டிப் பேசுவதாகத் தோன்றிய அவளது குணம் – அவள் கூறிய ஆர்வமிக்க, தங்கு தடையற்ற கதையின் போக்கிலே அழிந்து மறைந்து போய்விட்டது என்பதைத் தாய் கண்டுகொண்டாள். அன்றைய இரவின் அமைதியும், நெருப்பின் விளையாட்டும், சோபியாவின் முகமும் அவளுக்குப் பிடித்துப்

போய்விட்டன. ஆனால், அவளுக்கு மிகவும் பிடித்துப்போன விசயம், அந்த முஜீக்குகள் அனைவரும் காட்டிய பரிபூரணமான ஈடுபாட்டு உணர்ச்சிதான்! அவர்கள் அசைவற்று உட்கார்ந்திருந்தார்கள். சர்வதேசங்களோடும் தங்களை இணைத்துப் பிணைக்கும் பட்டுக் கயிறு போன்ற அந்தக் கதை, இடையிலே அறுந்துவிடக் கூடாதே என்கிற பயமும், அந்த இடையறாத கதையின் போக்குத் தடைபட்டு நின்றுவிடக் கூடாதே என்கிற அங்கலாய்ப்புமே அவர்களை அப்படி அசையாதிருக்கச் செய்தன. இடையில் மட்டும் அவர்களில் யாராவது ஒருவன் எழுந்திருந்து அரவமே இல்லாமல் ஒரு விறகுக்கட்டையை எடுத்து நெருப்பில் மெதுவாகப் போடுவான். உடனே தீப்பொறிகள் தெறித்துச் சிதறும்; புகைச் சூழல் மண்டியெழும்பும். உடனே அவன் தன் கைகளை வீசி அந்தத் தீப்பொறிகளை விலக்குவான்; அந்தப் பெண்கள் பக்கமாகப் புகை மண்டாதபடி விசிறி விடுவான்.

இடையிலே யாகவ் எழுந்திருந்து அமைதியாகச் சொன்னான்:

“கொஞ்ச நேரம் பேச்சை நிறுத்தி வையுங்கள்.”

இப்படிச் கூறிவிட்டு அவன் வீட்டுக்குள்ளே ஓடிப்போய் சில துணிமணிகளைக் கொண்டுவந்தான்; பிறகு அவனும் இக்நாத்துமாக, அந்தத் துணிகளைத் தங்கள் விருந்தாளிகளின் தோள்மீதும் கால் மீதும் போர்த்தி மூடினார்கள். பிறகு சோபியா மீண்டும் பேசத் தொடங்கினாள். தங்களது வெற்றி தினத்தைப் பற்றிய நினைவுச் சித்திரத்தை வருணித்தாள்; தமது சொந்த பலத்தின் மீது அவர்கள் நம்பிக்கை விசுவாசம் கொள்ளும்படி தூண்டிவிட்டாள்; உண்டு கொழுத்து மதர்த்துப் போன உதவாக்கரை மனிதர்களின் முட்டாள் தனமான நப்பாசைகளை எல்லாம் பூர்த்தி செய்து வைப்பதற்காக, தங்களது உழைப்பையும் வாழ்வையும் விழலுக்கு இறைத்துக் கொண்டிருக்கும் உலக மக்களோடு, இவர்களும் ஒன்று கலந்து ஏகத்தன்மை பெற வேண்டும் என்கிற அந்தரங்க உணர்ச்சியைக் கிளறித் தூண்டிவிட்டாள். சோபியாவின் வார்த்தைகளால் தாய் உணர்ச்சிவசப்பட்டு விடவில்லை. ஆனால், அவள் சொல்லிய விவரங்களால் அவர்கள் அனைவரது உள்ளத்திலும் எழும்பிய ஆழ்ந்த உணர்ச்சி தாயின் உள்ளத்திலும் நிறைவைப் பொழிந்தது; அன்றாட உழைப்பினால் அடிமைப்பட்டுத் தளையிட்டுக் கிடக்கும் மக்களுக்கு நேர்மையான சிந்தனையையும், சத்தியத்தையும், அன்பையும் பரிசாகக் கொண்டுவந்து தர வேண்டும் என்கிற காரணத்துக்காக, தங்களது வாழ்க்கையையே துயரத்துக்கும் துன்பத்துக்கும் ஆளாக்கி அர்ப்பணித்தவர்களின் மீது ஒரு மனப்பூர்வமான நன்றியுணர்ச்சி அவள் உள்ளத்திலே நிரம்பி நின்றது.

“கடவுள் அவர்களுக்கு அருள் செய்யட்டும்” என்று தன் கண்களை மூடித் தனக்குள்ளே சிந்தித்துக் கொண்டாள் தாய்.

அருணோதயப் பொழுதில்தான் களைத்து ஓய்ந்து போன சோபியா தன் பேச்சை நிறுத்தினாள்; நிறுத்திவிட்டு தன்னைச் சுற்றி சிந்தனையும், பிரகாசமும் தோன்றும் முகங்களோடு இருப்பவர்களைப் பார்த்துப் புன்னகை புரிந்தாள்.

“நாம் புறப்படுவதற்கு நேரமாகிவிட்டது” என்றாள் தாய்.

“ஆமாம்” என்றாள் சோபியா.

அந்த இளைஞர்களில் ஒருவன் உரத்துப் பெருமூச்செறிந்தான்.

“நீங்கள் போவது மிகுந்த வருத்தத்தைத் தருகிறது” என்கிற வழக்கத்துக்கு மாறான மெல்லிய குரலில் சொன்னான் ரீபின்; “நீங்கள் நன்றாகப் பேசுகிறீர்கள். அது ஒரு பெரிய விசயம் – மக்களுக்கு ஒருமையுணர்ச்சியை ஊட்டுவது பெரிய விசயம்! லட்சோப லட்சமான மக்களும் நாம் என்ன விரும்புகிறோமோ, அதையே விரும்புகிறார்கள் என்பதை அறிய நேரும்போது, அந்த உணர்ச்சி நம் இதயத்தில் அன்புணர்ச்சியைப் பெருக்குகிறது. அன்புணர்ச்சியே ஒரு மாபெரும் சக்திதான்..!”

“ஆமாம். நீ அன்பு செய். அவன் உன் கழுத்தை வெட்டட்டும்,” என்று கூறிச் சிரித்துக்கொண்டே எழுந்தான் எபீம். “சரி, மிகயீல் மாமா, யார் கண்ணிலும் படுவதற்கு முன்பே இவர்கள் போய் விடுவதுதான் நல்லது. அப்புறம் நாம் இந்தப் பிரசுரங்களைப் பரப்பிவிடத் தொடங்கியவுடனேயே அதிகாரிகள் இவற்றைக் கொண்டுவந்தவர்கள் யார் என்பதைக் கண்டுபிடிக்க முனைவார்கள். ‘இங்கே வந்தார்களே, அந்த இரு யாத்திரிகர்கள், ஞாபகமிருக்கிறதா?’ என்று பிறகு யாராவது கண்டவர்கள் சொல்லித் தொலைக்கப் போகிறார்கள்...”

“அம்மா, நீ எடுத்துக்கொண்ட சிரமத்துக்கு நன்றி” என்றான் ரீபின். “உன்னைப் பார்க்கும் போதெல்லாம் எனக்குப் பாவெலைப் பற்றியே ஞாபகம் வருகிறது; நீ எவ்வளவு நல்ல சேவை செய்கிறாய்!”

இப்போது ரீபின் சாந்த குணத்தோடு இருந்தான்; மனம்விட்டுப் புன்னகை புரிந்தான். காற்று குளிர்ந்து வீசியது. இருந்தாலும், அவன் கோட்டுக்கூடப் போடாமல், சட்டையைக் கூடப் பொத்தானிட்டு மூடாமல், திறந்த மார்போடு நின்றான். அவனது பெரிய தோற்றத்தைப் பார்த்தவாறே தாய் அன்போடு கூறினாள்:

“நீ உன் உடம்பில் ஏதாவது போர்த்திக்கொள். ஒரே குளிராயிருக்கிறது.”

"என் நெஞ்சுக்குள்ளே நெருப்பு எரிகிறதே" என்றான் அவன்.

அந்த மூன்று இளைஞர்களும் நெருப்பைச் சுற்றி நின்று பேசிக்கொண்டிருந்தார்கள்; அவர்களது காலடியிலே அந்த நோயாளி கம்பளிக் கோட்டினால் போர்த்தப்பட்டுக் கிடந்தான். வானம் வெளிறிட்டது. இருட்படலம் விலகிக் கரைந்தது. சூரியனின் வரவை நோக்கி இலைகள் படபடத்தன.

"நல்லது. நாம் விடைபெற்றுக்கொள்ள வேண்டியதுதான்" என்று கூறிக்கொண்டே தன் கரத்தை சோபியாவிடம் நீட்டினான் ரீபின். "சரி, நகரில் உங்களை எங்கு கண்டுபிடிப்பது?"

"நீ என்னைத்தான் கண்டுபிடிக்க வேண்டும்" என்றாள் தாய்.

அந்த இளைஞர்கள் மூவரும் மெதுவாய் சோபியாவிடம் வந்து, அசடு வழியும் நட்புரிமையோடு அவளது கரத்தைப் பற்றிக் குலுக்கினார்கள். அவர்கள் ஒவ்வொருவரும் ஏதோ ஓர் அருமையான, அன்பான, அந்தரங்கமான இன்ப உணர்ச்சிக்கு ஆளானார்கள் என்பது தெளிவாகத் தெரிந்தது. இந்த உணர்ச்சி அதனது புதுமையினால் அவர்களைக் கலங்கச் செய்வதுபோலத் தோன்றியது. அந்த இளைஞர்கள் ஒவ்வோர் அடியெடுத்து வைக்கும்போது தூக்கம் விழித்துச் சிவந்து போன தம் கண்களால் சோபியாவைப் பார்த்துப் பார்த்துப் புன்னகை புரிந்து கொண்டார்கள்.

"போவதற்கு முன்னால், கொஞ்சம் பால் சாப்பிடுகிறீர்களா?" என்று கேட்டான் யாகவ்.

"பால் இருக்கிறதா?" என்றான் எபீம்.

"இல்லை" என்று கூறிக்கொண்டே தலையைத் தடவினான் இக்நாத். "நான் அதைச் சிந்திவிட்டேன்."

அவர்கள் மூவரும் சிரித்தார்கள்.

அவர்கள் பாலைப் பற்றித்தான் பேசினார்கள்; என்றாலும் அவர்கள் வேறு எதைப் பற்றியோ சிந்தித்துக் கொண்டிருப்பதாக, தன் மீதும் சோபியா மீதும் மனம் நிறைந்த பரிவோடும் அவர்கள் பேசிக்கொண்டிருப்பதாகத் தாய்க்குத் தோன்றியது. இந்த நிலைமை சோபியாவின் உள்ளத்தைத் தொட்டுச் சிறு குழப்பத்தை உண்டாக்கிவிட்டது. அவளும் அந்த இக்கட்டான நிலைமையைச் சமாளிக்க முடியாமல், குன்றிப் போனாள். அவளால் பின்வருமாறுதான் சொல்ல முடிந்தது:

"நன்றி, தோழர்களே!"

அந்த இளைஞர்கள் ஒருவரையொருவர் பார்த்துக் கொண்டார்கள். அவள் தங்களைப் பார்த்துச் சொன்ன அந்த வார்த்தை ஓர் ஊஞ்சலைப் போன்று கொஞ்சங் கொஞ்சமாக ஆகாயத்தில் தூக்கிச் செல்வதுபோல் அவர்களுக்குப் பட்டது.

அந்த நோயாளி திடீரெனப் பலத்து இருமினான். அணைந்து கொண்டிருந்த நெருப்பில் கரித்துண்டுகள் கனன்று மினுமினுக்கவில்லை.

"போய் வாருங்கள்" என்று அமைதியாகக் கூறினார்கள் முஜீக்குகள்; அந்தச் சோகமயமான வார்த்தை அப்பெண்களின் காதுகளில் வெகுநேரம் ஒலித்துக்கொண்டிருந்தது.

அவர்கள் மீண்டும் அந்தக் காட்டுப்பாதை வழியாக அருணோதய காலத்தின் பசப்பொளியில் அவசரமேதுமின்றி நிதானமாக நடந்து சென்றார்கள்.

"இங்கு, எல்லாம் எவ்வளவு அருமையாயிருந்தது!" என்று சோபியாவுக்கு பின்னால் நடந்துகொண்டே வந்த தாய் சொன்னாள்; "எல்லாம் சொப்பனம் மாதிரி இருக்கிறது. மக்கள் உண்மையைத் தெரிந்துகொள்ள விரும்புகிறார்கள்! உண்மையைத் தெரிந்துகொள்ள துடியாய்த் துடிக்கிறார்கள். இது எப்படி இருக்கிறது தெரியுமா? ஒரு பெரிய திருநாளன்று மக்களெல்லாம் அதிகாலைப் பிரார்த்தனைக்காகத் தேவாலயத்தில் கூடியிருப்பது போலவும், மதகுரு இன்னும் வராதது போலவும், அப்போது நம் உடம்பு தவியாய்த் தவிப்பது போலவும், மக்கள் வந்து நிறைந்து கொண்டே இருப்பது போலவும் தோன்றுகிறது. அந்தத் தேவாலயத்திலுள்ள விக்ரகத்தின் முன்னால் யாரோ விளக்குகளை ஏற்றி வைக்கிறார்கள்; கடவுளின் இல்லத்துக்கு ஒளி வருகிறது. இருள் கொஞ்சங் கொஞ்சமாக விலகியோடுகிறது."

"எவ்வளவு உண்மை!" என்று உவகையோடு சொன்னாள் சோபியா. "இங்கு மட்டும்தான் கடவுளின் இல்லம் உலகம் முழுவதையுமே தழுவி நிற்கிறது!"

"உலகம் முழுவதையுமா?" என்று தலையை அசைத்துச் சிந்தித்துக்கொண்டே சொன்னாள் தாய். "நம்புவதற்கே முடியாத அவ்வளவு பெரிய அருமையாயிருந்தது. உங்களை அவர்களுக்குப் பிடிக்காமல் போய்விடுமோ என்று நான் பயந்திருந்தேன்."

சோபியா ஒரு கணம் மௌனமாக இருந்தாள்; பிறகு அமைதியோடும் சோர்வோடும் சொன்னாள்:

"அவர்களோடு இருந்தாலே நாமும் எளிமை பெற்று விடுகிறோம்."

அவர்கள் இருவரும் ரீபினைப் பற்றியும் அந்த நோயாளியைப் பற்றியும், கவனம் நிறைந்த மௌனமும், விருந்தாளிகளுக்கு வேண்டிய சின்னஞ்சிறு சேவைகளில்கூட மிகுந்த ஈடுபாடும் நன்றியுணர்ச்சியும் கொண்டிருந்த அந்த இளைஞர்களைப் பற்றியும் பேசிக்கொண்டே நடந்து சென்றார்கள். அவர்கள் காட்டுப் பிராந்தியத்தைக் கடந்து வயல்வெளிக்கு வந்தார்கள். சூரியன் அவர்களுக்கு எதிராக மேலெழுந்தது. எனினும் சூரியனின் முழு உருவமும் வெளியே தெரியவில்லை. செக்கச் சிவந்து கதிர்கள் மட்டும் விசிறி மாதிரி வான மண்டலம் முழுவதும் விரிந்து ஒளிபாய்ச்சிக் கொண்டிருந்தது. புல் நுனிகளில் தொங்கிக் கொண்டிருக்கும் பனித்துளிகள் சூரியக்கதிர்கள் பட்டவுடன் வானவில்லின் வண்ணக்கோலம் சிதறி, வசந்தத்தின் கோலாகலத்தோடு புன்னகை புரிந்தன. பறவைகள் விழித்தெழுந்து உற்சாகமயமான கீதக் குரலை எழுப்பி, அந்தக் காலை நேரத்துக்குக் களிப்பூட்டி உயிரளித்தன. பெரிய பெரிய காக்கைகள் தங்களது இறக்கைகளைப் பலமாக அடித்து வீசிக்கொண்டும், ஆர்வத்தோடு கத்திக்கொண்டும் வான மண்டலத்தில் பறந்து சென்றன. எங்கிருந்தோ ஒரு மஞ்சலாத்திக் குருவியின் சீட்டிக் குரல் ஒலித்தது. தூரவெளிகள் கண்ணுக்குத் தெரிந்தன. குன்றுகளின் மீது படிந்திருந்த இருட்திரைகள் சுருண்டு மடங்கி மேலெழுந்து மறைந்தன.

“சமயங்களில் ஒருவன் பேசிக்கொண்டே இருப்பான்; அவன் எவ்வளவுதான் வளைத்து வளைத்துப் பேசினாலும் அவன் சொல்லுகின்ற விசயம் புரிபடுவதேயில்லை. திடீரென அவன் ஒரு சாதாரண வார்த்தையைக் கூறிவிடுவான். உடனே எல்லாமே விளங்கி விடும்” என்று ஏதோ நினைத்தவளாய்ப் பேசினாள் தாய். “அதுபோலத்தான் அந்த நோயாளியின் பேச்சும் இருந்தது. நானும் எவ்வளவோ கேட்டிருக்கிறேன். எவ்வளவோ பார்த்திருக்கிறேன். அவர்கள் எப்படித் தொழிலாளர்களைத் தொழிற்சாலைகளிலும், வேறிடங்களிலும் விரட்டி விரட்டி வேலை வாங்குகிறார்கள் என்பதை நானும் அறிந்திருக்கிறேன். ஆனால், சிறுவயதிலிருந்தே இதெல்லாம் பழகிப்போய் விடுவதால், அதைப்பற்றிய சுரணையே நம் மனத்தில் இல்லாமல் போய்விடுகிறது. ஆனால், அத்தனை வேதனையையும் அவமானத்தையும் தரும் அவன் சொன்ன அந்த விசயம் இருக்கிறதே! கடவுளே! தங்களது முதலாளிகளின் சில்லறை விளையாட்டுகளுக்காக மக்கள் தங்கள் உயிரைக் கொடுத்து உழைத்துக்கொண்டிருக்க முடியுமா? அதிலே என்ன நியாயம் இருக்கிறது?”

அந்த மனிதனின் நிலையைப் பற்றியே அவளது சிந்தனைகள் வட்டமிட்டன; இந்த மனிதனின் வாழ்க்கையைப் போலவே ஒரு

காலத்தில் அவளுக்குத் தெரிந்திருந்த பலபேருடைய வாழ்க்கையைப் பற்றிய நினைவுகளும் அவள் மனத்தில் மங்கித் தோன்றின.

"அவர்களிடம் அனைத்தும் இருக்கிறது. எல்லாம் திகட்டிப் போய் உமட்டுகிறது என்றுதான் சொல்ல வேண்டும். எனக்கு ஒரு கிராம அதிகாரியைத் தெரியும். அவன் தனது குதிரை கிராமத்து வழியாக எப்போதெப்போது சென்றாலும், கிராம மக்கள் அந்தக் குதிரைக்கு வணக்கம் செலுத்த வேண்டும் என்று உத்தரவு போட்டிருந்தான். வணங்காத பேர்களை அவன் கைது செய்து கொண்டு போய்விடுவான். இந்த மாதிரிக் காரியங்களை அவன் எதற்காகச் செய்ய வேண்டும்? இந்த மாதிரியான செய்கையிலே ஏதாவது அர்த்தம் இருக்கிறதா?"

அருணோதய வேளையைப் போலவே குதூகலம் தொனிக்கும் ஒரு பாட்டை மெதுவாகப் பாட ஆரம்பித்தாள் சோபியா...

7

தாயின் வாழ்க்கை ஒரு விசித்திர அமைதியோடு நடந்து கொண்டிருந்தது. சமயங்களில் இந்த அமைதி அவளுக்கு வியப்பூட்டியது. அவளுடைய மகனோ சிறையிலிருந்தான்; அவனுக்கு ஒரு கொடிய தண்டனை கிடைக்கும் என்பது அவளுக்குத் தெரியும். என்றாலும் அதைப் பற்றி அவள் நினைக்கின்ற வேளையெல்லாம் அவளையும் அறியாது அந்திரேய், பியோதர் மற்றும் எத்தனை பேர்களுடைய முகங்களும் அவளது மனத்திரையில் நிரம்பித் தோன்றும். மகனின் உருவம் அவளது கண்முன்னால் பிரமாண்டமாகப் பெருகி வளர்ந்து, அவனது விதியில் பங்கெடுக்கும் மற்ற அனைவரையும் தழுவி அணைத்து மறைத்து நிற்பதாகத் தோன்றியது. சிந்தனையினூடே தோன்றும் மற்ற எண்ணங்களையெல்லாம் ஒதுக்கி வைத்துவிட்டு, மகனைப் பற்றிய நினைவை மட்டும் வளர்த்துப் பெருக்குவாள். தட்டுத் தடுமாறிச் செல்லும் அந்த மெல்லிய சிந்தனைக் கதிர்கள் எட்டெட்டுத் திசைகளிலும் சென்று, எல்லாவற்றையும் தொட்டு, சகல தத்துவங்களின் மீதும் ஒளி வீசி, சகல விசயங்களையும் ஒரு தனி உருவமாக ஒன்று திரட்டி ஒருமையாக உருவாக்க முயன்று கொண்டிருந்தன. எனவே அவளது மனம் ஒரே விசயத்தின் மீது மட்டும் நிலைக்கவில்லை; தன்னுடைய மகனைப் பற்றிய ஏக்கத்தையும் பயத்தையும் மட்டுமே அவள் நினைக்கவில்லை.

சோபியா எங்கேயோ சென்றுவிட்டு ஐந்து நாட்கள் கழித்துத்தான் திரும்ப வந்தாள்; அவள் ஒரே உற்சாகமும் உவகையும் நிறைந்த குதூகலத்தோடு வந்தாள். ஆனால், வந்த சில மணி நேரத்துக்குள்ளாகவே அவள் மீண்டும் போய்விட்டாள்; இரண்டு வாரம் கழித்துத் திரும்பவும் வந்தாள். வாழ்க்கையின் விரிவான வட்டத்தில் அவள் சுழலுவதுபோலத் தோன்றியது. இடையிடையே மட்டும் தனது சகோதரனின் வீட்டை எட்டிப் பார்த்து, அவ்வீட்டையே அவள் தனது இசையாலும், உற்சாகத்தாலும் நிறைவு பெறச் செய்வது போலத் தோன்றியது.

தாய்க்கு வர வர சங்கீதத்தில் விருப்புண்டாயிற்று. அந்தச் சங்கீதத்தை அவள் கேட்கும்போது, இத சுகம் தரும் இனிய அலைகள் அவளது மார்பின் மீது மோதி மோதி, இதயத்தைக் கழுவி விடுவது போலவும், இதயத் துடிப்பை மிகுந்த நிதானத்தோடு சமனப்படுத்துவது போலவும் தோன்றியது; மேலும் நன்றாக நீர் பாய்ச்சியதால், ஆழமாய் வேரோடிப் பாய்ந்த வித்துகளைப்போல் அவளது சிந்தனைகள் முளைத்துக் கிளைத்துப் பரந்து பரவின; அந்தச் சிந்தனைக் கிளைகள் அந்தச் சங்கீதத்தின் மகிமையால் வார்த்தைகளாகப் பூத்து வெடித்துப் புன்னகை சொரிந்து வெளிப்பட்டன.

சோபியாவின் கச்சிதமின்மையை மட்டும் தாயால் சமாளித்துக் கொண்டு போக முடியவில்லை. சோபியா எப்பொழுதும் தான் குடிக்கும் சிகரெட்டுத் துண்டுகளையும், தனது துணிமணிகளையும் கண்ட கண்ட இடத்தில் தாறுமாறாய் விட்டெறிந்தாள். அவளது ஆரவாரமான பேச்சுக்களைத் தாங்கிக் கொண்டிருப்பதென்பதோ தாய்க்கு இதைவிடச் சிரமமாயிருந்தது. நிகலாயோ தெளிந்த நிதான புத்தியோடும் ஆழ்ந்த பொருளமைதியோடும் தனது வார்த்தைகளை எப்போதும் அளவிட்டு உயிர்கொடுத்துப் பேசுவான்; சோபியாவின் பேச்சோ இதற்கு நேர் எதிர்மறையானதாகத் தாய்க்குத் தோன்றியது. தன்னை மிகவும் பெரியவளாகக் காட்டிக்கொள்ள விரும்பும் ஒரு குமரியைப் போலவே, எல்லாம் விளையாட்டுச் சாமான்களைப் போலவே கருதுவதாகவும் தாய்க்குத் தோன்றியது. அவள் உழைப்பின் புனிதத்துவத்தைப் பற்றிப் பேசுவாள். ஆனால் தன்னுடைய கச்சிதமின்னையால், தாய்க்கு எப்போதும் அதிகத் தொல்லை கொடுப்பாள்; அவள் சுதந்திரத்தைப் பற்றி காரசாரமாய்ப் பேசுவாள்; என்றாலும் அவள் தனது பொறுமையின்மையாலும், வறட்டு முரண்வாதத்தாலும் பிறரை எப்போதுமே அடக்கியாள விரும்புவதாகவே தாய்க்குத் தோன்றியது.

அவளது போக்கு ஒரே முரண்பாடுகள் நிறைந்ததாயிருந்தது. இதைத் தாய் உணர்ந்திருந்ததால், தாய் அவளிடம் எப்போதும் எச்சரிக்கையாகவே நெருங்கிப் பழகினாள்; நிகலாயிடம் எந்தவிதமான நிரந்தரமான அன்புணர்ச்சி கொண்டிருந்தாளோ, அதே உணர்ச்சி அவளுக்குச் சோபியாவின் மீது ஏற்படவில்லை.

நிகலாய்க்கு எப்போதுமே பிறரைப் பற்றிய சிந்தனைதான்; அந்தச் சிந்தனையோடுதான், அவன் தனது ஒரே மாதிரியான இயந்திர இயக்கம் போன்ற வாழ்க்கையை நடத்தி வந்தான். காலையில் எட்டு மணிக்கு அவன் தேநீர் குடிப்பான்; தேநீர் குடிக்கும்போதே பத்திரிகையைப் படித்துத் தாயிடம் செய்திகளை எடுத்துக் கூறுவான். அவன் கூறுவதைக் கேட்கும்போது, திடீரென ஓர் உண்மை அவள் உள்ளத்தில் புலனாகிச் சிலிர்க்கும்; வாழ்க்கை என்னும் இந்த மாபெரும் இயந்திரம் எப்படிக் கொஞ்சங்கூட ஈவிரக்கமின்றி மக்களையெல்லாம் அரைத்து நொறுக்கிப் பணமாக மாற்றிக் கொண்டிருக்கிறது என்பதை அவள் உணருவாள். நிகலாய்க்கும் அந்திரேய்க்கும் பலவிதத்திலும் ஒற்றுமை இருப்பதாக அவளுக்குத் தோன்றியது. ஹஹோலைப் போலவே இவனும் மக்களைப் பற்றிக் குரோத உணர்ச்சியற்றுப் பேசினான்; வாழ்க்கை அமைப்பிலுள்ள குறைபாட்டினால் தான் மக்கள் குற்றவாளியாகிறார்கள் என்றே இவனும் கருதினான். ஆனால், புதிய வாழ்க்கை மீது இவன் கொண்டுள்ள விசுவாசம் அந்திரேயினுடையதைப்போல் அவ்வளவு தீவிரமாகவோ தெளிவாகவோ காணப்படவில்லை. இவன் எப்போதும் ஒரு நேர்மையும் கண்டிப்பும் நிறைந்த நீதிபதியைப் போலத்தான் அடங்கி அமைந்த குரலில் பேசினான். மிகவும் பயங்கரமான விசயங்களைப் பற்றிப் பேசும்போது கூட அவனது உதடுகளில் ஒரு சிறு அமைதி நிறைந்த வருத்தப்புன்னகையே நிழலிட்டு மறையும். அந்தச் சமயங்களில் அவனது கண்களும் இரக்கமற்று வக்கிரத்தோடு பிரகாசிக்கும். அந்தக் கண்களில் உள்ள ஒளியைக் காணும் போதெல்லாம் அவளுக்கு ஓர் உணர்ச்சி தோன்றும். இந்த மனிதன் யாரையும் எதையும் மன்னிக்கவே மாட்டேன்; இவனால் மன்னிக்கவே முடியாது என்று கருதத் தோன்றும். அவனுக்கே தனது இரக்கமற்ற இந்தத் தன்மை பிடிக்கவில்லை. எனவே அவனுக்காக அனுதாபப்பட்டாள் தாய். அவள் மீது அவள் கொண்டிருந்த பாசம் நாளுக்கு நாள் வளர்ந்து வந்தது.

ஒன்பது மணிக்கு அவன் வேலைக்குப் புறப்படுவான். போனபிறகு, அவள் வீட்டையெல்லாம் சுத்தப்படுத்துவாள். பிறகு மத்தியான உணவைத் தயாரிப்பாள். குளித்துவிட்டு, தூய உடைகள் அணிந்து கொள்வாள்; தன் அறைக்குள் வந்து உட்கார்ந்து

புத்தகங்களைப் புரட்டி அதிலுள்ள படங்களைப் பார்த்துக் கொண்டிருப்பாள். அவள் இதற்குள்ளாகவே புத்தகங்களைப் படிக்கத் தெரிந்து கொண்டிருந்தாலும், மிகுந்த சிரமத்தோடும் அதிக கவனத்தோடும்தான் அவளால் அவற்றைப் படிக்க முடியும். அப்படிப் பார்த்தால் அவள் சீக்கிரமே களைப்புற்றுப் போவாள்; ஒரு வார்த்தைக்கும் மறு வார்த்தைக்கும் உள்ள தொடர்பைக் கூட அவளால் உணர முடியாது. குழந்தை படங்களைப் பார்த்துக் குதூகலிப்பது போல அவளும் அப்படங்களைக் கண்டு மகிழ்ச்சி அடைந்தாள். அந்தப் படங்களில் அவள் ஒரு புதிய அற்புத உலகத்தைக் கண்டாள். தொட்டுணர முடிவது போன்ற அந்தப் புதிய உலகத்தை அவள் அந்தப் படங்களிலிருந்து புரிந்துகொண்டாள். அவளது கண்முன்னால் மாபெரும் நகரங்களும், அழகிய கட்டடங்களும், யந்திரங்களும், கப்பல்களும், ஞாபகச் சின்னங்களும், இன்னும் மனிதக் கரங்கள் உருவாக்கிய எத்தனை எத்தனையோ பொருட்செல்வங்களும் தோன்றின; அந்தப் படங்களில் அவள் இயற்கையின் படைப்பாற்றலைக் கண்டாள். பல்வேறு விதமான இயற்கைக் காட்சிகள் அவள் மனதைத் திகைக்க வைத்தன. வாழ்க்கை என்பது எல்லையற்று விரிந்து பெருகிக் கொண்டிருந்தது; கண்களின் முன்னால் அவள் இதுவரையில் அறிந்திராத ஓர் அதிசயத்தை, ஒரு மேன்மையை எடுத்துக் காட்டியது. அது அவளது விழிப்புற்ற இதய தாகத்திலே தனது குறையாத அழகாலும் அமோகமான வளத்தாலும் நிறைவைப் பொழிந்து கிளர்ச்சியுறச் செய்தது. விலங்கு இனங்களை விளக்கும் சித்திரப் புத்தகத்தைப் பார்த்துப் பார்த்து மகிழ்வதில் அவளுக்கு ஒரு தனி ஆனந்தம். புத்தகம் அன்னிய மொழியிலிருந்த போதிலும், அந்தச் சித்திரங்களிலிருந்தே அவள் இந்தப் பூலோகத்தின் விசாலத்தையும், அழகையும், செல்வத்தையும் உணந்தறிய முடிந்தது.

"அம்மாடி! இந்த உலகம் எவ்வளவு பெரிதாயிருக்கிறது!" என்று அவள் ஒரு நாள் நிகலாயிடம் வியந்து போய்க் கூறினாள்.

அவளுக்குப் பூச்சி பொட்டுகளின் சித்திரங்களைப் பார்ப்பதில் பேரானந்தம்; அதிலும் வண்ணத்துப் பூச்சிகளைக் காண்பதில் ஓர் அலாதி ஆசை. அவற்றின் சித்திரங்களை வியப்போடு பார்த்துக்கொண்டே அவள் பேசுவாள்:

"நிகலாய் இவானவிச்! இவை அழகாயில்லை? இந்த மாதிரியான அற்புத அழகு எங்கெங்கெல்லாம்தாம் பரந்து கிடக்கிறது. ஆனால், நமது கண்ணுக்கு இவை படுவதேயில்லை; நாம் இவற்றைக் கவனிக்காமலேயே விட்டுவிடுகிறோம். எதையுமே அறிந்து கொள்ளாமல், தங்களது கண்களைக் குளிரவைக்கும் காட்சிகளைக்

காணாமல், அவற்றைத் தெரிந்து கொள்வதற்கு நேரம் இல்லாமல், ஆசை கூட இல்லாமல், மனிதர்கள் பரபரத்துத் திரிகிறார்கள். இந்த உலகத்திலே எத்தனைச் செல்வங்கள் இருக்கின்றன, எத்தனை எத்தனை அற்புதமான உயிரினங்கள் இருக்கின்றன என்பதை மட்டும் நாம் தெரிந்துகொண்டால், நமக்கு எவ்வளவு ஆனந்தம் ஏற்படும்? ஒவ்வொரு பொருளும் ஒவ்வொருவருக்காக இருக்கிறது; ஒவ்வொன்றும் எல்லோருக்காகவும் இருக்கிறது – நான் சொல்வது சரிதானே?"

"ஆமாம் ரொம்ப சரி" என்று புன்னகை செய்துகொண்டே கூறிய நிகலாய், தாய்க்கு இன்னொரு படப் புத்தகத்தைக்கொண்டு வந்து கொடுத்தான்.

இரவு நேரங்களில் அவனைப் பார்க்க எத்தனையோ பேர் வந்து போவார்கள். அவனது விருந்தாளிகளில் சிலர் முக்கியமானவர்கள். அலெக்சி வசீலியவிச் – அவன் வெளுத்த முகமும் கறுத்த தாடியும் கொண்டவன். அழகானவன்; ஆனால் மிகுந்த அழுத்தமும் அடக்கமும் கொண்ட ஆசாமி. ரமான் பெத்ரோவிச் – பருக்கள் நிறைந்த உருண்டை முகத்தை உடையவன்; எதற்கெடுத்தாலும் கசந்து போய் நாக்கை அடிக்கடி சப்புக் கொட்டுவான். இவான் தனீலவிச் – மெலிந்து ஒடுங்கிய குள்ளப்பிறவி; கூரிய தாடியும் மெலிந்த குரலும் உடையவன்; அவசரமாக கீச்கீச்சென்றும் குத்தலாகத் துளைத்துத் துளைத்தும் பேசுவான். இகோர் – இவன் தன் உடம்பிலே வளர்ந்து வரும் நோயை நினைத்தும், தன் தோழர்களைப் பார்த்தும், தன்னைப் பார்த்துமே எப்போதும் சிரித்த வண்ணமாயிருப்பான். எங்கெங்கோ தூரதொலை நகரங்களிலிருந்தெல்லாம் பலரும் அங்கு வந்து போவதுண்டு. நிகலாய் அவர்களோடு நெடுநேரம் அமைதியாகப் பேசுவான். ஆனால் அவன் பேசுவதோ ஒரே ஒரு விசயத்தைப் பற்றித்தான் – உலகத் தொழிலாளி மக்கள் பற்றித்தான்! – அவர்கள் விவாதிப்பார்கள்; விவாத வேகத்தால் உத்வேகம் பெற்றுக் கைகளை ஆட்டிக்கொள்வார்கள்; அமிர்தமாகத் தேநீர் பருகுவார்கள். ஒருபுறத்தில் அவர்கள் பேசிக் கொண்டிருக்கும் போதே நிகலாய் என்னென்ன அறிக்கைகள் வெளியிட வேண்டும் என்பதை யோசித்து எழுதுவான். பிறகு அவற்றைத் தன் தோழர்களிடம் வாசித்துக் காட்டுவான். அவர்கள் உடனே அந்த அறிக்கையினைப் பிரதி எடுத்துக்கொள்வார்கள். அதன் பிறகு அவனால் கிழித்துப் போடப் பட்ட நகல் காகிதப் பிரதிகளின் துண்டு துணுக்குகளை எல்லாம் பொறுக்கியெடுத்து அவற்றை எரித்துப் பொசுக்கிவிடுவாள் தாய்.

அவர்கள் தேநீர் பரிமாறும்போதே தாய் அவர்களைப் பார்ப்பாள்; தொழிலாளி மக்களின் வாழ்க்கை பற்றியும், விதியைப்

பற்றியும், அவர்களுக்கு எப்படி உண்மையை மேலும் சிறப்பாகவும் விரைவாகவும் உணர்த்தி, அவர்களது உள்ளங்களை ஒன்றுபட்டு ஓரணியில் நிற்கச் செய்வது என்பதைப் பற்றியும் அவர்கள் உற்சாகத்துடன் பேசுவதைக் கண்டு தாய் வியப்படைவாள். அவர்கள் அடிக்கடி கோபாவேசமடைந்து, பல்வேறு அபிப்பிராயங்களையும் ஆதரித்துப் பேசுவார்கள்; ஒருவரையொருவர் கடுமையாகவும் கண்டிப்பாகவும் குறைகூறிக் கொள்வார்கள்; ஒருவருக்கொருவர் மனம் புண்படும்படி பேசுவார்கள்; காரசாரமாக விவாதிப்பார்கள்.

அவர்கள் அறிந்து கொண்டதைவிட, தொழிலாளர்களின் வாழ்க்கையைப் பற்றித் தனக்கே அதிகம் தெரியும் என்று உணர்ந்தாள் தாய். அவர்கள் ஏற்றுக்கொண்டுள்ள பணியின் மகத்துவத்தை அவர்களைவிடத் தானே தெள்ளத் தெளிவாகக் காண்பது போல அவளுக்குத் தோன்றியது. இந்த உணர்ச்சியால், கணவன், மனைவிக்கிடையே நிலவும் உறவு என்னவென்று அறியாத குழந்தைகள், கணவன் மனைவி விளையாட்டு விளையாடுவதைப் பார்ப்பது போலத்தான் அவள் அவர்களைப் பார்த்தாள். தன்னையுமறியாமலே அவள் அவர்களது பேச்சை பாவெல், அந்திரேய் முதலியோரது பேச்சுக்களோடு ஒப்பிட்டுப் பார்த்தாள். அந்த ஒப்பு நோக்கினால் இரண்டுக்கும் ஏதோ வித்தியாசம் இருப்பதுபோலத் தோன்றினாலும், அது என்ன என்பது மட்டும் அவளுக்குப் புரியவில்லை. சமயங்களில், தான் குடியிருந்த தொழிலாளர்கள் குடியிருப்பிலுள்ள வீட்டில் பேசுவதைவிட, இவர்கள் ஒரேடியாய் உரத்துக் கூச்சலிட்டுப் பேசுவதுபோல் அவளுக்குத் தோன்றியது. அதற்குத் தனக்குத் தானே விளக்கமும் கூறிக்கொண்டாள்:

“இவர்களுக்கு அதிக விசயம் தெரியும்; எனவே அதிகமாகச் சத்தம் போட்டுப் பேசுகிறார்கள்; அவ்வளவுதான்.”

ஆனால், அடிக்கடி அவள் மனத்தில் ஓர் எண்ணம் தோன்றியது. அந்த மனிதர்கள் வேண்டுமென்றே ஒருவரையொருவர் கிண்டிக் கிளறிவிட்டுப் பேசுவதையும், தங்களது ஆர்வத்தை வேண்டுமென்றே பெரிதாக வெளிக்காட்டிக் கொள்வதாகவும், ஒவ்வொருவனும் மற்றவனைவிட, தான்தான் உண்மையை நன்கு உணர்ந்து அதைச் சமீபித்து விட்டதாக நிரூபிக்க முயல்வது போலவும், அப்படி ஒருவன் பேசும்போது, மற்றவர்கள் ஒவ்வொருவரும் தாம்தான் உண்மையை நெருங்கி, அதைத் தெளிவாக உணர்ந்து விட்டதுபோல் காரசாரமாக, பெருவிருப்போடு பேசிக்கொள்வது போலவும் தாய்க்குத் தோன்றியது. ஒவ்வொருவனும் அடுத்தவனைவிட ஒரு படி மேலே தாவிச் செல்ல விரும்புவதுபோல் அவள் மனத்தில்

பட்டது; இந்த உணர்ச்சி அவளது மனத்தில் ஒரு சோகச் சலனத்தை ஏற்படுத்தியது. துடிதுடிக்கும் புருவங்களோடும் இரக்கத்தோடு கேட்கும் கண்களோடும் அவள் அவர்களைப் பார்ப்பாள். பார்த்தவாறே தனக்குத் தானே நினைத்துக்கொள்வாள்:

"இவர்கள் அனைவரும் பாஷாவையும், அவனுடைய தோழர்களையும் மறந்தே போய் விட்டார்கள்..."

அவர்களது விவாதங்கள் அவளுக்குப் புரியாவிட்டாலும் அவள் அவற்றைக் கவனமாகக் கேட்டாள். ஆனால், அந்த வார்த்தைகளுக்குப் பின்னால் மறைந்திருக்கும் உணர்ச்சியைத் தான் அவள் உணர முயன்றாள். எது நல்லது என்பதைப் பற்றித் தொழிலாளர் குடியிருப்பில் பேச்செழுந்த காலங்களில், ஏதோ ஒரு முழு உருவம்போல் கருதி அனைவரும் அதை ஒப்புக் கொள்வார்கள்; ஆனால் இங்கு இவர்கள் அதைப் பற்றிப் பேசும்போதோ அந்த நல்ல தன்மை துண்டுபட்டுச் சிதறி, சிறுமையடைந்து போவதுபோல் அவளுக்குத் தோன்றியது. அங்கு அவர்களது உணர்ச்சிகளோ ஆழமும் உறுதியும் வாய்ந்தனவாயிருந்தன; இங்கோ, இவர்களது உணர்ச்சியோ வஞ்சனைப் புத்தி படிந்து, எதையுமே வெட்டிப் பேசுவதாக இருந்தது. இங்கு இவர்கள் பழைமையைத் தகர்த்தெறிவதைப் பற்றித்தான் அதிகமாகப் பேசினார்கள். அவர்களோ புதுமையை உருவாக்குவதைப் பற்றியே அதிகமாகக் கனவு கண்டார்கள். இந்தக் காரணத்தினால்தான் அவளுடைய மகனின் பேச்சும் அந்திரேயின் பேச்சும் மிகுந்த ஆழம் பொருந்தியதாகவும், அவளுக்கு மிகவும் பிடித்துப் போனதாகவும் இருந்தன.

தொழிலாளர்களிடமிருந்து யாரேனும் நிகலாயைப் பார்க்க வந்தால், அவன் அவர்களிடம் மெத்தனமாகவும் அநாயாசமாகவும் நடந்து கொள்வதையும் அவள் கண்டாள். அவனது முகத்தில் இனிமை ததும்பும் ஒரு மகிழ்ச்சிபாவம் தோன்றும்; அவனும் ஏதோ இயற்கைக்கு மாறான மாதிரி, அவர்களிடம் விருப்பப்படி எல்லாம் சில நேரங்களில் கவனக் குறைவாகவும் சில நேரங்களில் கொச்சையாகவும் பேசுவான்.

"இப்படிப் பேசினால்தான் அவர்களுக்குப் புரியும் என்று நினைக்கிறான் போலிருக்கிறது" என்று அவள் தனக்குள் நினைத்துக் கொள்வாள்.

ஆனால், இந்த எண்ணம் மட்டும் அவளைத் திருப்திப் படுத்தவில்லை. அவனைப் பார்க்க வந்த தொழிலாளியும் அவனிடம் மனம்விட்டுப் பேசாமல், எல்லாவற்றையும் உள்ளடக்கிக்கொண்டே பேசுவதாக அவளுக்குத் தோன்றியது. சாதாரணத் தொழிலாளி

குடும்பப் பெண்ணான அவளோடு, எவ்வளவு எளிதாகவும் தாராளமாகவும் அந்தத் தொழிலாளி பேசினானோ, அதே மாதிரி நிகலாயிடம் அவன் மனம்விட்டுப் பேசக் காணோம். ஒரு தடவை நிகலாய் அந்த அறையைவிட்டுச் சென்ற சமயத்தில், அவள் வந்திருந்த இளைஞனைப் பார்த்துப் பேசினாள்:

"நீ எதற்காகப் பயப்படுகிறாய்? நீ என்ன உபாத்தியாயரிடம் பாடம் ஒப்புவிக்கின்ற சிறுவனா? இல்லையே!"

அந்த இளைஞன் பல்லைக் காட்டிச் சிரித்தான்.

"பழக்கப்படாத இடத்தில் நண்டும் கூட முகமும் சிவக்கும்... என்ன இருந்தாலும், இவர் நம்மைப் போன்றவரில்லையே!"

சமயங்களில் சாஷா வருவாள். அவள் வந்தால் வெகுநேரம் தங்கமாட்டாள். சிரிப்பே இல்லாமல் வந்த விசயத்தைப் பற்றி மட்டுமே அவள் எப்போதும் பேசுவாள். போகும்போது தாயிடம் மாத்திரம் ஒரு வார்த்தை கேட்டுவிட்டுப் போவாள்.

"பாவெல் மிகாய்லவிச் எப்படியிருக்கிறான்?"

"சௌக்கியமாய்த்தானிருக்கிறான்; சந்தோசமாகத்தான் இருக்கிறான்; எல்லாம் கடவுள் அருள்!"

"நான் விசாரித்ததாகச் சொல்லுங்கள்!" என்று சொல்லிவிட்டு உடனே மறைந்து விடுவாள் சாஷா.

ஒருமுறை, பாவெலை விசாரணை செய்யாமலே அவனை அதிக காலமாகக் காவலின் வைத்திருப்பதைப் பற்றி அவளிடம் தாய் புகார் கூறினாள். சாஷா முகத்தைச் சுழித்தாள், எதுவும் பேசவில்லை; எனினும் அவளது கைவிரல்கள் மட்டும் முறுக்கிப் பிசைந்து கொண்டன.

தாய்க்கு அவளிடம் அந்த விசயத்தைச் சொல்லிவிட வேண்டும் என்று ஆசை எழுந்தது.

'அடி, கண்ணே! நீ அவனைக் காதலிப்பது எனக்குத் தெரியும்.'

ஆனால் அதைச் சொல்வதற்கு அவளுக்குத் துணிவில்லை. அந்தப் பெண்ணின் அழுத்தம் நிறைந்த முகமும், இறுகிய உதடுகளும், வெட்டு ஒன்று துண்டு இரண்டாக விசயத்தைப் பற்றி மட்டுமே பேசும் அவளது பேச்சும் தாயின் மனத்தில் எழும் அன்புணர்ச்சியை எதிர்த்துத் தள்ளின. எனவே அவள் பெருமூச்செறிந்தவாறே தன் கையினால் சாஷாவின் கையை அழுத்திப் பிடிப்பாள்; தனக்குள்ளாகவே நினைத்துக் கொள்வாள்:

'அடி என் கண்ணே! நீ ஒரு துர்ப்பாக்கியசாலி...'

ஒரு நாள் நதாஷா வந்தாள். வந்த இடத்தில் தாய் இங்கு வந்திருப்பதைக் கண்டு அவளுக்கு ஒரே பேரானந்தம். அவள் தாயை அணைத்து முத்தமிட்டாள். பிறகு திடீரென்று அமைதி நிறைந்த குரலில் பேசினாள்:

"என் அம்மா செத்துப் போனாள். பாவம், செத்துப் போனாள்..."

அவள் தன் தலையை நிமிர்த்திச் சிலுப்பிவிட்டு, கண்களை விருட்டென்று துடைத்துவிட்டுக்கொண்டு பேசினாள்:

"பாவம்! அவளுக்கு இன்னும் ஐம்பது வயது கூட நிறையவில்லை. அவள் இன்னும் ரொம்ப நாளுக்கு உயிர் வாழ்ந்திருக்கலாம். ஆனால், அவள் வாழ்ந்துவந்த வாழ்க்கையைவிட, அவள் செத்துப்போனதே நல்லது என்றுதான் எனக்குப்படுகிறது. அவள் தன்னந்தனியாளாக, பக்கத்திலே யார் துணையுமின்றி, யாருக்கும் தேவையற்றவளாக எப்போது பார்த்தாலும் என் தந்தையின் அதட்டலுக்கும் அடக்கு முறைக்கும் ஆளானவாறே வாழ்ந்தாள். இந்த மாதிரிப் பிழைப்பை வாழ்வென்று சொல்ல முடியுமா? மற்றவர்கள் ஏதோ நல்லகாலம் வரத்தான் போகிறது என்கிற நம்பிக்கையிலாவது வாழ்கிறார்கள். ஆனால், என் தாயோ நாளுக்கு நாள் அதிகப்படியான வசவுகளைக் கேட்டுக் கொண்டிருப்பதைத் தவிர, வேறு எதையுமே எதிர்பார்க்க முடியவில்லை; அந்த நம்பிக்கை அவளுக்கு இல்லை."

"நீங்கள் சொல்வது உண்மை, நதாஷா!" என்று சிந்தித்தவாறே சொன்னாள் தாய்; "நல்ல காலத்தை எதிர்பார்த்துத்தான் மக்கள் வாழ்கிறார்கள். எந்தவித நம்பிக்கையுமே இல்லாவிட்டால், அது எந்த வாழ்வோடு சேர்த்தி?" அவள் அந்தப் பெண்ணின் கையைத் தட்டிக் கொடுத்தாள்; "அப்படியென்றால், நீங்கள் இப்போது தனியாகத்தான் இருக்கிறீர்கள், இல்லையா?"

"ஆமாம் தன்னந்தனியாகத்தான்" என்று லேசாகச் சொன்னாள் நதாஷா.

"அது சரி" என்று ஒரு கணம் கழித்துப் புன்னகைப் புரிந்தவாறே சொன்னாள் தாய். "நல்லவர்கள் என்றுமே அதிக நாட்கள் தனியாக வாழ்வதில்லை; நல்லவர்களோடு மற்றவர்கள் வந்து எப்போதுமே ஒட்டிக்கொள்வார்கள்."

8

ஒரு நெசவுத் தொழிற்சாலையைச் சேர்ந்த பள்ளிக்கூடத்தில் நதாஷா ஆசிரியை வேலை பெற்றாள்; தாய் அவளுக்கு அவ்வப்போது

சட்டவிரோதமான பிரசுரங்களையும், பத்திரிகைகளையும், அறிக்கைகளையும் கொண்டுபோய்க் கொடுத்துவிட்டு வருவாள்.

இதுவே அவளது வேலையாகி விட்டது. மாதத்தில் எத்தனையோ தடவை அவள் ஒரு கன்னியாஸ்திரி மாதிரியோ அல்லது துணிமணி, ரிப்பன், லேஸ் முதலியனவற்றை விற்கும் அங்காடிக்காரி போலவோ, அல்லது செயலுள்ள பட்டணக்கரைக் குடும்பப் பெண் மாதிரியோ, பக்திமயமான புண்ணிய ஸ்தல யாத்திரிகை போலவோ மாறு வேடம் தரித்துக்கொள்வாள்; தோளிலே ஒரு பையையாவது; கையிலே ஒரு டிரங்குப் பெட்டியையாவது தூக்கிக்கொண்டே அவள் அந்த மாகாணம் முழுவதும் சுற்றித் திரிந்தாள். ரயிலாகட்டும், படகாகட்டும், ஹோட்டலாகட்டும், சத்திரம் சாவடிகளாகட்டும், எங்கு போனாலும் அவள்தான் அங்குள்ள அன்னியர்களிடம் மிகுந்த அமைதியோடு முதன்முதல் பேச்சைத் தொடங்குவாள். கொஞ்சம் கூடப் பயமில்லாமல் தன்னுடைய அனுபவ அறிவினாலும், சுமுகமாகப் பழகும் தன்மையாலும் அவர்களது கவனத்தையெல்லாம் தன்பால் கவர்ந்துவிடுவாள்.

மக்களோடு பேசுவதிலும் அவர்களது கதைகளையும் குறைபாடுகளையும், அவர்களைப் புரியாது மயங்க வைக்கும் விசயங்களையும் கேட்டுத் தெரிந்து கொள்வதிலும் அவள் விருப்பம் கொண்டாள். வாழ்க்கையில் மிகவும் சலித்துப் போய், காலத்தின் கோலத்தால் தமது வாழ்க்கையில் அடி மேல் அடி வாங்கியதை எதிர்த்து, அவற்றைத் தவிர்ப்பதற்கு, தன் மனத்தில் எழும் தெள்ளத் தெளிவான கேள்விகளுக்கு விடையும் மார்க்கமும் தெரியாமல், அதைத் தெரிந்து கொள்வதற்கு இடைவிடாது துடியாய்த் துடித்துக் கொண்டிருக்கும் மக்களில் யாரையேனும் கண்டால், தாய்க்கு ஒரே ஆனந்தம் உண்டாகும். கும்பிக்கொதிப்பைத் தவிர்ப்பதற்காக மனிதர்களால் நடத்தப்படும் அமைதியின்மை நிறைந்த போராட்ட வாழ்க்கைச் சித்திரங்கள் அவளது கண் முன்னால் திரை விரித்துப் படர்ந்து தெரியும். எங்கு பார்த்தாலும் மனிதர்களை ஏமாற்றி ஏதாவது ஆதாயம் பார்ப்பதற்காகவென்று செய்யும் கொச்சைத்தனமான அப்பட்டமான முயற்சிகளையும், சொந்த சுயநலத்துக்காக மக்களைக் கசக்கிப் பிழிந்து அவர்களது கடைசிச் சொட்டு வரையிலும் உறிஞ்சிக் குடிப்பதையும், அவள் தெள்ளத் தெளிவாகக் காண முடிந்தது. உலகத்திலே அமோகமான வளமும் செல்வமும் நிறைந்திருப்பதையும், அதே சமயத்தில் பெரும்பான்மையான மக்கள் இந்தச் செல்வ வளத்துக்கு மத்தியிலேயும் கூட அரைப்பட்டினி குறைப்பட்டினியாக உயிர் வாழ்வதையும், எப்போதும் தேவையின் நிர்ப்பந்தத்துக்கு ஆளாகி வாழ்வதையும் அவள் கண்டாள்.

தேவாலயங்களிலோ பொன்னும் வெள்ளியும் நிறைந்து கிடந்தன; அவற்றால் ஆண்டவனுக்கு எந்தப் பயனும் இல்லை. அதே சமயத்தில், அந்தக் கோயில்களின் வாசல்களிலே பிச்சைக்காரர்கள் நடுநடுங்கிக்கொண்டே, தங்களுடைய கைகளிலே வந்துவிழும் பிச்சைக்காசுக்காகப் பயனின்றிக் காத்துக் கிடந்தார்கள். இதற்கு முன்பு கூட அவள் இது மாதிரிக் காட்சிகளைக் கண்டிருக்கிறாள். பணம் படைத்த தேவாலயங்களையும், பொன்னாபரணம் கொண்ட உடைகளை அணிந்த பாதிரிகளையும் அவள் கண்டிருக்கிறாள்; இந்த நிலைமை பிச்சைக்காரர்களின் குடிசைகளுக்கும், கிழிந்த பழங்கந்தையாய்ப் போய், மானத்தை மறைக்கக் கூட இயலாத அவர்களது துணிகளுக்கும் எதிர்மறையான காட்சியாயிருப்பதையும் அவள் கண்டிருக்கிறாள். ஆனால் முன்பெல்லாம் அவள் இந்த மாதிரி எதிரும் புதிருமான வித்தியாசத்தை இயற்கை நியதி என்று கருதிச் சமாதானம் அடைந்தாள். இப்போதோ இந்த நிலைமை அவளால் தாங்க முடியாததாயிருந்தது. பணக்காரர்களைவிட ஏழைகட்கு தேவாலயம் அருகிலேயும் தேவை மிக்கதாயும் இருப்பதாக அவளுக்குத் தோன்றியது; எனவே பிச்சைக்காரர்களுக்கு இழைக்கும் எந்தக் கொடுமையையும் அவளால் பொறுக்க முடியவில்லை.

அவள் பார்த்த கிறிஸ்து நாதரின் சித்திரங்களிலிருந்தும், கிறிஸ்துவைப் பற்றி அவள் கேள்விப்பட்டிருந்த கதைகளிலிருந்தும், கிறிஸ்து நாதர் எளிய உடைகள் தரித்து ஏழைகளின் நண்பராகவே இருந்தார் என்பதை அவள் அறிந்திருந்தாள். ஆனால், இந்தத் தேவாலயங்களிலோ கிறிஸ்து நாதரின் உருவத்தை அவர்கள் பளபளக்கும் பொன்னாலும், சரசரக்கும் பட்டாடைகளாலும் அலங்கரித்திருந்தார்கள்; பிச்சைக்காரர்கள் அவரது அருளை நாடி தேவாலயத்துக்கு வந்தால் அந்தப் பட்டாடைகள் அவர்களைப் பார்த்துச் சீறிச் செருமுவதாகவே அவளுக்குத் தெரிந்தது. அப்போதெல்லாம் அவள் ரீபின் சொன்ன வாசகத்தைத் தன்னையும் அறியாமல் நினைத்துக்கொள்வாள்:

"கடவுளைக் கொண்டும் நம்மை ஏமாற்றிவிட்டார்கள்!"

அவள் தன்னையும் அறியாமலே வரவரப் பிரார்த்தனை செய்வதைக் குறைத்துவிட்டாள். ஆனால், கிறிஸ்துவைப் பற்றி அதிகமாக நினைத்தாள்; அதுமட்டுமல்லாமல், கிறிஸ்து நாதரின் பெயரையே சொல்லாமல், அவரைப் பற்றித் தெரிந்துகூடக் கொள்ளாமல், அதே சமயத்தில் அவள் தனக்குள்ளாகக் கருதியதுபோல், கிறிஸ்து நாதரது கொள்கைகளின்படி வாழ்ந்து, அவரைப் போலவே இந்த உலகத்தை ஏழைகளின் சாம்ராச்சியமாகக் கருதி, இவ்வுலகின் சகல செல்வங்களையும் மக்கள் குலத்தோர் அனைருக்கும் சரிநிகர்

சமானமாகப் பங்கீடு செய்ய வேண்டும் என்று விரும்பி வாழ்கின்ற மக்களைப் பற்றியும் அவள் அதிகமாகச் சிந்தித்தாள். அவளது மனம் இந்த எண்ணத்தின் மீதே பதிந்து படிந்தது. அவளது சிந்தனைகள் அவளது மனத்துக்குள்ளாகவே விரிந்து வளர்ந்து அவள் பார்க்கின்ற பொருளனைத்தையும் கேட்கின்ற விசயங்கள் அனைத்தையும், அணைத்து ஆரத்தழுவி, வரவரக் கூர்மை பெற்று வளர்ந்தோங்கி, ஒரு பிரார்த்தனையின் பிரகாசத்தோடு விளங்கின. இந்த இருள் சூழ்ந்த உலகத்தின் சகலதிசைக் கோணங்கள் மீதும், தமது சர்வ மக்கள் சமூகத்தின்மீதும், வாழ்க்கையின்மீதும் ஒளிப் பிரவாகத்தை எங்கெங்கும் ஒரே சமனமாகப் பாய்ச்சி ஒளி செய்தன. தான் என்றென்றும் ஒரு மங்கிய பரிவுணர்ச்சியோடு நேசித்து வந்த கிறிஸ்து நாதர் – துக்கம் கலந்த இன்பமும் பயங்கலந்த நம்பிக்கையும் ஒன்றோடொன்று பின்னிப் பிணைந்த குழப்ப உணர்ச்சியோடு நேசித்து வந்த அதே கிறிஸ்து நாதர் – தன்னருகே நெருங்கி வந்துவிட்டது போன்று தாய்க்குத் தோன்றியது. இப்போதோ, ஏசு கிறிஸ்து முன்னைவிட உயர்ந்த இடத்தில் கண்ணெட்டும் தூரத்தில், ஒளிரும் முகத்தோடு மகிழ்வாய் வீற்றிருப்பதுபோல் அவளுக்குத் தோன்றியது. மனிதர்களின் நண்பராக கிறிஸ்துவின் பெயரைக் கூட, மரியாதையின் காரணமாகச் சொல்லக் கூசிய மக்கள், அவரது, திருநாமத்துக்காகத் தங்கள் இரத்தத்தைத் தாராளமாகச் சிந்தினார்கள். அந்தப் புனித இரத்தத்தால் கழுவப் பெற்று, புத்துணர்ச்சி பெற்று, உண்மையாகவே அவர் மீண்டும் உயிர்த்தெழுந்து வந்துவிட்டதுபோல அவளுக்குத் தோன்றியது. தனது சுற்றுப் பிராயணங்களை முடித்துவிட்டு, அவள் திரும்பி வந்து நிகலாயைச் சந்திக்கும்போது மிகுந்த உணர்ச்சியும் உவகையும் கொண்டவளாக இருப்பாள். வழியெல்லாம் அவள் கண்ட விசயங்களுமே அந்த உவகைக்குக் காரணம். தனது கடமையை நிறைவேற்றிவிட்ட திருப்தியில் அவள் மனம் குதூகலித்து நிறைவு பெறும்.

"இந்த மாதிரிச் சுற்றித் திரிந்து எவ்வளவோ விசயங்களைக் காண்பது மிகவும் நன்றாயிருக்கிறது" என்று ஒரு நாள் மாலை அவள் அவனிடம் சொன்னாள். "இவற்றால் நாம் வாழ்க்கையைப் புரிந்துகொள்ள முடிகிறது. மக்களோ வாழ்க்கையின் கடைக்கோடிக்கே தள்ளிச் செல்லப்பட்டிருக்கிறார்கள். வாழ்வின் எல்லைக் கோடியிலே அவர்கள் என்ன நடந்திருக்கிறது என்பதொன்றும் தெரியாது தட்டுத் தடுமாறித் தடவிக் கொண்டிருக்கிறார்கள். ஆனால், தங்களைப் பிறர் ஏன் இப்படி நடத்த வேண்டும் என்பதை மட்டும் அவர்களால் நினைத்து நினைத்து அதிசயப்படாமலிருக்க முடியவில்லை.

அவர்களை ஏன் இப்படி விரட்டியடிக்க வேண்டும்? எல்லாமே நிறையப் பெருகிக் கிடக்கும்போது அவர்கள் மட்டும் ஏன் பசியால் வாட வேண்டும்? எங்கு பார்த்தாலும் கல்வியறிவு நிறைந்திருக்கும் போது, அவர்கள் மட்டும் ஏன் அஞ்ஞான இருளில் ஒன்றுமறியாத பாமரர்களாயிருக்க வேண்டும்? மக்களைப் பணக்காரன் என்றோ ஏழை என்றோ கருதாமல், தனது அன்பு மிக்க குழந்தைகளைக் கருதும் அந்த கருணையுள்ளவன், அந்தக் கடவுள் எங்கு போனார்? தங்களுடைய வாழ்க்கையைப் பற்றி, மக்கள் சிந்திக்கும் போது அவர்களுக்கு ஆத்திரம்தான் பொங்குகிறது.

இந்த அநீதியைத் தவிர்க்க ஏதேனும் செய்யாவிட்டால், அந்த அநீதியே தங்களைத் துடைத்துத் தூர்த்து அழித்துவிடும் என்பதை அவர்கள் உணர்கிறார்கள்."

மக்களது வாழ்க்கைக்கு இழைக்கப்படும் அநீதிகளைப் பற்றி அந்த மக்களிடம் தான் பேச வேண்டும் என்கிற ஆசை அவளுக்கு எத்தனையோ சமயங்களில் எழுவதுண்டு; சமயங்களில் இந்த ஆசையை அடக்கியாள்வதே அவளுக்குப் பெரும்பாடாய்விடும்.

தாய் சித்திரப் புத்தகங்களைக் குனிந்து பார்த்துக் கொண்டிருப்பதை நிகலாய் கண்டுவிட்டால் உடனே லேசாகப் புன்னகை புரிவான்; அவளுக்கு உலகத்து அதிசயங்களில் ஏதாவது ஒன்றைப் பற்றிச் சொல்லுவான். மானுடத்தின் துணைவேண்டாப் பெருவீரனின் துணிச்சலைக் கண்டு வியந்துபோய் அவள் திடுக்கெனக் கேட்பாள்.

"இப்படியும் நடக்க முடியுமா?"

தனது தீர்க்கதரிசனத்தின் உண்மையின் மீது தான் கொண்டுள்ள அசைக்க முடியாத ஆணித்தரமான உறுதியோடு நிகலாய் அவளைத் தனது கண்ணாடியணிந்த கண்களால் அன்பு ததும்பப் பார்ப்பான்; பார்த்தவாறு எதிர்காலச் சித்திரத்தை விளக்கிச் சொல்லத் தொடங்குவான்:

"மனிதனுடைய ஆசைகள் அளவு கடந்தவை. அவனது சக்தியோ வற்றி மடியாதது! என்றாலும் கூட, இந்த உலகத்தில் ஆத்மபலம் சிறிது சிறிதாகத்தான் பெருகுகிறது. ஏனெனில், இன்று சுதந்திரமாக இருக்கப் பிரியப்படுபவர்கள் எல்லாம் அறிவைச் சேகரிப்பதைவிட, பணத்தையே சேகரிக்க வேண்டிய நிலைமையில் இருக்கிறார்கள். ஆனால், மாந்தர்கள் இந்தப் பேராசையைத் தொலைத்து, தங்களது அடிமைப்படுத்தும் பலவந்தமான உழைப்பிலிருந்து விடுதலை பெற்றால்..."

இந்த வார்த்தைகளின் அர்த்தத்தை அவளால் கண்டுகொள்ள முடியவில்லை. என்றாலும் அவற்றைத் தூண்டிவிடும் அமைதி

நிறைந்த நம்பிக்கை மட்டும் அவளுக்குத் தெள்ளத் தெளிவாகத் தெரியத் தொடங்கியது.

"உலகத்தில் சுதந்திரமாக இருப்பவர்கள் மிகச் சிலரே; அதுதான் துர்ப்பாக்கியம்!" என்றான் அவன்.

அவளுக்கு இது மட்டும் புரிந்தது. பேராசையிலிருந்தும் குரோதத்திலிருந்தும் தம்மை விடுவித்துக் கொண்டவர்களை அவளுக்குத் தெரியும். அந்த மாதிரியானவர்கள் மட்டும் அதிகமாக இருந்தால், வாழ்க்கையின் இருளும் பயங்கரமும் தொலைந்து போகும்; வாழ்க்கை எளிமையாகவும் ஒளி பெற்றும், மகோன்னதமாகவும் விளங்கும்.

"கொடியவர்களாகும் நிர்ப்பந்தத்துக்கு மக்கள் ஆளாகிறார்கள்!" என்று துயரத்தோடு சொன்னான் நிகலாய்.

அதை ஆமோதித்து, அந்திரேய் முன்னர் சொன்ன வார்த்தைகளை எண்ணி, தலையை அசைத்துக் கொண்டாள் தாய்.

9

எப்போதும் வேலையிலிருந்து குறிப்பிட்ட நேரத்துக்கு வீடு திரும்பி வரும் நிகலாய், ஒருநாள் வழக்கத்துக்கு மாறாக நேரம் கழித்துத் திரும்பி வந்தான். வந்தவன் தன்னுடைய உடுப்புகளைக் கூடக் களையாமல் கைகளைப் பதறிப்போய்ப் பிசைந்துகொண்டே சொன்னான்:

"நீலவ்னா! நம்முடைய தோழர்களில் ஒருவன் சிறையிலிருந்து தப்பி ஓடி விட்டானாம், யாராயிருக்கலாம்? என்னால் கண்டுபிடிக்க இயலவில்லை..."

தாயின் உடம்பு ஆட்டம் கண்டு அசைந்தது.

"பாவெலாயிருக்குமோ?" என்று ஓர் ஆசனத்தில் உட்கார்ந்துகொண்டே மெதுவாகக் கேட்டாள் அவள்.

"இருக்கும்!" என்று தோளை அசைத்துக் கொண்டே சொன்னான் நிகலாய்; "ஆனால் அவனை மறைத்து வைப்பதற்கு நான் என்ன செய்வது? அவனை எங்கே கண்டுபிடிப்பது? அவனைக் கண்டுபிடித்துவிடலாம் என்கிற நம்பிக்கையோடு நான் தெருத்தெருவாய்ச் சுற்றி அலைந்தாகிவிட்டது; அலைந்தது முட்டாள் தனம்தான். ஆனால் நாம் ஏதாவது செய்தாக வேண்டுமே. நான் பழையபடியும் போகிறேன்..."

"நானும் வருகிறேன்" என்று கத்தினாள் தாய்.

"நீங்கள் இகோரிடம் போய், அவனுக்கு ஏதாவது விசயம் தெரியுமா? என்று தெரிந்துகொண்டு வாருங்கள்" என்று சொல்லிவிட்டு, அவன் அவசரமாக வெளியேறினான்.

தாய் தன் தலைமீது ஒரு சவுக்கத்தை எடுத்துப் போர்த்திக்கொண்டு அவனைத் தொடர்ந்து தெருவுக்கு விரைந்து சென்றாள்; அவள் மனத்தில் நம்பிக்கை நிறைந்திருந்தது. அவளது கண்கள் செவ்வரி படர்ந்து அசைந்தன; அவளது இதயம் படபடத்துத் துடித்து, ஓடுகின்ற மாதிரி அவளை வேகமாக விரட்டியடித்தது. அவள் தன் தலையைக் குனிந்தவாறே எதிரிலுள்ள எவற்றையுமே பார்க்காமல், தான் எதிர்பார்த்துச் செல்வதை எதிரே கண்டுவிடலாம் என்கிற எண்ணத்தோடேயே சென்று கொண்டிருந்தாள்.

"நான் அங்கே அவனைக் கண்டுவிட்டேன் என்றால்!" – அவளது இந்த நம்பிக்கையே அவளை விரட்டி விரட்டி முன்னேறச் செய்தது.

பொழுது வெப்பமாயிருந்தது. அவளும் களைத்துப் போய் மூச்சுவிடத் திணறினாள். இகோரின் வீட்டுப் படிக்கட்டுக்குச் சென்றவுடன் அவளால் ஓர் அடி கூட முன்னே செல்ல முடியவில்லை. அவள் நின்றாள், சுற்றுமுற்றும் பார்த்தாள்; திடீரென ஒரு கூச்சலிட்டுக் கண்களை மூடிக்கொண்டு விட்டாள்! அந்த வீட்டு வாசலில், தனது பாக்கெட்டுக்குள் கைகளை விட்டுக்கொண்டு நிகலாய் வெஸோவ்ஷிகோவ் நிற்பதுபோலத் தோன்றியது! அவள் மீண்டும் பார்த்த போது அங்கு யாரையுமே காணோம்.

"இது என் மனப் பிராந்திதான்!" என்று நினைத்துக்கொண்டே படியேறினாள். காதுகளைத் தீட்டிக் கேட்டாள். வெளி முற்றத்தில் யாரோ மெல்ல மெல்ல நடக்கும் காலடியோசை அவள் காதில் விழுந்தது. அவள் படியேறி மேலே சென்று பார்த்தாள். மீண்டும் அதே முகம், அதே அம்மைத் தழும்பு விழுந்த முகம் தன்னைப் பார்த்துப் புன்னகை புரிந்தவாறு நிற்பதைக் கண்டாள்.

"நிகலாய்! நிகலாய்!" என்று கத்திக்கொண்டே ஏமாற்றத்தால் வேதனையடைந்த இதயத்தோடு அவனை நோக்கி ஓடினாள்.

"நீ போ, போ" என்று தன் கையை ஆட்டிக்கொண்டே அமைதியாகச் சொன்னான், அவன்.

அவள் விடுவிடென்று மாடிப் படியேறி இகோரின் அறைக்கு வந்தாள்; அங்கு அவன் ஒரு சோஃபாவில் படுத்திருப்பதைக் கண்டாள்.

"நிகலாய் ஓடி வந்து விட்டான் சிறையிலிருந்து!" என்று அவள் திக்கித் திணறினாள்.

தொ.மு.சி. ரகுநாதன்

"எந்த நிகலாய்?" என்று கரகரத்த குரலில் கேட்டுக்கொண்டே தலையணையிலிருந்து தலையைத் தூக்கினான்; "இரண்டு நிகலாய் இருக்கிறார்களே."

"வெஸோவ்ஷிகோவ். அவன் இங்கே வந்து கொண்டிருக்கிறான்!"

"சபாஷ்!"

இந்தச் சமயத்தில் நிகலாய் வெஸோவ்ஷிகோவே அறைக்குள் வந்து விட்டான். உள்ளே வந்ததும் அவன் கதவைத் தாளிட்டான்; தன் தொப்பியை எடுத்துவிட்டு, தலையைத் தடவிக் கொடுத்தான்; லேசாகச் சிரித்துக்கொண்டே நின்றான். இகோர் முழங்கைகளை ஊன்றி எழுந்துகொண்டு, தலையை அசைத்தவாறு சொன்னான்:

"வருக, வருக..."

நிகலாய் பல்லைக் காட்டிப் புன்னகை புரிந்தவாறே தாயிடம் நெருங்கி அவள் கையைப் பற்றினான்.

"நான் மட்டும் உன்னைச் சந்தித்திராவிட்டால், மீண்டும் சிறைக்கே திரும்பிப் போயிருப்பேன். எனக்கு நகரில் யாரையுமே தெரியாது. தொழிலாளர் குடியிருப்புக்குத் திரும்பிப் போயிருந்தாலோ ஒரே நிமிடத்தில் அவர்கள் என்னைப் பிடித்திருப்பார்கள். ஏனடா முட்டாள்தனமாய் சிறையிலிருந்து தப்பியோடி வந்தோம் என்று நினைத்துக்கொண்டு அங்குமிங்கும் சுற்றித் திரிந்தேன். திடீரென்று நீலவ்னா தெரு வழியாக ஓடிக்கொண்டிருப்பதைப் பார்த்தேன். உடனே அவளுக்குப் பின்னாலேயே நானும் ஓடி வந்தேன்."

"சரி. நீ எப்படி வெளியே வந்தாய்?" என்று கேட்டாள் தாய்.

அவன் அந்தச் சோபாவின் ஓரத்தில் உட்கார்ந்துகொண்டு தோளைக் குலுக்கிக்கொண்டு பேசத் தொடங்கினான்:

"சந்தர்ப்பச் சிறப்புத்தான்! கிரிமினல் கைதிகள், சிறையதிகாரியைப் பிடித்து உதைத்துக் கொண்டிருந்தார்கள்; அப்போது நான் காற்று வாங்கியவாறு வெளியே உலாவிக் கொண்டிருந்தேன். அந்தச் சிறையதிகாரி ஒரு தடவை எதையோ திருடினான் என்பதற்காக, அவனுக்கு போலீஸ் படையிலிருந்து கல்தா கொடுத்தார்கள். இப்போதோ இந்தப் பயல் ஒவ்வொருத்தனையும் நோட்டம் பார்த்துத் திரிவதும், உளவு சொல்வதுமாகவே இருந்தான்; இவனால் யாருக்குமே நிம்மதி கிடையாது. எனவேதான் அவர்கள் அவனைப் பிடித்து மொத்தினார்கள். ஒரே குழப்பமாக இருக்கவே, சிறையதிகாரிகள் விசில்களை ஊதிக்கொண்டு நாலா பக்கங்களிலிருந்தும் ஓடி வந்தார்கள். நான் சிறைக்கதவுகள் திறந்து கிடப்பதைப் பார்த்தேன்; அதற்கு அப்பாலுள்ள மைதானச்

சவுக்கத்தையும் ஊரையும் பார்த்தேன்; மெதுவாக, கனவில் நடப்பது மாதிரி நடந்து வெளியே வந்தேன். தெருவுக்குள் பாதி தூரத்துக்கு மேல் வந்த பிறகு தான் எனக்கே நினைவு தெளிந்தது. உடனே யோசித்தேன்: எங்கே போவது? திரும்பிப் பார்த்தேன். அதற்குள் சிறைக்கதவுகள் மூடிவிட்டதைக் கண்டேன்...”

“ஹூம்!” என்றான் இகோர். “ஏன் ஐயா! நீங்கள் பேசாமல் திரும்பிப் போய், கதவைத் தட்டி, அவர்களைக் கூப்பிட்டு; ‘ஐயா, என்னை மன்னியுங்கள், கனவான்களே! நான் ஏதோ சிறு பிழை செய்து விட்டேன். பொறுத்தருளுங்கள், என்று சொல்லி பழையபடியும் உள்ளே போயிருக்கலாமே.”

“ஆமாம்” என்று கூறிச் சிரித்தான் நிகலாய். “அது முட்டாள்தனம். யாரிடமும் எதுவும் சொல்லாமல் நான் இப்படி ஓடி வந்து விட்டதானது, என்னுடைய தோழர்களுக்குச் சரியென்று பட்டிராது. சரி, அப்படியே போய்க்கொண்டிருந்தேன். எதிரே ஒரு சவ ஊர்வலம் சென்று கொண்டிருந்தது. ஒரு குழந்தையைப் புதைப்பதற்காகப் போய்க் கொண்டிருந்தார்கள். அவர்களோடு நானும் சேர்ந்து, சவப் பெட்டிக்குப் பக்கமாகச் சென்று என் தலையைத் தொங்க விட்டவாறு, யாரையுமே நிமிர்ந்து பார்க்காமல் நடந்து வந்தேன். இடுகாட்டில் நான் கொஞ்ச நேரம் உட்கார்ந்து காற்று வாங்கினேன். அப்புறம் திடீரென எனக்கு ஒரு யோசனை வந்தது..”

“ஒரே ஒரு யோசனைதானே?” என்று கேட்டுவிட்டு, பெருமூச்செறிந்தான் இகோர். “உன் தலையிலே பல யோசனைகளுக்குத்தான் இடமிருக்காதே என்று நினைத்தேன்.”

வெஸோஷிகோவ் வாய் நிறைந்து சிரித்தான்; தலையை அசைத்துக்கொண்டு பேசினான்:

“ஓ! என் மூளை முன்னை மாதிரி காலியாய் இல்லை! என்ன இகோர் இவானவிச்! உனக்கு இன்னும் சீக்குக் குணமாக வில்லையா?”

“ஒவ்வொருவரும் தம்மால் முடிந்ததைச் செய்கிறார்கள்” என்று ஈரமாய் இருமியவாறு பதிலளித்தான் இகோர். “சரி உன் கதையை ஆரம்பி.”

“அப்புறம் நான் இங்கே இருக்கிற பொது மக்கள் பொருட்காட்சி சாலைக்குள்ளே நுழைந்தேன். உள்ளே சென்று அங்குமிங்கும் சுற்றிப் பார்த்தவாறே யோசித்தான்: எங்கே போவது? என்மீது எனக்குக் கோபம் கூட வந்தது. அத்துடன் பசி வேறே! மீண்டும் தெருவுக்கு வந்தேன். மனமே கசந்துபோய், எரிச்சலோடு நடந்து

வந்தேன். போலீசார் ஒவ்வொருவரையும் கூர்ந்து கூர்ந்து பார்த்துக் கொண்டிருப்பதைக் கண்டேன். 'சரிதான், என்னை மாதிரி மண்ணுப் பிறவியாய் இருந்தால், நான் சிறிது நேரத்தில் எவனாவது ஒரு நீதிபதி முன்னால்தான் இழுத்துச் செல்லப்படுவேன்' என்று நினைத்தேன். இந்தச் சமயத்தில் திடீரென்று என்னை நோக்கி நீலவ்னா ஓடி வருவது தெரிந்தது. நான் ஒரு பக்கமாக ஒதுங்கி நின்றேன்; பிறகு அவளைப் பின் தொடர்ந்தேன். இவ்வளவுதான் விசயம்."

"நான் உன்னைப் பார்க்கவில்லையே!" என்று குற்றம் செய்துவிட்டவள் மாதிரிக் கூறினாள் தாய். அவள் நிகலாயைக் கூர்ந்து பார்த்தாள்; அவன் முன்னைவிட மெலிந்து போய் இருப்பதாக அவளுக்குப் பட்டது.

"அங்குள்ள தோழர்கள் கவலைப்பட்டுக் கொண்டிருப்பார்கள்" என்று தலையைச் சொரிந்து கொண்டே சொன்னான் நிகலாய்.

"சரி. சிறை அதிகாரிகளைப் பற்றி உனக்குக் கவலை இல்லையா? அவர்கள் மீது உனக்கு அனுதாபம் கிடையாதா? அவர்களும்தான் கவலைப்பட்டுக் கொண்டிருப்பார்கள்" என்றான் இகோர். அவன் வாயைத் திறந்து உதடுகளை அசைத்தான். காற்றையே கடித்துச் சுவைத்துத் தின்பது மாதிரி இருந்தது அவனது வாயசைப்பு. "சரி. வேடிக்கைப் பேச்செல்லாம் இருக்கட்டும். முதலில் உன்னை எங்காவது ஒளித்து வைக்க வேண்டுமே. அது ரொம்ப நல்ல காரியம்தான்; ஆனால் லேசில் நடக்கிற காரியமா? நான் மட்டும் எழுந்து நடக்க முடிந்தால்" அவன் பெருமூச்சு விட்டவாறே தன் கைகளை மார்பின் மீது வைத்து நெஞ்சைத் தடவிக் கொடுத்துக்கொண்டான்.

"நீ ரொம்பச் சீக்காயிருக்கிறாய், இகோர் இவானவிச்!" என்று தலையைத் தாழ்த்திக்கொண்டே கூறினான் நிகலாய். தாய் பெருமூச்சு விட்டாள். அந்த அடைசலான சிறு அறையை கவலையோடு பார்த்தாள்.

"அது என் சொந்த விசயம்" என்றான் இகோர். "அம்மா, நீங்கள் அவனிடம் பாவெலைப் பற்றிக் கேளுங்கள். சும்மா இன்னும் பாசாங்கு செய்து கொண்டிராதீர்கள்."

நிகலாய் பல்லைக் காட்டிச் சிரித்தான்.

"பாவெல் நன்றாகத்தான் இருக்கிறான். சௌக்கியமாயிருக்கிறான். அவன்தான் எங்களுக்குத் தலைவன் மாதிரி இருக்கிறான்; அதிகாரிகளோடு பேசுகிறான்; பொதுவாக, அவன்தான் உத்தரவு போடுகிறான். எல்லோரும் அவனை மிகவும் மதிக்கிறார்கள்."

நிகலாய் வெஸோவ்ஷிகோவ் சொல்வதைக் கேட்டவாறே தலையை அசைத்துக் கொண்டாள் தாய். நீலம் பாரித்து உப்பியிருந்த இகோரின் முகத்தையும் கடைக்கண்ணால் பார்த்தாள். அந்த முகமே அசைவற்று உணர்ச்சியற்றுத் தட்டையாயிருப்பதுபோலத் தோன்றியது அவளுக்கு; அவனது கண்கள் மட்டும்தான் உணர்ச்சியோடும் உவகையோடும் ஒளிவீசிக் கொண்டிருந்தன.

"ஏதாவது தின்னக் கொடுங்களேன் – எனக்கு இருக்கிற அகோரப் பசியை உங்களால் கற்பனை கூடப் பண்ண முடியாது" என்று திடீரெனச் சொன்னான் நிகலாய்.

"அம்மா, அதோ அரங்கிலே கொஞ்சம் ரொட்டி இருக்கிறது" என்றான் இகோர். "அப்புறம் வெளியே ஹாலுக்குப் போய், இடப்புறம் இருக்கும் இரண்டாவது கதவைத் தட்டுங்கள். ஒரு பெண் வந்து திறப்பாள். அவளை இங்கே வரச் சொல்லுங்கள். வரும்போது தின்பதற்கு என்னென்ன இருக்கிறதோ அதையெல்லாம் கொண்டுவரச் சொல்லுங்கள்."

"எல்லாவற்றையும் ஏன் கொண்டுவரச் சொல்கிறாய்?" என்று கேட்டான் நிகலாய்.

"நீ ஒன்றும் கவலைப்படாதே, அப்படி ஒன்றும் அதிகமிராது."

தாய் வெளியே சென்றாள். கதவைத் தட்டினாள். பதிலில்லை. அந்த அமைதியில் அவள் இகோரைப் பற்றி நினைத்தாள்:

"அவன் செத்துக் கொண்டுதான் இருக்கிறான்..."

"யாரங்கே?" என்று அறைக்குள்ளிருந்து யாரோ கேட்டார்கள்.

"இகோர் இவானவிச்சிடமிருந்து வந்திருக்கிறேன்" என்று அமைதியாகப் பதில் சொன்னாள் தாய். "அவன் உங்களை அவனது அறைக்கு வரச் சொன்னான்."

"இதோ வருகிறேன்" என்று கதவையே திறக்காமல் உள்ளிருந்தவாறே பதில் சொன்னாள் அந்தப் பெண். தாய் ஒரு கணம் நின்றாள். பிறகு மீண்டும் கதவைத் தட்டினாள்; உடனே கதவு திறக்கப்பட்டது. ஒரு நெட்டையான மூக்குக் கண்ணாடியணிந்த பெண் ஹாலுக்குள் வந்தாள். தனது உடுப்பிலுள்ள மடிப்புகளை விரித்துத் தடவிவிட்டு, வெடுக்கென்று தாயைப் பார்த்துக் கேட்டாள் அவள்:

"உங்களுக்கு என்ன வேண்டும்?"

"இகோர் இவானவிச் என்னை அனுப்பினான்."

"சரி. புறப்படுங்கள், உங்களை நான் பார்த்திருக்கிறேனே" என்று அமைதியாகக் கூறினாள் அவள்; "சௌக்கியமா? இங்கே ஒரே இருட்டாயிருக்கிறது."

தாய் அவளைப் பார்த்தாள்; இதற்கு முன் அவளைச் சில தடவை நிகலாய் இவானவிச்சின் வீட்டில் பார்த்திருப்பதாக அவளுக்கு ஞாபகம் வந்தது.

"இவர்கள் எல்லாம் நம்மைச் சேர்ந்தவர்கள்!" என்று நினைத்துக்கொண்டாள்.

அந்தப் பெண் பெலகேயாவைத் தனக்கு முன்னால் போகச் சொன்னாள்.

"அவனுக்கு ரொம்ப மோசமாக இருக்கிறதா?" என்று கேட்டாள் அவள்.

"ஆமாம். அவன் படுத்திருக்கிறான்; அவன் தின்பதற்கு ஏதாவது கொண்டுவரச் சொன்னான்."

"அது ஒன்றும் அவசியமில்லை."

அவர்கள் இகோரின் அறைக்குள் நுழைந்ததுமே அவனது கரகரத்த சுவாசம் அவர்கள் காதில் விழுந்தது:

"நான் என் மூதாதையர்களிடம் போய்ச் சேரப் போகிறேன், தோழா! லுத்மீலா வசீலியெவ்னா, இந்த ஆசாமி கொஞ்சங்கூட மரியாதையில்லாமல், அதிகாரிகளிடம் உத்தரவு வாங்காமல், சிறையிலிருந்து வெளியே வந்து விட்டான். முதலில் இவனுக்கு ஏதாவது தின்னக் கொடுங்கள். அப்புறம் இவனை எங்காவது கொண்டுபோய் மறைத்து வைக்க வேண்டும்."

அந்தப் பெண் அவன் கூறியதை ஆமோதித்துத் தலையை அசைத்தாள்; நோயாளியைக் கூர்ந்து பார்த்துக்கொண்டே சொன்னாள்:

"இவர்கள் வந்தவுடனேயே எனக்குச் சொல்லியனுப்பியிருக்க வேண்டும் இகோர். அது சரி. நீங்கள் இரண்டு பொழுது மருந்தைக் கூடச் சாப்பிடாமல் விட்டிருக்கிறீர்களா? வெட்கமாயில்லை? தோழரே, என் கூட வாருங்கள். இகோரை ஆஸ்பத்திரிக்குக் கொண்டுபோவதற்கு சீக்கிரமே ஆட்கள் வந்து விடுவார்கள்."

"அப்படியென்றால், நீங்கள் என்னை ஆஸ்பத்திரியில் கொண்டு போடுவது என்றே தீர்மானித்து விட்டீர்களா?"

"ஆமாம். நான் அங்கு வந்து உங்களுக்குத் துணையிருப்பேன்."

"அங்கே கூடவா? அட கடவுளே!"

"உஷ்! போதும் அசட்டுத்தனம்."

அவள் பேசிக்கொண்டே இகோரின் மார்பின் மீது கிடந்த போர்வையை இழுத்துச் சரி பண்ணினாள்; நிகலாயைக் கூர்ந்து

கவனித்தாள்; மருந்து பாட்டில்களை எடுத்துப் பார்த்து எவ்வளவு மருந்து மிஞ்சியிருக்கிறது என்பதைப் பார்த்தாள். நிதானமான அடக்கமான குரலில் பேசினாள்; லாவகமாக நளினத்தோடு நடமாடினாள். அவளது முகம் வெளுத்திருந்தது. புருவங்கள் மூக்குக்கு மேலே கூடியிருந்தன. தாய்க்கு அவளது முகம் பிடிக்கவே இல்லை. அந்த முகத்தில் அகந்தை தொனிப்பதாக அவளுக்குத் தோன்றியது. அந்தப் பெண்ணின் கண்களில் களிப்போ பிரகாசமோ இல்லை. மேலும் அவள் அதிகாரத் தோரணையிலேயே பேசினாள்.

"சரி நாங்கள் இப்போதைக்கு உங்களைவிட்டுச் செல்கிறோம்" என்று தொடங்கினாள் அவள். "ஆனால் நான் சீக்கிரமே திரும்பி வந்து விடுவேன். இகோருக்கு இந்த மருந்தில் ஒரு கரண்டி கொடுங்கள். அவனைப் பேச விடாதீர்கள்."

நிகலாயைக் கூட்டிக்கொண்டு அவள் வெளியே சென்றாள்.

"அதிசயிக்கத்தக்க பெண் அவள்!" என்று பெருமூச்சுடன் சொன்னான் இகோர். "அதிசாமர்த்தியமான பெண்! அம்மா, நான் உங்களையும் அவளோடு சேர்த்துவிட வேண்டும். அவள் அடிக்கடி களைத்துச் சோர்ந்து விடுகிறாள்."

"பேசாதே. இந்த மருந்தைச் சாப்பிடு" என்று மிருதுவாகச் சொன்னாள் தாய்.

அவன் மருந்தைச் சாப்பிட்டுவிட்டு, ஒரு கண்ணை மூடிக்கொண்டான்.

"எப்படியும் நான் சாகத்தான் போகிறேன். வாயை மூடிப் பேசாதிருந்தாலும் சாகத்தான் போகிறேன்" என்றான் அவன்.

அவன் தனது அடுத்த கண்ணால் தாயைப் பார்த்தான். அவனது உதடுகள் மட்டும் லேசாகப் பிரிந்து புன்னகை புரிந்தன. தாய் அவனது தலைப் பக்கமாகக் குனிந்து பார்த்தாள். திடீரென்று நெஞ்சில் பாய்ந்த அனுதாப வேதனையில் அவளது கண்களில் கண்ணீர் துளிர்த்து விட்டன.

"எல்லாம் சரிதான் – இது இயற்கைதானே! வாழ்வதிலுள்ள இன்பத்தோடு சாவதின் அவசியமும் சேர்ந்துதானே வருகிறது!" என்றான் அவன்.

தாய் அவனது நெற்றியின் மீது கை வைத்துப் பார்த்துவிட்டு மெதுவாகச் சொன்னாள்:

"உன்னால் கொஞ்ச நேரம் கூடச் சும்மா இருக்க முடியாதா?"

அவன் தன் கண்களை மூடி, தனது நெஞ்சுக்குள் கரகரக்கும் சுவாசத்தைக் கேட்பதுபோல இருந்தான். பிறகு உறுதியோடு பேசத் தொடங்கினான்:

"சும்மா இருப்பதில் அர்த்தமே இல்லை, அம்மா. அதனால் எனக்கு லாபம்? என்னவோ இன்னும் கொஞ்ச விநாடி கால வாதனை. அப்புறம் உங்களைப் போன்ற அற்புதமான பெண்மணியோடு சில வார்த்தைகள் பேசும் ஆனந்தம் கூட எனக்கு அற்றுப் போய் விடும். அடுத்த உலகத்திலுள்ளவர்கள், இந்த உலகத்தில் உள்ளவர்களைப்போல் அவ்வளவு நல்லவர்களாயிருக்க முடியாது. அது மட்டும் நிச்சயம்."

தாய் ஆர்வத்தோடு குறுக்கிட்டுப் பேசினாள்:

"அந்தச் சீமாட்டி திரும்பவும் வருவாள், வந்து நான் உன்னைப் பேச விட்டதற்காக, என்னைக் கண்டிப்பாள்."

"அவள் ஒன்றும் சீமாட்டியில்லை. அவள் ஒரு புரட்சிக்காரி, நம் தோழி. ஓர் அதிசயமான பெண். அவள் கோபிக்கப் போவது என்னவோ நிச்சயம், அவள் எல்லோரையும்தான் கோபித்துப் பேசுகிறாள்."

அவன் மிகுந்த சிரமத்தோடு உதடுகளை அசைத்துக்கொண்டு தனது அண்டை வீட்டுக்காரியின் வாழ்க்கையைப் பற்றிப் பேச ஆரம்பித்தான். அவனது கண்கள் களிப்பெய்தி நகைத்தன. அவன் வேண்டுமென்றே அவளைக் கேலி செய்ததாகத் தாய் கருதினாள். அவனது நீலம் பாரித்த ஈரம் படிந்த முகத்தைப் பார்த்துவிட்டு, பயப்பீதியோடு தனக்குத்தானே நினைத்துக்கொண்டாள்.

இவன் செத்துக்கொண்டிருக்கிறான்.

லுத்மீலா திரும்ப வந்தாள். உள்ளே நுழைந்தவுடன் அவள் கதவை எச்சரிக்கையாகத் தாளிட்டுவிட்டுத் தாயின் பக்கம் திரும்பினாள்:

"உங்களுடைய தோழர் சீக்கிரமே உடை மாற்றிக்கொள்ள வேண்டும்; என் அறையைவிட்டுக் கூடிய சீக்கிரம் போக வேண்டும். எனவே நீங்கள் உடனே போய் அவனுக்கு மாற்று உடைகள் வாங்கி வாருங்கள். இந்தச் சமயத்திலே சோபியாவும் இல்லாது போய் விட்டாள். அது ஒரு பெரிய சங்கடம். ஆட்களை இனம் மாற்றி வேடம் போடுவதில் அவள்தான் மிகவும் கை தேர்ந்தவள்."

"அவள் நாளைக்கு வருகிறாள்" என்று கூறிக்கொண்டே சவுக்கத்தை எடுத்துத் தோளின் மீது போட்டுக்கொண்டாள் தாய்.

அவளுக்கு எப்போதெப்போதெல்லாம் வேலை செய்யச் சந்தப்பம் கிடைக்கிறதோ, அப்போதெல்லாம் அவளது இதயத்தில், அந்த வேலையைச் சீக்கிரமாகவும் திறம்படவும் முடிக்க வேண்டும் என்கிற ஆர்வம் நிரம்பித் ததும்பும். அந்த வேலையைத் தவிர அந்தச் சமயத்தில் வேறு எதைப் பற்றியுமே அவள் சிந்திக்க மாட்டாள்.

"அவனை எந்த மாதிரி உடை தரிக்கச் சொல்ல உத்தேசம்?" என்று காரியார்த்தமான குரலில், தனது புருவங்களைச் சுழித்துக்கொண்டே கேட்டாள் தாய்.

"அதைப் பற்றிக் கவலையில்லை. அந்தத் தோழர் இன்றிரவு போயாக வேண்டும்."

"இராத்திரி வேளைதான் மோசமானது. தெருவிலே மக்கள் நடமாட்டமே இருக்காது. போலீசாரும் விழிப்பாயிருப்பார்கள். இவனும் அப்படியொன்றும் கெட்டிக்காரப் பேர்வழியில்லை – உங்களுக்குத் தெரியாதா?"

இகோர் கரகரத்துச் சிரித்துக்கொண்டான்.

"நான் உன்னை ஆஸ்பத்திரியில் வந்து பார்க்கட்டுமா?" என்று கேட்டாள் தாய்.

இருமிக்கொண்டே தலையை அசைத்து ஆமோதித்தான் அவன்.

"நீங்களும் நானும் இவனது படுக்கையருகே மாறி மாறித் துணைக்கு இருக்கலாமா?" என்று தனது கரிய கண்களால் தாயைப் பார்த்துக்கொண்டே கேட்டாள் லுத்மீலா. "உங்களுக்குச் சம்மதம் தானே? சரி. இப்போது எவ்வளவு விரைவாக முடியுமோ அவ்வளவு விரைவாகப் போய் வாருங்கள்."

அவள் அதிகாரம் கலந்த அன்போடு தாயின் கரத்தைப் பற்றி அவளை வாசல் நடைக்குக் கூட்டிச் சென்றாள். வாசல் நடையைக் கடந்து வெளியே வந்ததும், லுத்மீலா நின்றுகொண்டே பேசினாள்:

"நான் உங்களை இப்படி வெளியே விரட்டியடிக்கிறேன் என்பதை எண்ணி மனம் புண்பட்டுப் போகாதீர்கள். அவனோடு பேசிக்கொண்டிருப்பது அவனுக்கு ரொம்ப ஆபத்து. அவன் பிழைக்கக் கூடும் என்றே நான் இன்னும் நம்புகிறேன்..."

அவன் தன் கரங்களை இறுகப் பற்றி அழுத்தினாள். அவள் பிடித்த பிடியில் எலும்புகளே நொறுங்கும் போலிருந்தது; கைகளைப் பிடித்தவாறே அவள் கண்களை மூடினாள். இந்தப் பேச்சு தாயைக் கலவரப்படுத்தியது.

"அட கடவுளே! என்ன சொல்லுகிறீர்கள்?" என்று குழறினாள் தாய்.

"சரி. போகிறபோது எங்கேயாவது ஒற்றர்கள் நிற்கிறார்களா என்று பார்த்துக்கொண்டு போங்கள்" என்று மெதுவாகச் சொன்னாள் லுத்மீலா. அவள் தன் கரங்களைத் தன் முகத்துக்கு நேராக உயர்த்தி நெற்றிப் பொருத்துகளைத் தேய்த்துவிட்டுக்கொண்டாள். அவளது உதடுகள் துடித்தன; முகம் சாந்தமடைந்தது.

"எனக்குத் தெரியும்" என்று பெருமிதத்தோடு சொன்னாள் தாய்.

வெளிவாசலுக்குச் சென்றவுடன் அவள் ஒரு நிமிடம் அங்கேயே நின்று தன்னுடைய துப்பட்டியைச் சரிசெய்து கொண்டே சுற்றுமுற்றும் கூர்மையோடு, எனினும் வெளிக்குத் தெரியாமல், கவனித்துக் கொண்டாள். கூட்டத்தில் கூட ஒற்றர்களை அடையாளம் கண்டு தீர்மானிப்பதில் அவள் அநேகமாகத் தவறுவதே இல்லை. அவர்களது எடுப்பாய்த் தெரியும் கவனமற்ற நடை, அவர்களது அசாதாரணமான பாவனைகள், சோர்வும் எரிச்சலும் நிறைந்த அவர்களது முகபாவம்; இவற்றிற்கெல்லாம் பின்னால் மோசமாக ஒளிந்து கொண்டிருக்கும் அவர்களது கூரிய கண்களிலே மறைந்து கிடக்கும் குற்றம் நிறைந்த அச்சம் கொண்ட நோக்கு – எல்லாவற்றையும் அவள் நன்கு தெரிந்து வைத்திருந்தாள்.

ஆனால், இந்தத் தடவையோ அவள் அந்த மாதிரி முகங்கள் எதையும் காணவில்லை; எனவே தெரு வழியாக அவசர அவசரமாக நடந்து சென்றாள். அவள் ஒரு வண்டியை வாடகைக்குப் பிடித்துக்கொண்டு, வண்டிக்காரனை மார்க்கெட்டுக்கு ஓட்டிச் செல்லும்படி உத்தரவிட்டாள். மார்க்கெட்டில், அவள் நிகலாய்க்காக வாங்கவேண்டிய துணிமணிகளைத் தேர்ந்தெடுப்பதில் விடாப்பிடியாகப் பேரம் பேசி விலையைக் குறைத்துக் கேட்டாள். அத்துடன் தன்னுடைய குடிகாரக் கணவனால்தான் இந்த மாதிரியான நிலைக்குதான் வந்து விட்டதாகவும், அவனுக்கு மாசாமாசம் ஒவ்வொரு புதுச்சட்டை துணிமணி எடுத்துக் கொடுக்க நேர்ந்துவிட்டதாகவும் ஒரு பொய்க்கதையையும் கடைக்காரனிடம் கூறினாள். அவளது கட்டுக்கதையைக் கேட்டு, கடைக்காரர்கள் கொஞ்சங்கூட மசியவில்லை. இருந்தாலும் அதுவே அவளுக்கு ஒரு பெரும் ஆனந்தத்தைத் தந்தது. வழியிலே அவளுக்கு இன்னோர் எண்ணம் உதித்தது. நிகலாய்க்குப் புதிய துணிமணிகள் வாங்கவேண்டிய அவசியத்தைப் போலீஸ்காரர்களும் உணரக் கூடுமென்றும், எனவே அவர்கள் தங்களது ஒற்றர்களை மார்க்கெட்டுக்கும் அனுப்பியிருக்கக் கூடுமென்றும் அவள்

நினைத்தாள். எனவே புறப்பட்டுச் சென்றது போலவே மிகுந்த எச்சரிக்கையோடும் கவனத்தோடும் அவள் இகோரின் அறைக்குத் திரும்பி வந்தாள்; பிறகு அவள் நிகலாயுடன் நகரின் எல்லைவரை காவலாகச் சென்றாள். அவர்கள் தெருவில் ஆளுக்கொரு பக்கமாக நடந்து சென்றார்கள். நிகலாய் தலையைத் தாழ்த்திக்கொண்டு தத்தித்தத்தி நடந்து செல்வதையும், அவன் அணிந்திருந்த நீளமான பழுப்பு நிறக்கோட்டினால், அவனது கால்கள் அடிக்கடி முட்டிக்கால் தட்டிக் கொள்வதையும், மூக்கின் மீது வந்து விழுந்து மறைக்கும் தொப்பியை அவன் அடிக்கடி பின்னால் தள்ளிவைத்துக் கொள்வதையும் கண்டு தாய்க்குச் சிரிப்பாயும் மகிழ்ச்சியாயும் இருந்தது. ஆள் நடமாட்டமே அற்ற ஒரு சந்தில், அவர்கள் சாஷாவைச் சந்தித்தார்கள்; நிகலாயைப் பார்த்துத் தலையை அசைத்து விடைபெற்றுக்கொண்டு தாய், வீட்டுக்குத் திரும்பினாள்.

"ஆனால் பாவெல் மட்டும் இன்னும் சிறையிலேயே இருக்கிறான். அந்திரேயும்..." என்று துக்கத்தோடு நினைத்துக்கொண்டாள் அவள்.

10

நிகலாய் இவானவிச் அவளை உணர்ச்சி வெறியோடு வந்து சந்தித்தான்.

"இகோரின் நிலைமை மோசமாயிருக்கிறது" என்றான் அவன்; ரொம்ப மோசமான நிலை! அவர்கள் அவனை ஆஸ்பத்திரிக்குக் கொண்டுபோய் விட்டார்கள். லுத்மீலா இங்கே வந்திருந்தாள். உங்களை வரச் சொன்னாள்..."

"ஆஸ்பத்திரிக்கா?"

பதறிப்போன உணர்ச்சியோடு நிகலாய் தனது மூக்குக் கண்ணாடியைச் சரிசெய்து கொண்டே ரவிக்கை அணிந்து கொள்வதில் தாய்க்கு உதவினான்.

"இதோ – இந்தக் கட்டையும் எடுத்துச் செல்லுங்கள்" என்று தனது வெதுவெதுப்பான ஈரப்பசையற்ற கரத்தால், தாயின் கைவிரல்களை அழுத்திப் பிடித்துக்கொண்டு, நடுநடுங்கும் குரலில் சொன்னான் அவன்; "நிகலாய் வெஸோவ்ஷிகோவுக்கு வேண்டிய ஏற்பாடுகள் செய்து முடித்து விட்டீர்களா?"

"ஆமாம்."

"இகோரைப் பார்க்க நானும் வருகிறேன்."

தாய் களைப்பினால் மயங்கிப் போய் இருந்தாள். நிகலாயின் பதைபதைப்பு அவளது உள்ளத்தில் ஏதோ வரப்போகும் ஓர் ஆபத்தை அறிவுறுத்தும் பயத்தை எழுப்பிவிட்டது.

'அவன் செத்துக் கொண்டிருக்கிறான்' என்கிற இருண்ட எண்ணம் அவளது மனத்துக்குள்ளே துடிதுடித்துக் கொண்டிருந்தது.

வெளிச்சம் நிறைந்த சுத்தமான அந்தச் சிறு அறைக்குள்ளே நுழைந்ததுமே, வெள்ளை நிறமான தலையணைகளின் மீது சாய்ந்து கொண்டு நிகலாய் கரகரத்த குரலில் சிரித்துக் கொண்டிருப்பதைத் தாய் கண்டாள்; கண்டவுடன் அவளுக்கு ஒரு பாரம் நீங்கியது போலிருந்தது. அவள் வாசற்படியிலேயே நின்று இகோர் டாக்டர்களிடம் என்ன சொல்கிறான் என்பதைக் கேட்டாள்:

"நோயாளிக்கு வைத்தியம் பார்ப்பது என்பது, சீர்திருத்தம் பண்ணுவது மாதிரிதான்..."

"உன் அசட்டுப் பேச்சை விடு, இகோர்!" என்று கலங்கிய குரலில் சொன்னார் டாக்டர்.

"ஆனால், நானோ புரட்சிக்காரன்! சீர்திருத்தங்களைக் கண்டாலே எனக்குப் பிடிக்காது..."

டாக்டர் இகோரின் கையை மீண்டும் அவனது மடிமீது மெதுவாக வைத்துவிட்டு எழுந்து நின்றார்; ஏதோ சிந்தித்தவாறே தமது தாடியைத் தடவிவிட்டுக் கொண்டார். இகோரின் முகத்திலுள்ள வீக்கத்தைக் கவனித்துப் பார்த்தார்.

தாய்க்கு அந்த டாக்டரைத் தெரியும். அந்த டாக்டர் நிகலாயின் நெருங்கிய நண்பர்களில் ஒருவர். அவரது பெயர் இவான் தனீலவிச். அவள் இகோரிடம் சென்றாள்; அவன் தன் நாக்கை நீட்டி அவளை வரவேற்றான். டாக்டர் அவள் பக்கம் திரும்பினார்.

"அதென்ன, நீலவ்னா, உங்கள் கையிலிருப்பது என்ன?"

"புத்தகங்களாயிருக்கும்" என்றான் இகோர்.

"இவன் படிக்கக் கூடாது" என்றார் அந்தக் குட்டி டாக்டர்.

"இந்த டாக்டர் என்னை முட்டாளாக்கப் பார்க்கிறார்" என்றான் இகோர்.

அவனது நெஞ்சிலிருந்து குறுகிய ஈரமான மூச்சு கரகரப்புடன் மோதிக்கொண்டு வந்தது. அவனது முகத்தில் துளித்துளியாக வியர்வை பூத்திருந்தது. தனது கையை உயர்த்தி நெற்றியைத் துடைத்துக்கொள்வதே அவனுக்குப் பெரும் சிரமமாயிருந்தது.

விசித்திரமாய் அசைவற்றிருந்த அவனது வீங்கிப் போன கன்னங்கள், அகன்ற அன்பு ததும்பும் முகத்தை விகாரப்படுத்தி, அவனது முக வடிவை உயிரற்ற முகமூடியைப்போல் உணர்வற்றுப் போகச் செய்தன. அவனது கண்கள் மட்டும், அந்த வீக்கத்துக்குள்ளாகப் புதைந்து போய், தெளிவாக இரக்கம் ததும்பும் புன்னகையுடன் பார்த்துக் கொண்டிருந்தன.

"ஏ! விஞ்ஞானியே! எனக்கு ஒரே களைப்பாயிருக்கிறது. கொஞ்சம் கீழே படுத்துக் கொள்ளலாமா?" என்று டாக்டரைப் பார்த்துக் கேட்டான் அவன்.

"கூடாது. நீ படுக்கக் கூடாது" என்று விறைப்பாகப் பதில் சொன்னான் டாக்டர்.

"நீ வெளியே போன நிமிடத்திலேயே நான் படுத்துக் கொள்ளப்போகிறேன்."

"அவனைப் படுக்க விடாதீர்கள். நீலவ்னா! தலையணைகளை ஒழுங்காக வையுங்கள். அவனைத் தயவு செய்து பேச விடாதீர்கள். பேசுவது மிகவும் ஆபத்தானது."

தாய் தலையை அசைத்தாள். டாக்டர் விடுவிடென்று நடந்து வெளியே போனார். இகோர் தன் தலையைப் பின்னால் சாய்த்துக் கண்களை மூடினான்; கை விரல்கள் பிசைந்து கொண்டிருப்பதைத் தவிர, அவனிடம் வேறு எந்த அசைவும் காணப்படவில்லை. அந்தச் சிறு அறையின் வெண்மையான சுவர்கள் ஏதோ ஒரு இனந்தெரியாத மங்கிய சோக பாவத்தையும், வறண்ட குளிர்ச்சியையும் வெளியிட்டுக் கொண்டிருப்பதாகத் தோன்றியது. அங்கிருந்த பெரிய சன்னலின் வழியாக வெளியேயுள்ள மரங்களின் உச்சிக் கிளைகள் தெரிந்தன. இருண்டு மண்படிந்த அந்த இலைகளின் மத்தியிலே மஞ்சள் நிறப் பழுப்பு அங்குமிங்குமாக சிதறிக் கிடந்தது; இலையுதிர் காலத்தின் வரவை அது அறிவுறுத்தியது.

"மரணம் என்னை வேண்டா வெறுப்பாக, கொஞ்சங் கொஞ்சமாக ஆட்கொண்டு வருகிறது" என்று அசையாமலும் கண்களைத் திறவாமலும் சொன்னான் இகோர்; "அவள் எனக்காக வருத்தப்படுகிறாள் என்பது எனக்கு நன்றாய்த் தெரிகிறது. நான் எல்லோருடனும் அவ்வளவு சுமுகமாகப் பழகினேன்!"

"பேச்சை நிறுத்து, இகோர் இவானவிச்" என்று அவனது கரத்தை வருடிக்கொண்டே மன்றாடிக் கேட்டுக்கொண்டாள் தாய்.

"கொஞ்சம் பொறு, நான் நிறுத்தி விடுகிறேன்..."

மிகுந்த சிரமத்தோடு அவன் மீண்டும் பேச முயன்றான். அவனுக்கு மூச்சுத் திணறியது. தொடர்ந்து பேசிக்கொண்டிருப்பதற்குச் சக்தியற்று இடையிடையே பேச்சை நிறுத்தி ஆசுவாசப்படுத்திக்கொண்டான்.

"நீங்கள் எங்களோடு சேர்ந்திருப்பது ஒரு பெரிய மகத்தான காரியம். உங்கள் முகத்தைப் பார்ப்பதற்கே ஆனந்தமாயிருக்கிறது. சமயங்களில் நானாக நினைத்துக்கொள்வேன் – இவள் கதி என்னவாகும்? நீங்களும் – எல்லோரையும் போலவே – ஒரு நாள் சிறைக்குள் போவீர்கள். இதை நினைக்கும்போது எனக்கு உங்கள் மீது அனுதாபம் ஏற்படும். சரி, சிறைக்குப் போவதற்குப் பயப்படுகிறீர்களா?"

"இல்லை" என்று சர்வசாதாரணமாகச் சொன்னாள் அவள்.

"ஆமாம், நீங்கள் பயப்படமாட்டீர்கள். ஆனால், சிறைவாசம் ரொம்ப மோசமானது. சிறைவாசம்தான் என்னை இந்தக் கதிக்கு ஆளாக்கிவிட்டது. உண்மையைச் சொல்லப் போனால், நான் சாகவே விரும்பவில்லை..."

"நீ சாகப் போவதில்லை" என்று சொல்ல நினைத்தாள். ஆனால், அவனது முகத்தைப் பார்த்தவுடன் அவள் அதைச் சொல்லாமலேயே மௌனமானாள்.

"என்னால் இன்னும் உழைக்க முடியும்... ஆனால், என்னால் உழைக்க முடியாது போனால் – அப்புறம் நான் உயிர் வாழ்வதில் எந்த அர்த்தமும் கிடையாது – உயிர் வாழ்வது முட்டாள்தனம்..."

தாய் பெருமூச்செறிந்தாள்; தன்னையும் அறியாமல் அந்திரேயினுடைய பிரியமான வாசகத்தை நினைத்துப் பார்த்தாள்: 'இதெல்லாம் உண்மைதான். ஆனால் இது மட்டும் ஆறுதல் தராது.' அன்று முழுவதுமே அவளுக்கு ஓயாத ஒழியாத வேலை. எனவே அவள் களைத்துப் போயிருந்தாள்; மேலும் அவளுக்கு ஒரே பசி. அந்த நோயாளியின் கரகரத்த முனகல் பேச்சு அந்த அறை முழுவதும் நிரம்பி, அறையின் சுவர்களைத் தொட்டுத் தடவி ஊர்ந்து சென்றது. சன்னலுக்கு வெளியே தெரியும் மரத்தின் கிளைகள் கறுத்துத் திரண்டு பயங்கரமாகக் கவிந்து சூழ்ந்த கார்மேகங்களைப்போல் தோன்றி தம்முடைய கருமையால் வியப்பூட்டின. அந்தியின் அசைவின்மையில், சோகமயமாய், இருளை எதிர்நோக்கி எல்லாமே விசித்திரமாக அமைதியடைந்தன.

"எனக்கு எவ்வளவு மோசமாயிருக்கும்" என்று கூறிவிட்டுக் கண்களை மூடி மௌனத்தில் ஆழ்ந்தான் இகோர்.

"தூங்கு. தூங்கினால் கொஞ்சம் சுகமாயிருக்கும்" என்று போதித்தாள் தாய்.

அவனது சுவாசத்தைப் பரிசீலனை செய்து பார்த்துவிட்டு அவள் சுற்றுமுற்றும் பார்த்தாள்; சோகத்தின் விறைப்பான பிடிப்பிலே சிக்கி, சிறிது நேரம் அப்படியே அசையாது உட்கார்ந்திருந்தாள்; பிறகு அரைத் தூக்கத்தில் ஆழ்ந்தாள்.

வாசல் நடையில் கேட்ட ஏதோ ஒரு சத்தத்தில் அவள் விழித்தெழுந்தாள். விழித்தவுடன் துள்ளியெழுந்து இகோரைப் பார்த்தாள். அவனது கண்கள் விழித்திருப்பதைக் கண்டாள்.

"நான் தூங்கிப் போய் விட்டேன். என்னை மன்னித்து விடு" என்று மெதுவாகக் கூறினாள் அவள்.

"மன்னிக்கப்பட வேண்டியது நான்தான்" என்று அவன் மெதுவாகக் கூறினான்.

இரவு நேரத்தின் சன்னல் வழியாக இருள் எட்டிப் பார்த்தது. அந்த அறை சில்லிட்டுக் குளிர்ந்தது. ஏதோ ஒரு விபரீதமான இருள் எல்லாவற்றின் மீதும் படர்ந்து கவிந்திருந்தது; நோயாளியின் முகமும் இருண்டு போயிருந்தது.

ஏதோ கரகரப்புக் கேட்டது. தொடர்ந்து லுத்மீலாவின் குரலும் வந்தது.

"இரண்டு பேரும் இருட்டில் உட்கார்ந்து ரகசியமா பேசுகிறீர்கள்? விளக்கு ஸ்விட்ச் எங்கே இருக்கிறது?"

திடீரென அந்த அறையில் கண்ணைக் கூசும் வெள்ளிய ஒளி நிறைந்து பரவியது. அறையின் மத்தியில் நிமிர்ந்து நிற்கும் நெட்டையான லுத்மீலாவின் கரிய உருவம் தெரிந்தது.

இகோரின் உடம்பு முழுவதிலும் ஒரு நடுக்கம் குளிர்ந்து பரவியோடியது. அவன் தன் கையை நெஞ்சத் தடத்துக்குக் கொண்டுபோனான்:

"என்ன இது?" என்று கத்திக்கொண்டே லுத்மீலா அவன் பக்கம் விழுந்தடித்து ஓடினாள்.

அவன் தனது அசைவற்ற கண்களால் தாயைப் பார்த்தான்; அந்தக் கண்கள் முன்னைவிட விரிவும் பிரகாசமும் பெற்றிருப்பதுபோல் தோன்றின.

அவன் தன் வாயை அகலத் திறந்தான்; தலையை உயர்த்தினான்; தன் கையை மெதுவாக நீட்டினான். தாய் அவனது கையைத் தன் கையில் வாங்கி, அவனது முகத்தையே மூச்சுவிடாமல் பார்த்தாள். திடீரென்று அவனது கழுத்தும் பலமாக வலித்துத் திருகி வளைந்தது;

தொ.மு.சி. ரகுநாதன்

அவன் தன் தலையைப் பின்னோக்கிச் சாய்த்துக்கொண்டே உரத்த குரலில் கத்தினான்:

"என்னால் முடியாது! எல்லாம் முடிந்து போயிற்று!"

அவனது உடம்பு லேசாக நடுங்கியது. அவனது தலை தோள்பட்டை மீது சரிந்து சாய்ந்தது. அவனது படுக்கைக்கு மேலாக எரிந்து கொண்டிருக்கும் விளக்கு அவனது அகலத் திறந்த கண்களில் உயிரற்றுப் பிரதிபலித்தது.

"என் கண்ணே!" என்று லேசாக முணுமுணுத்தாள் தாய்.

லுத்மீலா அந்தப் படுக்கையைவிட்டு மெதுவாக விலகிச் சென்று சன்னலருகே போய் நின்றாள்; நின்று வெளியே வெறித்துப் பார்த்தாள்.

"அவன் இறந்துவிட்டான்!" என்று திடீரென்று வழக்கத்துக்கு மாறான உரத்த குரலில் வாய்விட்டுக் கத்தினாள் அவள்.

அவள் தன் முழங்கைகளை சன்னல் சட்டத்தின் மீது ஊன்றிச் சாய்ந்து நின்றாள்; பிறகு திடீரென்று யாரோ அவள் தலையில் ஓங்கி அறைந்துவிட்ட மாதிரி, அவள் தன் முழங்காலைக் கட்டியுட்கார்ந்து முகத்தை இரு கைகளாலும் மூடி, பொருமிப் பொருமி விம்மியழ ஆரம்பித்தாள்.

தாய் இகோரின் விறைத்துக் கனத்த கைகளை அவன் மார்பின் மீது மடித்து வைத்தாள். அவனது தலையைத் தலையணை மீது நேராக நிமிர்த்தி வைத்தாள். பிறகு அவள் தன் கண்ணீரைத் துடைத்துக் கொண்டு லுத்மீலாவிடம் போனாள்; அவளருகே குனிந்து அவளது அடர்ந்த கேசத்தைப் பரிவோடு தடவிக் கொடுத்தாள். லுத்மீலா தனது மங்கிய விரிந்த கண்களை மெதுவாக அவள் பக்கம் திருப்பினாள்; உடனே எழுந்து நின்றாள்.

"நாங்கள் இருவரும் தேசாந்திர சிட்சையின்போது ஒன்றாக வாழ்ந்தோம்" என்று துடிதுடித்து நடுங்கும் உதடுகளோடு சொன்னாள் அவள். "நாங்கள் இருவரும் ஒன்றாகவே அங்கு சென்றோம்; சிறைவாசத்தை அனுபவித்தோம்... சமயங்களில் அந்த வாழ்க்கை எங்களுக்குத் தாங்க முடியாததாகவும் வெறுப்பூட்டுவதாகவும் இருக்கும்; எத்தனையோ பேர் மனமொடிந்து போனார்கள்..."

வறண்ட உரத்த தேம்பல் அவளது தொண்டையில் முட்டியது, அவள் அதை அடக்கிக் கொண்டு தன் முகத்தைத் தாயின் முகத்துக்கு அருகிலே கொண்டு வந்தாள்; அந்த முகத்திலே படிந்த சோகமயமான பரிவுணர்ச்சியால், அவளது தோற்றம் இளமை பெற்றிருப்பதாகத் தோன்றியது.

“அவனது கேலியும் கும்மாளமும் என்றுமே வற்றி மடியாதவை” என்று அவள் விரைவாகக் கூறினாள்; கண்ணீர் பொங்கிச் சிந்தாது இடையிடையே பொருமி விம்மினாள். “அவன் எப்போதுமே சிரித்துச் சிரித்துக் கேலி பேசுவான். தைரியமற்றவர்களை ஊக்குவிப்பதற்காக, தனது சொந்தத் துன்பங்களையெல்லாம் வெளியே காட்டாமல் பொறுத்து மறைத்துக் கொள்வான். எப்போதுமே நல்லவனாகவும் அன்போடும் சாதுரியத்தோடும் நடந்து கொள்வான். அங்கே தேசாந்திரப் பிரதேசமான சைபீரியாவிலே சோம்பேறித்தனம் மக்களை லகுவில் ஆட்கொண்டு குட்டிச் சுவராக்கும்; அவர்களைக் கீழ்த்தரமான உணர்ச்சிகளுக்குக் கொண்டு செலுத்தும். இந்த மாதிரி நிலைமையை அவன் எவ்வளவு சாமர்த்தியமாக எதிர்த்துப் போராடினான், தெரியுமா? அவன் எவ்வளவு அற்புதமான தோழன் என்பது மட்டும் உங்களுக்குத் தெரிந்தால்... அவனது சொந்த வாழ்க்கை படுமோசமான துக்க வாழ்க்கைதான்; என்றாலும் யாருமே அந்த வாழ்வைப் பற்றி அவன் கூறிக் கேட்டது கிடையாது. கேட்டதே கிடையாது! நான் அவனுக்கு மிகவும் நெருங்கிய சிநேகிதி. அவனது அன்புக்கு நான் பெரிதும் கடமைப்பட்டவன். அவன் தனது அறிவுச் செல்வத்தால் எனக்கு என்னென்ன வழங்க முடியுமோ அத்தனையையும் வரையாது வாரி வழங்கினான். என்றாலும் அவன் களைப்புற்றுத் தன்னந்தனியாக இருக்கும் போதுகூட, அவன் மீது பாச உணர்ச்சி காட்ட வேண்டும் என்றோ, அல்லது தான் செய்யும் உதவிக்குப் பிரதியாக அவனை நான் கவனிக்க வேண்டுமென்றோ அவன் கொஞ்சம் கூட, இம்மியளவுகூட, கேட்டதும் கிடையாது; எதிர்பார்த்ததும் கிடையாது...”

அவள் இகோரிடம் போய் அவனது கரத்தை முத்தமிடுவதற்காகக் குனிந்தாள்:

“தோழா, என் அன்பான, இனிய தோழனே! உனக்கு நன்றி. என் இதயத்தின் அடித்தளத்திலிருந்து நான் உனக்கு நன்றி செலுத்துகிறேன்” என்று வருத்தத்துடன் மெதுவாகச் சொன்னாள். “நீ பிரிந்து போகிறாய். எப்பொழுதும் நீ உழைத்த மாதிரியே, ஓய்ச்சல் ஒழிவின்றி, நமது கொள்கையிலே சலனபுத்தியின்றி, என்னுடைய வாழ்க்கை முழுதும் நானும் உன்னைப்போல் உழைத்துக் கொண்டிருப்பேன். போய் வா, தோழனே!”

அவளது உடம்பு பொருமலினால் குலுங்கியது. தன் தலையை இகோரின் பாதங்களுக்கருகே வைத்துக் கொண்டாள். தாய் இடைவிடாது மௌனமாக அழுது கொண்டிருந்தாள். என்ன காரணத்தினாலோ அவள் கண்ணீரை அடக்க முயன்றாள். லுத்மீலாவைத் தேற்ற, பலமாகத் தேற்ற விரும்பினாள். இகோரைப்

பற்றித் துயரமும் பாசமும் கலந்த அருமையான வார்த்தைகளைச் சொல்ல எண்ணினாள். கண்ணீரின் வழியாக அவனது அமிழ்ந்துபோன முகத்தை, அவனது கண்களை, முழுதும் மூடாது அரைக்கண் போட்டுத் தூங்குவதுபோல் தோன்றிய அவன் கண்களை, இளம் புன்னகை பதிந்து நின்ற அவனது கரிய உதடுகளை – எல்லாம் பார்த்தாள். எல்லாமே அமைதியாகவும் வேதனை தரும் ஒளி நிரம்பியதாகவும் இருந்தது.

இவான் தனீலவிச் வழக்கம்போலவே விடுவிடென்று உள்ளே வந்தான். திடீரென அந்த அறையின் மத்தியில் நின்று விட்டான். தனது கைகளை விருட்டென்று பைகளுக்குள் செருகிக்கொண்டு நடுநடுங்கும் உரத்த குரலில் கேட்டான்:

"இது எப்போது நிகழ்ந்தது?"

யாரும் பதில் சொல்லவில்லை. அவன் தன் நெற்றியைத் துடைத்துக் கொண்டான்; லேசாகத் தள்ளாடியவாறு இகோரின் பக்கம் நடந்து சென்றான். அவனிடம் கரம் குலுக்கிவிட்டு ஒரு பக்கமாக ஒதுங்கி நின்றுகொண்டான்.

"எதிர்பாராதது எதுவும் நடக்கவில்லை. இவனது இருதயம் இருந்த நிலைமைக்கு, இந்த மரணம் ஆறு மாதங்களுக்கு முன்பே நேர்ந்திருக்க வேண்டியது... குறைந்த பட்சம்..."

இடத்திற்குப் பொருந்தாத, ஓங்கிய, உரத்த அவனது குரல் திடுமென்று நின்றது. அவன் சுவரோடு சாய்ந்துகொண்டு, தன் தாடியை விறுவிறுவென்று திருகித் திரித்தான்; அடிக்கடி கண் சிமிட்டியபடி படுக்கையருகே சூழ்ந்து நின்றவர்களையே பார்த்தான்.

"இவனும் போய்விட்டான்!" என்று அமைதியாகக் கூறினான்.

லுத்மீலா எழுந்து சன்னலருகே சென்று அதைத் திறந்தாள். அவர்கள் எல்லோருமே சிறிது நேரத்தில் அந்த சன்னல் பக்கம் வந்து ஒருவருக்கொருவர் நெருங்கி நின்று இலையுதிர்கால இரவின் முகத்தை வெறித்து நோக்கினார்கள். மர உச்சிகளுக்கு மேலாக விண்மீன்கள் மினுமினுத்தன. நட்சத்திரக் கூட்டம் வான மண்டலத்தின் ஆதியந்தமற்ற விசாலப் பரப்பையும் விரிவையும் அழுத்தமாக எடுத்துக் காட்டியது.

லுத்மீலா தாயின் கரத்தைப் பற்றி எடுத்தாள்; வாய் பேசாமல் அவள் தோள் மீது சாய்ந்தாள். டாக்டர் தலையைக் குனிந்து, தனது மூக்குக்கண்ணாடியைத் துடைத்தவாறே நின்றார். சன்னலுக்கு வெளியே பரந்து கிடக்கும் அமைதியின் வழியாக, நகரின் ஓய்ந்து களைத்துப் போன இரவின் ஓசைகள் கேட்டன. குளிர் அவர்களது

முகத்தைத் தொட்டுத் தடவி, தலைமயிரைக் குத்திட்டுச் சிலிர்க்கச் செய்தது. லுத்மீலா தனது கன்னத்தில் கண்ணீர் வழிந்தோட, உடல் எல்லாம் நடுங்கினாள். வெளியே வராந்தாவிலிருந்து உருவமற்ற பயபீதிச் சத்தங்களும், அவசர அவசரமாகச் செல்லும் காலடியோசையும், முக்கலும் முனகலும் ஒலித்தன. எனினும் அவர்கள் மூவரும் வாய்பேசாது சலனமற்று அந்த சன்னல் அருகிலேயே நின்று இருளை வெறித்து நோக்கியவாறு இருந்தார்கள்.

தான் அங்கிருக்கத் தேவையில்லை என்று உணர்ந்த தாய், அவளது பிடியிலிருந்து விடுபட்டு விலகி வாசலுக்கு வந்தாள்; அங்கு நின்றவாறே அவள் இகோருக்கு வணக்கம் செலுத்தினாள்.

"நீங்கள் போகிறீர்களா?" என்று எங்குமே பார்க்காமல் அவளை அமைதியாகக் கேட்டார் டாக்டர்.

"ஆமாம்..."

தெருவுக்கு வந்தவுடன் அவள் லுத்மீலாவைப் பற்றியும் அவளது அடங்கிப்போன அழுகையைப் பற்றியும் எண்ணிப் பார்த்தாள்.

'அவளுக்கு எப்படி அழுவது என்று கூடத் தெரியவில்லை...'

சாவதற்கு முன்னால் இகோர் பேசிய வார்த்தைகள் நினைவுக்கு வரவும், ஓர் ஆழ்ந்த பெருமூச்சு அவள் வாயைப் பிளந்துகொண்டு வெளியேறியது. தெரு வழியாக மெதுவாக நடந்து வரும்போதே அவள் அவனது துடியான கண்களையும், அவனது கம்பீரத்தையும், வாழ்க்கையைப் பற்றி அவன் சொன்ன கதைகளையும் நினைவு கூர்ந்தாள்.

'நல்லவனுக்கு, வாழ்வதுதான் சிரமமாயிருக்கிறது. சாவதோ லகுவாயிருக்கிறது. நான் எப்படிச் சாகப் போகிறேனோ?' என்று அவள் நினைத்தாள்.

அவளது மனக்கண் முன்னால், அந்த வெள்ளைச் சுவர் சூழ்ந்த, வெளிச்சம் நிறைந்த ஆஸ்பத்திரி அறையில் டாக்டரும், லுத்மீலாவும் சன்னல் முன்னால் நிற்கின்ற காட்சியும், அவர்களது முதுகுப்புறத்தில் இகோரின் இறந்துபோன கண்கள் வெறித்து நோக்குவது போன்ற காட்சியும் தெரிந்தன. திடீரென அவளுக்கு மனிதகுலத்தின் மீது ஓர் ஆழ்ந்த அனுதாப உணர்ச்சி ஏற்பட்டு மேலோங்கியது; வேதனை நிறைந்த பெருமூச்சோடு அவள் நடையை எட்டிப் போட்டாள்; ஏதோ ஒரு மங்கிய உணர்ச்சி அவளை முன்னோக்கித் தள்ளிச் சென்றது.

தொ.மு.சி. ரகுநாதன்

'நான் சீக்கிரமே போக வேண்டும்' என்று துக்கத்துடன் நினைத்துக்கொண்டாள்; எனினும் ஒரு துணிவாற்றல் பொருந்திய சக்தி, அவளது மனதுக்குள் இருந்து அவளை முன்னால் உந்தித் தள்ளியது.

11

மறுநாள் முழுவதும் சவ அடக்கத்துக்கான ஏற்பாடுகளைச் செய்வதிலேயே தாய், நாளைப் போக்கினாள். மாலையில் நிகலாயும் சோபியாவும் அவளும் தேநீர் அருந்திக் கொண்டிருந்த சமயத்தில் சாஷா கலகலத்துக்கொண்டே விசித்திரமான உத்வேகத்தோடு வந்து சேர்ந்தாள். அவளது கன்னங்கள் சிவந்து போயிருந்தன. கண்களில் உவகை ஒளி வீசியது. அவள் மனத்தில் ஏதோ ஓர் ஆனந்த மயமான நம்பிக்கை நிறைந்து ததும்புவதாகத் தாய்க்குத் தோன்றியது. இகோரின் வாழ்க்கையை நினைத்துத் துக்கப்பட்டுக்கொண்டிருக்கும் அவர்களது சோக நிலைக்கு எதிர்மறை பாவம் போல, அவளது நடவடிக்கை இருந்தது. அபஸ்வரம் போன்ற அவளது குதூகல பாவம் அவர்கள் மனதைப் பேதலிக்கச் செய்து, இருளிலே வெடித்தோங்கும் மாபெரும் தீபாக்கினியைப்போல் அவர்களது மனத்தையும் கண்ணையும் மழுக்கிக் குருடாக்கியது.

நிகலாய் ஏதோ சிந்தித்தவாறே மேசைப் பலகையில் விரல்களால் தாளம் போட்டான்; பிறகு சொன்னான்:

"இன்று நீங்கள் உங்கள் வசமே இல்லை. சாஷா!"

"அப்படியா? இருக்கலாம்!" என்று குதூகலத்தோடு சிரித்துக்கொண்டே பதில் சொன்னாள் அவள்.

தாய் அவளை வாய் பேசாமல் பார்த்தாள். அந்தப் பார்வையிலேயே அவளது நடத்தையைக் கண்டித்தாள். அந்தச் சமயத்தில் சோபியா அவளுக்கு விசயத்தை ஞாபகமூட்டினாள்:

"நாங்கள் இகோர் இவானவிச்சைப் பற்றி இப்போதுதான் பேசிக்கொண்டிருந்தோம்."

"அவன் எவ்வளவு அருமையான ஆசாமி!" என்றாள் சாஷா "வாக்கிலே கேலியில்லாமலும், முகத்திலே சிரிப்பில்லாமலும், அவனை நான் என்றுமே பார்த்ததில்லை. மேலும், அவன் என்னமாய் உழைத்தான்! அவன் ஒரு புரட்சிக் கலைஞன்! புரட்சிச் சிந்தனையிலே தலைசிறந்தவன். எவ்வளவு எளிதாகவும் ஆணித்தரமாகவும் அவன் அநீதியைப் பற்றியும், பொய்

பித்தலாட்டங்களைப் பற்றியும், பலாத்காரத்தைப் பற்றியும் விவரித்துக் கூறுவான்!"

அவன் அமைதியுடனும், கண்களிலே சிந்தனை வயப்பட்ட களிப்புடனும் பேசினாள். எனினும் அந்தக் கண்களில் மிதந்த களிப்பு அவளது பார்வையிலிருந்த பெருமித நெருப்பை அணைக்கவில்லை; அவளது ஆனந்த வெறி அனைவருக்குமே புரியாததாயினும் தெரியத்தான் செய்தது.

தங்களுடைய தோழன் ஒருவனது மரணத்தால் ஏற்பட்ட துக்கத்தை சாஷாவினுடைய உவகை வெறியால் மாற்றிக்கொள்ள, மறந்திருக்க அவர்கள் விரும்பவில்லை. அதற்குப் பதிலாகத் தாங்கள் மூழ்கியிருக்கும் சோக உணர்ச்சியிலிருந்து வெளியே வர விரும்பாமலே, அவளையும் தங்களது மனவுணர்ச்சியின் நிலைக்குக் கொண்டுவர வேண்டும் என்று அவர்கள் தம்மையுமறியாமல் முயன்று கொண்டிருந்தார்கள்.

"இப்போது அவன் செத்துப் போனான்" என்று அழுத்தமாகக் கூறிக்கொண்டே சாஷாவின் முகத்தைக் கூர்ந்து கவனித்தாள் சோபியா.

சாஷா திடீரென்று கேள்வி பாவம் தொனிக்கும் பார்வையோடு அவர்கள் அனைவரையும் பார்த்தாள்; முகத்தைச் சுழித்தாள். தன் தலையைத் தாழ்த்தி, மௌனமானாள்; தன் மயிரை மெதுவாக ஒதுக்கிக்கொண்டாள். சில கணநேரம் திக்குமுக்காடிய பிறகு அவள் திடீரென்று தலைநிமிர்ந்து ஆத்திர வேகம் கொண்ட தொனியில் பேசினாள்:

"செத்து விட்டான்! அதற்கு என்ன அர்த்தம், சாவது என்றால்? எது செத்தது? இகோரிடம் நான் கொண்டுள்ள மதிப்புச் செத்ததா? தோழன் என்கிற முறையில் நான் அவனிடம் கொண்டிருந்த பாசம் செத்ததா? அல்லது அவனது கருத்துகளைப் பற்றியும் சேவையைப் பற்றியும் உள்ள என் நினைவு செத்ததா? அவன் என் இதயத்தில் எழுப்பிய உணர்ச்சி மறைந்ததா? நேர்மையும் துணிவும் கொண்ட மனிதன் என்று அவனை நான் உணர்ந்திருந்த என் அறிவு மறைந்ததா? இவையெல்லாம் செத்தா போயின? என்னைப் பொறுத்தவரை அவை என்றும் சாகாதவை என்பது எனக்குத் தெரியும். ஒரு மனிதனை 'அவன் செத்துவிட்டான்' என்று சொல்லும்போது மிகவும் அவசரப்பட்டே கூறி விடுகிறோம் என்றே எனக்குத் தோன்றுகிறது. அவனது உதடுகள்தான் செத்துப் போயின. ஆனால் அவன் உரைத்த வாசகங்கள் இன்னும் வாழ்பவர்களின் இதயங்களிலெல்லாம் உயிர் வாழ்ந்து கொண்டிருக்கும்!"

"தோழர்களே! நான் சொல்வது முட்டாள்தனமாகக் கூடத் தோன்றலாம். ஆனால் நான் நேர்மையான மனிதர்களின் சிரஞ்சீவித் தன்மையில், என்னை இந்த மாதிரியான அற்புத வாழ்க்கையில் ஈடுபடுத்தியவர்களின் சிரஞ்சீவித் தன்மையில் நம்பிக்கை கொள்கிறேன். அவர்கள் கற்றுக் கொடுத்த இந்த வாழ்க்கை, தனது பிரமிக்க வைக்கும் பிரச்சினைகளால், வகை வகையான காட்சிகளால், கருத்துகளின் வளர்ச்சியால் என்னைப் புல்லரித்துப் புளகாங்கிதம் அடையச் செய்கிறது. இந்தக் கருத்துகளின் வளர்ச்சி என்னுடைய சொந்த இதயத்தைப்போல் எனக்கு அத்தனை அருமை வாய்ந்ததாயிருக்கிறது. ஒரு வேளை நாம் நமது உணர்ச்சிகளைக் கட்டுப்படுத்தி வாழலாம்; நாம் சிந்தனைகளுக்கே அடிமைப்பட்டு வாழ்கிறோம். அதனால் அந்தச் சிந்தனை நம்மைப் பாதித்து உருக்குலைத்துவிடும். எதையுமே நாம் உணர்ச்சியற்று மதிப்பிடுகிறோம்..."

"உங்களிடம் ஏதோ அருமையான மாறுதல் ஏற்பட்டிருப்பதுபோலத் தோன்றுகிறதே" என்று புன்னகையுடன் கேட்டாள் சோபியா.

"ஆமாம்" என்றாள் சாஷா. "ரொம்பவும் அருமையானது தான். அப்படித்தான் எனக்குத் தோன்றுகிறது. நான் நிகலாய் வெஸோவ்ஷிகோவோடு நேற்றிரவு முழுவதும் பேசிக்கொண்டிருந்தேன். எனக்கு எப்போதுமே அவனைப் பிடித்ததில்லை. அவன் முரட்டுத்தனமும் அறியாமையும் கொண்டவனாகவே எனக்குத் தோன்றினான். சந்தேகமின்றி அவன் அப்படித்தானிருந்தான். எல்லோர் மீதும் அவனுக்கு ஓர் அசைவற்ற மோசமான எரிச்சல் உணர்ச்சியே ஏற்பட்டு வந்தது. எப்போது பார்த்தாலும், எந்த விசயத்தை எடுத்தாலும் அவன் தன்னை வைத்தே, தன்னைத் தானே முன்னிலையில் வைத்துப் பேசுவான். எப்போது பார்த்தாலும் 'நான், நான், நான்' என்று முரட்டுத்தனமாக, குரோத உணர்ச்சியுடனேயே பேசுவான். அவன் பயங்கரமான குறுகிய மனப்பான்மைக்கு ஆளாகியிருந்தான்."

அவள் புன்னகை செய்தாள்; தனது பளபளக்கும் கண்களால் அவர்களை மீண்டும் ஒரு முறை பார்த்தாள்.

"இப்போதோ அவன் 'தோழர்களே!' என்று அழைக்கிறான். அவன் அந்த வார்த்தையை எப்படிச் சொல்கிறான் என்பதை நீங்கள் பார்க்க வேண்டுமே! ஒருவித அடக்கமும் அன்பும் கலந்த பாவத்தோடு அழைக்கிறான். அந்தப் பாவத்தை வார்த்தைகளால் சொல்ல முடியாது. அவன் வியக்கத்தக்க முறையில் மாறிவிட்டான். படாடோபமே இல்லை. நேர்மையான

ஈடுபாடும், உழைக்க வேண்டும் என்கிற ஆர்வமும் அவன் மனதில் நிரம்பியிருக்கின்றன. அவன் தன்னைத்தானே உணர்ந்து கொண்டுவிட்டான். அவனது குறைகளையும் நிறைகளையும் அவன் நன்கு தெரிந்து கொண்டுவிட்டான். அவனிடம் காணப்படும் முக்கிய மாறுதல் இதுதான்: அவனிடம் ஓர் ஆழ்ந்த தோழமையுணர்ச்சி தோன்றியிருக்கிறது."

சாஷா பேசுவதைக் கேட்டுக்கொண்டிருந்த தாய்க்கு, ஓர் உண்மை புலப்பட்டது. சாஷாவைப் போன்ற நெஞ்சழுத்தமுள்ள ஆசாமிகூட, சமயம் ஏற்பட்டால் குதூகலமும் இங்கிதமும் நிறைந்து விளங்க முடியும் என்பதை உணர்ந்து உள்ளூர மகிழ்ந்து கொண்டாள். ஆனால், அதேவேளையில் அவளது இதயத்தின் அடியாழத்தில் அவள் பொறாமை உணர்ச்சியோடு எண்ணிக்கொண்டிருந்தாள்:

'பாவெலுக்கு மட்டும் என்னவாம்?'

"அவன் தன் தோழர்களைப் பற்றி மட்டுமே நினைக்கிறான்" என்று தன் பாட்டில் நிகலாயைப் பற்றியே பேசத் தொடங்கினாள் சாஷா. "அவன் என்னிடம் என்ன சொல்ல வந்தான் தெரியுமா? சிறையிலுள்ள மற்ற தோழர்களைத் தப்பியோடச் செய்யும் விசயத்தைப் பற்றிச் சொன்னான். அந்தக் காரியம் ரொம்பச் சுளுவானது என்று அவன் சாதிக்கிறான்."

சோபியா தலையை உயர்த்தி ஆர்வத்தோடு பேசினாள்:

"அதுவும் ஒரு நல்ல யோசனைதான், சாஷா! நீங்கள் என்ன நினைக்கிறீர்கள்?"

தாயின் கையிலிருந்த தேநீர்க் கோப்பை நடுநடுங்கியது. சாஷா தன் புருவங்களைச் சுருக்கி விழித்துத் தனக்கு ஏற்பட்ட உத்வேக உணர்ச்சியை உள்ளடக்க முயன்றாள். ஒரு கணம் கழித்து, அவள் தீர்மானமான குரலில், எனினும் இனிய புன்னகையோடு பேச முனைந்தாள்:

"அவன் சொல்வது உண்மையென்றால், நாம் அந்த முயற்சியில் ஈடுபட்டுப் பார்க்க வேண்டியதுதான். முயல்வது நம் கடமை!"

திடீரென அவளது முகம் சிவந்தது. ஒன்றுமே பேசாமல் நாற்காலிக்குள் உட்கார்ந்து பேசினாள்.

'அடி கண்ணே!' என்று சிறு புன்னகை ததும்ப, தன்னுள் நினைத்துக்கொண்டாள் தாய். சோபியாவும் புன்னகை புரிந்தாள். நிகலாய் சாஷாவைப் பார்த்தான், லேசாகச் சிரித்துக்கொண்டான். அந்தப் பெண் தன் தலையை நிமிர்த்தினாள். கடுமையாக எல்லோரையும் பார்த்தாள். அவளது முகம் வெளுத்து, கண்கள்

பிரகாசமாக ஒளிர்ந்தன. அவளது குரல் மிகவும் அவமானத்தால் வறண்டு ஒலித்தது.

"நீங்கள் ஏன் சிரிக்கிறீர்கள் என்று எனக்குத் தெரியும்" என்றாள் அவள். "நான் ஏதோ சொந்தக் காரணத்துக்காகத்தான் இதைச் செய்யச் சொல்கிறேன் என்று நீங்கள் நினைக்கிறீர்கள்."

"ஏன் சாஷா?" என்று பாசாங்குடன் கேட்டுக்கொண்டே எழுந்து அவளிடம் சென்றாள் சோபியா. இப்படிச் சொன்னது சாஷாவின் மனதைத் துன்புறுத்திவிட்டது என்றே தாய்க்குத் தோன்றியது. சோபியா இப்படிச் சொல்லியிருக்கக் கூடாது என்றே தாய் கருதினாள். தாய் பெருமூச்செறிந்தாள்; குற்றம் கூறும் பாவத்தோடு அவளைப் பார்த்தாள்.

"இந்தப் பிரச்சினையில் நான் எந்தச் சம்பந்தமும் கொள்ளத் தயாராயில்லை!" என்றாள் சாஷா. "நீங்கள் இந்தப் பிரச்சினையை என் சொந்த விவகாரமாகக் கருதினால், அதைப் பற்றிய முடிவுக்கு வருவதில் நான் கலந்து கொள்ளவே மாட்டேன்!"

"போதும். சாஷா" என்று அமைதியாகச் சொன்னான் நிகலாய்.

தாயும் அவளருகே சென்று, அவளது தலைமயிரைக் கோதித் தடவிக் கொடுக்க ஆரம்பித்தாள். அந்தப் பெண் அவளது கரத்தை எட்டிப் பிடித்தாள்; கன்றிச் சிவந்துபோன தன் முகத்தைத் தாயின் முகத்துக்கு நேராக நிமிர்த்தினாள். பேசுவதற்கு வாய் வராததால், தாய் லேசாகப் புன்னகை செய்தாள்; பெருமூச்செறிந்தாள். சாஷாவுக்கு அடுத்தாற் போலிருந்த நாற்காலியில் சோபியா உட்கார்ந்தாள்; தன் கரத்தை சாஷாவின் தோள்மீது சுற்றிப் போட்டாள்.

"நீ ஒரு விசித்திரப் பிறவி" என்று அவளது கண்களைப் பார்த்துப் புன்னகை செய்தவாறே சொன்னாள் சோபியா.

"நான்தான் அசட்டுத்தனமாய் நடந்து கொண்டுவிட்டேன்..."

"நீங்கள் என்ன, இப்படி நினைக்கிறீர்கள்?" என்று சோபியா பேச முனைந்தாள்; ஆனால் அவள் பேச்சை முறித்துக் குறுக்கிட்டுப் பேசினான் நிகலாய்:

"முடியுமென்று தோன்றினால், நாம் நிச்சயம் அவர்கள் தப்பியோடுவதற்கு வழிசெய்ய வேண்டியதுதான். சந்தேகமே வேண்டாம்" என்றான் அவன். "ஆனால் முதன்முதலாக நாம் ஒரு விசயம் தெரிந்துகொள்ள வேண்டும். சிறையிலுள்ள நம் தோழர்கள் இதை விரும்புவார்களா என்பதைத் தெரிந்துகொள்ள வேண்டாமா?"

சாஷா தன் தலையைத் தொங்கவிட்டாள்.

சோபியா ஒரு சிகரெட்டைப் பற்ற வைத்தாள்; தன் சகோதரனை லேசாகப் பார்த்துக்கொண்டே, அவள் தீக்குச்சியை ஒரு மூலையில் விட்டெறிந்தாள்.

"அவர்கள் எப்படி இதை விரும்பாமல் இருப்பார்கள்" என்று பெருமூச்செறிந்தாள் தாய். "இது எப்படிச் சாத்தியம் என்பதைத் தான் என்னால் நம்ப முடியவில்லை."

அந்தக் காரியத்தை வெற்றிகரமாக எப்படி நடத்த முடியும் என்பதைத் தெரிந்துகொள்ள ஆவலாய்த் துடித்தாள் தாய். ஆனால், அவர்களோ வாய் பேசாது மௌனமாயிருந்தார்கள்.

"நான் நிகலாய் வெஸோவ்ஷிகோவைப் பார்க்க வேண்டும்" என்றாள் சோபியா.

"அவனை எங்கு எப்போது சந்திக்க இயலும் என்பதை நான் உங்களுக்கு நாளைக்குச் சொல்கிறேன்" என்றாள் சாஷா.

"அவன் என்ன செய்யப் போகிறான்?" என்று அறைக்குள் மேலும் கீழும் நடந்தவாறே கேட்டாள் சோபியா.

"அவனை அவர்கள் புதிய அச்சகத்திலே அச்சுக் கோர்ப்பவனாக வைக்கலாம் என்று யோசிக்கிறார்கள், அதுவரையிலும் அவன் அந்த ஷிகாரியோடு குடியிருப்பான்."

சாஷா தன் முகத்தைச் சுளித்தாள்; அவள் முகத்தில் மீண்டும் அந்த அழுத்தபாவம் குடியேறியது. அவள் எரிந்து விழுந்து பேசினாள்.

"நாளை மறுநாள் நீங்கள் பாவெலைப் பார்க்கச் செல்லும்போது அவனிடம் ஒரு சீட்டுக் கொடுத்துவிட்டு வரவேண்டும்" என்று தாயை நோக்கிக் கூறிக்கொண்டே, நிகலாய் பண்ட பாத்திரங்களைத் துலக்கும் இடத்துக்குப் போனான். "சொல்கிறது புரிந்ததா? அவர்கள் விரும்புகிறார்களா என்பதை..."

"தெரியும், தெரியும்" என்று அவசர அவசரமாகப் பதில் சொன்னாள் தாய். "நான் எப்படியும் அதைக் கொடுத்துவிட்டு வருகிறேன்."

"சரி, நான் போகிறேன்" என்றான் சாஷா. அவள் ஒவ்வொரு வரோடும் விரைவாகவும் மௌனமாகவும் கைகுலுக்கிவிட்டு, ஏதோ ஒரு விதமான அழுத்தந்திருத்தமான நடைபோட்டுக்கொண்டு விறைப்பாக அங்கிருந்து வெளியே சென்றாள்.

அவள் போன பிறகு, சோபியா தன் கரங்களைத் தாயின் தோள்களின் மீது போட்டு, அவள் உட்கார்ந்திருந்த நாற்காலியை முன்னும் பின்னும் ஊஞ்சலாட்டினாள்.

"இந்த மாதிரி மருமகளை உங்களுக்குப் பிடிக்குமா, நீலவ்னா?" என்று கேட்டாள் அவள்.

"எனக்கா? நன்றாய்ச் சொன்னாய். அவர்கள் இருவரையும் ஒரு நாளைக்காவது ஒன்றாகப் பார்க்கின்ற காலம் வந்தால்..!" என்று கத்தினாள் தாய். அவளுக்கு அழுகையே வந்துவிடும் போலிருந்தது.

"ஆமாம், சிறு ஆனந்தம் என்றால் எல்லோருக்குமே நல்லது தான்" என்று மெதுவாகச் சொன்னான் நிகலாய். "ஆனால், சிறு ஆனந்தத்தால் யாருமே திருப்தியடைவதில்லை. ஆனால் ஆனந்தம் பெருத்துவிட்டாலோ – அதன் தரமும் மலிவாகி விடுகிறது."

சோபியா பியானோ வாத்தியத்தருகே சென்றாள்; ஒரு சோக கீதத்தை இசைக்கத் தொடங்கினாள்.

12

மறுநாள் காலையில் ஆஸ்பத்திரியின் வெளி வாசலுக்கருகே சுமார் முப்பது நாற்பது பேர் நின்று கொண்டிருந்தார்கள்; தங்கள் தோழர்களின் சவப் பெட்டியைப் பெற்றுத் தூக்கிச் செல்வதற்காக அவர்கள் காத்து நின்றார்கள். அவர்களைச் சுற்றிலும் உளவாளிகள் திரிந்து கொண்டிருந்தார்கள். மக்கள் பேசுகின்ற பேச்சையும், முகபாவங்களையும் நடவடிக்கைகளையும் அவர்கள் கூர்ந்து கவனித்துக்கொண்டிருந்தார்கள். தெருவுக்கு அப்பால் எதிர்த்திசையில் ஒரு போலீஸ் படை இடைகளிலே ரிவால்வர்கள் சகிதம் நின்றுகொண்டிருந்தது. அந்த உளவாளிகளின் துணிச்சலைக் கண்டும்; போலீஸ்காரர்களின் ஏளனமான புன்னகையைக் கண்டும் மக்களுக்கு ஆத்திரம் மூண்டுகொண்டு வந்தது; போலீஸ்காரர்கள் எந்த நிமிடத்திலும் தன் சக்தியை வெளியிடத் தயாராய்த் துடிதுடித்துக் கொண்டிருந்தார்கள். சிலர் தங்களது ஆத்திரத்தைக் கேலியும் கிண்டலுமாகப் பேசி மறைக்க முயன்றார்கள். சிலர் தங்களுக்கு இழைக்கப்படும் அநீதியை ஏறிட்டுப் பார்த்துக்கொண்டிருக்க விரும்பாமல், தங்கள் தலைகளைத் தொங்கவிட்டு, தரையையே வெறித்துப் பார்த்துக்கொண்டிருந்தார்கள். வேறு சிலர் தங்களது உணர்ச்சிகளை அடக்க முடியாமல், வாய்ச் சொல்லைத் தவிர எந்தவித ஆயுதமுமற்ற மக்களைக் கண்டு பயந்து நடுங்கும் அதிகாரிகளை நோக்கிக் குத்தலாகப் பேசினார்கள். மக்களது காலடியிலே காற்றினால் பறந்து வந்து விழுந்த, பழுத்து வதங்கிய இலைகள் பரவிக்கிடந்த தெருவின் சாம்பல் நிறச் சரளைகளின் மீது இலையுதிர்காலத்தின் வெளிறிய நீலவானம் பளபளத்து ஒளிர்ந்தது:

தாய் கூட்டத்தினிடையே நின்று, தன்னைச் சுற்றியுள்ள பரிச்சய மான முகங்களைக் கண்டு வருத்தத்தோடு நினைத்துக்கொண்டாள்:

'நீங்கள் ஒன்றும் அதிம் பேர் வரவில்லை. தொழிலாளர்களே ரொம்ப ரொம்பக் குறைச்சல்...'

கதவுகள் திறந்தன, சிவப்பு நாடாக்களால் கட்டப் பெற்ற மலர் வளையங்கள் சுற்றிய சவப்பெட்டியின் மேற்பகுதியைச் சிலபேர் வெளியே கொண்டுவந்தார்கள். குழுமி நின்ற மக்கள் உடனே தங்கள் தொப்பிகளை அகற்றி அதற்கு மரியாதை செலுத்தினார்கள்; அவர்கள் செய்த இந்தச் செய்கை ஒரு பறவைக் கூட்டம் திடீரென கணத்தில் சிறகை விரித்துப் பறக்கத் தொடங்குவது போலத் தோன்றியது. சிவந்த முகத்தில் கறுத்த பெரிய மீசை கொண்ட ஒரு நெட்டையான போலீஸ் அதிகாரி விறுவிறுவென்று கூட்டத்தினரை நோக்கி நடந்து வந்தான். அவனுக்குப் பின்னால் மக்களைப் பிளந்து தள்ளிக்கொண்டும், தங்களது பூட்சு கால்களை ஓங்கி மிதித்துக்கொண்டும் சிப்பாய்கள் சிலர் வந்தார்கள்.

"அந்த நாடாக்களைத் தூர எடு!" என்று கரகரத்த குரலில் உத்தரவிட்டான் அந்த அதிகாரி.

ஆணும் பெண்ணும் அவனைச் சுற்றி நெருங்கிச் சூழ்ந்தார்கள்; ஆத்திரத்தோடு பேசினார்கள்; தங்கள் கைகளை அசைத்து வீசி ஒருவரையொருவர் முண்டியடித்து முன்னேறினார்கள். தாயின் கண் முன்னால் உணர்ச்சி வசப்பட்டு வெளுத்துப் போன முகங்களும் துடிதுடிக்கும் உதடுகளும் பிரகாசித்தன. ஒரு பெண்ணின் கன்னங்களில் அவமானத்தால் ஏற்பட்ட கண்ணீர் பொங்கி வழிந்து உருண்டோடியது.

"அடக்குமுறை ஒழிக!" என்று ஓர் இளங்குரல் முழக்கமிட்டது. எனினும் அந்த முழக்கம் அங்கு நடந்து கொண்டிருந்த வாக்குவாதத்தில் அமிழ்ந்து அடங்கிவிட்டது.

தாயின் உள்ளத்தில் சுருக்கென்று வேதனை தோன்றியது; அவள் தனக்கு அடுத்தாற்போல் நின்று கொண்டிருந்த எளிய உடை தரித்த இளைஞனைப் பார்த்தாள்.

"சவச் சடங்கைக்கூட தோழர்கள் இஷ்டம்போல் நடத்துவதற்கு விடமாட்டேனென்கிறார்கள்" என்ற அவள் கோபாவேசத்தோடு சொன்னாள். "இது ஓர் அவமானம்!"

வெறுப்புணர்ச்சி மேலோங்கியது; மக்களது தலைகளுக்கு மேலாகச் சவப் பெட்டியின் மூடி அசைந்தது; அதிலுள்ள சிவப்பு

நாடாக்கள் காற்றில் அசைந்தாடின. அந்தப் பட்டுநாடாக்கள் மக்கள் திரளுக்கு மேலாகப் படபடத்து ஒலித்தன.

போலீசாருக்கும் மக்கள் கூட்டத்துக்கும் கலவரம் ஏற்படக்கூடும் என்கிற பயம் தாயின் மனதில் ஏற்பட்டது. எனவே, அவள் ஏதேதோ முணுமுணுத்துக்கொண்டே அங்குமிங்கும் விறுவிறுவென நடந்து திரிந்தாள்.

"அவர்கள் அப்படி விரும்பினால் அவர்கள் விருப்பப்படியே நடந்து தொலையட்டுமே! வேண்டுமானால், அவர்கள் அந்த நாடாக்களை எடுத்துக் கொள்ளட்டுமே! நாம்தான் கொஞ்சம் விட்டுக்கொடுப்போமே!"

யாரோ ஒருவனின் கூர்மையும் பலமும் கொண்ட குரல் அங்கு நிலவிய சப்தத்தை விழுங்கி மேலோங்கி ஒலித்தது;

"எங்களுடைய தோழனை, உங்களுடைய சித்திரவதையால் உயிர் நீத்த எங்களுடைய தோழனை கல்லறைக்கு வழியனுப்பி வைக்கும் எங்கள் உரிமையைத்தான் நாங்கள் கோருகிறோம்..."

ஓர் உரத்த பாட்டுக் குரல் ஒலிக்க ஆரம்பித்தது:

இணையும் ஈடும் இல்லாத
இந்தப் போரில் நீங்களெல்லாம்
பணயம் வைத்தே உம்முயிரைப்
பலியாய்க் கொடுத்தீர் கொடுத்தீரே!

"நாடாக்களை எடு! அவற்றை வெட்டித் தள்ளு, யாகவ்லெவ்!"

உருவிய வாள்வீச்சு ஒலித்து இரைந்தது. கூச்சல்களை எதிர்பார்த்துத் தாய் தன் கண்களை மூடிக்கொண்டாள். ஆனால் மக்களோ முணுமுணுக்கத்தான் செய்தார்கள்; சீற்றங்கொண்ட ஓநாய்களைப்போல் உறுமினார்கள். பிறகு அவர்கள் மௌனமாக தங்கள் தலைகளைத் தொங்கப் போட்டவாறே விலகி நடந்தார்கள். அவர்களது காலடியோசை தெரு முழுவதும் நிரம்பி ஒலித்தன.

அலங்கோலமாக்கப்பட்ட சவப்பெட்டியின் மேலிருந்து கசங்கிப் போன பூமாலைகள் மக்கள் கூட்டத்தின் தலைகளுக்கு மேலாக உதிர்ந்து மிதந்தன. அவர்களுக்குப் பக்கத்தில் குதிரைப் போலீஸ்காரர்கள் பாதுகாப்புக் கொடுத்து உலாவிக் கொண்டிருந்தார்கள். தாய் நடைபாதை வழியாக நடந்து வந்தாள். அவளால் இப்போது சவப் பெட்டியைக் கூடக் காண முடியவில்லை. அந்தச் சவப்பெட்டியைச் சுற்றிலும் தெரு முழுவதுமே முன்னும் பின்னும் மக்கள் பெருந்திரள் பெருகி வந்தது. சாம்பல் நிறம் படைத்த குதிரைப் போலீஸ்காரர்கள் தங்களது உடைவாளின் கைப்பிடியில்

கைகளைப் போட்டவாறே நடந்து வந்து கொண்டிருந்தார்கள். எங்கு பார்த்தாலும் துப்பறிபவர்களின் கூரிய கண்கள் மக்களின் முகங்களைக் கூர்ந்து கவனித்துக்கொண்டே வருவதைத் தாய் கண்டாள்.

சென்று வாராய், தோழனே!
சென்று வாராய், தோழனே!

என்று இரு சோகக் குரல்கள் பாடின.

"பாட்டில்லாமலே போகலாம்" என்று யாரோ கத்தினார்கள். "பெரியோர்களே, நாம் மௌனமாகவே செல்வோம்."

அந்தக் குரலில் ஏதோ ஓர் உறுதியும் அழுத்தமும் இருந்தது. அந்தச் சோக கீதம் திடீரென்று நின்றது; பேச்சுக் குரல் அடங்கியது. சரளைக் கற்கள் பாவிய தெருவில் ஒரே கதியில் செல்லும் மங்கிய காலடியோசை மட்டுமே கேட்டது. இந்த ஓசை மக்களுக்கு மேலாக எழுந்து நிர்மலமான வான மண்டலத்தில் மிதந்து, எங்கோ தூரத் தொலைவில் பெய்யும் புயல் மழையின் இடியோசையைப்போல், காற்றை நடுக்கி உலுக்கியது. ஒரு பலத்த குளிர்க்காற்று உரத்து வீசி, தெருப்புழுதியையும் குப்பைக்கூளங்களையும் வாரியள்ளி மக்களின் மீது எரிச்சலோடு வீசியெறிந்தது. அவர்களது தலைமீதும், சட்டை துணிமணிகள் மீதும் வீசியடித்துக் கண்களை இறுக மூடச் செய்தது. மார்பில் ஓங்கியறைந்தது; காலைச்சுற்றி வளைத்து வீசியது...

அந்த மௌன ஊர்வலம் பாதிரிகள் யாருமின்றி, இதயத்தைக் கவ்வும் இனிய கீதம் எதுவுமின்றிச் சென்றது. அந்த ஊர்வலமும், ஊர்வலத்தில் தோன்றிய சிந்தனை தோய்ந்த முகங்களும், நெரிந்த நெற்றிகளும் தாயின் உள்ளத்தில் பயங்கர உணர்ச்சியை நிரப்பின. மெது மெதுவாகப் பல சிந்தனைகள் அவள் சோகம் தோய்ந்த வார்த்தைகளால் பொதிந்து தனக்குள் சொல்லிக்கொண்டாள்:

"உங்களில் அநேகர் சத்தியத்துக்காகப் போராடவே இல்லை..."

அவள் குனிந்த தலையோடு நடந்து சென்றாள். அவர்கள் இகோரைப் புதைக்கச் செல்வதாகவே அவளுக்குத் தோன்றவில்லை. ஆனால், தனக்கு மிகவும் அத்தியாவசியமான அருமையான நெருங்கிய ஏதோ ஒன்றைத்தான் அவர்கள் புதைக்கப் போவதாக அவளுக்குப்பட்டது. அவள் நிராதரவான உணர்ச்சிக்கு ஆளானாள்; அந்தக் காரியத்துக்கு, தான் அன்னியமாகப் போனது மாதிரி உணர்ந்தாள். இகோரை வழியனுப்பும் இந்த மனிதர்களுடன் ஒத்துப் போகாத ஒரு சமனமற்ற கவலையுணர்ச்சி அவள் இதயத்தில் நிரம்பி நின்றது.

தொ.மு.சி. ரகுநாதன்

'உண்மைதான், இகோர் கடவுள் இருப்பதாக நம்பியதில்லை; இந்த மனிதர்களும்தான் நம்பவில்லை...' என்று அவள் தனக்குள் நினைத்துக்கொண்டாள்.

அந்த எண்ணத்தையே மேலும் மேலும் தொடர விரும்பவில்லை. தனது இதயத்தை அழுத்திக்கொண்டிருக்கும் பெரும்பார உணர்ச்சியிலிருந்து விடுபடுவதற்கு முயன்றவாறே அவள் பெருமூச்செறிந்தாள்.

'கடவுளே! அருமை ஏசு நாதரே! நானும் கூடவா இப்படி இருப்பேன்...'

அவர்கள் இடுகாட்டை அடைந்தார்கள். சமாதிகளுக்கு மத்தியில் செல்லும் ஒடுங்கிய நடைபாதைகளைச் சுற்றி வளைத்து நடந்து, கடைசியாக, சிறு வெள்ளைநிறச் சிலுவைகளாகக் காணப்படும் ஒரு பரந்த வெட்ட வெளிக்கு வந்து சேர்ந்தார்கள். சவக்குழியைச் சுற்றி அவர்கள் மௌனமாகவே குழுமினார்கள். சமாதிகளுக்கு மத்தியிலே வந்து சேர்ந்த அந்த உயிருள்ள மனிதர்களின் ஆழ்ந்த மௌனம், வெகு பயங்கரமாகத் தோன்றியது. இந்தப் பயங்கரச் சூழ்நிலை தாயின் இதயத்தை நடுக்கியது. அந்தச் சிலுவைகளுக்கு ஊடாகக் காற்று ஊளையிட்டு, இரைந்து வீசிற்று; சவப்பெட்டியின் மீது கிடந்த கசங்கிய மலர்களை உலைத்தெறிந்தது.

போலீஸ்காரர்கள் அணிவகுத்து நின்று தங்கள் தலைவனையே பார்த்தவாறு நின்றார்கள். கரிய புருவங்களும் நீளமான தலைமயிரும், நெடிய தோற்றமும் கொண்ட ஒரு வெளிறிய வாலிபன் சவக்குழியின் தலைமாட்டருகே போய் நின்றான். அதே சமயத்தில் அந்தப் போலீஸ் அதிகாரியின் முரட்டுக் குரல் சத்தமிட்டது:

"பெரியோர்களே..."

"தோழர்களே!" என்று அந்தக் கரிய புருவமுடைய இளைஞன் தெளிந்த உரத்த குரலில் பேசத் தொடங்கினான்.

"ஒரு நிமிடம்" என்றான் அதிகாரி: "இங்கு நீங்கள் எந்தவிதமான பிரசங்கமும் செய்ய நான் அனுமதிக்க முடியாது. எனவே உங்களை எச்சரிக்கிறேன்."

"நான் ஒரு சில வார்த்தைகள் மாத்திரம் கூறி முடித்து விடுகிறேன்." என்று அந்த இளைஞன் அமைதியாகச் சொன்னான். பிறகு பேசத் தொடங்கினான் "தோழர்களே! நம்முடைய நண்பனும் நல்லாசிரியனுமாக விளங்கிய இந்தத் தோழனின் சமாதியருகே நாம் ஒரு சூளுரை செய்வோம். அவனது கொள்கைகளை நாம் என்றும் மறக்கமாட்டோம். நாம் அனைவரும், நம்மில் ஒவ்வொருவரும் நமது

தாய்நாட்டின் சீர்கேட்டுக்கெல்லாம் மூலக்காரணமான இந்தத் தீமையை, இந்த அடக்குமுறை ஆட்சியை, எதேச்சதிகார ஆட்சியை சவக்குழி தோண்டிப் புதைப்பதற்கே நமது ஆயுட்காலம் முழுவதும் என்றென்றும் இடையறாது, போராடிப் பாடுபடுவோம்!"

"அவனைக் கைது செய்!" என்று அதிகாரி கத்தினான்; ஆனால் அவனது குரல் அப்போது எழுந்த முழக்கப் பேரொலியில் மூங்கி முழுகிவிட்டது:

"எதேச்சதிகாரம் அடியோடு ஒழிக!"

போலீஸ்காரர்கள் மக்கள் கூட்டத்தைப் பிளந்துகொண்டு அந்தப் பிரசங்கியை நோக்கிச் சென்றார்கள். அவனோ தன்னைச் சுற்றிச் சூழ்ந்து நெருங்கி நின்று தனக்குப் பாதுகாப்பளித்துக் கொண்டிருக்கும் மக்கள் கூட்டத்துக்கு மத்தியிலிருந்து கைகளை வீசியாட்டி முழக்கமிட்டான்:

"சுதந்திரம் நீடூழி வாழ்க!"

தாய் ஒரு புறமாக நெருங்கித் தள்ளப்பட்டாள். அவள் பயத்தால் ஒரு சிலுவையின் மீது போய்ச் சாய்ந்து, ஏதோ ஓர் அடியை எதிர்நோக்கிக் கண்களை மூடி நின்றாள். குழம்பிப் போன குரலோசை அவளது காதுகளைச் செவிபடச் செய்தது. பூமியே அவளது காலடியைவிட்டு அகன்று செல்வதாக ஓர் உணர்வு. பயத்தினால் அவளுக்கு மூச்செடுக்கவே முடியாமல் திக்கு முக்காடியது. போலீஸ் விசிலின் சப்தம் ஆபத்தை அறிவித்து ஒலித்தது; முரட்டுக் குரல்கள் உத்தரவு போட்டன; பெண்களின் கூச்சல் பீதியடித்துக் கதறின; வேலிக்கம்பிகள் முறிந்து துண்டாயின; கனத்த பூட்ஸ் காலடிகள் வறண்ட பூமியில் ஓங்கியறைந்து ஒலித்தன. இந்தக் களேபரம் அதிக நேரம் நீடித்தது; எனவே அவள் இந்தப் பயபீதியால் அஞ்சி நடுங்கிப்போய் கண்களை மூடியவாறே அதிக நேரம் நின்றுகொண்டிருக்க இயலவில்லை.

அவள் ஏறிட்டுப் பார்த்தாள்; கூச்சலிட்டுக்கொண்டு, தன் கைகளை முன்னே நீட்டிக்கொண்டும் பாய்ந்து ஓடினாள். கொஞ்ச தூரத்தில், சமாதிக் குழிகளுக்கு இடையேயுள்ள குறுகிய சந்தில், போலீசார் அந்த நீண்ட கேசமுடைய இளைஞனைச் சுற்றி வளைத்துக்கொண்டு நின்றார்கள். அவனைக் காப்பாற்றுவதற்காக நாலாபுறத்திலிருந்தும் சாடி முன்னேறிவரும் மக்களை அடித்து விரட்டிக்கொண்டிருந்தார்கள். உருவிய வாள்கள் மனிதத் தலைகளுக்கு மேலாகப் பளபளத்து மின்னி, திடீரெனக் கூட்டத்தினர் மத்தியில் குதித்துப் பாய்ந்தன. ஒடிந்த வேலிக் கம்பிகளும், கம்புகளும் ஆயுதங்களாகப் பயன்படுத்தப்பட்டன. கூச்சலிடும்

மக்கள் வெளுத்த முகமுடைய அந்த இளைஞனைச் சுற்றிலும் வெறியாட்டம் ஆடிக்கொண்டு குமைந்து கூடினார்கள். இந்த வெறியுணர்ச்சிக் களேபரப் புயலுக்கு மத்தியில் அந்த இளைஞனது பலம் வாய்ந்த குரல் ஓங்கி ஒலித்தது.

"தோழர்களே! உங்கள் சக்தியை ஏன் விரயம் செய்கிறீர்கள்?"

அவனது வார்த்தைகள் தெளிவு தருவனவாக ஒலித்தன. மக்கள் தங்கள் கைகளிலிருந்த கழிகளையும் கம்புகளையும் விட்டெறிந்துவிட்டு, ஒருவர் பின் ஒருவராக ஓட ஆரம்பித்தார்கள். ஆனால் தாயோ ஏதோ ஒரு தடுக்க முடியாத சக்தியால் தூண்டப்பெற்று முன்னோக்கி முண்டிச் சென்று கொண்டிருந்தாள். பின்னால் சரிந்து போன தொப்பியோடு நிகலாய் இவானவிச் அந்த வெறிகொண்ட மக்கள் கூட்டத்தை விலக்கித் தள்ளிக்கொண்டிருப்பதை அவள் கண்டாள்.

"உங்களுக்கு என்ன பைத்தியமா? அமைதியாயிருங்கள்!" என்று கத்தினான் அவன்.

அவனது ஒரு கை செக்கச் சிவந்து காணப்படுவதாகத் தாய்க்குத் தோன்றியது.

"நிகலாய் இவானவிச்! இங்கிருந்து போய்விடுங்கள்" என்று அவனை நோக்கி ஓடிக்கொண்டே கத்தினாள் தாய்.

"நீங்கள் எங்கே போகிறீர்கள்? அவர்கள் உங்களைத் தாக்குவார்கள்!"

அவளது தோள்மீது ஒரு கரம் விழுந்தது. திரும்பினாள்; அவர்களுக்கு அடுத்தாற்போல் தலையிலே தொப்பியற்றுக் கலைந்து போன தலைமயிரோடு சோபியா நின்றுகொண்டிருந்தாள்; அவள் ஒரு பையனைத் தன் கையில் பிடித்துக்கொண்டு நின்றாள். அந்தப் பையன் இன்னும் வாலிப வயதை எட்டிப் பிடிக்காத, பால்மணம் மாறாதவனாயிருந்தான். அவன் தன் முகத்திலுள்ள ரத்தத்தைத் துடைத்துக்கொண்டே, துடிதுடிக்கும் உதடுகளால் முணுமுணுத்துக்கொண்டிருந்தான்:

"என்னைப் போக விடுங்கள்... எனக்கு ஒன்றுமில்லை..."

"இவனைப் பார்த்துக் கொள்ளுங்கள். நம் வீட்டுக்கு கொண்டுபோங்கள். இதோ கைக்குட்டை; அவன் முகத்தில் ஒரு கட்டுப் போடுங்கள்" என்று படபடத்துக் கூறினாள் சோபியா. பிறகு அவள் அந்தப் பையனின் கையைத் தாயின் கையில் பிடித்து ஒப்படைத்துவிட்டு ஓடினாள். ஓடும்போதே சொன்னாள்:

"சீக்கிரமாகப் போய்விடுங்கள். இல்லையென்றால், அவர்கள் உங்களைக் கைது செய்து விடுவார்கள்!"

இடுகாட்டின் நாலாபுறங்களிலும் மக்கள் சிதறியடித்து ஓடினார்கள்; போலீஸ்காரர்கள் சமாதி மேடுகளின் மேலெல்லாம் ஏறிக் குதித்து ஓடினார்கள். அவர்களது நீண்ட சாம்பல் நிறச் சட்டைகள் முழங்கால் வரையிலும் தொங்கி முட்டிக் கால்களைத் தட்டின; அவர்கள் தங்கள் வாள்களைச் சுழற்றிக்கொண்டும், வாய்க்கு வந்தபடி சத்தமிட்டுக்கொண்டும் தாவித் தாவிப் பின் தொடர்ந்தார்கள். அந்தப் பையன் அவர்களை உர்ரென்று முறைத்துப் பார்த்தான்.

"சீக்கிரம், சீக்கிரம் புறப்படு" என்று அவனது முகத்தைக் கைக்குட்டையால் துடைத்துக்கொண்டே கத்தினாள் தாய்.

"என்னைப் பற்றிக் கவலைப்படாதே – இது ஒன்றும் வலிக்கவில்லை" என்று முணுமுணுத்துக்கொண்டே அவன் வாயிலிருந்த ரத்தத்தைக் கக்கினான். "அவன் வாளின் கைப்பிடியால் என்னை ஓர் அடிகொடுத்தான். ஆனால் பதிலுக்கு என்னிடம் அவனும் வாங்கிக் கட்டிக்கொண்டான். நான் ஒரு கழியினால் அவனை ஒரு விளாசு விளாசினேன்; பயல் கதறி ஊளையிட்டான். நீங்கள் கொஞ்சம் பொறுங்கள்" என்று அவன் தனது ரத்தம் தோய்ந்த கைகளை உலுக்கியாட்டிக்கொண்டே கத்தினான். "வரப்போகிற சண்டையை நினைத்துப் பார்த்தால், இது என்ன பிரமாதம்? தொழிலாளர்களாகிய நாங்கள் – அனைவரும் கிளர்ந்தெழும்போது, உங்களையெல்லாம் சண்டை போடாமலே துடைத்துத் துர்த்து விடுகிறோம்!"

"புறப்படு சீக்கிரம்!" என்று அவனை அவசரப்படுத்திக்கொண்டே இடுகாட்டின் வேலிப்புறமாகவுள்ள சிறு வாசலை நோக்கி நடந்தாள் தாய். வெளியேயுள்ள பரந்த வயல் வெளியில் போலீஸ்காரர்கள் பதுங்கிக் காத்திருந்து, மக்கள் இடுகாட்டைவிட்டு வெளியே வந்ததும், பாய்ந்து தாக்குவதற்குத் தயாராக இருப்பார்கள் என்று அவளுக்குத் தோன்றியது. ஆனால், அவள் அந்த வாசலுக்கு வந்ததும், ரொம்பவும் எச்சரிக்கையோடு இலையுதிர் காலத்தின் இருள் போர்த்திருந்த வெளியைப் பார்த்தாள். அங்கு யாரையும் காணோம்; மௌனமே நிலவியது. அவளுக்குத் தைரியம் வந்தது.

"சரி இப்படி வா. முகத்தில் ஒரு கட்டுப் போடுகிறேன்" என்று சொன்னாள் தாய்.

"அதைப்பற்றிக் கவலைப்படாதீர்கள். இதைக் கண்டு நான் ஒன்றும் வெட்கப்படவில்லை" என்றான் அவன். "இது ஒரு சரியான நேர்மையான சண்டை. அவன் என்னை அடித்தான்; பதிலுக்கு நானும் அவனை அடித்துவிட்டேன்!"

ஆனால், தாய் விறுவிறுவென்று அவனது முகத்திலிருந்த காயத்துக்குக் கட்டுப்போட்டாள். ரத்தத்தைக் கண்ணால் கண்டதும் அவள் மனதில் ஓர் அனுதாப உணர்ச்சி ஏற்பட்டது. அவளது கைவிரல்கள் வெதுவெதுப்பான அந்தச் செங்குருதியின் பிசுபிசுப்பை உணர்ந்தபோது, அவளது உடம்பெல்லாம் ஒரு குளிர்நடுக்கம் பரவிச் சிலித்தோடியது. அவசர அவசரமாக வாயே பேசாமல் அவள் அந்தச் சிறுவனை வயல்வெளியின் குறுக்காக இழுத்துக்கொண்டு ஓடினாள்.

"தோழரே, என்னை எங்கே கொண்டுபோகிறீர்கள்?" என்று தன் வாயின் மீது போட்டிருந்த கட்டை அவிழ்த்துக்கொண்டே கிண்டலாகக் கேட்டான் அவன். "உங்கள் உதவியில்லாமலே, நான் போய்விடுவேனே."

ஆனால் அவனது கரங்கள் நடுநடுங்குவதையும், கால்கள் பலமிழந்து தடுமாறுவதையும் அவள் கண்டாள். பலமற்ற மெல்லிய குரலில் அவன் பேசிக்கொண்டும் கேள்விகள் கேட்டுக்கொண்டும் விரைவாக வந்தான்; தான் கேட்கும் கேள்விகளின் பதிலுக்காகக் கூட அவன் காத்திராமல் பேசினான்:

"நீங்கள் யார்? நான் ஒரு தகரத் தொழிலாளி. என் பேர் இவான். இகோர் இவானவிச்சின் கல்விக் குழாத்தில் நாங்கள் மூன்றுபேர் இருந்தோம். மூன்று பேரும் தகரத் தொழிலாளிகள்; ஆனால் நாங்கள் மொத்தத்தில் பதினோரு பேர். எங்களுக்கு அவர் மீது ஒரே பிரியம். அவரது ஆத்மா சாந்தியடையட்டும் – எனக்குக் கடவுள் நம்பிக்கை இல்லாவிட்டாலும் கூட..."

ஒரு தெருவுக்கு வந்ததும் தாய் ஒரு வண்டியை வாடகைக்கு அமர்த்தினாள். இவானை அதில் ஏற்றி உட்கார வைத்தவுடன் அவள்: "இனிமேல் ஒன்றும் பேசாதே" என்று மெதுவாகச் சொல்லிவிட்டு மீண்டும் அந்தக் கைக்குட்டையால் அவனது வாயில் ஒரு கட்டுப் போட்டாள்.

அவன் தன் கையைத் தன் முகத்துக்குக் கொண்டுபோனான். அந்தக் கட்டை அலைத்து அவிழ்க்கச் சக்தியற்று மீண்டும் தன் கையை மடிமீது நழுவவிட்டான். இருந்தாலும் அந்தக் கட்டோடேயே அவன் முணுமுணுத்துப் பேசத் தொடங்கினான்:

"அருமைப் பயல்களா, இதை மட்டும் நான் மறந்துவிடுவேன் என்று நினைக்காதீர்கள்... முன்னால் தித்தோவிச் என்கிற ஒரு மாணவர் எங்களுக்கு வகுப்பு நடத்தினார்... அரசியல் பொருளாதாரத்தைப் பற்றிப் பாடம் சொன்னார்... பிறகு அவர்கள் அவரையும் கைது செய்துவிட்டார்கள்..."

தாய், இவானைச் சுற்றி தன் கரத்தைப் போட்டு, அவனது தலையை இழுத்து மார்போடு அணைத்துக்கொண்டாள். திடீரென அந்தப் பையன் கிறங்கி விழுந்து மௌனமாகிக் கிடந்தான். பயபீதியால் செய்வது இன்னதென்று அறியாமல் திகைத்தாள் தாய். ஒவ்வொரு பக்கத்திலும் பார்த்துக்கொண்டாள். எங்கோ ஒரு மூலையிலிருந்து கிளம்பி, போலீஸ்காரர்கள் தன்னைப் பின்தொடர்ந்து வருவதாக அவளுக்குத் தோன்றியது. அவர்கள் ஓடோடியும் வந்து, இவானின் கட்டுப்போட்ட தலையைப் பிடித்து இழுத்துப் போட்டு அவனைக் கொல்லப் போவதாகத் தோன்றியது.

"குடித்திருக்கிறானா?" என்று வண்டிக்காரன் தன் இடத்தைவிட்டு திரும்பி புன்னகை செய்துகொண்டே கேட்டான்.

"ரொம்ப ரொம்பக் குடித்துவிட்டான்!" என்று பெருமூச்சோடு சொன்னாள் தாய்.

"இது யார் உங்கள் மகனா?"

"ஆமாம். ஒரு செருப்புத் தொழிலாளி. நான் ஒரு சமையற்காரி."

"துன்பமான வாழ்க்கைதான், இல்லையா?"

அவன் தன் சாட்டையை ஒரு சுண்டுச் சுண்டி வாங்கினான். மீண்டும் அந்த வண்டிக்காரன் திரும்பவும் பேசினான்:

"கொஞ்ச நேரத்துக்கு முன்னால் இடுகாட்டில் நடந்த கலவரத்தைப் பற்றிக் கேள்விப்பட்டீர்களா? அவர்கள் யாரோ ஓர் அரசியல்வாதியை, அதிகாரிகளுக்கு எதிராக வேலை செய்த ஓர் அரசியல்வாதியைப் புதைக்கச் சென்றார்கள் போலிருக்கிறது. அங்கு அவர்களுக்கும் அதிகாரிகளுக்கும் சண்டை. அந்த அரசியல்வாதியைச் சேர்ந்த நண்பர்கள்தாம் அவனைப் புதைக்கப் போனார்களாம். அப்படித்தான் சொல்லிக் கொள்கிறார்கள், 'மக்களை ஏழைகளாக்கும் அதிகாரிகள் ஒழிக' என்றவுடன் அவர்கள் அடிக்கத் தொடங்கினார்களாம். சிலர் படுகாயம் அடைந்ததாகக் கூடச் சொல்லிக் கொள்கிறார்கள். போலீஸ்காரர்களுக்கும் அடி விழுந்ததாம்!" அவன் ஒரு கண நேரம் மௌனமாயிருந்தான். பிறகு விசித்திரமான குரலில், வருத்தத்துடன் தலையை ஆட்டிக்கொண்டே பேசத் தொடங்கினான் "செத்தவர்களை அடக்கம் செய்வதோ இப்படி இருக்கிறது! செத்தவர்களுக்கோ அமைதியே கிடையாது!"

வண்டி சரளைக் கற்களில் ஏறி விழும்போது, இவானின் தலை தாயின் மார்போடு மெதுவாக மோதிக்கொண்டது. வண்டிக்காரன் பெட்டியில் பாதி திரும்பியவாறு உட்கார்ந்து ஏதேதோ பேசி வந்தான்:

“மக்களுக்குப் பொறுமையின்மை ஏற்பட்டுவிட்டது. உலகில் எங்கு பார்த்தாலும் ஒரே களேபரம்தான் தலை தூக்கி வருகிறது. நேற்று ராத்திரி என் அடுத்த வீட்டுக்காரன் வீட்டுக்குப் போலீஸார் வந்து, விடியும்வரை எல்லாவற்றையும் இழுத்துப் போட்டுச் சோதனை போட்டார்கள். அப்புறம் ஒரு கொல்லுலைத் தொழிலாளியைத் தங்களோடு கொண்டுபோய்விட்டார்கள். அவனை இரவு வேளையிலே ஆற்றங்கரைக்குக் கொண்டுபோய் நீரில் அமுக்கிக் கொன்றுவிடுவார்கள் என்று மக்கள் பேசிக்கொள்கிறார்கள். அந்தக் கொல்லன் ரொம்ப நல்லவன்.”

“அவன் பேர் என்ன?” என்று கேட்டாள் தாய்.

“அந்தக் கொல்லன் பேரா? சவேல். சவேல் எவ்செனகோ. சிறு வயசுதான், இருந்தாலும் அவனுக்கு நிறைய விசயம் தெரியும். விசயங்களைத் தெரிந்துகொள்ளவே இங்கே அனுமதி கிடையாது என்றுதான் தோன்றுகிறது. அவன் எங்களிடம் வந்து பேசுவான்: ‘வண்டிக்காரர்களே! உங்களே வாழ்க்கை எப்படிப்பட்டது?’ என்பான். உண்மையைச் சொல்லப்போனால் எங்கள் வாழ்க்கை நாயினும் கேடான வாழ்க்கைதான் என்று நாங்கள் சொல்லுவோம்.”

“நிறுத்து” என்றாள் தாய்.

வண்டி நின்றதால் ஏற்பட்ட குலுங்கலில் இவான் விழித்துக்கொண்டு லேசாக முனகினான்.

“விழித்துக்கொண்டானா?” என்றான் வண்டிக்காரன்; “தம்பி, ஓட்கா வேணுமா, ஓட்கா!”

“மிகுந்த சிரமத்தோடு இவான் நடந்துகொண்டே, தன்னைத் தாங்கிப் பிடிக்கும் தாயை நோக்கிச் சொன்னான்:

“பரவாயில்லை. என்னால் முடியும்.”

13

சோபியா அதற்குள்ளாகவே வீடு வந்து சேர்ந்துவிட்டாள். அவள் உத்வேகமும் குழப்பமும் கொண்டவளாகத் தோன்றினாள்; அவளது பற்களுக்கிடையில் ஒரு சிகரெட் இருந்தது.

அவர்கள் இந்தக் காயமுற்ற பையனை ஒரு சோபாவிலே படுக்கப் போட்டார்கள். பிறகு அவள் சாமர்த்தியமாக அவனது கட்டை அவிழ்த்து சிகரெட் புகை கண்ணில் படியாதபடி கண்ணைச் சுருக்கி விழித்துக்கொண்டே உத்தரவிட்டுக் கொண்டிருந்தாள்:

“இவான் தனீலவிச்! அவனை இங்கு கொண்டுவந்து விட்டார்கள். நீலவ்னா, களைத்துப் போய்விட்டீர்களா? பயந்து விட்டீர்களா? சரி, கொஞ்ச நேரம் ஓய்வு எடுத்துக் கொள்ளுங்கள். நிகலாய்! நீலவ்னாவுக்கு ஒரு கிளாஸ் ஒயின் கொடு.”

கொஞ்ச நேரத்துக்கு முன்னர் தான் அனுபவித்த சங்கடத்தால் ஏற்பட்ட அதிர்ச்சி இன்னும் தாயை வாட்டிக்கொண்டிருந்தது. அவளுக்கு மூச்சுவிடவே சிரமமாக இருந்தது. நெஞ்சில் குத்தலான வேதனை எடுத்தது.

“என்னைப் பற்றிக் கவலைப்பட்டுக் கொண்டிராதே” என்று அவள் முனகினாள். என்றாலும் அவளது உடல் முழுவதும் யாருடைய பணிவிடையையாவது எதிர் நோக்கித் தவித்தது. அன்பாதரவின் சுகத்தை நாடியது.

அடுத்த அறையிலிருந்து நிகலாய் கட்டுப்போட்ட கையோடு வந்து சேர்ந்தான். அவனோடு டாக்டர் இவான் தனீலவிச்சும் முள்ளம்பன்றியைப்போல் சிலிர்த்துக் கலைந்த தலைமயிரோடு வெளிவந்தார். விறுட்டென்று இவானின் பக்கம் ஓடிச் சென்று அவனைக் குனிந்து பார்த்தார்.

“தண்ணீர்!” என்றான் அவன். “நிறையத் தண்ணீர் கொண்டு வா. அத்துடன் கொஞ்சம் பஞ்சும், சுத்தமான துணியும் கொண்டு வா.”

தாய், சமையலறையை நோக்கி நடந்தாள். ஆனால் அதற்குள் நிகலாய் அவளது கையைப் பிடித்து அவளைச் சாப்பாட்டு அறைக்குள்ளே அழைத்துச் சென்றான்.

“அவன் சொன்னது சோபியாவிடம். உங்களிடமல்ல” என்று மெதுவாகக் கூறினான் அவன். “ரொம்பவும் நிலைகுலைந்து போய்விட்டீர்கள் என்று அஞ்சுகிறேன். அப்படியா, அம்மா?”

அவனது அன்பு ததும்பும் ஆர்வம் நிறைந்த கண்களைக் கண்டதும், தாயினால் தனது பொருமலை அடக்கி வைத்துக்கொண்டிருக்க முடியவில்லை.

“ஓ! என்னவெல்லாம் நடந்துவிட்டது!” என்று அவள் கத்தினாள்; “அவர்கள் மக்களை அடித்தார்கள்; வெட்டினார்கள்...”

“நானும் பார்த்தேன்” என்று கூறிக்கொண்டே, அவளுக்கு ஒரு கோப்பை ஒயினைக் கொடுத்தான் நிகலாய். “இரு தரப்பாருமே தங்கள் மூளையைக் கொஞ்சம் பறிகொடுக்கத்தான் செய்தார்கள். ஆனால், நீங்கள் அதை எண்ணி அலட்டிக் கொள்ளாதீர்கள். அவர்கள் தங்கள் கத்திகளின் பின்புறத்தால்தான் தாக்கினார்கள்.

ஒரே ஒருவனுக்குத்தான் படுகாயம் ஏற்பட்டு விட்டதாகத் தெரிகிறது. அதையும் அவர்கள் என் கண் முன்னாலேயே செய்தார்கள். நான் அவனைக் கூட்டத்தைவிட்டு வெளியே இழுத்து வந்துவிட்டேன்."

நிகலாயின் குரலாலும், அந்த அறையின் வெதுவெதுப்பாலும் வெளிச்சத்தாலும் தாயின் உள்ளம் ஓரளவு அமைதி கண்டது. நன்றி உணர்வோடு அவனைப் பார்த்துக்கொண்டே அவள் கேட்டாள்.

"அவர்கள் உங்களையும் தாக்கினார்களா?"

"இது என்னால்தான விளைந்தது. நான்தான் கவனம் இல்லாமல் என் கையை எதன் மீதோ ஓங்கி மோதிவிட்டேன்; அதனால், அந்த அடி என் கைச் சதையைப் பிய்த்தெறிந்து விட்டது. சரி கொஞ்சம் தேநீர் குடியுங்கள். வெளியே ஒரே குளிர். நீங்களும் மெல்லிய உடைகள்தான் அணிந்திருக்கிறீர்கள்."

அவள் கோப்பையை எடுப்பதற்காகக் கையை நீட்டினாள்; அப்போது தனது கைவிரல்களில் காய்ந்துபோன ரத்தக்கறை படிந்திருப்பதைக் கண்டாள். தன்னையறியாமலே அவள் கையை தன் மடிமீது தளரவிட்டாள். அவளது உடுப்பு ஒரே ஈரமாயிருந்தது. அவள் தன் புருவங்களை நெரித்து உயர்த்திக் கண்களை அகலத் திறந்து தனது கை விரல்களையே பார்த்தாள். அவளது இதயம் படபடத்தது, கண்கள் இருண்டு மயக்க உணர்ச்சி ஏற்பட்டது.

"பாவெலுக்குக்கூட – அவர்கள் அவனுக்கும் இப்படித் தான் செய்யக்கூடும்!"

இவான் தனீலவிச் தனது சட்டைக் கைகளைத் திரட்டிச் சுருட்டியவாறே அந்த அறைக்குள் வந்தார். வந்த விசயத்தைக் கேட்பதற்காக வாய்பேசாமல் ஏறிட்டு நோக்கி நிகலாயைப் பார்த்து உரத்த குரலில் பேசினார் அவர்:

"முகத்திலுள்ள காயம் ஒன்றும் மோசமாக இல்லை. ஆனால், அவனது மண்டையெலும்பு நொறுங்கியிருக்கிறது. படுமோசமாக இல்லை. இவன் ஒரு பலசாலியான பையன்; இருந்தாலும் நிறைய ரத்தத்தை இழந்துவிட்டான். நாம் இவனை ஆஸ்பத்திரிக்கு அனுப்பி விடுவோமா?"

"ஏன்? அவன் இங்கேயே இருக்கட்டுமே!" என்றான் நிகலாய்.

"இன்று இல்லாவிட்டால் நாளையாவது அவனை அனுப்பி வைத்தால்தான் நல்லது. ஆஸ்பத்திரியில் இருந்தால்தான் என்னால் இன்னும் மிகுந்த சௌகரியத்தோடு அவனைக் கவனித்துப் பார்க்க முடியும். அடிக்கடி வந்துகொண்டிருக்க எனக்கு நேரம் கிடையாது.

நீ இந்த இடுகாட்டு சம்பவத்தைப் பற்றி ஒரு பிரசுரம் எழுதி வெளியிடுவாயல்லவா?"

"நிச்சயமாய்!" என்றான் நிகலாய்.

தாய் அமைதியுடன் எழுந்து சமையலறையை நோக்கிச் சென்றாள்.

"எங்கே போகிறீர்கள், நீலவ்னா?" என்று அவளை அன்போடு வழிமறித்து நிறுத்திக்கொண்டே கேட்டான் நிகலாய். "சோபியா எல்லாவற்றையும் தானே கவனித்துக் கொள்வாள்."

அவள் அவனைப் பார்த்தாள்; லேசாக நடுங்கினாள்.

"என் உடம்பெல்லாம் ஒரே ரத்தம்" என்று ஒரு விசித்திரச் சிரிப்புடன் கூறினாள் அவள்.

அவள் தன்னறைக்குள் சென்று உடை மாற்றிக் கொள்ளும்போது இந்த மனிதர்களின் அமைதியைப் பற்றியும், இந்த மாதிரியான பயங்கர விசயங்களைக் கூட அநாயாசமாக ஏற்றுத் தாங்கும் அவர்களது சக்தியைப் பற்றியும் எண்ணி எண்ணிப் பார்த்துத் தனக்குத் தானே வியந்துகொண்டாள். இந்தச் சிந்தனைகள் அவளுக்குத் தெளிவையுண்டாக்கி அவளது உள்ளத்தில் குடிகொண்டிருந்த பயத்தை விரட்டியடித்தன. அந்தப் பையன் படுத்திருந்த அறைக்குள் அவள் நுழைந்தபோது, சோபியா பையனுடைய படுக்கைக்கு மேலாகக் குனிந்து ஏதோ பேசுவதைக் கண்டாள்.

"அபத்தம் தோழா!" என்றாள் சோபியா.

"நான் போகிறேன், உங்களுக்குத்தான் தொந்தரவு" என்று பலவீனமான குரலில் அவன் எதிர்த்துப் பேசினான்.

"பேச்சை நிறுத்து. அதுவே உனக்கு ரொம்ப நல்லது..."

தாய், சோபியாவுக்குப் பின்னால் வந்து அவளது தோளில் கையைப் போட்டுக்கொண்டு நின்றாள்; அந்தப் பையனின் வெளுத்த முகத்தைப் பார்த்துப் புன்னகை புரிந்தாள்; வண்டியில் வரும்போது அவன் முனகிய பயங்கரமான விசயங்களைக் கேட்டு, அவள் எப்படிப் பயந்துபோனாள் என்பதையும் அவளிடம் சொன்னாள். இவானின் கண்கள் காய்ச்சல் வேகத்தோடு பிரகாசித்தன. அவன் தன் நாக்கைச் சப்புக் கொட்டிவிட்டு, வெட்கம் கவிழ்ந்த முகத்தோடு பேசினான்:

"நான் எவ்வளவு பெரிய முட்டாள்!"

"சரி. நாங்கள் போகிறோம்" என்று சிரித்துக்கொண்டே அவனது போர்வையைச் சரி செய்தாள் சோபியா; "நீ தூங்கு."

தொ.மு.சி. ரகுநாதன்

அவர்கள் சாப்பாட்டு அறைக்குள் வந்தார்கள். அங்கு உட்கார்ந்து அன்று நடந்த சம்பவங்களைப் பற்றி வெகுநேரம் விவாதித்துக் கொண்டிருந்தார்கள். அன்றைய நிகழ்ச்சியை என்றோ வெகு காலத்துக்கு முன் நடந்த சம்பவத்தைப் போலக் கருதி அவர்கள் தங்களது எதிர்காலத்தை, வரப்போகும் நாட்களுக்குரிய வேலைத் திட்டத்தை வகுப்பது பற்றி மிகுந்த ஈடுபாட்டுடன் விவாதித்துக்கொண்டார்கள். அவர்களது முகங்கள் களைத்துத் தோன்றின. எனினும் அவர்களது எண்ணங்கள் மட்டும் துணிவாற்றலோடு விளங்கின. தங்களது வேலைத் திட்டத்தைப் பற்றி அவர்கள் பேசும்போது தங்களுக்குள் எழுந்த அதிருப்தியுணர்ச்சிகளை அவர்கள் மூடி மறைக்கவில்லை. அந்த டாக்டர், நாற்காலியில் நிலைகொள்ளாமல் உட்கார்ந்து நெளிந்து கொடுத்துக்கொண்டிருந்தார்.

“பிரசாரம், பிரசாரம்தான் ஒரே வழி, அது இப்பொழுது குறைச்சல்!” என்று அவன் தனது கூர்மையான மெல்லிய குரலைத் தணிக்க முயன்றவாறே கூறினான். “வாலிபத் தொழிலாளிகள் சரியாக இருக்கிறார்கள். நாம் தான் பிரசாரத்தை விரிவாக்க வேண்டும். தொழிலாளர்கள் சரியாகத் தானிருக்கிறார்கள். அதுமட்டும் எனக்குத் தெரியும்.”

“நிகலாய் முகத்தைச் சுளித்தவாறே அந்த டாக்டர் பேசிய மாதிரியே பேசத் தொடங்கினான்:

நிகலாய் வெஸோவ்ஷிகோவ் என்ன ஆனான்?” என்று கேட்டாள் சோபியா.

“அவனால் நகருக்குள் வாழ முடியாது. புதிய அச்சகம் வைத்தால்தான் அவன் அதில் வேலை செய்யத் தொடங்கலாம். ஆனால், அதற்கு முன்னால் நமக்குத் தற்சமயத்துக்கு இன்னோர் ஆள் தேவை.”

“நான் செய்யமாட்டேனா?” என்று அமைதியாகக் கேட்டாள், தாய்.

அவர்கள் மூவரும் ஒன்றும் பேசாமல் தாயையே சில கண நேரம் பார்த்தார்கள்.

“அதுவும் ஒரு நல்ல யோசனைதான்!” என்றாள் சோபியா.

“அது உங்களுக்கு மிகுந்த சிரமமான காரியம், நீலவ்னா” என்றான் நிகலாய். “நீங்கள் நகருக்கு வெளியே வசிக்க நேரிடும். அதனால், பாவெலைப் பார்க்க முடியாது போகும். பொதுவாகச் சொன்னால்...”

"பாவெலை இந்தப் பிரிவு ஒன்றுமே பாதிக்காது" என்று பெருமூச்சுடன் சொன்னாள் அவள். "உண்மையைச் சொல்லப் போனால், எனக்குக் கூட அவனைச் சந்தித்துவிட்டு வருவது என் இதயத்தைப் பிழிந்தெடுப்பது மாதிரி இருக்கிறது. அவர்கள் ஒன்றுமே பேச விடுவதில்லை. சும்மா வெறுமனே போய் முட்டாள் மாதிரி மகனையே பார்த்துக்கொண்டிருப்பதும், நாம் அவனிடம் ஏதாவது பேசிவிடப்போகிறோமோ என்கிற பயத்தில் அவர்கள் நம் வாயையே பார்த்துக்கொண்டிருப்பதும்..."

கடந்த சில நாட்களில் நடந்துபோன சம்பவங்களால் அவள் மிகவும் சலித்துவிட்டாள். எனவே நகரத்தின் நாடகம் போன்ற வாழ்வைவிட்டு வெகுதூரம் ஒதுங்கிச் சென்று வாழ்வற்கு இதுதான் சந்தர்ப்பம் என அவளுக்குத் தோன்றியது. எனவே அதைக் கேட்டவுடன் அவள் ஆசையோடு துள்ளியெழுந்தாள்.

ஆனால் நிகலாயோ பேச்சின் விசயத்தையே மாற்றி விட்டான்.

"இவான், நீ என்ன யோசித்துக்கொண்டிருக்கிறாய்?" என்று அந்த டாக்டரின் பக்கம் திரும்பிக் கேட்டான் அவன்.

அந்த டாக்டர் தனது குனிந்த தலையை நிமிர்த்தியவாறே சோகத்தோடு பதில் சொன்னான்:

"நம்மோடிருப்பவர்கள் எவ்வளவு குறைந்த தொகையினர் என்பதை நினைத்துப் பார்த்தேன். நாம் இன்னும் மிகுந்த உற்சாகத்தோடு உழைக்க வேண்டும். பாவெலும் அந்திரேயும் உள்ளிருந்து தப்பியோடி வரத்தான் வேண்டும். அதற்கு அவர்களைச் சம்மதிக்கச் செய்ய வேண்டும். அவர்களைப் போன்ற உழைப்பாளிகள் உள்ளே சும்மா முடங்கி உட்கார்ந்து கொண்டிருக்கக்கூடாது."

நிகலாய் முகத்தைச் சுளித்தான், தாயைப் பார்த்தவாறே தலையை ஆட்டினான். தன் முன்னிலையிலேயே தன் மகனைப் பற்றிப் பேசிக்கொண்டிருப்பது அவர்களுக்குச் சிரமமாயிருக்கிறது என்பதைத் தாய் கண்டுகொண்டாள்; எனவே அவள் எழுந்து அந்த அறையைவிட்டு தன் அறைக்குச் சென்றாள். அவளது மனதில் அவர்கள் தன்னுடைய விருப்பத்தை நிராகரித்துத்தான் விட்டார்கள் என்கிற வேதனையுணர்ச்சி ஏற்பட்டு அவளை வருத்தியது. அவள் படுக்கையில் படுத்தவாறே, அந்தக் குரல்களின் உள்ளடங்கிய முணுமுணுப்பைக் கேட்டாள்; தன்னை மறந்து ஒரு பயபீதி உணர்ச்சிக்கு அவள் அடிமையானாள்.

அன்றைய தினம் முழுவதும் அவளுக்கு ஒரே புரியாத இருள் மண்டலமாகவும், தீய சொரூபமாகவும் தோன்றியது. ஆனால்

அதைப் பற்றி அவள் சிந்திக்க விரும்பவில்லை. தனது மனதை அலைக்கழிக்கும் எண்ணங்களை உதறித் தள்ளிக்கொண்டே, அவள் தன் சிந்தனையெல்லாம் பாவெலை நோக்கித் திருப்பினாள். அவன் விடுதலை பெற்று வருவதைப் பார்க்க அவள் ஆவல் கொண்டாள். ஆனால் அதே சமயத்தில் அவள் பயப்படவும் செய்தாள். தன்னைச் சுற்றி நிகழும் சம்பவங்களெல்லாம் ஓர் உச்சநிலைக்கு ஆரோகணித்துச் சென்றுகொண்டிருப்பதாக அவள் உணர்ந்தாள். அந்த உச்ச நிலையில் ஏதோ ஒரு பெரும் மோதல் ஏற்படும் என்கிற பயமும் அவளுக்கு எழுந்தது. மக்களின் மௌனம் நிறைந்த சகிப்புத் தன்மை எதற்காகவோ விழிப்போடு காத்து நிற்கும் பரபரப்புக்கு இடம் கொடுத்தது. அவர்களது உத்வேகம் நன்கு மேலோங்கியிருக்கிறது. ஒவ்வொருவரும் கூர்மையான வார்த்தைகளைப் பேசுவதைக் கேட்டாள். எல்லாமே பொறுமையிழந்து புழுங்குவதாக உணர்ந்தாள். ஒவ்வோர் அறிக்கை வெளிவரும் போதும், சந்தையிலும், கடையிலும், வேலைக்காரர்களிடமும் தொழில் சிப்பந்திகளிடமும் விருப்பமான உத்வேகமான வாதப் பிரதிவாதங்கள் கிளம்பி ஒலிப்பதைக் கேட்டாள். ஒவ்வொருவர் கைதியாகும் போதும், மக்களிடையே அந்தக் கைதுக்குரிய காரணத்தைப் பற்றி பயமும் வியப்பும் தன்னுணர்வற்ற அனுதாப வார்த்தைகளும் பரிமாறப்பட்டன.

ஒரு காலத்தில் அவளை எவ்வளவோ பயமூட்டிய வார்த்தைகளை இன்று சாதாரண மக்களே பிரயோகித்துப் பேசுவதையும் அவள் கேட்டாள்: எழுச்சி, சோஷலிஸ்டுகள், அரசியல் முதலிய வார்த்தைகள். அவர்கள் அந்த வார்த்தைகளை ஏளன பாவத்தோடு சொன்னாலும், அந்த ஏளன பாவத்துக்குப் பின்னால் ஒரு தனி குறுகுறுப்புணர்ச்சியும் தொனித்தது; குரோத உணர்ச்சிக்குப் பின்னால் பய உணர்ச்சியும் தொனித்தது. அந்த வார்த்தைகளை அவர்கள் சிந்தனை வசப்பட்டவாறு பேசும்போது, அந்தச் சிந்தனையில் நம்பிக்கையும் பயமுறுத்தலும் நிறைந்து ஒலித்தன. அவர்களது அசைவற்ற கட்டுக்கிடையான இருண்ட வாழ்க்கைத் தடாகத்தில் வட்டவட்டமாக அலைகள் பெருகி விரிந்தன. தூங்கி விழுந்த சிந்தனைகள் துள்ளியெழுந்து விழிப்புற்றன. அன்றாட வாழ்க்கைச் சம்பவங்களை வழக்கம்போல் ஏற்றுக்கொள்ளும் அமைதி கலகலத்துச் சிதற ஆரம்பித்தது. இந்த மாறுதல்களையெல்லாம் அவள் மற்றவர்களைவிட தெளிவாக உணர்ந்திருந்தாள். ஏனெனில், மற்றவர்களைவிட வாழ்க்கையின் துயர முகத்தை அவள்தான் நன்கு அறிந்திருந்தாள். அம்முகத்தில் சுருக்கங்கள் விழுவதையும், சிந்தனையும், எழுச்சியார்வமும்

ஏற்படுவதைக் கண்டு அவளுக்கு மகிழ்ச்சியும் பயபீதியும் கலந்து ஏற்பட்டன. அவற்றில் தன் மகனது சேவையைக் கண்டதால் அவள் ஆனந்தம் அடைந்தாள். அவன் சிறையிலிருந்து தப்பி வந்தால், இவர்களுக்கெல்லாம் தலைமை வகிக்கும் ஆபத்தான பொறுப்புக்கு அவன் ஆளாவான் என்று அவள் அறிந்திருந்ததால், அவள் பயபீதியும் அடைந்தாள். அதனால் அவன் அழிந்தே போவான் என்று அஞ்சினாள்.

சமயங்களில் தன் மகனது உருவம் ஒரு சரித்திர புருஷனின் உருவம்போல் வியாபகம் பெற்று விரிந்து அவளுக்குத் தோன்றும். தான் இதுவரை கேள்விப்பட்ட நேர்மையும் தைரியமும் நிறைந்த சகல வார்த்தைகளின் உருவமாக, தான் இதுவரை கண்டு வியந்து போற்றிய சகல மக்களின் கூட்டுத் தோற்றமாக, தான் இதுவரை அறிந்திருந்த வீரமும் பிரபலமும் நிறைந்த சகல விசயங்களின் சம்மேளனமாக, அவன் அவளுக்குத் தோற்றமளித்தான். இம்மாதிரிச் சமயங்களில் அவனைப் பற்றி ஆனந்தம் கொண்டு நம்பிக்கையோடு தனக்குத்தானே நினைத்துக் கொள்வாள்:

'எல்லாம் சரியாகிவிடும் – எல்லாம் சரியாகி விடும்!'

அவளது அன்பு – அவளது தாய்மைப் பாசம் – ஓங்கி எழுந்து அவளது இதயத்தை வேதனையோடு குன்றிக் குறுகச் செய்யும். தாயின் பாச உணர்ச்சி தனது தீப ஒளியால் மனித உணர்ச்சியின் வளர்ச்சியைத் தடை செய்து, அதனை ஆட்கொண்டு எரித்துச் சாம்பலாக்கும். அந்த மாபெரும் உணர்ச்சியின் இடத்திலே, அவளது பயவுணர்ச்சியின் சாம்பல் குவியலுக்கிடையே அவளது மனம் ஒரே ஒரு சிந்தனைக்கு ஆளாகி உள்ளூரப் போராடிக்கொண்டிருக்கும்:

'அவன் செத்துப் போவான்... அவன் அழிந்து போவான்!'

14

ஒரு நாள் மதியம் அவள் சிறைச்சாலை ஆபீசில் பாவெலுக்கு எதிராக உட்கார்ந்து, தாடி வளர்ந்து மண்டிய அவனது முகத்தை நீர்த்திரை மல்கிய கண்களோடு பார்த்துக்கொண்டிருந்தாள். தன்னுடைய கைக்குள் கசங்கிச் சுருண்டு போயிருக்கும் அந்தச் சீட்டை அவன் கையில் ஒப்படைக்கும் சந்தர்ப்பத்துக்காகக் காத்துக்கொண்டிருந்தாள்.

"நான் சௌக்கியம். எல்லோரும் அப்படித்தான்" என்று அமைதியாகச் சொன்னான். "நீ எப்படி இருக்கிறாய்?"

“நானும் சௌக்கியம், இகோர் இவானவிச் இறந்து போனான்” என்று யந்திரம் மாதிரி நிர்விசாரமாய்ச் சொன்னாள் அவள்.

“உண்மையாகவா?” என்று வியந்து கேட்டான் பாவெல். அவன் மெதுவாகத் தன் தலையைத் தொங்கவிட்டான்.

“சவ அடக்கத்தின் போது போலீசார் ஒரு சண்டையைக் கிளப்பி விட்டார்கள். ஒருவனைக் கைது செய்திருக்கிறார்கள்” என்று பரபரப்பின்றிச் சொன்னாள் அவள். சிறைச்சாலையின் உதவியதிகாரி நாக்கை மிக எரிச்சலோடு சப்பிக்கொண்டே துள்ளியெழுந்தான்:

“இந்த மாதிரி விசயங்களைப் பேசக் கூடாது என்று தெரியுமா இல்லையா,” என்று முணுமுணுத்தான் அவன். “இங்கு அரசியலைப் பற்றிப் பேசக்கூடாது.”

தாயும் எழுந்து நின்று, தனது குரலில் குற்றப் பாவத்தின் சாயை படரப் பேசினாள்:

“நான் ஒன்றும் அரசியலைப் பற்றிப் பேசவில்லை; ஒரு சண்டையைப் பற்றித்தான் பேசினேன். அவர்கள் சண்டை போட்டது உண்மை. ஒரு பையனுடைய தலையைக் கூட அவர்கள் நொறுக்கித் தள்ளிவிட்டார்கள்...”

“எல்லாம் ஒன்றுதான். இனிமேல் பேசாமல்தான் இருக்கவேண்டும். உங்கள் சொந்த விசயத்தைப் பற்றி, அதாவது பொதுவாக உங்கள் வீட்டு விசயத்தையும், குடும்ப விசயத்தையும் தவிர வேறு எதையுமே இங்கு பேசக் கூடாது.”

தனது பேச்சுக் குழம்பிக் குழறி ஒலிப்பதை அவன் கண்டுகொண்டான். அவன் மீண்டும் மேசையருகே உட்கார்ந்து சில காகிதங்களைப் பரபரவென்று புரட்டத் தொடங்கினான்.

“இந்த மாதிரி நீ ஏதாவது பேசித் தொலைத்தால், அப்புறம் இதற்கு பதில் சொல்ல வேண்டியது நான்தான்” என்று சேர்ந்து போய்ச் சொன்னான் அவன்.

அவன்மீது பதிந்து நின்ற கண்களை அகற்றாமலே, தாய் தன் கையிலிருந்த துண்டுச் சீட்டை பாவெலின் கைக்குள் விருட்டென்று திணித்தாள். அப்புறம் நிவர்த்தி நிறைந்த நிம்மதியுணர்ச்சியோடு பெருமூச்சு விட்டாள்.

“எதைப் பற்றித்தான் பேசுவது என்பதே எனக்குத் தெரியவில்லை...” என்றாள் தாய்.

“எனக்கும்தான் தெரியாது.” என்று கூறிச் சிரித்தான் பாவெல்.

“அப்படியானால் இங்கு வருவதிலேயே அர்த்தமில்லை” என்று எரிச்சலோடு சொன்னான் அதிகாரி. “எதைப் பற்றிப் பேசுவது என்று தெரியாவிட்டால், இங்கு ஏன் வருகிறீர்கள்? வந்து, எங்கள் உயிரை ஏன் வாங்குகிறீர்கள்?...”

“விசாரணை சீக்கிரம் நடக்குமா?” என்று கேட்டாள் தாய்.

“பிராசிக்யூட்டர் சில நாட்களுக்கு முன் வந்திருந்தார். சீக்கிரமே நடக்குமென்று சொன்னார்...”

அவர்கள் இருவரும் அர்த்தமற்றுப் பேசிக்கொண்டிருந்தார்கள். அன்பும் பரிவும் நிறைந்த கண்களோடு பாவெல் தன்னையே பார்த்துக்கொண்டிருப்பதைக் கண்டாள். அவன் முன்னிருந்ததைப் போல இப்போதும் மிகுந்த அமைதியும் நிதானமும் நிறைந்து விளங்குவதாக அவளுக்குத் தோன்றியது. அவனது தோற்றத்தில் அப்படியொன்றும் மாற்றமில்லை. கைகள் வெளுத்திருந்தன; தாடி வளர்ந்திருந்ததால், வயதில் அதிகமானவனாகத் தோன்றினான். அவ்வளவுதான். அவள் அவனிடம் இன்பகரமான விசயம் எதையாவது சொல்ல விரும்பினாள். நிகலாயைப் பற்றித் தெரிவிக்க விரும்பினாள். எனவே சுவையற்ற தேவையற்ற விசயங்களைப் பேசிக்கொண்டிருந்த தொனியிலேயே அவள் பேசத் தொடங்கினாள்:

“உன்னுடைய தத்தெடுத்த மகனை அன்றைக்கு நான் பார்த்தேன்...”

பாவெல் விசயம் புரியாமல் அவளது கண்களையே பார்த்தான். நிகலாய் வெஸோவ்ஷிகோவின் முகத்திலுள்ள அம்மைத் தழும்புகளை அடையாளம் சொல்வதற்காக, அவள் தன் கை விரல்களால் தன் கன்னத்தில் தட்டிக் கொட்டிக் காட்டினாள்.

“அவன் இப்போது சரியாயிருக்கிறான். அவனுக்குச் சீக்கிரமே ஒரு வேலை பார்த்து வைக்க வேண்டும்.”

பாவெல் புரிந்துகொண்டான். தலையை ஆட்டியபடி மகிழ்ச்சி நிறைந்த கண்களோடு பதிலளித்தான்:

“அப்படியா? ரொம்ப நல்லது” என்றான் அவன்.

“ஆமாம். இவ்வளவுதான் விசயம்” என்று முடித்தாள் அவள். அவனது மகிழ்ச்சி அவளது இதயத்தைத் தொட்டது. அதன் காரணமாகத் தன் மீது திருப்தி கொண்டாள்.

அவளது கரத்தை இறுகப் பற்றி அவளுக்கு விடை கொடுத்தான்.

“நன்றி. அம்மா!”

அவர்கள் இருவரது இதயங்களும் ஒன்றையொன்றை நெருங்கிப் பழகிக்கொண்டதால் ஏற்பட்ட ஆனந்தவெறி அவளது தலைக்குள் காரமான மதுவெறியைப்போல் மேலோங்கிக் கிறங்கியது. அவனுக்கு என்ன பதில் கூறுவது என்று தெரியாமல் அவனது கையை மட்டும் பற்றிப் பிடித்தாள் அவள்.

வீட்டுக்கு வந்தவுடன் சாஷா தனக்காகக் காத்துக் கொண்டிருப்பதைக் கண்டாள். தாய், பாவெலைப் பார்த்துவிட்டு வரும் நாட்களிலெல்லாம் அவளும் வந்து செல்வது வழக்கம். அவள் பாவெலைப் பற்றி எதுவும் கேட்பதில்லை; தாயாகவே, அவனைப் பற்றி எதுவும் சொன்னால் கேட்பாள். இல்லாவிட்டால் தாயின் கண்களையே வெறித்து ஆர்வத்தோடு பார்த்துக்கொண்டிருப்பதோடு திருப்தியடைந்து விடுவாள். ஆனால், இந்தத் தடவையோ அவள் ஆர்வத்தோடு வாய்விட்டுக் கேட்டுவிட்டாள்.

"சரி. அவன் எப்படி இருக்கிறான்?"

"நன்றாயிருக்கிறான்."

"அவனிடம் அந்தச் சீட்டைக் கொடுத்து விட்டீர்களா?"

"ஆமாம். அதை அவன் கையில் மிகுந்த சாமர்த்தியத்தோடு கொடுத்துவிட்டேன்..."

"அவன் அதைப் படித்தானா?"

"அங்கேயா? அது எப்படி முடியும்?"

"ஆமாம். நான் மறந்துவிட்டேன்" என்று மெதுவாகக் கூறினாள் அந்தப் பெண். "நாம் இன்னும் ஒரு வார காலம் – சரியாக ஒரு வாரகாலம் – முழுவதும் காத்திருக்க வேண்டும். இல்லையா? சரி. அவன் ஒத்துக்கொள்வான் என்று நினைக்கிறீர்களா?"

சாஷா முகத்தை நெரிந்துச் சுளித்து, தாயையே கூர்ந்து நோக்கினாள்.

"நான் எப்படிச் சொல்ல முடியும்?" என்றாள் தாய். "இதில் ஒன்றும் ஆபத்தில்லையென்றால், அவன் ஏன் சம்மதிக்கக் கூடாது!"

சாஷா தன் தலையை உலுக்கிக்கொண்டாள்.

"சரி. இந்த நோயாளிக்கு என்ன உணவு கொடுக்க வேண்டும் என்று உங்களுக்குத் தெரியுமா? அவனுக்குப் பசியெடுத்து விட்டது" என்றாள் அவள்.

"அவன் எதுவும் தின்னலாம். இரு, இதோ நான் போய்..."

அவள் சமையலறைக்குள் சென்றாள். சாஷாவும் மெதுவாக அவளைப் பின் தொடர்ந்து சென்றாள்.

"நானும் உதவட்டும்மா?"

"வேண்டாம், வேண்டாம்."

தாய் அடுப்பின் பக்கமாகக் குனிந்து ஒரு பாத்திரத்தை எடுத்தாள்.

"பொறுங்கள்..." என்று அமைதியாகச் சொன்னாள் அந்தப் பெண்.

அவளது முகம் வெளுத்து, கண்கள் வேதனையுடன் விரிந்தன. அதே சமயம் அவள் நடுங்கும் உதடுகளோடு அவசர அவசரமாக முணுமுணுத்துப் பேசினாள்:

"நான் உங்களிடம் ஒன்று கேட்க நினைத்தேன். அவன் சம்மதிக்க மாட்டான் என்பது மட்டும் எனக்கு நிச்சயம் தெரியும். நீங்கள் அவனிடம் அது விசயமாய் மன்றாடிக் கேட்டுக்கொள்ள வேண்டும். அவனது தேவை இப்போது இங்கு மிகவும் அத்தியாவசியமானது. எடுத்துக்கொண்ட கொள்கையின் வெற்றிக்காக, அவன் இதற்குச் சம்மதிக்கத்தான் வேண்டும் என்று சொல்லுங்கள். அவனது உடல் நலத்தைப் பற்றி நான் மிகவும் பயந்து கொண்டிருப்பதாகச் சொல்லுங்கள். உங்களுக்கே தெரியும். இன்னும் விசாரணைக்குரிய நாளைக்கூட நிர்ணயிக்கவில்லையே..."

அவள் மிகுந்த சிரமத்தோடு பேசுகிறாள் என்பது நன்றாகத் தெரிந்தது. அவள் ஏதோ ஒரு மூலையைப் பார்த்தவாறே நிமிர்ந்து நின்றாள். குரல்மட்டும் தடுமாறியது. சோர்ந்து போய் தன் கண்ணிமைகளை மூடி, உதடுகளைக் கடித்துக்கொண்டாள். இறுகப் பிடித்து மடக்கிய அவளது கைவிரல்கள் சொடுக்குவிட்டுக் கொள்வது கூடத் தாய்க்குக் கேட்டது.

இந்த மாதிரியான கொந்தளிப்பைக் கண்டு, பெலகேயா மனம் புரிந்துகொண்டு அவளைத் துக்கத்தோடு தழுவியணைத்துக் கொண்டாள்.

"அடி என் கண்ணே!" என்று அவள் மிருதுவாகச் சொன்னாள். "அவன் தன்னைத் தவிர வேறு யார் பேச்சையுமே கேட்க மாட்டான் – எவர் பேச்சையும் கேட்க மாட்டான்!"

அவர்கள் இருவரும் ஒருவரையொருவர் இறுகத் தழுவியவாறே மௌனமாக நின்றார்கள். பிறகு சாஷா தாயின் கரங்களைத் தன் தோள் மீதிருந்து மெதுவாக விலக்கிவிட்டு நடுக்கத்துடன் சொன்னாள்:

"ஆமாம், நீங்கள் சொல்வது சரி. இதெல்லாம் வெறும் பைத்தியக்காரத்தனம், என்னவோ உணர்ச்சியில்..."

திடீரென அவள் அமைதி பெற்று சாதாரணமாகச் சொன்னாள்:

"ரொம்ப சரி, வாருங்கள். நோயாளிக்கு உணவு கொடுக்கலாம்."

அவள் இவானின் படுக்கையருகே சென்று அமர்ந்தபோது, அவனை நோக்கித் "தலையை வலிக்கிறதா" என்பதைப் பரிவோடு கேட்டுக்கொண்டாள்.

"அதிகம் இல்லை. எல்லாமே கொஞ்சம் மங்கலாகத் தெரிகிறது. பலவீனமாய் இருக்கிறது" என்று கூறிக்கொண்டே அவளது முன்னிலையில் ஏற்பட்ட உணர்ச்சிக் குழப்பத்தால் இன்னது செய்வதென்று தெரியாமல் போர்வையை மேவாய்க்குக் கீழாக இழுத்துவிட்டுக்கொண்டான் இவான். ஒளியைக் கண்டு கூசுவது மாதிரி கண்களைச் சுருக்கிக்கொண்டான். அவளது முன்னிலையில் சாப்பிடுவதற்கே அவனுக்கு வெட்கமாயிருக்கிறது என்பதை சாஷா உணர்ந்துகொண்டாள். எனவே அவள் எழுந்து வெளியே சென்றாள். இவான் எழுந்து உட்கார்ந்து அவள் போவதையே பார்த்துக்கொண்டிருந்தான்.

"அ...ழ...கி தான்" என்று முணுமுணுத்துக்கொண்டான்.

களிப்பு நிறைந்த நீலக்கண்களும் நெருக்கமாக வளர்ந்திருந்த சிறு பற்களும் ஆண்மை குடிபுகாத பாலியக் குரலும் பெற்றிருந்தான் அவன்.

"உனக்கு என்ன வயதாகிறது?" என்று ஏதோ நினைத்தவாறே கேட்டாள் தாய்.

"பதினேழு."

"உன் பெற்றோர்கள் எங்கே?"

"கிராமத்தில். பத்து வயதிலிருந்து நான் இங்குதான் இருக்கிறேன். பள்ளிக் கூடப் படிப்பை முடித்தவுடனேயே நான் நகருக்கு ஓடிவந்து விட்டேன். உங்கள் பேரென்ன, தோழரே!"

இந்த வார்த்தையைச் சொல்லி அவளை அழைக்கும் போது, அந்த வார்த்தை எப்போதும் அவள் உள்ளத்தைத் தொடும், அவள் குழப்பமடைவாள்.

"நீ ஏன் தெரிந்துகொள்ள விரும்புகிறாய்?" என்று புன்னகையோடு கேட்டாள் அவள்.

சிறிது நேரம் தத்தளித்துத் தயங்கிவிட்டு, அவன் விளக்கினான்:

"கேளுங்கள், எங்களோடு கல்விக் குழாத்தில் பங்கெடுத்து வந்த ஒரு மாணவன் – அதாவது எங்களுக்கு வகுப்பு நடத்திய ஒரு மாணவன் – பாவெல் விலாசவின் தாயைப் பற்றி எங்களுக்கு எடுத்துக் கூறினான். மே தினக் கொண்டாட்டம் ஞாபகமிருக்கிறதா?"

தாய் தலையை அசைத்துக்கொண்டே தன் காதுகளைக் கூர்மையாக்கிக் கேட்டாள்.

"அவன்தான் முதன்முதல் நமது கட்சியின் கொடியைப் பகிரங்கமாக ஏந்திப் பிடித்தவன்" என்று அந்தப் பையன் பெருமையோடு கூறினான். அந்தப் பெருமையுணர்ச்சி தாயின் உள்ளத்திலும் எதிரொலி எழுப்பியது.

"நான் அப்போது இல்லை. அந்த மாதிரி நாங்களும் தனியாகக் கொண்டாட விரும்பினோம். ஆனால் அது நடக்காமல் போய்விட்டது. நாங்கள் கொஞ்சம் பேர்தான் இருந்தோம். இருந்தாலும் வருகிற வருடத்தில் நாங்கள் கட்டாயம் நடத்தித்தான் பார்க்கப் போகிறோம். பாருங்களேன்!"

எதிர்காலச் சம்பவங்களைக் கற்பனை செய்து பார்க்கும் உத்வேகத்தால் அவனுக்கு மூச்சுக்கூடத் திணறியது.

"சரி. நான் விலாசவின் தாயைப் பற்றித்தானே சொல்லிக்கொண்டிருந்தேன்" என்று கையிலிருந்த கரண்டியை ஆட்டிக்கொண்டே பேசத் தொடங்கினான் அவன். "அவளும் அதன் பின்னர் கட்சியில் சேர்ந்துவிட்டாள். அது ஒரு பெரிய அதிசயம் என்று எல்லோரும் பேசிக் கொள்கிறார்கள்."

தாய் வாய்திறந்து புன்னகை புரிந்தாள்; அந்தப் பையனுடைய புகழுரையைக் கேட்பதில் அவளுக்கு ஆனந்தம் தோன்றியது. ஆனந்தத்துடன் கூச்சக் கலக்கமும் இருந்தது; 'நான் தான் விலாசவின் தாய்!' என்று அவள் அவனிடம் சொல்ல விரும்பினாள். என்றாலும் அந்த வார்த்தைகளை உள்ளடக்கிக்கொண்டு தனக்குத்தானே ஏளன பாவத்தோடு கூறிக்கொண்டாள்.

"நான் எவ்வளவு பெரிய முட்டாள்!"

திடீரென்று அவள் அவன் பக்கமாகக் குனிந்து உணர்ச்சி வசப்பட்டுப் பேசினாள்:

"இன்னும் கொஞ்சம் சாப்பிடு. நீ சீக்கிரமே குணமாகி எழுந்து நடமாட வேண்டும், நாம் எடுத்துக்கொண்ட கொள்கைப் போருக்காக!"

தெருவுக்கதவு திறந்தது. தெருவிலிருந்து குளிர்ந்த ஈரம் படிந்த இலையுதிர்காலக் காற்று உள்ளே வீசியது. செக்கச்

சிவந்த கன்னத்தோடு சிரித்துக்கொண்டே சோபியா வாசலிலே நின்றுகொண்டிருப்பதை, தாய் கண்டாள்.

"நான் சொல்வதைக் கேள். துப்பறிபவர்கள் எல்லாம் என்னை மாப்பிளை மாதிரி வட்டம் போட்டுத் திரிகிறார்கள். நான் சீக்கிரமே இங்கிருந்து போயாக வேண்டும்... சரி. இவான், உனக்கு எப்படி இருக்கிறது? தேவலையா? நீலவ்னா, பாவெலிடமிருந்து ஏதாவது செய்தியுண்டா? சாஷா இங்கிருக்கிறாளா?"

சிகரெட்டைப் பற்றவைத்துக்கொண்டே ஏதேதோ கேள்விகள் கேட்டாள். அந்தக் கேள்விகளுக்கு அவள் பதிலை எதிர் நோக்கவில்லை. அவள் தாயையும் அந்தப் பையனையும் தனது சாம்பல் நிறக் கண்களால் பரிவோடு நோக்கித் தழுவினாள். தாய் அவளைக் கவனித்துப் பார்த்தவாறே தனக்குள்ளாக நினைத்துச் சிரித்துக்கொண்டாள்.

'நானும் நல்லவர்களில் ஒருவளாகக் கருதப்படுகிறேன்..!'

மீண்டும் அவள் இவானின் பக்கமாகக் குனிந்து பார்த்துச் சொன்னாள்:

"சீக்கிரமே குணம் அடைந்து, எழுந்து நடமாடு, மகனே!"

பிறகு அவள் சாப்பாட்டு அறைக்குள் சென்றாள். அங்கு சோபியா சாஷாவுடன் பேசிக்கொண்டிருப்பதைக் கண்டாள்.

"அவள் இதற்குள்ளாகவே முந்நூறு பிரதிகள் எடுத்து முடித்துவிட்டாள். இந்த வேகத்தில் போனால் அவள் தன்னைத் தானே சீக்கிரம் முடித்துக்கொண்டுவிடுவாள். இதுதான் வீரம்! இந்த மாதிரி மக்களோடு வாழ்வதும், அவர்களோடு உழைப்பதும் அவர்களுடைய தோழர்களாயிருப்பதும் எவ்வளவு பெரிய பாக்கியம், சாஷா!"

"ஆமாம்" என்று அந்தப் பெண் மெதுவாகச் சொன்னாள்.

அன்று மாலை அவர்கள் தேநீர் அருந்திக்கொண்டிருந்த போது சோபியா தாயை நோக்கிப் பேசினாள்:

"நீங்கள் இன்னும் ஒருமுறை கிராமப்புறத்துக்குச் சென்று வரவேண்டும் நீலவ்னா."

"ரொம்ப சரி. எப்பொழுது?"

"மூன்று நாட்களுக்குள் உங்களுக்குப் புறப்பட்டுப் போக சௌகரியப்படுமா?"

"நிச்சயமாய்."

"இந்தத் தடவை தபால் வண்டியை வாடகைக்கு அமர்த்திக்கொண்டு வேறு மார்க்கமாக, நிகோல்ஸ்கி பிரதேசம் வழியாகப் போக வேண்டும்" என்று போதித்தான் நிகலாய். அவன் முகத்தைச் சுளித்து உம்மென்று இருந்தான். அந்தப் பாவம் அவனது வழக்கமான அன்பு நிறைந்த அமைதி பாவத்தைக் கெடுத்துக்கொண்டிருந்தது.

"நிகோல்ஸ்கி வழியாகப் போவதென்றால் ரொம்ப தூரமாச்சே" என்றாள் தாய்; "அதிலும் அவ்வளவு தூரத்துக்குக் குதிரைகளை ஓட்டிச் செல்வதென்றால்..."

"உண்மையைச் சொல்வதென்றால், நான் இந்தப் பயணத்தை ஆதரிக்கவேயில்லை" என்று பேசத் தொடங்கினாள் நிகலாய். "அங்கு இப்போது நிலைமை சரியில்லை. பல பேரைக் கைது செய்திருக்கிறார்கள். யாரோ ஓர் உபாத்தியாயரைக் கூடக் கொண்டுபோய் விட்டதாகத் தெரிகிறது. எனவே நாம் மிகுந்த எச்சரிக்கையோடிருக்க வேண்டும். இன்னும், கொஞ்ச நாள் பொறுத்திருந்தால் கூட நல்லதுதான்..."

"ஆனால், நாம் அவர்களுக்கு எந்தவிதத் தங்கு தடையுமின்றிப் பிரசுரங்களை அனுப்பியாக வேண்டுமே" என்று மேசை மீது விரலால் கொட்டிக்கொண்டே சொன்னாள் சோபியா. "நீங்கள் போகப் பயப்படுகிறீர்களா, நீலவ்னா?" என்று அவள் திடீரெனக் கேட்டாள்.

அந்தச் சொல் தாயின் உள்ளத்தைச் சுட்டுவிட்டது.

"நான் என்றாவது பயந்திருக்கிறேனா? முதல் தடவை போகும் போதே நான் பயப்படவில்லையே... இப்போது மட்டும்... நீங்கள் இப்படித் திடீரென்று..." அவள் அந்த வாக்கியத்தை முடிக்காமலேயே தலையைக் குனிந்து கொண்டாள். 'நீ பயப்படுகிறாயா, உனக்குச் சௌகரியமிருக்குமா, உன்னால் இந்தக் காரியத்தைச் செய்ய இயலுமா' என்றெல்லாம் யாராவது அவளைக் கேட்கும்போது அவர்கள் அவளிடம் ஏதோ தயவு நாடிக் கேட்பதைப் போல அவள் உணர்ந்தாள். மேலும் அந்தக் கேள்விகளால் அவர்கள் தம்முள் ஒருவரையொருவர் நடத்துகிற மாதிரி தன்னையும் நடத்தாமல் தன்னை ஒதுக்கி வைத்த மாதிரி வித்தியாசமாக நடத்துவது போலத் தாய்க்குத் தோன்றியது.

"நான் பயப்படுகிறேனா என்று ஏன் கேட்கிறீர்கள்?" என்பது அடைத்துப் போன குரலில் கேட்டாள் அவள். "நீங்கள் மட்டும் ஒருவருக்கொருவர் இப்படிப்பட்ட கேள்விகளைக் கேட்கக் காணோமே."

நிகலாய் பதறிப்போய்த் தன் மூக்குக் கண்ணாடியைக் கழற்றினான்; மீண்டும் போட்டுக்கொண்டு, தனது சகோதரியை ஆழ்ந்து நோக்கினான். அங்கு நிலவிய அமைதியைக் கண்டு தாய் குழம்பிப் போனாள். அவள் மேசையைவிட்டு எழுந்து நின்று, குற்றம் செய்துவிட்டவளைப்போல் ஏதோ சொல்ல விரும்பினாள். ஆனால் அதற்குள் சோபியா அவளது கரத்தைப் பற்றிப் பிடித்து மெதுவாகக் கூறினாள்:

"என்னை மன்னித்துவிடுங்கள். இனிமேல் நான் இப்படி நடந்துகொள்ள மாட்டேன்."

இந்த வார்த்தையைக் கேட்டதும் தாயின் முகத்தில் புன்னகை அரும்பியது. சில நிமிட நேரங்களில் மீண்டும் அவர்கள் மூவரும் அந்த பயணத்தைப் பற்றி உற்சாகத்தோடு விவாதித்துக் கொண்டிருந்தார்கள்.

15

அருணோதயப் பொழுதில், இலையுதிர் காலத்து மழையால் அரித்துச் செல்லப்பட்ட பாதை வழியாகச் செல்லும் தபால் வண்டியில் தாய் ஆடியசைந்து சென்று கொண்டிருந்தாள். ஈரம் படிந்த காற்று வீசியது; எங்கும் சேறு தெறித்துச் சிதறியது. வண்டிக்காரன் தனது பெட்டியடியிலிருந்து லேசாக முதுகைத் திருப்பி வளைத்துத் தாயைப் பார்த்து மூக்கில் பேசத் தொடங்கினான்:

"நான் என் சகோதரனிடம் சொன்னேன். தம்பி, நாம் பாகம் பிரித்துக் கொள்ளுவோம் என்றேன். ஆமாம், நாங்கள் பாகம் பிரிக்கப் போகிறோம்..."

திடீரென்று இடது பக்கத்துக் குதிரையைச் சாட்டையால் சுண்டியத்துவிட்டு, அவன் கோபத்தோடு கூச்சலிட்டான்:

"இடக்கா பண்ணுகிறாய்? மாய்மாலப் பிறவியே!"

இலையுதிர்காலத்தின் கொழுத்த காக்கைகள் அறுவடையான வயல் வெளிக்குள் ஆர்வத்தோடு இறங்கின; அச்சமயம் எங்கு பார்த்தாலும் குளிர்க் காற்று ஊளையிட்டு வீசிற்று. காற்றின் தாக்குதலைச் சமாளிப்பதற்காக அந்தக் காக்கைகள் தம்மைச் சுதாரித்துக்கொண்டன. அந்தக் காற்றோ அவற்றின் இறக்கைகளை

உலைத்து விரித்துப் பிரித்தது. எனவே அந்தப் பறவைகள் தமது இறக்கைகளை அடித்துக்கொண்டு வேறோர் இடத்துக்கு மெதுவாகப் பறந்து சென்றன.

“ஆனால் என் தம்பியோ என் உயிரை எடுக்கிறான். என் சொத்து முழுவதையும் உறிஞ்சிப் பிடுங்கிவிட்டான். ஆகக் கூடி, இப்போது நான் அடையக் கூடிய சொத்துபத்துகள் எதுவும் இல்லை...” என்றும் பேசிக்கொண்டே போனான் வண்டிக்காரன்.

அவனது பேச்சைக் கனவில் கேட்பதுபோலக் கேட்டுக்கொண்டிருந்தாள் தாய். அவளது நினைவு மண்டலத்தில், கடந்த சில வருட காலமாக நடந்தேறிய சம்பவங்கள் வழிந்தோடின; அந்த நிகழ்ச்சிகள் அனைத்திலும் தானும் தீவிரமாகப் பங்கெடுத்துக் கொள்வதையும் அவள் கண்டாள். இதற்கு முன்பெல்லாம் வாழ்க்கை எங்கோ வெகுதொலைவில், யாருக்கும் காரண காரியம் தெரியாத, எதற்காகவோ நிர்ணயிக்கப் பெறுவதாக இருந்தது. இப்போதோ வாழ்க்கையின் பெரும்பாகம் அவளது கண்முன்னாலேயே அவளது சம்பந்தத்துடனேயே உருவாக்கப்பட்டு வருவதை அவள் உணர்ந்தாள். இந்த எண்ணம் அவளது உள்ளத்தில் பல்வேறு விதமான உணர்ச்சிக் கலவைகளை எழுப்பின; தன்னம்பிக்கையின்மை, தன்மீதே ஒரு திருப்தி, முடியாமை, அமைதியான சோகம்...

சுற்றுச் சூழ்நிலை கண்பார்வையைவிட்டு லேசாக மாறிச் சுழன்று மறைந்து கொண்டிருந்தது. வான மண்டலத்தில் சாம்பல் நிறமான மேகக்கூட்டங்கள் ஒன்றையொன்று விரட்டிக்கொண்டு அடர்ந்து சென்றன. ரோட்டுக்கு இருமருங்கிலும் நிற்கும் நனைந்த மரங்கள் தங்களது மொட்டைக் கிளைகளை அசைத்துக்கொண்டிருந்தன. வயல்வெளிகளில் காலக் கிரமத்தில் கரைந்தோடும் சிறுசிறு மண் குன்றுகள் எழும்பியிருந்தன.

வண்டிக்காரனின் மூங்கைக்குரல், மணிகளின் கிண்கிணியோசை, ஊதைக் காற்றின் பரபரப்பு, அதன் ஊளைச் சத்தம் எல்லாம் ஒன்றாகச் சேர்ந்து படபடக்கும் ஒரு நாத வெள்ளமாக, அந்த வயல் வெளிக்கு மேலாக ஒரே சீராய் வழிந்தோடிக் கொண்டிருந்தன.

“பணக்காரனுக்குச் சொர்க்கம் கூடப் பற்றாக்குறைதான்” என்று தன்னிருப்பிடத்திலிருந்து ஆடிக்கொண்டே சொன்னான் வண்டிக்காரன். “எனவே அவன் என் உயிரைப் பிழிந்து எடுக்கிறான். அதிகாரிகள் அனைவரும் அவனுக்குச் சினேகிதம்...”

ஊர் வந்து சேர்ந்ததும் அவன் குதிரைகளை அவிழ்த்துப் போட்டுவிட்டுத் தாயிடம் கெஞ்சும் குரலில் சொன்னான்:

"நீ எனக்குக் குடிக்கிறதுக்கு ஓர் அஞ்சு கோபெக் கொடேன்"

அவள் காசைக் கொடுத்ததும் அவன் அதைத் தன் உள்ளங்கையில் வைத்து நகத்தால் கீறிக்கொண்டு அதே குரலில் பேசினான்:

"மூன்று காசுக்கு ஒட்கா. இரண்டு காசுக்கு ரொட்டி!"

மத்தியான வேளையில், தாய் நிகோல்ஸ்கி என்னும் அந்தச் சிறிய நகரத்துக்கு அலுத்துச் சலித்துக் களைப்போடு வந்து சேர்ந்தாள். அவள் கடைக்குச் சென்று ஒரு கோப்பைத் தேநீர் அருந்தப் போனாள், போன இடத்தில் சன்னலருகே உட்கார்ந்தாள். தனது கனத்த டிரங்குப் பெட்டியை ஒரு பெஞ்சுக்கடியில் தள்ளி வைத்துவிட்டு சன்னலின் வழியாகப் பார்த்தாள். சன்னலுக்கு அப்பால் நடந்து பழுத்துக் கருகிப் போன ஒரு சிறு சதுரப் புல்வெளியும், அதில் முன்புறம் கூரை இறக்கிய ஒரு சாம்பல் நிறக் கட்டடமும் தெரிந்தன. அந்தக் கட்டடம்தான் அந்தக் கிராமச் சாவடி. வழுக்கைத் தலையும் தாடியும் கொண்ட ஒரு முஜீக் தனது சட்டைக்கு மேல் கோட்டு எதுவும் அணியாமல் அந்தக் கட்டடத்து முகப்பில் உட்கார்ந்து புகை பிடித்துக் கெண்டிருந்தான். அந்தப் புல்வெளிச் சதுக்கத்தில் ஒரு பன்றி மேய்ந்து கொண்டிருந்தது. தனது காதுகளைப் படபடவென்று குலுக்கி ஆட்டிவிட்டு, அது தன் முகத்தைத் தரையில் மோதி, தலையை அசைத்தாட்டியது.

மேகக் கூட்டங்கள் ஒன்றின் மேல் ஒன்றாய் அடுக்கடுக்காய்ச் சேர்ந்து கறுத்த பெருந்திரளாகக் கூடி, பெருகின. எங்கும் அமைதியும், அசமந்தமும் ஆயாசமும் நிறைந்து, வாழ்க்கையே எதற்காகவோ காத்துக் கிடப்பதுபோலத் தோன்றியது.

திடீரென ஒரு குதிரைப் போலீஸ் ஸார்ஜென்ட் அந்தப் புல்வெளி வழியாக கிராமச் சாவடியின் முகப்புக்கு வேகமாகக் குதிரையை ஓட்டிக்கொண்டு வந்து நின்றான். அவன் சாட்டையைக் காற்றில் வீசிச் சுழற்றியவாறே அந்த முஜீக்கை நோக்கிச் சத்தமிட்டான். அவனது கூச்சல் சன்னலில் மோதித் துடித்தது. எனினும் வார்த்தைகளைக் கேட்க முடியவில்லை. அந்த முஜீக் துள்ளியெழுந்து எங்கோ தூரத்தில் கையைச் சுட்டிக் காட்டினான். ஸார்ஜென்ட் குதிரையைவிட்டுத் தாவிக் குதித்து, கடிவாள லகானை அந்த முஜீக்கின் கையில் ஒப்படைத்துவிட்டு, படிகளை நோக்கித் தடுமாறிச் சென்று அங்கிருந்த கம்பியைப் பற்றிப் பிடித்தவாறு, மிகுந்த சிரமத்துடன் மேலேறி உள்ளே சென்று மறைந்தான்.

மீண்டும் எங்கும் அமைதி நிலவியது. குதிரை தன் குளம்பால் தரையை இருமுறை உதைத்துக் கிளறியது. அறைக்குள் ஒரு யுவதி வந்தாள். அவளது உருண்டை முகத்தில் இங்கிதம் நிறைந்த கண்கள்

பளிச்சிட்டன. உணவுப் பொருள்களைக்கொண்ட தட்டை எடுத்துச் செல்லும்போது, உதட்டைக் கடித்துத் தலையை ஆட்டினாள்.

"வணக்கம், கண்ணே!" என்றாள் தாய்.

"வணக்கம்!"

அவள் அந்தத் தின்பண்டங்களையும், தேநீர்ச் சாமான்களையும் மேசை மீது வைத்துவிட்டு, திடீரென்று பரபரக்கும் குரலில் சொன்னாள்:

"அவர்கள் இப்போதுதான் ஒரு கொள்ளைக்காரனைப் பிடித்தார்கள். அவனை இங்கு கொண்டுவருகிறார்கள்!"

"யார் அந்தக் கொள்ளையன்?"

"எனக்குத் தெரியாது..."

"அவன் என்ன செய்தான்?"

"அதுவும் தெரியாது" என்றாள் அந்த யுவதி: "அவனைப் பிடித்து விட்டார்கள் என்பதை மட்டும்தான் கேள்விப்பட்டேன். இந்தக் கிராமச் சாவடிக் காவலாளி போலீஸ் தலைவனை அழைக்கப் போயிருக்கிறான்."

தாய் சன்னல் வழியாகப் பார்த்தாள். அந்தச் சதுக்கத்தில் முஜீக்குகள் குழுமிக் கொண்டிருந்தார்கள். அவர்களில் சிலர் அமைதியாகவும் மெதுவாகவும் வந்தார்கள். சிலர் அவசர அவசரமாகத் தங்களது கம்பளிக் கோட்டின் பொத்தான்களை அரைகுறையாக மாட்டிக்கொண்டே ஓடி வந்தார்கள். அந்த சாவடி முகப்பில் கூடி நின்று இடப்புறத்தில் எங்கோ ஒரு திசையை ஏறிட்டு நோக்கினார்கள்.

அந்தப் பெண்ணும் சன்னல் வழியாய்ப் பார்த்தாள். பிறகு கதவை பலமான சத்தத்துடன் மூடிவிட்டு அங்கிருந்து வெளியே ஓடிச் சென்றாள். அச்சத்தம் கேட்டு தாய் நடுங்கினாள். தனது டிரங்குப் பெட்டியை பெஞ்சுக்கடியில் இன்னும் உள்ளே தள்ளிவைத்தாள். பிறகு அவள் தலைமீது ஒரு துண்டை எடுத்துப் போட்டுக்கொண்டு ஓடிச்செல்ல வேண்டும் என்கிற காரண காரியம் தெரியாத ஆவலை உள்ளடக்கிக்கொண்டு வாசல் பக்கமாக விரைந்து வந்தாள்.

அவள் அந்தக் கட்டட முகப்புக்கு வந்தவுடன், அவளது கண்களும் மார்பும் குளிர்ந்து விறைப்பது போலிருந்தன. அவளுக்கு மூச்சுவிடவே திணறியது. கால்கள் கல்லைப்போல உயிரிழந்து நின்றன. அந்தச் சதுக்கத்தின் வழியாக ரீபின் வந்தான். அவனது கைகள் கட்டப்பட்டிருந்தன. அவனுக்கு இரு புறத்திலும் தங்கள்

கைளிலுள்ள தடிகளால் தரையில் தட்டிக்கொண்டு இரண்டு போலீஸ்காரர்கள் வந்து கொண்டிருந்தார்கள். மக்கள் கூட்டம் அமைதியோடு வாய் பேசாமல் அந்தக் கட்டட முகப்பிலேயே காத்து நின்றது.

திக்பிரமை அடித்துத் திகைத்து நின்ற தாயால், தன் கண்களை அந்தக் காட்சியிலிருந்து அகற்றவே முடியவில்லை. ரீபின் ஏதோ சொல்லிக்கொண்டு வந்தான். அவனது குரலை அவள் கேட்டாள். என்றாலும் சூனிய இருள் படர்ந்த அவளது இதயத்தில் அந்த வார்த்தைகள் எந்த எதிரொலியையும் எழுப்பவில்லை.

அவள் ஆழ்ந்த பெருமூச்செடுத்துத் தன்னைச் சுதாரித்துக்கொண்டாள். நீலக் கண்களும் அகன்ற அழகிய தாடியும் கொண்ட ஒரு முஜீக், முகப்பு வாசலில் நின்றவாறே அவளைக் கூர்ந்து கவனித்துக்கொண்டு நின்றான். அவள் இருமினாள். பயத்தால் பலமிழந்த கைகளால் தொண்டையைத் தடவிக் கொடுத்துக்கொண்டாள்.

"என்ன நடந்தது?" என்று அவனிடம் சிரமப்பட்டுக் கேட்டாள்.

"நீங்கள் பாருங்கள்" என்று பதிலளித்து விட்டு அவன் மறுபுறம் திரும்பிக்கொண்டான். மற்றொரு முஜீக் அங்கு வந்து அவளருகே நின்றான்.

ரீபினை அழைத்துக்கொண்டு வந்த போலீஸ்காரர்கள் மக்கள் கூட்டத்தின் முன்னால் நின்றார்கள். மக்கள் ஆரவாரமே இல்லாமல் நின்றாலும்கூட, வரவர மக்கள் கூட்டம் பெருகிக்கொண்டிருந்தது. திடீரென்று ரீபின் குரல் அவர்களது தலைக்கு மேலாக எழுந்து ஒலித்தது:

"உண்மை விசுவாசிகளே! விவசாயிகளான நமது வாழ்க்கையின் உண்மையை எல்லாம் எடுத்துக்காட்டும் பிரசுரங்களைப் பற்றி நீங்கள் கேள்விப்பட்டிருக்கிறீர்களா? சரி, அந்தப் புத்தகங்களுக்காகத் தான் நான் கைதானேன். அந்தப் புத்தகங்களை மக்களிடம் விநியோகித்தவர்களில் நானும் ஒருவன்!"

மக்கள் கூட்டம் ரீபினை நெருங்கிச் சுற்றிச் சூழ்ந்தது. அவனது குரல் அமைதியும் நிதானமும் பெற்று விளங்கியது. அதைக் கண்டு தாய் தைரியம் அடைந்தாள்.

"கேட்டீர்களா?" என்று இரண்டாவதாக வந்த முஜீக், அந்த நீலக் கண் முஜீக்கை லேசாக இடித்துக்கொண்டே சொன்னான். அவன் பதிலே கூறாமல் தன் தலையை மட்டும் உயர்த்தி தாயை மீண்டும் ஒரு முறை பார்த்தான். இரண்டாமவன் முதல் முஜீக்கைக்

காட்டிலும் வயதில் சிறியவன். புள்ளி விழுந்த ஒடுங்கிய முகமும், சுருட்டையான கரிய தாடியும் கொண்டவன். பிறகு அவர்கள் இருவரும் சாவடி முகப்பிலிருந்து ஒருபுறமாக ஒதுங்கினார்கள்.

"அவர்கள் பயந்து போயிருக்கிறார்கள்" என்று நினைத்துக் கொண்டாள் தாய்.

அவள் மிகுந்த கவனத்தோடு இருந்தாள். அந்த முகப்பு வாசலில் அவள் நின்ற இடத்திலிருந்தே மிகயீல் இவானவிச்சின் கரிய வதங்கிப் போன முகத்தைப் பார்க்க முடியும். அவனது கண்களிலிருந்த பிரகாசத்தையும் அவள் காண முடியும். என்றாலும் அவனும் அவளைப் பார்க்க வேண்டும் என்று விரும்பியதால், அவள் தன் முன் கால்விரல்களை ஊன்றி கழுத்தை நீட்டிப் பார்த்தாள்.

மக்கள் முகஞ்சுளித்து அவநம்பிக்கையோடு அவனைப் பார்த்தார்கள். மௌனமாயிருந்தார்கள். கூட்டத்துக்குப் பின்னால் மட்டும் அமுங்கிப் போன குரலில் ஏதோ கசமுசப்பு எழுந்தது.

"விவசாயிகளே!" என்று சிரமப்பட்டு உரக்கப் பேசினான் ரீபின். "அந்தப் பத்திரிகைகளில் வெளிவரும் செய்திகளை நம்புங்கள். இதற்காக நான் உயிரையும் கூட இழக்க நேரிடலாம். அவர்கள் என்னை அடித்தார்கள்; சித்திரவதை செய்தார்கள்; அவற்றை நான் எங்கிருந்து பெற்றேன் என்பதை என் வாயிலிருந்து கக்கவைக்க முயன்றார்கள். மீண்டும் அடிப்பார்கள். ஆனால், நான் அதையும் தாங்கிக் கொள்ளத் தயார். ஏனெனில் அந்தப் பத்திரிகைகளில் கூறப்பட்டுள்ளவை உண்மை – அந்த உண்மைதான் நமக்கு நம்முடைய அன்றாட உணவைவிட, அதிமுக்கியமானதாக, அருமையானதாக இருக்க வேண்டும். அதுதான் சங்கதி!"

"அவன் இதையெல்லாம் ஏன் சொல்லுகிறான்" என்று முகப்பு வாசலுக்குப் பக்கத்தில் நின்று கொண்டிருந்த முஜீக்குகளில் ஒருவன் கேட்டான்.

"எதைச் சொன்னால் என்ன? இப்போது எல்லாம் ஒன்று தான்" என்ற அந்த நீலக் கண்ணன் சொன்னான். "மனிதன் ஒரே ஒரு முறைதானே சாக முடியும்."

அந்த மக்கள் ஒரு வார்த்தை கூடப் பேசாது அங்கேயே நின்று, தங்களது புருவங்களுக்குக் கீழாக உம்மென்று பார்த்தார்கள். கண்ணுக்குப் புலனாகாத ஏதோ ஒரு பார உணர்ச்சி அவர்களைக் கீழ்நோக்கி அமுத்திக்கொண்டிருப்பதாகத் தோன்றியது.

அந்தப் போலீஸ் ஸார்ஜென்ட் அந்தக் கட்டடத்துக்குள்ளிருந்து தட்டுத் தடுமாறிக்கொண்டே முகப்பு வாசலுக்கு வந்து சேர்ந்தான்.

“யாரங்கே பேசுகிறது?” என்று அவன் குடிகாரனைப் போலக் கத்தினான்.

திடீரென்று அவன் விடுவிடுவென்று படிகளை விட்டிறங்கி ரீபினிடம் போய் அவனுடைய தலைமயிரைப் பற்றிப் பிடித்து, தலையை முன்னும் பின்னும் இழுத்துக் குலுக்கிவிட்டான்.

“டேய்! நீதானா பேசினாய்? நாய்க்குப் பிறந்த பயலே!” என்று அவன் கூச்சலிட்டான்.

மக்கள் கூட்டத்தில் பரபரப்பு ஏற்பட்டது; முணுமுணுப்பு அலை பாய்ந்து பரவியது. நிராதரவான வேதனை உணர்ச்சியோடு தாய் தலையைத் தொங்கவிட்டுக்கொண்டாள். மீண்டும் ரீபினின் குரல் ஓங்கி ஒலித்தது:

“பாருங்கள், நல்லவர்களே..!”

“சத்தம் போடாதே!” அந்த ஸார்ஜென்ட் அவன் காதோடு ஓங்கியறைந்தான். ரீபின் தடுமாறிச் சாய்ந்து கீழே விழாமல் சுதாரித்து நின்றான்.

“ஒரு மனிதனின் கைகள் இரண்டையும் கட்டிப்போட்டு விட்டு, இவர்கள் இஷ்டப்படியெல்லாம் அவனை வதைக்கிறார்கள்...”

“போலீஸ்! இவனைக்கொண்டு போங்கள். ஏ, மக்களே, சீக்கிரம் கலைந்து போங்கள்!” வாயிலே கறித்துண்டைக் கவ்விக்கொண்டு தாவுகின்ற நாய் மாதிரி அந்த ஸார்ஜென்ட் ரீபினுக்கு முன்னால் பாய்ந்து சென்று அவனது முகத்திலும், நெஞ்சிலும், வயிற்றிலும் தன் கையால் ஓங்கி ஓங்கிக் குத்தினான்.

“அடிப்பதை நிறுத்து!” என்று யாரோ கூட்டத்தினிடையே இருந்து கத்தினார்கள்.

“நீ ஏன் அவனை அடிக்கிறாய்?” என்ற மற்றொரு குரல் அதை ஆமோதித்து ஒலித்தது.

“நாம் போய் விடுவோம்” என்று அந்த நீலக்கண் முஜீக் தலையை அசைத்துக்கொண்டே தன் தோழனிடம் சொன்னான். பிறகு அவர்கள் இருவரும் அந்தச் சாவடியை நோக்கி மெதுவாக நடந்தார்கள். அவர்கள் போகும்போது தாய் அவர்களை அன்பு நிறைந்த கண்களோடு பார்த்தாள். அந்தப் போலீஸ் ஸ்ார்ஜென்ட் மீண்டும் சாவடியின் முகப்பை நோக்கி ஓடி வருவதைக் கண்டதும் தாய்க்கு நிம்மதி நிறைந்த பெருமூச்சு வெளிப்பட்டது. அங்கு வந்து நின்று வெறி பிடித்த குரலில் அவன் கத்தினான்:

“கொண்டுவாருங்கள் அவனை! நான் பார்த்துக் கொள்கிறேன்...”

“அப்படிச் செய்யாதே” என்று கூட்டத்திலிருந்து ஒரு பலத்த குரல் எழுந்தது. அந்தக் குரல் அந்த நீலக்கண் முஜீக்கின் குரல்தான் என்பதைத் தாய் உணர்ந்துகொண்டாள். “பயல்களா, அவர்களை விடாதீர்கள்! அவனை உள்ளே கொண்டுபோனால் அவர்கள் உதைத்தே கொன்று விடுவார்கள். அப்புறம் அந்தக் கொலையை நாம்தான் செய்தோமென்று நம் மீது பழியும் சாட்டிவிடுவார்கள். விடாதீர்கள் அவர்களை!”

“விவசாயிகளே!” என்று கத்தினான் ரீபின்; “உங்கள் வாழ்க்கை எப்படிப்பட்டது என்பதை நீங்கள் இன்னும் காணவில்லையா? உங்களை எப்படிக் கொள்ளையடிக்கிறார்கள், எப்படி ஏமாற்றுகிறார்கள், எப்படி உங்கள் ரத்தத்தை உறிஞ்சிக் குடிக்கிறார்கள் என்று உங்களுக்குப் புரியவில்லையா? எல்லாம் உங்கள் சக்தியால்தான் இயங்குகின்றன. நீங்கள்தான் இந்தப் பூலோகத்திலேயே சிறந்த மகோன்னத சக்தியாக விளங்குகிறீர்கள். ஆனால் உங்களுக்கு என்ன உரிமைகள் இருக்கின்றன? பட்டினி கிடந்து சாவதற்குத்தான் உங்களுக்கு உரிமை இருக்கிறது.!”

திடீரென்று அந்த முஜீக்குகள் ஒருவருக்கொருவர் குறுக்கிட்டுச் சத்தம் போட ஆரம்பித்தார்கள்:

“அவன் உண்மையைத்தான் சொல்கிறான்!”

“போலீஸ் ஸார்ஜென்ட் அவனைத் தேடிப் போயிருக்கிறான்.”

“யார் அந்தக் குடிகாரனா?”

“அதிகாரிகளைக் கூப்பிட்டு வருவது நம் வேலையல்ல.”

அந்தக் கூச்சல் அதிகரித்துக்கொண்டிருந்தது.

“முன்னாலே போய்ப் பேசு. உன்னை அடிக்கும்படி நாங்கள் விட்டுக்கொண்டிருக்க மாட்டோம்!”

“அவன் கைகளை அவிழ்த்துவிடு!”

“நீ அகப்படாமல் பார்த்துக்கொள்!”

“இந்தக் கயிறு என் கைகளை உறுத்துகிறது” என்று அமைதியாகச் சொன்னான் ரீபின். என்றாலும் அவனது குரல் மற்றவர்களின் குரல்களுக்கு மேலாக மேலோங்கித் தெளிவோடு ஒலித்தது. “நான் ஓடிப்போக மாட்டேன். முஜீக்குகளே! நான் இந்த உண்மையிலிருந்து ஒளிந்து மறைய முடியாது. அது என் இதயத்திலேயே வாழ்கிறது.”

சில மனிதர்கள் மட்டும் கூட்டத்திலிருந்து பிரிந்து சென்று ஒரு புறமாக ஒதுங்கி நின்று ஏதேதோ சொல்லிக்கொண்டும்

தலையாட்டிக்கொண்டும் இருந்தார்கள். கந்தலும் கிழிசலுமாய் உடையணிந்த எத்தனை எத்தனையோ மக்கள் உணர்ச்சி வெறியோடு ஓடோடியும் வந்து குழும ஆரம்பித்தார்கள். அவர்கள் ரீபினைச் சுற்றி கொதிக்கும் கறுத்த நுரை போன்று சூழ்ந்துகொண்டார்கள். அவர்களுக்கு மத்தியில், ஒரு காட்டுக் கோழி மாதிரி நிமிர்ந்து நின்று தன் கைகளைத் தலைக்கு மேல் ஆட்டிக்கொண்டு சத்தமிட்டான் ரீபின்:

"நல்லவர்களே! உங்களுக்கு நன்றி. உங்களுக்கு நன்றி. நாம் ஒவ்வொருவரும் அடுத்தவரது கைக்கட்டுகளை அவிழ்த்து விடாவிட்டால், பின் யார்தான் நமக்காக அந்தக் காரியத்தைச் செய்வார்கள்?"

அவன் தன் தாடியைத் தடவிக் கொடுத்துக்கொண்டு ரத்தம் தோய்ந்த தனது ஒரு கரத்தை உயர்த்திக் காட்டினான்.

"இதோ என் ரத்தம் – சத்தியத்தைக் காப்பதற்காகச் சிந்திய ரத்தம்!"

தாயும் படியிறங்கி அந்த முகப்புக்குச் சென்றாள். ஆனால் கூட்டத்தின் மத்தியில் நின்ற ரீபினை அவளால் பார்க்க முடியவில்லை. எனவே மீண்டும் அவள் படிகளில் மீது ஏறி நின்று கொண்டாள். ஏதோ ஒருமங்கிய ஆனந்தம் அவளது இதயத்தில் படபடத்தது.

"விவசாயி மக்களே! அந்தப் பத்திரிகைகளை எப்போதும் எதிர்நோக்கிக் காத்திருங்கள். அவற்றைப் படியுங்கள்! கோயில் குருக்களும், அதிகாரிகளும் உண்மையைச் சொல்லும் எங்களை மாபாவிகள் என்றும், கலகக்காரர்கள் என்றும் உங்களிடம் சொல்வார்கள். அதை நம்பாதீர்கள். உண்மை இந்த உலகத்தில் எங்கெங்கும் ரகசியமாகவே உலவுகிறது. மக்களது இதயத்திலே குடிபுகுவதற்காகத் திரிந்து கொண்டிருக்கிறது. அதிகாரிகளுக்கோ சத்தியம் நெருப்பைப் போன்றது. உயிர் பறிக்கும் உடைவாளைப் போன்றது. அவர்கள் சத்தியத்தை ஏற்க முடியாது. ஏற்றால் சத்தியம் அவர்களை வெட்டித் தள்ளிவிடும்; சுட்டுப் பொசுக்கி விடும்! உங்களுக்கோ சத்திய தேவதை உண்மையான நல்ல தோழியாக விளங்குவாள்; அவர்களுக்கோ அவள் பரம விரோதியாக விளங்குவாள். எனவேதான் அவள் இந்தப் பூமியில் ரகசியமாக உலவித் திரிகிறாள்.!"

மீண்டும் அந்த மக்கள் கூட்டத்திலிருந்து கூச்சல்கள் கிளம்பின.

"கேளுங்கள், விசுவாசிகளே!"

“ஆ, சகோதரா! அவர்கள் இதற்காக உன்னைத் தண்டிப்பார்களே!”

“உன்னைக் காட்டிக் கொடுத்தது யார்?”

“தேவாலய மத குரு!” என்று ஒரு போலீஸ்காரன் பதில் சொன்னான்.

இரண்டு முஜீக்குகள் வெஞ்சினத்தோடு கறுவினார்கள்.

“அங்கே பாருங்கடா, பயல்களா!” என்று யாரோ எச்சரிப்பது காதில் விழுந்தது.

16

போலீசாரின் தலைவன் வந்து கொண்டிருந்தான். உருண்டை முகமும், கனத்த சரீரமும், நெடிய உருவமும் கொண்டவனாக இருந்தான் அவன். அவன் அணிந்திருந்த தொப்பி காதுப்பக்கமாக நீண்டு கொண்டிருந்தது. மீசையின் ஒரு புறம் மேல் நோக்கித் திருகி நின்றது, மறுமுனை கீழ் நோக்கி வளைந்திருந்தது. எனவே அவனது தோற்றமே என்னவோ கோணங்கித் தனமாகத் தோன்றியது. மேலும் அவனது உதட்டில் பிறந்த உயிரற்ற புன்னகையால் அவனது முகமே கோரமாகத் தெரிந்தது. அவனது இடக்கையில் ஒரு வாள் இருந்தது. வலக் கையால் வீசி விளாசிச் சைகை காட்டிக்கொண்டே அவன் வந்தான். அவனது வருகையின் கனத்த காலடியோசையை எல்லோரும் கேட்டனர். கூட்டம் அவனுக்கு வழிவிட்டு ஒதுங்கியது. அவர்களது முகங்களிலெல்லாம் ஒரு சோர்வு நிறைந்த அழுத்த உணர்ச்சி குடியேறியது. அவர்களது குரல்கள் எல்லாம் பூமிக்குள்ளே மூழ்குவதுபோல் உள்வாங்கிச் செத்து மடிந்தன. தாய்க்கு, தன் கண்கள் எரிந்து கனல்வதாகத் தோன்றியது. நெற்றித் தசை நடுங்கிச் சிலிர்த்தது. மீண்டும் அவளுக்கு அந்தக் கூட்டத்தாரோடு கலந்து கொள்ளும் ஆசை உந்தியெழுந்தது. அவள் முன்னே செல்வதற்காக முண்டிப் பார்த்தாள்; பிறகு அசைவற்று சிலையாக நின்று போனாள்.

“இதென்ன இது?” என்று ரீபினின் முன்னால் வந்து நின்றுகொண்டே கேட்டான் அந்தத் தலைவன். ரீபினை ஏற இறங்க நோக்கி அளந்து பார்த்தான். “இவன் கைகளை ஏன் கட்டவில்லை? போலீஸ்! இவன் கையைக் கட்டுங்கள்!”

அவனது குரல் உச்ச தொனியில் கணீரென்று ஒலித்தது; என்றாலும் அதில் உணர்ச்சியில்லை.

“கட்டித்தான் இருந்தோம். மக்கள் அவிழ்த்துவிட்டு விட்டார்கள்” என்று ஒரு போலீஸ்காரன் பதில் சொன்னான்.

"என்ன மக்களா? எந்த மக்கள்?"

அந்த போலீஸ் தலைவன் தன்னைச் சுற்றிப் பிறை வடிவமாகச் சூழ்ந்து நிற்கும் மக்கள் கூட்டத்தைச் சுற்றுமுற்றும் பார்த்தான்.

"யார் இந்த மக்கள்? என்று அவனது உணர்ச்சியற்ற வெளிறிய குரலை உயர்த்தாமலும் தாழ்த்தாமலும் கேட்டான். அவன் வாளின் கைப்பிடியால் அந்த நீலக்கண் முஜீக்கைத் தொட்டான்.

"அந்த மக்கள் யார்? நீயா சுமகோவ்? வேறு யார்? நீயா, மீஷன்?"

அவன் அவர்களில் ஒருவனது தாடியை வலக்கையால் பற்றிப் பிடித்தான்.

"இங்கிருந்து உடனே கலைந்து போய் விடுங்கள்! அயோக்கியப் பயல்களா! இல்லையென்றால் உங்களுக்கு வேண்டு மட்டும் உதை கொடுத்தனுப்புவேன். நான் யாரென்பதைக் காட்டி விடுவேன்!"

அவன் முகத்தில் கோபமோ பயமுறுத்தலோ காணப்படவில்லை. அவன் அமைதியாகப் பேசினான்; தனது நெடிய கரங்களால் மக்களை வழக்கம்போல் ஓங்கியறைந்தான். மக்கள் முகத்தைத் திருப்பிக்கொண்டும் தலையைக் குனிந்து கொண்டும் பின்வாங்கத் தொடங்கினர்.

"சரி. நீங்கள் இங்கு எதற்கு நிற்கிறீர்கள்?" என்று போலீசாரைப் பார்த்துச் சொன்னான். "நான் சொல்கிறேன். கட்டுங்கள் அவனை!"

அவன் ஏதேதோ வாய்க்கு வந்தபடி திட்டிவிட்டு ரீபினை நோக்கினான்.

"உன் கையைப் பின்னால் கட்டு" என்று உரத்த குரலில் சொன்னான் அவன்.

"இவர்கள் என் கையைக் கட்ட வேண்டியதில்லை" என்றான் ரீபின்; "நான் ஒன்றும் ஓடிப்போக நினைக்கவில்லை. சண்டை போடவும் விரும்பவில்லை. பின் ஏன் கைகளைக் கட்டுகிறீர்கள்?"

"என்ன சொன்னாய்" என்று கேட்டுக்கொண்டே அவனை நோக்கி அடியெடுத்து வைத்தான் அந்தப் போலீஸ் தலைவன்.

"ஏ, மிருகங்களா! நீங்கள் மக்களைச் சித்திரவதை செய்தது போதும்!" என்று தன் குரலை உயர்த்திக்கொண்டு சொன்னான் ரீபின். "உங்களுக்குச் சாவுமணி அடிக்கும் நாள் நெருங்கி விட்டது."

துடிதுடிக்கும் மீசையோடு ரீபினின் முகத்தையே வெறித்துப் பார்த்தான் அந்தத் தலைவன். பிறகு ஓர் அடி பின் வாங்கி வெறிபிடித்து குரலில் கத்தினான்:

“நாய்க்குப் பிறந்த பயலே! என்னடா சொன்னாய்!” திடீரென்று அவன் ரீபினின் முகத்தில் பளார் என்று ஓங்கி அறைந்தான்.

“உன்னுடைய கையால், நீ உண்மையைக் கொன்றுவிட முடியாது!” என்று அவனை நோக்கி முன்னேறிக்கொண்டே சத்தமிட்டான் ரீபின். “அட்டுப் பிடித்த நாயே! என்னை அடிப்பதற்கு உனக்கு என்ன உரிமை இருக்கிறது?”

“எனக்கு உரிமை கிடையாதா? கிடையாதா?” என்று ஊளையிட்டுக் கத்தினான் அந்தத் தலைவன்.

மீண்டும் அவன் ரீபினின் தலையைக் குறிபார்த்துத் தன் கையை ஓங்கினான். ரீபின் குனிந்து கொடுத்ததால் அந்த அடி தவறிப் போய், அந்தப் போலீஸ் தலைவனே நிலை தவறித் தடுமாறிப் போய்விட்டான். கூட்டத்தில் யாரோ கனைத்தார்கள். மீண்டும் ரீபினின் கடுங்கோபமான குரல் ஓங்கி ஒலித்தது:

“ஏ பிசாசே! என்னை அடிக்க மட்டும் துணியாதே, ஆமாம் சொல்லி விட்டேன்!”

அந்தப் போலீஸ் தலைவன் சுற்றுமுற்றும் பார்த்தான். மக்கள் ஒன்று கூடி இருண்ட வளையமாக நெருக்கமாய் நின்று கொண்டிருந்தார்கள்.

“நிகீதா! ஏ, நிகீதா” என்று கத்தினான் அந்தத் தலைவன்.

கம்பளிக் கோட்டு அணிந்து குட்டையும் குண்டுமாயிருந்த ஒரு முஜீக் கூட்டத்திலிருந்து வெளி வந்தான். அவனது கலைந்துபோன பெரிய தலை கவிழ்ந்து குனிந்திருந்தது.

“நிகீதா!” என்று தன் மீசையை நிதானமாகத் திருகிக்கொண்டே சொன்னான். அந்தப் போலீஸ் தலைவன். “அவன் செவிட்டில் ஓங்கி, ஒரு சரியான குத்து விடு!”

அந்த முஜீக் ரீபினின் முன்னால் வந்து நின்று தலையை நிமிர்த்தினான்; உடனே ரீபின் அவன் முன் கடுகடுத்த வார்த்தைகளை வீசியபடி உரத்த உறுதி வாய்ந்த குரலில் சொன்னான்:

“மக்களே! பார்த்தீர்களா? இந்த மிருகங்கள் நம் கைகளைக் கொண்டே நம் தொண்டையை நெரிப்பதை நன்றாகப் பாருங்கள். சிந்தித்துப் பாருங்கள்.”

அந்த முஜீக் தன் கையை மெதுவாக உயர்த்தி ரீபினின் தலையில் லேசாக ஒரு குத்துவிட்டான்.

“ஏ, நாய்க்குப் பிறந்த பயலே! இப்படித்தான் அடிக்கிறதோ?” என்று அவனை நோக்கி அழுது வடிந்தான் அந்தத் தலைவன்.

“ஏய், நிகீதா!” என்று கூட்டத்திலிருந்து ஒரு குரல் ஒலித்தது. “கடவுளை மறந்து காரியம் செய்யாதே!”

“நான் சொல்கிறேன், அவனை அடி!” என்று முஜீக்கின் பிடரியைப் பிடித்துத் தள்ளிக்கொண்டே கத்தினான் தலைவன். ஆனால் அந்த முஜீக்கோ தன் தலையைக் குனிந்தவாறே ஒரு புறமாக ஒதுங்கிச் சென்றான்.

“என்னால் முடிந்தவரை அடித்தாயிற்று” என்று முனகினான்.

“என்ன?”

அந்தப் போலீஸ் தலைவனின் முகத்தில் ஒரு நடுக்கம் பரவிப் பாய்ந்தது. அவன் தரையை எட்டி உதைத்தான். ஏதோதோ திட்டிக் கொண்டு ரீபினை நோக்கிப் பாய்ந்தான். திடீரென ஓங்கியறையும் சத்தம் கேட்டது. ரீபின் கிறுகிறுத்துச் சுழன்றான், தன் கையை உயர்த்தினான். ஆனால் இரண்டாவதாக விழுந்த அறை அவனைக் கீழே தள்ளி வீழ்த்தியது. அந்தப் போலீஸ் அதிகாரி கீழே விழுந்த ரீபினின் நெஞ்சிலும் விலாவிலும் தலையிலும் உதைத்தான், மிதித்தான்.

கூட்டத்தினிடையே கோபக்குமுறல் முரமுரத்து வெளிப்பட்டது. மக்கள் அந்த அதிகாரியை நோக்கிச் சூழ ஆரம்பித்தார்கள். ஆனால் அவனோ இதைக் கண்டுகொண்டான். பின்னால் துள்ளிப் பாய்ந்து, தன் வாளின் கைப்பிடியைப் பற்றிப் பிடித்துச் சுழற்றி வீசினான்:

“என்ன இது? கலவரம் உண்டாக்கவா பார்க்கிறீர்கள்? ஆ – ஹா – ஹா! அப்படியா சேதி!”

அவனது குரல் உடைந்து கரகரத்து நடுங்கியது. திராணியற்ற சிறு கூச்சலைத்தான் அவனால் வெளியிட முடிந்தது. திடீரென்று அவனது குரலோடு அவனது பலமும் பறந்தோடிப் போய்விட்டது. தலையைத் தோள் மீது தொங்க விட்டபடி அவன் தடுமாறி நிலைகுலைந்து கால்களாலேயே வழியை உணர்ந்து உயிரற்ற கண்களால் வெறித்துப் பார்த்தவாறே பின் வாங்கினான்.

“ரொம்ப நல்லது” என்று அவன் கரகரத்த குரலில் சத்தமிட்டான். “அவனைக் கொண்டுபோங்கள் – நான் அவனை விட்டுவிடுகிறேன், வாருங்கள். ஆனால், அயோக்கிப் பதர்களா! இவன் ஓர் அரசியல் குற்றவாளி என்பது உங்களுக்குத் தெரியாதா? இவன் ஜார் அரசனுக்கு எதிராக, மக்களைத் தூண்டி விடுபவன் என்பது உங்களுக்குத் தெரியாதா? இவனையா நீங்கள் காப்பாற்றப் போகிறீர்கள்? அப்படியானால் நீங்களும் கலகக்காரர்கள்தானா? அப்படித்தானே?”

தாய் கொஞ்சங்கூட அசையாமல் நின்றாள். அவளது கண்கள் கூட இமைக்கவில்லை. சிந்தித்துப் பார்க்கும் சக்தியையும் பலத்தையும் இழந்து போய், பயமும் அனுதாபமும் பீடித்த மனத்தோடு அவள் ஒரு கனவு நிலையில் நின்று கொண்டிருந்தாள். முறைப்பும் கோபமும் புண்பட்ட மக்களின் குரல்கள், கலைக்கப்பட்ட தேனீக்களின் மூர்க்க ரீங்காரத்தைப்போல், கும்மென்று அவள் காதுகளில் இரைந்தன. அந்த அதிகாரியின் குழறிய குரல் அவள் காதில் ஒலித்தது. அத்துடன் யாரோ குசுகுசுவெனப் பேசும் குரலும் சேர்ந்தது.

"அவன் குற்றவாளியென்றால், அவனை நீதிமன்றத்திற்குக் கொண்டுபோ..."

"முதலாளி! அவன் மீது கருணை கொள்ளுங்கள்..."

"இதுதான் உண்மை. இந்த மாதிரி நடத்துவதற்கு எந்தச் சட்டமும் இடங்கொடுக்காது!"

"இது என்ன நியாயமா? இப்படி எல்லோரும் அடிக்கடித் தொடங்கி விட்டால் – அப்புறம் என்ன நடக்கும்?"

மக்கள் இரு பிரிவினராகப் பிரிந்து நின்றார்கள். ஒரு சிலர் அந்த அதிகாரியைச் சுற்றி நின்று அவனோடு சேர்ந்து கத்திக்கொண்டும் இரங்கிக் கேட்டுக்கொண்டுமிருந்தனர். அந்தப் பிரிவினரில் சிறுபான்மையோர் கீழே விழுந்து கிடக்கும் ரீபினின் பக்கமாக நின்று ஏதேதோ வன்மம் கூறினர். அவர்களில் சிலர் ரீபினைத் தரையிலிருந்து தூக்கி நிறுத்தினர். போலீஸ்காரர்கள் அவனது கைகளைக் கட்ட முன் வந்தபோது அவர்கள் கூச்சலிட்டார்கள்:

"ஏ பிசாசுகளே! அவசரப்படாதீர்கள்!"

ரீபின் தனது முகத்திலும் தாடியிலும் படிந்திருந்த ரத்தத்தையும் புழுதியையும் துடைத்தான்; வாய் பேசாது சுற்றுமுற்றும் பார்த்தான். அவனது பார்வை தாயின் மீது விழுந்தது. அவள் நடுங்கியபடி, அவனை நோக்கித் தன்னையுமறியாமல் கையை ஆட்டிக்கொண்டே, முன் வரக் குனிந்தாள். ஆனால், அவன் சட்டென்று அவள் பார்வையினின்றும் கண்களைத் திருப்பிக்கொண்டான். சில நிமிட நேரம் கழித்து அவனது கண்கள் மீண்டும் அவள் பக்கம் திரும்பின. அவன் நிமிர்ந்து நின்று தலையை உயர்த்திப் பார்ப்பதாகவும் ரத்தக்கறை படிந்த அவனது கன்னங்கள் நடுங்குவதாகவும் அவளுக்குத் தோன்றியது.

'அவன் என்னைக் கண்டுகொண்டான் – உண்மையிலேயே என்னை அவன் அடையாளம் கண்டு கொண்டானா?'

தொ.மு.சி. ரகுநாதன்

அவள் அவனை நோக்கி உடம்பெல்லாம் நடுங்க, அடக்க முடியாத வருத்தம் நிறைந்த மகிழ்ச்சியோடு தலையை அசைத்தாள். மறுகணமே அந்த நீலக்கண் முஜீக் அருகே நின்று தன்னையே பார்த்துக்கொண்டிருப்பதைக் கண்டு கொண்டாள். அவனது பார்வை தாயின் உள்ளத்தில் ஆபத்துக்கான எச்சரிக்கையுணர்வைக் கிளப்பிவிட்டது.

'நான் என்ன செய்கிறேன்? இப்படிச் செய்தால் என்னையும் அவர்கள் கொண்டுபோய் விடுவார்கள்!'

அந்த முஜீக், ரீபினிடம் ஏதோ சொன்னான்: ரீபின் பதிலுக்கு ஏதோ கூறியவாறே தலையை அசைத்தான்.

"அது சரிதான்!" என்றான் அவன். நடுக்கம் ஒரு புறமிருந்தாலும், அவனது குரல் தெளிவாகவும் துணிவாகவும் ஒலித்தது. "இந்தப் பூமியின் நான் ஒருவன் மட்டும் அல்ல. உண்மை முழுவதையும் அவர்களால் அடக்கிப் பிடித்துவிட முடியாது. நான் எங்கெங்கு இருந்தேனோ அங்கெல்லாம் என்னைப் பற்றிய நினைவு நிலைத்திருக்கும். அவர்கள் எங்களது இருப்பிடங்களை எல்லாம் குலைத்து, எல்லாத் தோழர்களையும் கொண்டுபோய்விட்டாலும் கூட..."

"அவன் இதை எனக்காகத்தான் சொல்லுகிறான்" என்று ஊகித்துக் கொண்டாள் தாய்.

"பறவைகள் சிறைவிட்டுப் பறக்கும், மக்கள் தளைவிட்டு நீங்கும் காலம் வரத்தான் போகிறது!"

ஒரு பெண் பிள்ளை வாளியில் தண்ணீர் கொண்டுவந்து ரீபினின் முகத்தைக் கழுவினாள். கழுவும் போது 'ஆ ஓ' என்று புலம்பினாள். அவளது இரங்கிய கீச்சுக்குரல் மிகயீல் பேசிய பேச்சோடு சிக்கி முரணியது. எனவே, அவன் பேச்சைத் தாயால் சரிவரப் புரிந்துகொள்ள முடியவில்லை. போலீஸ் தலைவன் முன்னால் வர, ஒரு சில முஜீக்குகள் முன்னேறி வந்தார்கள். அவர்களில் யாரோ ஒருவன் கத்தினான்:

"இந்த கைதியை ஒரு வண்டியில் போட்டுக்கொண்டு போவோம். சரி, இந்தத் தடவை யாருடைய முறைக்கட்டு!"

பிறகு அந்தப் போலீஸ் அதிகாரி தனக்கே புதிதான குரலில், புண்பட்டவனின் முனகல் குரலில் பேசினான்.

"ஏ, நாயே! நான் உன்னை அடிக்கலாம். ஆனால் நீ என்னை அடிக்க முடியாது!"

"அப்படியா? நீ உன்னை என்னவென்று நினைத்துக் கொண்டிருக்கிறாய் – கடவுள் என்றா?" என்று கத்தினான் ரீபின்.

உள்ளடங்கிப் போய்க் குழம்பிய கசமுசப்பு அவனது குரலை மூழ்கடித்து விழுங்கியது.

"தம்பி, அவனோடு வம்பு பண்ணாதே... அவர் ஓர் அரசாங்க அதிகாரி,"

"நீங்கள் அவன் மீது கோபப்படக் கூடாது, முதலாளி! அவன் தன் நிலையிலேயே இல்லை."

"ஏ, புத்திசாலி! சும்மா கிட,"

"அவர்கள் உன்னை இப்போது நகருக்குக் கொண்டுபோகப் போகிறார்கள்."

"அங்கு, இங்கிருப்பதைவிட ஒழுங்கு முறை அதிகம்."

மக்களுடைய குரல்கள் கெஞ்சிக் கேட்பதுபோல் இருந்தன. அந்தக் குரல்கள் ஒரு சிறு நம்பிக்கையோடு முயங்கிக் கலந்து மங்கி ஒலித்தன. போலீஸ்காரர்கள் ரீபின் கையைப் பற்றி, அந்தக் கிராமச் சாவடியின் முகப்பை நோக்கி இழுத்துக்கொண்டு சென்றார்கள். அங்கு சென்றவுடன் அவர்கள் கதவைத் திறந்துகொண்டு உள்ளே சென்று மறைந்தார்கள். கொஞ்சம் கொஞ்சமாக அங்கு கூடி நின்ற முஜீக்குகள் கலைந்து சென்றார்கள். அந்த நீலக்கண் முஜீக் மட்டும் புருவத்துக்குக் கீழாகத் தன்னை உர்ரென்று பார்த்தவாறே தன்னை நோக்கி வருவதைக் கண்டாள் தாய். அவளது முழங்காலுக்குக் கீழே பலமிழந்து சுழலாடுவதுபோல் தோன்றியது. திகைப்பும் பயமும் அவளது இதயத்தை ஆட்கொண்டு, அவளுக்குக் குமட்டல் உணர்ச்சியைத் தந்தன.

"நான் போகக் கூடாது. போகவே கூடாது" என்று அவள் நினைத்துக் கொண்டாள்.

அவள் பக்கத்திலிருந்த கம்பியைப் பலமாகப் பிடித்தவாறே நின்றாள்.

அந்தப் போலீஸ் தலைவன் கட்டடத்தின் முகப்பிலேயே நின்று கைகளை வீசி கண்டிக்கும் குரலில் பேசினான். அவனது குரலில் மீண்டும் பழைய வறட்சியும் உணர்ச்சியின்மையும் குடிபுகுந்து விட்டன.

"நாய்க்குப் பிறந்த பயல்களா! நீங்கள் எல்லாம் முட்டாள்கள். உங்களுக்குத் தெரியாத விசயங்களிலெல்லாம் நீங்கள் தலை கொடுக்கிறீர்கள். இது ஓர் அரசாங்கக் காரியம் தெரியுமா? நீங்கள் எனக்கு நன்றிதான் செலுத்த வேண்டும். நான் உங்களிடம் இவ்வளவு நல்லபடியாய் நடந்து கொண்டதற்காக, நீங்கள் என்

முன் மண்டியிட்டு உங்கள் நன்றி விசுவாசத்தைக் காட்ட வேண்டும். உங்கள் அனைவரையும் கடுங்காவல் தண்டனைக்கு ஆளாக்க வேண்டுமென்று நான் நினைத்தால், அப்படியே செய்து முடிக்க எனக்குத் தைரியம் உண்டு."

தலைகளிலே தொப்பியே வைக்காத சில முஜீக்குகள் மட்டும் அவன் சொன்னதைக் கால் வாங்கிக்கொண்டார்கள். மேகக் கூட்டங்கள் தணிந்து இறங்கிக் கவிந்த உடனேயே இருள் பரவ ஆரம்பித்தது. அந்த நீலக்கண் முஜீக், தாய் நின்று கொண்டிருந்த இடத்தை நோக்கி வந்து சேர்ந்தான்.

"என்ன நடக்கிறது என்று பார்த்தீர்களா?"

"ஆமாம்" என்று மெதுவாகச் சொன்னாள் தாய்.

"நீங்கள் இங்கு எதற்கு வந்தீர்கள்?" என்று அவளது கண்களையே பார்த்துக்கொண்டு கேட்டான் அவன்.

"நான் விவசாயப் பெண்களிடமிருந்து லேஸ்களும், துணிகளும் விலைக்கு வாங்க வந்தேன்."

அந்த முஜீக் தன் தாடியை மெதுவாகத் தடவிக் கொடுத்தான்.

"எங்கள் பெண்கள் அந்தச் சாமான்களையே நெய்வதில்லையே!" என்று மெல்லக் கூறிக்கொண்டே அந்தக் கூட்டத்தை ஒரு பார்வை பார்த்தான் அவன்.

தாய் தனது கண்ணால் அவனை ஒரு முறை அளந்து பார்த்தாள். உள்ளே போவதற்கு வசதியான நேரத்தை எதிர்நோக்கி நின்று கொண்டிருந்தாள். அந்த முஜீக்கின் முகம் அழகாகவும் சிந்தனை நிரம்பியதாகவும் இருந்தது. அவனது கண்களில் சோக பாவம் ததும்பியது. அவன் நெடிய உருவமும் அகன்ற தோள்களும் உடையவனாயிருந்தான்; ஒரு சுத்தமான துணிச் சட்டையும் சட்டைக்கு மேல் ஏகப்பட்ட ஒட்டுகளுடன் கூடிய ஒரு கோட்டும், முரட்டுக் கால்சராயும், வெறும் கால்களில் செருப்புகளும் அணிந்திருந்தான்.

இனந் தெரியாத காரணத்தால் தாய் நிம்மதியோடு ஆழ்ந்து பெருமூச்செறிந்தாள். தட்டுத் தடுமாறும் தனது சிந்தனைகளையும் முந்திக்கொண்டு உந்திவரும் ஓர் உணர்ச்சியால் அவள் திடீரெனப் பேசினாள்:

"இன்றிரவு நான் இங்கே தங்குவதற்கு இடம் கொடுப்பாயா?"

அந்தக் கேள்வி அவளுக்கே எதிர்பாராத சொல்லாக ஒலித்தது. அந்தக் கேள்வியைக் கேட்டவுடனேயே அவளது உடல்

முழுவதும் திடீரென இறுகுவதுபோல் இருந்தது. அவள் நிமிர்ந்து நின்று அந்த மனிதனை உறுதியோடு அசைவற்றுப் பார்த்தாள். என்றாலும் பின்னி முடையும் சிந்தனைகள் அவளது மனதை உறுத்திக்கொண்டே இருந்தன.

"நான்தான் நிகலாய் இவானவிச்சின் அழிவுக்குக் காரணமாயிருப்பேன். பாவெலையும் நான் ரொம்ப காலத்துக்குப் பார்க்கவே முடியாது. அவர்கள் என்னை அடிக்கத்தான் போகிறார்கள்!"

அந்த முஜீக் அவசரம் ஏதுமில்லாமல், தரையை நோக்கியவாறே தனது கோட்டை இழுத்து விட்டுக்கொண்டு நிதானமாகப் பதில் சொன்னான்:

"இரவு தங்குவதற்காக? ஏன் தரமாட்டேன்? என் வீடு ஒரு சின்ன ஏழைக் குடில். அவ்வளவுதான்."

"நல்ல வீடுகளில் இருந்து எனக்குப் பழக்கமேயில்லை" என்றாள் தாய்.

"அப்படியென்றால் சரி" என்று கூறிக் கொண்டே அந்த முஜீக் தலையை உயர்த்தி மீண்டும் தன் கண்களால் அவளை அளந்து நோக்கினான். ஏற்கனவே இருண்டுவிட்டது. அவனது தோற்றத்தில் இருளின் சாயை படிந்திருந்தது. அவனது கண்கள் மங்கிப் பிரகாசித்தன. முகம் அந்திமயக்க மஞ்சள் வெயிலால் வெளிறித் தோன்றியது.

"சரி, நான் இப்போதே வருகிறேன். தயவு செய்து என்னுடைய டிரங்குப் பெட்டியைக் கொஞ்சம் தூக்கி வருவாயா?" என்று மெதுவாகச் சொன்னாள் தாய். அப்படிச் சொல்லும்போது அவள் மலை மீதிருந்து சரிந்து விழுவதுபோல உணர்ந்தாள்.

"சரி."

அவன் தோள்களை உயர்த்தி மீண்டும் தன் கோட்டைச் சரி செய்து கொண்டான்.

"இதோ வண்டி வந்து விட்டது" என்றான் அவன்.

ரீபின் அந்த அரசாங்கக் கட்டடத்தின் முகப்பில் தோன்றினான். அவனது தலையிலும் முகத்திலும் கட்டுகள் போடப்பட்டிருந்தன; அவனது கைகள் மீண்டும் கட்டப்பட்டிருந்தன.

"போய் வருகிறேன், நல்லவர்களே!" என்கிற குரல் அந்தக் குளிரில் அந்தி மயக்க ஒளியினூடே ஒலித்தது; "உண்மையை நாடுங்கள்; அதைப் பேணிப் பாதுகாருங்கள். உங்களிடம்

தூய்மையான பேச்சுப் பேசும் மனிதனை நம்புங்கள், சத்தியத்தைக் காப்பதற்காகப் போராடத் தயங்காதீர்கள்!"

"உன் வாயை மூடு!" என்று போலீஸ் அதிகாரி கத்தினான். "ஏ, போலீஸ்கார மூடமே! குதிரையைத் தட்டிவிடு!"

"நீங்கள் எதை இழக்கப் போகிறீர்கள்? உங்கள் வாழ்க்கையை எண்ணிப் பாருங்கள்."

வண்டி புறப்பட்டுச் சென்றது. இரு போலீஸ்காரர்களுக்கிடையில் ரீபின் உட்கார்ந்திருந்தான். அங்கிருந்தவாறே அவன் சத்தமிட்டான்:

"நீங்கள் ஏன் பட்டினியால் செத்துக் கொண்டேயிருக்க வேண்டும்? உங்களுக்குச் சுதந்திரம் கிடைத்துவிட்டால், உங்களுக்கு உணவு கிடைக்கும், நியாமும் கிட்டும். போய் வருகிறேன், நல்லவர்களே!"

வண்டிச் சக்கரங்களின் பலத்த ஓசையாலும், குதிரைகளின் காலடியோசையாலும் போலீஸ் தலைவனின் குரலாலும் ரீபினுடைய குரல் ஆழ்ந்து அமிழ்ந்து போய்விட்டது.

"எல்லாம் முடிந்தது." என்று தலையை அசைத்துக்கொண்டே சொன்னான் அந்த முஜீக். பிறகு தாயின் பக்கம் திரும்பித் தணிந்த குரலில் பேசினான்: "எனக்காகக் கடையில் கொஞ்சநேரம் காத்திருங்கள். நான் இதோ வந்து விடுகிறேன்."

தாய் அறைக்குள் சென்று, அந்தக் கடையின் அடுப்புக்கு எதிராக இருந்த மேசையருகில் உட்கார்ந்தாள். அவள் ஒரு துண்டு ரொட்டியை எடுத்துப் பார்த்துவிட்டு அதைத் தட்டிலேயே வைத்துவிட்டாள். மீண்டும் அவளுக்கு அந்தக் கிறக்க உணர்ச்சி ஏற்பட்டது. அவளால் சாப்பிடக்கூட முடியவில்லை. அவளது உடம்பு குதுகுதுத்துக் காய்ந்து உடலை பலவீனப்படுத்தியது. அந்தக் காய்ச்சல் இதயத்தின் ரத்த ஓட்டத்தை இழுத்து நிறுத்தி, அவளைக் கிறங்கச் செய்தது. ஆனால் அந்த முகம் பரிபூரணமாகத் தோன்றவில்லை. அதைக் கண்டவுடன் அவநம்பிக்கை உணர்ச்சி மேலிட்டது. அவன் தன்னைக் கைவிட்டுவிடுவான் என்று அவள் மனதில் எப்போதோ குடிபுகுந்துவிட்டது. அவளது இதயத்தை ஒரு பளு அழுத்தியது.

"அவன் என்னைக் கவனித்தானே. கவனித்துப் பார்த்து, ஊகித்துக்கொண்டானே" என்று அவள் லேசாகச் சிந்தித்தாள்.

அந்த எண்ணம் வளரவில்லை. கிறக்க உணர்ச்சியிலும் குழப்ப உணர்ச்சியிலும் அந்த எண்ணம் முங்கி முழுகிப் போய்விட்டது.

சன்னலுக்கு வெளியே முன்னிருந்த இரைச்சலுக்குப் பதில் இப்போது ஆழ்ந்த அமைதி நிலவியது. அந்த அமைதியான அந்தக் கிராமம் முழுவதையும் சுற்றி வட்டமிடும் பயவுணர்ச்சியையும் பாரவுணர்ச்சியையும் பிரதிபலித்துக் காட்டியது. தனிமை உணர்ச்சி பெருகியது. சாம்பலைப்போல் நிறம் கறுத்த ஓர் அந்தி மயக்கத்தை இதயம் முற்றிலும் பரப்பியது.

மீண்டும் அந்த யுவதி வாசல் நடையில் தோன்றினாள்.

"நான் உங்களுக்குப் பொரித்த முட்டை கொண்டுவரட்டுமா?" என்று கேட்டாள்.

"சிரமப்படாதே, எனக்குச் சாப்பிட மனமில்லை. அவர்களுடைய கூச்சலும் கும்மாளமும் என்னைப் பயமுறுத்திவிட்டன."

அந்தப் பெண் மேசையருகே வந்து ரகசியமாக பெருவிருப்பம் நிறைந்த குரலில் பேசினாள்.

"அந்தப் போலீஸ் தலைவன் அவனை எப்படி அடித்தான் தெரியுமா? நீங்கள் அதைப் பார்த்திருக்க வேண்டும். நான் பக்கத்தில்தான் நின்றேன். கன்னத்தில் கொடுத்த அறையில் அவன் பற்கள் உதிர்ந்துவிட்டன. அவன் குபுக்கென்று ரத்தம் கக்கினான். கரிய சிவந்த கட்டியான ரத்தம்! அவனது கண்கள் வீங்கிப் போய் மூடிவிட்டன. அவன் ஒரு தார் எண்ணெய்த் தொழிலாளி. அந்தப் போலீஸ் ஸார்ஜென்டோ மாடி மேலே போய்ப் படுத்துக்கொண்டு நன்றாகக் குடித்து மயங்கிக் கிடந்தான். இன்னும் அவர்களுக்கெல்லாம் இந்தத் தாடிக்கார மனுசன்தான் தலைவனாம். இவர்கள் கூட்டத்தைச் சேர்ந்தவனென்று ஒரு பள்ளிக்கூட உபாத்தியாயரையும் அவர்கள் பிடித்திருக்கிறார்களாம். இவர்களுக்குக் கடவுள் நம்பிக்கை கிடையாதாம்; தேவலாயங்களைக் கொள்ளையடிக்கும்படி மற்றவர்களைத் தூண்டி விடுவார்களாம். இவர்கள் இப்படிப்பட்ட ஆசாமிகள்தானாம். எங்கள் கிராமத்து முஜீக்குகள் சிலர் இவர்களுக்காக வருத்தப்பட்டார்கள். சிலர் இவர்களுக்கு இத்தோடு சமாதி கட்டிவிடவேண்டும் என்று சொல்லுகிறார்கள். இந்த மாதிரியான கேவலபுத்தி படைத்த முஜீக்குகள் இங்கே அதிகம் பேர் இருக்கிறார்கள்.!"

அந்தப் பெண்ணின் தொடர்பிழந்த படபடக்கும் பேச்சைத் தாய் கவனமாகக் கேட்டாள். அதைக் கேட்டு, தனது பயத்தையும் பீதியையும் போக்கி வெற்றி காண முனைந்தாள். தனது பேச்சைக் கேட்பதற்கும் ஓர் ஆள் இருக்கிறது என்ற உற்சாகத்தில் அந்தப் பெண் உத்வேகமும் உவகையும் பொங்கித் ததும்ப, ரகசியமான குரலிலேயே பேசத் தொடங்கினாள்:

"இதெல்லாம் வெள்ளாமை விளைச்சல் சரியாக இல்லாததால் தான் ஏற்படுகிறது என்று எங்கள் அப்பா சொல்கிறார். இரண்டு வருடகாலமாய் இங்கே நிலத்திலே எந்த விளைச்சலும் கிடையாது. இதனால்தான் இத்தகைய முஜீக்குகள் தோன்றுகிறார்கள். கிராமக் கூட்டங்களில் அவர்கள் சண்டை பிடிக்கிறார்கள்; கூச்சல் போடுகிறார்கள். ஒரு நாள் வசுகோவ் என்பவனின் பொருள்களை, அவன் வரி கட்டவில்லை என்பதற்காக, ஏலம் போட்டார்கள். அவனோ 'இதோ உன் வரி' என்று சொல்லிக்கொண்டே நாட்டாண்மைக்காரரின் முகத்தில் ஓங்கி ஒரு குத்துவிடுகிறான்."

வெளியே பலத்த காலடியோசை கேட்டது. தாய் மேசையைப் பிடித்தவாறே எழுந்து நின்றாள்.

அந்த நீலக்கண் முஜீக் தனது தொப்பியை எடுக்காமலே உள்ளே வந்தான்.

"உன் பெட்டி எங்கே?"

அவன் அதை லேசாகத் தூக்கி ஆட்டிப் பார்த்தான்.

"காலிப் பெட்டிதான். சரி, மார்க்கா! இவளை என் குடிசைவரை கூட்டிக்கொண்டு போ."

அவன் திரும்பிப் பார்க்காமலே சென்றான்.

"இன்றிரவு நீங்கள் இந்த ஊரிலா தங்குகிறீர்கள்?" என்று கேட்டாள் அந்தப் பெண்

"ஆமாம். பின்னல் லேஸ் வாங்க வந்தேன்.."

"இங்கே யாரும் பின்னுவதில்லையே, தின்கோவாவிலும், தாரினாவிலும்தான் நெய்கிறார்கள். இங்கே கிடையாது" என்று விளக்கினாள் அந்த யுவதி.

"நான் நாளைக்கு அங்கே போவேன்..."

"தேநீருக்காகக் காசு கொடுத்து முடிந்ததும் தாய், அந்தப் பெண்ணுக்கு, மூன்று கோபெக்குகளை இனாமாகக் கொடுத்தாள். இனாம் கொடுத்ததில் அவளுக்கு ஓர் ஆனந்தம். அவர்கள் வெளியே வந்தார்கள். ஈரம் படிந்த அந்த சாலையில் அந்தப் பெண் வெறும் கால்களோடு விடுவிடென்று நடந்து சென்றாள்."

"நீங்கள் விரும்பினால், நான் தாரினாவுக்குச் சென்று அங்குள்ள பெண்களை, அவர்கள் பின்னிய லேஸ்களை எடுத்துக்கொண்டு இங்கு வரச் சொல்கிறேன்" என்றாள் அந்தப் பெண்; "அவர்களே இங்கு வந்துவிடுவார்கள். நீங்கள் அங்கே போக வேண்டியதில்லை. இங்கிருந்து பன்னிரண்டு கிலோ மீட்டர் தூரம்தான் இருக்கிறது..."

"நீ ஒன்றும் கவலைப்படாதே கண்ணு!" என்று கூறிக்கொண்டே அவளோடு சேர்ந்து நடக்க முயன்றாள் தாய். குளிர்ந்த காற்று அவளுக்கு இதம் அளித்தது. ஏதோ ஒரு மங்கிய தீர்மானம் அவளது மனதுக்குள்ளே வடிவாகி உருப்பெறுவதாகத் தோன்றியது. அந்த உருவம் மெதுவாக வளர்ந்து வந்தது. அதன் வளர்ச்சியை அதிகரிக்க வேண்டும் என்கிற ஆசையால், அவள் தனக்குத்தானே கேட்டுக் கொண்டிருந்தாள்:

"நான் என்ன செய்ய வேண்டும்? நான் என் இதயத்திலுள்ள எல்லாவற்றையும் திறந்து கூறிவிட்டால்..."

பொழுது ஒரே இருளாகவும் குளிராகவும் ஈரமாகவும் இருந்தது. குடிசைகளின் சன்னல்களின் செக்கர் ஒளி மினுமினுத்தது. சிறு சிறு அழுகைக் குரல்களும், கால் நடைகளின் கனைப்பும் அந்த அமைதியினூடேனே கேட்டன. அந்தக் கிராமம் முழுவதுமே ஏதோ ஓர் இருண்ட பாரவுணர்ச்சியைச் சுமந்து கவலையில் ஆழ்ந்திருப்பதாகத் தோன்றியது.

"இதோ" என்று காட்டினாள் அந்தப் பெண்; "இரவைக் கழிப்பதற்கு மிகவும் மோசமான இடத்தைத் தேர்ந்தெடுக்கிறீர்கள். இவன் மிகவும் ஏழையான முஜீக்."

அவள் கதவைத் தட்டினாள். கதவு திறந்தவுடன் அவள் தன் தலையை உள்ளே நீட்டிச் சத்தமிட்டாள்:

"தத்யானா அத்தை!"

பிறகு அவள் ஓடிப்போய் விட்டாள்.

"போய் வருகிறேன்" என்கிற அவளது குரல் இருளினூடே ஒலித்தது.

17

தாய் வாசலருகே சென்று தன் கையைக் கண்களுக்கு அருகே உயர்த்திப் பிடித்துக் குடிசைக்குள் கூர்ந்து பார்த்தாள். அந்தக் குடிசையில் கொஞ்சம்தான் இடம் இருந்தது என்றாலும் கண்ணைக் கவரும் சுத்தத்துடன் இருந்தது. ஓர் இளம் பெண் அடுப்பு மூலையிலிருந்து திரும்பி அவளைப் பார்த்துத் தலையை அசைத்துக்கொண்டாள். ஆனால், ஒன்றும் பேசாமல் மீண்டும் திரும்பி விட்டாள். மேசை மீது ஒரு விளக்கு எரிந்து கொண்டிருந்தது.

வீட்டுச் சொந்தக்காரனான அந்த முஜீக் மேசையருகே உட்கார்ந்து தனது கை விரல்களால் மேசை மீது தாளம்

தொ.மு.சி. ரகுநாதன்

போட்டுக்கொண்டிருந்தான். தாயின் கண்களையே அவன் வெறித்துப் பார்த்தான்.

"உள்ளே வாருங்கள்" என்று சிறிது நேரம் கழித்துச் சொன்னான் அவன். "தத்யானா, போய் பியோத்தரை வரச்சொல்லு. சீக்கிரம் போ."

அந்தப் பெண் தாயை ஏறிட்டுப் பார்க்காமல் வெளியே சென்றாள். தாய் அந்த முஜீக்குக்கு எதிராக ஒரு பெஞ்சில் உட்கார்ந்து சுற்றுமுற்றும் கண்ணைத் திருப்பினாள். அவளது டிரங்குப் பெட்டியை அங்கு எங்கும் காணவில்லை. அந்த அறை முழுவதிலும் ஒரு பயங்கர அமைதி நிலவியது. இடையிடையே விளக்குத் திரி பொரிந்து விழுவதைத் தவிர வேறு சத்தமே இல்லை. ஒருவித அக்கறையோடு நெரித்து நோக்கும் அந்த முஜீக்கின் முகம் தாயின் கண் முன்னால் மங்கலான நிழலாடியது. அவளது மனதில் அதே கணத்தில் ஒரு பெருங் குழப்பவுணர்ச்சி லேசாக முளைவிட்டது.

"என் பெட்டி எங்கே?" என்று திடீரென்று உரத்த குரலில் கேட்டாள். அந்தக் கேள்வி அவளுக்கே திடுமென்று ஒலித்தது.

அந்த மூஜீக் தன் தோள்களைக் குலுக்கினான்.

"அது ஒன்றும் தொலைந்து போகாது" என்று அவன் கூறினான். பிறகு தணிந்த குரலில் பேசினான்: "கடையிலேயே அது காலியாக இருக்கிறது என்று அந்தப் பெண்ணின் காதில் விழும்படி நான் வேண்டுமென்றுதான் சொன்னேன். அது காலியாய் ஒன்றுமில்லை. ரொம்பக் கனமாக இருக்கிறது."

"சரி அதனால் என்ன?" என்று கேட்டாள் தாய்.

அவன் எழுந்து தாயுடம் வந்து குனிந்து நின்று ரகசியமாகக் கேட்டான்:

"அந்த மனிதனை உங்களுக்குத் தெரியும், இல்லையா?"

"ஆமாம்." அந்தக் கேள்வி அவளை வியப்புறச் செய்தது. எனினும் அவள் உறுதியான குரலில்தான் பதில் சொன்னாள். அந்தச் சிறு வார்த்தை அவளுக்கு எல்லாவற்றையும் விளக்கி, இதயத்தில் மூண்டிருந்த இருளையும் போக்கியது. அவள் நிம்மதியாக ஆசுவாசமாகப் பெருமூச்செறிந்தாள். பெஞ்சின் மீது அசையாது உறுதியோடு உட்கார்ந்தாள்.

அந்த முஜீக் பல்லைக் காட்டிப் புன்னகை புரிந்தான்.

"நீங்கள் அங்கே இருந்து அவனுக்குச் சைகை காட்டியதைப் பார்த்ததுமே நான் ஊகித்துக்கொண்டேன். அவனும் பதிலுக்குச்

சைகை காட்டினான். அவனிடம் நான் ரகசியமாக கேட்டேன். 'அதே வாசல் முகப்பில் நிற்கிறாளே, அவளை உனக்குத் தெரியுமா? என்று கேட்டேன்."

"அதற்கு அவன் என்ன பதில் சொன்னான்?" என்று ஆத்திரத்தோடு கேட்டாள் தாய்.

"அவனோ? 'எங்கள் குழுவில் எத்தனையோ பேர் இருக்கிறார்கள்' என்றான் அவன்."

அந்த முஜீக் எதையோ கேட்கும் பாவனையில் அவளது கண்களையே கூர்ந்து நோக்கினான். மீண்டும் புன்னகை புரிந்துவிட்டுப் பேசத் தொடங்கினான்:

"ஒரு பலசாலியான தைரியமான ஆசாமி கிடைத்திருக்கிறான். 'நான்தான்' என்று அவன் எவ்வளவு தைரியமாகச் சொல்கிறான். அவர்கள் அவனை எவ்வளவுதான் அடிக்கட்டுமே. தான் சொல்ல விரும்பியதை அவன் சொல்லியே தீர்க்கிறான்."

அவனது குரலைக் கேட்டுத் தாய்க்கு வர வர மனப்பாரம் குறைந்து வந்தது. அவனது குரல் பலமற்றும் நிச்சயமற்றும், அவனது கள்ளமற்ற கண்களின் பார்வையால் அவளுக்கு ஒரு நிம்மதி ஏற்பட்டது. அவளது பயபீதியும் கலக்கமும் மறைந்து அவளது மனதில் ரீபினின் மீது ஓர் ஆழ்ந்த பரிவுணர்ச்சி இடம் பெற்றது.

"மோசக்காரர்கள்! மிருகங்கள்!" என்று கசப்பு நிறைந்த ஆவேசத்தோடு கத்தினாள்; உடனே அழ ஆரம்பித்து விட்டாள்.

அந்த முஜீக் வருத்தத்தோடு தலையை அசைத்துக்கொண்டு அங்கிருந்து அகன்று சென்றான்.

"இதோ, அதிகாரிகள், தமக்கு நல்ல நண்பர்களைத் தயாரித்துக்கொண்டார்கள்!"

அவன் மீண்டும் தாயை நோக்கித் திரும்பி அமைதியாகச் சொன்னான்:

"அந்த டிரங்குப் பெட்டியிலே பத்திரிகைகள்தான் இருக்க வேண்டும் என்று எனக்குத் தோன்றுகிறது. என் ஊகம் சரிதானே?"

"ஆமாம்" என்று தன் கண்ணில் வழிந்த கண்ணீரைத் துடைத்துக்கொண்டே சொன்னாள் தாய். "நான்தான் அவனுக்குக் கொண்டுவந்து கொடுத்துக் கொண்டிருந்தேன்."

அந்த முஜீக் தன் முகத்தைச் சுளித்தான். தாடியைக் கையில் இறுகப் பற்றிப் பிடித்தவாறு ஒரு மூலையையே வெறித்து நோக்கினான். கடைசியாகப் பேசத் தொடங்கினான்:

“அவை எங்களுக்கும் கிடைத்து வந்தன. புத்தகங்களும் கிடைத்து வந்தன. அந்த மனிதனை எங்களுக்குத் தெரியும். நாங்கள் அவனைப் பார்த்திருக்கிறோம்.”

அவன் பேச்சை நிறுத்திவிட்டு ஒரு கணம் சிந்தித்தான்.

“அதை வைத்துக்கொண்டு – அந்த டிரங்குப் பெட்டியை வைத்துக்கொண்டு – இப்போது என்ன செய்வதாக உத்தேசம்?” என்று கேட்டான்.

“உங்கள் வசம் ஒப்புவித்துவிட்டுப் போகிறேன்” என்று அவனை நேருக்கு நேராகப் பார்த்துச் சொன்னாள் தாய்.

அவன் மறுதலிக்கவில்லை; வியப்புணர்ச்சியையும் காட்டவில்லை.

“எங்களிடம்?” என்று அவன் திருப்பிக் கேட்டான்.

சொன்னதை ஏற்றுக்கொண்ட பாவனையில் அவன் தலையை அசைத்தான்; மேசையருகே உட்கார்ந்து, தனது தாடியைக் கைவிரல்களால் சிக்கெடுக்க ஆரம்பித்தான்.

ரீபினுக்கு இழைக்கப்பட்ட மிருகத்தனமான கொடுமையைக் கண்ட காட்சி தாயின் மனதில் அழுத்தந்திருத்தமாகப் பதிந்து நினைவிலெழுந்து அவளைப் பயமுறுத்தியது. அந்த உருவம் அவளது மனதில் குடிகொண்டிருந்த எண்ணங்கள் யாவற்றையும் விரட்டியோட்டியது. அந்த மனிதனுக்காக வேதனையும் மனத்தாங்கலும் அவள் இதயத்தை நிரப்பின. எனவே, அவள் டிரங்குப் பெட்டியைப் பற்றியோ வேறு எதையும் பற்றியோ சிந்திக்கச் சக்தியற்றுப் போனாள். அவளது கண்ணீர் தாரை தாரையாகத் தங்கு தடையற்று வழிந்திறங்கியது. அவளது முகம் சுண்டிக் கறுத்தது. ஆனால் தடுமாறாத குரலிலேயே அவள் பேசினாள்.

“மனிதப் பிறவிகளை இப்படி மண்ணோடு மண்ணாய் இழுத்து உதைத்துக் கொள்ளையிடும் பாவத்துக்கு அவர்கள் என்றென்றும் நாசமாய்ப் போகட்டும்!”

“அவர்கள் பலசாலிகளாயிற்றே” என்று அமைதியாகச் சொன்னான் அந்த முஜீக். “அவர்கள் மிகுந்த பலசாலிகள்!”

“அவர்களுக்கு அந்தப் பலம் எங்கிருந்து வருகிறது?” என்று கலங்கிய குரலில் சொன்னாள் தாய்; “நம்மிடமிருந்துதான், பொது மக்களிடமிருந்துதான் அவர்கள் பலத்தைப் பெறுகிறார்கள். பலத்தை மட்டுமல்ல, எல்லாவற்றையுமே நம்மிடமிருந்துதான் பெறுகிறார்கள்!”

அந்த முஜீக்கின் பிரகாசமான, ஆனால் புதிர் போடும் முகத்தைக் கண்டு தாய்க்கு எரிச்சல் வந்தது.

"ஆமாம்" என்று இழுத்தான் அவன்; "இது ஒரு சக்கரம்தான்..."

திடிரென அவன் எச்சரிக்கையாகி நிமிர்ந்து, வாசல் பக்கமாகச் செவியைச் சாய்ததுக் கேட்டான். "அவர்கள் வருகிறார்கள்." என்றான்.

"யார்?"

"நண்பர்கள்..."

அவனுடைய மனைவி உள்ளே வந்தாள். அவளுக்குப் பின்னால் இன்னொரு முஜீக் வந்தான். அந்த முஜீக் தன்னுடைய தொப்பியை ஒரு மூலையில் விசிறி எறிந்துவிட்டு, அந்த வீட்டுக்காரனிடம் அவசர அவசரமாக வந்து நின்றான்.

"சரிதானே?" என்று கேட்டான் அவன்.

வீட்டுக்காரன் தலையை அசைத்தான்.

"ஸ்திபான்!" என்ற அடுப்பு முன்னாலிருந்தவாறே கூப்பிட்டாள் அவன் மனைவி. "விருந்தாளிக்குச் சாப்பிட ஏதாவது வேண்டுமா?"

"ஒன்றும் வேண்டாம். மிகுந்த நன்றி, அம்மா" என்றாள் தாய்.

இரண்டாவதாக வந்த முஜீக் தாயிடம் வந்து உடைந்த குரலில் பரபரப்போடு பேசினான்:

"என்னை நானே அறிமுகப்படுத்திக் கொள்கிறேன். என் பெயர் பியோத்தர் இகரோவிச் ரியிபீனின். பட்டப் பெயர். 'தமர் உளி'. உங்கள் வேலையைப் பற்றி எனக்கும் ஒன்றிரண்டு விசயங்கள் தெரியும். எனக்கு எழுதப் படிக்கத் தெரியும். சொல்லப் போனால் நான் முட்டாளல்ல..."

தாய் அவனை நோக்கி நீட்டிய கரத்தை அவன் பற்றிப் பிடித்துக்கொண்டே வீட்டுக்காரன் பக்கம் திரும்பிப் பேசினான்:

"நீயே பார்த்துக்கொள், ஸ்திபான்" என்றான் அவன்.

"வர்வாரா நிகலாயவ்னா ஓரளவுக்கு நல்லவள்தான். இருந்தாலும், இந்தக் காரியத்தை முட்டாள்தனமென்றும் ஆபத்தானதென்றும் அவள் கருதுகிறாள். என்னவோ இளைஞர்கள் மாணவர்கள் எல்லோரும் சேர்ந்துகொண்டு, மக்களது மூளையில் முட்டாள்தனத்தையே புகுத்தி வருவதாக அவள் கருதுகிறாள். ஆனால், நீயும் நானும் இன்று கைதான அந்த முஜீக்கை அறிவோம். அவன் முழுக்க நல்லவன்; முஜீக்குக்கே அவன்தான் சரியான உதாரணம். ஆனால், இதோ பார். இந்த அம்மாள் ஒன்றும்

இளவயதானவள் இல்லை; மத்திம வயதுதான். எப்படிப் பார்த்தாலும் இவள் இந்தச் சீமாட்டி வர்க்கத்தாரைச் சேர்ந்தவளல்லள். நான் கேட்கிறேன் என்று வித்தியாசமாய் நினைக்காதீர்கள். நீங்கள் எந்த இனத்தைச் சேர்ந்தவர்கள் என்று தெரியுமா?"

அவன் விரைவாகவும் தெளிவாகவும் மூச்சுவிடவே அவகாசம் பெறாமலும் பேசினான். அவனது தாடி நடுங்கியது. கண்கள் தாயின் முகத்தையும் உருவத்தையும் கண்டுகொண்டிருந்தன. அவனது துணிமணிகள் கிழிந்து கந்தலாய்ப் போயிருந்தன. தலைமயிர் உலைந்து போயிருந்தது. அவன் இப்போது தான் ஏதோ கைச் சண்டையில் கலந்து தன் எதிரியை மண்ணைக் கவ்வச் செய்த உற்சாகத்தோடு திரும்பி வந்து நிற்கிற மாதிரி இருந்தான். அவனது ஆர்வத்தைக் கண்டவுடனேயே தாய்க்கு அவனைப் பிடித்துப் போய்விட்டது. மேலும் அவன் கள்ளங்கபடமற்று எளிமையோடு பேசினான். அவனது கேள்விக்குப் பதில் சொல்லும்போது அவள் அவனை நோக்கிப் புன்னகை புரிந்தாள். அதன்பின்னர் அவன் மீண்டும் ஒருமுறை அவளது கரத்தைப் பற்றிக் குலுக்கிவிட்டுக் கலகலவென்று சிரித்தான்.

"இரு ஒரு புனித காரியம் ஸ்திபான்!" என்றான் அவன்; "இது ஓர் அருமையான காரியம். இந்தக் காரியம் மக்களிடமிருந்தே தான் தோன்றுகிறது என்று நான் சொல்லவில்லையா? ஆனால், அந்த சீமாட்டி – அவள் உனக்கு உண்மையைச் சொல்லவில்லை. அவள் உண்மையை உன்னிடம் சொல்லிவிட்டால், தனக்கே தீங்கு செய்துகொள்வாள். அவளை நான் மதிக்கத்தான் செய்கிறேன். அது உனக்கு நான் சொல்லாமலேயே தெரியும். அவள் நல்லவள். நமக்கெல்லாம் உதவி செய்ய எண்ணுகிறாள். ஆனால், தன்னுடைய நிலைமைக்குக் குந்தகம் விளையாமல் உதவி செய்ய நினைக்கிறாள். ஆனால் சாதாரண பொதுமக்களோ? அவர்கள் நேராகச் செல்ல விரும்புகிறார்கள். அவர்கள் ஆபத்தையோ கொடுமையையோ எண்ணி அஞ்சி ஒதுங்கவில்லை. இரண்டுக்கும் உள்ள வித்தியாசம் புரிந்ததா? அவர்கள் தங்கள் வாழ்க்கை முழுவதுமே துன்பத்தைத்தான் பெறுகிறார்கள். என்ன செய்தாலும், அவர்கள் மனம் புண்படத்தான் செய்கிறது. அவர்கள் திரும்பிச் செல்லுவதற்கு வேறு மார்க்கமே இல்லை. எந்தெந்தத் திசையிலே திரும்பினாலும் 'நில்!' என்கிற குரல்தான் அவர்களைத் தடுத்து நிறுத்துகிறது."

"எனக்குத் தெரிகிறது" என்று தலையை ஆட்டிக்கொண்டே சொன்னான் ஸ்திபான். உடனேயே, "இவள் தனது டிரங்குப் பெட்டியை எண்ணிக் கவலைப்பட்டுக் கொண்டிருக்கிறாள்" என்றான்.

பியோத்தர், தாயை நோக்கி எதையோ புரிந்துகொண்ட பாவனையில் கண்ணைக் காட்டினான்.

"கவலைப்படாதீர்கள்" என்று ஆறுதலான குரலில் சொன்னான் அவன்; "எல்லாம் நல்லபடி நடக்கும், அம்மா. டிரங்குப் பெட்டி என் வீட்டில்தான் இருக்கிறது. நீங்களும் இந்த இயக்கத்தில் பங்கெடுக்கிறவள்தான் என்றும், அந்த அடிபட்ட மனிதனை உங்களுக்குத் தெரியும் என்றும் இன்று இவன் வந்து என்னிடம் சொன்னபோது, நான் சொன்னேன்; 'ஸ்திபான், நன்றாகக் கவனி' என்றேன். 'இந்த மாதிரி விசயங்களில் தவறிவிடக் கூடாது பார்.' நாங்கள் இருவரும் உங்கள் பக்கத்திலே நின்றுகொண்டிருந்த போது, நீங்களும் எங்களைச் சந்தேகக் கண்ணோடு பார்த்தீர்கள். நேர்மை குணமுள்ளவர்களை எந்தக் கூட்டத்திலும் அடையாளம் கண்டுகொள்ளலாம். உண்மையில் சொல்லப் போனால், அப்படிப்பட்டவர்கள் அநேகம் பேர் உலகில் இருக்க முடியாதல்லவா? சரி, நீங்கள் டிரங்குப் பெட்டியைப் பற்றிக் கவலைப்படாதீர்கள்..."

அவன் அவளுக்கு அருகில் உட்கார்ந்து கேட்கும் குறியுடன் அவளையே பார்த்தான். பிறகு கேட்டான்:

"அதற்குள் உள்ள பொருள்களை யாரிடமாவது தள்ளி விட்டால் நல்லது என்று தோன்றினால், அந்த விசயத்தில் நாங்கள் மனமகிழ்ச்சியோடு ஒத்துழைக்கத் தயார். அந்தப் புத்தகங்களையும், பத்திரிகைகளையும் நாங்கள் பயன்படுத்திக் கொள்ளலாமே."

"அவள் எல்லாவற்றையும் நம்மிடம்தான் விட்டுச்செல்ல விரும்புகிறாள்" என்றான் ஸ்திபான்.

"அம்மா, அப்படியா? ரொம்ப நல்லதாய்ப் போயிற்று. நாங்கள் அதற்கு ஒரு சரியான இடம் பார்க்கிறோம்."

அவன் ஒரு சிரிப்போடு தன்னிடத்தை விட்டுத் துள்ளியெழுந்து அங்கும் இங்கும் அவசர அவசரமாக உலாவினான்:

"சாதாரணமானதென்றாலும் இது ஓர் அபூர்வமான விசயம். எனினும் ஒரு புறத்திலே தொடர்பு அற்றுப் போகும் போது, இன்னொரு புறத்திலே தொடர்பு ஏற்பட்டுவிடுகிறது. இது ரொம்ப சரி. அந்தப் பத்திரிகை ரொம்ப நல்ல பத்திரிகை அம்மா. அது நல்ல சேவை செய்கிறது. மக்களின் கண்களைத் திறக்கிறது. அதைப் பற்றிச் சீமான்கள் ஒன்றும் பிரமாதமாக எண்ணவில்லை. இங்கிருந்து ஏழு கிலோமீட்டர் தூரத்திலுள்ள சீமாட்டியிடம் தச்சு வேலை பார்த்து வருகிறேன். அவள் எனக்கு

எத்தனையோ தடவை தன் புத்தகங்களைத் தந்து உதவியிருக்கிறாள். சமயத்தில் ஏதாவதொன்றைப் படிக்கும்போது திடீரென்று நமது அறியாமையை அது நீக்கிவிடுகிறது. பொதுவாகச் சொன்னால், அவளுக்கு நாங்கள் மிகவும் கடமைப்பட்டவர்கள். ஒரு தடவை அவளிடம் நான் இந்தப் பத்திரிகையைக் கொண்டு கொடுத்தேன். உடனே அவளது மனம் புண்பட்டுப் போயிற்று. 'பியோத்தர், இந்த மாதிரி விசயங்களையெல்லாம் படிக்காதே. ஏதோ சில உதவாக்கரை பள்ளிக்கூடத்துப் பையன்கள்தான் இப்படி எழுதித் தள்ளுகிறார்கள். இதைப் படிப்பதால் உனக்குத் தொல்லைகள்தான் மிஞ்சும். சைபீரியாவுக்கோ, சிறைக்கோ உன்னை இவை அனுப்பி வைத்துவிடும்!' என்றாள் அவள்..."

மீண்டும் அவன் ஒரு கணநேரம் மௌனமாயிருந்தான். பிறகு கேட்டான்:

"அம்மா, அந்த அடிபட்ட மனிதன் இருக்கிறானே – அவன் உங்கள் சொந்தக்காரனா?"

"இல்லை" என்றாள் தாய்.

பியோத்தர் சத்தமின்றிச் சிரித்தான். எதையோ கேட்டுத் திருப்தியுற்றவன் போல, தலையை அசைத்துக்கொண்டான். ஆனால் மறு நிமிடத்திலேயே ரீபினுக்கும் தனக்கும் சொந்தமில்லை என்று கூறிய வார்த்தைகளால், ரீபினையே புண்படுத்திவிட்டதாக தாய் உணர்ந்து கொண்டாள். எனவே உடனே சொன்னாள்:

"அவன் எனக்குச் சொந்தக்காரனில்லைதான். இருந்தாலும் அவனை நான் வெகு காலமாக அறிவேன். அவனை என் சகோதரனாகவே – அண்ணன் போலவே மதிக்கிறேன்."

அவளது உணர்ச்சியை வெளியிட அவளுக்குச் சரியான வார்த்தைகள் கிடைக்கவில்லை. இதைக் கண்டதும் அவளுக்கு ஆற்றொணாத் துயரம் நெஞ்சில் பெருகியது. மீண்டும் அவள் அமைதியாகக் கண்ணீர் வடிக்கத் தொடங்கினாள். அழுத்தமும் ஆர்வமும் நிறைந்த அமைதி அந்தக் குடிசையில் நிலவியது. பியோத்தர் எதையோ கேட்டுக்கொண்டிருக்கும் பாவனையில் குனிந்து நின்றான். ஸ்திபான் தன் முழங்கைகளை மேசைமீது ஊன்றியவாறே உட்கார்ந்து மேசையைப் படபடவென்று கொட்டிக்கொண்டிருந்தான். அவனுடைய மனைவி அடுப்பின் முன்னால் சாய்ந்து கொண்டிருந்தாள். அந்தப் பெண்ணின் பார்வை தன் முகத்தில் மீதே நடமாடுகிறது என்பதைத் தாய் உணர்ந்து தானிருந்தாள். தாயும் சமயங்களில் அவளை ஒரு பார்வை பார்த்தாள். அவளது நீள்வட்டக் கரிய முகத்தின் நேரிய

மூக்கும், கூர்மையான மேவாயும் அவள் கண்ணில் பதிந்தன. அவளது பசிய கண்களில் கூர்மையும் கவனமும் பதிந்திருந்தன.

"அப்படியானால் அவன் உங்கள் நண்பன்தான்" என்று மெதுவாகச் சொன்னான் பியோத்தர். "அவன் தனக்கென ஒரு தனிக்குணம் படைத்த ஆசாமி. தன்னைப் பற்றி மிகவும் சரியாகவும் உயர்வாகவும் நினைக்கிறான். ஏ, தத்யானா, எப்படிப்பட்டவன் அவன்?"

"அவனுக்குக் கல்யாணமாகியிருக்கிறதா?" என்று தனது சிறிய வாயின் உதடுகளை இறுக மூடியவாறே குறுக்கிட்டுக் கேட்டாள் தத்யானா.

"அவன் மனைவி இறந்து விட்டாள்" என்று துக்கத்தோடு சொன்னாள் தாய்.

"அதனால்தான் அவன் அத்தனை தைரியமாயிருக்கிறான்" என்று செழுமை நிறைந்த ஆழ்ந்த குரலில் சொன்னாள் தத்யானா; "குடும்பஸ்தன் என்றால் இந்த மாதிரி மார்க்கத்தைத் தேர்ந்தெடுக்கவே மாட்டான், பயப்படுவான்."

"ஏன், நானில்லையா?" என்று கத்தினான் பியோத்தர்; "நான் குடும்பஸ்தன் இல்லையா?"

"அடடா..." என்று அவனது கண்களைப் பார்க்காமலே உதட்டைக் கோணிச் சிரித்துக்கொண்டே சொன்னாள் அந்தப் பெண். "நீ என்ன செய்கிறாய்? என்னவோ பேசுகிறாய். சமயங்களில் ஏதோ ஒரு புத்தகத்தை எடுத்துப் படிக்கிறாய். நீயும் ஸ்திபானும் ஓர் இருண்ட மூலையில் இருந்துகொண்டு ரகசியமாக வாசிப்பதும் போவதும் மக்களுக்கு என்ன நன்மையை உண்டாக்கிவிடப் போகிறது? ஒன்றுமில்லை."

"என்னுடைய பேச்சை எவ்வளவு பேர் கேட்கிறார்கள் தெரியுமா?" என்று அவளது ஏளனத்தால் மனம் புண்பட்டு, அவள் கூற்றை அமைதியான குரலில் எதிர்த்தான் அந்த முஜீக். "நான் இங்கே என்னவோ ஈஸ்ட்* மாதிரி வேலை பார்ப்பதாகச் சொல்லலாம். நீ அப்படி நினைக்கக் கூடாது..."

ஸ்திபான் வாய் பேசாது தன் மனைவியைப் பார்த்தான்; தலையைத் தொங்கவிட்டுக்கொண்டான்.

"ஒரு முஜீக் எதற்காகக் கல்யாணம் செய்து கொள்கிறான்?" என்று கேட்டாள் தத்யானா. "அவனுக்காக வேலை செய்ய

---

* ஈஸ்ட் - உணவுப் பண்டங்களைப் புளிக்க வைக்க உதவும் பொருள்.

ஒரு பெண் வேண்டும் என்று கூறுகிறார்கள். வேலை நல்ல வேலைதான்."

"உனக்கு இருக்கிற வேலை காணாதா?" என்று சோர்வுடன் கேட்டான் ஸ்திபான்.

"இந்த வேலையைப் பார்ப்பதில் என்ன அர்த்தம் இருக்கிறது? நாளுக்கு நாள் அரைப் பட்டினி, கால் பட்டினியாய்க் கிடந்து வாழ வேண்டியதுதான் என் வேலை. தன் வயிற்றைக் கழுவ வசதி தராத இந்த உழைப்பு, பிறக்கும் குழந்தைகளைக் கவனிக்கவும் விடுவதில்லை."

அந்தப் பெண் எழுந்து வந்து தாயின் அருகே உட்கார்ந்து மூச்சு விடாமல் பேசினாள். எனினும் அவளது பேச்சில் தன் குறைபாடு களையோ, துக்கத்தையோ காட்டிக் கொள்ளாமல் பேசினாள்:

"எனக்கு இரண்டு குழந்தைகள் பிறந்தன. ஒரு குழந்தை இரண்டு வயசாயிருந்தபோது தன் மீது கொதிக்கிற வெந்நீரை இழுத்துக் கொட்டிக்கொண்டு செத்தது. இன்னொன்று குறைமாதப் பிறவியாக, பிறக்கும்போதே செத்துப் பிறந்தது. எல்லாம் இந்த நாசமாய்ப் போகிற வேலையால்தான். இந்த வேலையினால் எனக்கு ஏதாவது மகிழ்ச்சி உண்டா? முஜீக்குகள் கல்யாணம் பண்ணுவதில் அர்த்தமே இல்லையென்றுதான் நான் சொல்வேன். எந்தவித இடைஞ்சலுமின்றி, நல்வாழ்வுக்காகத் தனிமையாக இருந்து போராடுவதை விட்டுவிட்டு, தங்கள் கைகளைத் தாங்களே கட்டிக் கொள்கிறார்கள். அவ்வளவுதான். அவர்கள் தனியாக இருந்தால், அந்த மனிதன் மாதிரி சத்தியத்தை நாடி நேராக முன்னேறிச் செல்ல முடியும். நான் சொல்வது சரிதானே, அம்மா?"

"சரிதான்" என்றாள் தாய். "நீ சொன்னது சரிதான், கண்ணே. இல்லையென்றால் வாழ்க்கை இப்படியேதான் போய்க் கொண்டிருக்கும். மாறுதலிருக்காது..."

"உங்களுக்குக் கணவர் இருக்கிறாரா?"

"இல்லை. செத்துப் போனான். ஒரு மகன் இருக்கிறான்."

"அவன் உங்களோடு வாழவில்லையா?"

"அவன் சிறையிலிருக்கிறான்" என்றாள் தாய்.

இந்த வார்த்தைகளைக் கூறியதுமே, அந்த வார்த்தைகள் அவள் மனதில் எழுப்பும் வழக்கமான துயர உணர்ச்சியோடு ஒரு பெருமித உணர்ச்சியும் தோன்றுவதைத் தாய் உணர்ந்தாள்.

"அவனைச் சிறையில் போட்டது இது இரண்டாவது தடவை. கடவுளின் சத்தியத்தை மக்களிடம் பரப்பியதுதான் அவன் சிறை

சென்றதற்குக் காரணம். அவன் இளைஞன், அழகன், புத்திசாலி. அவன் தான் உங்களுக்காகப் பத்திரிகை போட வேண்டும் என்று முதன்முதலில் நினைத்தவன்; மிகயீல் இவானவிச் அவனைவிட வயதில் இரண்டு மடங்கு மூத்தவன்தான், என்றாலும் மிகயீலை இந்த உண்மையான பாதையில் இழுத்து விட்டவன் என் மகன்தான். சீக்கிரமே என் மகனுக்குத் தண்டனை கொடுத்து அவனைச் சைபீரியாவுக்கு நாடு கடத்திவிடுவார்கள். ஆனால் அவன் அங்கிருந்து தப்பியோடி, திரும்பவும் இங்கு வந்து தன் வேலையைத் தொடர்ந்து நடத்துவான்...”

அவள் பேசும்போது அவளது உள்ளத்தில் பெருமை உணர்ச்சி கொஞ்சம் கொஞ்சமாகப் பெருகி வளர்ந்தது. அவளது மனதில் எழுந்த வீரசொரூபத்தை விளக்கிச் சொல்ல வார்த்தைகள் பொங்கிவந்தன. தொண்டை அடைத்தது. அன்றைய தினத்தில் அவள் கண்ணால் கண்ட இருண்ட சம்பவத்தை... அந்த இருளின் அர்த்தமற்ற பயங்கரமும், வெட்ககரமான கொடுமையும் அவளது மூளைக்குள்ளே துடிதுடித்துக் கொண்டிருக்கும் தவிப்பை – சமனப்படுத்துவதற்கு, அவளுக்கு வேறொரு ஒளிமிகுந்த நல்ல விசயம் தேவைப்பட்டது; எனவே அவள் அப்படிப் பேசினாள். தனது ஆரோக்கியமான ஆத்மாவின் தூண்டுதல்களுக்கெல்லாம் தன்னையுமறியாமல் பணிந்து கொடுத்துத் தனக்குத் தெரிந்த சகல விசயங்களையும் அவள் ஞாபகப்படுத்திப் பார்த்தாள். அந்த விசயங்களெல்லாம் ஒன்று கலந்து, புனிதமும் பிரகாசமும் நிறைந்த ஒரு பெருந்தீப ஒளியாகத் திரண்டெழுந்து, தனது அக்கினி வேகத்தால் அவள் கண்களையே குருடாக்குவது மாதிரி ஒளிவீசிப் பிரகாசித்தன.

“அவன் மாதிரி இப்போது எவ்வளவோ பேர் இருக்கிறார்கள். எத்தனையே பேர் நாளுக்கு நாள் தோன்றிக்கொண்டே இருக்கிறார்கள். அவர்கள் தங்கள் வாழ்க்கையின் அந்திம தினம் வரையிலும் சத்தியத்துக்காகவும் சுதந்திரத்துக்காகவும் போராடிக்கொண்டே இருப்பார்கள்...”

அவள் எச்சரிக்கையற்றுப் பேசினாள். எனினும் அவள் யாருடைய பெயரையும் வாய்விட்டுச் சொல்லிவிடவில்லை. மக்கள் சமூகத்தைப் பேராசையென்னும் பெருவிலங்கிலிருந்து விடுதலை பெறச் செய்வதற்காக நடைபெறும் ரகசிய நடவடிக்கைகளைப் பற்றித் தனக்குத் தெரிந்ததையெல்லாம் அவள் சொல்லித் தீர்த்தாள். தனது பிரியத்துக்குப் பாத்திரமான நபர்களைப் பற்றி வருணிக்கும்போது அவள் தான் பேசும் வார்த்தைகளில் தனது பலத்தையெல்லாம் பெய்து பேசினாள்; இத்தனை காலத்துக்குப்

பிறகு அவளது மனதிலே வாழ்க்கை அனுபவங்கள் மலரத் தொடங்கிய அபரிமிதமான அன்பையெல்லாம் அந்தப் பேச்சில் சொரிந்தாள். தனது மனக் கண்முன்னால் ஒளிப் பிழம்பாய் எழுந்து, தனது உணர்ச்சியால் கௌரவிக்கப்பட்டு விளங்கும் அந்த மனிதர்களைப் பற்றி நினைக்கும்போது அவளுக்கே ஆனந்தம் கரை புரண்டு விம்மியது.

"இதே காரியம் உலகம் எங்கிலும், சகல நகரங்களிலும், சகல ஊர்களிலுமுள்ள நல்லவர்களால் ஒரே ரீதியில் நடத்தப் பெற்று வருகிறது. இதற்கு ஒரு முடிவில்லை; அளவில்லை. நாளுக்கு நாள் இந்த இயக்கம் வளர்கிறது. நமக்கு வெற்றி கிட்டுகின்ற நிமிடம் வரையிலும் இது வளர்ந்து கொண்டுதான் போகும்..."

அவளது குரல் நிதானமாகப் பொழிந்து வந்தது. இப்போது அவள் வார்த்தைகளுக்காகச் சிரமப்படவில்லை. அன்றையச் சம்பவத்தின் ரத்தமும் புழுதியும் படிந்த கறையைத் தன் இதயத்தைவிட்டுக் கழுவிப் போக்க வேண்டும் என்கிற ஆசையெனும் பலத்த நூலிலே, அவளது வாய் வார்த்தைகள் வர்ணஜாலம் வீசும் பாசிமணிச் சரம்போல் வரிசை வரிசையாக வந்து விழுந்து கோ(ர்) த்துக் கொண்டிருந்தன. தான் சொன்ன விசயங்களைக் கேட்டு அந்த முஜீக்குகள் இருந்த இடத்திலேயே முளை அடித்தாற்போல் அசையாதிருப்பதை அவள் கண்டுகொண்டாள். அவர்கள் ஆடாமல் அசையாமல், அவளை இமை தட்டாமல் பார்த்தவாறே இருந்தார்கள். தனக்கு அருகிலிருந்த பெண் சிரமப்பட்டு மூச்சு வாங்குவதையும் அவளால் கேட்க முடிந்தது. இவையனைத்தும் தான் சொல்லும் விசயத்திலும், தான் அந்த மக்களுக்கு உறுதிளிக்கும் விசயத்திலும் அவள் கொண்டிருந்த நம்பிக்கையை மேலும் பலப்படுத்தியது...

"துயர வாழ்க்கைக்கு ஆளானவர்கள் அனைவரும் அடக்குமுறையாலும், தேவையாலும் அலைக்கழிக்கப்பட்டு நைந்து போன மக்கள் அனைவரும், பணக்காரர்களாலும் பணக்காரரின் கைக்கூலிகளாலும் தரையோடு தரையாய் நசுக்கப்பட்டுக் கிடக்கும் மக்கள் அனைவரும் – மக்களின் நலத்துக்காகப் படுமோசமான சித்திரவதைக்கு ஆளாகி, சிறைக்குள்ளே கிடந்து அழிந்து கொண்டிருக்கும் அந்த மக்களோடு, ஒன்று சேர வேண்டும். தங்களைப் பற்றிய எண்ணம் ஒரு சிறிதுகூட இல்லாமல் அவர்கள் சகல மக்களுக்கும் சுபிட்சப் பாதையைக் காட்டுகிறார்கள். அவர்கள் எந்தவித ஒளிவு மறைவுமில்லாமல், 'இந்தப் பாதை கரடுமுரடானது தான்' என்று கூறுகிறார்கள். இந்தப் பாதையில் வரும்படி எவரையும் அவர்கள் நிர்ப்பந்திக்கவில்லை. ஆனால், ஒரு மனிதன் அவர்களோடு போய்ச் சேர்ந்துகொண்டால், அவனே

அவர்களைவிட்டுப் பிரிந்து செல்ல மாட்டான். ஏனெனில், அதுவே சரியான பாதை என்பதையும், அதைத் தவிர வேறு மார்க்கமே கிடையாது என்பதையும் அவன் கண்டுகொள்வான்!”

அவளது மனதில் நீண்ட நாளாக இருந்து வந்த ஆசையை, அதாவது அவளே மக்களுக்கு உண்மையைப் போதிக்க வேண்டும் என்னும் அவளது விருப்பை, அன்று நிறைவேற்றிக் கொண்டபோது அவளுக்கு ஒரே ஆனந்தமாயிருந்தது.

“அம்மாதிரி மனிதர்களோடு சேர்ந்து செல்வதைப் பற்றிச் சாதாரண மக்கள் கவலைப்படவே தேவையில்லை. அந்த மனிதர்கள் அற்ப சொற்ப வெற்றியோடு திருப்தியடைய மாட்டார்கள். சகல ஏமாற்றுகளையும், சகல பேராசைகளையும், சகல தீமைகளையும் ஒழித்துக் கட்டினாலன்றி அவர்கள் தமது இயக்கத்தை நிறுத்தமாட்டார்கள். அனைத்து மக்களும் ஒன்றாகச் சேர்ந்து, ஒரே குரலில், ‘நான் தான் அதிகாரி. நான் தான் சகல மக்களுக்கும் சமமான பொதுவான சட்டதிட்டங்களை உண்டாக்குவேன்’ என்கிற முழக்கத்தைக் கிளப்புகிற வரையிலும், அவர்கள் ஓய்வு கொள்ளமாட்டார்கள்!”

களைப்புணர்ச்சி தோன்றவே அவள் பேச்சை நிறுத்திச் சுற்றுமுற்றும் பார்த்தாள். தான் பேசியது வீண் போகவில்லை என்கிற அமைதியான நம்பிக்கையுணர்ச்சி அவள் உள்ளத்தில் நிரம்பி நின்றது. அந்த முஜீக்குகள் இன்னும் எதையோ எதிர்நோக்கி அவள் முகத்தையே பார்த்துக் கொண்டிருந்தனர். பியோத்தர் மார்பின் மீது கைகளைக் கட்டியவாறு, கண்களைச் சுருக்கி விழித்தான்; அவனது உதடுகளில் ஒரு புன்னகை உருவாகி அசைந்தது. ஸ்திபான் முழங்கையொன்றை மேசை மீது ஊன்றி, தனது உடம்பு முழுவதையுமே முன்னோக்கித் தள்ளி, இன்னும் எதையோ கேட்டுக்கொண்டிருக்கும் பாவனையில் இருந்தான். அவனது முகம் இருண்ட பக்கமாக இருந்தது. எனவே இது ஒரு பரிபூரண உருவம் பெற்றதுபோல் தெரிந்தது. அவனுடைய மனைவி தாய்க்கு அடுத்தாற்போல் உட்கார்ந்து முழங்காலின் மீது முழங்கைகளை ஊன்றிக் குனிந்து, தரையையே கவனித்துக் கொண்டிருந்தாள்.

“இப்படித்தான் இருக்கிறது” என்ற அடிமூச்சுக் குரலில் கூறிக் கொண்டே பியோத்தர் மெதுவாகப் பெஞ்சின் மீது உட்கார்ந்தான்.

ஸ்திபான் நிமிர்ந்து உட்கார்ந்து, தன் மனைவியைப் பார்த்தான்; அங்குள்ளவர்கள் அனைவரையுமே அணைத்துக் கொள்ளப் போகிறவன் மாதிரி கைகளை அகல நீட்டினான்.

"இந்த மாதிரி விசயத்தில் ஒரு முறை தலையைக் கொடுத்து விட்டால், அப்புறம், அதற்காகவே தன் முழு ஆத்மாவையும் அர்ப்பணித்து, முழு மூச்சுடன் ஈடுபடத்தான் நேரும்..." என்று ஏதோ நினைவிலாழ்ந்தபடி கூறத் தொடங்கினான் அவன்.

"ஆமாம், உண்மைதான். திரும்பிப் பார்க்கிற வழக்கமே கூடாது" என்று வெட்கத்தோடு கூறிக்கொண்டான் பியோத்தர்.

"இந்த இயக்கம் பேரளவில் வளர்ந்து விட்டதாகவே தோன்றுகிறது" என்றான் ஸ்திபான்.

"உலகளவில்" என்றான் பியோத்தர்.

18

தாய் சுவரின் மீது சாய்ந்து, தலையைப் பின்னால் சாய்த்து, அவர்கள் சொல்லும் ஆழமும் அமைதியும் நிறைந்த வார்த்தைகளைக் கேட்டுக் கொண்டிருந்தாள். தத்யானா எழுந்திருந்து, சுற்றும் முற்றும் பார்த்தாள்; மீண்டும் உட்கார்ந்து கொண்டாள். அந்த முஜீக்குகளை வெறுப்போடும் கசப்புணர்ச்சியோடும் நோக்கிய அவளது பசிய கண்கள் வறட்சியாகப் பிரகாசித்தன. திடீரென்று அவள் தாயின் பக்கம் திரும்பினாள்.

"உங்கள் வாழ்க்கையில் நீங்கள் எவ்வளவோ துயரங்களை அனுபவித்திருக்க வேண்டும்" என்று சொன்னாள்.

"ஆமாம்" என்பது பதில் சொன்னாள் தாய்.

"உங்கள் பேச்சு, எனக்குக் கேட்கக் கேட்கப் பிடித்திருக்கிறது. உங்கள் வார்த்தைகள் இதயத்தையே இழுத்து நீட்டுகின்றன. நீங்கள் பேசும்போது நான் எனக்குள், 'கடவுளே இவள் பேசுகின்ற மனிதர்களை நான் கொஞ்ச நேரமேனும் பார்க்கக் கொடுத்து வைக்க மாட்டாயா? வாழ்க்கையையே நான் காண மாட்டேனா?' என்று நினைத்துக்கொள்கிறேன். இங்கு நாங்கள் வாழ்க்கையில் என்னத்தைக் காண்கிறோம்? வெறும் ஆட்டு மந்தையாகத்தான் நாங்கள் இருக்கிறோம். உதாரணமாக, என்னையே பாரேன். எனக்கு எழுதப் படிக்கத் தெரியும். புத்தகங்களைப் படிக்கிறேன். எதை எதைப் பற்றியெல்லாமோ சிந்திக்கிறேன். சமயங்களில் சிந்தித்துச் சிந்தித்தே இரவெல்லாம் தூங்காமல் அவதிப்பட்டிருக்கிறேன். ஆனால், அதனால் என்ன லாபம்? நான் சிந்திப்பதை நிறுத்திவிட்டால், ஒன்றுமற்று வாடி வதங்கி நாசமாய்ப் போவேன்; சிந்திப்பதைத் தொடர்ந்து மேற்கொண்டாலும் அதனாலும் எனக்கு எந்தப் பயனும் இல்லை."

பேசும்போது அவளது கண்களில் கேலி பாவமே பிரதிபலித்தது. சமயங்களில் அவள், தான் பேசும் வார்த்தைகளை ஏதோ ஒரு நூலைக் கடித்துத் துண்டாக்குவது மாதிரி உச்சரித்தாள். அந்த முஜீக்குகள் எதுவும் பேசவில்லை. காற்று சன்னல் கதவுகளின் மீது வீசியடித்தது; புகைக் கூண்டு வழியாக லேசாக முணுமுணுத்து வீசியது; வீட்டுக் கூரை மீது சலசலத்தது. எங்கோ ஒரு நாய் ஊளையிட்டது. எப்போதாவது இடையிடையே மழைத்துளிகள் வேண்டா வெறுப்பாக சன்னலின் மீது விழுந்து தெறித்தன. விளக்கின் சுடர் படபடத்துக் குறுகி, அணைவதுபோல் இறங்கியது. மீண்டும் சுடர் வீசி எழுந்து அதிக பிரகாசத்துடன் நிலையாக நின்று எரிந்தது.

"நீங்கள் பேசுவதைக் கேட்கும்போது, 'இதற்காகத்தான் மக்கள் வாழ்கிறார்கள்' என்று எனக்குள்ளாகச் சிந்தித்துக் கொண்டிருந்தேன். அவையெல்லாம் எனக்கே தெரிந்த விசயங்கள் மாதிரி உணர்ந்தேன். அதுவே எனக்கு ஓர் அதிசயம். ஆனால், இந்த மாதிரி யாரும் இதுவரை பேசி நான் கேட்டதில்லை. நானும் இந்த மாதிரி எண்ணங்களைச் சிந்தித்துப் பார்த்ததில்லை..."

"ஏதாவது சாப்பிட்டுவிட்டு, சீக்கிரம் விளக்கை அணைப்பது நல்லது. தத்யானா" என்று முகத்தைச் சுளித்துக்கொண்டே மெதுவாகச் சொன்னான் ஸ்திபான்; "சுமகோவின் வீட்டில் இரவு அகலும் வரையிலும் விளக்கு எரிவதை மக்கள் கண்டுகொள்ளக் கூடும். அதனால் நமக்கு ஒன்றுமில்லை. ஆனால் நமது விருந்தாளிகள் நலத்துக்கு அது உகந்ததல்ல..."

தத்யானா எழுந்து அடுப்பருகே சென்றாள்.

"ஆமாம்" என்று புன்னகை புரிந்தான் பியோத்தர்; "இப்போதெல்லாம் நாம் எச்சரிக்கையாகத்தானிருக்க வேண்டும். இந்தப் பத்திரிகைகள் மக்கள் மத்தியிலே மீண்டும் தலைகாட்டியவுடனே..."

"நான் என்னைப் பற்றி நினைக்கவே இல்லை. அவர்கள் என்னைக் கைது செய்து கொண்டு போனாலும், எனக்கு அதனால் பெரிய இழப்பு ஏதும் விளையப்போவதில்லை."

அவன் மனைவி மீண்டும் மேசையருகே வந்து சொன்னாள்:

"கொஞ்சம் எழுந்திரு."

அவன் எழுந்திருந்து ஒரு பக்கமாக ஒதுங்கிக் கொண்டான்; மேசையில் எல்லாவற்றையும் அவள் ஒழுங்குபடுத்துவதையே கவனித்துக் கொண்டிருந்தான்.

"சகோதரர்களே – உங்களையும் என்னையும் ஒன்றாகச் சேர்த்தால் ஓர் ஐந்து கோபெக்தான் மதிப்பு. ஆமாம், நம்மைப் போன்றோர் நூறு பேர் சேர்ந்தாலும் இப்படித்தான்" என்று கிண்டல் நிறைந்த புன்னகையோடு சொன்னான் அவன்.

தாய் அவனுக்காக வருந்தினாள். அவனைப் பார்க்கப் பார்க்க அவனை மேலும் மேலும் அவளுக்குப் பிடித்துப் போயிற்று. தனது பேச்சுக்குப் பிறகு, அன்றைய கோர சம்பவத்தின் மனப்பாரத்தை இறக்கி வைத்த உணர்ச்சி அவளுக்கு ஏற்பட்டது. அவள் தனக்குத் தானே மகிழ்ந்து கொண்டாள்; எல்லோரும் நல்லபடி இருக்க வேண்டும் என்கிற எண்ணம் பிறந்து நிரம்பி வழிந்தது.

"தோழனே, நீங்கள் சொல்வது தவறு" என்றாள் அவள்; "ரத்தத்தை உறிஞ்சுபவர்கள் உங்களை மதிப்பிடுவதை நீங்கள் ஏற்றுக்கொள்ளவே கூடாது. நீங்கள் உங்களையே மதிப்பிட்டுக்கொள்ள வேண்டும். உங்களது இதயத்துக்குள் இருப்பதைக்கொண்டு, உங்கள் நண்பர்களைக் கொண்டுதான் மதிப்பீடு செய்ய வேண்டும். எதிரிகளைக்கொண்டு அல்ல."

"எங்களுக்கு எந்த நண்பர்கள் இருக்கிறார்கள்?" என்று அந்த முஜீக் மெதுவாகக் கூறினான். "நண்பர்கள் – ஒரு வாய் ரொட்டிக்கு நான் முந்தி நீ முந்தி என்று விழுந்தடித்துச் சண்டை போடுகிற வரையிலும்தான், நண்பர்கள் எல்லாம்!"

"இல்லை. சாதாரண மக்களுக்கும் நண்பர்கள் உண்டு என்றுதான் நான் சொல்கிறேன்."

"இருக்கலாம்; ஆனால் இங்கு அப்படி ஒருவருமே இல்லை. அதுதான் விசயம்" என்று எதையோ நினைத்துக்கொண்டு சொன்னான் ஸ்திபான்.

"ஏன் இங்கேயும் கூட நண்பர்களை நாம் தேடிக்கொள்ளக் கூடாதா?"

ஸ்திபான் பதில் சொல்வதற்கு முன் ஒரு கணம் யோசித்தான். பிறகு சொன்னான்:

"ஹூம்! ஆமாம், தேடித்தான் பார்க்க வேண்டும்."

"சரி. உட்காருங்கள், சாப்பாடு தயார்" என்று அழைத்தாள் தத்யானா.

தாய் தங்களிடம் கூறிய பேச்சினால் இழுக்கப்பட்டு சிந்தை இழந்திருந்த பியோத்தர் சாப்பிடும்போது மீண்டும் உற்சாகம் பெற்றான்.

"அம்மா, நீங்கள் அதிகாலையிலேயே போய்விட வேண்டும். அப்போதுதான் யார் கண்ணிலும் படாமல் போகலாம்" என்றான், அவன்; "பக்கத்து ஊர் வரையிலும், வண்டியிலேயே போக வேண்டும். ஆனால் நகருக்குள் போகக் கூடாது. ஒரு தபால் வண்டியை அமர்த்திக் கொள்ளுங்கள்."

"அவள் ஏன் அமர்த்த வேண்டும்? நானே அவளுக்கு வண்டியோட்டுகிறேன்" என்றான் ஸ்திபான்.

"இல்லை. நீ ஓட்டக் கூடாது. அவர்கள் யாராவது உன்னைப் பார்த்து, 'இவள் இரவு உன் வீட்டில் தங்கினாளா?' என்று கேட்டால் நீ என்ன சொல்வாய்? 'ஆமாம், தங்கினாள்' என்பாய். 'இப்போது எங்கே போகிறாள்' என்றால், 'நான் அவளைப் பக்கத்து ஊர் வரையிலும் கொண்டுவிடப் போகிறேன்' என்பாய். உடனே, 'ஓஹோ நீதான் அவள் தப்பித்துக்கொண்டுபோக வழி செய்தாயா?' என்று சொல்வார்கள்; 'அப்புறம் நீ சிறைக்குப் போக வேண்டியதுதான்.' சிறைக்குப் போவதற்கு இப்போது ஒன்றும் அவசரமில்லை. எல்லாம் அதனதன் காலத்தில் தானே நடக்கும். சாகிற காலம் வந்துவிட்டால் ஜார் அரசனும் கூட சாகத்தான் செய்வான் என்பது பழமொழி; ஆனால் நான் சொல்கிறபடி செய்தால் அவளாக எங்கோ இரவைக் கழித்துவிட்டு, ஒரு வண்டியை அமர்த்திக்கொண்டு போவது மாதிரி இருந்தால் நல்லது. நம்முடைய கிராமம் ராஜபாட்டைக்கு அருகிலிருப்பதால், எத்தனையோ பேர் இரவில் இங்கு தங்கிப் போவார்கள்."

"பியோத்தர்! இவ்வளவு தூரம் பயப்படுவதற்கு நீ எங்கே கற்றுக்கொண்டாய்?" என்று குத்தலாகக் கேட்டாள் தத்யானா.

"ஏனம்மா எப்படியெப்படிச் செய்வது என்று தெரிந்து கொள்ளவுமா கூடாது?" என்று தன் முழங்காலில் தட்டிக் கொடுத்தவாறே சொன்னான் பியோத்தர். "எப்போது பயப்பட வேண்டும். எப்போது தைரியமாக இருக்க வேண்டும், என்பதையெல்லாம் தெரிந்துதான் வைத்திருக்க வேண்டும். நினைத்துப் பார். அந்தப் பத்திரிகையை வைத்திருந்ததற்காக வாகானவை மாவட்ட அதிகாரி என்ன பாடுபடுத்தினார் என்பது உனக்குத் தெரியாதா? அப்புறம் காசுக்காகட்டும், ஆசைக்காகட்டும் – அவன் கையிலே ஒரு புத்தகத்தைக் கொடுக்க முடியுமா? கொடுத்ததால் வாங்கத் துணிவானா? அம்மா, நீங்கள் என்னைப் பரிபூரணமாக நம்பலாம். நான் என்னவோ கொஞ்சம் அடாபிடிக்காரன். இருந்தாலும், நான் நீங்கள் தரும் பத்திரிகைகளையும் புத்தகங்களையும் ஆள் பார்த்து, இடம்

பார்த்து விநியோகிக்கிறேன். எங்கள் மக்களில் பெரும்பாலோர் மிகவும் பயந்தவர்கள், படிப்பில்லாதவர்கள் என்பது உண்மைதான். இருந்தாலும், பலமாக மூடிய கண்களைக் கூட, பலவந்தமாகப் பிதுக்கித் திறந்து உண்மையைப் பார்க்கும்படி செய்யும் காலம் வரத்தான் போகிறது. இந்தப் பிரசுரங்கள், விசயத்தை மிகவும் சுளுவாகச் சொல்லிவிடுகிறேன். விசயம் இதுதான்: 'சிந்தித்துப் பார். மூளைக்கு வேலை கொடு' – என்பதுதான். சமயங்களில் படித்தவர்கள் புரிந்து கொள்வதைவிடப் படிக்காதவர்களே அதிகமாகப் புரிந்து கொள்கிறார்கள். அதிலும் படித்தவர்களுக்குத் தொந்தி விழுந்து சோற்றுக் கவலையில்லாது போய்விட்டால், அவர்களுக்குப் புரியவே புரியாது. இந்த வட்டாரத்தில் நான் எவ்வளவோ பிரயாணம் செய்திருக்கிறேன். எவ்வளவோ பேரைக் கண்டிருக்கிறேன். நாங்கள் எப்படியாவது சமாளித்துக்கொள்கிறோம். ஆனால், எடுத்த எடுப்பிலேயே அகப்பட்டுக் கொள்ளாதவாறு, மிகுந்த எச்சரிக்கையுடன் நடந்து கொள்வதற்குக் கொஞ்சம் மூளையைச் செலவழிக்க வேண்டும். அவ்வளவுதான். நிர்வாகிகள் தாங்கள் கத்தி மீது அமர்ந்திருப்பது போலவே உணர்கிறார்கள். எவனாவது ஒரு முஜீக் அதிகாரிகளைக் கண்டு புன்னகை புரிவதையோ, அன்பு காட்டுவதையோ நிறுத்திவிட்டால், அவனது வழக்கத்துக்கு மாறான அந்தத் தன்மையைக் கண்டு, அவன் அதிகாரிகளுக்கு எதிராகச் செல்கிறான் என்று கருதி, அவனை லேசாக மோப்பம் பிடித்து விடுகிறார்கள். அன்றைக்கு இப்படித்தான் ஸ்மல்யகோவோவிலே – அதுவும் பக்கத்துக் கிராமம் அதிகாரிகள் வரி வசூல் செய்வதற்காக வந்திருக்கிறார்கள். உடனே, அங்குள்ள முஜீக்குகள் கம்பும் தடியும் எடுத்துக்கொண்டு கிளம்பி விட்டார்கள். போலீஸ் தலைவனுக்கு அதைப் பற்றிக் கொஞ்சம் கூடப் பயமில்லை. 'ஏ நாய்க்குப் பிறந்த பயல்களா! நீங்கள் ஜார் அரசனுக்கு எதிராகக் கிளம்புகிறீர்கள்!' என்று ஊளையிட்டான். அங்கே ஸ்பிவாகின் என்று ஒரு முஜீக் அவன் முன்னாலேயே வந்து பதில் சொன்னான்: 'உன் ஜாரோடு நீயும் நாசமாய்ப் போ. அவன் எப்படிப்பட்ட ஜாராம்? உடம்பிலே ஒத்தைத் துணி கூட இல்லாமல் உரித்துப் பிடுங்குகிறவன்தானே!' என்று கூறினான். எனவே, காரியங்கள் இவ்வளவு தூரத்துக்குப் போயிருக்கிறது, அம்மா. அவர்கள் ஸ்பிவாகினைப் பிடித்துச் சிறையில் போடத்தான் செய்தார்கள். இருந்தாலும் அவன் வார்த்தைகளைச் சிறையில் போட முடியுமா? சின்னஞ்சிறு பிள்ளைகளுக்குக் கூட அவன் பேச்சு ஞாபகத்தில் இருக்கிறது. அவன் பேச்சு என்றென்றும் ஒலிக்கிறது; என்றென்றும் வாழ்கிறது!"

அவன் எதுவுமே சாப்பிடாமல் விறுவிறுவென்று ரகசியக் குரலில் பேசியவாறே, தன்னைச் சுற்றிக் குறுகுறுவென விழிக்கும் இருண்ட கண்களை ஒரு பார்வை பார்த்துவிட்டு, விவசாயிகளின் வாழ்க்கையைப் பற்றித் தான் அறிந்தவற்றையெல்லாம் தாயிடம் பொலபொலவென்று உதிர்த்துத் தள்ளினான்.

ஸ்திபான் இடையே இரண்டு முறை குறுக்கிட்டுப் பேசினான்:

"நீ முதலில் ஏதாவது சாப்பிடப்பா."

அந்த இரண்டு முறையும் பியோத்தர் ஒரு ரொட்டித் துண்டையும் கரண்டியையும் கையில் எடுத்ததுதான் மிச்சம்; அவற்றைக் கையில் வைத்தவாறே உல்லாசமாகப் பாடும் வானம்பாடி மாதிரி தனது கதைகளையே சொல்லிக் கொண்டிருந்தான். சாப்பாடு முடிந்தவுடன், அவன் திடீரெனத் துள்ளியெழுந்து நின்று பேசினான்:

"சரி. நான் போவதற்கு நேரமாகிவிட்டது. வருகிறேன், அம்மா" என்று கூறிவிட்டு அவள் கையைப் பிடித்துக் குலுக்கினான். "ஒரு வேளை நாம் இருவரும் மீண்டும் சந்திக்க இயலாமலே போகலாம். இருந்தாலும் உங்களைச் சந்தித்ததும் உங்களோடு பேசியதும் என்றென்றும் மறக்க முடியாத இனிய விசயங்கள் என்பதை மட்டும் நான் தெரிவித்துக்கொள்கிறேன். சரி அந்த டிரங்குப் பெட்டியில் பத்திரிகைகளைத் தவிர வேறு இருக்கிறதா? கம்பளிச் சவுக்கம் ஏதாவது? ரொம்ப நல்லது – கம்பளிச் சவுக்கம் தானே? ஞாபகம் வைத்துக்கொள், ஸ்திபான். இவன் இன்னும் ஒரு நிமிடத்தில் டிரங்குப் பெட்டியைக் கொண்டுவந்து சேர்ப்பான். புறப்படு, ஸ்திபான். வருகிறேன், அம்மா. உங்களுக்கு வெற்றி உண்டாகட்டும்!"

அவர்கள் சென்ற பிறகு சுவர்க் கோழிகளின் இரைச்சல் கூடத் தெளிவாகக் கேட்டது. காற்று கூரையின் மீது சலசலத்தது; புகைக்கூண்டு வழியாகப் படபடத்தது. மெல்லிய மழைத் தூவானம் சன்னலின் மீது பெய்து வழிந்தது. தத்யானா அடுப்புக்கு மேலாக இருந்த பரணிலிருந்து சில போர்வைகளை எடுத்து, ஒரு பெஞ்சின் மீது விரித்து, தாய்க்குப் படுக்கை தயார் செய்து கொடுத்தாள்.

"அவன் ஓர் உற்சாகமான பேர்வழி?" என்று கூறினாள் தாய்.

"பெரிய வாயளப்புக்காரன். சத்தம் போடுவதுதான் மிச்சம்."

"உன் கணவன் எப்படி?" என்று கேட்டாள் தாய்.

"அவன் ஒழுங்கானவன்தான். ஓரளவு நல்லவன்தான். குடிப்பதில்லை. நாங்கள் சந்தோசமாகத்தான் இருக்கிறோம். அவனிடம் பலவீனமான குணம்..."

தொ.மு.சி. ரகுநாதன்

அவள் நிமிர்ந்து நின்றாள்.

“அதற்கு இப்போது நாங்கள் என்ன செய்வது?” என்று ஒரு கணம் கழித்துச் சொன்னாள் அவள். “நாங்களெல்லாம் போராடி எழ வேண்டாமா? போராடத்தான் வேண்டும். அதைப் பற்றித்தான் எல்லோரும் நினைக்கிறார்கள். ஒவ்வொருவனும் தனக்குத்தானே நினைத்துக்கொள்கிறான். ஆனால், அதை வெளிப்படையாக நினைத்துப் பார்க்க வேண்டும். யாராவது முதலில் துணிந்து காலடி எடுத்து வைக்க வேண்டும்...”

அவள் பெஞ்சின் மீது உட்கார்ந்து தாயைப் பார்த்துக் கேட்டாள்:

“சீமான் வீட்டு வயசுப் பெண்கள் கூட, தொழிலாளிகளோடு கலந்து பழகுவதாகவும், அவர்களுக்குப் பாடம் சொல்வதாகவும் நீங்கள் சொல்கிறீர்கள். அவ்வளவுக்கு, அப்படிச் செய்வதற்கு அவர்களால் முடியுமா? அவர்களுக்குப் பயமாயிருக்காது?”

அவள் தாயின் பதிலைக் கேட்டு ஆழ்ந்த பெருமூச்சு விட்டாள். பிறகு தன் கண்களையும் தலையையும் தாழ்த்திக்கொண்டு மேலும் பேசத் தொடங்கினாள்:

“ஏதோ ஒரு புத்தகத்தில் ‘அர்த்தமற்ற வாழ்க்கை’ என்கிற அடியைப் படித்தேன். அதைப் பார்த்த மாத்திரத்திலேயே எனக்கு அதன் அர்த்தம் உடனே புரிந்து விட்டது. அந்த மாதிரி வாழ்க்கை எப்படிப்பட்டது என்பது எனக்குத் தெரியும். அதில் கருத்துகள் எல்லாம் இருக்கத்தான் செய்கின்றன. எனினும் சம்பந்தா சம்பந்தமற்று, தொடர்பு இல்லாமல் இருக்கின்றன. மேய்ப்பவன் இல்லாத ஆட்டு மந்தை மாதிரி, கட்டி மேய்க்க ஆளில்லாமல் தான் தோன்றியாய்த் திரிகின்றன. அதுதான் அர்த்தமற்ற வாழ்க்கை. என்னால் முடியுமானால், இந்த மாதிரி வாழ்க்கையிலிருந்து திரும்பியே பார்க்காமல் ஓடிவிடுவேன். அதிலும், உண்மை இதுதான் என்று உணர்ந்து பிறகும் அந்த வாழ்க்கையில் என்னால் கால்தரித்து நிற்க முடியாது.”

அவளது பசிய கண்கள் வறண்ட பிரகாசத்திலும், மெலிந்த முகத்திலும் அவளது குரலின் தொனியிலும் தோன்றிய வேதனையைத் தாயால் உணர முடிந்தது; அவளைத் தழுவி ஆசுவாசப்படுத்தி ஆறுதலளிக்க விரும்பினாள் தாய்.

“அடி, பெண்ணே! என்ன செய்ய வேண்டும் என்று உங்களுக்கு நன்றாகத் தெரிகிறதே...”

“ஆனால், எப்படிச் செய்வது என்று தெரிய வேண்டுமே” என்று குறுக்கிட்டாள் தத்யானா. “சரி, படுக்கை தயாராகிவிட்டது.”

அவள் மீண்டும் அடுப்பருகே சென்று, அங்கே சிந்தனை வயப்பட்டு மெய்மறந்து ஆடாமல் அசையாமல் அமைதியாக நிமிர்ந்து நின்றாள். தாய் தன் உடையைக் கூடக் கழற்றாமல் அப்படியே படுத்துக் கொண்டாள். அவளது எலும்புகள், அசதியினால் வலித்தன; அவள் லேசாக முனகினாள். தத்யானா விளக்கை இறக்கி அணைத்தாள். அறை முழுவதும் இருள் படர்ந்து கவிந்த பின்னர் அவள் நிதானமாகத் தணிந்த குரலில் பேசிக் கொண்டிருந்தாள். அந்த இருட்பலத்திலிருந்து எதையோ துடைத்தெடுப்பதுபோல அவள் பேச்சு ஒலித்தது.

"நீங்கள் பிரார்த்திப்பதாகத் தோன்றவில்லையே. நானும் கடவுள் ஒருவர் இருப்பதாக நம்பவில்லை. அற்புத லீலைகளிலும் எனக்கு நம்பிக்கை கிடையாது."

தாய் நிலைகொள்ளாமல் பெஞ்சின் மீது புரண்டு படுத்தாள். ஆழங்காண முடியாத அந்த இருட்டிலும் சன்னலின் வழியாக அவளை நோக்கி வாய்திறந்து கொட்டாவி விட்டாள். மங்கிய சப்தங்கள் இருளின் ஊடாகத் தவழ்ந்து வந்தன, அவள் பயத்தோடு ரகசியம்போலப் பேசினாள்:

"கடவுளைப் பொறுத்தவரை – எனக்கு நிச்சயமாய்த் தெரியாது. ஆனால் நான் கிறிஸ்துவை நம்புகிறேன். அவரது வாசகத்தை – 'அயலானையும் உன்னைப்போல் நேசி' என்கிற வாசகத்தை – நான் நம்புகிறேன்."

தத்யானா மௌனமாக இருந்தாள். அடுப்பின் இருண்ட பகைப் புலத்திலே அவளது மங்கிய உருவத்தைத் தாயால் காண முடிந்தது. அவள் அசைவற்று நின்று கொண்டிருந்தாள். தாய் துயரத்தோடு கண்களை மூடிக் கொண்டாள். திடீரென்று அந்தப் பெண்ணின் கசப்பான குரல் ஒலித்தது:

"என்னுடைய குழந்தைகள் செத்துப் போனதற்காக நான் கடவுளாகட்டும், மனிதனாகட்டும் இருவரையும் மன்னிக்க மாட்டேன். ஒருக்காலும் மன்னிக்கமாட்டேன்!"

பெலகேயா ஆர்வத்தோடு எழுந்தாள். அப்பெண்ணின் வார்த்தைகளால் சுருக்கென்று தைக்கும் வேதனையுணர்ச்சியைத் தனது இதயத்தில் உணர்ந்தாள்.

"நீங்கள் இன்னும் சின்னவர்தானே, உங்களுக்கு இனிமேலும் குழந்தைகள் பிறக்கும்" என்று அமைதியாகச் சொன்னாள்.

அந்தப் பெண் இதற்கு உடனே பதில் சொல்லவில்லை. பிறகு மெல்லிய குரலில் பதில் சொன்னாள்:

தொ.மு.சி. ரகுநாதன்

"ஒருக்காலும் நடக்காது, என்னிடம் ஏதோ கோளாறு இருக்கிறதாம். எனக்கு இனிமேல் குழந்தைகளே பிறக்காது என்று வைத்தியர் சொன்னார்."

ஒரு சுண்டடெலி தரையில் குறுக்கே விழுந்தோடியது. அந்த அமைதியை மின்னல் மாதிரி கிழித்துக் கொண்டு எங்கிருந்தோ படாரென்று ஒரு ஓசையெழுந்தது. மீண்டும் கூரையின் வைக்கோலில் எதையோ பயந்து நடுநடுங்கும் மெல்லிய விரல்களால் துழாவித்துழாவித் தேடுவதுபோல மழை பெய்தது. தண்ணீர் சொட்டுச் சொட்டாகத் தரையில் வழிந்து, அந்த இலையுதிர்கால இரவுக்குப் பாதை வகுத்துக் கொடுத்தது...

தூக்கக் கிறக்கத்திலும் தாயின் காதில் அந்த மெல்லிய காலடியோசை வாசற் புறத்தில் நெருங்கி வருவது கேட்டது. கதவை எச்சரிக்கையுடன் திறந்து கொண்டு யாரோ உள்ளே நுழைந்தார்கள்.

"தத்யானா, நீ படுத்து விட்டாயா?"

"இல்லை"

"அவள் தூங்கிவிட்டாளா?"

விளக்கின் சுடர் ஓங்கியது. ஒரு நிமிடம் அந்த இருளில் திக்கித் திணறிப் படபடத்தது. அந்த முஜீக், தாயின் படுக்கையின் அருகே வந்து, தனது கோட்டை எடுத்து அவளது பாதங்களைப் பதனமாகப் போர்த்தி மூடினான். அவனது பணிவிடையின் எளிமை தாயின் உள்ளத்தைத் தொட்டு விட்டது; அவள் புன்னகையோடு தன் கண்களை மீண்டும் மூடிக்கொண்டாள். ஸ்திபான் ஒன்றுமே பேசாமல் உடுப்புகளைக் கழற்றிவிட்டுப் பரணின் மீது ஏறிப் படுத்தான். மீண்டும் எங்கும் அமைதி நிலவியது.

தாய் அசையாமல் படுத்தவாறே இருளின் கனவுக் குரலை கேட்டுக்கொண்டு கிடந்தாள். அப்போது அவளது கண் முன்னால் ரத்தம் தோய்ந்த ரீபினின் முகம் நிழலாடித் தெரிந்தது.

மேலே பரணில் உசும்பும் சத்தம் கேட்டது.

"இந்த மாதிரி வேலையில் எப்படிப்பட்டவர்கள் ஈடுபடுகிறார்கள். பார்த்தாயா? வாழ்க்கை முழுவதும் சோகத்தையே அனுபவித்து அனுபவித்து உழைத்தவர்கள் ஈடுபட்டிருக்கிறார்கள். இந்த வயசிலே இவர்கள் ஓய்வெடுக்க வேண்டியதுதான் நியாயம். ஆனால் அதற்குப் பதிலாக இந்த மாதிரிக் காரியங்களில் ஈடுபட்டு வேலை செய்கிறார்கள். நீயும் இளமையாகவும், துடிப்பாகவும் தான் இருக்கிறாய்... இருந்தும் என்ன, ஸ்திபான்..."

அந்த முஜீக்கின் பதில் ஆழ்ந்த செழுமையான குரலில் ஒலித்தது:

"இறங்குவதற்கு முன்னால் முதலில் யோசிக்க வேண்டாமா?"

"இந்த மாதிரி நீ முன்னாலேயே சொல்லியிருக்கிறாய்."

இருவர் குரலும் ஒரு நிமிட நேரம் நின்று போயின. பிறகு ஸ்திபானின் குரல் ஒலித்தது.

"இப்படித்தான் ஆரம்பிக்க வேண்டும். முதலில் முஜீக்குகளிடம் தனித்தனியாகப் பேச வேண்டும். உதாரணமாக, அலெக்சி மாகவிடம் பேசத் தொடங்குவோம். அவன் படித்தவன்; உணர்ச்சி நிறைந்தவன்; அதிகாரிகளால் துன்பத்துக்கு ஆளானவன். செர்கேய் ஷோரின் அவனும் ஒரு புத்திசாலியான முஜீக்தான். கினியாசெவ் நேர்மையானவன்; பயப்படமாட்டான். ஆரம்பத்திலே இவர்கள் போதும். அவள் நமக்குச் சொன்னாளே, அந்த மாதிரி மக்களை நாமும் பார்க்கத்தான் வேண்டும். நான் ஒரு கோடாரியைத் தூக்கித் தோளில் போட்டுக்கொண்டு, விறகு பிளந்து கொடுத்துக் கொஞ்சம் மேல் வரும்படி சம்பாதிக்கப் போகிறவன் மாதிரி நகருக்குப் போய் வருகிறேன். நாம் மிகுந்த எச்சரிக்கையாக இருக்க வேண்டும். ஒரு மனிதனின் மதிப்பு அவன் செய்யும் வேலையில் இருக்கிறது என்று அவள் சொன்னாளே, அது ரொம்ப சரி. இன்று அந்த முஜீக் நடந்து கொண்டானே, அந்த மாதிரி. கடவுளின் முன்னால் கூட அவனைக் கொண்டுவந்து நிறுத்திப் பாரேன். அவன் தன் பிடியிலிருந்து கொஞ்சம் கூடத் தவற மாட்டான். சரி. நீ அந்த நிகீதாவைப் பற்றி என்ன நினைக்கிறாய்? மனச்சாட்சிக்கு ஆட்பட்டவன். இல்லையா? சரி."

"உங்கள் கண் முன்னாலேயே அவர்கள் ஒரு மனிதனை அடித்து நொறுக்குகிறார்கள். நீங்களானால் வாயைப் பிளந்துகொண்டு வெறுமனே வேடிக்கை பார்க்கிறீர்கள்."

"அவசரப்படாதே. அந்த மனிதனை நாங்களும் சேர்ந்துகொண்டு அடிக்காமல் விட்டோமே. அதை நினைத்து நீ சந்தோசப்பட வேண்டும்."

அவன் வெகுநேரம் வரையிலும் ரகசியம் பேசிக்கொண்டிருந்தான். சமயங்களில் சத்தத்தை மிகவும் குறைத்துப் பேசினான். எனவே, தாய்க்கு அநேகமாக ஒன்றும் கேட்கவில்லை. சமயங்களில் உச்சமாகவும் பேசினான். அப்படி பேசும்போது அவனுடைய மனைவி அவனைத் தடுத்து நிறுத்துவாள்.

"உஷ்! அவளை எழுப்பி விட்டுவிடப் போகிறாய்!"

தன்னைக் கவிந்து மேகம்போல் சூழ்ந்து வந்த தூக்கத்துக்குத் தாய் ஆளாகித் தூங்கலானாள்.

மங்கலான அருணோதயப் பொழுது அந்தக் குடிசையின் சன்னல் வழியாக எட்டிப் பார்க்கும் வேளையில், ராத்திரிக் காவல் ஓய்ந்ததை அறிவிக்கும் தேவாலய மணியோசை மிதந்து ஒலித்த நேரத்தில், தத்யானா தாயை உசுப்பி எழச் செய்தாள்.

"நான் தேநீர் தயாரித்து விட்டேன். முதலில் ஒரு கோப்பை தேநீரைக் குடியுங்கள். படுக்கையிலிருந்து எழுந்தவுடன் நேராகச் சென்றால் குளிர் உறைக்கும்.!

ஸ்திபான் தனது சிக்கலான தாடியைக் கோதிவிட்டவாறே தாயிடம் அவளது விலாசத்தைக் கேட்டான். ராத்திரியில் தோன்றியதைவிட, இப்போது அந்த முஜீக்கின் முகம் தெளிவாகவும் பரிபூரணமாகவும் தோன்றுவதுபோலத் தாய்க்குப்பட்டது.

"நடந்ததையெல்லாம் எண்ணிப் பார்க்க எவ்வளவு வியப்பாக இருக்கிறது" என்று அவர்கள் தேநீர் பருகும் சமயத்தில் சிரித்துக்கொண்டே சொன்னான் அவன்.

"என்னது?" என்று கேட்டாள் தத்யானா.

"நாம் ஒருவருக்கொருவர் பழகிப் போனதுதான் எவ்வளவு எளிதாக..."

"நமது வேலையோடு சம்பந்தப்பட்ட எல்லாவற்றிலுமே ஓர் அதிசயமான எளிமை இருக்கத்தான் செய்கிறது" என்று ஏதோ சிந்தித்தவாறே சொன்னாள் தாய்.

தாயிடம் விடைபெற்றுக் கொள்ளும்போது அவர்கள் எந்தவிதமான பரபரப்பையும் வெளிக்காட்டிக் கொள்ளவில்லை. அவர்கள் அவர்களிடம் பேசாமலே, தாங்கள் செய்யும் சின்னஞ் சிறிதான பற்பல செயல்களின் மூலம் அவளுக்குச் சௌகரியம் செய்து கொடுப்பதில் தாங்கள் எவ்வளவு அக்கறை கொண்டவர்கள் என்பதைக் காட்டிக்கொண்டார்கள்.

தபால் வண்டியில் ஏறி உட்கார்ந்ததுமே, தாய் நினைத்தாள். 'ஸ்திபான் ஒரு வயலெலியைப்போல மிகுந்த எச்சரிக்கையோடும் சத்தமின்றியும், களைப்படையாமலும் வேலை செய்யத் தொடங்குவான். அவனுடைய மனைவியின் குறைபாடுகள் அவன் காதுகளில் என்றென்றும் ஒலிக்கும். அவளது பசிய கண்களின் கூரிய ஒளி மறையவே மறையாது. தனது இறந்துபோன குழந்தைகளை எண்ணி, தாய்மையுணர்ச்சியோடு உறுமிக்கொண்டிருக்கும் அவளது பழிவாங்கும் எண்ணம் அவள் உயிர் வாழ்கின்ற வரையிலும் தீரவே தீராது.

அவள் ரீபினைப் பற்றியும் நினைத்துப் பார்த்தாள். அவனது ரத்தத்தை, அவனது முகத்தை அவனது கனன்றெரியும் கண்களை,

அவனது பேச்சையெல்லாம் நினைத்துப் பார்த்தாள். அந்த அகோரமான மிருகத்தனத்தை எண்ணி அவளது மனதில் நிர்க்கதியான நிலைமையின் கசப்புணர்ச்சி புகுந்து, அவளது இதயத்தைக் கசக்கி இறுக்கியது. நகருக்கு வந்து சேருகிற வரையிலும் வழியெல்லாம் அந்தக் காலைப் பொழுதின் மங்கிய பகைப் புலத்திலே மிகயீலின் உருவம்தான் அவள் கண் முன்னே உருவாகிக் கொண்டிருந்தது. அவனது கட்டுமஸ்தான, கரிய தாடி கொண்ட உருவத்தை, கந்தல் கந்தலாகக் கிழிந்த சட்டையோடும், பின்புறமாகக் கட்டிய கைகளோடும், பரட்டைத் தலையோடும் அவள் கண்டாள். எந்த உண்மைக்காக அவன் போராடுகிறானோ அதன்மீது கொண்ட நம்பிக்கையும், அது தாக்கப்படுவதால் எழுந்த கோபமும் நிறைந்து பொங்கும் மனிதனாக அவனைக் கண்டாள். பூமியோடு ஒட்டிக்கொண்டிருக்கும் எண்ணிறந்த கிராமங்களையும், அந்தக் கிராமங்களிலே நியாயத்தின் வருகையை வரவேற்க ரகசியமாகக் காத்திருக்கும் மக்களையும், எந்தவித எதிர்ப்புமின்றி, எதிர்கால சுபிட்சத்தில் எவ்வித நம்பிக்கையுமின்றி அர்த்தமற்ற உழைப்பிலேயே தமது வாழ்நாளையெல்லாம் போக்கிவிட்ட ஆயிரக்காணக்கான மக்கள் கூட்டத்தையும் அவள் எண்ணிப் பார்த்தாள்.

குன்றுகள் பெருத்துக் கரடு முரடாக, உழவற்றுக் கிடக்கும் நிலத்தைப்போல், உழுபவனை எதிர்நோக்கி ஆர்வத்தோடும் மௌனத்தோடும் காத்திருக்கும் தரிசு நிலம் போன்ற வாழ்க்கையை அவள் கற்பனைச் செய்து பார்த்தாள்.

அந்தத் தரிசு நிலம் சுதந்திரமான, நேர்மை நிறைந்த மனிதர்களை நோக்கி, "என் மீது சத்தியத்தையும் அறிவையும் விதைத்துப் பயிராக்குங்கள்; நான் உங்களுக்கு, உங்கள் உழைப்புக்கு நூறு மடங்காகப் பலன் அளிக்கிறேன்" என்று சொல்வது போலிருந்தது.

தன்னுடைய சொந்த முயற்சிகளால் தான் பெற்ற வெற்றியை அவள் மீண்டும் நினைவு கூர்ந்தபோது, அவளது உள்ளம் ஆனந்த வெறியால் அமைதியாகப் படபடத்தது. அந்த ஆனந்தத்தை அவள் நாணிக் கோணி உள்ளடக்கிக் கொண்டாள்.

19

நிகலாய் இவானவிச் அவளுக்குக் கதவைத் திறந்துவிட்டான், அவனது தலை கலைந்து போயிருந்தது; கையில் ஒரு புத்தகம் இருந்தது.

"அதற்குள்ளாகவா?" என்று உற்சாகமாகக் கூறினான் அவன். "நீங்கள் மிகவும் சுறுசுறுப்பான பேர்வழிதான்!"

அன்பு ததும்பும் கண்கள் அவனது மூக்குக் கண்ணாடிக்குப் பின்னே படபடவென்று இமை தட்டி விழித்தன. அவளது மேல் கோட்டைக் கழற்றுவதற்கு அவளுக்கு உதவினான்; அன்பு நிறைந்த புன்னகையோடு அவளது முகத்தைப் பார்த்தான்.

"நேற்றிரவு நம் வீட்டைச் சோதனை போட்டார்கள்" என்றான் அவன். "அதைக் கண்டு, போன இடத்தில் உங்களுக்கு ஏதாவது ஆபத்து நேர்ந்துவிட்டதோ என்று நான் பயந்து போனேன். ஆனால் அவர்கள் என்னைக் கைது செய்யவில்லை. உங்களைக் கைது செய்திருந்தால் என்னையும் அவர்கள் நிச்சயம் கொண்டுபோயிருப்பார்கள்."

அவளைச் சாப்பாட்டு அறைக்குள் அழைத்துச் சென்றான். போகும்போதே ஒரே உற்சாகத்தோடு பேசிக்கொண்டே போனான்.

"என் வேலை போய்விடும். அது நிச்சயம்தான். ஆனால், அது என்னைக் கொஞ்சம்கூடப் பாதிக்கவில்லை. மேசையடியிலே உட்கார்ந்து, குதிரைகள் வைத்திராத விவசாயிகளைக் கணக்கு எடுத்து எடுத்து எனக்கே எரிச்சலாய்ப் போய்விட்டது."

யாரோ ஒரு ராட்சதன் திடுமென்று வெறியோடு வெளியிலிருந்து சுவர்களை உலுக்கி வீட்டிலுள்ள சாமான்களையும் உருட்டித் தள்ளிய மாதிரி, அந்த அறையே ஒரே அலங்கோலமாய்க் கிடப்பதைத் தாய் கண்டாள். படங்கள் எல்லாம் தரை மீது இறைந்து கிடந்தன. சுவரில் ஒட்டியிருந்த காகிதங்களெல்லாம் கிழிபட்டு, துண்டு துண்டாக நாடாக்களைப்போல் தொங்கிக்கொண்டிருந்தன. ஒரு புறத்தில், தரையில் பதித்திருந்த பலகை அகற்றப்பட்டுக் கிடந்தது; ஒரு கண்ணாடிச் சட்டம் தகர்க்கப்பட்டிருந்தது. அடுப்புக் கரியும் சாம்பலும் தரையில் பரவிக் கிடந்தன. தனக்கு ஏற்கெனவே பழகிப் போன இந்தக் காட்சியைக் கண்டு தலையை அசைத்துக்கொண்டாள் தாய். நிகலாயின் முகத்திலே தோன்றும் ஒரு புதிய தன்மையை உணர்ந்து அவனையே கூர்ந்து நோக்கினாள்.

ஆறிப்போன தேநீர் பாத்திரம், கழுவப்படாத ஏனைய தட்டுகளோடு மேசை மீது அப்படியே இருந்தது. தட்டுகளில் வாங்கி வராமல் தாளில் பொட்டலம் கட்டி வாங்கி வந்த பாலாடையும், சாஸேஜும் அந்தந்தக் காகிதத்தில் அப்படியப்படியே கிடந்தன. மேசைத்துணி முழுவதிலும் அடுப்புக் கரியும் ரொட்டித் துண்டுகளும், புத்தகங்களும் குவிந்து கிடந்தன. தாய் லேசாகச் சிரித்தாள், நிகலாயும் பதிலுக்குக் குழப்பமாகப் புன்னகை புரிந்தான்.

"இந்த மாதிரிக் குழப்பத்தில் என் பங்கும் உண்டு. ஆனால், அது சரியாய்ப் போயிற்று, நீலவ்னா! அவர்கள் திரும்பவும்

வரக்கூடும் என்று நினைத்தேன். எனவேதான் நான் இவற்றை ஒழுங்குபடுத்தவில்லை. சரி, அது கிடக்கட்டும். நீங்கள் போய் வந்த விவரத்தைச் சொல்லுங்கள்."

அந்தக் கேள்வி அவள் இதயத்தில் திடுக்கென விழுந்து உலுப்பியது. மீண்டும் அவள் கண் முன்னால் ரீபினின் உருவம் தோன்றியது. வந்தவுடனேயே அவனைப் பற்றிப் பேசாதிருந்ததைக் குற்றம் என்றே அவள் உணர்ந்தாள். அவள் நிகலாயின் பக்கமாகக் குனிந்து, தான் போய் வந்த விவரத்தை அமைதியாக ஒன்று விடாமல் சொல்லத் தொடங்கினாள்.

"அவர்கள் அவனைக் கைது செய்துவிட்டார்கள்..."

நிகலாயின் முகத்தில் ஒரு நடுக்கம் ஓடி மறைந்தது.

"அப்படியா?"

அவனைக் கையமர்த்திவிட்டு, தான் ஏதோ நியாய தேவதையின் சந்நிதியில் நிற்பதுபோலவும், அந்தத் தேவதையிடம் ஒரு மனிதனுக்கு இழைக்கப்பட்ட சித்திரவதையைப் பற்றி வாதாடி வழக்காடுவதுபோலவும், அவள் மேலும் பேசத் தொடங்கினாள். நிகலாய் நாற்காலியில் சாய்ந்து கொண்டும், வெளிறிய முகத்தோடு அடிக்கடி உதட்டைக் கடித்துக்கொண்டும் அவள் கூறியதைக் கேட்டுக் கொண்டிருந்தான். அவன் தன் கண்ணாடியை மெதுவாகக் கழற்றியெடுத்து அதை மேசைமீது வைத்தான். தன் முகத்தில் ஏதோ கண்ணுக்குத் தெரியாத நூலாம்படை படிந்துவிட்டதுபோல் முகத்தைத் துடைத்துவிட்டுக் கொண்டான்.

அவனது முகபாவம் திடீரெனக் கூர்மை பெற்றது. கன்ன எலும்புகள் புடைத்துத் துருத்தின; நாசித் துவாரங்கள் நடுநடுங்கின. இந்த மாதிரி என்றுமே அவனை அவள் பார்த்ததில்லை; அவனது தோற்றம் அவளைப் பயமுறுத்தியது.

அவள் பேசி முடிந்தபிறகு அவன் எழுந்து தனது கைகளைப் பைகளுக்குள் அழுத்தி ஊன்றியவாறு கீழும் மேலும் நடந்தான்.

"அவன் ஒரு மகா புருஷனாய்த் தானிருக்க வேண்டும்" என்று பற்களை இறுகக் கடித்தவாறே அவன் முணுமுணுத்தான். "சிறையில் இருப்பது அவனுக்குத் துயரமாய்த் தானிருக்கும், அவன் போன்ற ஆட்களுக்கு அது சிரமம்தான்."

அவன் தனது கைகளை அழுத்தியவாறே தனது உணர்ச்சி வேகத்தைத் தணித்துப் பார்த்தான். எனினும் அவனது நிலைமையைத் தாய் உணர்ந்துகொண்டாள்; அது தாய்க்குத் தானாகவே தெரிந்தது. அவன் தன் கண்களைச் சுருக்கினான்;

கண்கள் கத்தி முனையைப்போல் நீண்டு சுருங்கின. மீண்டும் அவன் மேலும் கீழும் நடந்தவாறே அடங்கிக் குமுறும் கோபத்தோடு பேசத் தொடங்கினான்:

"இந்தப் பயங்கரத்தை எண்ணிப் பாருங்கள். மக்களின் மீது தமக்குள்ள ஆதிக்கத்தை நிலை நிறுத்த வேண்டும் என்கிற வெறியுணர்ச்சியில், ஒரு சில அயோக்கிய ஆட்கள் ஒவ்வொரு வரையும் உதைக்கிறார்கள்; நெரிக்கிறார்கள்; நசுக்குகிறார்கள். காட்டுமிராண்டித்தனம் பெருகி வருகிறது; கொடுமையே வாழ்க்கையின் நியதியாகி விடுகிறது! இதைக் கொஞ்சம் நினைத்துப் பாருங்கள். அவர்களில் சிலர் மக்களை அடித்து நொறுக்கி, மிருகங்களைப்போல் நடந்து கொள்கிறார்கள். ஏனெனில், சட்டம் தங்களை எதுவும் செய்யாது என்பதை அவர்கள் அறிந்து வைத்திருக்கிறார்கள். சித்திரவதை செய்வதில் அவர்கள் மோகவிகாரம் கொண்டு திரிகிறார்கள். அடிமைகளின் அடங்காத பைத்திய வெறியைப் பயன்படுத்தி, அந்த அடிமை மக்களின் அடிமை உணர்ச்சிகளையும், மிருக குணங்களையும் அவற்றின் பரிபூரண வேகத்தோடு பாய்ந்து குதறும்படி அவிழ்த்துவிட்டு விடுகிறார்கள். வேறுசிலர் பழிக்குப் பழி வாங்கும் நச்சு ஆசைக்கு ஆளாகிறார்கள். தாம் வாங்கிய அடி உதைகளால் ஊமையாகவும் செவிடாகவும் போகிறார்கள் சிலர். மக்கள் குலத்தையே சீர்குலைத்து விட்டார்கள்.!"

அவன் பேச்சை நிறுத்திவிட்டு மௌனமாகப் பற்களைக் கடித்தான்.

"இந்த மாதிரியான மிருக வாழ்க்கையில், நீ உன்னையும் மீறி மிருகமாகிவிட முடிகிறது!"

அவன் தன் உத்வேகத்தை அடக்கியாண்டவாறே அழுதுகொண்டிருந்த தாயின் பக்கமாக அமைதியோடு திரும்பி, தனது கண்களில் பிரகாசிக்கும் நிலையான ஒளியோடு அவளைப் பார்த்தான்.

"நாம் நேரத்தை வீணில் போக்கக் கூடாது, நீலவ்னா. நாமே முன்னின்று நமது காரியங்களைக் கவனிக்கலாம்..."

சோகம் நிறைந்த புன்னகையோடு அவள் பக்கமாகச் சென்று அவள் கரத்தைப் பற்றிப் பிடித்துக்கொண்டு கேட்டான்:

"உங்கள் பெட்டி எங்கே?"

"சமையலறையில்."

"நம் வீட்டு வாசலில் உளவாளிகள் திரிகிறார்கள். அதிலுள்ள அவ்வளவையும் அவர்கள் கண்ணில் படாமல் நாம் வெளியே

கொண்டுபோக முடியாது. அவற்றை மறைத்து வைப்பதற்கும் இடமில்லை. இன்று ராத்திரி அவர்கள் மீண்டும் சோதனை போட வருவார்கள் என்றே நினைக்கிறேன். எனவே – எவ்வளவு வருத்தம் தரத்தக்கதாயிருந்தாலும் சரி – நாம் அவற்றைச் சுட்டுப் பொசுக்கிவிட வேண்டியதுதான்."

"எவற்றை?"

"டிரங்குப் பெட்டியிலிருக்கிறதே – அவற்றை!"

தாய் புரிந்து கொண்டாள். அவள் எவ்வளவுதான் வருத்தங்கொண்டிருந்த போதிலும், தனது காரிய சாதனையை எண்ணி அவள் மனதில் ஏற்பட்ட பெருமையுணர்ச்சி புன்னகையாக உருவெடுப்பதை அவளால் தடுக்க முடியவில்லை.

"அதில் ஒன்றுமே கிடையாது – அதில் ஒரு துண்டுக் கடுதாசி கூடக் கிடையாது!" எனக் கூறிவிட்டு, அதன் பின்னர் தான் ஸ்திபான் சுமக்கோவைச் சந்தித்த விவரத்தையெல்லாம் கொஞ்சங் கொஞ்சமாக உற்சாகத்துடன் சொல்ல ஆரம்பித்தாள்.

ஆரம்பத்தில் நிகலாய் முகத்தைச் சுளித்தவாறே ஆர்வத்தோடு கேட்டான்; ஆனால் அந்தச் சுளிப்பு சீக்கிரமே மறைந்து, அவன் முகத்தில் வியப்புக்குறி படர்ந்தது. இறுதியில் அவன் உணர்ச்சிப் பரவசமாகி அவள் பேச்சில் குறுக்கிட்டுக் கத்தினான்:

"அபாரம்! மாபெரும் வேலை!"

அவன் அவள் கைகளை இறுகப் பற்றி மெதுவாகச் சொன்னான்:

"உங்களுக்கு மக்களிடம் ஆழ்ந்த நம்பிக்கை இருக்கிறது... உங்களை நான் என் சொந்தத் தாய்போலவே நேசிக்கிறேன்.!"

அவன் ஏன் இப்படி உணர்ச்சி வசப்பட்டு உற்சாகமடைகிறான் என்பதைப் புரிய முடியாமல் அவனை வியப்போடு கூர்ந்து நோக்கியவாறே புன்னகை புரிந்தாள் தாய்.

"பொதுவாக இது மகத்தான காரியம்!" என்று கூறிக்கொண்டே அவன் தன் கைகளைத் தேய்த்துக் கொண்டான்; மெதுவாகச் சிரித்தான். "கடந்த சில நாட்களில், எனக்குப் பொழுது மிகவும் அருமையாகக் கழிந்தது. முழு நேரமும் தொழிலாளர்கள் மத்தியிலே கழிந்தது; அவர்களுக்கு நான் பாடம் சொன்னேன்; அவர்களோடு பேசினேன். அவர்களைக் கண்டுணர்ந்தேன். என் இதயத்திலே ஏதோ ஒரு புனிதமான பரிபூரணமாக வியப்பூட்டும் உணர்ச்சி நிறைந்து ததும்புகிறது. அவர்கள் எவ்வளவு அருமையான மனிதர்கள், நீலவ்னா! நான் வாலிபத் தொழிலாளர்களைப் பற்றி பேசுகிறேன். அவர்கள் எவ்வளவு பலமும், உணர்ச்சியும் அறிவுத் தாகமும்

தொ.மு.சி. ரகுநாதன் | 439

பெற்றவர்களாயிருக்கிறார்கள்! அவர்களைப் பார்க்கும்போது என்றாவது ஒரு நாள் ருஷ்ய தேசம்தான் உலகிலேயே தலை சிறந்த மக்களாட்சி நாடாக விளங்கப் போகிறது என்கிற எண்ணம்தான் நமக்கு உண்டாகும்!"

அவன் தன் கூற்றை அழுத்தமாக ஆமோதிப்பதைப்போல் சபதம் எடுப்பதுபோல் கரத்தை நீட்டினான். பிறகு ஒரு கணநேரம் கழித்து மேலும் பேசத் தொடங்கினான்:

"இந்தப் புத்தகங்களோடும் உருவங்களோடும் உட்கார்ந்து உட்கார்ந்து எனக்குப் புளித்தே போய்விட்டது. சுமார் ஒரு வருட காலம் இந்த மாதிரி வாழ்க்கையை – பயங்கர வாழ்க்கையை – வாழ்ந்தாயிற்று. நான் தொழிலாளரோடு வாழ்ந்து பழக்கப்பட்டவன். ஆனால், நான் மிகுந்த சிரமத்தோடும் பதனத்தோடும் அவர்களிடமிருந்து தனிமைப்பட்டு வாழ்வதாகவும் எனக்குத் தோன்றுகிறது. ஆனால் இப்போதோ நான் மீண்டும் சுதந்திர மனிதனாக வாழ்கிறேன். நான் இனிமேல் முழு நேரம் அவர்களோடு வாழ வேண்டும்; அவர்களோடு உழைக்க வேண்டும். நான் சொல்வது புரிந்ததா? இளமை நிறைந்த சிருஷ்டி சக்தியின் முன்னிலையிலே, புதிய சிந்தனைகள் என்னும் பிள்ளைத் தொட்டிலருகேயே நான் வளர்ச்சி பெற வேண்டும். அது அபூர்வமான அழகான வளர்ச்சி, பிரமாண்டமான உணர்ச்சிக் கிளர்ச்சி. அப்படிப்பட்ட வாழ்க்கை ஒரு மனிதனை இளைஞனாக்குகிறது; பலசாலியாக்குகிறது. அதுவே வாழ்க்கையின் செழிப்பு நிறைந்த மார்க்கம்..!"

அவன் ஆனந்தப் பரவசத்தோடும் குழப்பத்தோடும் சிரித்தான். அவனது ஆனந்தத்தைத் தானும் உணர்ந்து, அதில் பங்கெடுத்துக்கொண்டாள் தாய்.

"மேலும் – நீங்கள் ஓர் அற்புதமான பிறவி" என்றான் நிகலாய். "எவ்வளவு தெள்ளத் தெளிவாக மக்களைப் பற்றி வருணிக்கிறீர்கள்! எவ்வளவு நன்றாக அவர்களைப் புரிந்து கொண்டிருக்கிறீர்கள்!"

அவன் தாயின் அருகே உட்கார்ந்தான். முதலில் தனது பிரகாசம் பொருந்திய முகத்தை ஒரு புறமாகத் திருப்பிக்கொண்டு, தனது உணர்ச்சிக் குழபத்தை மறைப்பதற்காக, பிடரி மயிரைக் கோதிவிட்டுக்கொண்டிருந்தான். ஆனால், சீக்கிரமே அவன் தாயைத் திரும்பி நோக்கினான். அவளோ தனது அனுபவங்களை ஒன்றுவிடாமல் தெள்ளத் தெளிவாகப் படம் பிடித்துக் காட்டுவதுபோல, எளிய வார்த்தைகளால் விவரித்துச் சொன்னாள்.

"பேரதிருஷ்டம்தான்!" என்று வியந்தான் அவன்; "உங்களைச் சிறையில் தள்ளுவதற்கு எத்தனையோ சந்தர்ப்பங்கள்

இருந்திருக்கின்றன, இருந்தாலும்... ஆமாம், விவசாயிகள் விழிப்புற்று எழத் தொடங்கிவிட்டார்கள் என்பது நன்றாகத் தெரிகிறது; அது ஒன்றும் அதிசயமில்லை. இயற்கைதானே! அந்தப் பெண் – அவளை நான் நன்றாகக் கற்பனை செய்து பார்க்க முடிகிறது. கிராமந்திரப் பிரதேசங்களில் உழைப்பதற்கென்று நாம் சில தனிமையான ஆட்களை நியமிக்க வேண்டும். நம்மில் போதுமான ஆட்கள் இல்லையே! நமக்கு நூற்றுக்கணக்கான தோழர்கள் வேண்டும்!"

"பாவெல் மட்டும் வெளியில் இருந்தால் – அந்திரேயும் இருந்தால்..!" என்று மெதுவாகச் சொன்னாள் தாய்.

அவன் அவளைப் பார்த்தான்; உடனே கண்களைத் தாழ்த்திக்கொண்டான்.

"நீலவ்னா, நான் சொல்லப் போகும் விசயம் உங்களுக்குச் சிரமம் தருவதாயிருக்கலாம். நான் பாவெலை நன்றாக அறிவேன். அவன் சிறையிலிருந்து தப்பியோடி வரவே மாட்டான். அதுமட்டும் எனக்கு நிச்சயம். அவன் விசாரணைக்குத் தயாராயிருக்கவே விரும்புகிறான். விசாரணையின் மூலம் தனது முழு உருவையும் காட்ட நினைக்கிறான். அதற்காகக் கிடைத்த சந்தர்ப்பத்தை அவன் உதறித் தள்ளமாட்டான். ஏன் தள்ள வேண்டும்? அவன் சைபீரியாவிலிருந்து ஓடிவந்து விடுவான்."

தாய் பெருமூச்செறிந்துவிட்டு மெதுவாகக் கூறினாள்:

"ஆமாம். அதெல்லாம் அவனுக்கு நன்றாகத்தான் தெரியும்..."

"ஹூம்!" என்று தன் கண்ணாடி வழியாக அவனைப் பார்த்துக்கொண்டு மறுகணமே சொன்னான் நிகலாய். "உங்களுடைய அந்த முஜீக் தோழன் சீக்கிரமே வந்து நம்மைப் பார்ப்பான் என்றே நம்புகிறேன். ரீபினைப் பற்றி விவசாயிகளுக்கு ஒரு துண்டுப் பிரசுரம் எழுதியாக வேண்டும். அவன் இவ்வளவு பகிரங்கமாக வெளிவந்துவிட்டதால், இந்தத் துண்டுப் பிரசுரத்தால் அவனுக்கு எந்தக் கெடுதியும் விளையாது. நான் இன்றே எழுதிவிடுகிறேன். லுத்மீலா அதைச் சீக்கிரமே அச்சடித்துக் கொடுத்து விடுவாள்... ஆனால், இந்தப் பிரசுரத்தை அவர்களிடம் எப்படிக் கொண்டுபோய்ச் சேர்ப்பது?"

"நான் கொண்டுபோகிறேன்."

"இல்லை; நன்றி! நீங்கள் வேண்டாம்" என்று அவசரமாகச் சொன்னான் நிகலாய். "நிகலாய் வெஸோவ்ஷிகோவால் முடியுமா என்று யோசிக்கிறேன்."

"அவனிடம் நான் கேட்டுப் பார்க்கட்டுமா?"

"முயன்று பாருங்கள். எப்படியெப்படிச் செய்ய வேண்டும் என்பதையும் அவனுக்குச் சொல்லிக் கொடுங்கள்."

"ஆனால், நான் என்ன செய்வது?"

"கவலைப்படாதீர்கள். உங்களுக்கு வேறு வேலை பார்க்கலாம்."

அவன் எழுத உட்கார்ந்தான். மேசையைச் சீர்படுத்திக்கொண்டே, அவள் அவனைக் கவனித்தாள். வரிவரியாக வார்த்தைகளை நிரப்பிச் செல்லும் அவனது விரல்களினால் பேனா நடுநடுங்கிச் செல்வதைப் பார்த்தாள். சமயங்களில் அவனது கழுத்துத் தசை நெளிந்து அசைந்தது. அவன் தன் தலையைப் பின்னால் சாய்த்துக் கண்களை மூடியவாறு யோசிக்கும் போது, அவனது மேவாயின் நடுக்கத்தை அவளால் காண முடிந்தது. இது அவளது ஆர்வத்தைப் பெருக்கியது.

"தயாராகிவிட்டது" என்று கூறிக்கொண்டே, அவன் எழுந்தான். "இதோ, இந்தக் காகிதத்தை உடம்பில் எங்கேயாவது மறைத்து வைத்துக்கொள்ளுங்கள். ஆனால் போலீஸார் வந்து உங்களைச் சோதனை போட ஆரம்பித்து விட்டால்.."

"அவர்கள் நாசமாய்ப் போக!" என்று அமைதியாகச் சொன்னாள் அவள்.

அன்று மாலையில் டாக்டர் இவான் தனீலவிச் அங்கு வந்தான்.

"இந்த அதிகாரிகளுக்குத் திடீரென்று என்ன கொள்ளை வந்துவிட்டது?" என்று கேட்டுக்கொண்டே அறையில் குறுக்கும் மறுக்கும் நடந்தான் அவன். "நேற்று ராத்திரி அவர்கள் ஏழு வீடுகளைச் சோதனை போட்டிருக்கிறார்கள், சரி. நோயாளி எங்கே?"

"அவன் நேற்றுப் போய் விட்டான்" என்றான் நிகலாய். "இன்று சனிக்கிழமை. அரசியல் வகுப்புக்குப் போகாமல் அவனால் இருக்க முடியவில்லை."

"அது முட்டாள்தனம், உடைந்து போன மண்டையோடு அரசியல் வகுப்புக்குச் சென்று உட்காந்திருப்பது முட்டாள் தனம்..."

"நானும் அவனுக்கு எவ்வளவோ சொல்லிப் பார்த்தேன். ஒன்றும் பயனில்லை."

"ஒருவேளை தான் அடிபட்டிருப்பதைத் தன் தோழர்களிடம் காட்ட வேண்டுமென்று விரும்பினானோ என்னவோ?" என்றாள் தாய். 'இதோ என்னைப் பாருங்கள். நான் ஏற்கெனவே ரத்தம் சிந்திவிட்டேன்' என்று சொல்ல நினைத்தான் போலிருக்கிறது..."

அந்த டாக்டர் தாயைப் பார்த்தான். போலிக் கடுமையோடு முகபாவத்தை மாற்றி முகத்தைச் சுளித்துக்கொண்டு சொன்னான்:

"அடடே! நீங்கள் எவ்வளவு கல்நெஞ்சுப் பிறவி!"

"சரி. இவான்! நீ இங்கேயே இருப்பதற்கு எந்தக் காரணமும் இல்லை. சீக்கிரமே போய்விடு. நாங்கள் 'விருந்தாளிகளை' எதிர்நோக்கிக் கொண்டிருக்கிறோம். நீலவ்னா, அந்தத் தாளை இவனிடம் கொடுங்கள்."

"இன்னொரு தாளா?" என்று வியந்தான் டாக்டர்.

"ஆமாம். அதை எடுத்துக்கொண்டுபோய், அச்சாபீசிலே கொடுத்து விடு."

"சரி. நான் அதை வாங்கிக்கொண்டேன்! போய் கொடுத்து விடுகிறேன். வேறு ஏதாவது உண்டா?"

"ஒன்றுமில்லை. வாசல்புறத்தில் ஓர் உளவாளி நின்று கொண்டிருக்கிறான்."

"அவனை நானும் பார்த்தேன். என் வீட்டு வாசலிலும் ஒருவன் நிற்கிறான். சரி, வருகிறேன். ஏ, கல்நெஞ்சுக்காரி! நான் வருகிறேன். தோழர்களே, சந்தர்ப்பவசமாக, அந்த இடுகாட்டு சம்பவத்தால் நன்மைதான் விளைந்திருக்கிறது. நகர் முழுவதுமே அதைப் பற்றித்தான் பேச்சாயிருக்கிறது. அதைப் பற்றி நீ எழுதிய பிரசுரம் ரொம்ப நல்ல பிரசுரம்; மேலும், அது சரியான சமயத்தில் வெளிவந்துவிட்டது. 'மோசமான முறையில் சமாதானமாவதைவிட, நல்ல முறையில் சண்டையிட்டுப் பார்ப்பதே மேலானது' என்று நான் எப்போதும் சொல்லி வந்திருக்கிறேன்."

"சரிதான். நீ புறப்படு."

"நீ மிகுந்த தாராள குணமுடையவன் என்று நான் சொல்ல மாட்டேன். நீலவ்னா, கை கொடுங்கள். அந்தப் பையன் நிச்சயம் முட்டாள்தனமான காரியத்தைத்தான் செய்து விட்டான். அவன் எங்கு வசிக்கிறான் என்பது உனக்குத் தெரியுமா?"

நிகலாய் அவனது விலாசத்தைக் கொடுத்தான்.

"நாளை நான் அவனைப் போய்ப் பார்க்கிறேன். அருமையான பையன், இல்லையா?"

"ஆமாம்."

"அவனை எச்சரிக்கையோடு கவனிக்க வேண்டும். அவனுக்கு நல்ல மூளை இருக்கிறது" என்று வெளியே போகும்போது

பேசிக்கொண்டே சென்றான் அந்த டாக்டர்: "வர்க்க பேதமற்ற அந்த மேலுலகத்திற்கு நாம் செல்லும்போது அவனைப் போன்ற நபர்கள்தான் பாட்டாளி வர்க்கத்தின் அறிவாளிகளாக வளர்ச்சி பெற்று உருவாக வேண்டும்."

"இவான், நீ ரொம்ப ரொம்ப வாயளக்க ஆரம்பித்துவிட்டாய்."

"ஏனெனில் நான் உற்சாக வெறியோடிருக்கிறேன்." "அப்படியானால், நீ சிறைக்குப் போவதைத்தான் எதிர்நோக்கி இருக்கிறாய் இல்லையா? போ, போ. போய் நன்றாக ஓய்வு பெற்றுக்கொள்."

"நன்றி. நான் ஒன்றும் களைத்துப் போகவில்லை."

அவர்களது பேச்சைக் கேட்டுக்கொண்டிருந்த தாய், அவர்கள் அந்தத் தொழிலாளி வர்க்கச் சிறுவனின் மீது கொண்டுள்ள அன்பைக் கண்டு மிகுந்த மனமகிழ்ச்சி அடைந்தாள்.

டாக்டர் சென்றபின் தாயும் நிகலாயும் சாப்பிட உட்கார்ந்தார்கள்; தங்களது இரவு விருந்தினர்களை எதிர்நோக்கி அமைதியாகப் பேசிக் கொண்டிருந்தார்கள். நாடு கடத்தப்பட்ட தோழர்களைப் பற்றியும், அவர்களில் தப்பியோடி மீண்டும் ஊருக்குள் வந்தவர்களைப் பற்றியும், வெவ்வேறு பெயர்களில் அவர்கள் தங்களது இயக்க வேலையைத் தொடர்ந்து செய்து வருவதைப் பற்றியும், நிகலாய் தாயிடம் விளக்கிக் கூறினான். புத்துலக சமுதாயத்தை உருவாக்குவதில் தங்களைப் பரிபூரணமாக அர்ப்பணித்துவிட்ட அந்தப் புனிதமான, அடக்கமான வீரர்களைப் பற்றிய கதைகளை அந்த அறைச் சுவர்கள் கேட்டன; நம்ப இயலாத வியப்போடு அந்தக் கதைகளை அப்படியே ஏற்றுக் கொள்ளாமல் எதிரொலித்தன. அறியப்பட முடியாத மனிதர்களின் மீது ஏற்படும் அன்புணர்ச்சியால் இதயத்திற்குச் சூடேற்றி, வெதுவெதுப்பான ஒன்று அப்பெண்மணியை இதமாகச் சூழ்ந்தது. அந்த வீரர்கள் அனைவரும் அச்சமென்பதையே அறியாத ஒரு மாபெரும் பேருருவாக உருண்டு திரண்டு உருப்பெற்று பூமியின்மீது மெதுவாக, எனினும் நிச்சய தீர்க்கத்தோடு, முன்னேறி வருவதாகவும், அழுகி நாற்றமெடுக்கும் பண்டைப் பொய்மைகளையெல்லாம் தமது பாதையிலிருந்து விலக்கித் தூர எறிந்து, எளிய தெளிந்த வாழ்க்கையின் உண்மைத் தத்துவத்தை மக்களுக்கு எடுத்துக் காட்டுவதற்காக, முனைந்து முன்னேறுவது போலவும் தாய் கற்பனை செய்து பார்த்தாள். அந்த மாபெரும் உண்மை, புத்துயிர் பெற்ற அந்தச் சத்தியம், ஒரே மாதிரியாக எல்லோரையும் தன்னிடம் அழைக்கிறது. பேராசை, பொறாமை, பொய்மை – என்கிற மூன்று ராட்சச மிருகங்கள் தமது வெறிபிடித்த சக்தியினால் உலகம் பூராவையும் அடிமைப்படுத்தி, கொடுமைப்படுத்தி வைத்திருப்பதையெல்லாம்

தகர்த்து, ஒவ்வொருவருக்கும் உண்மையான விடுதலையை உத்தரவாதம் அளிக்கும்... இந்தக் கற்பனை இயல்வடிவான எண்ணம் அவளது மனதில் ஓர் உணர்ச்சியைக் கிளப்பியது. மற்ற நாட்களைவிட எளிதாக இருந்த அந்த நாட்களில், அவள் விக்ரகத்தின் முன் மண்டியிட்டுத் தொழும்போது, அவள் உள்ளத்தில் எம்மாதிரி உணர்ச்சி பொங்கியதோ அம்மாதிரி உணர்ச்சிதான் அவளுக்கு இப்போதும் ஏற்பட்டது. இப்போதோ, அவள் அந்த நாட்களையெல்லாம் மறந்து விட்டாள். எனினும் அந்த நாட்களில் மனதில் எழுந்த உணர்ச்சி மட்டும் விரிந்து பெருகி, முன்னைவிடக் குதூகலமும் பிரகாசமும் பொருந்தியதாக வளர்ந்து, அவளது இதய பீடத்தின் ஆழத்திலே இடம்பிடித்து, ஒளிமயமான தீபச் சுடராக நின்றெரிந்தது.

"போலீஸ்காரர்கள் வருவதாகத் தெரியவில்லையே!" என்று திடீரெனச் சொன்னான் நிகலாய்.

"அவர்கள் நாசமாய்ப் போகட்டும் என்றேனே" என்று அவனை விருட்டெனத் திரும்பிப் பார்த்தவாறே சொன்னாள் தாய்.

"உண்மைதான். ஆனால், நீலவ்னா, நேரமாகிவிட்டது. கொஞ்ச நேரமாவது படுத்துத் தூங்குங்கள். மிகவும் களைத்துப் போயிருப்பீர்கள். உங்களுக்கு அற்புதமான மனோதிடம் இருக்கிறது என்பதை நான் மறுக்கவில்லை. இந்த அபாயத்தையும் அயர்ச்சியையும் ரொம்பவும் சுளுவாகத் தாங்கிக் கொள்கிறீர்கள். ஆனால் உங்கள் தலைமயிர் மட்டும் விறுவிறுவென்று நரை தட்டி வருகிறது. சரி, போய்ப் படுத்துக் கொஞ்ச நேரமாவது களைப்பாறுங்கள்."

20

சமையலறைக் கதவை யாரோ ஓங்கித் தட்டுவதைக் கேட்டு, திடுக்கிட்டு விழித்தெழுந்தாள் தாய் கதவைத் தட்டியது யாரோ? எனினும் இடைவிடாது பலத்துத் தட்டிக்கொண்டே யிருந்தார்கள். சுற்றிச் சூழ இருளும் அமைதியும் நிலவியிருந்தன; கதவைத் தட்டும் அந்த பலத்த ஓசை இருளினூடே பயப்பீதியை நிரப்பியொலித்தது. தாய் அவசர அவசரமாக எதையோ எடுத்து உடுத்திக்கொண்டு, சமையலறைக்குள் சென்றாள், கதவருகே ஒரு கணம் தயங்கினாள்.

"யாரது?" என்று கேட்டாள்.

"நான்தான்" என்றது ஒரு பழகாத குரல்.

"யார்?"

"கதவைத் திறவுங்கள்" என்ற தணிந்த குரலில் வந்தது பதில்.

தாய் நாதாங்கியைத் தள்ளினாள்; கதவைக் காலால் தள்ளித் திறந்தாள். இக்நாத் உள்ளே வந்தான்.

"நான் இடம் தவறி வந்துவிடவில்லை" என்று உற்சாகத்தோடு கத்தினான் அவன்.

அவனது இடுப்பு வரையிலும் சேறு தெறித்துப் படிந்திருந்தது; அவனது முகம் கறுத்து, கண்கள் குழி விழுந்து போயிருந்தன. அவனது தொப்பிக்குள்ளிருந்து எல்லாப் பக்கத்திலும் அவனது சுருட்டைத் தலைமயிர் துருத்திக்கொண்டு வெளிவந்திருந்தது.

"நாங்கள் அபாயத்திலிருக்கிறோம்" என்று கதவை அடைத்துக்கொண்டே ரகசியமாகச் சொன்னான் அவன்.

"எனக்குத் தெரியும்."

அவள் கூறியதைக் கேட்டு அந்த வாலிபன் ஆச்சரியம் அடைந்தான்.

"உங்களுக்கு எப்படித் தெரியும்?" என்று திருகத் திருக விழித்தவாறே கேட்டான் அவன்.

அவள் சுருக்கமாக விளக்கிச் சொன்னாள்.

"உன்னுடைய அந்த இரண்டு தோழர்களையும் கூட, அவர்கள் கொண்டுபோய்விட்டார்களா?"

"அவர்கள் அங்கில்லை, ஆஜர் கொடுக்கச் சென்றிருந்தார்கள். மிகயீல் மாமாவையும் சேர்த்து இதுவரை ஐந்து பேரைக்கொண்டு போய்விட்டார்கள்."

அவன் ஆழ்ந்த பெருமூச்செடுத்தான்; லேசாகச் சிரித்துக் கொண்டே சொன்னான்:

"நான் மட்டும் தப்பிவிட்டேன். இப்போது அவர்கள் என்னைத் தேடித் திரிந்து கொண்டிருப்பார்கள்."

"நீ எப்படித் தப்பிவர முடிந்தது?" என்று கேட்டாள் தாய். அடுத்த அறையின் கதவு லேசாகத் திறந்து கிடந்தது.

"நானா?" என்று கூறிக்கொண்டே ஒரு பெஞ்சின் மீது உட்கார்ந்து சுற்றுமுற்றும் பார்த்தான் இக்நாத். "அவர்கள் வருவதற்கு ஒன்றிரண்டு நிமிடங்களுக்கு முன்னால், அந்தக் காட்டு ஷிகாரி நமது குடிசைக்கு ஓடிவந்து, சன்னலைத் தட்டினான். 'எச்சரிக்கையடா, பயல்களா! அவர்கள் உங்களைத் தேடி வருகிறார்கள்' என்று சொன்னான்."

அவன் அமைதியாகச் சிரித்துக்கொண்டே, முகத்தைக் கோட்டுத் துணியில் துடைத்துக்கொண்டான்.

"சரி. கடப்பாரையைக்கொண்டு தாக்கினாலும், மிகயீல் மாமாவைக் கொஞ்சம்கூட அசைக்க முடியாது. அவன் சொன்னான்: "இக்நாத்! சீக்கிரமே நகருக்கு ஓடிப் போய்விடு, அந்தப் பெரிய பெண்ணை உனக்கு ஞாபகமிருக்கிறதா?" என்று சொல்லிக்கொண்டே, ஒரு சீட்டு எழுதினான். 'இதோ, இதை அவளிடம் கொண்டுபோய்க் கொடு' என்றான். எனவே நான் புதர்களின் வழியாக ஊர்ந்து ஒளிந்து வந்தேன். அவர்கள் வரும் சத்தம் கூட எனக்குக் கேட்டது. அந்தப் பிசாசுகள் நாலா திசைகளிலிருதும் சுற்றி வளைத்துப் பதுங்கி வந்தார்கள். எங்கள் தார் எண்ணெய்த் தொழிற்சாலையையே சூழ்ந்து வளைத்துக்கொண்டார்கள். நான் புதர்களுக்குள்ளேயே பதுங்கிப் பம்மிக் கிடந்தேன். அவர்கள் என்னைக் கடந்து அப்பால் சென்றார்கள். உடனே நான் எழுந்து வெளியே வந்து என்னால் ஆனமட்டும் ஓட்டம் பிடித்தேன். இரண்டு நாள் இரவிலும், ஒருநாள் பகலிலுமாக நான் நிற்காமல் நடந்து வந்திருக்கிறேன்."

தான் செய்த காரியத்தை எண்ணி அவனே திருப்திப்பட்டுக் கொள்வது தெளிவாகத் தெரிந்தது. அவனது கபில நிறக் கண்களில் களிப்புத் துள்ளாடியது; பெரிய சிவந்த உதடுகள் துடிதுடித்துக் கொண்டிருந்தன.

"சரி. நான் ஒரே நிமிடத்தில் உனக்குத் தேநீர் தயார் செய்கிறேன்" என்று கூறிக்கொண்டே தேநீர்ப் பாத்திரத்தின் அருகே சென்றாள் தாய்.

"இதோ, அந்தச் சீட்டு."

அவன் மிகுந்த சிரமத்தோடு, முணுமுணுத்துக் கொண்டும் வேதனையால் முகத்தை நெரித்துக் கொண்டும் தன் காலையெடுத்து பெஞ்சின் மீது போட்டான்.

நிகலாய் வாசல் நடையில் வந்து நின்றான்.

"வணக்கம், தோழா!" என்று கண்களைச் சுருக்கி விழித்தவாறே சொன்னான் அவன். "இருங்கள். நான் உங்களுக்கு உதவுகிறேன்."

அவன் இக்நாத்தின் காலருகே குனிந்து, காலுறைகளுக்குப் பதிலாக, காலில் சுற்றப்பட்டிருந் அழுக்கடைந்த ஈரத்துணிகளை அவிழ்த்துவிட்டான்.

"வேண்டாம்" என்று வியப்போடு கூறியவாறே அந்த வாலிபன் தன் காலை இழுத்துக்கொண்டே, தாயை அதிசயத்தோடு பார்த்தான்.

"அவனது கால்களை, கொஞ்சம் ஓட்கா மது தடவித் தேய்த்துவிட வேண்டும்" என்று அவன் தன்னைப் பார்த்ததைக் கவனிக்காமலே கூறினாள் தாய்.

"ஆமாம்!" என்றான் நிகலாய்.

கலக்கத்தால், கனைத்து இருமிக் கொண்டான் இக்நாத். நிகலாய் அந்தச் சீட்டை எடுத்தான்; கசங்கியிருந்த அந்தச் சீட்டை நீட்டி நிமிர்த்தி, தன் கண்களுக்கு அருகே கொண்டு போய் அதை வாசித்தான்:

"அம்மா! எங்கள் இயக்கத்தை நீ கவனிக்காமல் விட்டுவிடாதே. உன்னோடு வந்தாளே, அந்த நெட்டைப் பெண் அவளிடம் சொல்லி, எங்களது காரியங்களைப் பற்றி இன்னும் அதிகமாக எழுதச் சொல். போய் வருகிறேன் – ரீபின்."

நிகலாய் சீட்டை வைத்துக் கொண்டிருந்த கையை மெதுவாகத் தளர விட்டான்.

"எவ்வளவு மகத்தானது!" என்று அவன் முணுமுணுத்தான்.

தனது காலின் அழுக்கடைந்த விரல்களை எச்சரிக்கையோடு தடவிப் பிடித்துக் கொடுத்தவாறே அவர்களைப் பார்த்துக் கொண்டிருந்தான் இக்நாத். தாய் தன் கண்ணில் பொங்கும் கண்ணீரை மறைக்க முயன்று கொண்டே, ஒரு பாத்திரத்தில் தண்ணீர் கொண்டு வந்து, அவனது காலையெடுப்பதற்காகக் கீழே குனிந்தாள்.

"ஊஹூம், நீங்கள் செய்ய வேண்டாம்" என்று அவன் பயந்து கத்திக் கொண்டு, காலை பெஞ்சுக்கடியில் இழுத்துக் கொண்டான்.

"நீ காலைக் கொடு, சீக்கிரம் வேலை முடியட்டும்"

"நான் கொஞ்சம் ஓட்கா கொண்டு வருகிறேன்" என்றான் நிகலாய்.

அந்தப் பையன் தன் காலை மேலும் உள்ளிழுத்துக் கொண்டான்.

"என்ன நினைத்துக் கொண்டீர்கள்? நான் என்ன ஆஸ்பத்திரியிலா இருக்கிறேன்?" என்று முணுமுணுத்தான்.

தாய் அவனது அடுத்த காலில் சுற்றப்பட்டிருந்த துணிகளை அவிழ்த்தெறிந்தாள்.

இக்நாத் பலமாகத் தும்மிக் கொண்டே, தன் கழுத்தை வளைத்து வேண்டா வெறுப்பாகத் தாயைக் குனிந்து பார்த்தான்.

"மிகயீல் இவானவிச்சை அவர்கள் அடித்தார்கள்" என்று நடுநடுங்கும் குரலில் சொன்னாள் தாய்.

"உண்மையாகவா?" என்று அமைதியோடு வியந்து கேட்டான் அந்த வாலிபன்.

"ஆமாம். நிகோல்ஸ்கிக்குக் கொண்டு வரும்போதே அவன் படுமோசமான நிலையில்தான் இருந்தான். அங்கே அந்தப் போலீஸ் தலைவனும், போலீஸ் ஸார்ஜென்டும் அவனை அடித்தார்கள்! முகத்தில் அடித்தார்கள்! உதைத்தார்கள்.! உடம்பெல்லாம் ரத்தம் காணும் வரையிலும் உதைத்தார்கள்."

"அடிப்பது எப்படி என்பது அவர்களுக்கு நன்றாகத் தெரியும். சரி, இருக்கட்டும்" என்று அந்த வாலிபன் முகத்தைச் சுளித்துக் கொண்டே கூறினான். அவனுடைய தோள்கள் அசைந்து நடுங்கின. "அவர்களைக் கண்டால் – ஆயிரம் பேய்களைக் கண்ட மாதிரி நான் பயப்படுகிறேன். முஜீக்குகளும் அவனை அடித்தார்களா?"

"போலீஸ் தலைவனின் உத்தரவின் பேரில் ஒருவன் மட்டுமே அடித்தான். ஆனால் மற்றவர்கள் ஒன்றும் செய்யவில்லை. அவர்கள் அவன் பக்கமாகக் கூடச் சேர்ந்தார்கள். அவனை அடிப்பதற்கு அவர்களுக்கு எந்த உரிமையும் கிடையாது என்று கூச்சலிட்டார்கள்."

"ம். அப்படியா? யார் யார் எந்தப் பக்கம் இருக்கிறார்கள், ஏன் இருக்கிறார்கள்? என்பதை முஜீக்குகள் உணரத் தொடங்கி விட்டார்கள்."

"அவர்கள் மத்தியிலே சில புத்திசாலிகளும் இருக்கிறார்கள்."

"புத்திசாலிகள் எங்கும்தான் இருக்கிறார்கள். தேவைதான் அவர்களை உருவாக்குகிறது. அவர்கள் அவரவர் இடத்தில் இருக்கத்தான் செய்கிறார்கள். அவர்களைக் கண்டுபிடிப்பதுதான் சிரமமாயிருக்கிறது."

நிகலாய் ஒரு பாட்டில் ஓட்கா மதுவைக் கொண்டுவந்தான்; தேநீர் அடுப்பில் கொஞ்சம் கரி அள்ளிப் போட்டான். பிறகு ஒன்றுமே பேசாமல் வெளியே சென்றான். இக்நாத் வாய் பேசாது அவனையே கவனித்தான்.

"இந்த கனவான் யார். டாக்டரா?" என்று நிகலாய் வெளியே போன பிறகு தாயைப் பார்த்துக் கேட்டான் அவன்.

"நமக்குள்ளே கனவான்களே கிடையாது; இங்கே நாம் எல்லோரும் தோழர்கள்தான்."

"எனக்கு விசித்திரமாகயிருக்கிறது" என்று சொன்னான் இக்நாத்; அவனது புன்னகையில் அவனது சந்தேகமும் குழப்பமும் தெரிந்தன.

"எது விசித்திரம்?"

"பொதுவாக எல்லாம்தான். ஒரு புறத்தில் சிலர் மூக்கில் ரத்தக் கோரை காணும்படி உதைக்கிறார்கள். இன்னொரு புறத்தில் சிலர் காலைக் கழுவிச் சுத்தம் செய்யவும் வருகிறார்கள். இந்த இரண்டுக்கும் மத்தியில் வேறு யாராவது இருக்கிறார்களா?"

கதவு திறந்தது; நிகலாய் பேசினான்:

"இரண்டுக்கும் மத்தியில் வேறு சிலர் இருக்கிறார்கள். அவர்கள் முகத்திலே குத்துபவர்களின் கரங்களை நக்கிக் கொடுக்கிறார்கள்; ரத்தம் பொங்கிவழியும் முகங்களைக்கொண்ட மனிதர்களின் உதிரத்தை உறிஞ்சுகிறார்கள். அவர்கள்தான் மத்தியில் இருக்கிறார்கள்..!"

இக்நாத் அவனை மரியாதையோடு பார்த்தான்.

"உண்மையைத் தொட்டுவிட்ட மாதிரி இருக்கிறது" என்று ஒரு கணம் கழித்துச் சொன்னான் அவன்.

அந்த வாலிபன் எழுந்து, கொஞ்ச தூரம் நடந்தான்.

"புதுக்கால்கள் மாதிரியாகிவிட்டது. ரொம்ப நன்றி" என்றான் அவன்.

பிறகு அவர்கள் சாப்பாட்டு அறைக்குள் தேநீர் பருகச் சென்றார்கள். உள்ளத்தைத் தொடும் ஆழ்ந்த குரலில் இக்நாத் தன் வாழ்க்கையைப் பற்றி அவர்களுக்குச் சொல்லத் தொடங்கினான்.

"நான்தான் நமது பத்திரிகையை விநியோகம் செய்வது. நடந்து திரிவதில் நான்தான் சளைக்காதவன்."

"கிராமப்புறத்தில் நம் பத்திரிகையை நிறையப் பேர் வாசிக்கிறார்களா?" என்று கேட்டான் நிகலாய்.

"படித்தவர்கள் எல்லாம்; அவர்கள் பணக்காரர்களாக யிருந்தாலும்கூட, வாசிக்கிறார்கள். ஆனால் பணக்காரர்கள் அதை நேராக நம்மிடமிருந்து வாங்குவதில்லை... விவசாயிகள் பணக்காரர்களின் நிலங்களை எடுத்துக்கொள்ளப் போகிறார்கள் என்பதும், அப்பொழுது அந்த நிலத்தை நிலச்சுவான் தாரர்களிடமிருந்து பெற ரத்தத்தைச் சிந்தவும் தயாராகிக்கொண்டிருக்கிறார்கள் என்பதும் அவர்களுக்குத் தெரிந்த விசயம்தானே. பண்ணையாளர்களின் நிலத்தைப் பிடுங்கி, அவற்றைப் பங்கிட்டு, பண்ணையாளர்களும் பண்ணையடிமைகளும் இல்லாதவாறு செய்யப் போகிறார்கள் என்பதும் அவர்களுக்குத் தெரியத்தான் செய்யும். பின் எதற்காக அவர்களோடு சண்டையிட்டுக் கொள்ளவேண்டும்?"

அவன் மனம் புண்பட்டுப் போனது மாதிரி தோன்றியது. அவன் நிகலாயை அவநம்பிக்கையோடும் எதையோ கேட்கும் பாவனையோடும் பார்த்தான். நிகலாய் புன்னகை புரிந்தான்; எதுவும் பேசவில்லை.

"இந்த உலகம் பூராவையுமே நாம் இன்று எதிர்த்துப் போராடி, எல்லாவற்றையும் அடக்கியான முடிந்தாலும் – நாளைக்கு மீண்டும் உலகமெங்கும் ஒருபுறத்தில் பணக்காரரும் இன்னொருபுறத்தில் ஏழைகளும் உற்பத்தியாகிவிடுவார்கள் – அப்புறம் இந்தப் போராட்டத்துக்கு என்ன அர்த்தம்? போதும். உங்களுக்கு ரொம்ப நன்றி. நீங்கள் எங்களை முட்டாளாக்க முடியாது – செல்வம் என்பது காய்ந்து போன மணலைப் போலத்தான். அது ஓரிடத்தில் கிடைக்காது. எல்லாத் திசைகளிலும் வாரியடித்துச் சிதறும். வேண்டாம். எங்களுக்கு அது வேண்டவே வேண்டாம்!"

"அதை நினைத்து நீ ஒன்றுமே கோப வெறி கொள்ளாதே" என்று கூறிச் சிரித்தாள் தாய்.

"எனக்கு இருக்கிற கவலையெல்லாம் ஒன்றே ஒன்றுதான். ரீபின் கைதானதைப் பற்றிய துண்டுப் பிரசுரத்தை எப்படிச் சீக்கிரமே மக்களிடம் பரப்புவது?" என்று யோசித்தவாறு கேட்டான் நிகலாய்.

இக்நாத் எச்சரிக்கையாகி நிமிர்ந்தான்.

"அப்படி ஒரு பிரசுரம் இருக்கிறதா?" என்று கேட்டான்.

"ஆமாம்."

"அதை என்னிடம் கொடுங்கள். நான் கொண்டுபோகிறேன்" என்று தன் கைகளைப் பிசைந்துகொண்டே சொன்னான் அந்த வாலிபன்.

அவனைப் பார்க்காமலேயே தாய் அமைதியாகச் சிரித்துக் கொண்டாள்.

"ஆனால், நீ களைத்து இருக்கிறாய். மேலும் நீ பயந்து கொண்டிருப்பதாக வேறு சொன்னாய்" என்றாள் அவள்.

இக்நாத் தனது அகன்ற கையால் தனது சுருட்டைத் தலைமுடியைத் தடவி விட்டுக்கொண்டு, நேரடியாகச் சொன்னான்:

"பயம் வேறு, சேவை வேறு. எதை எண்ணிச் சிரிக்கிறீர்கள்! நீங்கள் ஓர் அற்புத ஆசாமிதான்!"

"அட, என் செல்லக் குழந்தை!" என்று தன்னையுமறியாமல் கூறினாள் தாய். தன் மனதில் எழுந்த மகிழ்ச்சியை வெளிக்காட்டாதிருக்க முயன்றாள்.

“ஆமாம், குழந்தை!” வெட்கத்தோடு தனக்குள் முனகிக் கொண்டான்.

“நீங்கள் ஒன்றும் அங்கு திரும்பிப் போகவேண்டாம்” என்று கண்களைச் சுருக்கி அவனை அன்போடு பார்த்தவாறே கூறினான் நிகலாய்.

“ஏன் கூடாது? நான் எங்கே போகிறேன்?” என்று எரிச்சலோடு கேட்டான் இக்நாத்.

“பிரசுரங்களை வேறு யாராவது கொண்டுபோகட்டும். போகிற ஆளிடம் அவன் எப்படியெப்படிப் போக வேண்டும் வரவேண்டும் என்பனவற்றுக்கு மாத்திரம் விவரம் சொல்லிக் கொடுங்கள். அது போதும். சரிதானே?”

“சரி” என்று அதிருப்தியோடு சொல்லிக்கொண்டான் இக்நாத்.

“உங்களுக்கு ஒரு புது பாஸ்போர்ட் வாங்கி, காட்டுக் காவலன் வேலை வாங்கித் தருகிறோம்.”

“சரி. அப்படி வேலை பார்க்கும் போது முஜீக்குகள் வந்து விறகையோ வேறு எதையுமோ திருடிக்கொண்டு போனால் நான் என்ன செய்வது? அவர்களைப் பிடித்துக் கட்டிவைத்து உதைப்பதா? அந்த வேலை எனக்கு ஒத்துவராது.”

தாய் சிரித்தாள். நிகலாயும் சிரித்தான். அவர்களது சிரிப்பு அந்த இளைஞனின் மனதைக் குத்தியது; நிலைகொள்ளாமல் தவிக்கச் செய்தது.

“கவலைப்படாதே. எந்த முஜீக்கையும் கட்டிவைக்க வேண்டியிராது” என்று தேறுதல் கூறினான் நிகலாய். “என் வார்த்தையையும் நம்பு.”

“ரொம்ப சரி. அப்படியானால் சரிதான்” என்ற மகிழ்ச்சி நிறைந்த புன்னகையோடு கூறினான் இக்நாத். “ஆனால், எனக்குத் தொழிற்சாலை வேலைக்காரர்கள் புத்திசாலிகளாக இருப்பதாகச் சொல்லிக் கொள்கிறார்கள்.”

தாய் மேசையைவிட்டு சன்னலை நோக்கி நடந்தாள்.

“வாழ்க்கைத்தான் எத்தனை விசித்திரமாயிருக்கிறது!” என்று சிந்தித்தாள் அவள். “ஒரே நாளில் ஐந்து தடவை அழுகிறோம்; ஐந்து தடவை சிரிக்கிறோம். சரி. இக்நாத், நீ பேசி முடித்தாயிற்றா? தூங்குவதற்கு நேரமாகிவிட்டது.”

“எனக்குத் தூக்கம் வரவில்லை.”

"போ போ. தூங்கு தூங்கு."

"நீங்கள் ரொம்பக் கண்டிப்பானவர், இல்லையா? சரி. நான் போகிறேன். நீங்கள் கொடுத்த தேநீருக்கு, ரொம்ப நன்றி... அன்புக்கும் தான்..."

அவன் தாயின் படுக்கை மீது ஏறிப் படுத்தவாறு தன் தலையைச் சொரிந்துகொண்டே முனகினான்:

"இப்போது சாமான்களெல்லாம் தார் எண்ணெய் நாற்றம் எடுக்கப் போகிறது... இதிலெல்லாம் ஓர் அர்த்தமுமில்லை... எனக்குத் தூக்கமும் வரவில்லை... அந்த ரெண்டுங்கெட்டான் மக்களை இவர் எவ்வளவு சுளுவாகத் தாக்கிப் பேசினார்... அந்தப் பிசாசுகள்..."

திடீரென்று அவன் தூங்கிப் போய், உரத்துக் குறட்டைவிட ஆரம்பித்தான். அவனது வாய் பாதி திறந்தவாறு இருந்தது; புருவங்கள் ஏறியிருந்தன.

21

அன்று மாலையில் இக்நாத் நிகலாய் வெஸோவ்ஷிகோவுக்கு எதிரில் ஒரு சின்ன நில அடி அறையில் உட்கார்ந்து, தணிந்த குரலில் பேசிக்கொண்டிருந்தான்:

"மத்திய சன்னலில் நாலு தடவை தட்ட வேண்டும்.."

"நாலு தடவை?" என்று ஆர்வத்தோடு கேட்டான் நிகலாய் வெஸோவ்ஷிகோவ்.

"முதலில் மூன்று – இந்த மாதிரி" என்று கூறிக்கொண்டே அவன் மேசைமீது தட்டிக் காண்பித்தான். "ஒன்று, இரண்டு, மூன்று, ஒரு விநாடி பொறு, அப்புறம் இன்னொரு முறை."

"புரிந்துகொண்டேன்."

"உடனே செம்பட்டைத் தலையனான ஒரு முஜீக் வந்து கதவைத் திறப்பான்! திறந்து: 'நீ மருத்துவச்சிக்காக வந்தாயா?" என்பான். உடனே: 'ஆமாம் முதலாளியின் பெண்சாதியிடமிருந்து வருகிறேன்' என்று நீ சொல்ல வேண்டும். அவ்வளவு தான். அவன் உன்னைப் புரிந்து கொள்வான்."

அவர்கள் இருவரும் ஒருவர் தலையோடு ஒருவர் தலைமுட்டுமாறு உட்கார்ந்திருந்தனர். இருவரும் குண்டுக்கட்டான பலசாலிகள். அவர்கள் இருவரும் தணிந்த குரலில் பேசிக்கொண்டிருப்பதை

தாய் தன் மார்பில் கரங்களைக் கோர்த்தவாறு நின்று கவனித்துக் கொண்டிருந்தாள். அவன் கூறிய மர்மமான சங்கேதச் சொற்களையும், தட்டுவதன் அர்த்த பாவத்தையும் காண அவளுக்கு வேடிக்கையாயிருந்தது.

"இன்னும் சின்னப் பிள்ளைகள்தான்" என்று அவள் தனக்குத் தானே நினைத்துக்கொண்டாள்.

சுவரிலிருந்த விளக்கு ஒரு நெளிந்து போன பழைய வாளியையும், மூலையிலே தரையில் கிடக்கும் தகரத் தொழிலாளியின் தகட்டுக் குப்பைகளையும் ஒளி செய்து காட்டிக்கொண்டிருந்தது. அந்த அறை முழுதும் நீருற்று நாற்றமும், எண்ணெய்ச் சாய வாடையும், துரு நாற்றமும் நிறைந்து நின்றன.

இக்நாத் தொளதொளத்த துணியால் தைக்கப்பெற்ற கனத்த கோட்டு அணிந்திருந்தான்; அது அவனுக்கு மிகவும் பிடித்துப் போனதுபோல் தோன்றியது. அந்தக் கோட்டின் கையை ஆசையுடன் அவன் தடவிக் கொடுத்ததைத் தாய் பார்த்தாள். அவன் தன் கழுத்தைத் திருப்பித் தன்னைத் தானே நன்கு பார்த்துக்கொள்ளத் திரும்பினான்.

'குழந்தைகள்!' என்று நினைத்துக்கொண்டாள் அவள். 'அருமைக் குழந்தைகள்...'

"ரொம்ப சரி" என்று கூறிக்கொண்டே எழுந்தான் இக்நாத். "முதலில் முராத்தவின் வீட்டுக்குச் சென்று, தாத்தாவைப் பற்றிக் கேட்க மறந்துவிடாதே."

"மறக்கமாட்டேன்" என்று பதிலளித்தான் நிகலாய் வெஸோவ்ஷிகோவ்.

ஆனால் இக்நாத்துக்குப் பூரண திருப்தி ஏற்படவில்லை. தான் சொல்லிக் கொடுத்த சமிக்ஞைகளையும் சந்தேகங்களையும் திரும்பவும் ஒரு முறை சொல்லிவிட்டுத் தன் கரத்தை நீட்டிப் பேசினான்:

"அவர்களுக்கு என் நன்றியைச் சொல்லு. அவர்கள் எவ்வளவு நல்ல மனிதர்கள் என்பதை நீயே கண்டுகொள்வாய்" என்று சொன்னான் அவன்.

அவன் தனக்குத்தானே மகிழ்ச்சியோடு பார்த்துக்கொண்டு தன் கோட்டைத் தட்டிவிட்டுக்கொண்டான்.

"நான் போவதற்கு நேரமாகிவிட்டதா?" என்று அவன் தாயிடம் கேட்டான்.

"உனக்கு வழி தெரியுமா?"

"கண்டுபிடித்துப் போய்விடுவேன். போய்வருகிறேன், தோழர்களே!"

அவன் வெளியே சென்றான். நிமிர்ந்த மார்போடும், அகன்ற தோள்களோடும், பாக்கெட்டுக்கு கைகளை லாவகமாக விட்டவாறும் அவன் வெளியே சென்றான். அவனது சுருட்டைத் தலையின் வெளிர்மயிர்க் கற்றைகள் அவனது நெற்றிப் பொருத்துகளில் ஊசலாடின.

"ஒரு வழியாக எனக்கு இப்போது ஒரு வேலை கொடுத்தாய் விட்டது" என்று கூறிக்கொண்டே நிகலாய் வெஸோவ்ஷிகோவ் தாயின் பக்கமாக மெதுவாக வந்தான். "ஏனடா சிறையைவிட்டு வெளி வந்தோம் என்று எனக்கு முதலில் இருந்தது. வந்த புதிதில் எனக்கு ஒரே எரிச்சல். இங்கே வந்து ஒரு வேலையும் செய்யாமல், இரவும் பகலும் உள்ளே மறைந்திருப்பதுதான் என் வேலை. அங்கே இருந்தாலாவது ஏதாவது கற்றுக்கொண்டிருப்பேன். பாவெல் எங்கள் அறிவை எப்படியெல்லாம் வளர்த்தான்! சரி. அவர்கள் தப்பி வருவதற்குப் போட்ட திட்டம் என்ன ஆயிற்று. நீலவ்னா?"

"எனக்குத் தெரியாது" என்று தன்னையுமறியாது எழுந்த பெருமூச்சுடன் சொன்னாள் அவள்.

கனலாய் தனது கனத்த கரத்தை அவள் தோள் மீது போட்டு, தனது முகத்தை அவள் பக்கம் கொண்டுபோனான்.

"நீ அவர்களிடம் சொல்லிப் பார்" என்று பேசத் தொடங்கினான் அவன். "நீ சொன்னால் அவர்கள் கேட்பார்கள். அதில் ஒன்றும் சிரமமில்லை, நீயே போய்ப் பார். சிறைச்சாலைச் சுவர் இருக்கிறதா? அடுத்தாற்போல் தெருவிளக்கு. அதற்கு எதிர்த்தாற்போல வெட்ட வெளி மைதானம்; இடப்புறம் இடுகாடு; வலப்புறம் தெருக்களும் வீடுகளும். ஒவ்வொரு நாளும் விளக்கேற்றுபவன் விளக்கைத் துடைத்துச் சுத்தம் செய்ய வருவான். எனவே அவன் சிறைச்சாலைச் சுவரின் மீது ஏணியொன்றைச் சாத்தி, மேலே ஏறி, அந்தச் சுவரிலுள்ள ஒரு செங்கல் தூணில் ஒரு நூலேணியைக் கட்டி, சிறைச்சாலைக்குள்ளே அதை இறக்க வேண்டியது. அப்புறம் அவன் போய்விட வேண்டியது. சிறைக்குள்ளே இருப்பவர்களுக்கு இது எப்போது நடக்கும் என்பது நன்றாகத் தெரியும். அவர்கள் சாதாரணக் கிரிமினல் கைதிகளோடு வம்பிழுத்துப் பேசி ஒரு கலவரத்தைக் கிளப்ப வேண்டியது. இல்லையென்றால் தமக்குள்ளேயே அவர்கள் கலாட்டா செய்ய வேண்டியது. அதாவது சிறைச்சாலைக் காவலாளிகள் கண்டு பிடித்துவிடாதபடி, அவர்கள் கவனத்தைக்

கொஞ்சம் கவர வேண்டியது. இதற்குள் தப்பியோடியவர்கள் ஏணி வழியாக ஏறி வெளியே வந்துவிட வேண்டியது. ஒன்று, இரண்டு, மூன்று – அவ்வளவுதான். அதற்குள் எல்லாம் முடிந்து விடும். இதுதான் சுலபமான வழி."

அவன் தனது திட்டத்தைக் கைகளை ஆட்டி சைகைகள் காட்டி விளக்கியதால், அவன் கூறிய விசயங்கள் எல்லாம் தெளிவாகவும் புத்திசாலித்தனமாகவும் எளிதாகவும் தோன்றின. நிகலாயை அவள் எப்போதும் ஓர் அசமந்தப் பேர்வழியாகவே கருதி வந்திருக்கிறாள். முன்னெல்லாம் அவன் எந்த விசயத்தையும் பகைவுணர்ச்சியோடும் அவநம்பிக்கையோடும் தான் பார்ப்பான். இப்போதோ அவன் மறுபிறவி எடுத்த மாதிரி, முற்றிலும் மாறிப்போய் விட்டான். அவனிடம் காணப்பட்ட நிதானமும் அன்பும் தாயின் இதயத்தைக் கவர்ந்தது; பரவசப்படுத்தியது.

"கொஞ்சம் யோசித்துப் பார். அவர்கள் இதைப் பகல் நேரத்திலேயே செய்யலாம். பகலில்தான் செய்ய முடியும்,! சிறைச்சாலையில் உள்ளவர்கள் அனைவருமே விழித்திருந்து நடமாடிக் கொண்டிருக்கும் வேளையில், ஒரு கைதி தப்பியோடி விடுவான் என்று எவரேனும் சந்தேகப்பட முடியுமா?"

"அவர்கள் சுட்டுத் தள்ளமாட்டார்களா?" என்று நடுங்கிக்கொண்டே கேட்டாள் தாய்.

"யார்? சிப்பாய்கள் இல்லை. அந்தக் காவலாளிகளுக்கு எல்லாம் தங்கள் கைத்துப்பாக்கிகளை வைத்து ஆணி அறைந்துதான் பழக்கம்!"

"நீ சொல்வதைப் பார்த்தால் எல்லாம் எளிதாகத்தான் தோன்றுகிறது."

"நீயே பாரேன். நீ அவர்களிடம் இது விசயமாய்ப் பேசிப் பார். நான் எல்லாம் தயாராய் வைத்திருக்கிறேன். நூலேணி, சுவரில் அறைய வேண்டிய கொக்கி – எல்லாம் தயார். இங்கே என் வீட்டுக்காரன் இருக்கிறானே, அவன் தான் விளக்கேற்றுகிற நபராக இருப்பான்."

கதவுக்கு அந்தப் புறத்தில் யாரோ இருமிக்கொண்டே தடவித் தடவி நடந்தார்கள். ஏதோ ஒரு தகரத்தை உருட்டி ஓசை உண்டாக்கும் சத்தம் கேட்டது.

"அதோ, அது அவன்தான்" என்றான் நிகலாய்.

வாசல் நடையில் ஒரு தகரக் குளியல் தொட்டி முதலில் தெரிந்தது. அதைத் தொடர்ந்து ஒரு கரகரத்த குரல் ஒலித்தது:

"ஏ, பிசாசே! உள்ளே போய்த் தொலையேன்!"

அந்தத் தகரத் தொட்டிக்கு மேலாக ஒரு மனிதனின் முகம் தெரிந்தது. சுமுகபாவமும், துருத்திய கண்களும், நரைத்த தலையும் மீசையுமாகக் காட்சி அளித்தான் அவன்.

நிகலாய் அந்தத் தொட்டியை உள்ளே இழுத்து அவனுக்கு உதவி செய்தான். தொட்டி உள்ளே வந்த பிறகு, நெட்டையான கூனிப்போன அந்த மனித உருவத்தை அவர்கள் கண்டார்கள். தாடியற்ற கன்னத்தைப் புடைக்கச் செய்யும் பலத்த இருமலோடு அவன் இருமியவாறு துப்பினான், பிறகு தன் விருந்தாளிகளைப் பார்த்து வரவேற்றான்.

"உங்களுக்கு நலம் உண்டாகட்டும்."

"இதோ, இவனையே கேள்" என்று சொன்னான் நிகலாய்.

"என்னை என்ன கேட்கிறது?"

"சிறையிலிருந்து தப்புவது பற்றி."

"ஆஹா! என்று அந்தத் தகரத் தொழிலாளி சொல்லிவிட்டு, தனது கறை படிந்த விரல்களால் மீசையைத் தடவிவிட்டுக்கொண்டான்.

"யாகவ் வசீலியவிச்! அது எவ்வளவு சுலபமான காரியம் என்று சொன்னால் இவள் நம்பமாட்டேன் என்கிறாள்."

"நம்பவில்லையா? ஹூம்! அப்படியானால் அவளுக்கு அதில் விருப்பமில்லை என்றுதான் தோன்றுகிறது. உனக்கும் எனக்கும் விருப்பம் இருக்கிறது; அதனால்தான் இதை நம்புகிறோம்!" என்று அமைதியாகச் சொன்னான் அவன். திடீரென்று அவன் முதுகைக் குனிந்து இருமத் தொடங்கினான். அந்தத் தொண்டைப் புகைச்சல் ஓய்ந்து அடங்கியதும், அவன் தன் நெஞ்சைக் கையால் தடவிக் கொடுத்தவாறே அறையின் மத்தியிலேயே நின்று, தனது முண்டைக் கண்களால் தாயையே கவனித்துப் பார்த்தான்.

"பாவெலும் அவனுடைய தோழர்களும் இந்த விசயத்தைத் தீர்மானிப்பார்கள்" என்றாள் தாய்.

நிகலாய் ஏதோ சிந்தித்தவாறே தலையைத் தொங்கவிட்டான்.

"யார் அது - பாவெல்?" என்று கேட்டுக்கொண்டே ஓர் இடத்தில் அமர்ந்தான் அந்தத் தொழிலாளி.

"என் மகன்."

"அவன் முழுப் பெயர்?"

"பாவெல் விலாசவ்."

அவன் தலையை அசைத்தான்; புகைக் குழாயை எடுத்து அதில் புகையிலையை நிரப்பத் தொடங்கினான்.

"அவனைப் பற்றிக் கேள்விப்பட்டிருக்கிறேன்" என்றான் அவன்; "என் மருமகனுக்கு அவனைத் தெரியும். என் மருமகனும் சிறையில்தான் இருக்கிறான். அவன் பேர் எவ்சென்கோ, கேள்விப்பட்டிருக்கிறாயா? என் பேர் கோபுன். அவர்கள் போகிற போக்கிலே கூடிய சீக்கிரத்தில் ஊரில் இருக்கிற இளைஞர்களை எல்லாம் பிடித்துச் சிறையில் தள்ளிவிடுவார்கள். நம்மைப் போன்ற கிழடுகட்டைகளுக்கு வெளியே தாராளமாய் இடம் இருக்கும்! என் மருமகனை அவர்கள் சைபீரியாவுக்கு அனுப்பப் போவதாக ஒரு போலீஸ்காரன் என்னிடம் சொன்னான். செய்வார்கள் – நாய்கள்!"

அவன் நிகலாயிடம் திரும்பி, புகைக் குழாயைத் 'தம்' பிடித்து இழுத்துக்கொண்டே, அடிக்கொரு தடவை தரையில் காறித் துப்பிக்கொண்டிருந்தான்.

"அப்படியானால் அவளுக்கு, இதில் விருப்பமில்லை. இல்லையா? அது அவள் பாடு. ஒருவன் சுதந்திரமாயிருந்தால் தான், உட்கார்ந்து களைத்துப் போனாலும் கொஞ்ச தூரமாவது நடந்து பார்க்கலாம்; நடந்து நடந்து களைத்துப் போனாலும் கொஞ்ச நேரமாவது உட்கார்ந்து பார்க்கலாம். ஆனால் அவர்கள் உன்னைக் கொள்ளையடித்தால், கண்ணை மூடிக்கொள், அடித்தால் பட்டுக்கொள், அழாதே. கொன்றால் அப்படியே செத்துப்போ. இது எல்லோருக்கும்தான் தெரியும். என்ன ஆனாலும் சரி, நான் என் சவேலியை வெளியே கொண்டுவரத்தான் போகிறேன். நிச்சயம் கொண்டுவந்து விடுவேன்."

அவன் அந்தச் சின்னஞ்சிறு வாக்கியங்களைச் சொன்ன விதத்தைக் கண்டு தாய் வியப்படைந்தாள்; இறுதி வார்த்தைகளால் ஒரு விதத்தில் பொறாமை உணர்ச்சிகூட ஏற்பட்டது.

தெரு வழியாகக் குளிர் காற்றிலும் முகத்திலும் அறையும் மழையிலும் நடந்து வரும்போதும் கூட, அவள் நிகலாயைப் பற்றியே சிந்தித்துக் கொண்டிருந்தாள்:

'அவன் எவ்வளவு மாறிவிட்டான். எப்படி மாறினான்! நினைத்துப் பார்த்தால்..!'

அவள் கோபுனைப் பற்றியும் நினைவு கூர்ந்தாள். பிரார்த்திப்பது போல, தன்னுள் தானே பணிவுடன் நினைத்துக்கொண்டாள்.

"வாழ்க்கையைப் பற்றிப் புதிய அபிப்பிராயம் கொண்டிருப்பவள் நான் ஒருத்தி மட்டும்தான் என்பதல்ல. அது மட்டும் தெளிவாகத் தெரிகிறது."

அதே சமயத்தில் அவளது இதயத்தில் மகனைப் பற்றிய சிந்தனையும் நிரம்பியெழுந்தது:

'அவன் மட்டும் சம்மதித்தால்!'

22

அடுத்த ஞாயிற்றுக் கிழமையன்று அவள் சிறைச்சாலை ஆபீசில் பாவெலைச் சந்தித்துவிட்டு விடைபெற்றுக் கொண்டிருந்தாள்; அந்தச் சமயத்தில், அவன் அவளது கைக்குள் ஒரு காகித உருண்டையை வைத்து அழுத்துவதைத் தாய் உணர்ந்தாள். கையில் சூடுபட்ட மாதிரி அவள் திடுக்கிட்டுப் போனாள். தன்னுடைய மகனது முகத்தைக் கூர்ந்து கவனித்தாள்; எனினும் அதில் அவளுக்கு எந்தப் பதிலும் கிடைக்கவில்லை. பாவெலின் நீலக் கண்கள் வழக்கம்போலவே அமைதியோடும் அழுத்தத்தோடும் சிரித்துக் களித்தன.

"வருகிறேன்." என்று பெருமூச்சுடன் சொன்னாள் அவள்.

மீண்டும், ஒரு முறை அவளுடைய மகன் தன் கரத்தை நீட்டினான்; அவனது முகத்தில் அன்பின் சாயை படர்ந்தோடியது.

"போய் வா, அம்மா."

அவள் அவனைப் போகவிடாமல் அப்படியே நின்றாள்.

"கவலைப்படாதே, கோபமும் படாதே" என்றான் அவன்.

இந்த வார்த்தைகளும் அவனது நெற்றியிலே அழுந்தித் தோன்றிய உறுதியான ரேகையுமே அவளுக்குப் பதிலளித்தன.

"அட, கண்ணு" என்று தலையைத் தாழ்த்திக் கொண்டே சொன்னாள். "நீ என்ன சொல்கிறாய்..."

அவனை மீண்டும் ஒருமுறை நிமிர்ந்து பார்க்காமலேயே அவள் வெளியே வந்தாள். தனது கண்களில் பொங்கும் கண்ணீரையும் நடுங்கும் உதடுகளையும் தன் மகன் பார்த்துவிடக் கூடாதே என்று தவிப்பில் விருட்டென வெளிவந்து விட்டாள். வீட்டுக்கு வந்து சேருகிற வரையிலும், அந்தக் காகித உருண்டையை வாங்கிய கரம் கனத்துத் தொங்குவதுபோலவும், தோளில் ஓங்கி அறை வாங்கியது போலவும், அதனால் அது வலியெடுத்து வேதனைப்படுவது போலவும் அவளுக்குத் தோன்றியது. வீட்டுக்கு வந்த மாத்திரத்தில் அவள் அந்தக் காகிதத்தை நிகலாய் இவானவிச்சிடம் கொடுத்தாள். கொடுத்துவிட்டு, அவன் அந்த காகிதத்தை விரித்துப் பிரித்துப் படிக்கத் தொடங்கும் வரையிலும், இதயத்திலே நம்பிக்கை

படபடத்துத் துடித்துக் கொண்டிருக்க, அப்படியே காத்து நின்றாள். ஆனால் நிகலாயோ அவற்றைக் கவனிக்கவில்லை.

"ஆமாம். அவன் இதைத்தான் எழுதியிருக்கிறான்" என்று கூறிவிட்டு அதை வாசிக்கத் தொடங்கினான். "தோழர்களே, நாங்கள் தப்பி வருவதற்கு முயலமாட்டோம். எங்களால் முடியாது. எங்களில் எவராலும் முடியாது. அப்படிச் செய்தால் நாங்கள் எங்கள் சுயமரியாதையையே இழந்து விடுவோம். ஆனால் சமீபத்தில் கைதான அந்த விவசாயிக்கு நீங்கள் உதவ முயலுங்கள். அவனுக்கு உங்கள் கவனிப்பு தேவை. நீங்கள் உங்களால் முடிந்ததையெல்லாம் அவனுக்காகச் செய்யுங்கள்; அவன் அதற்குத் தகுதியானவன். அவனுக்கு இங்கு பொழுது போவதே பெரும்பாடாய் இருக்கிறது. ஒவ்வொரு நாளும் அவன் அதிகாரிகளோடு சண்டை பிடித்துக் கொண்டிருக்கிறான். ஏற்கெனவே அவன் இருள் கொட்டடியில் இருபத்து நான்குமணி நேரமாய்க் கிடந்து வருகிறான். அவர்கள் அவனைச் சித்திரவதை செய்தே கொன்று விடுவார்கள். நாங்கள் அனைவரும் அவன் சார்பில் கோரிக்கை விடுக்கிறோம். அம்மாவுக்கு ஆறுதல் சொல்லுங்கள். அவளுக்கு எல்லாவற்றையும் சொல்லுங்கள்; அவள் புரிந்து கொள்வாள்!"

தாய் தன் தலையை உயர்த்தி, அமைதியோடு நடுநடுங்கும் குரலில் சொன்னாள்:

"சொல்வதற்கு என்ன இருக்கிறது? எனக்குப் புரிகிறது."

நிகலாய் வேறொரு பக்கமாய்த் திரும்பிக் கொண்டு மூக்கைப் பலமாகச் சிந்தினான்.

"எனக்கு என்னவோ சளிதான் பிடித்திருக்கிறது போலிருக்கிறது." என்று முணுமுணுத்தான்.

அவன் கைகளை உயர்த்தி, தன் மூக்குக் கண்ணாடியைச் சீர்படுத்திக் கொண்டே மேலும் கீழும் நடந்தான்.

"உண்மை இதுதான். எப்படியானாலும் நமக்கு இனிமேல் நேரமே இல்லாது போயிற்று."

"அது சரிதான். விசாரணையாவது நடக்கட்டும்" என்று முகத்தைச் சுளித்துக் கொண்டு இதயத்திலே மூட்டமாய்ப் படிந்து சோகத்தோடு சொன்னாள் அவள்.

"இதோ இப்போதுதான் பீட்டர்ஸ்பர்க்கிலுள்ள ஒரு தோழரிடமிருந்து எனக்கு ஒரு கடிதம் வந்திருக்கிறது."

"எப்படியும் அவன் சைபீரியாவிலிருந்து தப்பி வந்து விடலாம். இல்லையா?"

"நிச்சயமாய். விசாரணை சீக்கிரமே நடைபெறப் போகிறதென்றும், ஆனால் தீர்ப்பு – அவர்கள் அனைவரையும் நாடு கடத்துவதென்று தீர்ப்பு செய்துவிட்டதாகவும் அவர் எழுதியிருக்கிறார். இந்த ஏமாற்றுக்காரர்கள் தங்களது சொந்த நீதிமன்றங்களைக் கூட ஓர் ஆபாசக் கேலி கூத்தாக மாற்றிவிடுகிறார்கள். கொஞ்சம் யோசித்துப் பாருங்கள். விசாரணை ஆரம்பமாவதற்கு முன்பே, பீட்டர்ஸ்பர்க்கில் தீர்ப்பு நிச்சயமாகிவிடுகிறது.!"

"கவலைப்படாதே நிகலாய் இவானவிச்!" என்று உறுதியுடன் கூறினாள் தாய். "நீங்கள் எனக்கு இதை விளக்கவும் வேண்டாம். ஆறுதல் கூறவும் வேண்டாம். பாவெல் சரியான காரியத்தைத்தான் செய்வான். எந்தவிதக் காரணமுமின்றி, அவன் தன்னையும் தன் தோழர்களையும் துன்பத்துக்கு ஆளாக்கிக் கொள்ள மாட்டான். அவன் என்னை நேசிக்கிறான். அவன் என்னைப் பற்றி எவ்வளவு கவலைப்படுகிறான் என்பதை நீங்களே அறிவீர்கள். 'அவளுக்கு விளக்கிச் சொல்லுங்கள்' என்று சொல்கிறான் அவன், ஆறுதல் கூறுங்கள் என்கிறான்..."

அவளது இதயம் மூர்க்கமாகப் படபடத்தது; உணர்ச்சி வேகத்தால் அவள் கண்கள் இருண்டு மயங்கின.

"உங்கள் மகன் அருமையான மனிதன்!" என்று இயற்கைக்கு மீறிய உரத்த குரலில் சொன்னான் அவன். "அவன் மீது எனக்கு அபார மதிப்பு!"

"ரீபினுக்கு உதவுவதற்கு நாம் வேறொரு வழியைக் கண்டு பிடிக்க வேண்டும்" என்று சொன்னாள் தாய்.

அவள் உடனடியாக ஏதாவது செய்ய விரும்பினாள். எங்காவது போக, களைத்துப் போய்க் கீழே சாய்கிற வரையிலும் நடந்தே போக விரும்பினாள்.

"நல்லது" என்று கூறிக்கொண்டே அறைக்குள் நடந்தான் நிகலாய். "இப்போது சாஷா நமக்குத் தேவை..."

"அவள் வந்துவிடுவாள். நான் என்றென்றெல்லாம் பாவெலைப் பார்த்துவிட்டு வருகிறேனோ, அன்றெல்லாம் அவள், வந்துவிடுவாள்."

நிகலாய் சோபாவில் தாய்க்கு அருகே உட்கார்ந்தான். அவன் சிந்தனை வயப்பட்டவனாய் தலையைக் குனிந்து உதட்டைக் கடித்து, தாடியைத் திருகிக் கொண்டிருந்தான்.

"இந்தச் சமயத்திலே என் அக்காவும் இல்லாமல் போனது துரதிருஷ்டம்தான்..."

"பாவெல் அங்கிருக்கும்போதே நாம் இந்தக் காரியத்தைச் செய்து முடித்துவிட்டால் நல்லது. அவனும் அதைக் கண்டு சந்தோசப்படுவான்" என்றாள் தாய்.

அவர்கள் இருவரும் சிறிது நேரம் மௌனமாயிருந்தார்கள்.

"அவனுக்கு ஏன் இதில் விருப்பமில்லை என்பது எனக்குப் புரியவே இல்லை..." என்றாள் தாய்.

நிகலாய் துள்ளியெழுந்தான். அதற்குள் வாசலில் மணியடித்தது. இருவரும் ஒருவரையொருவர் பார்த்துக்கொண்டனர்.

"சாஷாவாய்த்தான் இருக்கும்" என்று மெதுவாகச் சொன்னான் நிகலாய்.

'அவளிடம் இதை எப்படிச் சொல்வது?" என்று தானும் மெதுவாகக் கேட்டாள் தாய்.

"ஹூம் - ஆமாம்..."

"அவளை நினைத்தால் வருத்தமாயிருக்கிறது."

மீண்டும் மணியடித்தது. ஆனால் இந்தத் தடவை உரத்து ஒலிக்கவில்லை. வாசலில் நிற்கும் ஆசாமி உள்ளே வருவதற்குத் துணியாதது மாதிரி தோன்றியது. நிகலாயும் தாயும் கதவினருகே சென்றார்கள். சமையல் கட்டுக்குள் சென்றவுடன் நிகலாய் ஒரு புறமாக நின்றுகொண்டு சொன்னான்.

"நீங்கள் மட்டும் போவதுதான் நல்லது..."

"அவன் மறுத்துவிட்டானா?" என்று கதவைத் திறந்து விட்டவுடனேயே தாயிடம் தைரியமாகக் கேட்டாள் அந்தப் பெண்.

"ஆமாம்."

"அவன் இப்படிச் செய்வான் என்று எனக்குத் தெரியும்" என்று வெறுமனே சொன்னாள் சாஷா. எனினும் அவளது முகம் வெளுத்துவிட்டது. அவள் தனது கோட்டுப் பித்தான்களைக் கழற்றினாள்; மீண்டும் அதை மாட்டினாள். அந்தக் கோட்டைத் தன் தோளில் சிறிது நழுவிக் கிடக்குமாறு செய்ய முயன்றாள்.

"மழையும் காற்றும் - பொல்லாத பருவம்!" என்று சொன்னாள் அவள்."

"அவன் சௌக்கியமா?"

"ஆமாம்."

"சௌக்கியமாகவும் சந்தோசமாகவும் இருக்கிறான்" என்ற மெதுவாகக் கூறிவிட்டு, தன் கையையே பார்த்துக்கொண்டு நின்றாள் சாஷா.

“நாம் ரீபினை விடுவிக்க ஏற்பாடு செய்ய வேண்டும் என்று அவன் எழுதியிருக்கிறான்” என்று அந்தப் பெண்ணை ஏறிட்டுப் பார்க்காமலேயே கூறினாள் தாய்.

“அப்படியா? நாம் அதற்கேனும் நமது திட்டத்தை உபயோகித்துப் பார்க்க வேண்டும் என்றே எனக்குத் தோன்றுகிறது” என்று மெதுவாகச் சொன்னாள் அந்த யுவதி.

“நானும் அப்படித்தான் நினைக்கிறேன்” என்று கூறிக்கொண்டே வாசல் நடைக்கு வந்தான் நிகலாய்: “வணக்கம் சாஷா.”

அந்த யுவதி தன் கரத்தை நீட்டியவாறே கேட்டாள்:

“ஏன் கூடாது? எல்லோரும் இது ஒரு நல்ல திட்டம் என்று தான் கூறுகிறார்கள்.”

“ஆனால் இதை நிறைவேற்றி வைப்பது யார்? நமக்கெல்லாம் ஒரே வேலையாயிருக்கிறதே.”

“நான் செய்கிறேன்” என்று கூறிக்கொண்டே எழுந்தாள் சாஷா. “எனக்கு அவகாசம் இருக்கிறது.”

“ரொம்ப சரி. ஆனால் மற்றவர்களைக் கேட்டுக் கலந்துகொள்ள வேண்டும்.”

“நான் கேட்டுக்கொள்கிறேன். இப்போதே போகிறேன்.”

மீண்டும் அவள் தனது மெல்லிய விரல்களால் தனது கோட்டுப் பித்தான்களை அவசர அவசரமாக மாட்ட முயன்றாள்.

“முதலில் கொஞ்ச நேரம் ஓய்வு எடுததுக்கொள்ளுங்கள்” என்றாள் தாய்.

“எனக்கு ஒன்றும் களைப்பாயில்லை” என்று அமைதியான புன்னகையோடு கூறினாள் அந்தப் பெண்.

வாய் பேசாது அவர்களோடு கை குலுக்கிவிட்டு அவள் மீண்டும் பழைய விறைப்போடும் கடுமையோடும் வெளியே சென்றாள்.

தாயும் நிகலாயும் சன்னலருகே சென்றார்கள். வெளி முற்றத்தைக் கடந்து வாசல் வழியாக அவள் சென்று மறைவதை இருவரும் கவனித்தார்கள். நிகலாய் லேசாகச் சீட்டியடித்தவாறே மேசை முன் வந்து உட்கார்ந்து எழுதத் தொடங்கினான்.

“அவளுக்குச் செய்வதற்கு மட்டும் ஏதாவது வேலை கொடுத்து விட்டால் போதும், உடனே அவள் மனம் தேறி விடுவாள்” என்று ஏதோ யோசித்தவாறே கூறினாள் தாய்.

"ஆமாம்" என்றான் நிகலாய். பிறகு அவன் தாயின் பக்கமாகத் திரும்பி, அன்பு ததும்பும் புன்னகையோடு பேசினான். "நீலவ்னா, உங்களுக்கு அந்த அனுபவம் இல்லை போலிருக்கிறது. தான் காதலிக்கும் மனிதனுக்காக ஏங்கித் தவிப்பது எப்படியிருக்கும் என்பது உங்களுக்குத் தெரியாது என்றே தோன்றுகிறது."

"ப்பூ!" என்று கையை ஆட்டிக்கொண்டே சொன்னாள் தாய். "எனக்குத் தெரிந்த ஒரே உணர்ச்சியெல்லாம் என்னைக் கல்யாணம் பண்ணிக் கொடுத்துவிடுவார்களே என்கிற பயம் ஒன்றுதான்!"

"என்றுமே நீங்கள் யாரையேனும் விரும்பியதில்லையா?"

"எனக்கு நினைவில்லை. விரும்பியதாகத்தான் நினைக்கிறேன். யாரையோ நான் விரும்பத்தான் செய்தேன். ஆனால், ஞாபகம்தான் வரவில்லை."

அவள் அவனைப் பார்த்தாள்; பிறகு எளிமையாக அமைதியான சோக உணர்ச்சியோடு பேசினாள்:

"என் புருஷன் கொடுத்த அடியிலும் உதையிலும் என் கல்யாணத்துக்கு முன்னே என் வாழ்க்கையில் நிகழ்ந்த அத்தனையுமே நினைவைவிட்டு ஓடிப்போய் விட்டன."

நிகலாய் மேசைப் பக்கம் திரும்பி உட்கார்ந்தான். தாய் அந்த அறையைவிட்டு ஒரு கணம் வெளியே சென்றாள். அவள் திரும்பி வந்தபோது, நிகலாய் அவளை அன்பு ததும்பப் பார்த்தவாறே இனிய அருமையான நினைவுகளில் திளைத்தான்.

"என்னைப் பொறுத்தவரையில் சாஷாவைப் போல எனக்கும் ஓர் அனுபவம் உண்டு. நான் ஒரு பெண்ணைக் காதலித்தேன். அவள் ஓர் அதிசயமான பிறவி. அவளைச் சந்தித்தபோது எனக்கு இருபது வயதிருக்கும். அன்று முதலே நான் அவளைக் காதலிக்கத் தொடங்கிவிட்டேன். நான் அவளை அப்போது எப்படி நேசித்தேனோ, அதுபோலவே இப்போதும் நேசிக்கிறேன். என் இதயப்பூர்வமாக என்றென்றும் பெருந்தன்மையோடு காதலிக்கிறேன்."

தான் நின்ற இடத்திலிருந்தே அவனது கண்ணில் தோன்றும் இனிய தெளிந்த பிரகாசத்தை அவளால் காணமுடிந்தது. அவள் தனது கைகளை நாற்காலிக்குப் பின்னால் கோர்த்து, தன் கைகளின் மீது தலையைச் சாய்த்திருந்தான். எங்கோ வெகு தொலைவை ஏறிட்டுப் பார்த்தவாறே உட்கார்ந்திருந்தான்; அவனது பலத்த மெலிந்த உடம்பு முழுவதும் சூரிய ஒளிக்காக ஏங்கித் தவிக்கும் மலரைப்போல் ஏதோ ஒரு காட்சியைக் காணத் தவித்துக்கொண்டிருந்தது.

"நீங்கள் ஏன் அவளை மணந்துகொள்ளக் கூடாது?" என்று கேட்டாள் தாய்.

"அவளுக்குக் கல்யாணமாகி நாலு வருடங்களாகிவிட்டன."

"முதலிலேயே நீங்கள் ஏன் அவளைக் கல்யாணம் செய்து கொள்ளவில்லை?"

அவன் ஒரு கணம் சிந்தித்தான்.

"எப்படியோ அது நடக்காமல் போய்விட்டது. நான் வெளியில் இருந்தால், அவள் சிறையிலாவது, தேசாந்திரத்திலாவது இருப்பாள். அவள் வெளியிருந்தால், நான் சிறையில் இருந்தேன். சாஷாவின் நிலைமையைப் போலத்தான். இல்லையா? முடிவாக, அவர்கள் அவளைப் பத்து வருடகாலம் சைபீரியாவில் எங்கோ ஒரு கோடியில் கொண்டு தள்ளிவிட்டார்கள். நானும் அவளோடு போக விரும்பினேன். ஆனால் நானும் கூச்சப்பட்டேன்; அவளும் கூச்சப்பட்டாள். அங்கே போன இடத்தில் அவள் வேறொருவனைச் சந்தித்தாள்; அவன் நல்லவன்; என் தோழர்களில் ஒருவன். பிறகு அவர்கள் இருவரும் அங்கிருந்து தப்பியோடி, வெளிநாட்டுக்குச் சென்று இப்போது அங்கே வசித்து வருகிறார்கள். ஹூம்!"

நிகலாய் தன் மூக்குக் கண்ணாடியைக் கழற்றி அதைத் துடைத்தான்; வெளிச்சத்துக்கு நேராகத் தூக்கிப் பிடித்துப் பார்த்தான். மீண்டும் துடைத்தான்.

"அட, என் அப்பாவித் தோழா!" என்று அன்போடு கூறிக்கொண்டே தலையை அசைத்தாள் தாய். அவனுக்காக அவள் வருந்தினாள். அதேசமயம் அவளைப் பற்றிய ஏதோ ஒன்று தாய்மையின் பரிவுணர்ச்சியோடு அவளைப் புன்னகை செய்ய வைத்தது. அவன் நிமிர்ந்து உட்கார்ந்து மீண்டும் பேனாவை எடுத்து, தான் பேசும் வார்த்தைகளுக்குத் தக்கபடி அதை அசைத்தாட்டிக்கொண்டே பேசினான்:

"குடும்ப வாழ்க்கை புரட்சிக்காரனுடைய சக்தியைக் குறைக்கிறது – எப்போதுமே குறைத்து விடுகிறது! குழந்தைகள், குடும்பத்தைப் பட்டினி கிடக்காமல் காப்பாற்ற வேண்டிய நிர்ப்பந்தம், போதாமை. ஒரு புரட்சிக்காரன் என்றென்றும் தனது சக்தியை வளர்த்துக்கொண்டே போக வேண்டும். அப்போதுதான் அவனது நடவடிக்கைகளும் விரிவு பெறும். இன்றைய காலநிலைக்கு அது அத்தியாவசியம். நாம்தான் மற்றெல்லோரையும்விட முன்னணியில் செல்ல வேண்டும், ஏனெனில் பழைய உலகத்தை அழித்து, புதிய சமுதாயத்தை உருவாக்கும் பணிக்குச் சரித்திரம் தேர்ந்தெடுத்துள்ள சேவகர்கள், தொழிலாளர்களாகிய நாமேதான்.

நாம் கொஞ்சம் பின் தங்கினால், சோர்வுக்கு ஆளானால் அல்லது வேறு ஏதாவது சில்லரை வெற்றியிலே மனம் செலுத்தினால், ஒரு பெருந்தவறைச் செய்யும் குற்றத்துக்கு, நமது இயக்கத்தையே காட்டிக் கொடுப்பது போன்ற மாபெரும் குற்றத்துக்கு நாம் ஆளாக்கி விடுகிறோம். நமது கொள்கையை உடைத்தெறிந்து நாசமாக்காமல், நாம் வேறு யாரோடும் அணி வகுத்துச் செல்ல முடியாது; நமது லட்சியம் சின்னஞ்சிறு சில்லரை வெற்றியல்ல, ஆனால் பரிபூரணமான மகோன்னத வெற்றி ஒன்று மட்டும்தான் என்பதை நாம் என்றென்றும் மறந்துவிடக் கூடாது."

அவனது குரல் உறுதியுடன் தொனித்தது. முகம் வெளுத்தது. கண்கள் வழக்கம்போலவே தனது அமைதியும் அடக்கமும் நிறைந்த சக்தியோடு பிரகாசித்தன. மீண்டும் வெளியே மணி அடித்தது. லுத்மீலா வந்தாள். அவளது கன்னங்கள் குளிரால் கன்றிப் போயிருந்தன. அந்தக் குளிருக்குத் தாங்காத மெல்லிய கோட்டுக்குள்ளே அவளது உடம்பு நடுநடுங்கிக் கொண்டிருந்தது.

"அடுத்த வாரம் விசாரணை நடக்கப் போகிறது" என்று கோபத்தோடு கூறிக்கொண்டே, தனது கிழிந்துபோன ரப்பர் பூட்சுகளைக் கழற்ற முனைந்தாள் அவள்.

"நிச்சயமாய்த் தெரியுமா?" என்று அடுத்த அறையிலிருந்து கத்தினான் நிகலாய்.

தாய் அவளிடம் ஓடிப்போனாள். அவளது இதயத்திலே ஏற்பட்ட குழப்பத்துக்குக் காரணம் பயமா குதூகலமா என்பதை நிச்சயிக்க முடியவில்லை. லுத்மீலா அவளோடு போனாள்.

"எனக்கு நிச்சயமாய்த் தெரியும். தீர்ப்பு நிர்ணயமாகி விட்ட விசயத்தைக் கோர்ட்டில் யாரும் மறைத்துப் பேசக் காணோம்" என்று தனது ஆழ்ந்த குரலில் கிண்டல் போலச் சொன்னாள் அவள். "இந்த மாதிரி விசயத்தை எப்படித்தான் விளங்கிக் கொள்கிறதோ? தனது எதிரிகளிடம் அதிகாரிகளே தாராள மனப்பான்மையுடன் நடந்து கொள்ளக்கூடும் என்று அரசு பயப்படுகிறதா? தனது சேவகர்களே அனைவரது மனதையும் கலைத்து சீர்குலைப்பதிலேயே தன் சக்தியையும் காலத்தையும் முழுக்கச் செலவழித்துள்ள அரசு, அந்தச் சேவகர்களே யோக்கியர்கள் ஆவதற்குத் தயாராயிருக்கிறார்களா என்று அஞ்சுகிறது."

"லுத்மீலா சோபாவின் மீது உட்கார்ந்தாள்; தனது மெல்லிய கன்னங்களைக் கைகளால் தேய்த்துவிட்டுக் கொண்டாள். அவளது கண்களில் ஒரே கசப்புணர்ச்சி பிரதிபலித்தது; அவளது குரலில் வரவரக் கோபம் கனன்று சிவந்தது.

லுத்மீலா, வீணாய் ஏன் உயிரை விடுகிறீர்கள்?" என்று கூறி அவளைச் சமாதானப்படுத்த முனைந்தான் நிகலாய். "நீங்கள் சொல்வதை அவர்கள் ஒன்றும் கேட்கப் போவதில்லை. உங்களுக்குத் தெரியாதா..?"

தாய் அவளது வார்த்தைகளைக் கவனத்தோடு காதில் வாங்கிக்கொண்டாள். எனினும் அவளுக்கு அவற்றில் எதுவுமே புரியவில்லை. ஏனெனில் அவள் மனதில் சுற்றிச் சுற்றி மாறி மாறியெழுந்த ஒரே சிந்தனை இதுதான்:

"விசாரணை – அடுத்தவாரம்!"

ஏதோ ஓர் இனந்தெரியாத மனிதத்துவம் அற்ற சக்தி நெருங்கி வருவதாக திடீரென அவள் மனதில் தட்டுப்பட்டது.

23

திகைப்பும் சோர்வும் கவிந்து சூழ்ந்த மனதோடு தாய் மேலும் இரண்டு நாட்கள் வரை பளு நிறைந்த சோகத்துடன் காத்திருந்தாள். மூன்றாவது நாளன்று சாஷா வந்தாள்; நிகலாயிடம் பேசினாள்:

"எல்லாம் தயார். இன்று ஒரு மணிக்கு..."

"அவ்வளவு சீக்கிரமா?" என்று அதிசயித்துக் கேட்டான் அவன்.

"ஏன் கூடாது? ரீபினுக்காகத் துணிமணிகள் தேட வேண்டியதும், அவன் போயிருக்க ஓர் இடம் தேடுவதும் தான் பாக்கி, மற்றதையெல்லாம் கோபுனே செய்து முடித்து விடுவதாகச் சொல்லிவிட்டான். ரீபின் ஒரே ஒரு தெருவை மட்டும்தான் கடந்து வர வேண்டும். உடனே மாறுவேடத்தில் இருக்கும் நிகலாய் வெஸோவ்ஷிகோவ் அவனைச் சந்தித்து, அவன் மீது ஒரு கோட்டைப் போட்டு மூடி, தலையிலே ஒரு தொப்பியையும் வைத்து, அவனைக் கூட்டிக்கொண்டுபோய் விடுவான். நான் சகல துணிமணிகளோடும் காத்திருப்பேன். அவன் வந்ததும் அழைத்துக்கொண்டு போவேன்."

"பரவாயில்லை, சரி. ஆனால், கோபுன் என்பது யார்?" என்று கேட்டான் நிகலாய்.

"உங்களுக்கு அவனைத் தெரியும். அவனுடைய அறையில் தான் நீங்கள் யந்திரத் தொழிலாளிகளுக்கு வகுப்பு நடத்தினீர்கள்."

"ஆமாம், ஞாபகமிருக்கிறது. அவன் ஒரு தினுசான ஆசாமி."

"அவன் ஓர் ஓய்வூதியம் பெறும் சிப்பாய். ஒரு தகரத் தொழிலாளி. அவனுக்கு அறிவு வளர்ச்சி பாத்தாதான். என்றாலும்

எந்த பலாத்காரத்தையும் அவன் முழுமூச்சோடு எதிர்ப்பவன்... அவன் ஒரு திினுசான தத்துவார்த்தவாதி" என்று கூறிக்கொண்டே சன்னலுக்கு வெளியே பார்த்தாள் சாஷா. தாய் வாய்பேசாது அவள் கூறியதைக் கவனித்துக் கொண்டிருந்தாள். அவள் மனதில் ஒரு மங்கிய எண்ணம் வளர்ந்தோங்கியது.

"கோபுன் தன் மருமகனையும் விடுவிக்க எண்ணுகிறான். எவ்சென்கோவை ஞாபகமிருக்கிறதா? உங்களுக்குக் கூட அவனைப் பிடித்திருந்ததே, எப்போதுமே அவன் ஓர் அதி சுத்தக்காரப் பகட்டான ஆசாமிதான்.

நிகலாய் தலையை அசைத்தான்.

"அவன் சகல ஏற்பாடுகளையும் செய்துவிட்டான்" என்று மேலும் தொடங்கினாள் சாஷா. "ஆனால் நமது முயற்சி வெற்றியடையுமா என்பதில் எனக்குச் சந்தேகம் தோன்றி வருகிறது. எல்லாக் கைதிகளும் வெளியே காற்று வாங்கிக்கொண்டிருக்கும் வேளையில்தான் இது நடக்கப் போகிறது. ஆனால், அந்தச் சமயத்தில் அவர்கள் இந்த ஏணியைப் பார்த்து விட்டால், பல பேர் அதை உபயோகித்துத் தப்பித்து ஓட எண்ணலாம். அதுதான் பயமாயிருக்கிறது."

"அப்படியானால் அவர்கள் ஒருவருக்கொருவர் முண்டியடித்து காரியத்தையே கெடுத்து விடுவார்கள்..."

மூன்று பேரும் சன்னலருகிலேயே நின்றார்கள். நிகலாய்க்கும் சாஷாவுக்கும் பின்னால் தாய் நின்று கொண்டிருந்தாள். அவர்கள் இருவரது விறுவிறுப்பான பேச்சு தாயின் உள்ளத்தில் பற்பல உணர்ச்சிகளை எழுப்பின.

"நானும் போகிறேன்" என்று திடீரெனச் சொன்னாள் அவள்.

"ஏன்? என்று கேட்டாள் சாஷா.

"நீங்கள் போக வேண்டாம் அம்மா. ஏதாவது நேர்ந்துவிடக் கூடும், போகாதீர்கள்" என்று போதித்தான் நிகலாய்.

தாய் அவனைப் பார்த்தாள்.

"இல்லை, நான் போகிறேன்" என்று மெதுவாக, ஆனால் உறுதியோடு சொன்னாள் அவள்.

இருவரும் ஒருவரையொருவர் சட்டெனப் பார்த்துக் கொண்டார்கள்.

"எனக்குப் புரிகிறது" என்று சொல்லிக்கொண்டே தோளைக் குலுக்கிக்கொண்டாள் சாஷா. பிறகு அவள் தாயின் பக்கமாகத்

திரும்பி, அவளது கையைப் பிடித்தெடுத்து தாயின் உள்ளத்தைத் தொடும் எளிய குரலில் பேசினாள்:

"ஆனால், நீங்கள் சிந்தித்து உணர வேண்டும். அப்படி நடக்குமென்று வீண் நம்பிக்கை கொள்வதில் அர்த்தமே இல்லை..."

"என் அன்பே!" என்று நடுநடுங்கும் கையால் அவளை இழுத்து அணைத்துக்கொண்டே கத்தினாள் தாய். "என்னையும் கூட்டிச் செல்லுங்கள். நான் ஒன்றும் உங்கள் வழிக்கு இடைஞ்சலாயிருக்க மாட்டேன். நான் போகத்தான் வேண்டும்! தப்பிச் செல்வது நடக்கக்கூடிய காரியம் என்று என்னால் நம்பவே முடியவில்லை."

"இவள் எங்களோடு வருகிறாள்!" என்று நிகலாயைப் பார்த்துச் சொன்னாள் அந்தப் பெண்.

"அது உங்கள் பாடு" என்று தலையைத் தொங்க விட்டவாறே பதில் சொன்னான் நிகலாய்.

"ஆனால், நாம் இருவரும் சேர்ந்து போகக் கூடாது. நீங்கள் அந்த வெட்டவெளி மைதானத்துக்கு அப்பாலுள்ள தோட்டத்திலே போய் இருக்க வேண்டியது. அங்கிருந்தே சிறைச்சாலைச் சுவரைக் காண முடியும்; ஆனால் யாராவது உங்களைப் பிடித்து ஏதாவது கேள்வி கேட்டால், அங்கு வந்ததற்கு என்ன காரணம் கூறுவீர்கள்?"

"ஏதாவது சொல்லிச் சமாளித்து விடுவேன்" என்று ஆர்வத்தோடு சொன்னாள் தாய்.

"மறந்து விடாதீர்கள், சிறைச்சாலைக் காவலாளிகளுக்கு உங்களை நன்றாகத் தெரியும்.!" என்று எச்சரித்தாள் சாஷா; "அவர்கள் உங்களை அங்கு கண்டுவிட்டால்..."

"அவர்களை என்னைக் காணமாட்டார்கள்!"

தாய் தனது உள்ளத்திலே எழுந்த ஒரு நம்பிக்கையினால் புத்துயிர் பெற்றுப் பார்த்தாள். இந்த நம்பிக்கைச் சுடர் அவளது இதயத்திலே கொஞ்சங் கொஞ்சமாகக் கனன்று விரிந்து, இப்போது திடீரென்று ஒரு வேகத்துடன் பிரகாசமாக விம்மியெழுந்து எரிந்தது.

'ஒரு வேலை அவனும் கூட!'

ஒரு மணி நேரம் கழித்துத் தாய் சிறைச்சாலைக்கு பின்புறமுள்ள வெட்ட வெளியில் இருந்தாள். ஊசிக் காற்று சுள்ளென்று வீசியது. அந்தக் காற்று அவளது உடைகளைப் பிளந்து புகுந்து வீசியது. உறைந்து போன தரையில் மோதியறைந்தது; அவள் சென்று கொண்டிருந்த தோட்டத்தைச் சுற்றியுள்ள முள்வேலியை

அசைத்தாட்டியது. அதன் பின்னர் உருண்டோடிச் சென்று சிறைச்சாலைச் சுவர் மீது முழுவேகத்தோடும் முட்டி மோதியது. சிறைச்சாலைக்குள்ளே எழும் மனிதக் குரல்களை அந்தக் காற்று வாரியெடுத்து வான வெளியில், நிலவின் தொலை முகட்டை அவ்வப்போது ஒரு கணம் காட்டிகாட்டிப் பறந்தோடும் மேக மண்டலத்தில் சுழற்றி விட்டெறிந்தது.

தாய்க்குப் பின்னால் அந்தத் தோட்டம்; முன்புறத்தில் இடுகாடு. அவள் நின்ற இடத்திலிருந்து வலப்புறமாக சுமார் எழுபது அடி தூரத்தில் சிறைச்சாலை. இடுகாட்டுக்கு அருகே ஒரு சிப்பாய் ஒரு குதிரையை நடத்திக் கூட்டிக் கொண்டு போனான். அவனுக்கு அருகே இன்னொரு சிப்பாய் தரையைக் காலால் மிதித்துக் கொண்டும், சத்தமிட்டுக் கொண்டும், சிரித்துக் கொண்டும், சீட்டியடித்துக் கொண்டும் நின்றான். சிறைச்சாலையின் அருகே ஆள் நடமாட்டமே இல்லை.

அவர்களைக் கடந்து இடுகாட்டை வளைந்து சூழ்ந்த வேலிப்புறமாக, தாய் மெதுவாக நடந்து சென்றாள். போகும் போது முன்னும் பின்னும் எச்சரிக்கையாகப் பார்த்துக் கொண்டே சென்றாள். திடீரென அவளது கால்களை பலமிழந்து உழலாடின. தரையோடு தரையாய் உறைந்து போன மாதிரி கனத்து விறைத்தன. ஒரு மூலையிலிருந்து விளக்கேற்றுபவர்கள் வருவதுபோலவே தன் தோள் மீது ஓர் ஏணியைச் சுமந்து கொண்டே, அவசர அவசரமாகக் குனிந்து நடந்து வந்தான் ஒருவன். பயத்தினால் கண்கள் படபடக்க, தாய் அந்தச் சிப்பாய்களைப் பார்த்தாள். அவர்கள் ஓர் இடத்தில் நின்று கொண்டிருந்தார்கள்; குதிரை அவர்களைச் சுற்றி ஓடிக் கொண்டிருந்தது. ஏணியோடு வந்து கொண்டிருந்த அந்த மனிதனை அவள் பார்த்தாள். அவன் அதற்குள் ஏணியைச் சுவர்மீது சாய்த்து அதன் மீது நிதானமாக ஏறிக் கொண்டிருந்தான். அவன் சிறைச்சாலை முகப்பைப் பார்த்துக் கையை ஆட்டிவிட்டு, விறுவிறுவென்று கீழிறங்கி, சிறைச்சாலையின் மூலையைக் கடந்து சென்று மறைந்து போனான். தாயின் உள்ளம் படபடத்துத் துடித்தது. ஒவ்வொரு விநாடியும் நிலையாய் நிற்பதுபோல் தோன்றியது. சிறைச்சாலையின் சுவர் கறை படிந்து, ஆங்காங்கே காரை விழுந்து, உள்ளுக்குள் உள்ள செங்கல்லை வெளிக்காட்டிக் கொண்டிருந்தது. அதன் நிறம் மாறிப் போன கறுத்த பின்னணியில் அந்த ஏணி அவ்வளவாகக் கண்ணுக்குத் தெரியவில்லை. திடீரென்று ஒரு கரிய தலை சிறைச் சுவருக்கு மேலே தெரிந்தது. அப்புறம் அந்த உருவம் சுவரின் மீது தத்தித் தவழ்ந்து, மறுபுறம் இறங்கத் தொடங்கியது. அடுத்தாற்போல்

ஒரு கோணல்மாணலான தொப்பி தலையை நீட்டியது. ஒரு கரிய கோணல் பூமியிலே உருண்டு விழுந்தது; மறுகணம் அது எழுந்து நின்று மூலையை நோக்கி ஓடி மறைந்தது. மிகயீல் நிமிர்ந்து நின்று சுற்று முற்றும் பார்த்தான்; தலையை ஆட்டிக் கொண்டான்..."

"ஓடு! ஓடு" என்று காலைத் தரையில் உதைத்துக் கொண்டே மெதுவாகக் கத்தினாள் தாய்.

அவளது காதுகளில் கிண்ணென்று இரைந்தது; பலத்த கூச்சல்களை அவள் கேட்டாள். சுவரின் மீது மூன்றாவது தலையும் தோன்றியது. தாய் தனது நெஞ்சை அழுத்திப் பிடித்துக் கொண்டு, திக்குமுக்காடும் மூச்சோடு கவனித்துப் பார்த்தாள். தாடியில்லாத ஓர் இளைஞனின் வெளிர் முடித்தலை ஒரு குலுக்குக் குலுக்கியவாறே மேலேழுந்தது; ஆனால் மறுகணமே அது மீண்டும் உள்வாங்கிக்கொண்டது. கூச்சல்கள் உத்வேகத்துடனும் ஓங்கி ஒலித்தன. விசில்களின் கீச்சுச் சப்தங்களைக் காற்று ஆகாயத்தில் பரப்பி ஒலிக்கச் செய்தது. மிகயீல் சுவரை ஒட்டி நடந்தான். அவன் அதனைக் கடந்து சிறைச்சாலைக்கும், ஊரின் வீடுகளுக்கும் இடையேயுள்ள வெட்ட வெளி மைதானத்தைக் கடந்து சென்றான். அவன் மிகவும் மெதுவாகவும் தலையை அதிகமாக நிமிர்ந்தும் நடப்பதாக அவளுக்குத் தோன்றியது. அவனது முகத்தை அந்தச் சமயத்தில் ஒருமுறை பார்க்க நேர்ந்தவர்கள் அதை என்றென்றும் மறக்க மாட்டார்கள். அப்படி இருந்தது. அந்த முகத்தோற்றம்.

"சீக்கிரம், சீக்கிரம்!" என்று முணுமுணுத்தாள் தாய். சிறைச்சாலைச் சுவருக்கு அப்பால் ஏதோ மோதியறையும் சப்தம் கேட்டது; அதைத் தொடர்ந்து கண்ணாடிச் சில்லுகள் நொறுங்கி விழும் சத்தத்தை அவள் கேட்டாள். அந்தச் சிப்பாய்களில் ஒருவன் தனது காலைப் பூமியில் அழுத்தி ஊன்றியவாறே குதிரைக் கயிற்றைப் பிடித்து இழுத்துக்கொண்டிருந்தான். அடுத்தவன் தன் கையை வாயருகே கொண்டுபோய்ச் சிறைச்சாலையை நோக்கிச் சத்தமிட்டான். அவன் சத்தமிட்டு முடிந்த பிறகு, அதற்குப் பதில் எதிர்பார்த்துக் காதைத் திருப்பிச் சாய்த்துக் கேட்டான்.

தாய் மிகுந்த சிரமத்தோடு நாலாதிசைகளிலும் தலையைத் திருப்பிப் பார்த்தவாறே நின்றாள். அவளது கண்கள் எல்லாவற்றையும் பார்த்தன; ஆனால் எதையும் நம்ப மறுத்தன. எந்த ஒரு காரியம் மிகுந்த சிக்கலும் அபாயம் நேரக்கூடிய பயபீதியும் நிறைந்த எண்ணத்தை அவள் மனதில் ஏற்படுத்தியிருந்ததோ, அதே காரியம் மிகவும் எளிதாக சீக்கிரமே நடந்து முடிந்துவிட்டது. அதனது துரித சக்தி தாயை ஆட்கொண்டு அவளது புலன்களை

மரத்துப்போகச் செய்தது. ரீபின் ஏற்கெனவே மறைந்து சென்று விட்டான். ஒரு நெட்டையான மனிதன் நீண்ட கோட்டை அணிந்துகொண்டு தெரு வழியாக நடந்து சென்றான்; அவனுக்கு முன்னால் ஓர் இளம் யுவதி ஓடிக்கொண்டிருந்தாள். மூன்று சிறைக்காவலாளிகள் சிறைச்சாலை மூலையில் இருந்து தாவி ஓடி வந்தார்கள். மூன்று பேரும் தங்கள் வலக்கைகளை நீட்டியவாறு ஒருவர் அருகில் ஒருவராக ஓடிவந்தார்கள். அந்தச் சிப்பாய்களில் ஒருவன் அவர்களைச் சந்திப்பதற்காக ஓடினான்; அடுத்தவன் குதிரையைச் சுற்றிச் சுற்றி ஓடியவாறே அதன் முதுகில் ஏறுவதற்கு முயன்றுகொண்டிருந்தான். ஆனால் அந்தக் குதிரையோ முரட்டுத்தனமாக, மேல்நோக்கித் தாவிக் குதித்தது! அந்தக் குதிரை தாவிக் குதிக்கும்போது, எல்லாமே தாவிக் குதிப்பது மாதிரி இருந்தது. விசில் சப்தங்கள் இடைவிடாது அழுத்தமாக ஒலித்தன. அவற்றின் கீச்சுக் குரல்கள் தாயின் உள்ளத்திலே அபாய உணர்ச்சியைக் கிளப்பி விட்டன. அவள் நடுங்கினாள். இடுகாட்டின் வேலிப்புறமாக, அந்தக் காவலாளிகளின் மீது ஒரு கண் வைத்தவாறே நடந்தாள். ஆனால், அந்தக் காவலாளிகளும் சிப்பாய்களும் சிறைச்சாலையின் வேறொரு மூலையைக் கடந்து மறைந்து சென்றார்கள். கொஞ்ச நேரத்தில் பித்தானிடப்படாத கோட்டோடு ஒரு மனிதன் அவர்களைத் தொடர்ந்து சென்றான். அவன்தான் சிறைச்சாலை உபதலைவன் என்று அடையாளம் கண்டுகொண்டாள். எங்கிருந்தோ போலீஸ்காரர்களும், பரபரக்கும் மக்கள் கூட்டமும் கூடி வந்தார்கள்.

குதூகலத்தோடு சுற்றியாடுவதுபோல் காற்று சுழன்று வீசியது. காற்றுவாக்கில் தாயின் காதுகளில் உடைந்து கலகலக்கும் கூச்சல்களும், விசில் சப்தங்களும் ஒலித்தன... இந்த குழப்பத்தைக் கண்டு தாய் குதூகலமடைந்தாள். தனது நடையை எட்டிப் போட்டு நடந்தவாறே சிந்தித்தாள்.

"அவனும்கூட இப்படிச் சுலபமாய்த் தப்பி வந்திருக்கக் கூடும்" திடீரென்று ஒரு மூலையிலிருந்து இரண்டு போலீஸ்காரர்கள் ஓடிவந்தார்கள்.

"நில்" என்று அவளை நோக்கி ஒருவன் மூச்சு வாங்கியவாறே கத்தினான்; "தாடிக்காரன் மனுசன் ஒருவனை நீ பார்த்தாயா?"

அவள் தோட்டமிருக்கும் திசையைச் சுட்டிக் காட்டினாள்.

"அவன் அந்தப் பக்கமாகத்தான் ஓடினான்" என்று அமைதியாகச் சொன்னாள் அவள். "ஏன்?"

"இகோரவ்! விசிலை ஊது!"

தாய் வீட்டை நோக்கி நடந்தாள். அவள் எதற்காகவோ வருத்தப்பட்டாள். அவளது மனதில் கசப்பும் வருத்தமும் கலந்த உணர்ச்சி தென்பட்டது. வெட்டவெளியைக் கடந்து தெருவுக்குள் வந்தபோது அவளைக் கடந்து ஒரு வண்டி சென்றது. அந்த வண்டிக்குள் அவள் பார்த்தாள். அதற்குள் வெளிர் மீசையும், வெளுத்துச் சோர்ந்த முகமும் கொண்ட ஓர் இளைஞனைக் கண்டாள். அவனும் அவளைப் பார்த்துவிட்டான். அவன் பக்கவாட்டில் சாய்ந்து உட்கார்ந்திருந்தான். எனவே அவனது இடது தோளைவிட வலதுதோள் உயர்ந்து காணப்பட்டது.

நிகலாய் அவளைக் குதூகலத்தோடு வரவேற்றான்.

"சரி. என்ன நடந்தது?"

"எல்லாம் சரிவர நடந்துவிட்டதாகவே தோன்றுகிறது."

அவள் தப்பி வந்ததைப் பற்றி சாங்கோபாங்காக விரிவாகச் சொல்லத் தொடங்கினாள். எனினும் அவள் வேறு யாரோ சொன்ன விசயத்தைத் திருப்பிச் சொல்வது மாதிரிப் பேசினாள். தான் கண்ணால் கண்டதையே அவள் நம்ப மறுத்துச் சந்தேகிப்பது போலிருந்தது.

"அதிர்ஷ்டம் நம் பக்கம் இருக்கிறது" என்று கூறிக்கொண்டே கைகளைத் தேய்த்துக்கொண்டான் நிகலாய். "உங்களுக்கு ஏதாவது நேர்ந்துவிடக்கூடுமே என்று நான் பயந்த பயம் சைத்தானுக்குத்தான் தெரியும். நீலவ்னா, நான் சொல்வதைக் கேளுங்கள். விசாரணையை எண்ணிப் பயந்து கொண்டிருக்காதீர்கள். எவ்வளவு சீக்கிரம் விசாரணை முடிகிறதோ அவ்வளவு சீக்கிரம் பாவெல் சுதந்திரம் அடைவான். நாடு கடத்துவதற்காகக் கொண்டுசெல்லும்போதே, அவன் தப்பி வந்துவிடக் கூடும். விசாரணையைப் பொறுத்தவரையில் இப்படித்தான் நடக்கப் போகிறது..."

அவன் கோர்ட்டு நடவடிக்கைகளை விவரித்துக் கூறினான். அவன் அவளை எவ்வளவுதான் தேற்றினாலும்கூட, தான் எதையோ கண்டு தனக்குள் தானே அஞ்சிக் கொண்டிருப்பதாக அவனது பேச்சிலிருந்து உணர்ந்து கொண்டாள் தாய்.

"கோர்ட்டில் நான் ஏதாவது தப்புத் தண்டாவாகப் பேசி விடுவேன் என்றோ, அல்லது நீதிபதிகளிடம் எதையாவது கேட்டு விடுவேன் என்றோ, பயப்படுகிறீர்களா?" என்று திடீரெனக் கேட்டாள் அவள்.

அவன் துள்ளியெழுந்து கைகளை எரிச்சலோடு ஆட்டிக் கொண்டான்.

"இல்லவே இல்லை!" என்று புண்பட்ட குரலில் சொன்னான் அவன். "நான் பயந்து விட்டேன். அதுதான் உண்மை. ஆனால் நான் எதைக் கண்டு பயப்படுகிறேன் என்பதுதான் எனக்குத் தெரியவில்லை." அவள் பேசுவதை நிறுத்தினாள். அவளது கண்கள் அறையைச் சுற்றி வட்டமிட்டன.

"சமயங்களில், அவர்கள் பாஷாவிடம் முரட்டுத்தனமாகப் பேசத் தொடங்குவார்களோ என்று எனக்குத் தோன்றுகிறது. 'ஏ, முஜீக்! உன்னைத்தான். முஜீக்குக்குப் பிறந்தவனே! உனக்கென்னடா துர்ப்புத்தி?' என்று கேட்பார்களோ என்று பயம். பாவெல் கர்வம் நிறைந்தவன். அப்படித்தான் பதிலும் சொல்லுவான் அல்லது அந்திரேய் அவர்களைக் கிண்டல் செய்து எதையாவது சொல்வான். எல்லோருமே சூடானவர்கள். எனவே, அந்த மாதிரி விசாரித்து இனி நாம் அவர்களைக் காண முடியாதபடி செய்து விடுவார்கள்!"

நிகலாய் பதில் பேசாமலே முகத்தைச் சுளித்தான்; தாடியை இழுத்துவிட்டுக்கொண்டான்.

"இந்த மாதிரி எண்ணங்களை என்னால் ஒதுக்கித் தள்ளவே முடியவில்லை" என்று அமைதியாகச் சொன்னாள் தாய்; "எனவேதான் இந்த விசாரணை எனக்கு அத்தனை பயங்கரமாய் தோன்றுகிறது! அவர்கள் ஒவ்வொன்றாகப் பார்த்து அலசி ஆராய்ந்து பார்க்கத் தொடங்கிவிட்டால்! அதுதான் பயங்கரமாயிருக்கிறது! எனக்குத் தண்டனை பயங்கரமாய்த் தோன்றவில்லை. விசாரணைதான் பயங்கரமாய்த் தோன்றுகிறது. அதை எப்படிச் சொல்வது என்பதும் தெரியவில்லை..."

தான் சொல்வதை நிகலாய் புரிந்து கொள்ளவில்லை என்பதை அவள் உணர்ந்தாள்; அந்த உணர்ச்சியால் தனது எண்ணங்களை வெளியிட்டுச் சொல்வதுகூட அவளுக்குச் சிரமமாயிருந்தது.

24

அவளது பயம் ஒரு துர்நாற்றம்போல் அவளது தொண்டையில் கமறியெழுந்து அவளைத் திணறச் செய்தது. விசாரணை தினத்தன்று தனது இதயத்தை அழுத்திக்கொண்டிருக்கும் அந்தப் பெரும் மனப்பாரத்தைச் சுமந்து கொண்டுதான், தாய் நீதிமன்றத்துக்குச் சென்றாள்.

தெருவெல்லாம் சுற்று வட்டாரத் தொழிலாளர் குடியிருப்பிலிருந்து வந்த அவளுக்கு அறிமுகமான பல தொழிலாளர்கள் அவளை

வரவேற்றார்கள்; அவள் வாய் திறந்து எதுவும் பேசாமல் அவர்களுக்குத் தலை வணங்கிக்கொண்டே, அந்த மக்கள் கூட்டத்தைக் கடந்து சென்றாள். நீதிமன்றத்திலும் அதற்கு வெளியேயுள்ள நடைவழிகளிலும் விசாரணைக் கைதிகளின் உறவினர்கள் கூடிக் குழுமி, தணிந்த குரலில் ஏதேதோ பேசிக்கொண்டிருந்தார்கள். அவர்கள் பேசிக்கொள்ளும் பேச்சு தாய்ககு அமிதமாகப் பட்டது; அவளுக்கு அது புரியவில்லை. எல்லோரும் ஒரே மாதிரியான சோகத்துக்கு ஆளாகி நின்றார்கள். தாயும் இதை அறிந்திருந்தாள்; அதனால் அவளுக்கு மனப்பாரம்தான் அதிகமாயிற்று.

“என் பக்கத்திலே உட்கார்” என்று ஒரு பெஞ்சில் ஒதுங்கி இடம் கொடுத்துக்கொண்டே கூறினான் சிஸோவ்.

அவள் பணிவோடு உட்கார்ந்து, தன் உடுப்பைச் சரியாக இழுத்துவிட்டுக்கொண்டு சுற்று முற்றும் பார்த்தாள். அவளது கண்முன்னால் பச்சை, சிவப்புப் புள்ளிகளும், கோடுகளும், மஞ் சள் நாடாக்களும் நடனமிட்டன.

“எங்கள் கிரிகோரியை உன் மகன்தான் இதில் இழுத்து விட்டுவிட்டான்” என்று அவளுக்கு அடுத்தாற்போல் இருந்த ஒரு பெண் முனகினாள்.

“வாயை மூடு, நதால்யா !” என்று கோபத்தோடு சொன்னான் சிஸோவ்.

தாய் அந்தப் பெண்ணைப் பார்த்தாள். அவள்தான் சமோய்லவின் தாய். அவளை அடுத்து அவள் கணவன் உட்கார்ந்திருந்தான்; சுமுகமான தோற்றமும், மெலிந்த முகமும், வளர்ந்து பெருகிய சிவந்த தாடியும் வழுக்கைத் தலையுமாகக் காட்சியளித்த அவன், தன் கண்களை நெரித்து ஏறிட்டுப் பார்த்தான்; உள்ளுக்குள் பட்டுக்கொண்டிருந்த சிரமத்தால் அவனது தாடி நடுநடுங்கிக் கொண்டிருந்தது

வெளிப்புறத்திலிருந்து பனி படிந்துள்ள உயர்ந்த சன்னல்களின் வழியாக மங்கிய ஒளி மயக்கம் நீதிமன்றத்துக்குள்ளே பரவி ஒளிசெய்தது. சன்னல்களுக்கு மத்தியில் அலங்காரமான முலாம் சட்டத்தில் அமைந்த ஜார் அரசனின் சித்திரம் தொங்கிக்கொண்டிருந்தது. அதன் இருபுறத்தையும் கருஞ் சிவப்பான சன்னல் திரைகள் மடிமடியாகத் தொங்கி மறைத்துத் கொண்டிருந்தன. அந்தச் சித்திரத்துக்கு முன்னால் பச்சைத் துணியால் மூடப்பட்டிருந்த ஒரு பெரியமேசை அந்த ஹாலின் அகலம் முழுவதையுமே வியாபித்துக் கொண்டிருந்தது. கைதிக் கூண்டுகளுக்குப் பின்னால், வலப்புறச் சுவரையொட்டி இரண்டு

மரப் பெஞ்சுகள் போடப்பட்டிருந்தன. இடப்புறத்தில், கருஞ்சிவப்புத் துணி வைத்துத் தைக்கப்பட்ட கைநாற்காலிகள் இரு வரிசையாகப் போடப்பட்டிருந்தன. தங்க நிறப் பித்தான்களைக்கொண்ட பச்சை உடுப்புகள் அணிந்த கோர்ட்டுச் சேவகர்கள் வாய் பேசாது முன்னும்பின்னும் வந்து போய்க் கொண்டிருந்தார்கள். அந்த மப்பும் மந்தாரமும் நிறைந்த சூழ்நிலையில் உள்ளடங்கி ஒலிக்கும் பேச்சுகளும், பற்பல மருந்துகளின் கார நெடியும் கலந்து நிறைந்தன. இவையெல்லாம் இந்த வர்ண பேதங்கள், பிரகாசம், குரல்கள், நெடி எல்லாம் – கண்ணையும் காதையும் உறுத்தின. சுவாசத்தோடு இதயத்தில் புகுந்து அர்த்தம் ஏதுமற்ற பயவேதனையை நிரப்பின.

திடீரென யாரோ உரத்த குரலில் பேசினார்கள். தாய் திடுக்கிட்டாள். எல்லோரும் எழுந்து நிற்பதைக் கண்டு அவளும் சிஸோவின் கையைப்பற்றிப் பிடித்தவாறே எழுந்து நின்றாள்.

இடப்புறமாக இருந்த ஒரு பெரிய கதவு திறந்தது; மூக்குக் கண்ணாடி அணிந்த ஒரு வயதான மனிதர் ஆடியசைந்துகொண்டு உள்ளே வந்தார். அவரது சாம்பல் நிறக் கன்னங்களில் மெல்லிய வெள்ளையான கிருதாக்கள் அசைந்து கொடுத்தன. மழுங்கச் செய்யப்பட்ட அவரது மேலுதடு பற்களேயற்ற வாய் ஈறுக்குள் மடிந்து போயிருந்தது. அவரது மேவாயும் தாடையும் அவரது உத்தியோக உடுப்பின் உயர்ந்த காலர் மீது சாய்ந்து கழுத்தே இல்லாததுபோல் தோற்றமளித்துக் கொண்டிருந்தது. கொழுத்துத் திரண்ட, நெட்டையான வெள்ளை முகம் கொண்ட இளைஞன் ஒருவன் கைகொடுத்து அவரை மேலேற்றி விட்டான். அவர்களுக்குப் பின்னால் தங்கநிறக் கரை வைத்துத் தைத்த உத்தியோக உடைகளோடு மூன்று பேர் வந்தார்கள்; சாதாரண உடையணிந்து மூன்று பேர் வந்தார்கள்.

அந்த நீண்ட மேசை முன்னால் அவர்கள் உட்கார்ந்து முடிப்பதற்கே வெகு நேரம் பிடித்தது. அவர்கள தங்கள் இருக்கை களில் அமர்ந்தவுடன் மழுங்கச் சவரம் செய்து வழவழப்போடு விளங்கும் சோம்பல் முகமுள்ள ஒரு மனிதன், அந்த வயோதிகரின் பக்கம் குனிந்து தனது தடித்த உதடுகளை என்னவோபோல அசைத்துக்கொண்டு ரகசியமாக ஏதோ சொல்லத் தொடங்கினான். அந்தக் கிழவர் நிமிர்ந்து அவன் கூறுவதை அசையாமல் கேட்டார். அவரது கண்ணாடிக்குப் பின்னால், இரு சிறு புள்ளிகள் மாதிரி தோன்றும் உணர்ச்சியற்ற கண்களைத் தாய் கண்டாள்.

அந்த மேசையின் ஓரமாகக் கிடந்த எழுதும் சாய்வு மேசைக்கு அருகே ஒரு நெட்டையான வழுக்கைத் தலை ஆசாமி

நின்றுகொண்டிருந்தான்; அவன் தொண்டையைக் கனைத்துச் சீர்படுத்திக்கொண்டே, ஆவணங்களைப் புரட்டிக்கொண்டிருந்தான்.

அந்தக் கிழவர் முன்புறமாகக் குனிந்து பேசத் தொடங்கினார். எடுத்த எடுப்பில் அவரது பேச்சு தெளிவாக ஒலித்தது; அப்புறம் அந்தப் பேச்சு அவரது மெல்லிய உதடுகளுக்குள்ளாக மடிந்து உள்வாங்கிப் போய்விட்டது.

"விசாரணையைத் தொடங்குகிறேன்... அவர்களைக் கொண்டுவாருங்கள்..."

"பார்!" என்று தாயை முழங்கையால் இடித்து, நிமிர்ந்து நின்றவாறே மெதுவாகச் சொன்னான் சிஸோவ்.

கைதிக் கூண்டுக்குப் பின்புறமுள்ள கதவு திறந்தது. பளபளக்கும் வாளைத் தோளில் சாத்தியவாறே ஒரு சிப்பாய் வந்தான்; அவனைத் தொடர்ந்து பாவெல், அந்திரேய், பியோதர் மாசின்; கூஸெவ் சகோதரர்கள், சமோய்லவ், புகின், சோமவ் முதலியோரும், தாய்க்கு அறிமுகமில்லாத வேறு ஐந்து இளைஞர்களும் வந்து சேர்ந்தார்கள். பாவெல் அவளைப் பார்த்துப் புன்னகை புரிந்தான். அந்திரேய் பல்லைக் காட்டி, தலையை ஆட்டினான். அவர்களது புன்னகையும், உற்சாகம் நிறைந்த முகங்களும், அசைவுகளும் அந்த நீதிமன்றத்தின் உம்மணா மூஞ்சிச் சூழ்நிலையை மாற்றி, அதைத் தளரச் செய்தது. உத்தியோக உடுப்புகளின் பொன்னொளி ஜாலம் மங்கிப் போயிற்று. தைரியம் மீண்டும் தாயிடம் குடிபுகுந்தது. அந்தக் கைதிகள் தம்மோடு கொணர்ந்த அமைதியான தன்னம்பிக்கையும் ஜீவசக்தியும் அவளுக்கு வலுவூட்டின. அவளுக்குப் பின்னுள்ள பெஞ்சுகளில், இத்தனை நேரமும் சோர்ந்து அசந்துபோய் நின்ற மக்கள், தங்களுக்குள் குசுகுசுத்துப் பேசத் தொடங்கினார்கள்.

"அவர்கள் பயப்படவே இல்லை!" என்று சிஸோவ் ரகசியமாகச் சொன்னான். சமோய்லவின் தாயோ உள்ளுக்குள்ளாகப் பொருமத் தொடங்கினாள்.

"அமைதி!" என்று ஒரு கடுமையான குரல் ஒலித்தது.

"முதலிலேயே நான் உங்களை எச்சரித்துவிட வேண்டும்..." என்று சொன்னார் அந்தக் கிழவர்.

முன்னாலுள்ள பெஞ்சின் மீது பாவெலும் அந்திரேயும் ஒருவர் பக்கம் ஒருவராக உட்கார்ந்திருந்தார்கள். அவர்களோடு மாசின், சமோய்லவ், கூஸெவ் சகோதரர்கள் முதலியோரும் உட்கார்ந்திருந்தார்கள். அந்திரேய் தன் தாடியை எடுத்து விட்டிருந்தான்; ஆனால் மீசையை மட்டும் வளர விட்டிருந்தான்.

அந்த மீசை வளர்ந்து படிந்து அவனது உருண்டை முகத்தைப் பூனைமுகம் மாதிரி காட்டிக்கொண்டிருந்தது. அவனது முகத்தில் ஏதோ ஒரு புதுமை இருந்தது; கூர்மையும் குத்தலும் நிறைந்த பாவம் அவனது முகத்தில் தோன்றியது. கண்களில் ஏதோ ஒரு கருமை தென்பட்டது. மாசினுடைய மேலுதட்டில் இரு கரிய கோடுகள் காணப்பட்டன; அவனது முகம் உப்பி உருண்டு திரண்டிருந்த சமோய்லவின் சுருட்டைத் தலை எப்போதும் போலவே இருந்தது; இவான் கூஸெவ் பல்லைக் காட்டிச் சிரித்தான்.

"ஆ! பியோதர்! பியோதர்!" என்று தலையைக் குனிந்து கொண்டே முணுமுணுத்தான் சிஸோவ்.

அந்தக் கிழவர் தமது உத்தியோக உடுப்பின் காலருக்குள் அசையாமல் புதைந்து கிடந்த தலையைக் கொஞ்சம் கூட அசைக்காமல் நிமிர்ந்தும் பார்க்காமல் கைதிகளைப் பார்த்து ஏதேதோ கேள்வி கேட்டார்; அந்தத் தெளிவற்ற கேள்விக் குரலைத் தாயும் கேட்டுக்கொண்டிருந்தாள். அந்தக் கேள்விகளுக்கு, தன் மகன் கூறிய அமைதியான சுருக்கமான பதில்களையும் அவள் கேட்டாள். பிரதம நீதிபதியும், அவரது சகாக்களும் தன் மகன் விசயத்தில் குரூரமாகவும் கொடுமையாகவும் நடந்துகொள்ள முடியாது என்று அவளுக்குத் தோன்றியது. அந்த நீண்ட மேசைக்கு எதிரே இருந்தவர்களின் முகத்தைப் பார்த்து விசாரணையின் முடிவை அவள் ஊகிக்க முயன்றாள். அவளது ஊகத்தால், அவளது இதயத்தினுள்ளே ஒரு நம்பிக்கை வளர்ச்சி பெற்று ஓங்குவதை அவள் உணர்ந்தாள்.

ஒரு வெள்ளை முக ஆசாமி ஒரு ஆவணத்தை உணர்ச்சியற்று ஒரே குரலில் வாசித்தான். மந்திரத்தால் கட்டுப்பட்டவர்கள் மாதிரி அதைக் கேட்ட மக்கள் ஆடாது அசையாது உட்கார்ந்திருந்தார்கள். விசாரணைக்காக நிற்பவர்களைப் பார்த்து, நாலு வக்கீல்கள் உணர்ச்சியோடும் அமைதியோடும் பேச்சுக் கொடுத்துக்கொண்டிருந்தார்கள். அவர்களது அசைவுகள் பலமாகவும் விறுவிறுப்பாகவும் இருந்தன. அவர்கள் பெரிய கரும்பறவைகளைப்போல் தோன்றினார்கள்.

அந்தக் கிழ நீதிபதிக்கு அருகில் இருந்த நாற்காலியில் ஒரு கொழுத்த உப நீதிபதி உட்கார்ந்திருந்தார். அவரது சிறு கண்கள் கொழுத்த சதைப் பகுதிக்குள் புதைந்து போயிருந்தன. இன்னொரு கைப் பக்கத்தில் கூனிய தோள்களும், வெளுத்த முகமும், சிவந்த மீசையும் கொண்ட இன்னொரு உப நீதிபதி உட்கார்ந்திருந்தார். அவர் தமது தலையைச் சோர்வோடு நாற்காலியின் பின்புறம் சாய்த்து

கண்களைப் பாதி மூடியவாறே சிந்தனையில் ஈடுபட்டிருந்தார். அரசாங்க வக்கீலும் களைப்புணர்ச்சியோடும் எரிச்சலோடும் இருப்பதாகத் தோன்றியது. நீதிபதிகளுக்குப் பின்னால் மூன்று முக்கியப் பிரமுகர்கள் உட்கார்ந்திருந்தார்கள்; ஒருவர் நகரத்து மேயர் – அவர் கனத்துத் தடித்த ஆசாமி; அவர் தமது கன்னத்தைத் தடவிக் கொடுத்தவாறு உட்கார்ந்திருந்தார். மற்றொருவர் பிரபு வம்சத் தலைவர் – நரைத்த தலையும், சிவந்த கன்னமும், நீண்ட தாடியும் கவர்ச்சிகரமான விசாலமான கண்களும் கொண்டவர் அவர். அடுத்தாற்போல் மாவட்ட அதிகாரி இருந்தார். பெரிய தொந்தியுள்ள ஆசாமி அவர். தொந்தி விழுந்திருப்பது அவருக்கு மனச்சங்கடத்தை உண்டாக்கியதுபோல் தோன்றியது. ஏனெனில் அவர் தமது கோட்டினால் அந்தத் தொந்தியை எவ்வளவோ மறைக்க முயன்றும், முடியவில்லை.

"இங்கு கைதிகளும் இல்லை. நீதிபதிகளும் இல்லை!" என்று பாவெலின் உறுதியான குரல் ஒலித்தது. "பிடிபட்டவர்களும் பிடித்தவர்களும்தான் இருக்கிறார்கள்!"

எல்லோரும் அமைதியானார்கள். சில விநாடிகள் வரையிலும் கரகரவென்று எழுதிச் செல்லும் பேனாவின் சத்தத்தையும், அவளது இதயத் துடிப்பையும் தவிர வேறு எதையுமே தாய் கேட்கவில்லை.

பிரதம நீதிபதியும் அடுத்தாற்போல் என்ன நடக்கப் போகிறது என்பதையே கவனித்துக் காது கொடுத்துக் கேட்டுக் கொண்டிருப்பதுபோல் தோன்றியது. அவருடைய உதவி நீதிபதிகளும் நிலையிழந்து அசைந்து கொடுத்தார்கள். முடிவாக அவர் சொன்னார்:

"ஹூம்... அந்திரேய் நஹோத்கா! நீங்கள் குற்றவாளி, என்று ஒத்துக்கொள்கிறீர்களா?"

அந்திரேய் மெதுவாக எழுந்தான்; நிமிர்ந்து நின்றான். மீசையை இழுத்து விட்டான்; தன் புருவங்களுக்குக் கீழாக, அந்தக் கிழ நீதிபதியைப் பார்த்தான்:

"நான் எப்படி என் குற்றத்தைக் கூற முடியும்?" என்று நிதானமாக, இனிமையாக, தோள்களை உலுப்பிக்கொண்டே கூறினான் அந்திரேய். "நான் யாரையும் கொலை செய்யவில்லை; எதையும் திருடவில்லை. ஆனால் ஒருவரையொருவர் திருடவும், கொலை செய்யவும் தூண்டிவிடும் இந்த வாழ்க்கை அமைப்பைத்தான் நான் எதிர்க்கிறேன்..."

"சுருக்கமாகப் பதில் சொல்க" என்று அந்தக் கிழவர் சிரமப்பட்டுச் சொன்னார்.

தனக்குப் பின்னால் உள்ள பெஞ்சுகளிலுள்ளவர்கள் பரபத்துக் கொண்டிருப்பதைத் தாயால் உணர்ந்துகொள்ள முடிந்தது. மக்கள் குசுகுசுத்து ரகசியம் பேசினார்கள்; அங்குமிங்கும் அசைந்தார்கள்; அந்த வெள்ளை முக ஆசாமியின் பேச்சினால் தம் மீது படர்ந்துவிட்ட தூசி தும்புகளைத் துடைத்துவிடுவது போலவும் நடந்து கொண்டார்கள்.

"அவர்கள் சொல்வதைக் கேள்" என்று சிஸோவ் ரகசியமாகச் சொன்னான்.

"பியோதர் மாசின் பதில் சொல்லுங்கள்..."

"முடியாது. சொல்ல மாட்டேன்" என்று துள்ளிக்கொண்டு கூறினான் பியோதர். அவனது முகம் சிவந்து போய் விட்டது. கண்கள் பிரகாசமடைந்தன. என்ன காரணத்தினாலோ அவன் தன் கைகளைப் பின்புறமாகக் கட்டிக் கொண்டிருந்தான்.

சிஸோவ் மூச்சடைத்துப் போனான். தாயின் கண்கள் வியப்பினால் அகல விரிந்தன.

"எனக்காக வக்காலத்துப் பேச நான் வக்கீலை அமர்த்தவும் இல்லை; நான் எதுவும் சொல்லவும் மறுக்கிறேன். இந்த விசாரணையே சட்ட விரோதமானது என மதிக்கிறேன். நீங்களெல்லாம் யார்? எங்களுக்கு நீதி வழங்கும்படி உங்களுக்கு உரிமை வழங்கியிருக்கிறார்களா? இல்லை. அவர்கள் உங்களுக்கு உரிமை தரவில்லை. உங்களது அதிகாரத்தையே நான் ஏற்றுக்கொள்ள மறுக்கிறேன்.!"

அவன் உட்கார்ந்தான்; தனது கன்றிச்சிவந்த முகத்தை அந்திரேயின் தோளுக்குப் பின்னால் மறைத்துக்கொண்டான்.

அந்தக் கொழுத்த நீதிபதி பிரதம நீதிபதியை நோக்கித் தலையை அசைத்து, காதில் ஏதோ ரகசியமாகச் சொன்னார். வெளுத்த முகம் கொண்ட நீதிபதி தன் கண்களைத் திறந்து, கைதிகளைக் கடைக்கண்ணால் பார்த்துக்விட்டு, முன்னாலுள்ள காகிதத்தில் ஏதோ குறித்துக்கொண்டார். மாவட்ட அதிகாரி தலையை அசைத்தார்; தமது காலை நீட்டி தொந்தியைத் தொடை மீது சாய்த்து, அதைக் கைகளால் மூடிக்கொண்டார். தமது தலையைத் திருப்பாமலே, அந்தக் கிழ நீதிபதி தமது உடம்பு முழுவதையுமே திருப்பி, அந்த வெளுத்த முக நீதிபதியைப் பார்த்து அவரிடம் ஏதோ ரகசியம் பேசினார். அந்த உபநீதிபதி அவர் கூறியதை வணங்கிய தலையோடு காதில் வாங்கிக்கொண்டார். பிரபுவம்சத் தலைவர் அரசாங்க வக்கீலிடம் என்னவோ சொன்னார்; அதை நகர மேயரும் தம் கன்னத்தைத் தடவிக் கொடுத்தவாறே கேட்டார். மீண்டும் அந்த பிரதம நீதிபதி மங்கிய குரலில் பேசத் தொடங்கினார்.

"அவன் அவர்களை வெட்டிப் பேசினான் பார்த்தாயா?" என்று தாயை நோக்கி வியப்போடு கூறினான் சிஸோவ். "அவன்தான் இவர்கள் எல்லோரிலும் கெட்டிக்காரன்!"

அவன் சொன்னதைப் புரிந்து கொள்ளாமலே புன்னகை புரிந்தாள் தாய். அங்கு நடக்கும் சகல காரியங்களும், அவர்களையெல்லாம் கூண்டோடு நசுக்கித் தள்ளும் மகா பயங்கரத்துக்கான, வேண்டாத வீண் அறிகுறிகளே என்று அவள் கருதினாள். ஆனால் பாவெலும் அந்திரேயும் பேசிய பேச்சுகள் நீதிமன்றத்தில் பேசுவதுபோல் இல்லாமல் தொழிலாளர் குடியிருப்பில், தனது சிறிய வீட்டுக்குள் பேசிய பேச்சுப்போல் பயமற்றும் பலத்தோடும் ஒலித்தன. பியோதரின் உணர்ச்சிவசமான விசாரணையில் ஏதோ ஒரு துணிந்த காரிய சாதனை நடைபெறுவதுபோல் தோன்றியது. தனக்குப் பின்னாலுள்ள மக்களைப் பார்த்தபோது, அவ்வித உணர்ச்சி தனக்கு மட்டுமே ஏற்படவில்லை, அவர்களுக்கும் ஏற்பட்டிருக்கிறது என்பதையும் கண்டுகொண்டாள் தாய்.

"உங்கள் அபிப்ராயம் என்ன?" என்று அந்தக் கிழ நீதிபதி கேட்டார். அந்த வழுக்கைத் தலை அரசாங்க வக்கீல் எழுந்து நின்றார். ஒரு கையை மேசை மீது ஊன்றியவாறே படபடவென்று புள்ளிவிவரங்களை அடுக்கிப் பேசத் தொடங்கிவிட்டார். அவரது பேச்சில் எவ்வித பயங்கரமும் இல்லை.

அதே சமயத்தில் ஏதோ ஒரு வறண்ட குத்தலான பயபீதி உணர்ச்சி, தாயின் உள்ளத்திலே புகுந்து உறுத்தியது. கையை உயர்த்திக் காட்டாமல், வஞ்சம் கூறிக் கத்தாமல், ஆனால், அதே சமயத்தில் கண்ணுக்குத் தெரியாமல், புலனுக்கும் வசப்படாமல், குமுறி வளர்ந்து வரும் ஒரு வெம்பகை உணர்ச்சி அந்த நீதிமன்ற சூழ்நிலையிலே தொனித்துக் கொண்டிருப்பதை அவள் உணர்ந்திருந்தாள். அந்தக் கொடும்பகை நீதிபதிகளின் முன்னிலையிலேயே வட்டமிட்டு அவர்களுக்கு வெளியில் நடைபெறும் காரியங்கள் எதுவும் அவர்கள் மனதுக்குள் புகுந்து விடாதபடி, அவர்கள் உள்ளத்தைக் கவர்ந்து சூழ்ந்து கப்பி மூடிக்கொண்டிருப்பதுபோல் தோன்றியது. அவள் அந்த நீதிபதிகளைப் பார்த்தாள்; அவர்களது பார்வையிலிருந்து அவளால் எதுவும் அறிந்துகொள்ள முடியவில்லை. அவள் எதிர்பார்த்ததுபோல், அவர்கள் பாவெலின் மீதோ பியோதர் மீதோ கோபம் கொள்ளவில்லை, அவர்களை அவமானப்படுத்திப் பேசவில்லை. தாங்கள் கேட்ட கேள்விகளுக்கே அவர்கள் எந்த முக்கியத்துவமும் அளித்ததாகவும் தெரியவில்லை. அவர்களது குரல் விருப்பற்ற குரலாக ஒலித்தது; தமது கேள்விகளுக்குக் கிடைத்த பதில்களையும் அவர்கள் வேண்டா வெறுப்பாகத்தான்

கேட்டுத் தீர்த்தார்கள். அவர்கள் எதைப் பற்றியும் கவலை கொள்ளாதவர்கள் போலவும் எல்லா விசயத்தையும் ஏற்கெனவே தெரிந்து வைத்திருந்தவர்கள் போலவும் காணப்பட்டார்கள்.

இப்போது அவர்கள் முன்னால் ஒரு போலீஸ்காரன் வந்தான், ஆழ்ந்த குரலில் சொன்னான்:

"பாவெல் விலாசவ்தான் இவர்களில் பிரதம கிளர்ச்சிக்காரன் என்று சொல்லப்படுகிறது..."

"நஹோத்காவைப் பற்றி என்ன?" என்று அந்த கொழுத்த நீதிபதி சோம்பலுடன் கேட்டார்.

"அவனும்..."

ஒரு வக்கீல் எழுந்திருந்தார்.

"நான் ஒரு வார்த்தை சொல்லலாமா?" என்று கேட்டார்.

"ஏதாவது மறுத்துக் கூறவேண்டுமா?" என்று பிரதம நீதிபதி கேட்டார்.

அத்தனை நீதிபதிகளும் ஏதோ நோய்வாய்ப்பட்டுத் துன்புறுவதுபோல் தாய்க்குத் தோன்றியது. அவர்களது பேச்சிலும் நடத்தையிலும் ஏதோ ஒரு சீக்கான அலுப்புணர்ச்சி பிரதிபலிப்பதுபோல் தோன்றியது; முகங்களும் அந்த அலுப்பையும் ஆயாசத்தையுமே பிரதிபலித்தன. அவர்களது உத்தியோக உடைகள், நீதிமன்றம், அரசியல் போலீஸ்காரர்கள், வக்கீல்கள், நாற்காலிகளில் உட்கார்ந்து கேள்வி கேட்பது, அதற்கு வரும் பதில்களைக் கேட்டுக் கொண்டிருக்கும்படியான தேவை. எல்லாவற்றையுமே அவர்கள் ஒரு நிர்ப்பந்தவசமான தொல்லையாகத்தான் கருதினார்கள் என்பது தெள்ளத் தெளிவாகத் தெரிந்தது.

தாய்க்கு ஏற்கெனவே அறிமுகமாயிருந்த அந்த மஞ்சள்முக அதிகாரி அவர்களுக்கு முன்னால் வந்து நின்றான்; பாவெலைப் பற்றியும், அந்திரேயைப் பற்றியும் தனக்குத் தெரிந்த விசயங்கள் அனைத்தையும் உரத்த குரலில் நீட்டி நீட்டிப் பேசினான்.

'உனக்குத் தெரிந்தது அவ்வளவுதான்!' என்று தனக்குள் நினைத்துக்கொண்டாள் தாய்.

கைதிக் கூண்டுக்குப் பின்னால் இருப்பவர்களை, அவர்களைப் பற்றிய பயமும் இல்லாமல், அவர்களது மீது அனுதாபமும் இல்லாமல் ஏறிட்டுப் பார்த்தாள் தாய். அவர்கள் மீது அனுதாபம் கொள்ள முடியாது. அவள் மனதில் அவர்கள் வியப்புணர்ச்சியைத்தான் உண்டாக்கினார்கள்; அவர்களைக்

கண்ட மாத்திரத்தில் அவளது உள்ளத்தில் ஓர் அன்புணர்ச்சி அலைபாய்ந்து சிலிர்த்துப் பரவியது. அந்த வியப்புணர்ச்சியோ அமைதியாயிருந்தது. அந்தப பரவச ஆனந்தம் தெளிவோடிருந்தது. சுவருக்கு எதிராக அவர்கள் உறுதியோடும் இளமையோடும் உட்கார்ந்திருந்தார்கள். சாட்சிகளின் கிளிப்பிள்ளைப் பேச்சையும், நீதிபதிகளையும், சர்க்கார் வக்கீலோடு மற்ற வக்கீல்கள் பேசும் விவாதப் பேச்சுகளையும், அவர்கள் கவனித்ததாகவே தெரியவில்லை. இடையிடையே அவர்களில் யாராவது ஒருவன் வெறுப்பாகச் சிரித்துக்கொண்டே, தன்னுடைய தோழர்களைப் பார்த்து ஏதாவது கிண்டலாகச் சொன்னான். அந்தக் தோழர்களின் முகங்களும் அந்தத் கிண்டலைப் பிரதிபலித்துப் புன்னகை புரிந்தன. குற்றவாளிகளின் தரப்பில் பேசிக்கொண்டிருந்த வக்கீல் ஒருவரோடு, பாவெலும் அந்திரேயும் இடையிடையே ஏதேதோ மெதுவாகப் பேசினார்கள். அந்த வக்கீலை முந்தின நாள் இரவு நிகலாயின் வீட்டில் தாய் பார்த்திருந்தாள். மற்றவர்களைவிட உணர்ச்சிக்கு ஆளாகி நிலை கொள்ளாமல் தவித்துக் கொண்டிருந்த மாசின் அவர்களது பேச்சைக் காதுகொடுத்துக் கேட்டுக்கொண்டிருந்தான். சமயங்களில் சமோய்லவ், இவான் கூஸெவைப் பார்த்து ஏதாவது பேசுவான். அதற்குப் பதிலாக இவான் தன் தோழனை முழங்கையால் இடித்துக்கொண்டே, பொங்கி வரும் சிரிப்பை அடக்க முயலுவான். அந்த முயற்சியில் அவனது முகம் சிவந்து கன்னங்கள் கன்றிப்போகும்; உடனே அவன் தலையைக் கவிழ்த்துக் கொள்வான். இருமுறை அவன் வாய்விட்டே சிரித்து விட்டான். அதன்பிறகு அவன் தன் சிரிப்பையெல்லாம் உள்ளடக்கிக்கொண்டு, தன்னைக் கட்டுப்படுத்த முயன்றவாறு உட்கார்ந்திருந்தான். அந்தக் கைதிகள் ஒவ்வொருவரிடமும் இளமை பொங்கிப் பிரவாகித்தது. நுரைத்துப் பொங்கும் அந்தப் பிரவாகத்தைத் தடுக்க முயலும் சகல முயற்சிகளையும் அந்த இளமை லாவகமாக எதிர்த்து ஒதுக்கியது.

சிஸோவ் தாயின் முழங்கையை லேசாகத் தொட்டான். அவள் திரும்பினாள். மகிழ்ச்சியும், ஓரளவு பதைபதைப்பும் பிரதிபலிக்கும் அவனது முகத்தை அவள் கண்டாள்.

“நமது இளவட்டங்கள் எவ்வளவு தைரியசாலிகளாய் விட்டார்கள் என்று பார்” என்று மெதுவாகக் கூறினான் அவன்; “பெரிய சீமான்கள்!”

நீதிமன்றத்தில் சாட்சிகள் உணர்ச்சியற்ற குரலில் அவசர அவசரமாகவும், நீதிபதிகளோ விருப்பமின்றியும் அக்கறையின்றியும் பேசிக்கொண்டேயிருந்தார்கள். அந்தக் கொழுத்த நீதிபதி தமது தடித்த கரத்தால் வாயை மூடிக்கொண்டு கொட்டாவி

விட்டார். சிவந்த மீசைகொண்ட நீதிபதியின் முகம் மேலும் வெளுப்புற்றுப் போயிற்று. இடையிடையே அவர் தமது நெற்றிப் பொருத்துகளைக் கைவிரலால் அழுத்திப் பிடித்துவிட்டவாறே, முகட்டை நோக்கி நிமிர்ந்து சிரமத்தோடு வெறுமனே வெறித்துப் பார்த்துக்கொண்டிருந்தார். இடையிடையே எப்போதாவது அரசாங்க வக்கீல் பென்சிலை எடுத்து எதையாவது குறித்துக்கொள்வார். அதன் பிறகு, அவர் ஊமைக் குரலில் அந்த பிரபுவம்சத் தலைவரோடு தமது பேச்சைத் தொடங்குவார். அவரோ நரைத்த தாடியை நீவிக் கொடுத்தவாறு தமது அழகான பெரிய கண்களை உருட்டி விழிப்பார்; கழுத்தைக் கம்பீரமாக அசைத்துக்கொண்டே புன்னகை செய்வார். நகர மேயர் கால்மேல் கால் போட்டு, முழங்காலின் மீது கை விரல்களால் தாளம் போட்டுக்கொண்டு அந்தத் தாளத்தையே கவனித்துக்கொண்டிருந்தார். முழங்காலின் மீது தொந்தியைச் சரித்துத் தாங்கிக்கொண்டிருந்த அந்த மாவட்ட அதிகாரி அதை இரு கையாலும் அன்போடு வாரித் தழுவிக்கொண்டிருந்தார். அவர் ஒருவர்தான் அந்த நச்சுப் பிடித்த சாட்சிகளின் முனகலையெல்லாம் காது கொடுத்துக் கேட்டுக்கொண்டிருப்பது போலத் தோன்றியது. அந்தக் கிழ நீதிபதியோ காற்றடிக்காத திசையில் ஆடாது அசையாது நிற்கும் காற்றாடியைப்போல், இம்மிகூட அசையாது தமது நாற்கலிக்குள்ளேயே புதைந்து கிடந்தார். சுற்றுச் சூழ இருந்த மக்கள் ஆயாசத்தால் அலுத்து மரத்துப் போகும்வரை இவையனைத்தும் நீடித்தன.

“நான் அறிவிக்கிறேன்...” என்று கூறிக்கொண்டே அந்தக் கிழவர் எழுந்து நின்றார். இந்த வார்த்தைகளுக்குப் பின் வந்த வார்த்தைகள் அவரது உதடுகளுக்குள்ளாகவே மடிந்து உள்வாங்கிப் போய்விட்டன.

நீதிமன்றம் முழுவதிலும் பெருமூச்சுகளும், அமைதியான வியப்புக் கேள்விகளும், இருமலும், காலைத் தேய்க்கும் சப்தமுமே நிறைந்து ஒலித்தன. கைதிகளை வெளியே கொண்டுபோனார்கள். அவர்கள், தம் நண்பர்களையும் உறவினர்களையும் பார்த்துத் தலையை ஆட்டிக்கொண்டே புன்னகை புரிந்தார்கள். இவான் கூஸெவ் யாரையோ துணிந்து வாய்விட்டுக் கூப்பிட்டு விட்டான்:

“இகோர், தைரியத்தை இழக்காதே!”

தாயும் சிஸோவும் நீதிமன்றத்துக்கு வெளியேயுள்ள வராந்தாவுக்கு வந்தார்கள்.

“பக்கத்துக் கடையிலே போய், ஒரு கப் தேநீர் சாப்பிடலாமா?” என்று சிஸோவ் அன்போடு கேட்டான். “இன்னும் நமக்கு ஒன்றரை மணி நேர அவகாசம் இருக்கிறது.”

"எனக்கு இப்போது தேநீர் தேவையில்லை."

"எனக்கும்தான் தேவை இல்லை. அந்தப் பையன்களைப் பற்றி நீ என்ன நினைக்கின்றாய்? இவ்வுலகத்திலேயே அவர்கள் மட்டும்தான் இருப்பது போலல்லவா, அவர்கள் உட்கார்ந்திருந்தார்கள்? மற்றவர்களெல்லாம் அவர்களுக்கு ஒரு பொருட்டாகவே தோன்றவில்லையே. அந்த பியோதரைப் பார்!"

சமோய்லவின் தந்தை அவர்கள் அருகில், தொப்பியைக் கையில் பிடித்தவாறே, வந்து சேர்ந்தான்.

"என் கிரிகோரியைப் பார்த்தீர்களா?" என்று கசந்த புன்னகையோடு கூறினான் அவன்; "அவன் எதிர்வாதம் செய்யவும் மறுத்துவிட்டான்; அவர்களோடு பேசவே அவன் விரும்பவில்லை. முதன்முதல் அவனுக்குத்தான் இந்த யோசனை எட்டியிருக்கிறது. பெலகேயா, உன் மகனோ வக்கீல்களை வைத்து நடத்திப் பார்ப்பதற்குச் சம்மதித்திருக்கிறான். இவனோ எதற்கும் முண்டியதில்லை. அதன் பிறகு நாலு பேர் இவனைப் போலவே மறுத்து விட்டார்கள்."

அவனுடைய மனைவி அவனுக்குப் பக்கத்தில் நின்று கொண்டிருந்தாள். கண்ணில் பொங்கும் கண்ணீரை அடக்க எண்ணி அவள் கண்களை மூடி விழித்தாள்; கைக்குட்டையால் நாசியைத் துடைத்துவிட்டுக்கொண்டாள்.

"இதுதான் அதிசயம்!" என்று தன் தாடியைப் பிடித்துக்கொண்டும், தரை மீது பார்வையை ஊன்றிப் பதித்துக்கொண்டும் பேசத் தொடங்கினான் சமோய்லவின் தந்தை. "இவர்களை, இந்தப் பயல்களைப் பார்க்கும்போது, இவர்கள் இந்த மாதிரியான சங்கடத்துக்குள் போய் மாட்டிக்கொண்டதை எண்ணி நம்மால் அனுதாபப்படாமலிருக்க முடியவில்லை. உடனே திடீரென்று நமக்கு ஒரு யோசனை தோன்றுகிறது. ஒருவேளை இந்தப் பயல்கள் சொல்வதுதான் சரியான உண்மையோ என்று நினைக்கத் தோன்றுகிறது! அதிலும் நாளுக்கு நாள் தொழிற்சாலையில் இவர்கள் கூட்டம் பெருத்து வருவதைக் கண்டால், இப்படித்தான் நினைக்கத் தோன்றுகிறது. போலீசாரோ அவர்களைப் பிடித்துக்கொண்டு போன வண்ணமாயிருக்கிறார்கள்; அவர்களோ ஆற்று மீன்களைப்போல பெருகிக் கொண்டிருக்கிறார்கள். இவர்களிடம்தான் சக்தி இருக்கிறதோ என்று நினைக்கத் தோன்றுகிறது."

"ஸ்திபான் பெத்ரோவிச்! இந்த விவரத்தைப் புரிந்து கொள்வது நம் போன்றவர்களுக்கு முடியாத காரியம்!" என்றான் சிஸோவ்.

"ஆமாம். சிரமமானதுதான்" என்று ஆமோதித்தான் சமோய்லவின் தந்தை.

தொ.மு.சி. ரகுநாதன் | 485

"போக்கிரிகள் – இவர்களுக்குத்தான் எவ்வளவு சக்தி!" என்று பலத்துச் சிணுங்கிக்கொண்டே கூறினாள் அவனுடைய மனைவி.

பிறகு அவள் தாயின் பக்கம் திரும்பி, தனது தொளதொளத்த அகன்ற முகத்தில் புன்னகை அரும்பப் பேசினாள்:

"நீலவ்னா, என் மீது கோபம் கொள்ளாதே. கொஞ்ச நேரத்துக்கு முன்னால் நான்தான் உன் மகனைக் குறை கூறினேன். ஆனால் யார் குற்றம் அதிகம் என்று எவர் கூற முடியும்? எங்கள் கிரிகோரியைப் பற்றி போலீஸ்காரர்களும், உளவாளிகளும் என்ன சொன்னார்கள் பார்த்தாயா? அவனும் இந்த விவகாரத்தில் தன்னாலானதைச் செய்திருக்கிறான், செந்தலைப் பிசாசு!"

தனது உணர்ச்சியை அவள் உணர்ந்து கொள்ளாவிட்டாலும் அவள் தன் மகனை எண்ணிப் பெருமை கொள்வதாகவே தோன்றியது. எனினும் தாய் அவள் கூறியதைக் கேட்டு மெச்சிக்கொண்டாள். அன்பான புன்னகை ததும்ப உள்ளத்திலிருந்து பிறந்த வார்த்தைகளோடு பதில் சொன்னாள் தாய்:

"இளம் இதயங்கள்தான் உண்மையைச் சட்டென்று எட்டிப் பிடித்துக் கொள்கின்றன..."

மக்கள் வராந்தாவில் நடமாடினார்கள். கூட்டம் கூட்டமாகக் கூடி நின்று உள்ளடங்கிப் போன குரல்களோடும் ஆர்வத்தோடும் பேசிக்கொண்டிருந்தார்கள். யாருமே தன்னந்தனியாய் ஒதுங்கி நிற்கவில்லை. எல்லோரது முகங்களிலுமே, பேச வேண்டும், கேள்வி கேட்க வேண்டும், பதில் தெரிய வேண்டும் என்கிற ஆசையுணர்ச்சிகள் பிரதிபலித்தன. சுவர்களுக்கு இடையேயுள்ள நடைபாதையில் அவர்கள் ஓரிடத்திலும் கால் தரிக்காமல் முன்னும் பின்னும் காற்றினால் அலைக்கழிக்கப்பட்ட மாதிரி நடமாடினார்கள்; எதையோ தேடித் திரிவது போலவும் அதைக் கண்டுபிடித்து விட்டால், நிம்மதியாக இருக்கலாம் என்று எண்ணி உறுதியோடும் பலத்தோடும் பரபரத்துத் திரிவதைப் போலவுமே அவர்கள் காணப்பட்டார்கள்.

புகினின் மூத்த சகோதரன் – புகினைப் போலவே, நிறமற்ற அந்த நெட்டைச் சகோதரன் – தன் கைகளை ஆட்டிக்கொண்டும் எதையோ நிரூபணம் செய்யப் போகிறவன் மாதிரி நாலா திசைகளிலும் திரும்பிப் பார்த்துக்கொண்டும் வந்து சேர்ந்தான்.

"அந்த கிளெபானவ் – அவன் தான் அந்த மாவட்ட அதிகாரி. அவனுக்கு இங்கு என்ன வேலை?"

"கானஸ்தந்தீன்! உன் வாயைக் கொஞ்சம் மூடு!" என்று அவனுடைய தந்தையான ஒரு குட்டைக் கிழவன் அங்குமிங்கும் ஜாக்கிரதையாகப் பார்த்துக்கொண்டே எச்சரிக்கை செய்தான்.

“முடியாது. என்னால் முடியாது. போன வருடம் அவன் ஒரு குமாஸ்தாவின் மனைவியை அடைவதற்காக, அந்த குமாஸ்தாவையே கொன்று தீர்த்துவிட்டான் என்று ஊரில் பேசிக் கொள்கிறார்கள். இப்போது இவன் அவளோடுதான் வாழ்கிறான். இதைப் பற்றி நீ என்ன சொல்கிறாய்? மேலும் இவன் ஒரு பெரிய திருட்டுப் பயல் என்பதும் எல்லோருக்கும் தெரியும்...”

“ஐயோ! நீ நன்றாயிருப்பாய், கொஞ்சம் பேசாமல் இரேன். கானஸ்தந்தீன்..!”

“ரொம்ப சரி!” என்றான் சமோய்லவின் தந்தை; “ரொம்ப சரி. இந்த விசாரணை நேர்மையானது என்று சொல்லவே முடியாது...”

மூத்த புகின் இந்தக் குரலைக் கேட்டான்; அவன் தன்னோடு பலரையும் சேர்த்திழுத்துக்கொண்டு முன்னேறி வந்தான். அவனது முகம் சிவந்து போயிருந்தது. அவன் தன் கைகளை ஆட்டிக்கொண்டு சத்தமிட்டான்:

“கொலையானாலும், திருட்டானாலும் குற்றவாளிகளைப் பொது மக்களின் ஜூரிகளைக்கொண்டு விசாரிக்கிறார்கள். அந்த ஜூரிகளில் விவசாயிகளும், நகர மாந்தர்களும், தொழிலாளர்களும் உண்டு. ஆனால், மக்கள் அதிகாரிகளுக்கு எதிராகப் போராடினால் மட்டும், அவர்களை விசாரிப்பது பொதுமக்களின் ஜூரிகளல்லர்; அதிகாரிகளே அவர்களைப் பிடித்து விசாரிக்கிறார்கள்! இதை என்ன சொல்கிறாய்? நீ என்னை அவமானப்படுத்தினாய் என்று வைத்துக்கொள். நான் உன் தாடையில் ஓங்கியறைகிறேன். அப்புறம் நீ என் மீது தீர்ப்புக் கூறுகிறாய்; நீ என்ன கூறுவாய்? என்னைத்தான் குற்றவாளி என்பாய். ஆனால் முதன்முதலில் தவறு செய்தது யார்? நீ தான். அதுபோல...”

நரைத்த தலையும் கொக்கி மூக்கும் கொண்ட ஒரு காவலாளி மார்பகலத்துக்குப் பற்பல மெடல்களை மாட்டிக்கொண்டு அங்கு வந்து சேர்ந்தான். அவன் மக்கள் கூட்டத்தைக் கலைந்து போகச் செய்தான். புகினின் சகோதரனைப் பார்த்து விரலால் சுட்டிக் காட்டிப் பத்திரம் என்றான்.

“கூச்சலை நிறுத்து. இது ஒன்றும் கள்ளுக்கடை இல்லை!” என்றான் அவன்.

“அது சரிதான், பெரியவரே. எனக்குத் தெரியும். ஆனால் நான் உங்களை அடித்துவிட்டு, பிறகு நானே நீதிபதியாகவும் மாறினால் அதைப்பற்றி நீங்கள் என்ன நினைக்கிறீர்கள்..?”

“உன்னை இங்கிருந்து கல்தா கொடுத்து வெளியில் தள்ளத்தான் நான நினைக்கிறேன். தெரிந்ததா?” என்று கடுமையாகச் சொன்னான் அந்தக் காவலாளி.

"இந்த மாதிரிக் காட்டுச் கூச்சல் போடுவதற்காக! உன்னைத் தெருவில் கொண்டுபோய்த் தள்ளிவிடுவேன்!"

மூத்த புகின் தன்னைச் சுற்றியுள்ளவர்கள் அனைவரையும் பார்த்ததான். பிறகு தணிந்த குரலில் சொன்னான்:

"அவர்கள் விரும்புவதெல்லாம் ஒரே ஒரு விசயம்தான். மக்கள் வாயைப் பொத்திக்கொண்டு சும்மா இருக்க வேண்டும்..!"

"ஆமாம். நீ என்ன நினைத்தாய்?" என்று அந்தக் கிழவன் கரகரத்த குரலில் கேட்டான்.

மூத்த புகின் தோள்களைக் குலுக்கிவிட்டுக்கொண்டு மிகவும் மெதுவாகப் பேசத் தொடங்கினான்.

"விசாரணையைப் பார்க்க எல்லா மக்களையும் ஏன் அனுமதிக்க வில்லை? உறவினர்களை மட்டும் ஏன் அனுமதிக்க வேண்டும்? உங்கள் விசாரணை நேர்மையானதாக இருந்தால், எல்லோரும் தான் அதைக் கேட்டுவிட்டுப் போகட்டுமே. எதற்காகப் பயப்படுவதாம்?"

"விசாரணை நேர்மையானதல்ல. அதில் சந்தேகமே இல்லை" என்று உரத்த குரலில் ஆமோதித்தான் சமோய்லவின் தந்தை.

இந்த விசாரணையே சட்ட விரோதமானது என்பதைப் பற்றி நிகலாய் இவானவிச் விவரித்துச் சொன்ன விசயங்களை இவனுக்கு எடுத்துச் சொல்ல வேண்டும் என்று தாய் திரும்பினாள்; ஆனால், அவன் சொன்ன விசயங்களை அவள் பரிபூரணமாகப் புரிந்து கொள்ளவுமில்லை. மேலும் சில வார்த்தைகளும் அவளுக்கு மறந்து போய்விட்டன. எனவே அதை ஞாபகப்படுத்திப் பார்க்க முயன்றுகொண்டே அவள் ஒரு பக்கமாக ஒதுங்கினாள். அந்தச் சமயத்திலே வெளிர் மீசை கொண்ட ஓர் இளைஞன் தன்னைக் கவனித்துக் கொண்டிருப்பதை அவள் கண்டுகொண்டாள். அவன் தன் வலக்கையை கால்சராய்ப் பைக்குள் செலுத்தியிருந்தான். எனவே அவனது இடத்தோள் வலத்தோளைவிடத் தணிந்திருப்பது போலத் தோன்றியது. இந்தத் தோற்றத்தை அவள் எங்கோ ஏற்கெனவே கண்ட மாதிரி இருந்தது. ஆனால் அவனோ திடீரென்று தன் முகத்தைத் திருப்பி நின்றுகொண்டான்; நினைவலைகளால் சூழப்பட்டிருந்த அவள், அவனை மறந்துவிட்டாள்.

ஒரு நிமிடம் கழித்து அவள் காதில் ஒரு கேள்விக் குரல் விழுந்தது.

"அவளா?"

"ஆமாம்" என்று ஆர்வத்தோடு ஒலித்தது பதில்.

அவள் சுற்றுமுற்றும் பார்த்தாள். தோளைத் தூக்கிக்கொண்டு நின்ற அந்த இளைஞன் இப்போது பக்கவாட்டில் நின்றான்.

கரிய தாடியும், குட்டைக் கோட்டும், முழங்கால் வரை உயர்ந்த பூட்சுகளும் கொண்ட இன்னொரு மனிதனோடு அவன் பேசிக்கொண்டிருந்தான்.

மீண்டும் அவள் தன் நினைவைத் தேடித் திரிந்தாள். அதனால் அவள் மனம் குழம்பியதுதான் மிச்சம். ஒன்றும் அவள் நினைவில் தட்டுப்படவில்லை. தன் மகனது கொள்கையை அந்த மக்களுக்கு விளக்கி எடுத்துக் கூற வேண்டும் என்கிற கட்டுப்படுத்த முடியாத பேராவல் அவள் மனத்தில் நிறைந்து பொங்கியது. அதைப் பற்றி இந்த மக்களிடம் சொன்னால் இவர்கள் என்ன சொல்லுவார்கள். அதன் மூலம் அந்த விசாரணையின் முடிவு எப்படியிருக்கும் என்பதைத் தீர்மானிக்கலாம் என்று யோசித்தாள் அவள்.

"இதுதான் விசாரணை நடத்துகிற ஒழுங்கோ?" என்று அமைதியாகவும், எச்சரிக்கையாகவும் சிஸோவை நோக்கிப் பேச்சைத் தொடங்கினாள் தாய். "யார் என்ன என்ன செய்தார்கள் என்பதை அறிவதில்தான் இவர்கள் நேரத்தைப் போக்குகிறார்களே தவிர, ஏன் அப்படிச் செய்தார்கள் என்பதை அறிய விரும்பவில்லை. இவர்கள் எல்லாம் கிழட்டு ஆசாமிகள்; இளைஞர்களைக் கொண்டுதான் விசாரிக்க வேண்டும்."

"ஆமாம்" என்றான் சிஸோவ். "இந்த விவகாரத்தை நாமெல்லாம் புரிந்து கொள்வது சிரமம்தான் – படுசிரமம்!" அவன் ஏதோ யோசித்தவாறே தலையை ஆட்டினான்.

காவலாளி நீதிமன்றத்தின் வாயிற்கதவைத் திறந்து விட்டுவிட்டு, வாய்விட்டுக் கத்தினான்:

"உறவினர்களே! உங்கள் அனுமதிச் சீட்டுகளைக் காட்டுங்கள்!"

"சீட்டுகள்!" என்று யாரோ குத்தலாகச் சொன்னார்கள். "இதென்ன சர்க்கஸ் காட்சியா?"

மக்களிடம் ஓர் உள்ளடங்கிய எரிச்சல்குணம் லேசாக வெளித் தோன்றியது. அவர்கள் மிகுந்த இரைச்சலோடு பேசினார்கள்; அரட்டையடித்துக் காவலாளிகளோடு விவாதம் செய்து கொண்டிருந்தார்கள்.

25

சிஸோவ் பெஞ்சில் உட்கார்ந்தவாறே ஏதோ வாய்க்குள் முனகிக்கொண்டான்.

"என்ன விசயம்?" என்று கேட்டாள் தாய்.

“ஒன்றும் பிரமாதமில்லை. மக்கள் முட்டாள்கள்...”

மணி அடித்தது.

“அமைதி, ஒழுங்கு!”

எல்லோரும் மீண்டும் ஒருமுறை எழுந்து நின்றார்கள். நீதிபதிகள் ஒவ்வொருவராக வந்து தத்தம் ஆசனங்களில் அமர்ந்து கொண்டார்கள். கைதிகளையும் அவர்கள் இடத்துக்குக் கொண்டுவந்து சேர்த்தார்கள்.

“கவனி!” என்று ரகசியமாகக் கூறினான் சிஸோவ். “அரசாங்க வக்கீல் பேசப் போகிறார்.”

தாய் தன் உடம்பு முழுவதையும் முன்னால் தள்ளிக் குனிந்து கொண்டு, ஏதோ ஒரு பயங்கரத்தைப் புதிதாக எதிர்பார்ப்பதுபோல் ஆர்வத்தோடு கவனித்தாள்.

அரசாங்க வக்கீல் நீதிபதிகளுக்கு ஒரு பக்கமாக எழுந்து நின்று மேசை மீது ஒரு கையை ஊன்றியவாறு அவர்களைப் பார்த்துத் திரும்பினார். ஒரு பெருமூச்சோடும், வலக்கையின் வீச்சோடும் அவர் பேசத் தொடங்கினார். அவரது பேச்சின் ஆரம்பத்தைத் தாயால் புரிந்துகொள்ள முடியவில்லை. அவரது குரல் கனத்து மெதுவாக, ஆனால் ஒழுங்கற்று, சமயங்களில் துரிதமாகவும் சமயங்களில் மந்தமாகவும் ஒலித்தது. திடீரென்று அந்தப் பேச்சு கும்மென்று இரைந்தெழுந்து சர்க்கரைக் கட்டியை மொய்க்கும் ஈக்கூட்டத்தைப்போல் ரீங்கரித்து விம்மியது. அந்தப் பேச்சில் எந்தக் கெடுதியும் இருப்பதாகத் தாய்க்குத் தோன்றவில்லை. அந்த வார்த்தைகள் பனியைப்போலக் குளிர்ந்தும், சாம்பலைப் போலக் கறுத்தும், கவிழ்ந்து குவிந்து மூடும் தூசியைப்போல் அந்த அறையில் கொஞ்சங் கொஞ்சமாக விழுந்து நிரம்பிக் கொண்டிருந்தன. வார்த்தை அலங்காரமும், உணர்ச்சியின் வறட்சியும் கொண்ட அந்தப் பேச்சு, பாவெலையும் அவனது தோழர்களையும் கொஞ்சம்கூடத் தொட்டதாகத் தெரியவில்லை. எந்தவிதத்திலும் பாதிக்கவில்லை. அவர்கள் தம் பாட்டுக்கு உட்கார்ந்து அமைதியாகவும், நிதானமாகவும் தமக்குள் பேசிக்கொண்டார்கள்; புன்னகை புரிந்தார்கள்; பொங்கி வரும் சிரிப்பை மறைப்பதற்காக முகத்தைச் சுளித்துக் கொண்டார்கள்.

“அவன் பொய் சொல்கிறான்!” என்றான் சிஸோவ்.

அவள் அதைப் பற்றி ஒன்றும் சொல்லவில்லை. அவள் அரசாங்க வக்கீலின் பேச்சையே கேட்டுக்கொண்டிருந்தாள்; அவர் எல்லாக் கைதிகளையுமே பாரபட்சமில்லாமல் சகட்டுமேனிக்குக்

குற்றம் சாட்டிப் பேசுவதை அவள் உணர்ந்தறிந்தாள். பாவெலைப் பற்றிப் பேசிய பின் பியோதரைப் பற்றியும் பேசினார். பியோதரைப் பற்றிய பேச்சை முடிக்கப் போகும் தருணத்தில், புகினைப் பற்றிய பேச்சைத் தொடங்கினார். இப்படியாக அவர்கள் அனைவரையும் ஒரே கோணிச் சாக்குக்குள் பிடித்துத் தள்ளி மூட்டை கட்டுவதுபோல் இருந்தது அவரது பேச்சு. ஆனால், அந்தப் பேச்சின் வெளி அர்த்தத்தைக் கண்டு அவளுக்குத் திருப்தி ஏற்படவில்லை. அந்த மேலோட்டமான அர்த்தபாவம் அவளைத் தொடவும் இல்லை; கலக்கமுறச் செய்யவும் இல்லை. அவள் இன்னும் ஏதோ ஒரு பெரிய பயங்கரத்தை எதிர்பார்த்தாள். அந்தப் பயங்கரத்தை அந்த வார்த்தைகளின் உள்ளர்த்தத்திலும், அரசாங்க வக்கீலின் முகத்திலும், கண்களிலும், குரலிலும், லாவகமாக வீசி விளாசும் அவரது வெள்ளைக் கரத்திலும் துருவித் துருவித் தேடிக்கொண்டிருந்தாள். இருந்தாலும் அதில் ஏதோ பயங்கரமிருப்பதாகத் தோன்றியது. அதை அவள் உணர்ந்தாள். எனினும் அதை அவளால் கண்டுபிடிக்க முடியவில்லை; அதை உருவாக்கிக் காண முடியவில்லை. அவளது இதயம் எப்படித்தான் எச்சரித்த போதிலும் அவளால் அதை இனம் காண முடியவில்லை.

அவள் நீதிபதிகளைப் பார்த்தாள். அந்தப் பேச்சைக் கேட்டு அவர்கள் அலுத்துப் போய்விட்டார்கள் என்பது சந்தேகத்துக்கு இடமில்லாமல் தெளிவாகத் தெரிந்தது. அவர்களது உயிரற்ற சாம்பல் நிற, மஞ்சள் முகங்களில் எந்தவித உணர்ச்சியுமே பிரதிபலிக்கவில்லை. அரசாங்க வக்கீலின் பேச்சு கண்ணுக்குத் தெரியாத ஒரு பனிமூட்டத்தைப் பரப்பியது. அந்தப் பனி மூட்டம் நீதிபதிகளின் மீது அடர்ந்து கவிந்தது. அலுப்போடும் வேண்டாவெறுப்போடும் காத்திருக்கும்படி, அவர்களை நிர்ப்பந்தித்தது. பிரதம நீதிபதி தமது ஆசனத்திலேயே உறைந்து சமைந்து உட்கார்ந்து போய் விட்டார். இடையிடையே எப்போதாவது மட்டும் அவரது கண்ணாடிக்குள்ளாகத் தெரியும் கரும்புள்ளிக் கண்கள் உணர்ச்சியற்று அகல விரிந்து மூடின.

இந்த மாதிரியான உயிரற்ற வெறுப்புணர்ச்சியையும், உணர்ச்சியற்ற பற்றின்மையையும், கண்டு தனக்குள் தானே கேட்டுக்கொண்டாள்:

"இவர்களா தீர்ப்புக் கூறப் போகிறார்கள்?"

இந்தக் கேள்வி அவளது இதயத்தைக் குன்றிக் குறுகச் செய்தது; அவளது இதயத்திலிருந்த பயபீதியைப் பிதுக்கி வெளித்தள்ளி, வேதனை தரும் அவமான உணர்ச்சியைக் குடி புகுத்தியது.

தொ.மு.சி. ரகுநாதன்

அரசாங்க வக்கிலின்பேச்சு எதிர்பாராத விதமாகத் திடீரென நின்றுவிட்டது. அவர் விருட்டென இரண்டடி முன்னால் வந்து நீதிபதிகளுக்கு வணக்கம் செலுத்தினார்; தமது கைகளைத் தேய்த்துக் கொடுத்துக்கொண்டே உட்கார்ந்தார். பிரபுவம்சத் தலைவர் அவரைப் பார்த்துத் தலையை ஆட்டி, கண்களை உருட்டி விழித்தார். நகர மேயர் அவரோடு கை குலுக்குவதற்காகத் தம் கரத்தை நீட்டினார்; மாவட்ட அதிகாரி தமது தொந்தியையே பார்த்தார்; லேசாகப் புன்னகை புரிந்துகொண்டார்.

ஆனால் நீதிபதிகளோ இந்தப் பேச்சினால் எந்தவிதத்திலும் மகிழ்வுற்றதாகத் தெரியவில்லை. அவர்கள் அசையாது உட்கார்ந்திருந்தார்கள்.

அந்தக் கிழ நீதிபதி தம் முகத்துக்கு நேராக ஒரு காகிதத்தை உயர்த்திப் பிடித்துப் பார்த்தவாறே பேசினார்; “இப்பொழுது பெதசேயெவ், மார்க்கவ், சகாரவ் மூவர் தரப்பு வக்கீலும் பேசலாம்.”

நிகலாயின் வீட்டில் தாய் பார்த்திருந்த அந்த வக்கீல் எழுந்து நின்றார். சுமுகமான தோற்றம் கொண்ட பரந்த முகமும், சிவந்த புருவங்களுக்குக் கீழாகத் துருத்தி நின்று, இரு கத்தி முனைகளைப்போல் பளபளத்து, கத்தரியைப்போல் எதையும் வெட்டித் தள்ளி நோக்கும் சிறு கண்களும் கொண்டிருந்தார் அவர். அவர் உரத்த குரலில் தெளிவாக நிதானமாகப் பேசினார்; எனினும் அவரது பேச்சையும் தாயால் உணர்ந்து புரிந்துகொள்ள முடியவில்லை.

“அவர் சொன்னது புரிகிறதா?” என்று அவள் காதில் ரகசியமாக கேட்டான் சிஸோவ். “புரிகிறதா? அந்தக் கைதிகளெல்லாம் மிகவும் மனமுடைந்து போய் நினைவிழந்து போனதாகக் கூறுகிறார். பியோதரைத்தான் சொல்லுகிறாரோ?”

அவளது மனதில் நிரம்பியிருந்த அதிருப்தி உணர்ச்சியால் அவளால் பதில் கூடக் கூறமுடியவில்லை. அவளது அவமான உணர்ச்சி விரிந்து பெருகி, இதயத்தையே ஒரு பெரும் பாரத்தோடு அழுத்திக்கொண்டிருந்தது. தான் ஏன் நியாயத்தை எதிர்பார்த்தாள் என்பது பெலகேயாவுக்கு அப்போதுதான் தெளிவாயிற்று. தன்னுடைய மகனது சத்தியத்தை, அந்த நீதிபதிகளின் நியாய சத்தியத்துக்கு எதிராக நேர்மையோடு துல்லியமாக எடைபோடுவதைக் காண முடியும் என்று அவள் எதிர்பார்த்தாள். அந்த நீதிபதிகள் அவன் இப்படிச் செய்வதற்குரிய காரண காரியங்களைப் பற்றி, அவனது சிந்தனைகளையும், செயல்களையும் கூர்ந்து கவனித்து அவனைச் சரமாரியாக இடைவிடாது, கேள்விகள் கேட்பார்கள் என்று அவள்

எதிர்பார்த்தாள். அவன் கூறுவதைக் கேட்டு, அதன் உண்மையை அவர்களும் கண்டறிந்து, உற்சாகத்தோடு உரத்த குரலில்: "இவன் சொல்வதுதான் உண்மை!" என்று நியாயபூர்வமாகச் சொல்லி விடுவார்கள் என்றும் எதிர்பார்த்தாள்.

ஆனால் அவள் எதிர்பார்த்தது எதுவுமே நடக்கவில்லை. விசாரணைக்காகக் கொண்டுவந்து நிறுத்தப்பட்டிருக்கும் அந்தக் கைதிகளுக்கும் அந்த நீதிபதிகளின் கண்ணோட்டத்துக்கும் வெகுதூரம் என்றே தோன்றியது. மேலும் அந்த நீதிபதிகளை அந்தக் கைதிகள் ஒரு பொருட்டாக மதித்ததாகவும் தோன்றவில்லை. ஆயாசத்தினால், தாய்க்கு அந்த விசாரணையிலேயே அக்கறையற்று அலுத்துப்போய்விட்டது. அங்கு ஒலிக்கும் பேச்சுகளைக் கேட்காமல் அவள் தனக்குத்தானே கூறிக்கொண்டாள்

"இதையா விசாரணை என்கிறீர்கள்?"

"அவர்களுக்கு வேணும்!" என்று அதை ஆமோதித்து ரகசியமாகக் கூறினான் சிஸோவ்.

இப்போது வேறொரு வக்கீல் பேசிக்கொண்டிருந்தார். அவர் ஏளனபாவத்தோடு துடிப்பாகத் தோன்றும் வெளுத்த முகம் கொண்ட குட்டை ஆசாமி. அவரது பேச்சில் நீதிபதிகள் அடிக்கடி குறுக்கிட்டுப் பேசினார்கள்.

அரசாங்க வக்கீல் கோபத்தோடு துள்ளி எழுந்து, ஏதோ ஒரு நியாய ஒழுங்கைச் சுட்டிக் காட்டினார். உடனே அந்த ஆட்சேபணையைக் கிழ நீதிபதி ஏற்றுக்கொண்டார். பிரதிவாதித் தரப்பு வக்கீல் அவர் கூறியதைத் தலைவணங்கி மரியாதையோடு கேட்டுக்கொண்டு, தமது பேச்சை மேலும் தொடங்கினார்.

"விடாதே. அடி முடி காணும் வரையிலும் விடாதே!" என்று சொன்னான் சிஸோவ்.

அந்த அறை முழுவதும் ஒரு புத்துணர்ச்சி பரவிக் கலகலத்தது. குத்தலான வார்த்தைகளால் அந்த வக்கீல் அந்த நீதிபதிகளின் தடித்த உணர்ச்சிகளைக் கிளறிவிட்ட போது, ஜனக் கூட்டத்திடையே ஓர் ஆக்கிரமிப்புச் சக்தி கட்டிழந்து பரவுவதுபோல் தோன்றியது. நீதிபதிகள் ஒருவருக்கொருவர் நெருங்கிக்கொண்டு, அந்த வக்கீலின் வாசகத்தால் தமக்கு ஏற்படும் வேதனை உணர்ச்சியைத் தாங்கிக்கொண்டு உம்மென்று முறைத்துக் கொண்டிருந்தார்கள்.

பாவெல் எழுந்திருந்தான். திடீரென அந்த அறை முழுவதிலும் அமைதி நிலவியது. தாய் தன் உடம்பை முன்னால் தள்ளிக்கொண்டு பார்த்தாள். பாவெல் மிகுந்த அமைதியோடு பேசத் தொடங்கினான்.

"கட்சியின் அங்கத்தினன் என்கிற முறையில், நான் என் கட்சியின் தீர்ப்பைத்தான் அங்கீகரிக்கிறேன். எனவே என் குற்றமின்மையைப் பற்றி எதுவுமே பேசத் தயாராயில்லை. ஆனால், என் தோழர்களின் வேண்டுகோளுக்காக, என்னைப் போலவே தங்கள் சார்பிலும் வாதாட மறுத்துவிட்ட தோழர்களின் வேண்டுகோளுக்காக, நீங்கள் புரிந்து கொள்ளாத சில விசயங்களை நான் விளக்கிச் சொல்ல முயல்கிறேன். சோஷல் – டெமாக்ரஸி என்னும் பெயரால் எங்கள் இயக்கம் ஆட்சி அதிகாரத்துக்கு எதிராகக் கிளர்ச்சி செய்கிறது என அரசாங்க வக்கீல் குறிப்பிட்டார். நாங்கள் அனைவருமே ஜார் அரசனைக் கவிழ்க்க முயலும் கூட்டத்தார் என்றே அவர் எங்களைப் பற்றி எப்போதும் குறிப்பிட்டுப் பேசியிருக்கிறார். ஆனால் உங்களுக்கு நான் ஒரு விசயத்தைத் தெளிவாக்கிவிட வேண்டும். மன்னராட்சி ஒன்றே ஒன்று மட்டும்தான் நமது நாட்டைப் பிணைத்துக் கட்டியிருக்கும் விலங்கு என்று நாங்கள் கருதவில்லை. ஆனால், அதுதான் முதல் விலங்கு; அதுதான் நம் கைக்கு விரைவில் எட்டக்கூடிய விலங்கு; அந்த விலங்கை உடைத்து மக்களை விடுவிக்க வேண்டியது எங்கள் கடமை!"

அவனது உறுதி வாய்ந்த குரலின் ஓங்காரத்தால் அந்த அறையின் அமைதி மேலும் அழுத்தமாகத் தோன்றியது. அந்த அறையின் சுவர்களே பின்வாங்கி விசாலிப்பது போலத் தோன்றியது. உயர்ந்ததொரு இடத்துக்குச் சென்றுவிட்டவனைப்போல் பாவெல் காட்சி அளித்தான்.

நீதிபதிகள் நிலை கொள்ளாமல் தவித்துத் தத்தளித்துத் தமது ஆசனங்களில் நெளிந்து கொடுத்துக் கொண்டிருந்தார்கள். பிரபு வம்சத் தலைவர், உம்மென்று முகத்தை வைத்துக்கொண்டிருக்கும் நீதிபதியிடம் ஏதோ ரகசியமாகச் சொன்னார். அதைக் கேட்டு, அந்த நீதிபதி தலையை ஆட்டிவிட்டு, பிரதம நீதிபதியிடம் ஏதோ சொன்னார். அவருக்கு அடுத்தாற் போலிருந்த சீக்காளி நீதிபதி அவரது இன்னொரு காதில் ஏதோ ஓதினார். அந்தக் கிழ நீதிபதி வல இடப்புறமாக அசைந்துகொண்டே பாவெலின் பக்கமாகத் திரும்பி ஏதோ சொன்னார். ஆனால் அவரது வார்த்தைகளைப் பாவெலின் நிதானமான ஆற்றொழுக்குப் பேச்சு அமிழ்த்தி விழுங்கிவிட்டது.

"நாங்கள் சோஷலிஸ்டுகள்! அதாவது, தனி நபர் சொத்துரிமைக்கு – சொத்துரிமையின் பேரால் மக்கள் சமுதாயத்தைப் பிளவுபடுத்தி, மக்களை ஒருவருக்கொருவர் எதிராகத் தூண்டி மோதவிட்டு, தமது நல உரிமைகளின் மீது வெறுப்புணர்ச்சியை உண்டாக்கும் சமுதாய அமைப்புக்கு – நாங்கள் எதிரிகள். இந்தச் சொத்துரிமைச் சமுதாய அமைப்பு இந்த வெறுப்புணர்ச்சியை

மூடி மறைப்பதற்காக, அல்லது அதை ஏற்றுக் கொள்வதற்காக, பொய்மைக்கும், புனைசுருட்டுக்கும் ஆளாகி, மக்கள் அனைவரையும் பொய்களுக்கும், மாய்மாலத்துக்கும், தீய கிரியைகளுக்கும் ஆளாக்கி விடுகிறது. தான் செழிப்பாக வாழ வேண்டும் என்பதற்காக, மனிதப் பிறவியை ஒரு கருவியாகப் பயன்படுத்த எண்ணும் சமுதாயத்தை நாங்கள் மனிதத் தன்மையற்றதாக, எங்களது நல உரிமைகளின் எதிரியாகக் கருதுகிறோம். அந்தச் சமுதாயத்தின் பொய்யான, இரண்டுபட்ட ஒழுக்க நெறியை நாங்கள் ஒப்புக் கொள்ளமுடியாது. தனி மனிதனிடம் அந்தச் சமுதாயம் காட்டும் குரூரத்தையும் வக்கிர புத்தியையும் நாங்கள் வெறுத்துத் தள்ளுகிறோம். அந்த மாதிரியான சமுதாய அமைப்பு தனி மனிதனின் உடலின் மீதும் உள்ளத்தின் மீதும் சுமத்தியிருக்கும் சகலவிதமான அடிமைத்தனத்தையும், சுயநலத்தின் பேராசையால் மனிதர்களை நசுக்கிப் பிழியும் சகலவிதமான சாதனங்களையும் நாங்கள் எதிர்த்துப் போராட விரும்புகிறோம். எதிர்த்துப் போராடவே செய்வோம். நாங்கள் தொழிலாளர்கள். சிறு குழந்தைகளின் விளையாட்டுக் கருவிகளிலிருந்து பிரமாண்டமான யந்திர சாதனங்கள் வரை சகலத்தையும் எங்கள் உழைப்பின் மூலமே நாங்கள் உலகத்துக்குப் படைத்துக் கொடுக்கிறோம். ஆனால், எங்களது மனித கௌரவத்தைக் காப்பாற்றிக் கொள்ளும் உரிமையைக் கூடப் பறிகொடுத்தவர்களும் நாங்கள்தான். சொந்த நலன்களை நிறைவேற்றிக் கொள்வதற்காக ஒவ்வொருவரும் எங்களைத் தங்கள் கைக்கருவிகளாகப் பயன்படுத்திக்கொள்ள முடிகிறது.

ஆனால், தற்போது நாங்கள் எங்கள் கைகளிலேயே சகல அதிகாரமும் இருக்க வேண்டும் என்பதற்காக, இறுதியாய் அந்த அதிகாரத்தை அடையும் அளவுக்கு சுதந்திரம் பெற விரும்புகிறோம். எங்களது முழக்கங்கள் மிகவும் தெளிவானவை. ‘தனிச் சொத்துரிமை ஒழிக!’, ‘உற்பத்திச் சாதனங்கள் அனைத்தும் மக்கள் கையில்!’, ‘அதிகாரம் அனைத்தும் மக்களிடம்’, ‘உழைப்பது ஒவ்வொருவருக்கும் கடமை!’ இவைதான் எங்கள் கோரிக்கை முழக்கங்கள். இவற்றிலிருந்து நாங்கள் வெறும் கலகக்காரர்கள் அல்லர் என்பதை நீங்கள் கண்டு கொள்ளலாம்!”

பாவெல் லேசாகச் சிரித்தான். தனது தலைமயிரை விரல்களால் மெதுவாகக் கோதிவிட்டுக்கொண்டான். அவனது நீலக்கண்களின் ஒளி முன்னைவிட அதிகமாகப் பிரகாசித்தது.

“விசயத்தைவிட்டுப் புறம்பாகப் பேசாதே!” என்று அந்தக் கிழட்டு நீதிபதி தெளிவாகவும் உரத்தும் எச்சரித்தார். அவர் பாவெலின் பக்கமாகத் திரும்பி அவனைப் பார்த்தார். அவர் பார்த்த

பார்வையில் அவரது மங்கிய இடக்கண்ணில் பொறாமையும் புகைச்சலும் நிறைந்த ஓர் ஒளி பளிச்சிட்டு மின்னுவதாகத் தாய்க்குத் தோன்றியது. எல்லா நீதிபதிகளும் அவளுடைய மகனை ஏறிட்டுப் பார்த்தார்கள். எல்லோரது கண்களும் அவனது முகத்தையே பற்றிப் பிடித்து, அவனது சக்தியை உறிஞ்சுவதுபோலவும், அவனது ரத்தத்துக்காக தாகம் கொண்டு தவிப்பதுபோலவும், அந்த ரத்த பானத்தால் உளுத்துக் கலகலத்துப் போன தங்கள் உடம்புகளுக்கு ஊட்டமளித்துத் தேற்றிக்கொள்ள நினைப்பதுபோலவும், தாய்க்குத் தோன்றியது. ஆனால் அவளது மகனோ உறுதியோடும் தைரியத்தோடும் நேராக நிமிர்ந்து நின்று தனது கையை எட்டி நீட்டிப் பேசிக்கொண்டிருந்தான்:

"நாங்கள் அனைவரும் புரட்சிக்காரர்கள். ஒரு சிலர் வேலை வாங்கவும் மற்றவர்கள் அனைவரும் வேலை செய்யவுமாக இருக்கின்ற நாள் வரையிலும், நாங்களும் புரட்சிக்காரர்களாகவே இருப்போம். யாருடைய நலன்களைக் காப்பாற்றுவதற்காக நீங்கள் அனைவரும் ஏவலாளிகளாக இருக்கிறீர்களோ? அவர்களது சமுதாயத்தோடு எந்தவிதத்திலும் ஒத்துப்போகாத எதிரிகள் நாங்கள். எங்களது போராட்டத்தில் நாங்கள் வெற்றி காணும் வரை நமக்குள் எந்தவிதமான சமாதானமும் ஏற்படப் போவதில்லை. தொழிலாளர்களாகிய நாங்கள் நிச்சயமாக வெற்றி பெறுவோம்! உங்கள் முதலாளிமார்களோ, அவர்கள் நினைத்துக்கொண்டிருப்பதுபோல பலசாலிகள் ஒன்றுமில்லை!

தனி நபர் சொத்துகளைப் பாதுகாப்பதற்காகவும், பெருக்கிக் குவிப்பதற்காகவும் தங்களது அதிகாரத்தால், லட்சோப லட்ச மக்களை அடிமைப்படுத்தவும் கொன்று குவிப்பதற்காகவும் உதவிக்கொண்டிருக்கும் தனிப்பட்ட சொத்துரிமைதான் – எங்கள் மீது ஆட்சி செலுத்த அவர்களுக்குப் பலம் தரும் அந்தச் சக்திதான் – அவர்களுக்குள்ளாகவே தகராறுகளைக் கிளப்பிவிடுகிறது; அந்தச் சொத்துரிமை அவர்களை உடல் பூர்வமாகவும், உள்ளப்பூர்வமாகவும் சீர்குலைத்து வருகிறது. தனிச் சொத்துரிமையைக் காப்பது என்பது சாமான்யமான காரியம் அல்ல. உண்மையைச் சொல்லப் போனால், எங்களது முதலாளிகளாக இருக்கும் நீங்கள் அனைவரும் எங்களையும்விட மோசமான அடிமைகளாயிருக்கிறீர்கள். நாங்கள் உடல்பூர்வமாய்த் தான் அடிமையானோம்; நீங்களோ உள்ளப்பூர்வமாகவே அடிமையாகி விட்டீர்கள்! உங்களை உள்ளப்பூர்வமாகக் கொன்றுவிட்ட நுகக்காலிலிருந்து, வெறுப்பு விருப்புப் பழக்க தோஷமென்னும் நுகத்தடியின் பளுவிலிருந்து, உங்களை விடுவித்துக் கொள்வதற்கு நீங்கள் சக்தியற்றுப் போய்

விட்டீர்கள். ஆனால் நாங்கள் சுதந்திரமான உள்ளத்தோடிருப்பதை எந்த சக்தியுமே கட்டுப்படுத்தவில்லை. நீங்கள், எங்களது உணர்விலே பெய்து கொண்டிருக்கும் முறிவு மருந்துகளாலேயே, நீங்கள் எங்களுக்கு ஊட்டி வரும் நஞ்சுகள் எல்லாம வலுவற்று முறிந்து போகின்றன. எங்களது சத்தியதரிசனம் எந்தவிதத் தடையுமின்றி அசுர வேகத்தோடு வளர்ந்தோங்கிக் கொண்டிருக்கிறது; மேலும் அந்தச் சத்தியம் நல்ல மனிதர்களை – உங்களது சமூகத்திலேயே மனதைப் பறிகொடுக்காது தப்பிப் பிழைத்த நல்லவர்களை எல்லோரையும் தன்பால் கவர்ந்திருக்கிறது. உங்களது வர்க்கத்தை நேர்மையான ஒழுங்குமுறையோடு பாதுகாப்பதற்கு உங்களிடம் ஒருவரும் இல்லையென்பதை நீங்களே பாருங்கள்! சரித்திரபூர்வமான நியாயத்தின் அழுத்த சக்தியிலிருந்து உங்களைக் காப்பாற்றிக் கொள்வதற்க நீங்கள் கூறிய சகலவாதப் பிரதிவாதங்களும் வாய் சோர்ந்து வலுவிழந்து வாடி விழுந்ததை இப்போது நீங்களே கண்டீர்கள். எந்தவிதமான புதிய சிந்தனைகளையும் உங்களால் படைக்க இயலாது. ஆத்மார்த்த விசயத்தில் நீங்கள் ஆண்மையற்று மலடு தட்டுப் போய்விட்டீர்கள். ஆனால் எங்கள் கருத்துகளோ என்றென்றும் வளர்ந்தோங்குகின்றன. என்றென்றும் அணையாத தூண்டா மணிவிளக்காய்ப் பிரகாசமுற்றோங்குகின்றன; மக்கள் அனைவருக்கும் உணர்ச்சி ஊட்டி, சுதந்திரப் போராட்டத்துக்காக அவர்களை ஒன்றுபடுத்தி பலம்பெற்று விளங்கச் செய்கின்றன. தொழிலாளர் வர்க்கம் சாதிக்க வேண்டிய மகத்தான சாதனையின் ஞான போதம், உலகத் தொழிலாளர்கள் அனைவரையும் ஒன்றுபட உருக்கி வார்த்து அவர்களை ஒரு மகத்தான ஏக சக்தியாக உருவாக்குகிறது. அவர்களைக் கலகலத்து உயிர்ப்பிக்கும் பெரும் சக்தியை எதிர்த்துப் போராடுவதற்குக் கொடுமையையும் வெடுவெடுப்பையும் தவிர உங்களிடம் எந்தவித ஆயுதமும் கிடையவே கிடையாது. ஆனால் உங்களது வக்கிர குணமோ வெளிப்படையானது. கொடுமையோ எரிச்சல் தருவது. இன்று எங்களது கழுத்தை நெரிக்கும் கைகளே நாளைக்கு எங்களைத் தோழமையுணர்ச்சியோடு தழுவிக் கொள்வதற்காகத் தாவி வரத்தான் போகின்றன. உங்களது சக்தியே செல்வத்தைப் பெருக்க உதவும் யந்திர சக்தி. அந்த சக்தி உங்களைத் துண்டுபடுத்தி, இரு கூறாக்கி, நீங்களே உங்களில் ஒருவரையொருவர் கொத்திக் குதறிக் குலைபிடுங்கிச் சாவதற்குத்தான் வழிகோலிக் கொடுக்கும். ஆனால் எங்களது சக்தியோ சகல தொழிலாள மக்களின் ஒன்றுபட்ட ஐக்கிய பலத்தால் என்றென்றும் உயிரோட்ட வேகத்தோடு வளர்ந்தோங்கிக் கொண்டிருக்கும் மனசாட்சியினால் இயங்கிக் கொண்டிருக்கிறது. நீங்கள் செய்வது அனைத்தும் படுமோசமான

பாதகச் செயல்கள்; ஏனெனில் உங்கள் செயல்கள் அனைத்தும் மக்களை அடிமைப்படுத்துவதில்தான் முனைந்து நிற்கின்றன. உங்களது பொய்மையும், பேராசையும், குரோத வெறியும் உலகத்தில் எண்ணற்ற பிசாசுகளையும் பூதங்களையும்தான் படைத்திருக்கின்றன; அந்தப் பூதங்களும் பிசாசுகளும் மக்களைக் கோழைகளாக்கிவிட்டன; அந்தப் பூதங்களும் பிசாசு ஆதிக்கப் பிடிப்பிலிருந்து மக்களை விடுவித்துக் காப்பாற்றுவதே எங்கள் பணி. நீங்கள் மனிதனை வாழ்க்கையின்றும் பிய்த்துப் பிடுங்கி, அவனை அழித்துவிட்டீர்கள். நீங்கள் அழித்துச் சுடுகாடாக்கிய இந்த உலகத்தை, சோஷலிசம் ஒரு மகோன்னதமான மாசக்தியாக வளர்ந்து உருவாக்கி வளப்படுத்தும். நிச்சயம் இது நிறைவேறத்தான் போகிறது!"

பாவெல் ஒரு கணம் பேச்சை நிறுத்தினான். மீண்டும் அதே உறுதியோடும் மெதுவாகக் கூறினான்:

"நிச்சயம் நிறைவேறத்தான் போகிறது!"

நீதிபதிகள் தங்களுக்குள் ஏதேதோ பேசிக்கொண்டார்கள்; பாவெலின் மீது வைத்த பார்வையை விலக்காமலேயே முகத்தை எப்படியெல்லாமோ விகாரமாகச் சுளித்துக்கொண்டார்கள். அவனது துடிப்பையும், இளமையையும், பலத்தையும் கண்டு பொறாமை பொங்கி, தங்களது பார்வையாலேயே அவனை அவர்கள் நாசப்படுத்திவிட முயல்வதுபோல் தாய்க்குத் தோன்றியது. கைதிகள் அனைவரும் மகிழ்ச்சியினால் கண்கள் பிரகாசிக்க, முகம் வெளிற, பரிபூரண கவனத்தோடு தங்களுடைய தோழனின் பேச்சைக் கூர்ந்து கேட்டார்கள். தாயோ தன் மகனின் ஒவ்வொரு வார்த்தையையும் அள்ளிப் பருகினாள்; அந்த வார்த்தைகள் அனைத்தும் அவளது மனத்தகட்டில் வரிசை வரிசையாகப் பதிந்து நிலைத்தன. அந்தக் கிழ நீதிபதி எதையோ தெளிவுபடுத்திக் கொள்வதற்காக, பாவெலின் பேச்சில் எத்தனையோ முறை குறுக்கிட்டார். இடையே ஒருமுறை அவர் வருத்தத்தோடு புன்னகையும் புரிந்துகொண்டார். பாவெல், இடையிடையே பேச்சை நிறுத்தினாலும், மீண்டும் அதே அமைதி தோய்ந்த உறுதியோடு மேலும் பேசத் தொடங்குவான். மீண்டும் மக்கள் அவனது பேச்சை உள்ளமிழந்து கேட்கச் செய்வான். நீதிபதிகளின் விருப்பத்தையும், அவன் தன் விருப்பத்துக்கு ஆளாக்கிவிடுவான். கடைசியாக அந்தக் கிழ நீதிபதி வாய்விட்டுக் கையை நீட்டிக் கத்தினார். பதிலுக்குப் பாவெல் கேலி பாவத்தோடு தனது பேச்சைத் தொடங்கினான்:

"இதோ நான் என் பேச்சை முடித்துவிட்டுப் போகிறேன். உங்களில் எவரையும் தனிப்பட்ட முறையில் தாக்கிப் பேச வேண்டும்

என்கிற விருப்பம் எனக்கு இல்லை. அதற்கு மாறாக, விசாரணை என்கிற பெயரால் நீங்கள் நடத்தும் கேலிக் கூத்தை நான் வேண்டா வெறுப்பாக உட்கார்ந்து கவனித்துக் கொண்டிருக்கிறேன். உங்கள் மீது அனுதாப உணர்ச்சிதான் என் உள்ளத்தில் அநேகமாகப் பொங்கி வழிகிறது. என்ன இருந்தாலும் நீங்களும் மனிதப் பிறவிகள்தான். எங்களது இயக்கத்தின் எதிரிகளைக் கூட, மிருக சக்திக்கு ஊழியம் செய்வதற்காக கேவலமாக வெகு தாழ்ந்து கடைகெட்டுப் போனவர்களைக் கூட, மனித கௌரவத்தின் மான உணர்ச்சியையே முற்றிலும் இழந்துவிட்டவர்களைக் கூட, நாங்கள் மனிதப் பிறவிகளாக மதித்து அவர்களுக்காகத் துக்கப்படுகிறோம்...”

அவன் நீதிபதிகளைப் பார்க்காமலேயே தன் இடத்தில் அமர்ந்தான். தாயோ திக்குமுக்காடும் மூச்சோடு அந்த நீதிபதிகளையே பார்த்துக்கொண்டிருந்தாள்.

பாவெலின் கையைப் பிடிது அழுத்திய அந்திரேயின் முகமும் பிரகாசமடைந்தது. சமோய்லவ், மாசின் முதலியவர்களும் அவன் பக்கமாகக் குனிந்து இருந்தார்கள். தன்னுடைய தோழர்களின் உற்சாகத்தைக் கண்டு பாவெல் புன்னகை செய்து கொண்டான். அவன் தன் தாயின் பக்கமாகத் திரும்பி, ‘உனக்குத் திருப்திதானே!’ என்று கேட்கும் பாவனையில் தலையை ஆட்டினான்.

பதிலுக்கு அவள் மகிழ்வோடு பெருமூச்செறிந்தாள். அவளது முகத்திலே அன்புணர்ச்சி அலை பரவிச் சிலிர்த்துச் சிவந்தது.

“இப்போதுதான் உண்மையான விசாரணை ஆரம்பமாயிற்று!” என்று தாயிடம் மெதுவாகக் கூறினான் சிஸோவ். “அவன் அவர்களை வீசி விளாசித் தள்ளிவிட்டான், இல்லையா?”

அவள் பதில் கூறாமல் தலையை மட்டும் ஆட்டினாள். தன் மகன் தைரியத்தோடு பேசியதைக் கேட்டு அவள் மகிழ்வுற்றாள். அவன் பேசி முடித்ததைக் கண்டு அந்த ஆனந்தம் பேரானந்தமாயிற்று. அவளது மனதில் துடிதுடித்துக் கொண்டிருந்த கேள்வி ஒன்றே ஒன்றுதான்.

“அவர்கள் இப்போது என்ன செய்வார்கள்.”

26

அவள் மகன் அவளுக்குத் தெரியாத எதையும் சொல்லிவிடவில்லை. அவனது சிந்தனைகளெல்லாம் அவளுக்கும் பரிச்சயமானவைதான். என்றாலும் இங்கே, நீதிமன்றத்தின் முன்னிலையில், அவனது

கொள்கையின் மீது அவளுக்கு ஓர் அதிசயக் கவர்ச்சி முதன்முதலாக ஏற்படுவதை அவள் உணர்ந்தாள். பாவெலுடைய அமைதியைக் கண்டு வியப்படைந்தாள். அவனது கொள்கையிலும் அதன் வெற்றியிலும் முழு நம்பிக்கை கொள்ளும் ஒரு நட்சத்திர ஒளியைப் போலவே அவள் அவனது பேச்சைக் தன் இதயத்துக்குள் பத்திரப்படுத்தி வைத்தாள். இனிமேல் அந்த நீதிபதிகள் அனைவரும் அவனோடு காரசாரமான விவாதத்தில் இறங்கி, அவன் கூறுவதையெல்லாம் கோபாவேசமாக மறுத்துக் கூறி, தங்களது சொந்தச் சிந்தனைகளை வலியுறுத்துவார்கள் எனறு தாய் எதிர்பார்த்தாள். ஆனால் அந்திரேய் ஆடியசைந்து கொண்டே எழுந்திருந்தான். தனது புருவங்களுக்குக் கீழாக அந்த நீதிபதிகளைக் கவனித்துப் பார்த்தான். பிறகு பேசத் தொடங்கினான்.

“பிரதிவாதிப் பெரியோர்களே...”

“நீங்கள் நீதிபதிகளைப் பார்த்துத்தான் பேச வேண்டும். பிரதிவாதிகளை நோக்கியல்ல!” என்று அந்தச் சீக்காளி நீதிபதி கோபத்தோடு உரக்கக் கத்தினார். அந்திரேயின் முகத்தில் ஒரு குறும்புத்தனமான உணர்ச்சி பிரதிபலித்ததைத் தாய் கண்டுகொண்டாள். அவனது மீசை அசைந்து துடித்தது. கண்களில் ஒரு பூனைக்கண் பிரகாசம் தோன்றியதைத் தாய் கண்டாள். அவன் தனது தலையை மெலிந்த கரத்தால் பரபரவென்று தேய்த்துவிட்டுக்கொண்டான். பெரு மூச்செறிந்தான்.

“அப்படியா?” என்றான் அவன். “நான் இதுவரை உங்களை நீதிபதிகளாகக் கருதவில்லை. பிரதிவாதிகளாகவே கருதிவிட்டேன்!”

“விசயத்தைப் பற்றி மட்டுமே பேசுங்கள்!” என்று அந்தக் கிழ நீதிபதி வறண்ட குரலில் எச்சரித்தார். “விசயத்தையா? ரொம்ப சரி. உங்களை நேர்மையும் கௌரவமும் சுதந்திரமும் கொண்ட உண்மையான நீதிபதிகளாகக் கருதிக் கொள்வதென்று நான் என் மனதைப் பலவந்தப்படுத்தி ஒப்புக்கொள்ளச் செய்துவிட்டேன்...”

“நீதிமன்றத்துக்கு உங்கள் விமர்சனம் எதுவும் தேவையில்லை!”

“ஓஹோ, அப்படியா? ரொம்ப சரி. நான் எப்படியாவது பேசுகிறேன். நீங்கள் எல்லாம் ‘உன்னது’, ‘என்னது,’ என்கிற வித்தியாசம் என்றே பாரபட்சமற்ற விருப்பு வெறுப்பற்ற நடுநிலைமையாளர்கள் என்றே வைத்துக்கொள்வோம். சரி, உங்கள் முன்னால் இரண்டு பேரை இழுத்துக்கொண்டு வருகிறார்கள். ஒருவன் சொல்கிறான்: “அவன் என்னைக் கொள்ளையடித்ததுமில்லாமல் என்னைக் கூழாய் அடித்து நொறுக்கி விட்டான்” என்றான். இன்னொருவன்: “எனக்கு மக்களைக் கொள்ளையடிக்க உரிமை உண்டு; என்னிடம்

சொந்தமாக ஒரு துப்பாக்கி இருப்பதால் அவனைக் கூழாக அடித்து நொறுக்கவும் செய்வேன். என்கிறான்..."

"வழக்கைப் பற்றி ஏதும் பேசத் தெரியாதா?" என்று குரலை உயர்த்திக்கொண்டு கேட்டார் அந்தக் கிழ நீதிபதி. அவரது கரம் நடுங்கியது. அவர் கோபப்படுவதைக் கண்டு, தாய்க்குச் சந்தோசமாயிருந்தது. ஆனால் அந்திரேய் நடந்து கொள்ளும் விதம்தான் அவளுக்கு பிடிக்கவில்லை. அவனது பேச்சு தன் மகனுடைய பேச்சோடு இணைந்து செல்வதாகத் தோன்றவில்லை. அவர்களது விவாதமெல்லாம் கண்ணியமும் கண்டிப்பும் நிறைந்ததாக இருக்க வேண்டுமென அவள் விரும்பினாள்.

அந்த ஹஹோல் தான் பேசத் தொடங்குவதற்கு முன்னால் அந்தக் கிழவரை வாய் பேசாது பார்த்தான்.

"விசயத்தை மட்டுமா?" என்று நெற்றியைத் தடவிக்கொண்டே சொன்னான். "நான் ஏன் அதைப் பற்றி உங்களிடம் பேச வேண்டும்? உங்களுக்கு இப்போது என்னென்ன தெரிய வேண்டுமோ, அதையெல்லாம் தான் என் தோழன் எடுத்துக் கூறிவிட்டானே. மற்ற விசயங்களை முறை வரும்போது மற்றவர்கள் உங்களுக்குச் சொல்வார்கள்..."

அந்தக் கிழ நீதிபதி நாற்காலியில் நிமிர்ந்து உட்கார்ந்துகொண்டு சத்தமிட்டார்.

"நீங்கள் பேசியது போதும்!" அடுத்து – கிரகோரிய் சமோய்லவ்!"

ஹஹோல் கப்பென்று உதடுகளை மூடிக்கொண்டு பெஞ்சின் மீது சாதாரணமாக உட்கார்ந்தான். சமோய்லவ் தனது சுருட்டைத் தலையைச் சிலுப்பிவிட்டுக்கொண்டு எழுந்திருந்தான்.

"அரசாங்க வக்கீல் என்னுடைய தோழர்களைக் காட்டு மிராண்டிகள் என்றும், நாகரிகத்தின் எதிரிகள் என்றும் கூறினார்..."

"உங்கள் விசாரணையைப் பொறுத்த விசயத்தை மட்டும் பேசுங்கள்..."

"இதுவும் அதைப் பொறுத்த விசயம்தான். யோக்கியப் பொறுப்புள்ளவர்களைப் பொறுத்த விசயம்தான் எல்லாம். அவர்கள் சம்பந்தப்படாத எந்த விசயமும் இல்லை. தயவு செய்து நான் பேசுவதில் குறுக்கிட வேண்டாம். உங்கள் நாகரிகம் எது? அதைத்தான் நானும் தெரிந்துகொள்ள விரும்புகிறேன்."

"உங்களோடு விவாதம் பண்ணுவதற்காக இங்கு நாங்கள் வரவில்லை. உங்கள் வேலையைப் பாருங்கள்!" என்று பல்லைக் காட்டிக்கொண்டே சொன்னார் அந்தக் கிழவர்.

தொ.மு.சி. ரகுநாதன்

அந்திரேயின் நடத்தை அந்த நீதிபதிகளிடத்தில் ஒரு மாறுதலை உண்டு பண்ணியிருந்தது. அவனது வார்த்தைகள் அவர்களிடமிருந்து எதையோ உரித்தெடுத்து விட்டதுபோல் தோன்றியது. அவர்களது சாம்பல் நிற முகங்கள் கறுத்துக் கறைபடிந்தன. கண்களில் உணர்ச்சியற்ற பசிய ஒளி மினுமினுத்தது. பாவெலின் பேச்சினால் அவர்களுக்கு எரிச்சல்தான் உண்டாயிற்று. எனினும் அவர்கள் அவனை மதிக்கும்படியான நிர்ப்பந்தத்தை உண்டாக்கிவிட்டது அவனது பேச்சு. அதனால் அவர்கள் தங்களது எரிச்சலைக் கூட வெளிக்காட்டாமல் உள்ளடக்கிக்கொண்டு தவித்தார்கள். அந்த ஹஹோலோ அவர்களது இந்தப் பாசங்குத் திரையைக் கிழித்தெறிந்து, அவர்களது அந்தரங்க உணர்ச்சியை வெளிக்கிளப்பி விட்டுவிட்டான். அவர்கள ஒருவருக்கொருவர் குசுகுசுத்துப் பேசினார்கள்; முகத்தை விகாரமாகக் கோணிக்கொண்டார்கள்; நிலை கொள்ளாமல் துறுதுறுத்தார்கள்.

“நீங்கள் மக்களை உளவாளிகளாகப் பழக்கி விடுகிறீர்கள்; இளம் யுவதிகளையும் பெண்களையும் கெடுக்கிறீர்கள்; மனிதர்களைத் திருடர்களாகவும் கொலைகாரர்களாவும் மாற்றிவிடுகிறீர்கள்; மதுபானத்தால் மக்களை, நஞ்சூட்டிக் கொல்கிறீர்கள். சர்வதேச யுத்தங்கள், பொய் பித்தலாட்டங்கள், விபசாரம், காட்டுமிராண்டித்தனம், இதுதான். உங்கள் நாகரிகம். இந்த மாதிரியான நாகரிகத்திற்கு நாங்கள் எதிரிகள்!”

“நான் உங்களைக் கேட்டுக் கொள்கிறேன்...” என்று சத்தமிட்டார் அந்தக் கிழவர். ஆனால் சமோய்லவோ முகம் சிவக்க, கண்கள் பிரகாசிக்க எதிர்த்துச் சத்தமிட்டான்:

“நீங்கள் எந்த மக்களைச் சிறையிலே தள்ளி நாசப்படுத்து கிறீர்களோ, பைத்தியம் பிடிக்கச் செய்கிறீர்களோ அந்த மக்கள் குலத்தின் நாகரிகத்தைதான் நாங்கள் மதிக்கிறோம்; ஆதரிக்கின்றோம்; கௌரவிக்கிறோம்..!”

“பேசியது போதும்; சரி அடுத்தது – பியோதர் மாசின்!”

பியோதர் முள்குத்தியதுபோலத் துள்ளியெழுந்து நிமிர்ந்து நின்றான்.

“நான் – நான் சத்தியம் செய்கிறேன். நீங்கள் எங்கள் மீது ஏற்கெனவே தீர்ப்புச் செய்து விட்டீர்கள் என்பது எனக்குத் தெரியும்” என்று மூச்சுத் திணறிக்கொண்டே அவன் சொன்னான். அவனது கண்களைத் தவிர முகம் முழுவதும் வெளிறிட்டுப் போனதாகத் தோன்றியது. அவன் தன் கையை நீட்டி உயர்த்திக்கொண்டே கத்தினான்: “நான் ஆணையிட்டுச் சொல்லுகிறேன். நீங்கள்

என்னை எங்கெங்கு அனுப்பினாலும் சரி, அங்கிருந்து நான் எப்படியாவது தப்பிவந்து என் சேவையை என்றென்றும், என் வாழ்நாள் பூராவும் தொடர்ந்து நடத்துவேன். இது சத்தியம்!"

சிஸோவ் உரத்து முனகிக்கொண்டே, தன் இருப்பிடத்தைவிட்டு அசைந்து உட்கார்ந்தான். மக்கள் கூட்டத்திடையே ஒரு விசித்திரமான முணுமுணுப்பு எதிரொலித்தது. அது திக்பிரமை உணர்ச்சியில் கலந்து அமிழ்ந்தது. ஒரு பெண் பொருமிக் குமுறியழுதாள். யாரோ திடீரென இருமலுக்கு ஆளாகிப் புகைந்தார்கள். போலீஸ்காரர்கள் கைதிகளை மங்கிய வியப்புணர்ச்சியோடு பார்த்தார்கள்; மக்களைக் கோபத்தோடு பார்த்தார்கள். நீதிபதிகள் முன்னும் பின்னும் அசைந்தாடினார்கள். அந்தக் கிழட்டு நீதிபதி வாய்விட்டுக் கத்தினார்:

"அடுத்தது இவான் கூஸெவ்!"

"நான் சொல்வதற்கு எதுவும் இல்லை!"

"அடுத்தது – வசீலி கூஸெவ்!"

"எனக்கும் ஒன்றும் இல்லை!"

"பியோதர் புகின்!"

வெளுத்து நிறமிழந்து போயிருந்த புகின் சிரமத்தோடு எழுந்திருந்து, தன் தலையை உலுக்கிவிட்டுக்கொண்டு பேசினான்:

"நீங்கள் உங்களைப் பார்த்தே நாணிக் தலைகுனிய வேண்டும். எனக்குக் கல்வியறிவு இல்லைதான என்றாலும் எது நியாயம் என்பது எனக்குத் தெரியும்." அவன் தன் கையைத் தலைக்கு மேலாக உயர்த்தி, மௌனமானான்; கண்களைப் பாதி மூடியவாறு தொலைவிலுள்ள எதையோ கூர்ந்து கவனிப்பதுபோலப் பார்த்தான்.

"இதென்ன இது?" என்கிற எரிச்சல் கலந்த வியப்போடு கூறிக்கொண்டே அந்தக் கிழ நீதிபதி நாற்காலியில் சாய்ந்தார்.

"ப்பூ! நீங்கள நாசமாய்ப் போக..!"

புகின் வெறுப்போடு கீழே உட்கார்ந்தான். அவனது இருண்ட வார்த்தைகளில் ஏதோ ஒரு புதுமையும் ஏதோ ஒரு பெரிய முக்கியத்துவமும், எதையோ பழித்துக் கூறும் துக்க உணர்ச்சியும், அப்பாவித்தனமும் பொதிந்திருந்தன. எல்லோருமே இதை உணர்ந்து கொண்டார்கள். நீதிபதிகள் கூட, அவன் கூறியதைவிடத் தெளிவானதாக ஓர் எதிரொலியை எதிர்பார்ப்பதுபோலத் தம் செவிகளைக் கூர்ந்து சாய்த்தார்கள். அசைவற்ற அமைதி அங்கு நிலவியது. இடையிடையே அழுகைக்குரல் கேட்பதைத் தவிர

அந்த மௌனத்துக்கு வேறு இடைஞ்சல் எதுவும் ஏற்படவே இல்லை. கடைசியாக, அரசாங்க வக்கீல் தமது தோள்களைக் குலுக்கிக்கொண்டு லேசாகச் சிரித்தார்; பிரபு வம்சத் தலைவர் இருமினார்; மீண்டும் அந்த நீதிமன்றத்தில் ரகசியப் பேச்சுகளின் கசமுசப்புக்குரல் முணுமுணுக்கத் தொடங்கியது.

"நீதிபதிகள் பேசப் போகிறார்களா?" என சிஸோவைப் பார்த்து மெதுவாகக் கேட்டாள் தாய்.

"எல்லாம் முடிந்துவிட்டது – இனிமேல் தீர்ப்பு மட்டும் தான் பாக்கி..."

"இல்லை."

அவளால் அதை நம்ப முடியவில்லை.

சமோய்லவின் தாய் தனது இடத்தில் நிலை கொள்ளாமல் தவித்துப் புழுங்கினாள். பெலகேயாவை முழங்கையாலும் தோளாலும் இடித்துத் தள்ளினாள்.

"இதென்ன இது? இப்படியா நடக்கும்?" என்று தன் கணவனை நோக்கிக் கேட்டாள் அவள்.

"நீதான் பார்த்தாயே. இப்படித்தான் நடக்கும்."

"கிரிகோரியுக்கு என்ன தண்டனை கொடுப்பார்கள்?"

"சும்மா இரு."

ஒவ்வொருவரும் ஏதோ ஒரு பிளவை, ஏதோ ஒரு முறிவை, ஏதோ ஒரு குழப்பத்தை உணர்ந்திருந்தார்கள். அடிமுடி காண முடியாத ஏதோ ஒரு சொக்கப்பனையின் ஒளியை, அதனுடைய இனம் தெரியாத அர்த்த பாவத்தை, அதனது தடுத்து நிறுத்த முடியாத அசுர சக்தியைக் கவனித்துக்கொண்டிருப்பதுபோல் மக்கள் அனைவரும் ஒன்றுமே புரியாமல் விழித்துக்கொண்டிருந்தார்கள். திடீரெனத் தங்கள் முன் தோன்றிய மகத்தான விசயத்தைப் புரிந்துகொள்ள முடியாமல், தங்களுக்குப் புரிந்த சின்னஞ் சிறு விசயங்களைப் பற்றி மட்டும் ஏதேதோ உணர்ச்சிகளை வெளியிட்டுக்கொண்டிருந்தார்கள்.

"இதைக் கேளு. அவர்கள் ஏன் இவர்களைப் பேச விடுவதில்லை?" என்று புகினின் மூத்த சகோதரன் சிறிது உரக்கக் கேட்டான். "அரசாங்க வக்கீலை மட்டும் எதை வேண்டுமானாலும் எவ்வளவு வேண்டுமானாலும் பேச விடுகிறார்களே..."

பெஞ்சுகளுக்குப் பக்கத்தில் நின்ற ஓர் அதிகாரி மக்கள் கூட்டத்தை நோக்கித் தன் கையை நீட்டி அவர்களைக் கையமர்த்தினான்.

"அமைதி, அமைதி" என்றான் அவன்.

சமோய்லவின் தந்தை பின்னால் சாய்ந்துகொண்டு மனைவியின் முதுகிற்குப் பின் உடைந்த வார்த்தைகளில் ஏதேதோ முணுமுணுக்கத் தொடங்கினான்:

"ரொம்ப சரி – அவர்கள் குற்றவாளிகளென்றே வைத்துக் கொள்வோம். இருந்தாலும் தங்கள் கட்சியை எடுத்துரைப்பதற்கும் அவர்களுக்குச் சந்தர்ப்பம் கொடுக்க வேண்டாமா? அவர்கள் யாருக்கு எதிராகக் கிளம்புகிறார்கள்? நான் அதைத் தெரிந்துகொள்ள வேண்டும். எனக்கும் என் இதயத்தில் சில சொந்த அபிப்பிராயங்கள் உண்டு..."

"உஷ்!" என்று சமோய்லவின் தந்தையை நோக்கி விரலை நீட்டி எச்சரிக்கை செய்தான் அதிகாரி.

சிஸோவ் வருத்தத்தோடு தலையை அசைத்துக்கொண்டான்.

தாய் தனது பார்வையை அந்த நீதிபதிகளின் மீதிருந்து அகற்றவே இல்லை. அவர்கள் வெளிக்குத் தெரியாமல் தமக்குள் பேசிக் கொள்ளும்போது அவர்கள் ஆத்திர உணர்ச்சி அதிகரித்து வருவதையே அவள் கவனித்துக்கொண்டிருந்தாள். அவர்களது உணர்ச்சியற்ற மெலிந்த குரல்கள் தாயின் முகத்தைத் தொட்டன; அவளது கன்னங்களைத் துடிக்கச் செய்தன. அவளது வாயிலே ஏதோ ஓர் அருவருக்கத்தக்க கசப்பு ருசியை உண்டாக்கின. குதுகுதுக்கும் ரத்தமும், ஜீவசக்தியும் நிறைந்து துடிக்கும் தனது மகனையும் அவனது தோழர்களையும் பற்றி, அவர்களின் உடம்புகளைப் பற்றி, அந்த இளைஞர்களின் தசைகளையும் அவயவங்களையும் பற்றியே அவர்கள் பேசிக்கொண்டிருப்பதாகத் தாய்க்குத் தோன்றியது. அந்த உடம்புகளைக் காணும் அவர்களது உள்ளத்தில் பிச்சைக்காரர்களின் கேவலமான பகைமை உணர்ச்சியும் நோய்ப்பட்டு நொம்பலமானவர்களின் பேராசையுணர்ச்சியுமே இடம்பெற்று வளர்ந்தன. இன்பத்தை அறியவும் ஆக்கவும் சக்தி படைத்த, வேலை செய்யவும் செல்வத்தை ஆக்கவும் பெருக்கவும் சக்தி படைத்த, அந்த இளைஞர்களது உடல்களைப் பார்த்துப் பார்த்து வருத்தத்தோடு தங்கள் நாக்குகளைச் சப்புக் கொட்டிக்கொண்டார்கள். ஆனால், இந்த உடல் வளம் பெற்ற இளைஞர்களோ இனி ஒதுக்கப்பட்டுப் போனார்கள். அதாவது இனிமேல் அந்த உடல் வளத்தை யாரும் தங்கள் உடமையாகக் கருத முடியாது; அதைச் சுரண்டி வாழ முடியாது; தின்று வாழ முடியாது. இந்தக் காரணத்தினால்தான் அந்தக் கிழட்டு நீதிபதிகளின் மனதிலே பழிவாங்கும் சோக எரிச்சல் மூண்டது. தம் முன்னால் புதிய இரைப்பிராணி வரும்போது அதை எட்டிப்

பிடிக்கத் தெம்பும் திராணியும் அற்றுப்போய் மெலிந்து வாடும் காட்டு மிருகத்தைப்போல், பிற மிருகங்களின் பலத்தை அமுங்கடித்து அவற்றைத் தமக்கு இரையாக்கித் தின்பதற்குச் சக்தியற்றுப் போய், அந்த இரைப்பிராணிகள் தம்மிடமிருந்து தப்பி நடனமாடுவதைக் கண்டு, அவற்றைப் பிடித்து அடிக்கத் திராணியற்று அவற்றை நோக்கி உறுமுவதோடும் ஊளையிடுவதோடும் திருப்தியடையும் காட்டு மிருகத்தைப்போல், அவர்களும் தங்களது ஆட்சிக்குள் சிக்காது தப்பிக்கும் அந்த இளைஞர்களைப் பார்த்துப் பழிகொள்ளும் துன்ப உணர்வுடன் கொட்டாவிவிட்டுக் குமுறிக்கொண்டிருந்தார்கள்.

இந்த மாதிரியான குரூரமான, விபரீதமான எண்ணங்கள் எல்லாம் நீதிபதிகளையே கவனித்துக்கொண்டிருந்த தாயின் மனதில் தெள்ளத் தெளிவாக உருப்பெற்றுத் தோன்றிக்கொண்டிருந்தன. தங்களது இந்தப் பேராசை உணர்ச்சியையும், ஒரு காலத்தில் தங்களது மிருகப் பசியைத் தணித்துக் கொள்வதற்கு வழி தெரிந்து வைத்திருந்து, இன்று பலமிழந்து போன மிருகங்களின் உறுமலைப் போன்ற, ஆண்மையற்ற மூர்க்க பாவத்தையும் அவர்கள் அனைவரும் மூடி மறைக்க விரும்பவில்லை என்றே அவளுக்குத் தோன்றியது. பெண்மை உணர்ச்சியும் தாய்மை உணர்ச்சியும், கலந்தது நிறைந்த தாய்க்கோ தனது மகனது சரீரம் என்றென்றம் இனிமை பயப்பதாக, ஆத்மா என்று சொல்லப்படுகிறதே... அதைவிட, அருமையானதாகவே இருந்து வந்திருக்கிறது. எனவே அந்தப் பசிவெறிக்கொண்ட மங்கிய கண்கள் அவனது முகத்தின் மீதும், மார்பின் மீதும், தோள்களின் மீதும், கைககளின் மீதும் ஊர்ந்து தவழ்ந்து, அவனது உயிர்ப்பு நிறைந்த சதைக் கோளத்தின் உணர்வை நாடி, அவன் தொளதொளத்துப் போன தசைக் கோளங்களிலும், வலியிழந்து போன நரம்புகளிலும் புது வலுவை ஏற்றிக்கொள்ளும் விருப்பத்தோடு பற்றிப் பிடித்துப் பார்த்துக்கொண்டிருப்பதாகவே அவளுக்குப் பயங்கரமாய்த் தோன்றியது. அந்த இளைஞர்களுக்குத் தண்டனை விதிப்பதற்கும் தாமே ஆளாகி, அவர்களது உடம்புகளைத் தாம் என்றென்றும் இழப்பதற்கும் தயாராகிவிட்ட அந்த இளைஞர்களை எண்ணியெண்ணி அந்த நீதிபதிகள், ஊறிவரும் பகைமை பேராசை முதலியவற்றின் உறுத்தலால், ஒரு புதிய துடிப்புக்கு ஆளாயினர். அவர்களது இந்த உணர்ச்சியற்ற, இனிமையற்ற பார்வையைப் பாவெலும் உணர்ந்துகொண்டது போலவே அவளுக்குத் தோன்றியது. எனவேதான் அவன் அவளை ஒரு நடுக்கத்தோடு பார்ப்பதாகவே அவள் உணர்ந்தாள்.

பாவெல் அவளை அமைதியோடும், அன்போடும், கண்ணில் களைப்பின் சாயை படர்ந்து பரவப் பார்த்தான். இடையிடையே அவன் அவளை நோக்கித் தலையை அசைத்துப் புன்னகை செய்தான்.

"சீக்கிரமே – விடுதலை! என்கிற வார்த்தைகளே அவனது புன்னகையின் அர்த்த பாவமாகத் தோன்றியது; அந்தப் புன்னகை அவளைத் தொட்டுத் தடவி அமைதியளித்தது.

திடீரென்று அந்த நீதிபதிகள் எழுந்திருந்தார்கள். தாயும் தன்னை அறியாமலே எழுந்து நின்றாள்.

"அதோ அவர்கள் போகப் போகிறார்கள்" என்றான் சிஸோவ்.

"தீர்ப்புச் செய்யவா?" என்று கேட்டாள் தாய்.

"ஆமாம்."

அவள் கொண்டிருந்த உணர்ச்சி பரவசம் திடீரென இற்று முறிந்து, அவளுக்குக் களைப்புணர்ச்சியினால் ஏற்படும் மயக்க உணர்ச்சி மேலோங்கியது. அவளது புருவங்கள் நடுங்கின. நெற்றியிலே முத்து முத்தாக வியர்வைத் துளிகள் பூத்துத் துளிர்த்தன. அவளது இதயத்திலே துயரமும் அதிருப்தியும் நிறைந்த மனப்பாரம் ஏறியமர்ந்தது; அந்த மனப்பார உணர்ச்சி திடீரென்று அவள் மனதில் நீதிமன்றத்தின் மீதும் நீதிபதிகள் மீதும் ஒரு கசப்புணர்ச்சியை உண்டாக்கிவிட்டது. தலையை வலிப்பதாக உணர்ந்தாள் அவள். எனவே தன் கையினால் நெற்றியை அழுத்திப் பிடித்துத் தேய்த்தவாறே அவள் நிமிர்ந்து பார்த்தாள். கைதிக்கூண்டுகளை நெருங்கிச் சென்ற கைதிகளின் உறவினர்களையும் பேச்சுக் குரலின் ரீங்காரம் நிரம்பிய நீதிமன்றத்தையும் அவள் பார்த்தாள். அவளும் பாவெலிடம் சென்றாள். அவன் கையை அழுத்திப் பிடித்தாள். பலவகை உணர்ச்சிகளின் குழப்ப நிலைக்கு ஆளாகி, அதனால் எழுந்த வேதனையோடும் இன்பத்தோடும் அவள் பொங்கிப் பொங்கி அழுதாள். பாவெல் அவளிடம் அன்போடு பேசினான்; ஹஹோலோ சிரித்துக் கேலி செய்தான்.

எல்லாப் பெண்களுமே அழுதார்கள். சோகத்தால் அழுவதைவிட பழக்கத்தின் காரணமாகத்தான் அவர்கள் அழுது தீர்த்தார்கள். எதிர்பாராதவிதமாக எங்கிருந்தோ வந்து தம்மைத் தாக்கிய சோக வேதனை எதுவும் அவர்களுக்கு இல்லை. தங்களுடைய குழந்தைகளைப் பிரிய வேண்டியிருக்கிறதே என்கிற வருத்தத்தால் தான் அவர்கள் அழுதார்கள். அன்றைய தினத்தின் நிகழ்ச்சிகளைப் பார்த்துப் பார்த்து அழுதார்கள். அன்றைய தினத்தின் நிகழ்ச்சிகளைப் பார்த்துப் பார்த்து அந்த வருத்த உணர்ச்சி கூட ஓரளவு சமனப்பட்டுப் போயிருந்தது. தந்தைமார்களும், தாய்மார்களும் தங்கள் பிள்ளைகளைக் குழம்பிப் போன பலவகை உணர்ச்சியோடு பார்த்தார்கள். பெரியவர்களாகிய தாங்கள் அந்த இளைஞர்களைவிட உயர்ந்தவர்கள் என்கிற வழக்கமான

எண்ணத்தோடு, அந்த இளைஞர்களின் காரியங்களில் அவநம்பிக்கை உணர்ச்சியோடுதான் அவர்கள் பார்த்தார்கள். எனினும் அவர்கள் அந்த இளைஞர்களுக்கு ஒரு விதத்தில் மரியாதையும் காட்டினார்கள். புதியதொரு நல்வாழ்வைச் சமைப்பதைப் பற்றிக் கொஞ்சங்கூடப் பயமில்லாமலும் தைரியத்தோடும் அந்த இளைஞர்கள் எடுத்துக் கூறிய விசயம் அவர்களது மனதிலே ஒரு பெரும் வியப்பை ஏற்படுத்தியிருந்தது. எனவே, அந்த வியப்புணர்ச்சிக்கு ஆளாகி, இனிமேல் தாம் எந்தவிதமாக வாழ வேண்டும் என்கிற கவலைக்கு ஆளாகிச் சிந்தித்துச் சிந்தித்துச் சோர்ந்தார்கள் அந்தப் பெற்றோர்கள். உணர்ச்சிகளை உருவாக்கி வெளியிட முடியாத ஏலத் தன்மையால் அந்த உணர்ச்சிகள் உள்ளுக்குள்ளேயே அமுந்திப் போயின. எனவே அவர்கள் சர்வ சாதாரணமான விசயங்களைப் பற்றி, துணிமணி உடம்பைப் பார்த்துக் கொள்ளுதல் முதலிய விசயங்களைப் பற்றி என்னென்னவோ பேசிக்கொண்டார்கள்.

புகினின் மூத்த சகோதரன் தன் தம்பிக்கு எதையோ விளக்கிச் சொல்வதற்காக, கையை ஆட்டிக்கொண்டிருந்தான்:

"நியாயம் – இதுதான் வேண்டும். வேறொன்றுமில்லை!"

"நமது மைனாவைப் பத்திரமாகப் பார்த்துக்கொள்" என்று பதிலளித்தான் புகின்.

"பார்த்துக்கொள்கிறேன்."

சிஸோவ் தன் மருமகனின் கையைப் பிடித்துச் சொன்னான்:

"நல்லது, பியோதர், அப்படியென்றால் நீ எங்களைவிட்டுப் பிரிந்து செல்லப் போகிறாய்..."

பியோதர் தன் மாமனின் பக்கமாகக் குனிந்து அவன் காதில் ஏதோ ரகசியமாகச் சொல்லிவிட்டு, குறும்புத் தனமாகப் புன்னகை செய்தான். அங்கு காவல் நின்ற காவலாளியும் புன்னகை செய்தான். ஆனால் மறுகணமே அவன் தன் முகத்தை வக்கிரமாக வைத்துக்கொண்டு தொண்டையைக் கனைத்துச் சீர்படுத்திக்கொண்டான்.

மற்ற பெண்கள் பேசியது போலவே தாயும் தன் மகனிடம் துணிமணிகளைப் பற்றியும், அவனது தேக சுகத்தைப் பற்றியுமே பேசினாள். எனினும் அவளது உள்ளத்தில் சாஷாவைப் பற்றியும் தன்னைப் பற்றியும் அவனை ஆயிரமாயிரம் கேள்விகள் நிரம்பிப் புடைத்து விம்மிக்கொண்டிருந்தன. இதற்கெல்லாம் மேலாக, அவள் தன்மகன் மீது கொண்ட பாசவுணர்ச்சியால் ஏதோ ஒரு பாரவுணர்ச்சி நெஞ்சில் குடிபுகுந்தது. அவள் அவனை மகிழ்வித்து, அவனது இதயத்தைத் தன் இதயத்தால் தொட்டுவிட

விரும்பினாள். ஏதோ நடக்கப் போகிறது என்றிருந்த பயபீதியுணர்ச்சி மறைந்து போய்விட்டது. அதற்குப் பதிலாக அந்த நீதிபதிகளைப் பற்றிய நினைவு எழும்போது ஒரு நடுக்க உணர்ச்சியும், அவளது மனதின் மூலையிலே சில இருண்ட எண்ணங்களுமே தோன்றிக்கொண்டிருந்தன. தன்னுள்ளே ஒரு புதிய பிரகாசம் பொருந்திய இன்ப உணர்ச்சி பிறப்பதை அவள் உணர்ந்தாள். அதை அவளால் புரிந்துகொள்ள முடியவில்லை: எனவே அவள் குழம்பித் தவித்தாள். ஹஹோல் எல்லோரிடமும் பேசிக் கொண்டிருப்பதைக் கண்டு, தான் பாவெலிடம் காட்டும் பாசவுணர்ச்சியைவிட, அவனிடமே தான் அதிகமான பாசம் கொள்ளவேண்டும் என்பதை அவள் உணர்ந்து அவனிடம் திரும்பிப் பேசினாள்:

"உங்கள் விசாரணையை நான் அப்படியொன்றும் பெரிதாக நினைக்கவில்லை!"

"ஏன் அம்மா?" என்று நன்றியுணர்வோடு புன்னகை செய்துகொண்டே கேட்டான் அவன்; "பசு கிழடேயானாலும் பாலின் ருசி போகுமோ?"

"அதைப் பற்றிப் பயப்படுவதற்கே ஒன்றுமில்லை. ஆனால் இந்த விசாரணையால் யார் சொல்வது சரி, யார் சொல்வது தப்பு என்பது வெளிவரவேயில்லை" என்று அவள் தயக்கத்தோடு கூறினாள்.

"ஓஹோ, அதுவா? அதைத்தான் நீங்கள் எதிர்பார்த்தீர்களா?" என்று சொன்னான் அந்திரேய். "அவர்கள் உண்மையைத் தேடிக் காண்பதில் அக்கறை கொண்டவர்கள் என்று நினைத்தீர்களா?"

"இது ரொம்பப் பயங்கரமாயிருக்குமென்று நான் நினைத்தேன்" என்று பெருமூச்சோடும் புன்னகையோடும் சொன்னாள் அவள்.

"அமைதி! ஒழுங்கு!"

எல்லோரும் அவரவர் இடத்துக்கு ஓடிப் போனார்கள்.

பிரதம நீதிபதி தமது கையொன்றை மேசை மீது ஊன்றிக் குனிந்தவாறு மறுகையால் தமது முகத்துக்கு நேராக ஒரு காகிதத்தை எடுத்துப் பிடித்தார்; மெலிந்து இரையும் குரலில் அதை வாசித்தார்.

"அவர் தீர்ப்பை வாசிக்கிறார்" என்றான் சிஸோவ்.

அந்த அறை முழுவதும் அமைதியாயிருந்தது. ஒவ்வொருவரும் அந்தக் கிழவரையே இமை கொட்டாமல் பார்த்துக்கொண்டே எழுந்தார்கள். ஏதோ ஒரு கண்ணுக்குப் புலனாகாத, கையிலே தாங்கிய அசைவற்ற தடியைப்போல், அவர் தோற்றம் அளித்தார். மற்ற நீதிபதிகளும் எழுந்து நின்றார்கள். அந்த மாவட்ட அதிகாரியும்

எழுந்தார். தலையை ஒரு பக்கமாகச் சாய்த்து, கண்களை, முகட்டை நோக்கித் திருப்பியவாறே நின்றார். நகர மேயர் தமது மார்பைக் கைகளால் கட்டிக்கொண்டு நின்றார். பிரபு வம்சத் தலைவர் தமது தாடியைத் தடவிக் கொடுத்தார். நோயாளி நீதிபதியும், கொழுத்த முகம் கொண்ட அவரது சகாவும், அரசாங்க வக்கீலும் கைதிகள் நின்ற திசையையே பார்த்துக்கொண்டு நின்றார்கள். நீதிபதிகளுக்குப் பின்புறத்தில் தொங்கிய சித்திரத்திலிருந்து, செக்கச் சிவந்த உடையணிந்த ஜாரரசன் தனது வெளுத்த முகத்தில் வெறுப்புத் தொனிக்கப் பார்த்துக்கொண்டிருந்தான். சித்திரத்திலுள்ள அந்த முகத்தின் மீது ஒரு பூச்சி ஊர்ந்து சென்று கொண்டிருந்தது.

"நாடு கடத்தல்!" என்று ஒரு நிம்மதிப் பெருமூச்சுடன் சொன்னான் சிஸோவ். "நல்லதாய்ப் போயிற்று. கடவுள் புண்ணியத்தில் இது ஒரு வழியாய் முடிந்தது. தேசாந்திரத்தில் கடும் உழைப்பு என்றார்கள். அது எப்படியும் ஒத்துப் போய் விடும், அம்மா. வீணாகக் கவலைப்படாதே."

"அது எப்படியிருக்கும் என்பது எனக்குத் தெரியும்" என்று சோர்ந்த குரலில் சொன்னாள் தாய்.

"எப்படியும் போகட்டும். நமக்குத்தான் என்னென்ன நடக்கும் என்பது தெரியுமே. அது எப்படியிருக்கும் என்பதைப் பற்றிப் பேசுவானேன்?"

அவன் கைதிகளின் பக்கமாகத் திரும்பினான்; அதற்குள் காவலாளிகள் கைதிகளைக் கொண்டுபோய்க் கொண்டிருந்தார்கள்.

"போய் வா, பியோதர்!" என்று அவன் கத்தினான். "எல்லோரும் போய் வாருங்கள். கடவுள் உங்களுக்குக் கருணை புரியட்டும்!"

தாய் தன் மகனையும் மற்றவர்களையும் பார்த்து மௌனமாகத் தலையை ஆட்டினாள். அவள் வாய்விட்டு அழ விரும்பினாள்; ஆனால் அழுவதற்கோ வெட்கப்பட்டாள்.

27

நீதிமன்றத்தைவிட்டு அவள் வெளியே வந்தாள். அதற்குள் பொழுது இருண்டு போய்விட்டதைக் கண்டு அவள் அதிசயப்பட்டாள். தெரு மூலைகளில் விளக்குகள் எரிந்துகொண்டிருந்தன. வானத்தில் நட்சத்திரங்கள் மின்னிச் சுடர்விட்டுக்கொண்டிருந்தன. நீதிமன்றத்துக்கு வெளியே கும்பல் கும்பலாக மக்கள் கூடி நின்றார்கள். அந்தக் குளிர்ந்த காற்றில் வெண்பனி சரசரத்தது. இளமை நிறைந்த குரல்கள் ஒலித்தன. சாம்பல் நிற நிலையங்கி

தரித்த ஒரு மனிதன் சிஸோவின் முகத்தைக் கூர்ந்து பார்த்துவிட்டு அவசர அவசரமாகக் கேட்டான்:

"என்ன தண்டனை?"

"நாடு கடத்தல்"

"எல்லோருக்குமா?"

"ஆம்."

அந்த மனிதன் போய்விட்டான்.

"பார்த்தாயா?" என்றான் சிஸோவ். "அவர்களுக்கும் இதில் ஆர்வம்!"

சிறிது நேரத்தில் பல யுவதிகளும் யுவன்களும் அவர்களைச் சூழ்ந்துகொண்டு சரமாரியாகக் கேள்வி கேட்கத் தொடங்கினார்கள். அவர்களது பரபரப்பு சுற்றுச்சூழ நின்ற மற்ற மனிதர்களைக் கவர்ந்திழுக்க, தாயும் சிஸோவும் நின்றார்கள். தண்டனையைப் பற்றியும், கைதிகள் எப்படியெப்படி நடந்துகொண்டார்கள் என்பதைப் பற்றியும் அந்த வாலிபர்கள் கேட்கத் தொடங்கி விட்டார்கள். அவர்களது கேள்விகளிலெல்லாம் ஓர் ஆர்வம் நிறைந்த குறுகுறுப்பு நிறைந்திருந்தது. அந்த நேர்மையையும் ஆர்வத்தையும் கண்டு அவர்களது ஆசையை நிறைவேற்றி வைக்க வேண்டும் என்கிற விருப்பம் ஏற்பட்டது.

"இதோ இவள்தான் பாவெல் விலாசவின் தாய்" என்று யாரோ சொன்னார்கள்; உடனே எல்லோரும் அமைதியானார்கள்.

"நான் உங்கள் கையைப் பிடித்துக் குலுக்கலாமா?"

யாரோ ஒருவனின் பலத்த கை தாயின் விரல்களைப் பற்றிப் பிடித்துக் குலுக்கியது. யாரோ ஒருவனின் உத்வேகமான குரல் ஒலித்தது.

"உங்கள் மகன் எங்கள் அனைவருக்கும் தைரியம் ஊட்டும் சிறந்த உதாரணமாய் விளங்குவான்..."

"ருஷ்யத் தொழிலாளர்கள் நீடூழி வாழ்க!" என்று ஓர் உரத்த குரல் ஒலித்தது.

அந்த முழக்கக் குரல்கள் பற்பலவாகி, இங்குமங்கும் எங்கும் ஒலிக்கத் தொடங்கின. மக்கள் நாலாதிசைகளிலுமிருந்து ஓடி வந்து தாயையும் சிஸோவையும் சூழ்ந்துகொண்டார்கள். போலீஸ்காரர்களின் விசில் சப்தங்கள் கீச்சிட்டு அலறின. எனினும் அந்தக் கீச்சுக் குரலால் இந்த முழக்க வெள்ளத்தை அமுங்கடிக்க முடியவில்லை. சிஸோவ் சிரித்தான். தாய்க்கு இதெல்லாம் ஓர் ஆனந்தமான கனவு போலிருந்தது. அவள் புன்னகை செய்தவாறே

தலைகுனிந்தாள்; மக்களோடு கை குலுக்கினாள். ஆனந்தப் பரவசத்தால் எழுந்த கண்ணீரால் அவளது தொண்டையும் அடைபட்டுத் திணறியது. அவளது கால்கள் களைப்பினால் உழலாடித் தடுமாறின. எனினும் அவள் இதயத்தில் ஏதோ ஒரு பிரகாசமான ஏரியின் பிரதிபலிப்பைப்போல் எண்ணங்கள் பொழிந்து வழிந்தன.

அவளருகிலேயே நின்றுகொண்டிருந்த யாரோ ஒருவன் தெளிவாக உணர்ச்சி வசப்பட்டு நடுநடுங்கும் குரலில் பேசத் தொடங்கினான்:

“தோழர்களே! ருஷ்ய மக்களைக் கொன்று குலைத்துத் தின்று தீர்க்கும் ராட்சச மிருகம் இன்று மீண்டும் தனது பேராசை நிறைந்த பற்களைத் திறந்து மூடியது...”

“அம்மா, நாம் போகலாமே” என்றான் சிஸோவ்.

இந்தச் சமயத்தில்தான் சாஷா அங்கு வந்து சேர்ந்தாள். அவள் வந்தவுடன் தாயின் கரத்தைப் பற்றிப் பிடித்து அவளைத் தெருவின் அடுத்த பக்கமாக அழைத்துக்கொண்டு போனாள்.

“அவர்கள் ஏதாவது கலாட்டா செய்வதற்கு முன், அல்லது யாரையேனும் கைது செய்யத் தொடங்குமுன் வந்துவிடுங்கள்” என்றாள் அவள். “சரி, நாடு கடத்தலா? சைபீரியாவுக்கா?”

“ஆமாம், ஆமாம்.”

“அவன் எப்படிப் பேசினான்? ஆனால் எனக்குத் தெரியும். அவன்தான் அவர்கள் அனைவரிலும் எளிமை நிறைந்தவன். எல்லோரைக் காட்டிலும் உறுதி வாய்ந்தவன்; ஆனால் அவன் ரொம்பக் கண்டிப்பான பேர்வழிதான்; இயற்கையில் அவன் நுண்ணிய உணர்ச்சியுள்ளவன், மென்மையானவன். ஆனால் அதை வெளிக்காட்டிக் கொள்ள வெட்கப்படுகிறான்.”

அவளது காதல் வார்த்தைகள் ஆர்வங் கலந்து உணர்ச்சி வேகத்தோடு வந்தன; எனவே அந்த வார்த்தைககள் தாயின் மனதுக்கு அமைதியைத் தந்தன; புதிய பலத்தைத் தந்தன.

“நீங்கள் அவனோடு போய் எப்போது சேரப் போகிறீர்கள்?” என்று சாஷாவின் கரத்தை அன்போடு பற்றிக்கொண்டு கேட்டாள் தாய்.

“என் வேலையை யாராவது ஏற்றுக்கொண்டவுடனேயே!” என்று தன்னம்பிக்கையோடு முன்னோக்கிப் பார்த்தவாறே கூறினாள் சாஷா; “நானும் ஒரு தண்டனையை எதிர்நோக்கித் தான் இருக்கிறேன். அநேகமாக, அவர்கள் என்னையும் சைபீரியாவுக்குத்தான் அனுப்புவார்கள். அப்படிச் செய்தால்,

அவனை அனுப்பிய இடத்துக்கே என்னையும் அனுப்பும்படி நான் கேட்டுக்கொள்வேன்."

"அப்படி நீங்கள் போனால், என் அன்பை அவனிடம் போய்ச் சொல்லுங்கள்" என்று சிஸோவின் குரல் இடையில் ஒலித்தது; சிஸோவிடமிருந்து வருவதாக மட்டும் சொல்லுங்கள். அதுபோதும். அவனுக்கு என்னைத் தெரியும். பியோதர் மாசினின் மாமன் என்று தெரியும்."

சாஷா திரும்பினாள்; தன் கரத்தை நீட்டினாள்.

"எனக்கு பியோதரைத் தெரியும், என் பெயர் சாஷா."

"உங்கள் தந்தை வழிப் பெயர்."

அவள் அவனைப் பார்த்தாள், பதில் சொன்னாள்:

"எனக்குத் தந்தை கிடையாது."

"செத்துப் போனாரா?"

"இல்லை, சாகவில்லை." அவளது குரலில் ஏதோ ஓர் அழுத்தமும் உறுதியும் குடிபுகுந்தன. அது அவள் முகத்திலேயே பிரதிபலித்தது. "அவர் ஒரு நிலப்பிரபு. இப்போது மாவட்ட அதிகாரி. அவர் விவசாயிகளைக் கொள்ளையடித்துக்கொண்டிருக்கிறார்.

"ஹூம்" என்று முனகினான் சிஸோவ். அதற்குப்பின் நிலவிய அமைதியில் அவன் அவள் பக்கமாக நடந்து சென்றான்; அவள் பக்கமாக அடிக்கடி திரும்பிப் பார்த்துக்கொண்டான்.

"சரி, அம்மா, நான் வருகிறேன்" என்று கூறினான் அவன்; "நான் இடப்பக்கமாகத் திரும்புகிறேன். பெண்ணே! போய் வருகிறேன். அப்பாவிடம் கடுமையாயிருக்கிறீர்கள். இல்லையா? ஆமாம். அது உங்கள் விசயம்."

"உங்கள் மகன் நல்லவனாக இல்லாமலிருந்தால், மக்களைக் கொடுமை செய்தால், நீங்கள் அவனைப் புறக்கணித்து விட்டால், நீங்களும் இப்படித்தான் சொல்வீர்கள், இல்லையா?" என்று உணர்ச்சியோடு சொன்னாள் சாஷா.

"ஆமாம். ஒரு வேளை" என்று ஒரு கணம் கழித்துச் சொன்னான் சிஸோவ்.

"அதாவது மகனைவிட, நீதிதான் உங்களுக்கு அருமை வாய்ந்தது என்று அர்த்தம் இல்லையா? அதுபோலத்தான் எனக்கும். தர்மம்தான் என் தந்தையைவிட அருமையாயிருக்கிறது..."

சிஸோவ் புன்னகை செய்தான்; தலையை ஆட்டிக்கொண்டான்.

தொ.மு.சி. ரகுநாதன்

"சரி, நீங்கள் ஒரு புத்திசாலிப் பெண். நீங்கள் மட்டும் இதைக்கொண்டு செலுத்தினால், கிழவர்களைச் சமாளித்து விடுவீர்கள். உங்களுக்கு அழுத்தம் அதிகம். உங்களுக்கு எல்லா நன்மையும் உண்டாகட்டும். மக்களிடம் இன்னும் கொஞ்சம் அன்பாயிருக்கப் பாருங்களேன்! நீலவ்னா, நான் வருகிறேன். பாவெலை நீ பார்த்தால், நான் அவன் பேச்சைக் கேட்டதாக அவனிடம் சொல். அந்தப் பேச்சு பூராவும் புரியவில்லை, சமயத்தில் ஓரளவு பயங்கரமாய்க்கூட இருந்தது. ஆனால், பொதுவாக, அவன் சொன்னதுதான் ரொம்பச் சரி."

அவன் தன் தொப்பியை எடுத்து வணங்கிவிட்டு, தெரு மூலையைக் கடந்து திரும்பினான்.

"இவன் ஒரு நல்ல ஆசாமிதான் போலிருக்கிறது" என்ற தன் பெரிய கண்களில் களிப்புக் குமிழிட அவனைப் பார்த்துக்கொண்டே கூறினாள் சாஷா.

இன்று அந்தப் பெண்ணின் முகத்தில் இதுவரையில் இல்லாத மென்மையும் அருமையும் குடியேறிருப்பதாகத் தாய்க்குத் தோன்றியது.

வீட்டுக்கு வந்தவுடன் அவர்கள் இருவரும் ஒருவர் பக்கம் ஒருவராக, ஒரு சோபாவின் மீது நெருங்கி உட்கார்ந்து, அமைதியில் ஓய்வு கொண்டிருந்த தாய் பாவெலிடம் சாஷா செல்லப் போகும் பயணத்தைப் பற்றி மீண்டும் பேசத் தொடங்கினாள். சாஷா தன் புருவங்களை உயர்த்திக் கனவு காணும் அகன்ற கண்களோடு எங்கோ தொலைவில் ஏறிட்டுப் பார்த்தாள். அவளது வெளுத்த முகத்தில் ஏதோ ஓர் அமைதியான சிந்தனையின் சாயை படர்ந்து பிரதிபலித்தது.

"உங்களுக்குக் குழந்தைகள் பிறந்தவுடன் நான் வருவேன். வந்து அந்தக் குழந்தைகளுக்கு செவிலித் தாயாக இருப்பேன். இங்கிருப்பதைவிட, நமது வாழ்க்கை அங்கு ஒன்றும் அவ்வளவு மோசமாக இருந்துவிடப் போவதில்லை. பாவெலுக்கும் வேலை வெட்டி கிடைப்பதில் சிரமமிருக்காது. திறமையுள்ள அவனால் எந்த வேலையையும் செய்ய முடியும்."

சாஷா தாயையே கூர்ந்து நோக்கினாள்.

"நீங்கள் அவனை இப்போதே பின் தொடர்ந்து செல்ல விரும்பவில்லையா?" என்று கேட்டாள்.

"இப்போது என்னால் அவனுக்கு என்ன ஆகப்போகிறது?" என்று பெருமூச்சோடு சொன்னாள் தாய். "அவன் தப்பி வர எண்ணினால் நான் அவனுக்கு ஒரு தொல்லையாயிருப்பேன்.

அவனோடு நானும் போவதற்கு அவன் ஒருநாளும் சம்மதிக்க மாட்டான்."

சாஷா தலையை ஆட்டினாள்.

"நீங்கள் சொல்வது சரிதான். அவன் சம்மதிக்கத்தான் மாட்டான்."

"மேலும், எனக்கு இங்கு என் வேலையே சரியாயிருக்கிறது" என்று பெருமையோடு சொல்லிக்கொண்டாள் தாய்.

"ஆமாம். அதுவும் நல்லதுதான்" என்றாள் சாஷா.

திடீரென அவள் எதையோ விட்டெறியப் போவது மாதிரித் துள்ளியெழுந்தாள்; எளிமையோடும் அமைதியோடும் பேசத் தொடங்கினாள்:

"அவன் ஒன்றும் அங்கேயே வாழ்ந்து கொண்டிருக்க மாட்டான். எப்படியும் அவன் ஓடி வந்துவிடுவான்..."

"அப்படியானால் நீங்கள் என்ன செய்வீர்கள்? குழந்தை இருந்தால், அந்தக் குழந்தையின் கதி?"

"அதெல்லாம் சமயம் வரும்போது பார்த்துக் கொள்ளலாம். அவன் என்னை ஒன்றும் பொருட்படுத்திக் கொண்டிருக்கக் கூடாது. அவனது போக்குக்கு இடையூறாக நான் என்றுமே இருக்க மாட்டேன். அவனைப் பிரிந்திருப்பது எனக்குச் சிரமம்தான். இருந்தாலும் நான் சமாளித்துக் கொள்வேன். அவன் வழியில் நான் நிற்கவே மாட்டேன்."

சாஷா சொன்னபடியே செய்வாள் என்பதைத் தாய் உணர்ந்து கொண்டாள்; அந்தப் பெண்ணுக்காக அனுதாப்பட்டாள்.

"உங்களுக்கு ரொம்பச் சிரமமாயிருக்குமே, கண்ணு!" என்று அவளைத் தழுவிக்கொண்டே சொன்னாள் தாய்.

சாஷா மிருதுவாகச் சிரித்தாள்; தாயின் பக்கமாக நெருங்கிக் கொண்டாள்.

இந்தச் சமயத்தில் களைப்போடும் ஆயாசத்தோடும் நிகலாய் இவானவிச் உள்ளே வந்தான். தனது உடுப்புகளை அவசரமாகக் கழற்றிக்கொண்டே அவன் பேசினான்:

"சாஷா! சந்தர்ப்பம் இருக்கிறபோதே நீங்கள் வெளியே தப்பிப் போய்விடுவது நல்லது. இன்று காலை முதல் இரண்டு உளவாளிகள் என்னைப் பின்தொடர்ந்தே திரிகிறார்கள். என்னைக் கைது செய்யத்தான் இப்படி வருகிறார்கள் என்பது வெளிப்படையாகத் தெரிகிறது. நான் நினைத்தது என்றும் தவறியதில்லை. ஏதோ நடந்து போயிருக்கிறது. இதற்குள், இதோ பாவெலின் பேச்சு இருக்கிறது;

இதை அச்சிட்டு வழங்குவதெனத் தீர்மானித்து விட்டோம். இதை லுத்மீலாவிடம் கொண்டுபோங்கள். வெகுசீக்கிரம் அச்சடித்து முடிக்கும்படி வேண்டிக் கொள்ளுங்கள். பாவெல் மிகவும் அருமையாகப் பேசினான், நீலவ்னா..! போகிறபோது அந்த உளவாளிகளையும் ஒரு கண் பார்த்துக் கொள்ளுங்கள் சாஷா..!"

அவன் பேசிக்கொண்டே குளிர்ந்து விறைத்த தன் கரங்களைத் தேய்த்துவிட்டுக்கொண்டான். மேசையருகே சென்று டிராயரைத் திறந்து ஏதேதோ காகிதங்களை வெளியே எடுத்தான். சிலவற்றைக் கிழித்தெறிந்தான். சிலவற்றை ஒரு பக்கமாக ஒதுக்கி வைத்தான். அவன் மிகவும் கவலைப்பட்டுக் களைத்துப் போனவனாகத் தோன்றினான்.

"நான் இந்த டிராயர்களைச் சுத்தம் செய்து அப்படியொன்றும் நாட்களாகிவிடவில்லை. இந்தப் புதிய தாள்களெல்லாம் எப்படி இங்கு வந்தன என்பது சைத்தானுக்குத்தான் தெரியும், சரி. நீலவ்னா, நீங்கள் இன்றிரவு இங்கு தங்காமல் வேறெங்காவது போயிருப்பதே நல்லது. என்ன சொல்கிறீர்கள்? இங்கே நடக்கப் போகும் களேபரத்தைக் காண உங்களுக்குச் சகிக்காது. மேலும் அவர்கள் உங்களையும் கொண்டுபோய்விடக் கூடும். பாவெலின் பேச்சுப் பிரதியை ஊர் ஊராய் விநியோகிப்பதற்கு நீங்கள் அவசியம் தேவை..."

"அவர்கள் என்னை என்ன செய்யப் போகிறார்கள்?"

நிகலாய் தன் கண்களுக்கு முன்னால் கையை உயர்த்தி வீசிக்கொண்டே, உறுதியோடு சொன்னான்:

இந்த மாதிரி விசயங்களையெல்லாம் மோப்பம் பிடித்து உணர எனக்குத் தெரியும். நீங்கள் லுத்மீலாவுக்குப் பேருதவியாய் இருக்க முடியும்; நாம் சந்தர்ப்பங்களை இழக்காதிருப்பதே நல்லது..."

தன் மகனது பேச்சை அச்சடிப்பதில் தானும் உதவ முடியும் என்கிற எண்ணம் தாய்க்கு மனமகிழ்ச்சியைக் கொடுத்தது.

"அப்படியானால் நான் இதோ போகிறேன்" என்றாள்.

அவள் அத்துடன் வியப்புணர்ச்சி மேலிடப் பேசினாள்.

"நான் எதைக் கண்டும் இனிமேல் பயப்படவே போவதில்லை. எல்லாம் ஆண்டவன் அருள்!"

"சபாஷ்" என்று அவளைப் பார்க்காமலேயே கூறினான் நிகலாய். "சரி. என் டிரங்குப் பெட்டியும் துண்டும் எங்கிருக்கின்றன என்பதைக் கொஞ்சம் சொல்லுங்கள். நீங்களோ எல்லாவற்றையும் சூறையாடி விட்டீர்கள்! என் சொந்தச் சாமான்களைக் கண்டுபிடிப்பது கூட எனக்குச் சிரமமாய்ப் போய்விட்டது..!"

சாஷா ஒன்றுமே பேசாமல் கிழித்துப் போட்ட காகிதங்களை அடுப்பில் போட்டு எரித்துச் சாம்பலாக்கி, அந்தச் சாம்பலைக் கரியோடு சேர்த்து நிரவிக்கொண்டிருந்தாள்.

"போவதற்கு நேரமாய்விட்டது, சாஷா" என்று தன் கையை நீட்டிக்கொண்டே சொன்னான் நிகலாய். "போய் வாருங்கள். ஏதாவது சுவாரசியமான புத்தகங்கள் அகப்பட்டால் எனக்கு அனுப்பிவைக்க மறந்து விடாதீர்கள். போய் வாங்கள், அருமைத் தோழியே போய் வருக! எச்சரிக்கை..."

"உங்களுக்கு என்ன நெடுங்காலச் சிறை வாசம் கிட்டும் என்று நினைக்கிறீர்களா?" என்று கேட்டாள் சாஷா.

"யாருக்குத் தெரியும்? ஒருவேளை அப்படியே நேரலாம். எனக்கு எதிரான சாட்சியங்கள் பல அவர்களிடம் இருக்கின்றன. நீலவ்னா, நீங்களும் இவளுடனேயே போகலாமே. இரண்டு பேரையும் ஒரே சமயத்தில் பின்தொடர்வதென்பது அவர்களுக்குச் சிரமம். அதனால் இப்போதே போவது நல்லது."

"சரி" என்றாள் தாய். "இதோ நான் உடுப்பு மாற்றிக்கொள்கிறேன்."

அவள் நிகலாயை கவனத்தோடு பார்த்தாள். ஆனால் அவனது அன்பும் ஆதரவும் நிறைந்த முகத்தில் ஏதோ ஓர் ஆத்திரப் பதைபதைப்புத்தான் லேசாகத் திரையிட்டிருப்பதாக அவளுக்குத் தோன்றியது. அவனிடம் எந்தக் கலவரக் கலக்க உணர்ச்சியும் காணோம். மற்றவர்களைவிட, தனக்கு மிகவும் அருமையானவனாய்ப் போய்விட்ட அவனிடம் எந்தவித உத்வேகப் பரபரப்புக் குறிகளும் காணப்படவில்லை. அவன் எப்போதும் யாரிடத்திலும் ஒரே மாதிரியாகத்தான் பழகி வந்தான். எல்லோரிடமும் அன்போடும் நிதான புத்தியோடும், ஒட்டாமலும்தான் பழகி வந்தான். மற்றவர்களது வாழ்க்கைகெல்லாம் மேலானதாக விளங்கும் ஏதோ ஒரு அந்தரங்க வாழ்க்கையை அவன் தனக்குத்தானே வாழ்ந்து வந்தான். இன்றும் அவன் அப்படியேதான் இருந்தான். மற்றவர்களிடம் அவன் பழகுவதைவிட, தாயிடமே அவன் மிகவும் ஒட்டுறவோடு நெருங்கிப் பழகினான் என்பதும் தாய்க்குத் தெரியும். அவனை அவள் நேசித்தாள். தன்னைத்தானே நம்ப முடியாத ஒரு பாசத்தால் அவனை நேசித்தாள். இப்போதோ அவள் அவனுக்காகக் கொண்ட அனுதாப உணர்ச்சியை அவளால் தாங்க முடியவில்லை. ஆனால் அவள் அதை வெளிக்காட்டிக் கொள்ளவும் துணியவில்லை. வெளிக்காட்டிக்கொண்டால் அவன் ஒருவேளை கலக்கமுற்றுக் குழம்பக்கூடும் என அஞ்சினாள். அப்படி அவன் குழம்பினால், அவன் வழக்கம்போலச் சற்று வேடிக்கையானவனாகத் தெரியக் கூடும் என்று அவளுக்குத்

தோன்றியது. அவனை அந்தக் கோலத்தில் பார்க்க அவள் விரும்பவில்லை.

அவள் மீண்டும் அறைக்குள் நுழைந்தாள். நுழைந்தபோது நிகலாய், சாஷாவின் கையைப் பற்றிப் பிடித்தவாறு பேசிக்கொண்டிருந்தான்:

"அபாரம்! அவனுக்கும் உங்களுக்கும் அது ஒரு நல்ல காரியம் தான் என்பது எனக்கு நிச்சயம். தனி நபரின் ஒரு சிறு சொந்தச் சுகத்தால், யாருக்கும் எந்தக் கெடுதலும் விளையப் போவதில்லை. தயாராகி விட்டீர்களா, நீலவ்னா?"

அவன் அவளருகே வந்தான். புன்னகை புரிந்தவாறே தன் மூக்குக் கண்ணாடியைச் சரியாக்கிக்கொண்டான்.

"நல்லது போய் வாருங்கள். மூன்று அல்லது நான்கு மாசம், மிஞ்சிப் போனால் ஆறு மாசம். அதற்கு மேல் போகாது என நம்புகிறேன். ஆறு மாசங்கள்! வாழ்க்கையில் அது ஒரு பெரும் பகுதிதான்! சரி. எச்சரிக்கையாக இருங்கள் சரி, கடைசி முறையாக நாம் தழுவிக் கொள்வோம்.

ஒல்லியாய் மெலிந்த தனது உறுதி வாய்ந்த கரங்களை அவள் மீது இங்கிதத்தோடு மெதுவாகப் போட்டு அவளது கண்களையே பார்த்தான் அவன்.

"உங்கள் மீது நான் காதல் கொண்டுவிட்டேன் போலிருக்கிறது" என்று கூறிச் சிரித்தான். "அதனால்தான் இப்படித் தழுவுகிறேன்..."

அவள் அவனது நெற்றியையும் கன்னங்களையும் ஒன்றும் பேசாது முத்தமிட்டாள். ஆனால் அவளது கைகள் மட்டும் நடுநடுங்கின. அவன் அதைக் கண்டுவிடக் கூடாது என்பதற்காக, அவள் கைகளைச் சட்டென்று விலக்கிக்கொண்டாள்.

"நாளைக்கு எச்சரிக்கையாக இருங்கள். நீங்கள் செய்ய வேண்டியது இதுதான். காலையிலே சிறுவனை அனுப்புங்கள், அந்த மாதிரிச் சிறுவன் லுத்மீலாவிடம் இருக்கிறான். அவன் நான் இருக்கிறேனா போய்விட்டேனா என்று பார்த்துவிட்டு வந்து சொல்வான். சரி, போய் வாருங்கள், தோழர்களே. எல்லாம் நல்லபடியாகவே நடக்கும்."

அவர்கள் வீட்டைவிட்டு வெளியேறி தெருவுக்குள் வந்ததும் சாஷா அமைதியோடு கூறினாள்:

"அவன் சாகப் போவதென்றாலும் கூட, இப்படித்தான், இதே அவசரத்தோடுதான் நடந்து கொள்வான். அவனை மரணமே எதிர்நோக்கி வரும்போது கூட, அவன் தன் கண்ணாடியைச் சரி செய்து பார்த்துக்கொண்டே, அபாரம் என்று கூறிக்கொண்டே சாகத் துணிவான்."

"நான் அவனை நேசிக்கவில்லை. ஆனால் அவனைக் கண்டு வியக்கிறேன். அவனைப் பிரமாதமாக மதிக்கிறேன். அவன் சில சமயங்களில் அன்போடும் ஆதரவோடும் இருக்கத்தான் செய்கிறான். இருந்தாலும் அவனிடம் ஏதோ ஒரு வறட்சி காணப்படுகிறது. அவன் போதுமான அளவுக்கு மனிதத் தன்மை பெற்றவனாக இல்லை... சரி, நம்மைப் பின்தொடர்ந்து ஆட்கள் வருவதாகத் தெரிகிறது. நாம் இருவரும் ஆளுக்கொரு திசையாகப் பிரிந்து போவதே மேல். யாராவது பின் தொடர்வதாகத் தெரிந்தால், லுத்மீலாவின் இருப்பிடத்துக்குப் போகாதீர்கள்."

"போவேனா?" என்று அதை ஆமோதித்தாள் தாய். சாஷாவோ தான் கூறியதையே மீண்டும் அழுத்திக் கூறினாள்.

"போகவே போகாதீர்கள். என் இடத்துக்கு வந்துவிடுங்கள். சரி, நாம் தற்போதைக்குப் பிரிந்துவிடலாம்."

அவள் விருட்டெனத் திரும்பி, வந்த வழியே நடக்க ஆரம்பித்தாள்.

28

சில நிமிட நேரம் கழிந்த பின்னர், தாய் லுத்மீலாவின் சிறிய அறைக்கு வந்து, அங்கிருந்த அடுப்பருகிலே குளிர்காய்ந்து கொண்டிருந்தாள். லுத்மீலா கறுப்பு உடை அணிந்திருந்தாள்; இடையிலே ஒரு தோல் பெல்ட் கட்டியிருந்தாள். அவள் அந்த அறைக்குள்ளே மேலும் கீழும் மெதுவாக நடந்து கொண்டிருந்தாள். உடையின் சரசரப்பும் அவளது கம்பீரமான குரலும் அந்த அறையில் நிரம்பியொலித்தன.

அடுப்பிலிருந்த தீ பொரிந்து வெடித்துக் காற்றை உள்வாங்கி இரைந்து கொண்டிருந்தது. அதே வேளையில் அவளது குரல் நிதானமாக ஒலித்துக்கொண்டிருந்தது.

"மக்கள் கொடியவர்களாயிருப்பதைவிட முட்டாள்களாகத்தான் இருக்கிறார்கள். அவர்களது கண் முன்னால் உள்ள விசயங்களைத் தான் அவர்கள் பார்க்கிறார்கள்; அதைத்தான் உடனே புரிந்து கொள்ளவும் செய்கிறார்கள். ஆனால் கையெட்டும் தூரத்திலுள்ள எல்லாம் மலிவானவை; சாதாரணமானவை; தூரத்தில் உள்ளவைதான் அருமையானவை; அபூர்வமானவை அந்தத் தொலைதூர விசயத்தை நாம் எட்டிப் பிடித்து விட்டால், வாழ்கையே மாறிப்போய் மக்களுக்கு அறிவும் சுகமும் கிட்டுமானால், அதுவே எல்லோருக்கும் ஆனந்தம்; அதுவே சுகம். ஆனால் அந்த வாழ்க்கையை அடைய வேண்டுமென்றால் கொஞ்ச சிரமத்துக்கு ஆளாகியே தீர வேண்டும்."

திடீரென்று அவள் தாயின் முன்னால் வந்து நின்றாள்.

"நான் மக்களை அதிகம் சந்திப்பதில்லை. யாராவது என்னைப் பார்க்க வந்தால், உடனே நான் பிரசங்கம் செய்யத் தொடங்கி விடுவேன். வேடிக்கையாயில்லை?" என்று, தான் ஏதோ மன்னிப்புக் கோருவதைப் போலக் கூறினாள் அவள்.

"ஏன்?" என்றாள் தாய். அந்தப் பெண் அவளது அச்சு வேலைகளை எங்கு வைத்துச் செய்கிறாள் என்பதைக் கண்டுபிடிக்க விரும்பினாள் தாய். ஆனால், அங்கு எதுவுமே வழக்கத்துக்கு மாறாக இருப்பதாகத் தெரியவில்லை. தெருவை நோக்கியிருக்கும் மூன்று சன்னல்கள், ஒரு சோஃபா, ஒரு புத்தக அலமாரி, ஒரு மேசை, சில நாற்காலிகள், ஒரு படுக்கை, அதற்கருகே ஒரு மூலையில் கை கழுவும் பாத்திரம் இருந்தது. இன்னொரு மூலையில் அடுப்பு இருந்தது. சுவர்களில் புகைப்படங்கள் தொங்கின. அங்குள்ள எல்லாப் பொருள்களுமே சுத்தமாகவும் புத்தம் புதிதாகவும், நல்ல நிலைமையிலும் ஒழுங்காக இருந்தன; இவை எல்லாவற்றின் மீதும், அந்த வீட்டுக்காரியான லுத்மீலாவின் சன்னியாசினி நிழல் படிந்திருந்தது. அங்கு ஏதோ ஒளிந்து மறைந்து கொண்டிருப்பதாக உணர்ந்தாள் தாய். ஆனால், எது எங்கே ஒளிந்து பதுங்கியிருக்கிறது என்பதைத்தான அவளால் ஊகிக்க முடியவில்லை. அவள் கதவுகளைப் பார்த்தாள். அவற்றில் ஒரு கதவு வழியாகத்தான், சிறு நடைவழியிலிருந்து இந்த இடத்திற்கு வந்தாள். அடுத்தபடியாக அடுப்பிருந்த பக்கத்தில் ஓர் உயரமான குறுகலான கதவு காணப்பட்டது.

"நான் இங்கு ஒரு காரியமாக வந்திருக்கிறேன்" என்று தன்னையுமறியாமல் சொன்னாள் தாய்; அதேசமயம் லுத்மீலாவும் தன்னையே கூர்ந்து கவனித்துக்கொண்டிருப்பதையும் அவள் கண்டாள்.

"தெரியும். என்னைத் தேடி வருபவர்கள் சும்மா வருவதில்லை."

லுத்மீலாவின் குரலில் ஏதோ ஒரு விசித்திர பாவம் தொனிப்பதாகக் கண்டறிந்தாள் தாய். அவளது முகத்தைக் கவனித்தாள். அந்தப் பெண்ணின் மெல்லிய உதடுகளில் ஓரத்தில் ஒரு வெளுத்த புன்னகை அரும்புவதையும், அவளது மூக்குக் கண்ணாடிக்குப் பின்னால், அவளது உணர்ச்சியற்ற கண்கள் பிரகாசிப்பதையும் அவள் கண்டாள். தாய் வேறொரு பக்கமாகப் பார்த்துக்கொண்டு பாவெலின் பேச்சின் நகலை நீட்டினாள்.

"இதோ. இதை எவ்வளவு சீக்கிரம் முடியுமோ அவ்வளவு சீக்கிரம் அச்சேற்றியாக வேண்டுமென்று அவர்கள் விரும்புகிறார்கள்."

பிறகு அவள் நிகலாய்க்கு நேரவிருக்கும் கைது விசயத்தைப் பற்றிச் சொன்னாள்.

லூத்மீலா ஒன்றும் பேசாமல் அந்தக் காதிகத்தைத் தன் இடுப்புக்குள் செருகிக்கொண்டு, கீழே உட்கார்ந்தாள். அடுப்புத் தீ அவளது மூக்குக் கண்ணாடியில் பளபளத்துப் பிரகாசித்தது; நெருப்பின் அனல் அவளது அசைவற்ற முகத்தில் களித்து விளையாடியது.

"அவர்கள் மட்டும் என்னைப் பிடிக்க வந்தால், நான் அவர்களைச் சுட்டே தள்ளிவிடுவேன்" என்று தாய் கூறியதையெல்லாம் கேட்டுவிட்டு, உறுதியோடும் அமைதியோடும் கூறினாள் லூத்மீலா. "பலாத்காரத்திலிருந்து என்னைக் காப்பாற்றிக்கொள்ள எனக்கு உரிமை உண்டு. நான் அடுத்தவர்களைச் சண்டைக்கு அழைக்கும் போது, நானும் சண்டை போட்டுத்தானே தீர வேண்டும்."

நெருப்பின் ஒளி அவள் முகத்திலிருந்து நழுவி மறைந்து விட்டது; எனவே மீண்டும் அவளது முகத்தில் அகந்தையும் கடுமையும் பிரதிபலித்தன.

'உன் வாழ்க்கை மோசமாயிருக்கிறது' என்று அனுதாபத்தோடு தன்னுள் நினைத்துக்கொண்டாள் தாய்.

லூத்மீலா, பாவெலின் பேச்சை விருப்பின்றிப் படிக்கத் தொடங்கினாள்; ஆனதால் படிக்கப் படிக்க அவளுக்கு ஆர்வம் அதிகரித்து அந்தக் காகிதத்தின் மீதே குனிந்து விழுந்து படித்தாள்; அந்தப் பேச்சுப் பிரதியைப் பக்கம் பக்கமாகப் பொறுமையற்றுப் புரட்டினாள்; கடைசியாக, படித்து முடிந்தவுடன் அவள் எழுந்தாள்; தோள்களை நிமிர்த்தி நின்றாள்; தாயை நோக்கி வந்தாள்.

"அருமையான பேச்சு!" என்றாள் அவள்.

ஒரு நிமிடம் தலையைத் தாழ்த்தி யோசனை செய்தாள்.

"நான் உங்கள் மகனைப் பற்றி உங்களிடமே பேச விரும்பவில்லை; நான் அவனைச் சந்திப்பதும் இல்லை. ஏன் துயரப்பேச்சில் ஈடுபட வேண்டும்? எனக்கு அது பிடிப்பதில்லை. உங்களுக்கு மிகவும் வேண்டிய ஒருவனை, நாடு கடத்த விதித்து அனுப்புவதால் உங்களுக்கு ஏற்படும் வேதனை என்ன என்பதை நான் அறிவேன். ஆனால் ஒன்று கேட்கிறேன் – இந்த மாதிரிப் பிள்ளையைப் பெற்றிருப்பது நல்லதுதானா?"

"ரொம்பவும்..." என்றாள் தாய்.

"பயங்கரமாயில்லையா?"

"இப்போது இல்லை" என்று அமைதி நிறைந்த புன்னகையோடு சொன்னாள் தாய்.

லுத்மீலா தனது பழுப்புக் கரத்தால் தன் தலைமயிரைக் கோதித் தடவிக் கொடுத்தவாறே சன்னல் பக்கம் திரும்பினாள். அவளது முகத்தில் ஏதோ ஒரு சாயை படர்ந்து மறைந்தது; ஒரு வேளை அவள் தன் உதட்டில் எழுந்த புன்னகையை மறைக்க முயன்றிருக்கலாம்.

"சரி. நான் விறுவிறுவென்று அச்சுக் கோர்த்து விடுகிறேன். நீங்கள் கொஞ்சம் படுத்துத் தூங்குங்கள். இன்று பூராவுமே உங்களுக்கு ஒரே ஆயாசமும் சிரமமுமாயிருந்திருக்கும். இதோ இந்தப் படுக்கையில் படுத்துக் கொள்ளுங்கள். நான் தூங்க மாட்டேன். ஒரு வேளை நடுராத்திரியில் உதவிக்காக உங்களை எழுப்புவேன். படுத்தவுடனே விளக்கை அணைத்து விடுங்கள்."

அவள் அடுப்பில் இரண்டு விறகுகளை எடுத்துப் போட்டுவிட்டு, அந்தக் குறுகிய கதவைத் திறந்துகொண்டு அப்பால் சென்றாள்; கதவையும் இறுக மூடிவிட்டுப் போனாள். தாய் அவள் போவதையே கவனித்துக்கொண்டிருந்தாள். பிறகு உடுப்புகளைக் களைந்தாள்; அவளது சிந்தனை மட்டும் லுத்மீலாவைச் சுற்றியே வந்தது.

"அவள் எதையோ எண்ணி வருந்திக்கொண்டிருக்கிறாள்..."

தாய்க்குக் களைப்புணர்ச்சியால் தலை சுற்றியது. எனினும் அவளது உள்ளம் மட்டும் அற்புதமான அமைதியோடு இருந்தது. அவள் கண்ணில் பட்ட ஒவ்வொன்றும் அவளது இதயத்தை ஒளி செய்து நிரம்பிப் பொழிந்தன. இந்த மாதிரியான அமைதி அவளுக்குப் புதிதானதல்ல. ஏதாவது ஒரு பெரும் உணர்ச்சிப் பரவசத்துக்குப் பிறகுதான் இந்த மாதிரி அவளுக்குத் தோன்றுவதுண்டு. முன்னெல்லாம் அந்த உணர்ச்சி அவளைப் பயந்து நடுங்கச் செய்யும். இப்போதோ அந்த உணர்ச்சியமைதி இதயத்தை விசாலமுறச் செய்து, அதில் ஒரு மகத்தான உறுதி வாய்ந்த உணர்ச்சியைக் குடியேற்றி வலுவேற்றியது. அவள் போர்வையை இழுத்து மூடிச் சுருட்டி முடங்கிப் படுத்துக்கொண்டாள். படுத்தவுடனேயே அவள் சீக்கிரத்தில் ஆழ்ந்த தூக்கத்துக்கு ஆளாகிவிட்டாள்.

அவள் கண்களை மீண்டும் திறந்தபோது அந்த அறையில் மழைக்காலக் காலைப் பொழுதின் வெள்ளிய, குளிர்ந்த ஒளி நிறைந்திருந்தது. கையில் ஒரு புத்தகத்தை வைத்துக்கொண்டு சோஃபாவின் மீது சாய்ந்திருந்த லுத்மீலா அவளைப் பார்த்தாள்; புன்னகை செய்தாள்.

"அடி கண்ணே!" என்று கலங்கிப் போய்க் கூறினாள் தாய். "நான் என்ன பிறவியிலே சேர்த்தி? ரொம்ப நேரம் ஆகிவிட்டதோ?"

"வணக்கம்!" என்றாள் லுத்மீலா. "மணி பத்தடிக்கப் போகிறது. எழுந்திருங்கள், தேநீர் சாப்பிடலாம்."

"நீங்கள் ஏன் என்னை எழுப்பவில்லை?"

"எழுப்பத்தான் வந்தேன். ஆனால் நான் வந்தபோது, தூக்கத்தில் அமைதியாகப் புன்னகை செய்துகொண்டிருந்தீர்கள். அதைக் கலைக்க எனக்கு மனமில்லை."

அவள் சோஃபாவிலிருந்து நாசூக்காக எழுந்தாள். படுக்கையருகே வந்து, தாயின் பக்கமாகக் குனிந்தாள். அந்தப் பெண்ணின் ஒளியற்ற கண்களில் ஏதோ ஒரு பாசமும் பரிவும் கலந்த, தனக்குப் பரிச்சயமான உணர்ச்சி பாவம் பிரதிபலிப்பதைத் தாய் கண்டாள்.

"உங்களை எழுப்புவது தப்பு என்று பட்டது. ஒருவேளை இன்பக் கனவு கண்டுகொண்டிருந்தீர்களோ?"

"நான் கனவு காணவில்லை."

"எல்லாம் ஒன்றுதான். எப்படியானாலும் நான் உங்கள் புன்னகையை விரும்பினேன். அது அத்தனை அமைதியோடு அழகாக இருந்தது.... உள்ளத்தையே கொள்ளை கொண்டது."

லுத்மீலா சிரித்தாள்; அந்தச் சிரிப்பு இதமும் மென்மையும் பெற்று விளங்கியது.

"நான் உங்களைப் பற்றியே நினைத்துக்கொண்டிருந்தேன். உங்கள் வாழ்க்கை என்ன, சிரமமான வாழ்க்கையா?"

தாயின் புருவங்கள் அசைந்து நெளிந்தன. அவள் அமைதியாகத் தன்னுள் சிந்தித்தாள்.

"ஆமாம், சிரமமானதுதான்" என்றாள் லுத்மீலா.

"எனக்கு அப்படி ஒன்றும் தெரியாது" என்று மெதுவாகப் பேசத் தொடங்கினாள் தாய். "சமயங்களில் இந்த வாழ்க்கை சிரமமாகத்தான் தோன்றுகிறது. ஆனால் இந்த வாழ்க்கைதான் பூரணமாயிருக்கிறது. இந்த வாழ்வின் சகல அம்சங்களும் முக்கியத்துவம் வாய்ந்தவையாயும் வியப்புத் தருவனவாயும் இருக்கின்றன. ஒவ்வொரு விசயமும் ஒன்றையொன்று விறுவிறுவென்று தொடர்ந்து செல்கின்றன..."

அவளது இயல்பான துணிச்சல் உணர்ச்சி மீண்டும் அவள் நெஞ்சில் எழுந்தது. அந்த உணர்ச்சியால் அவளது மனதில் பற்பல சிந்தனைகளும் உருவத் தோற்றங்களும் தோன்றி நிரம்பின. அவள் படுக்கையிலிருந்து எழுந்து உட்கார்ந்துகொண்டு தனது சிந்தனைகளைச் சொல்லில் வார்த்துச் சொல்லத் தொடங்கினாள்.

"இந்த வாழ்க்கை அதன் பாட்டுக்குப் போய்க்கொண்டே இருக்கிறது. ஒரே முடிவை நோக்கிப் போய்க்கொண்டிருக்கிறது....

சமயங்களில் இது மிகவும் சிரமமாய்த்தானிருக்கிறது. மக்கள் துன்புறுகிறார்கள்; அவர்களை அடிக்கிறார்கள்; குரூரமாக வதைக்கிறார்கள்; அவர்களுக்கு எந்த இன்பமும் கிட்டாமல் போக்கடிக்கிறார்கள். இதைக் கண்டால் மிகுந்த சிரமமாயிருக்கிறது!"

லுத்மீலா தன் தலையைப் பின்னால் சாய்த்துத் தாயை அன்பு ததும்பப் பார்த்துக்கொண்டே சொன்னாள்:

"நீங்கள் சொல்வது உங்களைப் பற்றியில்லையே!"

தாய் படுக்கையைவிட்டு எழுந்து உடை உடுத்திக்கொள்ளத் தொடங்கினாள்.

"தன்னை எப்படிப் பிறரிடமிருந்து பிரித்துப் பார்க்க முடியும்? ஒருவனை நேசிக்கிறாய், அவனோ விலை மதிப்பற்றவன். அனைவரின் நலத்திற்காகவும் பயப்படுகிறான், ஒவ்வொருவருக்காகவும் அனுதாபப்படுகிறான். இவையெல்லாம் உன் இதயத்தில் மோதுகின்றன.... ஒரு புறமாய் எப்படி ஒதுங்கி நிற்க முடியும்?"

அவள் அந்த அறையின் மத்தியிலே ஒரு கணம் நின்றாள். பாதி உடுத்தியவாறே சிந்தனையில் ஆழ்ந்து நின்று போய்விட்டாள். ஒரு காலத்தில் தன் மகனது உடம்பை எப்படிக் காப்பாற்றப் போகிறோம் என்கிற சிந்தனையிலேயே முழுகிப் போய் என்றென்றும் தன் மகனைப் பற்றிய கவலையிலும், பயத்திலும் அலைக்கழிந்த அந்தப் பழைய பெண் பிறவியாக, அவள் இப்போது இல்லை என்பது அவளுக்குத் தோன்றியது. அவள் எங்கோ தூரந் தொலைவில் போய்விட்டாள்; அல்லது அவளது உணர்ச்சி நெருப்பில் அவள் சாம்பலாகிப் போயிருப்பாள். இந்த மாதிரி எண்ணிய தாயின் மனதிலே ஒரு புதிய ஆவேசமும் பலமும் தோன்றின. அவள் தன் இதயத்தைத் துருவிப் பார்த்தாள்; அதன் துடிப்பைக் கேட்டாள்; பழைய பயவுணர்ச்சிகள் மீண்டும் வந்துவிடக் கூடாதே என்று பயந்தாள்.

"என்ன யோசனை செய்கிறீர்கள்?" என்று கேட்டுக்கொண்டே லுத்மீலா அவள் பக்கம் வந்தாள்.

"தெரியாது" என்றாள் தாய்.

இருவரும் மௌனமாக ஒருவரையொருவர் பார்த்தார்கள்; புன்னகை புரிந்தார்கள். பிறகு லுத்மீலா அந்த அறையைவிட்டு வெளிச் சென்றவாறே சொன்னாள்:

"அங்கே என் தேநீர்ப் பாத்திரம் என்ன கதியில் இருக்கிறதோ?"

தாய் சன்னல் வழியாக வெளியே பார்த்தாள். வெளியில் வெய்யிலும் குளிரும் பரவியிருந்தது. அவளது இதயமோ வெதுவெதுப்போடும்

பிரகாசத்தோடும் இருந்தது. அவள் சகலமானவற்றைப் பற்றியும் சாங்கோபாங்கமாக மகிழ்ச்சியோடு பேசிக்கொண்டிருக்க விரும்பினாள். சந்தியா கால சூர்யக்கதிர்களைப்போல் இனிமையாகப் பிரகாசித்துக்கொண்டிருக்கும் எண்ணங்களைத் தன் இதயத்திலே புகுத்திவிட்ட, யாரோ ஓர் இனம் தெரியாத நபருக்கு நன்றி காட்டிப் பேச வேண்டும் என்கிற மங்கிய உணர்ச்சி அவளுக்கு ஏற்பட்டது. இத்தனை நாட்களாகப் பிராத்தனை செய்வதையே கைவிட்டு விட்ட அவளுக்கு அன்று பிராத்தனை செய்ய வேண்டும் என்கிற ஆசை எழுந்தது. அவளது மனக்கண்ணில் ஒரு வாலிப முகம் பளிச்சிட்டுத் தோன்றியது. அந்த முகம் அவளை நோக்கித் தெள்ளத் தெளிவான குரலில், "இவள்தான் பாவெல் விலாவின் தாய்!" என்று கூறியது. அவள் கண் முன்னால் மகிழ்ச்சியும் அன்பும் துள்ளாடும் சாஷாவின் நயனங்கள்; ரீபினின் கரிய தோற்றம், உறுதி வாய்ந்த தன் மகனின் முகம், நிகலாயின் கூச்சத்துடன் கண்சிமிட்டும் பார்வை முதலிய எல்லாம் தோன்றின. இந்த மனத்தோற்றங்கள் எல்லாம் திடீரென ஓர் ஆழ்ந்த பெருமூச்சாக ஒன்றுகலந்து உருவெடுத்து, வானவில்லின் வர்ணம் தோய்ந்த மேகப்படலத்தைப் போன்ற ஒளி சிதறி அவளது எண்ணங்களைக் கவிழ்த்து சூழ்ந்து அவள் மனதில் ஒரு சாந்தியுணர்ச்சியை உருவாக்கின.

"நிகலாய் சொன்னது சரிதான்" என்று சொல்லிக்கொண்டே அந்த அறைக்குள் லுத்மீலா மீண்டும் வந்தாள்; "அவர்கள் அவனைக் கைது செய்து விட்டார்கள். நீங்கள் சொன்ன மாதிரி நான் அந்தப் பையனை அனுப்பித் தெரிந்து வரச் சொன்னேன். வீட்டுக்கு வெளியே போலீஸ்காரர்கள் இருந்ததாகவும், வெளிக் கதவுக்குப் பின்னால் ஒரு போலீஸ்காரன் ஒளிந்துகொண்டிருந்ததாகவும் அவன் சொன்னான். சுற்றிச் சூழ உளவாளிகள் இருக்கிறார்களாம். அந்தப் பையனுக்கு அவர்களையெல்லாம் தெரியும்."

"ஆ!" என்று தலையை அசைத்துக்கொண்டே சொன்னாள் தாய்; "பாவம், அப்பாவி..."

அவள் பெருமூச்சுவிட்டாள். அதில் துக்க உணர்ச்சியில்லை. இதைக் கண்டு அவள் தன்னைத்தானே வியந்துகொண்டாள்.

"சமீப காலமாக அவன் இந்த நகரத்திலுள்ள தொழிலாளர்களுக்கு எவ்வளவோ வகுப்புகள் நடத்தி வந்தான். பொதுவாக, இது அவன் அகப்பட்டுக் கொள்ளக்கூடிய சந்தர்ப்பம்தான்" என்று அமைதியாக, ஆனால் முகத்தைச் சுளித்துக்கொண்டே சொன்னாள் லுத்மீலா. "அவனுடைய தோழர்கள் அவனைத் தலைமறைவாகப் போகச் சொன்னார்கள். ஆனால் அவன் கேட்கவில்லை. இந்த மாதிரிச் சந்தர்ப்பங்களில் இவனைப் போன்ற ஆசாமிகளைப் 'போ, போ'

என்று போதித்துக்கொண்டிருக்கக் கூடாது; நிர்ப்பந்தவசமாகத் தான் போகச் செய்ய வேண்டும்."

இந்தச் சமயத்தில் சிவந்த கன்னங்களும் கரிய தலை மயிரும், முன்வளைந்த மூக்கும், அழகிய நீலக்கண்களும் கொண்ட ஒரு சிறுவன் வாசல் நடையில் வந்து நின்றான்.

"நான் தேநீர் கொண்டுவரட்டுமா?" என்று கேட்டான் அவன்.

"கொண்டு வா, செய்கேய்" என்று கூறிவிட்டுத் தாயின் பக்கமாகத் திரும்பினாள் லுத்மீலா. "இவன் என் வளர்ப்புப் பையன்" என்றாள்.

அன்றைய தினத்தில் லுத்மீலா வழக்கத்துக்கு மாறாக சுமுகபாவத்தோடும் எளிமையோடும் பழகுவதாகவும் தாய்க்குத் தோன்றியது. அவளது உடலின் லாவகம் நிறைந்த அசைவுகளிலே ஒரு துளி அழகும் உறுதியும் நிறைந்திருந்தன. இத்தன்மை அவளது வெளுத்த முகத்தின் நிர்த்தாட்சண்ய பாவத்தை ஓரளவு சமனப்படுத்தியது. இரவில் கண் விழித்ததால் அவளது கண்களைச் சுற்றிக் கருவளையங்கள் விழுந்திருந்தன, என்றாலும் அவளது இதய வீணையில் ஏதோ ஒரு தந்தி முறுக்கேறி விரைத்து நிற்பது போன்ற தன்மையை எவரும் கண்டுகொள்ள முடியும்.

அந்தப் பையன் தேநீர்ப் பாத்திரத்தைக் கொண்டுவந்தான்.

"செய்கேய், உனக்கு இவளை நான் அறிமுகப்படுத்தி வைக்கிறேன். இவள்தான் பெலகேயா நீலவ்னா. நேற்று விசாரணை நடந்ததே, அந்தத் தொழிலாளியின் தாய்."

செய்கேய் ஒன்றும் பேசாமல் தலைவணங்கினான்; தாயின் கையைப் பிடித்துக் குலுக்கினான். அறையைவிட்டு வெளியே போனான். ஒரு ரொட்டியை எடுத்துக்கொண்டு வந்து மீண்டும் தன் இடத்தில் அமர்ந்து கொண்டான். லுத்மீலா தேநீரைக் கோப்பையில் ஊற்றியவாறே, தாயை வீட்டுக்குப் போக வேண்டாம் என்றும், அந்தப் போலீசார் யாருக்காகக் காத்துக் கிடக்கிறார்கள் என்பது தெளிவாகிற வரையில், அவள் அந்தப் பக்கமே செல்லாமலிருப்பதே நல்லதென்றும் எடுத்துக் கூறினாள்.

"ஒரு வேளை அவர்கள் உங்களையே எதிர்பார்த்துக் கிடக்கலாம். பிடித்துக் கொண்டுபோய் ஏதாவது கேள்விகளைக் கேட்டுத் தொலைப்பார்கள்."

"இருக்கட்டுமே" என்ற பதில் சொன்னாள் தாய். "அவர்கள் விரும்பினால் என்னையும்தான் கைது செய்து கொண்டு போகட்டுமே. அதனால் என்ன பெரிய குடி முழுகிவிடப்

போகிறது? ஆனால் பாவெலின் பேச்சை மட்டும் நாம் முதலில் விநியோகித்து விட்டோமானால்!"

"நான் அச்சுக் கோர்த்து முடித்துவிட்டேன். நாளைக்கு நகரிலும் தொழிலாளர் குடியிருப்பிலும் விநியோகிப்பதற்குத் தேவையான பிரதிகள் தயாராகிவிடும். உங்களுக்கு நதாஷாவைத் தெரியுமா?"

"நன்றாய்த் தெரியும்."

"அவற்றை அவளிடம் கொண்டு சேருங்கள்."

அந்தப் பையன் பத்திரிகை படித்துக் கொண்டிருந்தான். அவர்கள் பேசியது எதையுமே அவன் காதில் வாங்கியதாகத் தெரியவில்லை. ஆனால் இடையிடையே பத்திரிகைக்கு மேலாக நிமிர்ந்து தாயின் முகத்தைப் பார்த்தான். அவனது உணர்ச்சி நிறைந்த பார்வையைக் காணும்போதெல்லாம், தாய்க்கு மகிழ்ச்சி பொங்கும்; புன்னகை புரிந்து கொள்வாள். கொஞ்சம் கூட வருத்தமின்றி மீண்டும் நிகலாயைப் பற்றிப் பேசத் தொடங்கினாள் லுத்மீலா. அவள் அப்படிப் பேசுவது இயற்கைதான் என்பதைத் தாய் கண்டுகொண்டாள். நேரம் வழக்கத்தை மீறி வெகு வேகமாகச் செல்வது போலிருந்தது. அவர்கள் காலைச் சாப்பாட்டை முடிப்பதற்குள்ளே மத்தியானப் பொழுது வந்துவிட்டது.

"எவ்வளவு நேரமாகிவிட்டது!" என்று அதிசயித்தாள் லுத்மீலா.

அந்தச் சமயத்தில் யாரோ வெளியிலிருந்து கதவை அவசர அவசரமாகத் தட்டினார்கள். அந்தப் பையன் எழுந்திருந்து கண்களைச் சுருக்கி விழித்தவாறே லுத்மீலாவைப் பார்த்தான்.

"கதவைத் திற, செர்கேய். யாராயிருக்கலாம்?"

அவள் தனது உடுப்பின் பைக்குள்ளே அமைதியாகக் கையை விட்டவாறே தாயைப் பார்த்துச் சொன்னாள்:

"அவர்கள் போலீஸ்காரராயிருந்தால், பெலகேயா நீலவ்னா, அந்த மூலையிலே நின்று கொள்ளுங்கள். செர்கேய், நீ..."

"எனக்குத் தெரியும்" என்று சொல்லிக்கொண்டு அந்தப் பையன் வெளியே சென்றான்.

தாய் புன்னகை புரிந்தாள். இந்த மாதிரியான ஏற்பாடுகள் அவளைக் கலவரப்படுத்தவே இல்லை; ஏதோ ஒரு விபரீதம் நிகழப் போகிறது என்கிற பயபீதி உணர்ச்சியும் அவளுக்கு இல்லை.

ஆனால், உள்ளே அந்த குட்டி டாக்டர்தான் வந்து சேர்ந்தான்.

வந்ததுமே அவன் அவசரமாகப் பேசத் தொடங்கினான்; "முதலாவது – நிகலாய் கைதாகி விட்டான். ஆஹா! நீலவ்னா,

இங்கேயா வந்திருக்கிறீர்கள்? கைது நடந்தபோது நீங்கள் வீட்டில் இல்லையா?"

"அவன்தான் இங்கு அனுப்பினான்."

"ஹூம், இதனால் எந்தப் பிரயோசனமும் இல்லை. சரி, இரண்டாவது – நேற்று இரவு சில இளைஞர்கள் பாவெலின் பேச்சை கைக்கோஸ்டைலில் ஐநூறு பிரதிகள் தயார் செய்து விட்டார்கள். நான் அவற்றைப் பார்த்தேன். மோசமாக இல்லை. எழுத்துத் தெளிவாகவும் சுத்தமாகவும் இருந்தது. அவர்கள் அவற்றை இன்றிரவு நகர் முழுவதிலும் விநியோகித்து விடுவதை விரும்பினார்கள். நான் அதை எதிர்த்தேன். அச்சடித்த பிரதிகளை வேண்டுமானால் நகரில் விநியோகிக்கலாம், இவற்றை வேறு இடங்களுக்கு அனுப்புவோம் என்றேன்."

"அவற்றை என்னிடம் கொடுங்கள். நான் இப்போதே நதாஷாவிடம் கொண்டுசேர்க்கிறேன்" என்று ஆர்வத்தோடு சொன்னாள் தாய்.

பாவெலது பேச்சை எவ்வளவு சீக்கிரம் முடியுமோ அவ்வளவு சீக்கிரம் விநியோகிக்க, தன் மகனது சொற்களை உலகமெங்கணும் பரப்ப, அவள் பேராவல் கொண்டு தவித்தாள். எனவே கொஞ்சுவதுபோல அந்த டாக்டரின் முகத்தைப் பார்த்தாள்; அவனது பதிலுக்காகக் காத்து நின்றாள்.

"நீங்கள் இந்த வேலையை இப்போது மேற்கொள்ளத்தான் வேண்டுமா என்பது சைத்தானுக்குத்தான் தெரியும்" என்று தயங்கிக்கொண்டே கூறிவிட்டு, அவன் தன் கடிகாரத்தை எடுத்தான். "இப்போது மணி பதினொன்று நாற்பத்தி மூன்று. இரண்டு மணி ஐந்து நிமிடத்திற்குப் புறப்பட்டு ஐந்தே கால் மணிக்குப் போய் சேருவதற்கு ஒரு ரயில் இருக்கிறது. மாலை வேளைதான். இருந்தாலும் அப்படியொன்றும் காலதாமதமில்லை. ஆனால் இப்போது அது பிரச்சினையல்ல."

"அது பிரச்சினையில்லை" என்று முகத்தைச் சுளித்துக்கொண்டு அதையே திரும்பக் கூறினாள் லுத்மீலா.

"எதுதான் பிரச்சினை?" என்று கேட்டுக்கொண்டே அவன் பக்கமாகச் சென்றாள் தாய். "காரியம் வெற்றியோடு முடிய வேண்டும். அவ்வளவுதானே..."

லுத்மீலா அவளைக் கூர்ந்து கவனித்துக்கொண்டே நெற்றியைத் துடைத்துவிட்டுக்கொண்டாள்.

"இந்தக் காரியத்தை மேற்கொள்வது ஆபத்தானது."

"ஏன்?" என்று அழுத்தத்தோடு கேட்டாள் தாய்.

"அதனால்தான்" என்று படபடவென்று பேசத் தொடங்கினான் அந்த டாக்டர். "நிகலாய் கைதாவதற்கு ஒரு மணி நேரத்திற்கு முன்புதான் நீங்கள் வீட்டைவிட்டுக் கிளம்பியிருக்கிறீர்கள். தொழிற்சாலைக்கும் போய் வந்திருக்கிறீர்கள். எனவே அந்த ஆசிரியையின் அத்தை என்று எல்லோரும் உங்களைத் தெரிந்து வைத்திருக்கிறார்கள். சிறிது நேரத்தில் அந்தச் சட்ட விரோதமான பிரசுரங்கள் தொழிற்சாலையில் தலைகாட்டிவிட்டன. இதையெல்லாம் வைத்து இணைத்துப்பார்த்தால், உங்கள் கழுத்தில் சரியான சுருக்கு வந்து விழுந்துவிடும்."

"என்னை அங்கு எவரும் கண்டுகொள்ள முடியாது!" என்று மீண்டும் அழுத்தமாகக் கூறினாள் தாய். "தான் திரும்பி வரும்போது அவர்கள் ஒரு வேளை என்னைக் கைது செய்து 'எங்கு போய்விட்டு வருகிறாய்' என்று கேட்டாலும்..."

அவள் ஒரு கணம் தயங்கினாள். பிறகு சத்தமிட்டுச் சொன்னாள்:

"என்ன சொல்வேன் என்பது எனக்குத் தெரியும். அங்கிருந்து நேராக நான் தொழிலாளர் குடியிருப்புக்குச் செல்வேன். அங்கு எனக்கு ஒரு சிநேகிதன் இருக்கிறான் – சிஸோவ். விசாரணை முடிந்ததும் நேராக அவன் வீட்டுக்கு மன ஆறுதல் பெறுவதற்காகச் சென்றுவிட்டு வருவதாகக் கூறுவேன். அவனுக்கு ஆறுதல் தேவைதான். அவனுடைய மருமகனும் தண்டனை பெற்றிருக்கிறான். அவனும் நான் சொல்வதை ஆமோதிப்பான்."

அவர்கள் நிச்சயம் தனது ஆசைக்கு இணங்குவார்கள் என்று அவள் உணர்ந்தாள்; எனவே அவர்களைச் சீக்கிரம் இணங்க வைக்க வேண்டும் என்பதற்காக அவள் ஆத்திரத்தோடும், அழுத்தத்தோடும் பேசிக்கொண்டே போனாள். கடைசியில் ஒரு வழியாக அவர்களும் சம்மதித்து விட்டார்கள்.

"சரி. துணிந்து போங்கள்" என்று விருப்பமின்றிச் சொன்னான் அந்த டாக்டர்.

லுத்மீலா எதுவும் சொல்லவில்லை. சிந்தனையில் ஈடுபட்டவாறே முன்னும் பின்னும் நடந்துகொண்டுதானிருந்தாள். அவளது முகம் குழம்பி வாடிப் போயிருந்தது. அவளது கழுத்துத் தசைநார்கள் அவளது தலையைக் கீழே சாய்க்காதபடி இறுக்கமாய்த் தாங்கிப் பிடித்துக்கொண்டிருப்பதுபோல்தோன்றியது. தாய் இதைக் கவனித்து விட்டாள்.

"நீங்கள் எல்லோரும் என்னைப் பற்றியே கவலைப்படுகிறீர்களே" என்று புன்னகையோடு கூறினாள் தாய். "நீங்கள் உங்களைப் பற்றித் தான் கவலையே படக்காணோம்!"

"நீங்கள் சொல்வது உண்மையல்ல" என்றான் அந்த டாக்டர். "நாங்கள் எங்களைப் பற்றியும் கவலைப்படுகிறோம். அது எங்கள் கடமை. ஆனால் ஒன்றுமற்ற காரியத்துக்காக, தங்கள் சக்தியை விரயம் செய்பவர்களிடம்தான் நாங்கள் கடுமையாக நடந்து கொள்கிறோம். சரி போகட்டும். பேச்சின் நகல் பிரதிகள் நீங்கள் நிலையத்துக்குப் போய்ச் சேர்ந்தவுடன் அங்கு வந்து சேரும்…"

அவன் அவளுக்கு அந்தக் காரியத்தை எப்படியெப்படிச் செய்ய வேண்டும் என்பதையெல்லாம் விளக்கிக் கூறினான். பிறகு அவளது முகத்தையே கூர்ந்து பார்த்துவிட்டுச் சொன்னான்.

"சரி. உங்களுக்கு அருங்கொடை கிடைக்கட்டும்?"

ஆனால் அவன் வெளியே செல்லும்போது, அவன் முகத்தில் ஒரு மகிழ்ச்சியின்மை பிரதிபலித்தது. லுத்மீலா தாயை நோக்கினாள்:

"உங்களை என்னால் புரிந்துகொள்ள முடியும்" என்று அமைதி நிறைந்த சிரிப்போடு சொன்னாள் அவள்.

பிறகு அவள் தாயின் கரத்தை எடுத்துப் பிடித்தாள்; மீண்டும் மேலும் கீழும் உலாவ ஆரம்பித்தாள்.

"எனக்கும் ஒரு மகன் இருக்கிறான். அவனுக்கு இப்போது பதின்மூன்று வயதாகிவிட்டது. ஆனால், அவன் தன் தந்தையோடு வாழ்கிறான். என் கணவன் ஓர் அரசாங்க வக்கீலின் நண்பர். அந்தப் பையன் அவரோடு இருக்கிறான். அவன் எப்படி மாறப் போகிறானோ? அதைப் பற்றி நான் அடிக்கடி நினைத்துப் பார்ப்பதுண்டு…"

அவளது குரல் அடைப்பட்டு நின்றது. ஒரு நிமிடம் கழித்து அவள் மீண்டும் அமைதியாக, சிந்தனையோடு பேசத் தொடங்கினாள்:

"நான் எந்த மக்களை நேசிக்கிறேனோ, இந்த உலகத்தில் எந்த மக்களை அருமையான மக்கள் என்று மதிக்கிறேனோ அந்த மக்களுக்குப் பரம எதிரியானவரிடம்தான் அவன் வளர்ந்து வருகிறான். என் மகனே எனக்கு எதிரியாக வளர்ந்து வரக்கூடும்; அவனால் என்னுடன் வாழ முடியாது. நான் இங்கு மாற்றுப் பெயரில் வாழ்ந்து வருகிறேன். அவனை நான் பார்த்தே எட்டு வருடங்கள் ஆகின்றன. எட்டு வருடங்கள்! எவ்வளவு காலம்!"

அவள் சன்னலருகே நின்றாள்; நிர்மலமாக வெளுத்துக் கிடந்த வானத்தைப் பார்த்தாள்.

“அவன் மட்டும் என்னோடு வாழ்ந்திருந்தால், நான் இன்னும் பலம் பெற்றிருப்பேன். எனது இதயத்தில் இந்த வேதனை இன்னும் உறுத்திக்கொண்டிருக்காது... அவன் இறந்து போயிருந்தால் கூட, எனக்குச் சிரமமில்லாது போயிருக்கும்...”

“அடி என் கண்ணே!” என்று பாசத்தால் புண்பட்ட இதயத்தோடு பெருமூச்செறிந்தாள் தாய்.

“நீங்கள் அதிருஷ்டக்காரர்!” என்று ஒரு கசந்த புன்னகையோடு சொன்னாள் லுத்மீலா. “அதிசயமான ஒற்றுமை – தாயும் மகனும் ஒரே அணியில் ஒருவர் பக்கம் ஒருவர் – அபூர்வமான நிகழ்ச்சி!”

“ஆமாம். அதிசயமானதுதான்” என்று தன்னைத் தானே வியந்து கூறிக்கொண்டாள் பெலகேயா. பிறகு தன் குரலைத் தாழ்த்தி ஏதோ ஓர் அந்தரங்க ரகசியத்தைக் கூறுவதுபோல அவள் பேசினாள்: “நீங்கள் எல்லோரும் – நிகலாய் இவனாவிச்சும், சத்தியத்தைப் பின்பற்றும் ஒவ்வொருவரும் – நீங்கள் எல்லோருமே ஒருவர் பக்கம் ஒருவராகத்தான் நிற்கிறீர்கள். திடீரென்று மக்கள் அனைவரும் நமக்கு உறவினர்களாகி விடுகிறார்கள். உங்கள் அனைவரையும் நான் புரிந்து கொள்கிறேன். எனக்கு வார்த்தைகள்தான் புரியாது போகலாம்; ஆனால் அதைத் தவிரப் பிறவற்றையெல்லாம் என்னால் புரிந்துகொள்ள முடியும்.”

“ஆமாம். அப்படித்தான்” என்று முனகினாள் லுத்மீலா: “அப்படித்தான்...”

தாய் தன் கையை லுத்மீலாவின் மார்பின் மீது வைத்துக் கொண்டே ரகசியக் குரலில் மேலும் பேசினாள்; ஒவ்வொரு வார்த்தையையும் நினைத்து நினைத்துப் பேசுவது போலிருந்தது அவள் பேச்சு.

“நம் பிள்ளைகள், உலகில் அணிவகுத்துச் செல்கிறார்கள். அதைத்தான் நான் புரிந்து கொள்கிறேன் – நம் பிள்ளைகள் உலகில் அணிவகுத்துச் செல்கிறார்கள்; உலகெங்கும் சகல மூலை முடுக்குத் திசைகளிலிருந்தும் ஒரே ஒரு லட்சியத்தை நோக்கி அணிவகுத்து முன்னேறுகிறார்கள். பரிசுத்தமான உள்ளத்தோடும், அருமையான மனதோடும், தீமையை எதிர்த்து தமது பலத்த காலடியால் பொய்மையை மிதித்து நசுக்கிக்கொண்டே, கொஞ்சங்கூடத் தயக்கமின்றி முன்னேறிச் செல்கிறார்கள். அவர்கள் இளைஞர்கள், ஆரோக்கியசாலிகள்; அவர்களது சகல சக்தியையும் ஒரே ஒரு விசயத்தை நோக்கி – நியாயத்தை எதிர்நோக்கிப் பிரயோகித்துச் செல்கிறார்கள். மனிதகுலத்தின் துயரத்தை வெல்வதற்காக அவர்கள் முன்னேறுகிறார்கள். சகல துரதிருஷ்டங்களையும் துடைத்துத் தூர்ப்பதற்காக சகல அசுத்தங்களையும் கழுவிப் போக்குவதற்காக

அவர்கள் அணியணியாக முன்னேறிச் செல்கிறார்கள். அவற்றை அவர்கள் போக்கித்தான் தீருவார்கள். அவர்கள் ஒரு புதிய சூரியனை உலகுக்குக் கொண்டுவருவார்கள் என்று அவர்களில் ஒருவன் சொன்னான்; நிச்சயம் அந்தச் சூரியனை அவர்கள் கொண்டுவந்தே தீருவார்கள்! மனமுடைந்து போன சகல இதயங்களையும் ஒன்றுபடுத்துவார்கள்; ஒன்றுபடுத்தியே தீருவார்கள்!"

அவள், தான் மறந்துவிட்ட பிரார்த்தனை வாசகங்களை எண்ணிப் பார்த்தாள். அவள் வார்த்தைகளால் அவளது மனதில் புதியதொரு நம்பிக்கை பிறந்தது; அந்த வாசகங்கள் அவளது இதயத்திலிருந்து தீப்பொறிகளைப்போல் சுடர்விட்டுத் தெறித்துப் பிறந்தன:

"நம் பிள்ளைகள் சத்தியமும் அறிவும் சமைத்த பாதையிலே செல்கிறார்கள்; மனித இதயங்களுக்கு அன்பைக் கொண்டுவந்து சேர்க்கிறார்கள்; இவ்வுலகத்திலே புதியதொரு ஒளி வெள்ளத்தால், ஆத்ம ஆவேசத்தின் அணையாத தீபத்தால், ஒளிரச் செய்கிறார்கள். அந்த ஒளிப்பிழம்பின் தீ நாக்குகளிலிருந்து புதிய வாழ்க்கை பிறப்பெடுத்துப் பொங்குகிறது. மனித சமுதாயத்தின் மீது நம் பிள்ளைகள் கொண்டுள்ள அன்பிலிருந்து அந்த வாழ்க்கை பிறப்பெடுக்கிறது. அந்த அன்பை எவரால் அணைக்க முடியும்? இதை எந்த சக்திதான் அழிக்க முடியும்? எந்த சக்திதான் இதை எதிர்க்க முடியும்? பூமியிலிருந்து இது ஊற்றெடுத்துப் பொங்கி வருகிறது; வாழ்க்கை முற்றும் இதன் வெற்றிக்காகப் பாடுபடுகிறது. ஆம், வாழ்க்கை முற்றும்தான்!"

அவளது உணர்ச்சி ஆவேசத்தால் அவள் சோர்ந்து போய், லுத்மீலாவைவிட்டுப் பிரிந்து இரைக்க மூச்சு வாங்கிக்கொண்டே கீழே உட்கார்ந்தாள். லுத்மீலாவும் சத்தம் செய்யாமல் எச்சரிக்கையோடு நடந்து சென்றாள்; எதையும் கலைத்துவிடக் கூடாது என்கிற பயத்தோடு நடந்தாள். அவள் தனது ஒளியற்ற கண்களை முன்னால் பதித்துப் பார்த்தவாறு அந்த அறைக்குள்ளே மிகுந்த நாசூக்கோடு நடந்தாள். அவள் முன்னைவிட உயரமானவளாக, நிமிர்ந்தவளாக, மெலிந்து விட்டதாகத் தோன்றினாள். அவளது மெலிந்த கடுமை நிறைந்த முகத்தில் ஓர் ஆழ்ந்த கவனம் தோன்றியது; அவளது உதடுகள் துடிதுடித்து இறுகி மூடியிருந்தன. அந்த அறையிலே நிலவிய அமைதி தாயின் மனதைச் சாந்தி செய்தது. லுத்மீலாவின் நிலைமையைக் கண்டறிந்த தாய், தான் ஏதோ தவறாகச் சொல்லிவிட்டதுபோல் கேட்டாள்:

"நான் ஏதும் சொல்லக் கூடாததைச் சொல்லி விட்டேனோ?"

லுத்மீலா அவள் பக்கம் திரும்பி, பயந்து போனவள் மாதிரி அவளைப் பார்த்தாள். பிறகு எதையோ நிறுத்தப்போவது மாதிரி தாயை நோக்கிக் கையை நீட்டிக்கொண்டு அவசர கதியில் பேசினாள்:

"இல்லையில்லை. இப்படித்தான் இருக்கிறது. இப்படித்தான். ஆனால் இதைப் பற்றி நான் இனிமேல் பேசவே கூடாது. நீங்கள் சொன்னதோடு இருக்கட்டும்." அவளது குரல் மிகுந்த அமைதியோடு இருந்தது. அவள் மேலும் சொன்னாள்: "சரி சீக்கிரம் புறப்பட வேண்டும். நீங்கள் போக வேண்டிய தூரமோ அதிகம்."

"சீக்கிரமே கிளம்புகிறேன். நான் எவ்வளவு மகிழ்ச்சியடைந்தேன் என்பதை மட்டும் நீங்கள் அறிந்தால்! என்னுடைய மகனின், என்னுடைய சதையும் ரத்தமும் கொண்ட என் மகனுடைய வாசகங்களை நான் பிறரிடம் கொண்டுசெல்லும்போது எவ்வளவு மகிழ்ச்சியடைகிறேன். எனது இதயத்தையே வழங்குவதுபோல் இருக்கிறது எனக்கு!"

அவள் புன்னகை செய்தாள். ஆனால் அந்தப் புன்னகையால் லுத்மீலாவின் முகத்தில் எந்தவித மாறுதலும் ஏற்படவில்லை. அந்தப் பெண்ணின் அடக்க குணத்தால் தனது மகிழ்ச்சியெல்லாம் அடைபட்டு ஆழ்ந்து போவது மாதிரி தாய்க்குத் தோன்றியது. அந்தக் கடின சித்தக்காரியின் இதயத்திலே தனது உணர்ச்சித் தீயை மூட்டிவிடத்தான் வேண்டும் என்கிற உறுதியான ஆர்வ உணர்ச்சி தாயின் மனதில் திடீரெனத் தோன்றியது. அந்தக் கடின சித்தத்தையும் வசப்படுத்தி, ஆனந்தப் பரவசமான தன் இதயத்தின் உணர்ச்சிகளை அந்தக் கடின சித்தமும் பிரதிபலிக்கும்படி செய்துவிட வேண்டும் எனத் தாய் விரும்பினாள். அவள் லுத்மீலாவின் கைகளை எடுத்து அவற்றை அழுத்திப் பிடித்துக்கொண்டே பேசினாள்:

"அன்பானவளே, சகல மக்களுக்கும் ஒளியூட்டுவதற்கு ஒன்று இருக்கிறதென்பதை, அந்த ஜோதியைச் சகல மக்களும் ஏறிட்டு நோக்கும் காலம் வரத்தான் செய்யும் என்பதை, அந்த ஒளியை அவர்கள் இதயப்பூர்வமாக வரவேற்பார்கள் என்பதை எண்ணிப் பார்க்க எவ்வளவு நன்றாயிருக்கிறது!"

தாயின் அன்பு ததும்பும் அகன்ற முகத்தில் ஒரு நடுக்கம் குளிர்ந்தோடிப் பரந்தது. அவளது கண்கள் பிரகாசம் எய்தின. புருவங்கள் அந்தப் பிரகாசத்தை நிழலிடுவது போலத் துடிதுடித்தன. பெரிய பெரிய எண்ணங்களால் அவள் சிந்தை மயங்கிப் போயிருந்தாள்; அந்த எண்ணங்களுக்குள் தனது இதயத்துக்குள்ளே உள்ள சகல நினைவுகளையும், தான் வாழ்ந்த வாழ்வனைத்தையும் பெய்து வைத்தாள். அந்த எண்ணங்களின் சாரத்தை அவள்

வைரக்கல் ஒளிவீசும் உறுதியான வார்த்தைகளாக வடித்தெடுத்தாள். அந்த வார்த்தைகள் அவளது இலையுதிர்கால இதயத்தில் பிரமாண்டமாகப் பெருகி வளர்ந்து, அங்கு வசந்தகாலச் சூரியனின் படைப்புச் சக்தியைக் குடியேற்றி ஒளி ஊட்டின; என்றென்றும் வளர்ந்தோங்கும் பிரகாசத்தோடு அவை அவள் இதயத்தில் நின்று நிலைத்து ஒளி செய்தன.

"மக்களுக்கு ஒரு புதிய கடவுளே பிறந்துவிட்டதுபோல் இருக்கிறது. ஒவ்வொருவருக்கும் – எல்லாம், எல்லோருக்காகவும் – ஒவ்வொன்றும்! இப்படித்தான் நான் உங்களைப் புரிந்து கொள்கிறேன். உண்மையைச் சொல்லப் போனால், நீங்கள் அனைவரும் தோழர்கள்; நீங்கள் அனைவரும் அன்பர்கள்; நீங்கள் அனைவரும் சத்தியம் என்னும் தாய்க்குப் பிறந்த ஒரே வயிற்றுப் பிள்ளைகள்!"

மீண்டும் அவள் உணர்ச்சி ஆவேசத்துக்கு ஆளாகி விட்டாள். அவள் பேச்சை நிறுத்தி மூச்செடுத்தாள். தழுவப் போகிற மாதிரி தனது கைகளை அகல விரித்துக்கொண்டு பேசினாள்:

"அங்கு வார்த்தையை – தோழர்கள் என்னும் அந்த வார்த்தையை – எனக்கு நானே சொல்லிக் கொள்ளும்போது, என் இதயத்திலே அவர்கள் அணிவகுத்துச் செல்லும் காலடியோசையை என்னால் கேட்க முடிகிறது."

அவள் தன் நோக்கத்தை நிறைவேற்றி விட்டாள். லுத்மீலாவின் முகம் சிவந்தது; உதடுகள் துடிதுடித்தன; தெள்ளத் தெளிவான பெருங் கண்ணீர்த் துளிகள் அவளது கன்னத்தில் வழிந்தோடின.

தாய் அவளைத் தன் கரங்களால் இறுகத் தழுவினாள்; மௌனமாகப் புன்னகை செய்தாள்; தனது இதயத்தின் வெற்றியை எண்ணி அன்போடு மகிழ்ந்து கொண்டாள்.

அவர்கள் பிரியும் போது, லுத்மீலா தாயின் முகத்தைப் பார்த்து மெதுவாகச் சொன்னாள்:

"உங்களருகில் இருப்பது எவ்வளவு நன்றாயிருக்கிறது தெரியுமா?"

29

தாய் தெருவுக்கு வந்தவுடன், குளிர்ந்து விறைக்கும் வாடைக் காற்று அவளது உடம்பை இறுகப் பிணைத்து அவளது நாசியைத் துளைத்தது; ஒரு கணம் மூச்சையே திணற அடித்தது. அவள் நின்றாள்; சுற்றும் முற்றும் பார்த்தாள். பக்கத்து மூலையில் தொளதொளத்த தொப்பியோடு ஒரு வண்டிக்காரன் நின்றுகொண்டிருந்தான்.

அதற்கு அப்பால் தெருக்கோடியில் கூனிக் குறுகி, தனது தலையை உள்ளிழுத்து தோள்களுக்குள் புதைத்தவாறே ஒரு மனிதன் நடந்து சென்றான். அவனுக்கும் அப்பால் ஒரு சிப்பாய் தன் செவிகளைத் தேய்த்து விட்டவாறே ஓடிக்கொண்டிருந்தான்.

"அந்தச் சிப்பாயை எங்காவது கடைக்கு அனுப்பியிருப்பார்கள்" என்று அவள் எண்ணினாள். எண்ணிக்கொண்டே, தனது காலடியில் நசுங்கி நொறுங்கும் பனிக்கட்டிகளின் சத்தத்தைக் கேட்டவாறே நடந்து போனாள். அவள் ரயில் நிலையத்துக்கு நேரங்காலத்தோடேயே வந்து சேர்ந்துவிட்டாள். அழுக்கும் அசுத்தமும் அடைந்திருந்த மூன்றாம் வகுப்புப் பிரயாணிகளின் அறையில் ஒரே மக்கள் கூட்டமாக இருந்தது. அங்கிருந்த தொழிலாளர்களை எல்லாம் குளிர் உள்ளே அடித்து விரட்டியிருந்தது. வண்டிக்காரர்களும், வீடு வாசலற்ற கந்தல் கந்தலான உடையணிந்த அனாதைகளும் அங்கு நிறைந்திருந்தார்கள். அங்கு பிரயாணிகளும் இருந்தார்கள். சில விவசாயிகள், மென் மயிர்க்கோட்டு அணிந்த கொழுத்த வியாபாரி ஒருவன், ஒரு மத குரு, அம்மைத் தழும்பு முகங்கொண்ட அவருடைய மகள், ஐந்தாறு சிப்பாய்கள், நிலை கொள்ளாது தவிக்கும் சில அங்காடிக்காரர்கள் – இவர்கள்தான் அங்கிருந்தார்கள். மக்கள் தேநீர் குடித்தார்கள். புகை பிடித்தார்கள்; ஓட்கா அருந்தினார்கள்; சளசளத்துப் பேசிக்கொண்டிருந்தார்கள்; சிற்றுண்டிச் சாலையின் அருகே யாரோ குபுக்கென்று வாய்விட்டுச் சிரித்தார்கள். அவர்களது தலைக்கு மேலாக புகைச்சுழல் வட்டமிட்டுச் சுழன்றது. கதவுகளைத் திறக்கும் போது அவை முனகிக் கீச்சிட்டன. கதவுகளை அடைக்கும்போது சன்னல் கண்ணாடிகள் நடுநடுங்கி கடகடத்து ஓசை செய்தன. அந்த அறையிலே சுருட்டு நாற்றமும் கருவாட்டு நாற்றமுமே நிறைந்திருந்தன.

தாய், வாசல் பக்கத்தில் ஓர் எடுப்பான இடத்தில் உட்கார்ந்து காத்திருந்தாள். எப்போதாவது கதவு திறக்கப்பட்டால், அவளது முகத்தில் குளிர்ந்த காற்று உறைக்கும். அந்தக் குளிர் அவளுக்கு இன்பம் அளித்தது; அப்படிக் காற்று உறைக்கும்போதெல்லாம் அவள் அதை இரசித்துச் சுவாசித்து அனுபவித்தாள். மக்கள் பெரும்பாலோர் மூட்டை முடிச்சுகளோடும் கனத்த மழைக்காலத் துணிமணி அணிந்து உள்ளே வந்தார்கள். அவர்கள் கதவு வழியே நுழைய முடியாமல் திண்டாடினார்கள்; திட்டிக்கொண்டார்கள். தரை மீதோ பெஞ்சின் மீதோ சாமான்களைத் தாறுமாறாகப் போட்டுவிட்டு தமது கோட்டுக் காலரிலும் கைகளிலும் தாடி மீசைகளிலும் படிந்து கிடக்கும் பனித்துகள்களைத் தட்டி விட்டார்கள்.

ஒரு தோல் பெட்டியைக் கையில் கொண்டு ஓர் இளைஞன் உள்ளே வந்தான்; சுற்றுமுற்றும் பார்த்தவாறே அவன் தாயை நோக்கி நேராக வந்தான்.

"மாஸ்கோவுக்கா?" என்று கேட்டான்.

"ஆம். தான்யாவைப் பார்க்கவே போகிறேன்" என்றாள் அவள்.

"ஆஹா!"

அவன் அந்தத் தோல் பெட்டியை அவளருகிலே பெஞ்சின் மீது வைத்தான்; சிகரெட்டைப் பற்ற வைத்தான்; தன் தொப்பியை உயர்த்தி வைத்தான்; அடுத்த வாசல் வழியாகச் சென்று மறைந்தான். தாய் அந்தக் குளிர்ந்து போன தோல் பெட்டியைத் தட்டிக் கொடுத்துக்கொண்டாள். பிறகு அதன் மீது முழங்கையை ஊன்றிச் சாய்ந்தவாறே திருப்தியுணர்ச்சியோடு தன்னைச் சுற்றியுள்ள மக்களைப் பார்த்தாள். ஒரு நிமிடம் கழித்து அவள் அந்த இடத்தைவிட்டு எழுந்து வெளிவாசல் புறத்துக்கு அருகிலுள்ள பெஞ்சை நோக்கி நடந்தாள். அவள் தலையை நிமிர்த்தி, தன்னைக் கடந்து செல்பவரின் முகங்களைக் கவனித்தவாறே, அந்தத் தோல் பெட்டியைக் கையில் சுமந்துகொண்டு நடந்து சென்றாள். பெட்டி ஒன்றும் அவ்வளவு பெரிதாகவோ கனமாகவோ இல்லை.

ஓர் இளைஞன் தன் குட்டையான கோட்டின் காலரைத் தூக்கிவிட்டவாறே தாயின் மீது மோதினான். அவன் தன் கையால் தலையைத் தடவியவாறே பேசாமல் ஒதுங்கிச் சென்றான். அவனைக் கண்ட மாத்திரத்தில் அவனை எங்கோ பார்த்த மாதிரித் தோன்றியது; அவள் திரும்பிப் பார்த்தாள்; அவனும் தனது வெளுத்த கண்களால் அவளையே பார்த்துக்கொண்டிருந்தான். அந்தக் கூரிய பார்வை அவளது நெஞ்சைக் கத்திபோலக் குத்தியது; தோல் பெட்டியைப் பிடித்திருந்த அவளது கரம் பலமிழந்து தள்ளாடியது; திடீரென்று அந்தப் பெட்டியின் கனம் அதிகரித்துவிட்டதுபோல் தோன்றியது.

"இவனை நான் இதற்கு முன்பு எங்கோ பார்த்திருக்கிறேனே" என்று யோசித்தாள் அவள். தனது இதயத்திலே தோன்றிய புழுக்க உணர்ச்சியை அவள் வெளியேற்றிவிட முனைந்தாள். தனது இதயத்தை மெதுவாக, எனினும் தவிர்க்க முடியாதபடி உறையச் செய்யும் அந்த உணர்ச்சியை அலசி ஆராய அவள் விரும்பவில்லை. அதை ஒதுக்கித் தள்ளினாள். ஆனால் அந்த உணர்ச்சியோ விம்மி வளர்ந்து அவளது தொண்டைக் குழிவரையிலும் முட்டிமோதி, அவளது வாயில் ஒரு வறண்ட கசப்புணர்ச்சியை நிரப்பியது. அவள் தன்னை அறியாமலேயே அந்த மனிதனை மீண்டும் திரும்பிப் பார்க்க வேண்டும் என்கிற ஆசைக்கு ஆளானாள். அவள்

திரும்பினாள். அவன் அதே இடத்தில் கால்மாறி நின்றுகொண்டு, ஏதோ செய்ய எண்ணுவது போலவும் நின்றுகொண்டிருந்தான். அவனது வலக்கை கோட்டுப் பித்தான்களுக்கிடையில் நுழைந்து போயிருந்தது. இடக்கை கோட்டுப் பைக்குள் இருந்தது. எனவே அவனது வலத்தோள் இடத்தோளைவிட உயர்ந்ததாகத் தோன்றியது.

அவள் பெஞ்சை நோக்கிச் சென்று மெதுவாகவும் எச்சரிக்கையாகவும் தன்னுள் உள்ள எதுவோ நொறுங்கிப் போய் விடும் என்கிற பயத்தோடு உட்காருவதுபோல் ஓரிடத்தில் அமர்ந்தாள். வரும் துன்பத்தை உணர்த்தும் கூரிய முன்னுணர்வினால் கிளறப்பட்ட நிலையில், இரண்டு முறை அம்மனிதனைப் பார்த்ததாக, திடுமென்று அவளுக்கு நினைவு வந்தது. ரீபின் தப்பியோடும் போது நகரின் கோடியிலுள்ள வெட்டவெளி மைதானத்தில் அவனை ஒரு முறை அவள் கண்டிருக்கிறாள். இரண்டாவது முறையாக அவனை விசாரணையின் போது பார்த்திருக்கிறாள். ரீபின் தப்பியோடும்போது தன்னை விசாரித்த போலீஸ்காரனுக்குத் தப்பான வழியைச் சுட்டிக் காட்டினாளே, அந்தப் போலீஸ்காரனும் நீதிமன்றத்தில் இவன் பக்கத்தில் அப்பொழுது நின்றுகொண்டிருந்தான். சரிதான். தன்னைப் பின்தொடர்ந்துதான் அவன் வருகிறான் என்பதை அவள் உணர்ந்துகொண்டாள்; தெளிவாக அறிந்துகொண்டாள்.

"அகப்பட்டு விட்டேனோ?" என்று அவள் தன்னைத்தானே கேட்டுக்கொண்டாள். ஒரு நிமிடம் கழித்து அவள் தன்னுள் நடுங்கிக்கொண்டே அதற்குப் பதிலும் கூறிக்கொண்டாள்:

"இன்னும் அகப்படவில்லை."

ஆனால் உடனேயே அவள் பெருமுயற்சி செய்து மீண்டும் தனக்குள் உறுதியோடு சொல்லிக்கொண்டாள்:

"அகப்பட்டு விட்டேன்!"

அவள் சுற்றும் முற்றும் பார்த்தாள்; ஆனால் எதுவும் அவள் கண்ணில் படவில்லை. அவள் மனதில் எத்தனையோ எண்ணங்கள் ஒன்றபின் ஒன்றாகப் பளிச்சிட்டுத் தோன்றின.

"இந்தத் தோல் பெட்டியை விட்டுவிட்டு நழுவி விடலாமா?"

இந்த எண்ணத்தைமீறி இன்னொரு எண்ணம் பளிச்சிட்டது:

"என்னது? என் மகனது வாசகங்களை நிராகரித்துவிட்டுச் செல்வதா? இவர்கள் போன்றவர்களிடம் விட்டுவிட்டுச் செல்வதா?

அவள் பெட்டியை இறுகப் பிடித்தாள்.

"இதையும் தூக்கிக்கொண்டே போய்விடலாமா? ஓடிவிடலாமா?"

இந்த எண்ணங்கள் எல்லாம் அவளுக்கு அன்னியமாய்த் தோன்றின. யாரோ வேண்டுமென்றே இந்த எண்ணங்களைத் தன் மனதில் திணிப்பதுபோல இருந்தது. அவை அவளது மனக்குகையிலே எரிந்து கனன்றன; ஊசி முனைகளைப்போல் அவளது நெஞ்சைத் துளைத்தன. அந்த வேதனை உணர்ச்சியால் அவள் தன்னை மறந்தாள்; தனக்கு அருமையான சகலமானவற்றையும், பாவெலையும் கூட மறந்தாள். ஏதோ ஒரு பகை சக்தி அவளது தோள்களையும் நெஞ்சையும் அழுத்திக்கொண்டு அவளை மரண பயத்துக்கு ஆளாக்குவது போலிருந்தது. அவளது நெற்றிப் பொருத்திலுள்ள ரத்தக் குழாய்கள் படபடத்துத் துடித்தன; அவளது மயிர்க்கால்களில் வெப்பம் பரவுவது மாதிரி இருந்தது.

திடீரென்று அவள் பெருமுயற்சி செய்து தன் எண்ணங்களை எல்லாம் கேவலமானதாக, வலுவற்றதாகக் கருதி அவற்றை மிதித்து ஒதுக்கினாள். தனக்குத்தானே கம்பீரமாகச் சொல்லிக்கொண்டாள்:

“உனக்கு வெட்கமாயில்லை?”

இந்த எண்ணம் தோன்றியவுடனேயே அவள் தெளிவடைந்தாள். அவள் மனதில் தைரியம் குடிபுகுந்தது. தனக்குள் பேசிக்கொண்டாள்:

“உன் மகனை இழிவுபடுத்தாதே. இதற்குப் போய் யாராவது பயப்படுவார்களா?”

அவளது கண்களில் யாரோ ஒருவனின் சோகமான மங்கிய பார்வை பட்டது. அவளது மனதில் ரீபினின் முகம் தோன்றியது. சில கணநேரத் தயக்கத்துக்குப் பின்னர் அவளது உள்ளமும் உடலும் நிதானத்துக்கு வந்தன; இதயத் துடிப்பு சமனப்பட்டது.

“இப்போது என்ன நடக்கும்?” என்று அவள் சுற்றுமுற்றும் பார்த்தவாறே எண்ணிக்கொண்டாள்.

அந்த உளவாளி நிலையத்தின் காவல்காரனைக் கூப்பிட்டு அவனிடம் அவளைக் கண்ணால் சுட்டிக் காட்டி ஏதோ ரகசியமாகக் கேட்டான். அந்தக் காவலாளி அவளை ஏறிட்டுப் பார்த்துவிட்டுத் திரும்பிப் போனான்; இன்னொரு காவலாளி வந்தான். அவனிடமும் அவன் ரகசியம் பேசினான். அதைக் கேட்டு அவன் முகத்தைச் சுளித்தான். அவன் ஒரு கிழவன். நரைத்த தலையும் சவரம் செய்யாத முகமும் கொண்டவனாகத் தோன்றினான். அவன் அந்த உளவாளியை நோக்கித் தலையை ஆட்டிவிட்டு, தாய் அமர்ந்திருந்த பெஞ்சை நோக்கி வந்தான். அந்த உளவாளி அதற்குள் மறைந்து போய்விட்டான்.

அந்தக் காவலாளி நிதானமாக அவளிடம் வந்து அதிருப்தி உணர்ச்சியோடு தாயைப் பார்த்தான். அவள் பெஞ்சிலிருந்தவாறே குன்றிக் குறுகினாள்.

"இவர்கள் என்னை மட்டும் அடிக்காமலிருந்தால்!" என்று எண்ணினாள்.

அவன் அவள் முன் நின்றான். ஒரு நிமிடம் பேசாது நின்றான்; கடுமையாகச் சொன்னான்:

"நீ என்ன பார்க்கிறாய்?"

"ஒன்றுமில்லை"

"அப்படியா? திருடி! இந்த வயசிலுமா திருட்டுப்புத்தி?"

அந்த வார்த்தைகள் அவளது முகத்தில் ஓங்கியறைந்தன. ஒருமுறை – இரு முறை! அந்தக் குரோதத் தாக்குதல் அவளது தாடையையே பெயர்த்து, கண்களைப் பிதுங்கச் செய்வது மாதிரி வேதனையளித்தது.

"நானா? நான் ஒன்றும் திருடியில்லை. பொய் சொல்கிறாய்!" என்று தன்னால் ஆனமட்டும் உரத்த குரலில் கத்தினாள் அவள். அவமானத்தின் கசப்பாலும், கோப வெறியின் சூறாவளியாலும் அவளது சர்வ நாடியுமே கதிகலங்கிப் போயின. அவள் தோல் பெட்டியை உலுக்கித் திறந்தாள்.

"பாருங்கள்! எல்லோரும் பாருங்கள்!" என்று கத்திக்கொண்டே அவள் துள்ளியெழுந்தாள். அவளது கைகளில் ஒரு கத்தைப் பிரதிகளை எடுத்துக்கொண்டு தலைக்கு மேலே உயர்த்தி ஆட்டிக் காட்டினாள். அவளை நோக்கி நாலா திசைகளிலிருந்தும் ஓடிவரும் மக்களின் பேச்சுக் குரல் அவளது காதின் இரைச்சலையும் மீறிக் கேட்டது.

"என்ன நடந்தது?"

"அதோ அங்கே – ஓர் உளவாளி."

"என்ன அது?"

"இவளை அவர்கள் திருடியென்கிறார்கள்."

"பார்த்தாலே கண்ணியமானவளாய்த் தெரிகிறதே. இவளையா? ச்சூ! ச்சூ!"

"நான் திருடியல்ல" என்று உரத்த குரலில் சத்தமிட்டாள் தாய்; தன்னைச் சுற்றிச் சூழ்ந்த மக்கள் கூட்டத்தைக் கண்டு அவளுக்கு ஓரளவு அமைதி ஏற்பட்டது.

"நேற்று அரசியல் குற்றவாளிகள் சிலரை விசாரணை செய்தார்கள். அந்தக் குற்றவாளிகளில் என் மகனும் ஒருவன். அவன் பெயர் விலாசவ். அவன் அங்கு ஒரு பிரசங்கம் செய்தான். இதுதான் அந்தப்பேச்சு! அதை நான் மக்களிடம் வழங்கப் போகிறேன். அவர்கள் இதைப் படிக்கட்டும். உண்மையைத் தெரிந்து கொள்ளட்டும்."

யாரோ மிகுந்த எச்சரிக்கையோடு அவள் கையிலிருந்து ஒரு பிரதியை உருவிப் பிடுங்கினார்கள். அவள் அவற்றை மேலே உயர்த்தி ஆட்டிக்கொண்டே, மக்கள் கூட்டத்தில் விட்டெறிந்தாள்.

"இதற்கு உனக்குச் சரியான தண்டனை கிடைக்கும்" என்று யாரோ, கூட்டத்திலிருந்து பயந்த குரலில் சத்தமிட்டார்கள்.

மக்கள் அந்தப் பிரதிகளைப் பாய்ந்து பிடித்துத் தமது கோட்டுகளுக்குள்ளும் பாக்கெட்டுகளுக்குள்ளும் மறைத்துக் கொள்வதைக் கண்டாள். இதைக் கண்டவுடன் அவளுக்கு மீண்டும் உறுதி பிறந்தது; அசையாமல் நின்றாள். அவள் அமைதியோடு அழுத்தத்தோடு பேசினாள்; அவளது இதயத்தினுள்ளே ஓங்கி வளரும் இன்பத்தையும் பெருமிதத்தையும் உணர்ந்தாள். பேசிக்கொண்டே பெட்டியிலிருந்து அந்தப் பிரதிகளை வாரியெடுத்து அங்குமிங்கும் கைகளை நீட்டிப் பிடிப்பதற்காகத் துடிதுடித்துக்கொண்டிருக்கும் மக்கள் கூட்டத்தை நோக்கி விட்டெறிந்தாள்.

"என் மகனையும் அவனைச் சேர்ந்தவர்களையும் ஏன் விசாரணைக்குக் கொண்டுவந்தார்கள் தெரியுமா? நான் உங்களுக்குச் சொல்கிறேன். ஒரு தாயின் இதயத்தை, என் போன்ற ஒரு கிழவியின் பேச்சை நீங்கள் நம்ப முடியும் அல்லவா? அவர்களை விசாரணைக்குக் கொண்டுவந்தது ஏன்? எல்லோருக்கும் அவர்கள் உண்மையை எடுத்துக் கூறியதற்காகத்தான். அந்த உண்மையை மறுத்துப் பேச ஒருவன் கூட இல்லை என்று நேற்று நான் உணர்ந்தேன்."

கூட்டம் அவளைச் சுற்றி அமைதியோடு பெருகியது. வட்டமிட்டுச் சூழ்ந்து நின்றது.

"வறுமை, பசி, பிணி – தங்களது உழைப்புக்குப் பிரதியாக, மக்களுக்கு இவைதான் கிடைக்கின்றன. சகல விசயங்களுமே நமக்கு எதிராக இயங்குகின்றன. நமது வாழ்நாளெல்லாம், ஒவ்வொரு நாளும், நமது கடைசி மூச்சுவரை, இறுதி பலத்தையும் நமது உழைப்புக்காக அர்ப்பணம் செய்வதால் எப்போதும் நாம் அழுக்கடைந்து அவர்களால் ஏமாற்றவும் படுகிறோம். நாம் பெற வேண்டிய இன்பத்தையும், நலன்களையும் மற்றவர்கள் அறுவடை செய்து அனுபவிக்கிறார்கள். சங்கிலியால் கட்டிப் போடப்பட்ட நாய் மாதிரி நம்மை அவர்கள் அறியாமையில் ஆழ்த்தியுள்ளார்கள் –

நமக்கு எதுவுமே தெரிவதில்லை. ஒவ்வொன்றுக்கும் பயப்படுகிறோம் – நாம் எதையும் தெரிந்து கொள்ளவே அஞ்சுகிறோம். நமது வாழ்க்கையே விடியாத இருள் நிறைந்த இரவாகப் போய்விட்டது.”

“சரிதான்!” என்று ஒரு மங்கிய குரல் எதிரொலித்தது.

“அவளது வாயை மூடு!”

கூட்டத்துக்குப் பின்னால் அந்த உளவாளியும் இரண்டு போலீஸ்காரர்களும் வருவதைத் தாய் கண்டுவிட்டாள். அவள் அவசர அவசரமாக மிஞ்சியிருந்த பிரதிகளை விநியோகிக்க முனைந்தாள். ஆனால் அவளது கை தோல் பெட்டியைத் தொட்டபோது, அவளது கையோடு யாரோ ஒருவனின் கையும் மோதியது.

“எடுத்துக் கொள்ளுங்கள், எடுத்துக் கொள்ளுங்கள்” என்று குனிந்துகொண்டே சொன்னாள் அவள்.

“கலைந்து போங்கள்!” என்று சத்தமிட்டுக்கொண்டே போலீஸ்காரர்கள் கூட்டத்தைத் தள்ளிக்கொண்டு வந்து கொண்டிருந்தார்கள். அந்த மக்கள் வேண்டா வெறுப்பாக வழிவிட்டு, அந்தப் போலீஸ்காரர்களை முன்னேற விடாமல், தம்மையறியாமலேயே அவர்களை நெருக்கித் தள்ளினார்கள். அகன்று விரிந்த பிரகாசமான கண்களோடு அந்த அன்புருவமான கிழவியைக் கண்டு எல்லோரும் தவிர்க்க முடியாதபடி கவர்ச்சி கொண்டார்கள். வாழ்க்கையில் புறக்கணிக்கப்பட்டு, ஒருவருக்கொருவர் ஒட்டின்றிப் பிளந்து போயிருந்த அந்த மக்கள், அந்தப் பொழுதில் தாங்கள் அனைவரும் ஒரே இனமாக மாறிவிட்டதுபோல் உணர்ந்தாள். அந்த உத்வேகமான வார்த்தைகளை ஆழ்ந்த மனஉணர்ச்சியோடு கேட்டார்கள். அந்த வார்த்தைகள் தான் வாழ்க்கையில் அநீதியால் துன்பத்துக்காளான எண்ணற்ற இதயங்கள் எவ்வளவோ காலமாகத் தேடித் திரிந்த வார்த்தைகளாக ஒலித்தன. தாய்க்கு அருகில் நின்ற மக்கள் மௌனமாக நின்றார்கள்; அவளையே விழுங்கி விடுவதுபோல் இமை கொட்டாமல் பார்த்தார்கள்; அவர்களது வெப்பமூச்சுக் காற்றுக் கூட தன் முகத்தில் உறைப்பதை அவள் உணர்ந்தாள்.

“ஏ, கிழவி, போய்விடு!”

“அவர்கள் உன்னை ஒரு நிமிடத்தில் பிடித்து விடுவார்கள்!”

“இவளுக்குத்தான் என்ன தைரியம்!”

“போங்கள் இங்கிருந்து! கலைந்து போங்கள்!” என்று கத்திக்கொண்டே போலீஸ்காரர்கள் மேலும் நெருங்கி வந்தார்கள்.

தாய்க்கு எதிராக நின்ற மக்கள் ஆடியசைந்து ஒருவரையொருவர் பிடித்துக்கொண்டார்கள்.

அவர்கள் தன்னை நம்பவும், தான் சொல்வதைப் புரிந்து கொள்ளவும் தயாராயிருப்பதாகத் தோன்றியது. எனவே அவள் அவசரமாக, தனக்குத் தெரிந்த சகல விசயங்களையும், தனது அனுபவத்தால் கண்டறிந்த சகல எண்ணங்களையும் அவர்களுக்குச் சொல்லித் தீர்த்துவிட எண்ணினாள். அந்த எண்ணங்கள் அவளது இதயத்தின் அடித்தளத்திலிருந்து லாவகமாகப் பிறந்தெழுந்து, கவிதா சொரூபமாக இசைத்துக்கொண்டு வெளியேறின; ஆனால், அந்தக் கவிதையை தன்னால் பாடிக்காட்ட முடியவில்லையே என்று அவள் வேதனைப் பட்டாள். அவளது குரல் நடுநடுங்கி உடைந்து கரகரத்து ஒலித்தது.

"தனது ஆன்மாவை விற்றுவிடாத ஒரு தொழிலாளியின் நேர்மை நிறைந்த பேச்சுத்தான் என் மகனின் பேச்சு. நேர்மையான வாசகம்! அந்த வாசகத்தின் தைரியத்தைக்கொண்டே நீங்கள் அதை அறிந்து கொள்வீர்கள்!"

ஓர் இளைஞனது இரண்டு கண்களும் அவளைப் பயத்தோடும் வியப்போடும் பார்த்துக்கொண்டேயிருந்தன.

யாரோ அவளது மார்பில் தாக்கினார்கள். அவள் பெஞ்சின் மீது விழுந்தாள். மக்கள் கூட்டத்துக்கு மேலாக போலீஸ்காரர்களின் கைகள் தெரிந்தன. மக்களைத் தோளைப் பிடித்தும் கழுத்தைப் பிடித்தும் தள்ளிக்கொண்டும் தொப்பிகளைப் பிடுங்கியெறிந்து கொண்டும் அவர்கள் முன்னேறி வந்தார்கள். தாயின் கண்களில் எல்லாமே இருண்டு மங்கித் தோன்றின. அவள் தனது ஆயாசத்தை உள்ளடக்கி வென்றுகொண்டே, தனது தொண்டையில் மிஞ்சி நின்ற சக்தியோடு உரத்துக் கத்த முனைந்தாள்.

"மக்களே! என்று திரளுங்கள். ஓரணியில் பலத்த மாபெருஞ் சக்தியாகத் திரண்டு நில்லுங்கள்!"

ஒரு போலீஸ்காரன் தனது கொழுத்த பெருங் கையினால் அவளது கழுத்தை எட்டிப் பிடித்து உலுக்கினான்:

"வாயை மூடு!"

அவளது தலை சுவரில் மோதியது. ஒரு கண நேரம் அவளது இதயத்திலே பயம் சூழ்ந்து இருண்டது; ஆனால் மறுகணமே அந்தப் பயம் நீங்கி ஓர் ஒளிவெள்ளம் பொங்கியெழுந்து அந்த இருளை அப்பால் துரத்தியடித்தது.

"போ, போ" என்று சொன்னான் அந்தப் போலீஸ்காரன்.

"எதைக் கண்டும் நீங்கள் பயப்படாதீர்கள்! நீங்கள் இப்போது வாழ்கின்ற வாழ்க்கையைவிட எதுவும் கொடுமை வாய்ந்ததாக இருக்கப் போவதில்லை..."

"வாயை மூடு, நான் சொல்லுகிறேன், வாயை மூடு."

அந்த போலீஸ்காரன் அவள் கையைப் பிடித்து, வெடுக்கென்று இழுத்தான். இன்னொரு போலீஸ்காரன் அவளது மற்றொரு கையைப் பிடித்துக்கொண்டான்; இருவருமாக அவளை இழுத்துச் சென்றனர்.

"உங்களது இதயத்தையே தின்றுகொண்டிருக்கும் கசப்பைவிட தினம் தினம் உங்களது நெஞ்சையே சுவைத்துக் கடிக்கும் கொடுமையைவிட..."

அந்த உளவாளி அவளை நோக்கி ஓடி வந்தான். தனது முழங்கையை அவளது முகத்தை நேராக உயர்த்திக் காட்டிக் கத்தினான்:

"ஏ, நாயே! வாயை மூடு!"

அவளது கண்கள் அகன்று விரிந்து பிரகாசித்தன; அவளது தாடை துடிதுடித்தது. வழுக்கலான கல்தரையின் மீது காலைப் பலமாக ஊன்றிக்கொண்டு அவள் மேலும் கத்தினாள்:

"அவர்கள் மறு பிறவி எடுத்த என் ஆன்மாவைக் கொல்லவே முடியாது!"

"ஏ, நாயே!"

அந்த உளவாளி அவளது முகத்தில் அறைந்தான்.

"வேண்டும், அந்தக் கிழவிக்கு!" என்று யாரோ வெறுப்போடு கத்தினார்கள்.

ஒரே கணத்தில் சிவப்பாகவும் கறுப்பாகவும் இருந்த ஏதோ ஒன்றால் அவள் கண்கள் இருண்டன. ரத்தத்தின் உப்புக்கரிக்கும் ருசி அவள் வாயில் தட்டுப்பட்டது.

அவளைச் சுற்றிலும் எழுந்த ஆவேசக் குரல்களால் தாய் மீண்டும் உணர்ச்சி பெற்று விழிப்புற்றாள்.

"அவளைத் தொடாதே!"

"வாருங்களடா பயல்களா!"

"டே போக்கிரி, உன்னைத்தான்!"

"அவனை உதையடா!"

அவர்கள் அவளைப் பின்னாலிருந்து கழுத்தில் கை கொடுத்துத் தள்ளினார்கள்; அவளது தலையிலும் தோளிலும் அறைந்தார்கள். கூச்சலும் கும்மாளமும் அலறலும் விசில் சப்தமும் ஒன்றோடொன்று குழம்பி யொலித்த குழப்பத்தில் அவள் கண் முன்னால் பளிச்சிட்டுத் தோன்றி எல்லாம் சுழல ஆரம்பித்தன; அந்தக் கூக்குரல்கள் அவள் காதைச் செவிடுபடச் செய்தன. அவளது தொண்டை அடைத்தது; திணறியது; அவளது காலடியிலே இருந்து நிலம் நழுவி இறங்கியது; அவள் கால்கள் தள்ளாடின; உடம்பு வேதனையின் குத்தல் உணர்ச்சியால் பளுவேறி உழலாடி, ஆதரவற்றுத் தடுமாறியது. எனினும் அவளது கண்கள் மட்டும் தமது பிரகாசத்தை இழக்கவில்லை. அந்தக் கண்கள் மற்ற கண்களை, நெருப்பாகக் கனன்றெரியும் கண்களை, தனக்குப் பழக்கமான துணிவாற்றலின் ஒளியோடு ஒளி செய்யும் கண்களை, தனது இதயத்துக்கு மிகவும் அருமையாகத் தோன்றிய கண்களைக் கண்டு களித்தன.

அவர்கள் அவளை வாசற் புறமாகத் தள்ளிக்கொண்டு சென்றார்கள்.

அவர்கள் ஒரு கையைப் பிடுங்கி விடுவித்துக்கொண்டு கதவின் கைப்பிடியை எட்டிப் பிடித்தாள்.

"இரத்த சமுத்திரமே திரண்டு வந்தாலும் சத்தியத்தை மூழ்கடிக்க முடியாது!

அவர்கள் அவள் கையில் பட்டென்று அறைந்தார்கள்.

" ஏ, முட்டாள்களே! நீங்கள் வீணாக எங்கள் பழியைத் தான் தேடிக் கொள்கிறீர்கள். உங்களது கொடுமைகளெல்லாம் ஒருநாள் உங்கள் தலையிலேயே வந்து விடியப் போகின்றன!"

ஒரு போலீஸ்காரன் அவளது தொண்டையைப் பிடித்து அவளது குரல்வளையை நெரித்துத் திணறடித்தான்.

"அதிருஷ்டங்கெட்ட பிறவிகளே..!" என்று அவள் திணறினாள்.

யாரோ ஓர் உரத்த தேம்பலால் அதற்குப் பதில் அளித்தார்கள்.

1907 ஆண்டு